ನಾತಿ ಚರಾಮಿ

ಸಾಯಿಸುತೆ

ಸುಧಾ ಎಂಟರ್‌ಪ್ರೈಸಸ್

ನಂ. 761, 8ನೇ ಮುಖ್ಯರಸ್ತೆ, 3ನೇ ಬ್ಲಾಕ್
ಕೋರಮಂಗಲ, ಬೆಂಗಳೂರು–560 034.

Naaticharaami (Kannada): a social novel written by Smt. Saisuthe; published by Sudha Enterprises, # 761, 8th Main, 3rd Block, Koramangala, Bangalore - 560 034.

ಮೊದಲನೆಯ ಮುದ್ರಣ	:	2015
ಎರಡನೆಯ ಮುದ್ರಣ	:	2022
ಪುಟಗಳು	:	224
ಬೆಲೆ	:	ರೂ. 195
ಉಪಯೋಗಿಸಿದ ಕಾಗದ	:	70 ಜಿ.ಎಸ್.ಎಂ. ಮ್ಯಾಪ್‌ಲಿಥೋ
ಮುಖಪುಟ ವಿನ್ಯಾಸ	:	ಶ್ರೀ ಚಂದ್ರನಾಥ ಆಚಾರ್ಯ
ಹಕ್ಕುಗಳು	:	ಲೇಖಕಿಯವರದು

ಸಗಟು ಮಾರಾಟಗಾರರು
ವಸಂತ ಪ್ರಕಾಶನ
360, 10ನೇ 'ಬಿ' ಮುಖ್ಯರಸ್ತೆ, 3ನೇ ಬ್ಲಾಕ್,
ಜಯನಗರ, ಬೆಂಗಳೂರು – 560 011
ದೂರವಾಣಿ : 080–40917099 / ಮೊ: 7892106719
email : vasantha_prakashana@yahoo.com
website: www.vasanthaprakashana.com

ಅಕ್ಷರ ಜೋಡಣೆ :
ಸುಧಾ ಎಂಟರ್‌ಪ್ರೈಸಸ್

ಮುದ್ರಣ :
ನೇಹ ಕ್ರಿಯೇಷನ್ಸ್

ಮುನ್ನುಡಿ

ಆತ್ಮೀಯ ಓದುಗರಲ್ಲಿ,

'ನಿನಾದ' ನಂತರ ಈ ಕಾದಂಬರಿ. ಹೊಸ ಕಾದಂಬರಿಯ ಬಗ್ಗೆ ಫೋನಾಯಿಸುತ್ತಿದ್ದವರಿಗೆಲ್ಲ ಹೇಳಿ... ಹೇಳಿ... ಸಾಕಾಗಿತ್ತು! ಬದುಕಿನ ಎಲ್ಲಾ ಸ್ತರಗಳಲ್ಲೂ ಪಾಶ್ಚಿಮಾತ್ಯ ಜೀವನ ಶೈಲಿಯಿತ್ತ ದಾಪುಗಾಲು ಹಾಕುತ್ತಿರುವ ನಮ್ಮ ಯುವಜನತೆಗೆ ವಿಚ್ಛೇದನಗಳು ಕೂಡ ಅದರ ಬಳುವಳಿಯೇ ಹೌದು. ಸಾಕಷ್ಟು ಬದಲಾವಣೆಗಳಿಗೆ ನಾವು ಒಗ್ಗಿಕೊಂಡಿದ್ದೇವೆ. ಅವಿಭಕ್ತ ಕುಟುಂಬಗಳು ಮಾಯವಾಗಿವೆ. 'ವಿವಾಹ' ಎಂದರೆ ಒಂದು ಹೆಣ್ಣು, ಗಂಡು ಸಂಬಂಧವಷ್ಟೆ. ಇಲ್ಲಿ ಕಂಫರ್ಟ್ ಎನ್ನುವುದು ಮುಖ್ಯವಾಗುತ್ತೆ. ಶ್ರೀಮಂತರು, ಸೆಲಬ್ರೆಟಿಗಳ ದಾಂಪತ್ಯದಲ್ಲಿ ನಡೆಯುತ್ತಿದ್ದ ಘಟಸ್ಫೋಟಗಳು ಈಗ ತೀರಾ ಸಾಮಾನ್ಯರ ಬದುಕಿನಲ್ಲಿ ಆಟವಾಗಿ ಕೋರ್ಟುಗಳ ಮೆಟ್ಟಲೇರುತ್ತಿದ್ದಾರೆ. 'ಡಿವೋರ್ಸ್' ಎಂದು ಹೇಳಿಕೊಳ್ಳಲು ಹೆಣ್ಣು ಮಕ್ಕಳು ಹಿಂಜರಿಯುತ್ತಿಲ್ಲ. 'ಸೆಕೆಂಡ್ ಶಾದಿ ಡಾಟ್ ಕಾಮ್' ಎನ್ನುವ ವೆಬ್‌ಸೈಟ್ ಶುರುವಾಗಿದೆ ಕೂಡ.

ಇವೆಲ್ಲವುಗಳ ಪ್ರಸ್ತಾಪಕ್ಕೆ ಒಂದು ಕಾದಂಬರಿ!

ಇನ್ನೊಂದು ಮುಖ್ಯವಾದ ವಿಚಾರ. 'ನಿನಾದ' ಕಾದಂಬರಿ ಪ್ರಕಟವಾಗಿ ವರ್ಷ ಕಳೆಯುವ ಮುನ್ನವೇ ಅದನ್ನು ಮುಂದುವರಿಸುವ ನಿರ್ಧಾರಕ್ಕೆ ಬಂದಿದ್ದೇನೆ. ಕಾರಣ ಖಂಡಿತ ಓದುಗರೇ, 'ದೀಪಿಕಾ'ಗೆ ಆದ ಅನ್ಯಾಯಕ್ಕೆ ಬಹಳ ರೀತಿಯಲ್ಲಿ ಪ್ರತಿಕ್ರಿಯಿಸಿದ್ದಾರೆ. ಕೆಲವರದು ಕೋಪ, ಕೆಲವರಂತು ಅತ್ತಿದ್ದಾರೆ, ಬಂದು ಜಗಳವಾಡಿದ್ದಾರೆ. ಅವರನ್ನೆಲ್ಲ ಸಮಾಧಾನಿಸಲು 'ನಿನಾದ' ಕಾದಂಬರಿಯ ಮುಂದುವರಿಕೆ.

ಕಾದಂಬರಿಯ ಪ್ರಕಾಶಕರಿಗೂ, ನಿಮಗೂ ಸೇರಿಸಿಯೇ ಧನ್ಯವಾದಗಳು.

– ಸಾಯಿಸುತೆ

"ಸಾಯಿಸದನ"

12, 2ನೇ ಮುಖ್ಯರಸ್ತೆ, 2ನೇ ಅಡ್ಡರಸ್ತೆ,

ಮಾರುತಿನಗರ, ಕೋಗಿಲೆ ಕ್ರಾಸ್, ಯಲಹಂಕ

ಓಲ್ಡ್ ಟೌನ್, ಬೆಂಗಳೂರು – 560064.

ದೂ: 080–28571361

Email: saisuthe1942@gmail.com

ನಮ್ಮಲ್ಲಿ ದೊರೆಯುವ ಸಾಯಿಸುತೆಯವರ
ಇತರ ಕಾದಂಬರಿಗಳು

ಮೇಘವರ್ಷಿಣಿ	ವರ್ಷಬಿಂದು
ನವಚೈತ್ರ	ಸಪ್ನ ಸಂಭ್ರಮ
ಪೂರ್ಣೋದಯ	ನನ್ನ ಭಾವ ನಿನ್ನ ರಾಗ
ಅಪೂರ್ವ ಮೈತ್ರಿ	ಸುಮಧುರ ಭಾರತಿ
ನಿಶೆಯಿಂದ ಉಷೆಗೆ	ಮೌನ ಆಲಾಪನ
ಸಪ್ತರಂಜನಿ	ಮತ್ತೊಂದು ಬಾಡದ ಹೂ
ವಸುಧೈವ ಕುಟುಂಬ	ಶಿಶಿರದ ಇಂಚರ
ಪ್ರೇಮಸಾಫಲ್ಯ	ಮುಂಗಾರಿನ ಹುಡುಗಿ
ಸದ್ಗೃಹಸ್ಥೆ	ಸಾಮಗಾನ
ಕಾರ್ತೀಕದ ಸಂಜೆ	ಕಡಲ ಮುತ್ತು
ನಾ ನಿನ್ನ ಧ್ಯಾನದೊಳಿರಲು	ಆಡಿಸಿದಳು ಜಗದೋದ್ಧಾರನಾ
ಸುಪ್ರಭಾತದ ಹೊಂಗನಸು	ಪಂಚವಟಿ
ಕರಗಿದ ಕಾರ್ಮೋಡ	ಶ್ಯಾನುಭೋಗರ ಮಗಳು
ಹೃದಯ ರಾಗ	ಮೂಡಿ ಬಂದ ಶಶಿ
ಅಮೃತಸಿಂಧು	ಜನನೀ ಜನ್ಮಭೂಮಿ
ಬಣ್ಣದ ಚುಂಬಕ	ಬಿರಿದ ನೈದಿಲೆ
ಸ್ವರ್ಣ ಮಂದಿರ	ಶರದೃತುವಿನ ಚಂದ್ರ
ಶ್ರೀರಸ್ತು ಶುಭಮಸ್ತು	ಮೋಹನ ಮುರಳಿ ಕರೆಯಿತು
ಗಂಧರ್ವಗಿರಿ	ಮುಗಿಲ ತಾರೆ
ಶುಭಮಿಲನ	ಅಗ್ನಿದಿವ್ಯ
ಸಪ್ತಪದಿ	ಧವಳ ನಕ್ಷತ್ರ
ಚೈತ್ರದ ಕೋಗಿಲೆ	ಕಲ್ಯಾಣಮಸ್ತು
ಬೆಳ್ಳಿದೋಣಿ	ದಂತದ ಗೊಂಬೆ
ವಿವಾಹ ಬಂಧನ	ಸುಭಾಷಿಣಿ
ಮಂಗಳ ದೀಪ	ಮಮತೆಯ ಸಂಕೋಲೆ
ಡಾ॥ ವಸುಧಾ	ಮಂತ್ರಾಕ್ಷತೆ
ಮುಂಜಾನೆಯ ಮುಂಬೆಳಕು	ಸಪ್ತಧಾರೆ
ಸೊಬಗಿನ ಪ್ರಿಯದರ್ಶಿನಿ	ಹೇಮಂತದ ಸೊಗಸು
ರಾಗಬೃಂದಾವನ	ಬೆಳಕಿನ ಹಣತೆ
ಬಿಳಿ ಮೋಡಗಳು	ಗ್ರೀಷ್ಮದ ಸೊಬಗು
ಅನುಬಂಧದ ಕಾರಂಜಿ	ಗ್ರೀಷ್ಮ ಋತು
ಮಿಂಚು	ಪ್ರಿಯ ಸಖೀ
ನಾಟ್ಯಸುಧಾ	ಚಿರಬಾಂಧವ್ಯ
ಪಸರಿಸಿದ ಶ್ರೀಗಂಧ	ಆಶಾಸೌರಭ
ಬೆಳದಿಂಗಳ ಚೆಲುವೆ	ಗಿರಿಧರ

ಬೆಳಗಿನ ಒಂಬತ್ತರ ಸುಮಾರಿಗೆ ಬಂದ ನಿಹಾರಿಕ ಹನ್ನೊಂದರವರೆಗೂ ಕಾದಳು. ಒಂದತ್ತು ಸಲವಾದರೂ ರಿಸೆಪ್ಷನಿಸ್ಟ್ ಕೌಂಟರ್‌ಗೆ ಬಂದು ರೇಖಾಭಟ್‌ನ ಪ್ರಶ್ನಿಸಿದಳು "ಇನ್ನ ಬಂದೇ ಇಲ್ಲ! ಹತ್ತು... ಹತ್ತೂವರೆಗೆ ಬರ್ತಾರೇಂತ ಹೇಳಿದ್ದೆ" ಲ್ಯಾಪ್‌ಟಾಪ್ ಮುಂದಿಟ್ಟುಕೊಂಡು ಕೂತಿದ್ದವಳು ನಿಧಾನವಾಗಿ ತಲೆಯೆತ್ತಿ "ಎಕ್ಸ್‌ಕ್ಯೂಜ್ ಮೀ, ಯಾಕೆ ಪದೇ... ಪದೇ.. ತೊಂದರೆ ಕೊಡ್ತೀರಾ? ದೊಡ್ಡ ಬಾಸ್ ಛೇಂಬರ್‌ನಲ್ಲಿದ್ದಾರೆ, ಹೋಗಿ ಮೀಟ್ ಮಾಡಿ. ನಂಗೆ ಅವ್ರ ಬಗ್ಗೆ ಯಾವ್ದೇ ಇನ್‌ಫರ್ಮೇಷನ್ ಇಲ್ಲ. ಆಫೀಸ್‌ಗಿಂತ ಹೊರ್ಗಿನ ಓಡಾಟವೇ ಹೆಚ್ಚು. ಇಲ್ಲ ಮ್ಯಾನೇಜರ್‌ನ ಹೋಗಿ ಮೀಟ್ ಮಾಡಿ" ಎಂದು ತನ್ನ ಕೆಲಸದಲ್ಲಿ ತೊಡಗಿದಳು. ನಿಹಾರಿಕ ಸೋಫಾ ಮೇಲೆ ಕೂತು ಮ್ಯಾಗ್‌ಜಿನ್ ತಿರುವತೊಡಗಿದಾಗ ರೇಖಾಭಟ್ ಎದ್ದು ಬಂದು "ಇಲ್ಲಿ ಯಾವ್ದೇ ವೇಕೆನ್ಸಿ ಖಾಲಿ ಇಲ್ಲ. ಎಲ್ಲಾ ಪೋಸ್ಟ್‌ಗಳು ಫಿಲಪ್ ಆಗಿದೆ" ಹೇಳಿ ಹಿಂದಿರುಗಿದಳು ಬಂದ ಕ್ಲೈಂಟ್ಸ್ನ ಅಟೆಂಡ್ ಮಾಡಲು. ಅನಗತ್ಯವಾಗಿ ಬಂದು ವಿಚಾರಿಸುವುದು ಯಾಕೆ? ಅವಳ ಪ್ರಶ್ನೆ.

ಆದರೆ ಅಷ್ಟರಲ್ಲಿ ನಿಹಾರಿಕಾಗೆ ಒಳಗಿನಿಂದ ಬುಲಾವ್ ಬಂತು. ಛೇಂಬರ್‌ನಲ್ಲಿದ್ದ ಪಾರ್ಥಸಾರಥಿ ನಗುಮುಖದಿಂದಲೇ ಬರಮಾಡಿಕೊಂಡು "ಕುತ್ಕೊಳ್ಳಿ, ನೀವು ಸಂತೋಷ್‌ಗಾಗಿ ಕಾಯ್ತ ಇದ್ದೀರಾಂತ ರೇಖಾ ಹೇಳಿದ್ಲು. ಏನು ವಿಷ್ಯ?" ಕೇಳಿದರು ಸಾವಧಾನವಾಗಿ. ಬಹಳ ಡಿಫರೆಂಟಾಗಿ, ಕಲಾತ್ಮಕವಾಗಿ ಯೋಚಿಸಬಲ್ಲ ಸಂತೋಷ್ ಹೆಚ್ಚು ಕ್ರಿಯಾಶೀಲನೆಂದು ಅವರಿಗೆ ಗೊತ್ತಿತ್ತು. "ಮಾಜಿ ಮಂತ್ರಿ ಚಂದನ್ ಮಗಳು ನನ್ನ ಫ್ರೆಂಡ್, ಈಚೆಗೆ ಅವಳ ವಿವಾಹದ ಓಡಾಟವೆಲ್ಲ ನಂದೇ ಅದರ ಆಯೋಜಕರು ನೀವೇಂತ ತಿಳ್ದು ತುಂಬ ಖುಷಿಯೆನಿಸಿತು. ನನ್ನ ಫ್ರೆಂಡ್ ಬರ್ತ್‌ಡೇ, ನನ್ನ ಮಮ್ಮಿ ಫ್ರೆಂಡ್ ಮಗಳ ಎಂಗೇಜ್‌ಮೆಂಟ್.. ಇಂಥದ್ದು ತುಂಬ ಇದೆ. ಕಲರ್ ಡೆಕೋರೇಷನ್, ಟೋಟಲೀ ತುಂಬ ಫರ್‌ಫೆಕ್ಟ್ ನಂಗೆ ತುಂಬಾ ಇಷ್ಟವೆನಿಸಿದೆ" ಮೆಚ್ಚಿಗೆಯಾಡಿದಳು, ಇದೇನು ಅವರಿಗೆ ಅತಿಶಯವಲ್ಲ. ಅಂತು 'ಸಾರಥಿ ಇವೆಂಟ್'ನ ಬಗ್ಗೆ ಮಾತಾಡಿದಳು, "ವೆಲ್‌ಕಮ್ ಮೇಡಮ್, ನೀವು ಈಗ ಬಂದ ಉದ್ದೇಶ?" ಕೇಳಿದರು

ಪಾರ್ಥಸಾರಥಿ "ಒಂದು ಸಣ್ಣ ಗೆಟ್‌ಟುಗೆದರ್, ಅದ್ಕೇ ಕಾರಣ ನನ್ನ ಬರ್ತ್‌ಡೇ ಸೆಲೆಬ್ರೇಷನ್...." ಅಂದ ಕೂಡಲೆ ಅರ್ಥ ಮಾಡಿಕೊಂಡು ಮ್ಯಾನೇಜರ್‌ನ ಕರೆಸಿ "ಬರ್ತ್‌ಡೇ, ಅದ್ಕೆ ಸಂಬಂಧಪಟ್ಟ ಅಲ್ಬಮ್ಸ್ ಜೊತೆ ವಿಡಿಯೋ ಕ್ಲಿಪಿಂಗ್ ತೋರ್ಸಿ." ಎಂದವರು "ನೀವ್ಹೋಗಿ" ಎಂದು ಅವಳನ್ನ ಕಳುಹಿಸಿಕೊಟ್ಟರು. ಇವೆಂಟ್ ಶುರು ಮಾಡಿದ ಮೇಲೆ ತರಹವಾರಿ ಜನರನ್ನು ನೋಡಿದ್ದು ಮಾತ್ರವಲ್ಲ, ಹಲವಾರು ಸಮಸ್ಯೆಗಳನ್ನು ಫೇಸ್ ಮಾಡಿದ್ದರು. ಹೊಸಬರ ಪ್ರವೇಶಕ್ಕೆ ಒಡ್ಡುವ ಅಡ್ಡಿ ಆತಂಕಗಳ ಜೊತೆಗೆ, ತೀರಾ ಟಾಪ್ ಇವೆಂಟ್ಸ್‌ಗಳಲ್ಲಿ ತಮ್ಮನ್ನ ಒಡ್ಡಿಕೊಳ್ಳದೇ ಮಿತಿಯಲ್ಲಿ ಕೆಲಸ ಮಾಡಿಕೊಂಡು ಹೋಗುತ್ತಿದ್ದರೂ ಕೆಲವು ಆತಂಕಗಳನ್ನು ಎದುರಿಸಬೇಕಿತ್ತು. ಎಚ್ಚರದ ಮನ ಅವರದು.

ಮಧ್ಯಾಹ್ನದ ಲಂಚ್‌ಗೆ ಪಾರ್ಥಸಾರಥಿ ಮನೆಗೆ ಬಂದಾಗ ಆಗ ತಾನೇ ಸಂತೋಷ್ ಬೈಕ್‌ನಿಂದ ಇಳಿದು ಮನೆಯತ್ತ ಹೊರಟವನು ನಿಂತು ಮುಗುಳ್ನಗೆ ಬೀರಿದ "ಮಧುಸ್ವಾಮಿ, ಡೆಕೋರೇಷನ್ ನೋಡಿಯೇ ಪ್ಲಾಟ್ ಆದರು. ಅವರು ವೆರಿ ಹ್ಯಾಪಿ. ನಮ್ಗೇ ಕೊಡೋವಾಗ ತೀರಾ ಅನುಮಾನಿಸಿದ್ರು. ಇದೊಂದು ರೀತಿಯ ಛಾಲೆಂಜ್" ಎಂದು ನುಡಿದ ಮಗನ ಭುಜದ ಮೇಲೆ ಕೈಹಾಕಿ "ವೆರೀ ಗುಡ್.... ನಂಗೆ ಒಂದು ತರಹ ಭಯ ಇತ್ತು" ಅರ್ಥಗರ್ಭಿತವಾಗಿ ನುಡಿದಾಗ ಸಂತೋಷ್ ಮಾತಾಡಲಿಲ್ಲ. ಅಪ್ಪ, ಮಗ ಕೂಡಿಯೇ ಒಳಗೆ ಹೋದರು. ಆಟವಾಡುತ್ತಿದ್ದ ನಿಶ್ಚಿತ ಓಡಿ ಬಂದು ಸಂತೋಷ್ ಕಾಲುಗಳನ್ನು ತಬ್ಬಿದಳು.

"ಹಾಯ್...." ಎತ್ತಿಕೊಂಡು ಅವಳ ಕೆನ್ನೆಗೆ ಮುತ್ತಿಟ್ಟ. "ಇದ್ವರೆಗಿನ ಟೈಮ್‌ಟೇಬಲ್ ಏನು?" ಕೇಳಿದ ಕಣ್ಣು ತಿರುಗಿಸಿ ಭಾವಾಭಿನಯ ಮಾಡುತ್ತ ತಾನು ಹರಡಿದ್ದ ಆಟದ ಸಾಮಾನುಗಳನ್ನು ತೋರಿಸುತ್ತ "ನೀವು ನನ್ನೊತೆ ಆಡ್ಬೇಕು. ಐ ಲವ್ ಯು ಚಿಕ್ಕಪ್ಪ" ಮೂರನೆ ವರ್ಷದ ಹುಟ್ಟಿದ ಹಬ್ಬ ಆಚರಿಸಿಕೊಳ್ಳಲು ಸಿದ್ಧವಾದ ಪುಟ್ಟಿ ನುಡಿದಾಗ "ಓಕೇ, ಮರೀ.... ಅಜ್ಜಿ, ಅಮ್ಮ ಎಲ್ಲಿ?" ಅಕ್ಕ ಪಕ್ಕ ಮುಖದ ಮೇಲೆ ಹರಡಿದ ಜೊಂಪಾದ ಕೂದಲನ್ನು ಹಿಂದಕ್ಕೆ ಸರಿಸುತ್ತ ಮತ್ತೆ ಮುದ್ದಿಸಿ ತಂದೆಯ ಕೈಗೆ ಕೊಡುವ ವೇಳೆಗೆ ಅತ್ತೆ, ಸೊಸೆ ಇಬ್ಬರು ಒಟ್ಟಾಗಿ ಬಂದರು. "ನೋಡು, ಎಷ್ಟೊಂದು ಹರಡಿಕೊಂಡು ಕೂತಿದ್ದಾಳೆ. ನಿಮ್ಮ ಆಫೀಸ್‌ನಾದ್ರೂ ನೋಡ್ಕೋಬಹುದು. ಇವಳನ್ನ ನೋಡಿಕೊಳ್ಳೋದು ಕಷ್ಟ" ಅಂದರು. ಮೊಮ್ಮಗಳ ಬಗ್ಗೆ ಮೆಚ್ಚಿಗೆಯ ನೋಟ ಹರಿಸುತ್ತ. ಜಾಹ್ನವಿ ಮುಗಳ್ನಗು ಬೀರಿದಳಷ್ಟೆ.

"ಹೋಗೋದಿದೆ, ಬೇಗ ತಟ್ಟೆ ಹಾಕ್ಬಿಡಿ" ಹೇಳಿ ಕೋಣೆಯತ್ತ ಹೋದರು ಮೊಮ್ಮಗಳನ್ನ ಎತ್ತಿಕೊಂಡು. ಮೊಮ್ಮಗಳೆಂದರೆ ಪ್ರಾಣ. ಅವಳೊಂದಿಗೆ ಮುಗ್ಧವಾದ ಒಂದು ಪ್ರಪಂಚವನ್ನು ಸೃಷ್ಟಿ ಮಾಡಿಕೊಂಡು ಬಿಡಬಲ್ಲರು. "ಸಂತೋಷ, ಆನಂದ್‌ನ ಫೋನ್ ಮಾಡಿ ವಿಚಾರ್ಸು. ಆ ದಿವಾಕರ್ ಕರೆಸಿಕೊಂಡಿದ್ರು. ವರ್ಲ್ಡ್ ಲೆವೆಲ್ ಮೀಟಿಂಗ್ ಅಯೋಜಿಸ್ತಾ ಇದ್ದಾರಂತೆ. ಅದ್ನ ನಮ್ಗೇ ವಹಿಸೋ ಒಂದು ರೂಮರ್ ಇದೆ" ರೂಮಿನೊಳಗಿಂದಲೇ ಹೇಳಿದರು. ಪಾರ್ಥಸಾರಥಿ ಒಳ್ಳೆ ವರ್ಕಾಲಿಕ್.

ಆನಂದ್‌ನೊಂದಿಗೆ ಮಾತಾಡಿದ ನಂತರವೆ ಡೈನಿಂಗ್ ಟೇಬಲ್ ಬಳಿಗೆ ಬಂದಿದ್ದು ಅಪ್ಪ, ಮಗ. ಅನ್ನ ಬಡಿಸುವ ವೇಳೆಗೆ ನೆನಪಿಸಿಕೊಂಡಂಗೆ "ಸಂತೋಷ್, ನಿನ್ನ ವರ್ಕ್ಸ್‌ಗೆ ಬೋಲ್ಡ್

ಆದ ನಿಹಾರಿಕ ಅನ್ನೊ ಹುಡ್ಗೀ ಬಂದು ಟೂ ಅವರ್ಸ್ ನಿಂಗೋಸ್ಕರ ವೇಯ್ಟ್ ಮಾಡ್ತಾ ಇದ್ಲು. ಅವಳ ಬರ್ತ್‌ಡೇ ಸೆಲೆಬ್ರೇಷನ್ ಅಂದ್ಲು. ತುಂಬ ಗ್ರಾಂಡಾಗಿರ್ಬೇಕು ಅನ್ನೋ ರಾಗದ ಜೊತೆ ಏನೇನೋ ಹೇಳಿದ್ಲು. ನಮ್ಮ ಮ್ಯಾನೇಜರ್ ಮಾತ್ರವಲ್ಲ, ರೇಖಾಭಟ್ ಕೂಡ ಸುಸ್ತಾಗಿದ್ದಾರೆ" ಹೇಳಿದರು. ಹಪ್ಪಳವನ್ನು ಕೈಗೆತ್ತಿಕೊಳ್ಳುತ್ತ "ನಂಗೂ ಫೋನ್ ಮಾಡಿದ್ಲು, ಮೆಸೇಜ್ ಕಳಿಸಿದ್ಲು. ರೇಖಾ ಕೂಡ ಹೇಳಿದ್ಲು. ನೋಡೋಣ ಬಿಡಿ!, ನಾನು ಆ ರಿಸೆಪ್ಷನ್ ಮ್ಯಾನೇಜ್‌ಮೆಂಟ್‌ನಲ್ಲಿ ಪೂರ್ತಿ ಬಿಜಿಯಾಗಿ ಬಿಟ್ಟಿದ್ದೆ" ಎಂದ. ಕೆಲವೊಮ್ಮೆ ಜನರ ಮನೋಭಾವ ಅರ್ಥ ಮಾಡಿಕೊಳ್ಳುವುದು, ಇಲ್ಲಿ ಸಹನೆ, ಕ್ರಿಯಾಶೀಲತೆಯ ಜೊತೆ ಬುದ್ಧಿವಂತಿಕೆ ಇದ್ದರೇ ಮಾತ್ರ ಸಾಲದು. ಕನ್ವೀನ್ಸ್ ಮಾಡುವ ಮಾತುಗಾರಿಕೆ ಕೂಡ ಬೇಕಿತ್ತು.

ಆ ವೇಳೆಗೆ ಆನಂದ್ ಕೂಡ ಬಂದು ಜಾಯಿನ್ ಆದ. ಅವನ ಮುಖದಲ್ಲಿ ಒಂದಿಷ್ಟು ಆಯಾಸ ಕಂಡ ಕೂಡಲೆ ಜಾಹ್ನವಿ ತೀರಾ ಅಪ್‌ಸೇಟ್ ಆಗಿ ನೀರಿಡಿದು ಹೋದಾಗ ಸಂತೋಷ್ ಎದ್ದು ಹೋಗಿ ಅವನ ಭುಜದ ಮೇಲೆ ಕೈ ಹಾಕಿ ಆರಾಮಾದ ನಗೆ ಹಾಕಿದನಂತರ ಹೇಳಿದೆ.

"ಅವ್ರು ತೀರಾ ಕಂಗೆಡಿಸಿ ಬಿಟ್ರಾ? ಆ ಸಮಾಜಸೇವಕಿ ನಯನಾ ಅವ್ರ ಮಗಳ ವಿವಾಹಕ್ಕೆ ತೀರಾ ಭರ್ಜರಿಯ ಸೋಗು. ನಾನು ಆಕೆಯೊಂದಿಗೆ ಮಾತಾಡ್ತೀನಿ, ಬಿಡು. ಅತ್ತಿಗೆಯತ್ತ ಒಂದಿಷ್ಟು ನಗೆ ಹರಿಸಿ ಬಿಡು" ಎಂದು ಹೇಳಿ ಹೋದನಂತರವೆ ಮಡದಿಯತ್ತ ನೋಟ ಹರಿಸಿದ್ದು "ಯಾಕೆ ಅಷ್ಟೊಂದು ಗಾಬ್ರಿಯಾಗ್ತೀಯಾ? ಆ ಮಹಾತಾಯಿ ನಯನತಾರೆ ನಮ್ಮಲ್ಲಿಗೆ ಬಂದಿದ್ದು ನಾಲ್ಕು ಸಲ. ಅವ್ರ ಮನೆಗೆ ಹೋದದ್ದು ಮೂರು ಸಲ. ಅಬ್ಬಬ್ಬ ಎಂಥ ಅದ್ಭುತವಾದ ಕನಸು ಆಕೆಯದು. ಐ ಕಾಂಟ್ ಟಲರೇಟ್, ಡ್ರಾಪ್ ಮಾಡಿ ಬಿಡೋದು ಒಳ್ಳೇದು" ಬೇಸರದಿಂದಲೆ ನುಡಿದು ನೀರು ಕುಡಿದು "ಬಟ್ಟೆ ಬದಲಾಯ್ಸಿ, ಬರ್ತೀನಿ. ನೀನು ಡೈನಿಂಗ್ ಟೇಬಲ್ ಹತ್ರ ಹೋಗೆ" ಕಳಿಸಿ ಹೋದ. ಆತಂಕಗೊಂಡ ಜಾಹ್ನವಿ ಸಮಾಧಾನಕ್ಕೆ ಬರಲು ಸಮಯಬೇಕು.

ಆರಾಮಾಗಿ ಊಟ ಮುಗಿಸಿ ಎದ್ದು ಬಂದ ಪಾರ್ಥಸಾರಥಿ "ಆ ನಯನಾ ತಾರಾ ಮತ್ತೆ ಫೋನ್ ಮಾಡಿದರೆ ಯಾರು ಹೋಗೋದೇನು ಬೇಡ. ಆಕೆ ಕಾನ್‌ಸೆಪ್ಟ್‌ಗೆ ಒಂದು ಚೌಕಟ್ಟು ಇಲ್ಲ. ಒಮ್ಮೆ ಹೇಳಿದನ್ನು ಮತ್ತೆ ಬದಲಾಯಿಸ್ತಾರೆ. ಆಕೆ ವಿವಾಹ ಏಳು ದಿನ ನಡೆಯಿತಂತೆ, ಈಗ ಅದು ಸಾಧ್ಯವಾ? ಸಾಧ್ಯವಾಗಿಸೋ ಪ್ರಯತ್ನ ಮಾಡಿದರೂ ಪಾಲ್ಗೊಳ್ಳುವ ಜನಕ್ಕೆ ಅಂಥ ಸಹನೆ ಬೇಕಲ್ಲ. ಇದ್ನ ಡ್ರಾಪ್ ಮಾಡಿ ಬಿಡೋದು ಒಳ್ಳೇದು" ಎಂದರು ಸ್ವಲ್ಪ ಬೇಸರದಿಂದಲೆ.

"ದೊಡ್ಡ ಪ್ರಾಜೆಕ್ಟ್. ಆ ವಿವಾಹಕ್ಕೆ ಬರೋ ಜನವೆಲ್ಲ ಶ್ರೀಮಂತರು, ಸೆಲೆಬ್ರೇಟ್ಸ್. ಆ ಜನ ನಮ್ಮನ್ನ ಹುಡ್ಕಿಕೊಂಡು ಬರ್ತಾರೆ. ಒಂದು ದೊಡ್ಡ ಪ್ರಚಾರ ಸಿಗುತ್ತೆ. ಒಮ್ಮೆ ಸಂತೋಷ ಹೋಗಿ ಮಾತಾಡ್ಲೀ. ಆಗಲ್ಲಿಲ್ಲಾಂದರೇ ಕೈ ಬಿಡೋಣ, ನಾನು ಸ್ವಲ್ಪ ರೆಸ್ಟ್ ತಗೋತೀನಿ. ಆಕೆ ಒಂದೇ ಸಮ ಉದುರಿಸಿದ ಮಾತುಗಳಿಗೆ ಮೈಂಡ್ ಗಲಿಬಿಲಿಯಾಗಿ ಹೋಗಿದೆ" ಎಂದು ಆನಂದ್ ಎದ್ದು ಹೋದ.

ಸಂತೋಷ್ ತೊಡೆಯ ಮೇಲೆ ಗಪ್‌ಚಿಪಾಗಿ ಕೂತು ಮಾತುಗಳನ್ನು ಕೇಳುತ್ತಿದ್ದ ನಿಶ್ಚಿತ ಕೆನ್ನೆ ಸವರಿ "ಅತ್ತಿಗೆ, ಇವಳನ್ನು ಕರ್ಕೊಂಡ್ಹೋಗಿ ಆನಂದಣ್ಣನ ಪಕ್ಕದಲ್ಲಿ ಮಲ್ಗಿಸಿ ಬಿಡಿ. ಬೇಗ ಅವ್ನ ಟ್ರೆಸ್ಸ್ ಕಡ್ಮೇ ಮಾಡಿಬಿಡ್ತಾಳೆ. ಹೋಗ್, ನನ್ನ ಚಿನ್ನ ಮರಿ," ಜಾಹ್ನವಿಯ ಕೈಗಿತ್ತು

ಕಳುಹಿಸುವ ವೇಳೆಗೆ ಅವನಿಗೊಂದು ಕಾಲ್ ಬಂತು.

"ಹಲೋ...." ಎಂದ ಮಾಮೂಲಾಗಿ

"ನಾನು ನಿಹಾರಿಕ. ನಯನತಾರ ಅವ್ರ ಮಗ್ಳು ನನ್ನ ಫ್ರೆಂಡ್. ನಿಮ್ಹತ್ರ ಮಾತಾಡೋದಿದೆ. ಯಾವಾಗ ಸಿಕ್ತೀರಾ?" ಕೇಳಿದಳು. "ನಾಲ್ಕರ... ಸುಮಾರಿಗೆ! ದಯವಿಟ್ಟು ಒಂದು ಚಾರ್ಟ್ ತಯಾರು ಮಾಡ್ಕೊಂಡ್ ಬನ್ನಿ. ಈಗಾಗಲೇ ವಿಡಿಯೋ ಕ್ಲಿಪಿಂಗ್ ಮೂಲಕ ನಮ್ಮ ಮ್ಯಾನೇಜರ್ ಮಾತ್ರವಲ್ಲ, ಎಲ್ಲಾ ಸಿಬ್ಬಂದಿ ವರ್ಗನು ವಿವರಿಸಿ ಹೇಳಿಯಾಗಿದೆ. ಅಂತೂ ಅದೊಂದು ಕಲರ್‌ಫುಲ್ ಮ್ಯಾರೇಜ್ ಆಗ್ಬೇಕಿದೆ." ಹೇಳಿದ. ಅದು ಮೆಚ್ಚಿಗೆಯೋ, ವ್ಯಂಗವೋ ಗೊತ್ತಾಗಲಿಲ್ಲ ಅವಳಿಗೆ. "ಸಿಯೂ ಮೇಡಮ್" ಕಾಲ್ ಕಟ್ ಮಾಡಿದ. ಅನಗತ್ಯ ಮಾತು ಮುಂದುವರಿಕೆ ಬೇಕಿರಲಿಲ್ಲ. ಅವನ ಇಂಟರೆಸ್ಟ್ ಕೆಲಸದ ಬಗ್ಗೆ ಮಾತ್ರ. ಆ ನಯನತಾರ ಮಗಳ ಫ್ರೆಂಡ್ ಎಂದು ಅವನಿಗೆ ಗೊತ್ತಿರಲಿಲ್ಲ.

ತಂದೆ, ಮಗ ಬಹಳ ಹೊತ್ತು ಮಾತಾಡುತ್ತ ಕೂತಿದ್ದರು. ಸಂತೋಷ್ ಎದ್ದ "ಇನ್ನಿಬ್ರೂ ಕ್ಲೇಂಟ್ ಬರೋರು ಇದ್ದಾರೆ. ಆಮೇಲೆ ಗ್ರೂಫ್ ಆಫ್ ನಯನತಾರ. ಹೇಗೂ ಬರ್ತಾ ಇದ್ದಾರೇಂತ. ಒಂದು ಪ್ರಯತ್ನ ಮಾಡೋದು. ಹಣದ ಅಮಲು. ಸಾಮರಸ್ಯ ಇಲ್ದ ಕುಟುಂಬ. ಒಬ್ಬೊಬ್ಬರ ಕಾನ್ಸೆಪ್ಟ್ ಒಂದೊಂದು ತರಹ. ನೋಡೋಣ.... ನೀವು ರೆಸ್ಟ್ ತಗೊಂಡು ಸಂಜೆ.. ಬನ್ನಿ. ಅಣ್ಣ ತುಂಬ ಡಿಪ್ರೆಸ್ ಆದಂಗೆ ಕಾಣ್ತಾನೆ. ಆರಾಮಾಗಿ ಮನೆಯಲ್ಲಿದ್ದು ರೆಸ್ಟ್ ತಗ್ಗೊಳ್ಳಿ" ಹೇಳಿ ಹೊರಟವನನ್ನ ಅವನಮ್ಮ ಹಿಂಬಾಲಿಸಿ ಬಂದರು "ನಿನ್ಮೇಲೆ ತುಂಬಾ ಒತ್ತಡ ಬಿತ್ತೇನೋ?, ಅಂದಾಗ ಅಮ್ಮನ ಕೈ ಹಿಡಿದು ಕೆನ್ನೆಗೊತ್ತಿಕೊಂಡು "ಒಂದು ರೀತಿಯ ಟೆನ್‌ಷನ್ ಬದ್ಕಿನಿಂದ ಈಗ ಮುಕ್ತನಾಗಿ ಆರಾಮಾಗಿದ್ದೀನಿ. ಇದೇ ಇರಲೀಂತ ಆಶೀರ್ವದಿಸಿ ಬಿಡು" ನಗುತ್ತ ಬೈಕ್ ಏರಿದ. ಕಾರ್‌ಗಿಂತ ಬೈಕ್ ರೈಡಿಂಗ್ ಅವನಿಗಿಷ್ಟ. ಇವೆಂಟ್ ಮ್ಯಾನೇಜ್‌ಮೆಂಟ್ 'ಮ್ಯಾರೇಜ್ ಪ್ಲಾನಿಂಗ್' ಸಂತೋಷ್ ಇಲ್ಲಿಗೆ ಜಾಯಿನ್ ಆದ ಮೇಲೆಯೇ ಕೈಗೆತ್ತಿಕೊಂಡಿದ್ದು. ಅದು ಅವರ ಸರ್ಕಸ್ ಪಾಯಿಂಟ್ ಕೂಡ ಆಯ್ತು.

ಬೈಕ್ ನಿಲ್ಲಿಸಿ ಒಳಗೆ ಹೋಗುತ್ತಿದ್ದಂಗೆ ಕ್ಲೈಂಟ್ಸ್‌ನೊಂದಿಗೆ ಮಾತಾಡುತ್ತಿದ್ದ ರೇಖಾ ಸೀಟಿನಿಂದ ಮೇಲೆದ್ದು "ಸರ್, ಮ್ಯಾನೇಜರ್ ಹೊರ್‍ಗೆ ಹೋಗಿದ್ದಾರೆ. ಅದ್ಕೇ ಇವರನ್ನ ನಾನು ಕೂಡ್ಸಿಕೊಂಡಿದ್ದೇನೆ" ಎಂದು ಉಸುರಿ ತಾನು ತಯಾರಿಸಿದ ಒಂದು ಚಾರ್ಟ್‌ನ ಹಿಡಿದುಕೊಂಡು ಅವನ ಹಿಂದೆ ಹೋದವಳು ಅವನ ಟೇಬಲ್ ಮೇಲಿಟ್ಟು "ಒಂದು ರೀತಿಯಲ್ಲಿ ಎಮೋಷನಲ್ ಜನ. ನೀವು ಅಚ್ಚುಕಟ್ಟಾಗಿ ಮ್ಯಾನೇಜ್ ಮಾಡ್ತೀರಾ" ಎಂದ ರೇಖಾಭಟ್ ಹೊರಗೆ ಹೋಗಿ ಅವರನ್ನು ಕಳುಹಿಸಿದಳು.

ದಂಪತಿಗಳು ತುಂಬು ಸಂಕೋಚದಿಂದಲೇ ಒಳಗೆ ಬಂದವರು ಅವನು ಕೂಡಿ ಎಂದು ಹೇಳಿದ ನಂತರವೆ ಕೂತಿದ್ದು. ತೀರಾ ಸಂಕೋಚಗೊಂಡಂತೆ ಎಲ್ಲೆಡೆ ನೋಟ ಹರಿಸಿ ಒಂದು ತರಹ ಮುಖ ಮಾಡಿದರು.

"ಏನು.... ಹೇಳಿ?" ಕೇಳಿದ ರೇಖಾ ತಯಾರಿಸಿದ ಚಾರ್ಟ್‌ನ ಮುಂದಕ್ಕೆಳೆದು ಕೊಳ್ಳುತ್ತ. ತೀರಾ ಸಾಧಾರಣ ಮದುವೆ ಬಡ್ಜೆಟ್ ಕೂಡ ಕಮ್ಮಿಯೆ. ಬಹುಶಃ ಇದು ಮ್ಯಾನೇಜರ್ ಟೇಬಲ್‌ಗೆ

ಹೋಗಿದ್ದರೇ ಮುಲಾಜಿಲ್ಲದೆ ಹಿಂದಕ್ಕೆ ಕಳುಹಿಸಿ ಬಿಡುತ್ತಿದ್ದರು. ಇದು ಬಂದಿದ್ದು ಸಂತೋಷ್ ಮುಂದೆ "ಪ್ಲೀಸ್, ಹೇಳಿ.... ಸಂಕೋಚ ಅಂಥದೇನಿಲ್ಲ. ಮದ್ವೆ ಸಾಧಾರಣವಾ, ತೀರಾ ಸಾಧಾರಣವಾ, ಶ್ರೀಮಂತಿಕೆಯ ವಿವಾಹವಾ, ಇಲ್ಲ ತೀರಾ ಅದ್ಧೂರಿಯಾ? ಇದೆಲ್ಲದರ ಉದ್ದೇಶ ಒಂದೇ. ಹೇಳಿ... ಪರ್ವಾಗಿಲ್ಲ" ಎಂದವ ತಾನೇ ಅವರುಗಳ ಮುಂದೆ ಗಾಜಿನ ಲೋಟಗಳಲ್ಲಿ ನೀರು ತುಂಬಿಟ್ಟು ಕುಡಿದು ಹೇಳಿ, ನಿಮ್ಮ ಮಗಳ ಮದ್ವೆ ಹೇಗೆ ನಡೀ ಬೇಕು? ಅದರ ಕಾನ್ಸೆಪ್ಟ್.. ಏನು? ಬಡ್ಜೆಟ್.. ಎಷ್ಟು? ಮೊದಲಿಗೆ ಇಷ್ಟನ್ನು ಹೇಳಿದ ನಂತರ ಅವರತ್ತ ದೀರ್ಘವಾಗಿ ನೋಟ ಹರಿಸಿದಾಗ ಒಂದು ರೀತಿಯ ಸಂಕೋಚ ಮುಸುಕೊದ್ದು ನಿಶ್ಯಬ್ಧವಾಗಿ ಮಲಗಿದಂತೆ ಕಂಡಿತು. ಮುಗ್ಧರೆನಿಸಿತು.

"ನಮ್ಮಂಥವರಿಗೆ ನಿಲುಕೋ ಅಂಥದಲ್ಲಂತ ಕಾಣುತ್ತೆ" ಎಂದು ಮೇಲೆದ್ದಾಗ "ಅಯ್ಯೋ, ಕೇಳೋಕೆ ಮೊದ್ಲೇ ಮೇಲಕ್ಕೆ ಏಳ್ತೀರಲ್ಲ. ಸುಮ್ನೇ ಕೂತ್ಕೊಳ್ಳಿ, ನಾನು ಮಾತಾಡ್ತೀನಿ. ಪ್ರಪಂಚದಲ್ಲಿ ಎಲ್ಲಾ ತರಹ ಜನಕ್ಕೂ ಅನುಕೂಲವಾಗೊವಂಥ ಸಂಸ್ಥೆಗಳು ಇರ್ಬೇಕು. ನಮ್ಹತ್ರ ಕೋಟಿ, ಲಕ್ಷಗಳು ಇಲ್ದೇ.... ಇರ್ಬಹ್ದು. ಕೈಯಲ್ಲಿರೋ ಅಷ್ಟು ಕಾಸಿಗೇನೇ ನಾವು ಈಗಿನ ಸಮಾಜದ ತರಹನೇ ಬದ್ಕಬೇಕು. ನಾಲ್ಕು ಜನ ಸೈ ಅನ್ನೊ ಹಾಗೇನೇ ಮದ್ವೇ.. ಮಾಡ್ಬೇಕು." ಅಂದು ಆಕೆ ಕಣ್ಣೀರು ಹಾಕಲು ಶುರು ಮಾಡಿದಾಗ ಯಾಕೋ ಸಂತೋಷ್‌ಗೆ 'ಅಯ್ಯೋ' ಅನಿಸಿತು.

"ಷ್ಯೂರ್, ಖಂಡಿತ ಆಗುತ್ತೆ. ಸ್ವಲ್ಪ ಸಮಾಧಾನ ಮಾಡ್ಕೊಂಡ್ ಮಾತಾಡಿ" ಎಂದಾಗ ಆ ಮನುಷ್ಯ "ಪ್ಲೀಸ್, ಏನು ತಿಳ್ಕೋಬೇಡಿ. ತೀರಾ ಮಾತಾಡದೇ ಇರ್ತಾ ಇದ್ದವಳು ಮಗನನ್ನ ಕಳ್ದುಕೊಂಡ್ಮೇಲೆ ಈ ತರಹ ಆಗಿದ್ದಾಳೆ. ಈಗ ಇರೋ ಒಬ್ಬ ಮಗ್ಳು ವಿವಾಹ ನಿಶ್ಚಯವಾಗಿದೆ. ಆ ಜನ ಅಚ್ಚುಕಟ್ಟಿನ ಮದ್ವೇ ನಾಲ್ಕು ಜನ ಸೈ ಅನ್ನೋ ತರಹ ಮಾಡ್ಕೋಡಿ ಅಂತಾರೆ. ನಮ್ಗೇ ಅಂಥ ಬಂಧು-ಬಳಗ ಇಲ್ಲ. ಓಡಾಡೋಕೆ ಜನ ಬೇಕು. ಅವ್ರು ನಮ್ಗಿಂತ 'ಸ್ವಲ್ಪ' ಅನ್ಕೂಲವಾಗಿದ್ದಾರೆ. ಸ್ವಲ್ಪ ಬಂಧು-ಬಳಗ ಕೂಡ ಇದೆ. ನಾವು ಈಗೇನು.... ಮಾಡ್ಬೇಕು?" ತೀರಾ ನಿಸ್ಸಾಯಕರಾಗಿ ಕೇಳಿದಾಗ ಸಂತೋಷ್ ಒಂದಿಷ್ಟು ಯೋಚಿಸಿ "ನೀವೇನು ಮಾಡ್ಬೇಡಿ. ಎಲ್ಲಾ ನಮ್ಗೇ ವಹಿಸಿ ಬಿಡಿ. ಮೊದ್ಲು ಖರ್ಚು ಮಾಡ್ಬೇಕಾದ ಅಮೌಂಟ್‌ನ ಪಕ್ಕಾ ನಿರ್ಧಾರಕ್ಕೆ ಬನ್ನಿ. ಮೆನು ಏನು ಇರ್ಬೇಕು? ಎಷ್ಟು ಜನ ಮದ್ವೆಯಲ್ಲಿ ಭಾಗವಹಿಸ್ತಾರೆ? ನಿಮ್ಮ ಆಚರಣೆ, ಸಂಪ್ರದಾಯಗಳ ಡಿಟೈಲ್ ಕೊಟ್ಟರೆ, ನಮ್ಮ ಮನೆಯ ವಿವಾಹ ಅನ್ನೋ ತರಹ ನಡ್ಸೀ ಕೊಡ್ತೀವಿ." ಇಷ್ಟು ಧೈರ್ಯ ತುಂಬಿದ ಮೇಲೆ ಅವರು ತಮ್ಮ ಪರಿಸ್ಥಿತಿಯನ್ನು ವಿವರಿಸಿ, ತಮ್ಮಲ್ಲಿರುವ *3* ಲಕ್ಷ *25* ಸಾವಿರ ಹಣದ ಬಗ್ಗೆ ಬಾಯಿ ಬಿಟ್ಟರು.

ಈ ಹಣಕ್ಕೆ ಒಂದು ಸಾಧಾರಣ ಛತ್ರ ಕೂಡ ಬುಕ್ ಮಾಡಲಾರದಂಥ ಪರಿಸ್ಥಿತಿ ಇದ್ದರೂ ವಿವಾಹ ಮಾಡಬಹುದೆನಿಸಿತು. ಇವೆಂಟ್ ಮ್ಯಾನೇಜ್‌ಮೆಂಟ್‌ನ ಜೊತೆ ಮ್ಯಾರೇಜ್ ಪ್ಲಾನಿಂಗ್‌ನ ಕೂಡ ಕೈಗೆತ್ತಿಕೊಂಡ ಮೇಲೆ ಹೆಚ್ಚು ಲಾಭದಾಯಕವಾಗಿ ಮಾತ್ರವಲ್ಲ ಭಾರತೀಯ ವಿವಿಧ ಮಾದರಿ, ವಿವಿಧ ಸಂಪ್ರದಾಯಗಳ ವೈವಿಧ್ಯಮಯ ವಿವಾಹ ಪದ್ಧತಿಗಳ ಪರಿಚಯವಾಗಿತ್ತು. ಹೆಚ್ಚು ಆಸಕ್ತಿ ಕೂಡ ಮೂಡಿತ್ತು. ಆ ಸಾಫ್ಟ್‌ವೇರ್ ಫೀಲ್ಡ್‌ಗಿಂತ ಇದು ಇಷ್ಟವೆನಿಸಿತ್ತು.

ಅತ್ಯಂತ ತಾಳ್ಮೆಯಿಂದ ವಿಚಾರಿಸಿಕೊಂಡ ನಂತರ "ಇಷ್ಟು ಕಡಿಮೆ ಸಮಯಕ್ಕೆ ಛತ್ರಗಳು ಒದಗಿ ಬರೋಲ್ಲ. ಈಗಾಗಲೇ ನೀವು ಸಾಕಷ್ಟು ಹೇಳಿರೋದರಿಂದ.... ನಾವು ಹೇಗೆ ಮಾಡಬಹುದು, ಏನೆಲ್ಲಾ ಮಾಡಿದರೇ ಚೆನ್ನಂತ ಒಂದು ಚಾರ್ಟ್ ತಯಾರಿಸಿಕೊಂಡು ಮಧ್ಯ ಮಧ್ಯ ನಿಮ್ಮ ಸಲಹೆ ಪಡೆದುಕೊಳ್ಳುತ್ತೇವೆ. ನೀವಿನ್ನು ನಿಶ್ಚಿಂತೆಯಿಂದ ಹೋಗ್ ಬನ್ನಿ. ನಾನೇ ನಿಮ್ಗೆ ಫೋನ್ ಮಾಡ್ತೀನಿ" ಎಂದ ಆಶ್ವಾಸನೆ ಕೊಡುವಂತೆ. ಅವರಿಬ್ಬರು ಎದ್ದು ನಿಂತು ಕೈ ಜೋಡಿಸಿದರು "ನನ್ನ ಮಗನಿಗೆ ತಂಗಿಯ ಮದ್ವೆ ಒಂದು ಕನಸ್ಸಾಗಿತ್ತು. ನಮ್ಗೆ ಹೆಚ್ಚಿನ ಬಂಧುಬಳಗವಿಲ್ಲ. ಮದ್ವೆಯ ಸಮಾರಂಭದಲ್ಲಿ ಜನಗಳಿಗೆ ಕೊರತೆಯಾಗಿ ಬಿಡುತ್ತೆ" ಹನಿಗಣ್ಣಿಂದ ಹೇಳಿದಾಗ ಅವನು ಮುಖದಲ್ಲಿ ಮುಗಳ್ನಗು ತೇಲಿಸಿದ ನಿಧಾನವಾಗಿ.

"ನೋ, ವಿವಾಹ ಕಾರ್ಯಕ್ರಮದಲ್ಲಿ ಸಾಕಷ್ಟು ಜನ ಇರ್ತಾರೆ. ಆ ಎಲ್ಲಾ ವ್ಯವಸ್ಥೆಯು ನಮ್ದೇ" ಎಂದು ನುಡಿದು ಅವರನ್ನ ಬೀಳ್ಕೊಟ್ಟು ಹೊರಟಾಗ ಕೂತ. ಮಗನಿದ್ದ, ಈಗ ಅವನಿಲ್ಲ, ಅದನ್ನು ಯಾರಾದರೂ ತುಂಬಿ ಕೊಡಲು ಸಾಧ್ಯವೇ? ತುಂಬಿ ಕೊಡಲು ಸಾಧ್ಯವಿಲ್ಲದಿದ್ದರೂ.... ಆ ಪಾತ್ರವನ್ನು ನಿರ್ವಹಿಸಬಹುದು ಮನಸ್ಸಿದ್ದ ಮನುಷ್ಯರು.

"ಮೇ ಕಮಿಂಗ್, ಸರ್" ಎಂದಾಗ ಬರುವಂತೆ ಸನ್ನೆ ಮಾಡಿದ "ಅವ್ರು ಅಡ್ವಾನ್ಸ್ ಎಷ್ಟು ಕೊಡ್ಬೇಕಂತ ಕೇಳ್ತಾ ಕೂತಿದ್ದಾರೆ" ಹೇಳಿದಳು. "ಈಗೇನು ಬೇಡಾಂತ ಕಳ್ಸು. ನಾಡಿದ್ದು ಫೋನ್ ಮಾಡಿ ತಿಳಿಸ್ತೀನೀಂತ ಹೇಳು" ಎಂದು ಅವಳನ್ನ ಕಳುಹಿಸಿದ.

ಇತ್ತೀಚೆಗೆ ಆಯೋಜಿಸಿ ಕೊಟ್ಟ ಎರಡು ಕೋಟಿಯ ಮದುವೆಯನ್ನ ಮೆಲಕು ಹಾಕಿದ. ಅತ್ಯಂತ ಶ್ರೀಮಂತ, ಸಂಭ್ರಮದ ವಿವಾಹವೇ. ಉತ್ತರ ಭಾರತದ ಜನರಲ್ಲಿ ಮದುವೆಗಳಲ್ಲಿ ಮಹಿಳೆಯರು ಮೆಹಂದಿ ಹಾಕಿಸಿಕೊಳ್ಳುವುದು ಒಂದು ದೊಡ್ಡ ಸಂಭ್ರಮ. ಆಗಿನ ಹೆಣ್ಣು ಮಕ್ಕಳ ಸಂಭ್ರಮವನ್ನು ಸ್ವತಃ ಅನುಭವಿಸಿದ್ದ.

ಆಮೇಲೆ ರೇಖಾ ಜೊತೆ ಮ್ಯಾನೇಜರ್‌ನ ಕರೆಸಿಕೊಂಡು ಹತ್ತು ನಿಮಿಷ ಮಾತಾಡಿ "ಇದೆಲ್ಲ ಇಮ್ಮಿಡಿಯೇಟಾಗಿ ಆಗ್ಬೇಕಾಗಿರೋದು. ಕೊರತೆ ಅನ್ನೋದು ಇರಲೇಬಾರ್ದು. ರೇಖಾ.... ವಿಳಾಸವಿಡಿದು ಅವ್ರ ಮನೆಗೆ ಹೋಗಿ ಆ ಹುಡ್ಗೀನ ಕೂಡ್ಲಿಕೊಂಡು ಮಾತಾಡು. ನಿನ್ನ ಸಿಸ್ಟರ್ ವಿವಾಹ ಅನ್ನೋ ತರಹ ಮುತುವರ್ಜಿ ವಹಿಸು." ಅಂದ. ಈಗಾಗಲೇ ಅವರ ಅಮೌಂಟ್ ದಾಖಲಾಗಿತ್ತು. "ಆಮೇಲೆ ವಾಸುನ ನನ್ನ ಛೇಂಬರ್‌ಗೆ ಕಳ್ಸು. ಕೆಲವು ಏನು, ಎಲ್ಲಾ ಇಂಪಾರ್ಟೆಂಟ್ ಛತ್ರಗಳು ಬುಕ್ ಆಗಿರುತ್ತೆ. ಸದ್ಯಕ್ಕೆ ಮಾಹಿತಿ ಇರೋ ರೆಸಾರ್ಟ್‌ಗಳನ್ನ ಚೆಕ್ ಮಾಡಿ ಆ ಡೇಟ್‌ಗೆ ಬುಕ್ ಮಾಡು." ಅವರುಗಳನ್ನು ಕಳಿಸಿದ ನಂತರ ಸೀಟಿಗೆ ಒರಗಿದ. ಆ ದಂಪತಿಗಳೇ ಕಣ್ಮುಂದೆ ನಿಂತರು. ಅವರಿಗೂ ತಮ್ಮ ಮಗಳ ವಿವಾಹವನ್ನು ತೀರಾ ಶ್ರೀಮಂತಿಕೆ ಇಲ್ಲದಿದ್ದರೂ ಅಚ್ಚುಕಟ್ಟಾಗಿ ಮಾಡಿಕೊಡಬೇಕು. ನಾಳೆ ಬೀಗರು ತಮ್ಮ ಮಗಳನ್ನೇ ಹಂಗಿಸಿ ಮಾತಾಡಬಾರದು. "ಭಿಕಾರಿಗಳು" ಎಂದು ಮಾತಿನಲ್ಲಿ ಕೂಡ ಹಂಗಿಸಬಾರದೆನ್ನುವ ಮನೋಭಾವವನ್ನು ಅವನ ಮುಂದೆ ಬಿಚ್ಚಿಟ್ಟಿದ್ದರು. ಹೆತ್ತವರು ಎಷ್ಟು ವಿಧವಾಗಿ ಯೋಚಿಸಿ ತಮ್ಮ ಸಂತಾನಕ್ಕೆ ಭದ್ರತೆಯನ್ನ ಒದಗಿಸುತ್ತಾರೆ. ಅವರ ಬಗ್ಗೆ ಮೆಚ್ಚುಗೆ ಇಣಕಿತು.

ಬದುಕಿನಲ್ಲಿ ಸಂಬಂಧಗಳ ತೀವ್ರತೆ ಭಾವ ಬಂಧನವಿಲ್ಲದ ಪ್ರಪಂಚ ಹೇಗಿರುತ್ತಿತ್ತು?

ಅದರ ಕಲ್ಪನೆಯೇ ಭಯಂಕರವೆನಿಸಿತು. ಅಂಥ ಒಂದು ಬದುಕು ಬದುಕಲು ಸಾಧ್ಯವೇ?

ಸಣ್ಣ ಪುಟ್ಟ ಇವೆಂಟ್‌ಗಳು ಮ್ಯಾನೇಜರ್ ಟೇಬಲ್‌ನಲ್ಲಿಯೇ ಮುಗಿದರೂ, ಕೆಲವು ಮಾತ್ರ ಇವನವರೆಗೂ ಬರುತ್ತಿತ್ತು. ಆನಂದ್ ಪಾರ್ಥಸಾರಥಿಯ ಅನುಭವ ಹೆಚ್ಚು. ವೆಡ್ಡಿಂಗ್ ಲಾಂಚ್‌ನ ಕ್ರಿಯೆಟರ್ ಆಗಿಯೆ ಅವನು ವರ್ಕ್ ಮಾಡುತ್ತಿದ್ದುದ್ದು.

ಇಂದು ಆನಂದ್, ಪಾರ್ಥಸಾರಥಿ ಬರುವ ವೇಳೆಗೆ ನಯನತಾರ ಫ್ಯಾಮಿಲಿಯ ನಾಲ್ಕು ಮಂದಿ ಮಹಿಳೆಯರು ಭರ್ಜರಿ ಕಾರಿನಲ್ಲಿ ಬಂದು ಇಳಿದರು. ಅವರಲ್ಲಿ ನಿಹಾರಿಕಾ ಕೂಡ ಒಬ್ಬಳು. ನಯನಾತಾರ ಮಗಳು ಮೌನ, ಇವಳ ಜೊತೆಯಲ್ಲಿ ಕಲಿತವರು. ಆದ್ದರಿಂದ ಸ್ನೇಹ ಉಳಿದುಕೊಂಡಿತ್ತು. ಹೈ-ಪೈ ಜೀವನಕ್ಕೆ ಅಂಟಿಕೊಂಡವರು ಅಂತು ಇಂದು ಜೊತೆಯಲ್ಲಿ ಬಂದಿದ್ದರು.

"ಪ್ಲೀಸ್.... ಬನ್ನಿ" ಎಂದು ಆಹ್ವಾನಿಸಿದವರು, ಫೋನೆತ್ತಿ "ಸಂತೋಷ್ ಸ್ವಲ್ಪ.... ಬಾ" ಎಂದು ಕರೆದವರು, ಎದ್ದ ಆನಂದ್‌ನ ಕೂಡುವಂತೆ ಸನ್ನೆ ಮಾಡಿ "ಮೇಡಮ್, ಒನ್ ಥಿಂಗ್.... ನೀವು ನಮ್ಮ ಸಂತೋಷ್ ಛೇಂಬರ್‌ಗೆ ಹೋಗಿ. ಸೆಂಟ್ರಲ್ ಮಿನಿಸ್ಟರ್ ಚಂದ್ರಕಾಂತ್ ಅವ್ರ ಬಂಧು ಶರ್ಮ ಮಗನ ವಿವಾಹವನ್ನು ಆಯೋಜಿಸಿದ್ದು ಸಂತೋಷ್. ನೀವು ಅಲ್ಲೇ ಡಿಸ್‌ಕಷನ್ ಮಾಡಿ, ಅವ್ನು ತುಂಬ ಕ್ರಿಯೆಟಿವ್".

"ಓಕೇ, ನೋಡಿ ತೀರಾ.... ತೀರಾ.... ಡಿಫರೆಂಟಾಗಿದ್ರೂ ಟ್ರೇಡಿಷನಲ್ ಟಚ್ ಇರ್ಬೇಕು. ನೋಡ್ತೀನಿ...." ಆಕೆ ಎದ್ದ ಮೇಲೆ ಮೂವರು ಎದ್ದರು. ಆ ವೇಳೆಗೆ ಸಂತೋಷ್‌ಗೆ ಇನ್‌ಫಾರ್‌ಮೇಷನ್ ಹೋಗಿತ್ತು. ಅವನು ಸಜ್ಜಾಗಿಯೇ ಕೂತಿದ್ದ. ಕಿರು ನಗೆ ಬೀರಿ ಆಹ್ವಾನಿಸಿ ಕೂಡುವಂತೆ ಸನ್ನೆ ಮಾಡಿದವನು ತಾನೇ ಶುರು ಮಾಡಲು ತೀರ್ಮಾನಿಸಿದ.

"ಮೊದ್ಲು ನೀವು ನನ್ನ ನಾಲ್ಕು ಪ್ರಶ್ನೆಗಳಿಗೆ ಉತ್ತರಿಸಿ. ಡೋಂಟ್ ಮೈಂಡ್, ನಿಮ್ಮ ಬಳಿ ಸಾಕಷ್ಟು ಹಣ ಇದೆ. ವೈಭವಯುತವಾಗಿ ಯಾರೂ ಆಯೋಜಿಸದ ರೀತಿಯಲ್ಲಿ ನೀವು ವಿವಾಹ ಮಾಡಬೇಕೆಂದು ತೀರ್ಮಾನ ಮಾಡಿದ್ದೀರಿ. ಮೊದ್ಲು ನಿಮ್ಮ ಬಡ್ಜೆಟ್ ಎಷ್ಟೂಂತ ಅನ್ನೋ ಫಿಗರ್ ನಮ್ಗೆ ಇಂಪಾರ್ಟೆಂಟ್. ಡೋಂಟ್ ಮೈಂಡ್ ನಾವು ಆಮೇಲೆ ಮಾತಾಡಬಹುದು. ಅರಮನೆಯಲ್ಲಿ ವಿವಾಹ ನಡೆಸುವುದು ಪ್ರತಿಷ್ಠೆ ಎನ್ನುವುದು ಒಂದು ಶ್ರೀಮಂತ ವರ್ಗದ ಅಭಿಪ್ರಾಯ. ಆದರೆ ಇತ್ತೀಚೆಗೆ ಮುಕ್ತ ತೆರೆದ ಹಸಿರಿನ ಪರಿಸರದ ಸುಂದರ ವಾತಾವರಣದಲ್ಲಿ ವಿವಾಹ ನಡೆಸಬೇಕೆನ್ನುವುದು ಕೆಲವರ ಕನಸು. ಅದು ವಧು ವರರ ಖಾಯಿಷ್ ಕೂಡ ಆಗಿದೆ. ಇನ್ನ ಕೆಲವರು ಛತ್ರಕ್ಕಿಂತ, ರೆಸಾರ್ಟ್‌ಗಳಲ್ಲಿ ವಿವಾಹ ಮಾಡಲು ಇಚ್ಛಿಸ್ತಾರೆ. ದೇವಸ್ಥಾನ.... ಕೆಲವೊಮ್ಮೆ ಹರಕೆ ಕಟ್ಟಿಕೊಂಡಿರುವುದರಿಂದ ಇಂಥ ಒಂದು ದೇವಸ್ಥಾನ, ಛತ್ರ, ಸ್ಥಳ ಸೂಚಿಸುವುದುಂಟು. ಅದು ಸ್ಪಷ್ಟವಾಗಬೇಕು. ವೈವಿಧ್ಯಮಯ ಸಾಂಪ್ರದಾಯಿಕ ದೇಶ ನಮ್ಮದು. ಆದ್ದರಿಂದ ವಿವಾಹ ನಡೆಯಬೇಕಾದ ಸಂಪ್ರದಾಯ ಮುಖ್ಯವಾಗುತ್ತೆ. ಅದ್ದರಿಂದ ವಿವಾಹ ಯಾವ ಸಂಪ್ರದಾಯದಲ್ಲಿ ನಡೆಯಬೇಕು? ಆ ಕಾನ್ಸೆಪ್ಟ್ ಏನೂಂತ ತಿಳ್ಸಿ ಬಿಟ್ಟರೇ, ಒಂದು ಚಾರ್ಟ್ ಮಾಡಲು ಅನ್ಕೂಲವಾಗುತ್ತೆ. ನಮ್ಗೇ ಫುಲ್ ಡಿಟೈಲ್ಸ್ ಬೇಕು" ಎಂದ ಗಂಭೀರವಾಗಿ.

"ಈಗಾಗಲೇ ಚೌಟ್ರಿ ಫಿಕ್ಸ್ ಆಗಿದೆ" ನಯನತಾರ ಹೇಳಿಕೆಗೆ ಮಗಳು ಸಿಡಿದು ಬಿದ್ದಳು,

"ಅದು ಹಳೇ ಜಮಾನದ್ದು. ವಿವಾಹವಾಗೋಳು ನಾನು. ಶುಭ್ರ ಅತ್ಯಂತ ಸುಂದರ ಹಸಿರುನಿಂದ ಕಂಗೊಳಿಸುವ ಪ್ರಕೃತಿ ತಾಣದಲ್ಲಿ ನನ್ನ ಮ್ಯಾರೇಜ್" ಘೋಷಿಸಿ ಬಿಟ್ಟಳು. ಅದಕ್ಕೆ 'ಹುರ್ರೆ' ಎಂದದ್ದು ಮಾತ್ರವಲ್ಲ ನಿಹಾರಿಕ ಗೆಳತಿಯ ಪರವಾಗಿ ನಿಂತಳು. ಆಕೆಗೆ ಸುತರಾಂ ಇಷ್ಟವಿಲ್ಲ. ಯಜಮಾನನಿಂದ ಹಿಡಿದು ಹತ್ತಾರು ಜನಕ್ಕೆ ಫೋನಾಯಿಸಿ ತಲೆ ಕೆಡಿಸಿಕೊಂಡು ತೀರಾ ಅಸಮಾಧಾನದಿಂದಲೆ ಮಗಳ ಇಷ್ಟಕ್ಕೆ ಸಮ್ಮತಿಸಿದ್ದು.

"ಹಲೋ, ಹ್ಯಾಂಡ್‌ಸಂ.... ಅಂಥ ಒಂದು ಜಾಗನ ನೀವೇ ಸೆಲೆಕ್ಟ್ ಮಾಡ್ಕೊಳ್ಳಿ. ನಾನೊಬ್ಬೇ ಮಗ್ಳು. ಬಡ್ಜೆಟ್ ಬಗ್ಗೆ ತಲೆ ಕೆಡಿಸ್ಕೋಬೇಡಿ. ಇಲ್ಲಿ ನನ್ನ ಮಾತೇ ಫೈನಲ್" ಅಂದು ಅಮ್ಮನ ನೋಡಿ ಅಣಕಿಸಿ "ಸುಮ್ನೇ ಕಿರಿಕಿರಿ ಮಾಡ್ಬೇಡ. ನೀನು ತೆಪ್ಪಗಿದ್ದು ಬಿಡು. ನನ್ನ ಮದ್ವೆ ನಾನು ಹೇಗಾದ್ರೂ ಮಾಡ್ಕೋತೀನಿ. ಡ್ಯಾಡ್ ನನ್ನ ಎಲ್ಲಾ ಮಾತುಗಳ್ನ ಒಪ್ಕೋತಾರೆ" ಎಂದು ಲಗ್ನ ಪತ್ರಿಕೆಯಿಂದ ಪ್ರತಿಯೊಂದನ್ನ ವಿವರಿಸಿ ಅವನ ಸಲಹೆ ಪಡೆದಳು. ಅರ್ಧಗಂಟೆಯೆಂದು ಶುರುವಾಗಿದ್ದು, ಮೆಹೆಂದಿ, ಹಳದಿ, ಮದುವೆ, ರಿಸೆಪ್ಶ್ಯನ್ ಪ್ರತಿಯೊಂದು ಚರ್ಚೆಗೆ ಬಂತು.ಅಲ್ಬಮ್‌ನ ಫೋಟೋಗಳು ವಿಡಿಯೋ ಕ್ಲಿಪಿಂಗ್ ನೋಡಿ.... ನೋಡಿ ನಿರ್ಧರಿಸಿದ ನಂತರ ಒಂದು ಕೋಟಿ, ಅರವತ್ತೈದು ಲಕ್ಷದಷ್ಟರ ಕಾಸ್ಟೆಸ್ಟ್.

ಫೋನ್‌ನಲ್ಲಿ ಅವಳ ಡ್ಯಾಡ್‌ಗೆ ತಿಳಿಸಿ ಕಂಪನಿ ಅಕೌಂಟ್‌ಗೆ ಹಣ ಜಮಾ ಮಾಡಿಸಿ ಎದ್ದಾಗ, ರೂಮಿನ ಎ.ಸಿ. ಕೂಡ ಬಿಸಿಯೆನಿಸಿತು. ಅವರನ್ನ ಬೀಳ್ಕೊಡಲು ಹೊರ ಬರಬೇಕಾಯಿತು. ಇಂಥ ಕ್ಲೈಂಟ್‌ಗಳಿಂದ ಇನ್ನ ಹತ್ತು ಜನ ಸಾರಥಿ ಇವೆಂಟ್ಸ್‌ಗೆ ಹುಡುಕಿಕೊಂಡು ಬರಬೇಕಿತ್ತು. ಹಣದ ಜೊತೆ ಪ್ರಸಿದ್ಧಿಯು ಇಂಥವರಿಂದ ಹರಿದು ಬರುತ್ತದೆಯೆಂದು ಅವನಿಗೆ ಗೊತ್ತುಂಟು.

ಕೊನೆಗೆ "ನಿಮ್ಮ ಭಾವಿ ಗಂಡಿನ ಅವ್ರ ಮನೆಯವರ ಸಲಹೆ, ಸೂಚನೆಗಳೇನು ಬೇಕಿಲ್ಲವಾ? ಆಮೇಲೆ ಬಂದು ಬದಲಾಯಿಸುವುದಕ್ಕೆ ಹೋದರೆ ಇಡೀ ಕಾಸ್ಟೆಸ್ಟ್ ಬದಲಾಗಿ ಬಿಡುತ್ತೆ" ಎಂದಾಗ ನಯನತಾರ ಮಗಳು "ನೋ, ಅದ್ಕೇ ಅವಕಾಶವೇ ಇಲ್ಲ. ಅವನು ಓದಿದ್ದು ನನ್ನ ಡ್ಯಾಡಿ ಖರ್ಚುನಲ್ಲಿ. ವೆರಿ ಡಿಸೆಂಟ್, ಅಂಡ್ ಓಬಿಡಿಯೆಂಟ್. ಅವ್ರ ಮನೆಯವರು ಲೆಕ್ಕಕ್ಕಿಲ್ಲ" ಎಂದು ನುಡಿದಾಗ ಅವಾಕ್ಕಾದ ಬೇಸರ ಅವನ ಮುಖದ ಮೇಲೆ ಇಣುಕಿತು. ಬೆಳವಣಿಗೆಯೆ ಆ ರೀತಿ ಎಂದುಕೊಂಡ.

ಕಾರು ಹತ್ತುವ ಮುನ್ನ ಒಮ್ಮೆ ನೋಟವರಿಸಿದವಳು "ಮೊದ್ಲೇ, ಈ ಹ್ಯಾಂಡ್‌ಸಮ್ ಯಾಕೆ ನನ್ನ ಕಣ್ಣಿಗೆ ಬೀಳ್ಲಿಲ್ಲ? ಈಗ್ಲೂ ಒಪ್ಪೋದಾದರೇ ನಾನು ಹಾರ ಹಾಕ್ಸಿಕೊಳ್ಳೋಕೆ ರೆಡಿ" ಅಂದ ಮಗಳತ್ತ ದುರದುರ ನೋಡಿದ ನಯನತಾರ "ಸ್ಟಾಪ್ ಇಟ್, ನಿನ್ನ ಎಂಗೇಜ್‌ಮೆಂಟ್‌ಗೆ ಎಷ್ಟೊಂದು ಸೆಲೆಬ್ರೇಟಿಸ್ ಬಂದಿದ್ರೂ ಗೊತ್ತಾ? ನಮ್ಗೆ ಸೊಸೈಟಿಯಲ್ಲಿ ನಮ್ದೇ ಆದ ಸ್ಟೇಟಸ್ ಇದೆ" ಗದರಿಕೊಂಡಳು. ಅದಕ್ಕೆಲ್ಲ ಸೊಪ್ಪು ಹಾಕುವಂಥ ಮಗಳಲ್ಲ ಮೌನ.

ಮರೆತುಹೋದ ಹ್ಯಾಂಡ್ ಬ್ಯಾಗ್ ಕೊಡಲು ಬಂದ ರೇಖಾ ಕಿವಿಗೆ ಈ ಮಾತುಗಳು ಬಿತ್ತು. ಅವಳು ಪೂರ್ತಿಯಾಗಿ ಶಾಕ್ ಆದಳು. ಸಂತೋಷ್ ಹ್ಯಾಂಡ್‌ಸಮ್. ಆ ಬಗ್ಗೆ ಯಾರು ಕಾಮೆಂಟ್ಸ್ ಮಾಡಬೇಕಿರಲಿಲ್ಲ. ಎತ್ತರ, ನಿಲುವು, ದೃಢತೆ ಲಕ್ಷದಲ್ಲಿ ಒಬ್ಬಗಿರೋಂಥದ್ದು. ಹುಡುಗಿಯರು ಕನವರಿಸುವಂಥ ಕನಸು ಕಾಣುವಂಥ ವ್ಯಕ್ತಿತ್ವವೇ. ಆದರೆ ಇದ್ದ ಎತ್ತರ! ಹಾ....

ಎನಿಸಿತು.

ಸಂತೋಷ್ ನೇರವಾಗಿ ತಂದೆಯ ಛೇಂಬರ್‌ಗೆ ಹೋದವನೇ, ಒಂದು ಪ್ರಿಂಟ್ ಔಟ್ ಅವರ ಮುಂದಿಟ್ಟು ವಿವರಿಸಿದ. ಸಣ್ಣದಿರಲಿ ದೊಡ್ಡದಿರಲೀ, ಅವನ ಆಸಕ್ತಿ ಒಂದು ತರಹ.

"ಪ್ಲೀಸ್ ನಮ್ಮ ಛಾಯ್ಸ್ ಅಂದಿರೋದರಿಂದ, ನಾವೇ ರಿಸ್ಕ್ ತಗೋಬೇಕಾಗುತ್ತದೆ". ಎಂದು ಮೂರು ಜನ ಚರ್ಚಿಸಿ ಮ್ಯಾನೇಜರ್ ಜೊತೆ ರೇಖಾನು ಕರೆಸಿ ಕೆಲಸವನ್ನು ಒಪ್ಪಿಸಿ "ಬರೀ ಮೂವತ್ತೈದು ದಿನ ಮಾತ್ರ. ಬೆಸ್ಟ್ ವೆಡ್ಡಿಂಗ್ ಲಾಂಜ್ ಕ್ರಿಯೆಟರ್ ವಾಸುನ ಕರೆಸ್ಕೋ". ಎಂದು ಮೇಲೆದ್ದವನು ಮತ್ತೆ ಕೂತು ಬಂದು ಹೋದ ಸದಾಶಿವ ದಂಪತಿಗಳ ಕಾನ್ಸೆಪ್ಟ್ ಅವರ ಮುಂದಿಟ್ಟು "ಶ್ರೀಮಂತ, ವೈಭವದ ವಿವಾಹದ ಇಚ್ಛೆ ಅವರದಲ್ಲ. ವಿವಾಹದ ಮಂಟಪದ ತುಂಬಾ ಮಂಗಳೆಯರ ಕಲರವ ಇರ್ಬೇಕು. ಬಂಧುಗಳ ಗಡಿಬಿಡಿ ಇರಬೇಕು. ಬೀಗರು ಸಂತುಷ್ಟರಾಗಬೇಕು. ಮಗಳ ಬಗ್ಗೆ ಟೀಕೆ-ಟಿಪ್ಪಣಿಗಳು ಬರಬಾರದು. ಅನ್ನೋ ಸರಳ ಮನಸ್ಸಿನ ತಂದೆ-ತಾಯಿ. ಅವ್ರ ಬಡ್ಜೆಟ್ *3* ಲಕ್ಷ *20* ಸಾವಿರ ಟೋಟಲೀ ಮಗಳ ವಿವಾಹದ ಸಲುವಾಗಿ ತೆಗೆದಿಟ್ಟಿರೋ ಹಣ ಬಹಳ ಅನುಮಾನಿಸಿ ಸಂಕೋಚದಿಂದಲೆ ನಮ್ಮಲ್ಲಿಗೆ ಬಂದಿದ್ದಾರೆ. ಇದರಲ್ಲಿ ಒಡ್ವೆ, ಮಾಂಗಲ್ಯ, ಉಡುಗೊರೆ, ಧಾರೆ ಸೀರೆ ಇವೆಲ್ಲ ಸೇರುತ್ತಾ ಅಂತ ಮೊದ್ಲು ತಿಳ್ಕೋಬೇಕು. ಅದ್ನ ರೇಖಾ ಮಾಡ್ಲಿ. ತೀರಾ ಸಂಕೋಚದ ಜನ. ಆ ಇನ್ನೊಂದು ವಿಚಾರ. ಈ ವಿವಾಹದಲ್ಲಿ ನಮ್ಮ ಮನೆಯವರು, ಸಂಸ್ಥೆಯ ಎಲ್ಲಾ ಬಂಧುಗಳಂತೆ ಓಡಾಡಿ ವಿವಾಹಕ್ಕೆ ಮೆರುಗು ತಂದುಕೊಡ್ಬೇಕು. ಖರ್ಚು ಉಳಿಸೋ ಸಲುವಾಗಿ ಇಂಥದೊಂದು ಏರ್ಪಾಟು" ಎಂದ ಕಣ್ಣು ಮಿಟುಕಿಸುತ್ತ. ಅವರಿಗೆ ಅರ್ಥವಾಯಿತು.

"ಒಂದಲ್ಲ, ಒಂದು ಕಾರಣಕ್ಕೆ ಎಲ್ಲಾ ಆಯೋಜನೆಯಲ್ಲಿ ಭಾಗವಹಿಸುವುದು ಅನಿವಾರ್ಯ. ಬಂಧುಗಳಂತೆ.... ಫೆಂಟಾಸ್ಟಿಕ್ ನಾನಂತು ರೆಡಿ. ಜಾಹ್ನವಿ ಅವ್ರ ಜೊತೆಯಲ್ಲಿ ಇದ್ದು ಬಿಡ್ತಾಳೆ. ನಾವೇ ಅವಳ ಪಾತ್ರವನ್ನ ಆಗಾಗ ನೆನಪಿಸಬೇಕಾಗುತ್ತೆ. ಡೋಂಟ್ ವರೀ. ವಿವಾಹ ಅನ್ನೋದೇ ಸಾಂಸ್ಕೃತಿಕ, ಭಾವನಾತ್ಮಕ ವಿಚಾರವಾದರೂ ಅದು ಪ್ರತಿಷ್ಠೆ ರೂಪ ಪಡೆದುಕೊಂಡಿದೆ. ಅವ್ರ ಹಣದಲ್ಲಿ ಆದಷ್ಟು ಉಳ್ಸಿಕೊಡೋಣ" ಆಶ್ವಾಸನೆ ನೀಡಿದ ಆನಂದ್. ಅಂತು ಸದಾಶಿವು ದಂಪತಿಗಳ ವಿವಾಹದಲ್ಲಿ ಬಂಧುಗಳಾಗಲು ಸಿದ್ಧರಾದರು. ಇದು ಇಷ್ಟದ ಕೆಲಸ ಕೂಡ.

ಸಂಜೆ ಮನೆಗೆ ಹೊರಡೋಕೆ ಮುನ್ನ ಅವನ ಛೇಂಬರ್‌ಗೆ ಬಂದ ರೇಖಾಭಟ್ "ಸ್ವಲ್ಪ ಮಾತಾಡಬಹುದಾ ? ಅಷ್ಟೊಂದು ಮೇಕಪ್ ಹಾಕ್ಕೊಂಡ್ ಅದ್ಭುತವಾಗಿ ನಯನತಾರ ಎಂದು ಹೆಸರಿಟ್ಟುಕೊಂಡು ಬಂದಿದ್ದ ಮೌನ ಮದರ್‌ಗೆ ಸ್ವಲ್ಪ ಕೂಡ ನಾಲೆಜ್ಡ್ ಇಲ್ಲ. ಏನೇನೋ ಹೇಳ್ತಾರೆ. ನಂಗೆ ತಲೆ ಕೆಟ್ಟು ಹೋಯ್ತು. ಆದರೆ ಅಮ್ಮ, ಮಗಳ ಮಾತುಗಳ ಫೈಟಿಂಗ್‌ನಲ್ಲಿ ಸಾಕಷ್ಟು ಎಂಜಾಯ್ ಮಾಡ್ದೇ. ಆಮೇಲೆ ಫ್ರೆಶ್ ಆಗ್ಬಿಟ್ಟೆ" ಎಂದು ನಕ್ಕಳು.

"ಷಟಪ್" ಗದರಿದ.

"ಸಾರಿ ಸರ್.." ಅಂದಾಗ ಸಂತೋಷ್ "ದಟ್ಸ್.. ಓಕೇ.. ಬೇಗ ನಡೀ.... ಮಳೆ ಸೀಸನ್" ಎಂದು ಅವಳನ್ನು ಕಳುಹಿಸಿದ. ರೇಖಾಭಟ್ ಪಾರ್ಥಸಾರಥಿ ತಿಳಿದ, ಒಂದಿಷ್ಟು ಸ್ನೇಹವಿದ್ದ ಭಟ್ಟರ ಮಗಳು. ಅದರಿಂದಲೇ ಇಲ್ಲಿ ಅನಾಯಾಸವಾಗಿ ಕೆಲಸ ಸಿಕ್ಕಿತ್ತು. ಜೊತೆಗೆ ಒಂದು ನಾಲ್ಕು

ಮಾತು ಆಡುವ ಅವಕಾಶವಿತ್ತು.

"ಸಾರ್, ಕೂತುಕೊಳ್ಳಲಾ? ಆ ನಯನತಾರ ಮಗ್ಳು ಏನು ಹೇಳಿದ್ಲೂ ಗೊತ್ತಾ? ನಿಮ್ಮನ್ನ ಬೇಕಾದರೆ ಮದ್ವೆ ಆಗ್ಬಿಡ್ತಾ ಇದ್ದಳಂತೆ. ಬಹುಶಃ ಅವ್ಳ ಪ್ರೀತಿಯ ಅಪಾರವಾದ ಶ್ರೀಮಂತಿಕೆಯನ್ನ ನಿಮ್ಮ ಕಾಲಿನ ಬುಡದಲ್ಲಿ ಸುರಿಯೋಕು ರೆಡಿ ಇದ್ಲು" ಅಂದ ಕೂಡಲೆ ಸಿರಿಯಸ್ಸಾದ. ಗದರಿದ ಕೂಡ "ಸ್ಟಾಪ್ ಇಟ್, ನಿನ್ನ ತರಲೆ ನಿಂತೇ ಇಲ್ವಲ್ಲ. ಪುಟ್ಟ ಹುಡ್ಗೀಯ ಹಾಗೇ ಆಡ್ತೀಯಾ. ಈಗ ವಿಷ್ಯ ಏನ್ಹೇಳು?"

ತಟ್ಟನೆ ತಲೆಯ ಮೇಲೆ ಕೈಯಿಟ್ಟುಕೊಂಡು "ಪ್ರಾಮಿಸ್, ಅವ್ಳು ಹೇಳಿದ್ನ ಕಿವಿಯಾರೆ ಕೇಳ್ದೆ. ಯಾವ ದೇವರ ಮೇಲೆ ಬೇಕಾದ್ರೂ... ಆಣೆ ಮಾಡ್ತೀನಿ. ನಮ್ಮ ಕುಲದ ದೇವರು ತಿರುಪತಿ ಶ್ರೀನಿವಾಸನ ಮೇಲೆ ಅಣೆ ಹಾಕಿ ಹೇಳ್ತಾ ಇದ್ದೀನಿ. ಮೌನ ಅಂದಿದ್ನ ನಾನು ಕಿವಿಯಾರೆ ಕೇಳಿದ್ದೀನಿ. ನಂಗೆ ಇಲ್ಲಿ ಕೆಲ್ಸ ಸಿಗೋಕು ತಿರುಪತಿ ಶ್ರೀನಿವಾಸನೇ ಕಾರಣ. ಒಮ್ಮೆ ಹರಕೆಯೊತ್ತು ನೋಡಿ" ಛಾಲೆಂಜ್ ಎಸೆದಂತೆ ಹೇಳಿದಾಗ ಮೇಲೆದ್ದು "ಸಾಕು ನಿಲ್ಸಿ, ನಡೀ, ಅಂಟೀ ನಿಂಗೋಸ್ಕರ ಕಾಯ್ತ ಇರ್ತಾಳೆ" ಎಂದು ತಾನೇ ಅವಳನ್ನ ಹೊರ ದಬ್ಬಿದ. ಅವರ ಮನೆಗೆ ಇವರು, ಇವರ ಮನೆಗೆ ಅವರು ಹೋಗಿ ಬರುವ ಪರಿಪಾಠವಿತ್ತು. ಆ ಕುಟುಂಬದ ಬಗ್ಗೆ ಪಾರ್ಥಸಾರಥಿಗೆ ಒಂದಿಷ್ಟು ಸಹಾನೂಭೂತಿ. ಒಂದಿಷ್ಟು ಎಲ್ಲಾ ಕೆಲಸ ಮುಗಿಸಿಕೊಂಡು ಮನೆಗೆ ಹೋದಾಗ ನಿಶ್ಚಿತಾಗೆ ಬಾಯಿ ಪಾಠ ಮಾಡಿಸುತ್ತಿದ್ದ ಆನಂದ್‌ನ ಮಡದಿ ಮೇಲೆದ್ದಾಗ "ಕುತ್ಕೊಳ್ಳಿ, ಅತ್ತಿಗೆ.... ಇನ್ನು ಅಣ್ಣ ಬಂದಿಲ್ವಾ? ಒಂದು ಬರ್ತ್‌ಡೇ ಪಾರ್ಟಿ ಇತ್ತು. ಅಲ್ಲಿ ಅವ್ನು ಬಿಜಿಯಾಗಿದ್ದ. ಸಿಟಿ ಹೊರ್ಗೆ.... ಈಚೆಗೆ ಒಂದು ರೆಸಾರ್ಟ್ ಪ್ರಾರಂಭವಾಗಿದೆ. ಅಲ್ಲಿಗೆ ನಾನು, ವಾಸು ಹೋಗಿದ್ವಿ. ಬ್ಯೂಟಿಫುಲ್ ಎನ್ವರ್‌ಮೆಂಟ್, ಕ್ಲಾಸ್, ಮಾಸ್ ಜನವೆಲ್ಲ ಇಷ್ಟಪಡೋಂಥ ವಾತಾವರಣ. ಅಲ್ಲಿ ನಯನತಾರ ಮಗ್ಳು ವಿವಾಹ ಅಂತ ಬುಕ್ ಮಾಡಿ ಬಂದೆ. ಸ್ವಲ್ಪ ಕಾಸ್ಟ್ಲಿ-. ಸಾಮಾನ್ಯ ಜನಕ್ಕೆ ಎಟುಕೋದಂಥಲ್ಲ. ಅವ್ಳ ಡ್ಯಾಡಿ ಭೂ ಮಾಫಿಯಾ ಲೀಡರ್. ಸಾಕಷ್ಟು ರಾಜಕಾರಣಿಗಳು ಅವರ ಕೈಯಲ್ಲಿ ಇದ್ದಾರೆ. ಇನ್ನಷ್ಟು ಖರ್ಚು ತೋರ್ಸಿದ್ರೂ.. ಹಿಂದೆ ಮುಂದೆ ನೋಡೋಂಥ ಜನವಲ್ಲ. ನಮ್ಗೇ ಇವ್ರಿಂದ ಹತ್ತು ಜನ ಪ್ರೇರಿತರಾಗಿ ನಮ್ಮಲ್ಲಿಗೆ ಬರ್ಬೇಕು. ಅಪ್ಪ ಲ್ಯಾಪ್‌ಟಾಪ್ ಮುಂದೆ ಕೂತು ಅಕೌಂಟ್ ನೋಡ್ಕೊಂಡ್ ಬರ್ತಿನೀಂದ್ರು. ರೇಖಾ, ಮ್ಯಾನೇಜರ್ ಇಬ್ರೂ ಅಲ್ಲೇ ಇದ್ರು. ಅವ್ರ ಎದುರೂ ಇಬ್ರೂ ಷೇಕ್! ಅವರಷ್ಟು ಫರ್‌ಫೆಕ್ಟ್‌ನೆಸ್ ನಮ್ಗೂ ಬರೋಲ್ಲ" ಹೇಳಿ ಅಲ್ಲೇ ಕೂತ. ನಿಶ್ಚಿತ ಬಂದು ಅವನ ತೋಳು ಸೇರಿದಳು. ಅತ್ತಿಗೆಯ ಬಗ್ಗೆ ಸ್ನೇಹವೇ.

"ನಿಂಗೆ ಯಾರು ಇಷ್ಟ ಅಂದರೆ, ಮುಲಾಜಿಲ್ಲದೆ ಚಿಕ್ಕಪ್ಪ ಅಂತಾಳೆ. ನಾವೆಲ್ಲ.... ನಂತರವೆ. ಒಂದಿಷ್ಟು ಊಟಕ್ಕೆ ರೆಡಿ ಮಾಡಿ ಬಂದ್ ಬಿಡ್ತೀನಿ" ಜಾಹ್ನವಿ ಎದ್ದು ಹೋದಳು. "ಪುಟ್ಟಿ, ನಾನು ಫ್ರೆಶ್ ಆಗಿ ಬಂದ್ ಬಿಡ್ಲಾ? ಆಮೇಲೆ ಇಬ್ರೂ ಊಟ ಮಾಡ್ಬಹುದ್ದು" ಕೆನ್ನೆ ತಟ್ಟಿ ಕೂಡಿಸಿ ಚಾಕಲೇಟನ್ನು ಅವಳ ಕೈಗಿತ್ತು ರೂಮಿಗೆ ಹೋದ. ಅವಳೊಂದರೆ ಜೀವವೇ. ನಿಶ್ಚಿತಾಗೆ ಸಂತೋಷ್‌ನ ನಂತರವೆ ಎಲ್ಲರು.

ಇದ್ದಿದ್ದು ಮೂರು ಬೆಡ್‌ರೂಂಗಳು. ಮನೆ ಕಟ್ಟಿಸುವಾಗಲೇ ಪಾರ್ಥಸಾರಥಿ ತಮ್ಮ ಇಬ್ಬರ ಮಕ್ಕಳಿಗಾಗಿ ಎಲ್ಲಾ ರೀತಿಯಲ್ಲೂ ಅನುಕೂಲವಾಗುವ ತರಹ, ಮುಂದಿನ ಸೊಸೆಯರನ್ನ

ದೃಷ್ಟಿಯಲ್ಲಿಟ್ಟು ವಿಶಾಲವಾದ, ಅಚ್ಚುಕಟ್ಟಾದ ಅಟ್ಯಾಚ್ ಬಾತ್ ರೂಂ, ವಾಡ್‌ರೋಬ್‌ಗಳ ವ್ಯವಸ್ಥೆಯನ್ನು ಮಾಡಿಸಿದ್ದರು. ಈಗಾಗಲೇ ಹನ್ನೆರಡು ವರ್ಷದ ಹಿಂದೆ ಕಟ್ಟಿಸಿದ್ದ ಮನೆ ಈಗಲೂ ಲೇಟೆಸ್ಟ್ ಮಾದರಿ ಅನ್ನಿಸಿಕೊಂಡಿತ್ತು. ಬಹಳ ಮುಂದಾಲೋಚನೆಯ ಮನುಷ್ಯ ಫ್ರೆಶ್ ಆಗಿ ಬರುವ ವೇಳೆಗೆ ನಿಶ್ಚಿತ ತನ್ನ ಪಾಡಿಗೆ ತಾನು ಆಟವಾಡಿಕೊಳ್ಳುತ್ತಿದ್ದವಳು "ಚಿಕ್ಕಪ್ಪ.... ಎತ್ಕೋ. ಹೊರ್‍ಗೆ ಹೋಗೋಣ" ಎಂದು ಇವನತ್ತ ಕೈ ಚಾಚಿದಾಗ ಹೋಗಿ ಎತ್ತಿಕೊಂಡು ಕೆನ್ನೆಗೆ ಮುತ್ತು ಕೊಟ್ಟ. ಅರ್ಧಗಂಟೆಯಲ್ಲೇ ಅವನಮ್ಮ ಇಣಕಿದ್ದು "ಆಗ್ಲೇ, ನೀನು ಬಂದಿದ್ದು ಆಗಿದೆ. ಕೊನೆ ಮನೆ ಹುಡ್ಗೀಗೆ ಮದ್ವೆಯಂತೆ. ಸೀರೆ ಸೆಲೆಕ್ಷನ್‌ಗೆ ಬನ್ನೀಂತ ಕರ್ಕೊಂಡ್ ಹೋಗಿದ್ಲು" ಎಂದು ಕಾರಣ ಹೇಳಿದರು. ಈ ಏರಿಯಾಗೆ ಬಂದು ಹನ್ನೆರಡು ವರ್ಷಗಳಾಗಿದ್ದರಿಂದ ಅಷ್ಟಿಷ್ಟು ಪರಿಚಯವೆ. ಒಂದಿಷ್ಟು ಜನರೇಷನ್ ಛೇಂಜಾಗಿದ್ದರಿಂದ.... ಅಂಥದೆಲ್ಲ ಪೂರ್ತಿ ತಪ್ಪಿ ಹೋಗಿದ್ದರು ಅಲ್ಪ ಸ್ವಲ್ಪ ಉಳಿದುಕೊಂಡಿತ್ತು. ಯಾರ ಬಗ್ಗೆಯು ಕೆಟ್ಟದನ್ನ ಯೋಚಿಸುವಂಥ ಹೆಣ್ಣಲ್ಲ ಮಾಧವಿ.

ಅಮ್ಮ, ಮಗ, ಮೊಮ್ಮಗಳು ತಣ್ಣನೆಯ ಗಾಳಿ ಆಸ್ವಾದಿಸುತ್ತ ಗಾರ್ಡನ್‌ನಲ್ಲಿ ಅಡ್ಡಾಡಿದರು. ಮಧ್ಯೆ ಸದಾಶಿವರ ಮಗಳ ವಿವಾಹದ ವಿಚಾರ ಹೇಳಿದ ನಂತರ ಒಂದು ಪುಟ್ಟ ವಿಚಾರ ಅವರ ಮುಂದಿಟ್ಟ. ಆಕೆ ಶ್ರದ್ಧೆಯಿಂದ ಕೇಳಿದರು.

"ದೊಡ್ಡ ರೀತಿಯಲ್ಲಿ ಬಂಧು ಬಳಗವಿಲ್ಲ. ಬಂಧುಗಳು ಇದ್ದರೂ ದೂರವಾದವರು. ಸರ್ವಸ್ವವಾಗಿದ್ದ ಮಗ್ನ ಕಳ್ದುಕೊಂಡಿದ್ದಾರೆ. ಈಗ ಅವ್ರಿಗೆ ಮಗಳ ವಿವಾಹದ ಸಲುವಾಗಿ ಬಂಧು ಬಾಂಧವರು ಬೇಕು. ಅದೆಲ್ಲ ನಾವೇ ಆಗಿ ಬಿಡೋಣ" ಎಂದ.

ಆಕೆ ಕೆಲವು ಕ್ಷಣ ಮೌನವಹಿಸಿ "ಅದಕ್ಕೂ ಈಗ ಜನ ಸಿಕ್ತಾರಲ್ಲ! ಅದಕ್ಕೊಂದು ಆಯೋಜಕ ಯೂನಿಟ್ ಇದೆಯಲ್ಲ. ಅವ್ರಿಗೆ ಒಪ್ಪಿಸಿದರಾಯ್ತು" ಎಂದರು ಸರಳವಾಗಿ. ಆಕೆಗೆ ಆಫೀಸ್‌ನ ಎಲ್ಲದರ ಬಗ್ಗೆಯು ಸೂಕ್ತವಾದ ಮಾಹಿತಿ ಇತ್ತು. ಮನೆಯ ಮೂವರು ಗಂಡಸರು ಹೆಂಗಸರನ್ನು ಕೂಡಿಸಿಕೊಂಡೇ ಕೆಲವು ವಿಚಾರಗಳನ್ನು ಚರ್ಚಿಸುವುದು ಮಾತ್ರವಲ್ಲ ಅವರ ಸಲಹೆಯನ್ನ ಕೂಡ ಪಡೆಯುತ್ತಿದ್ದರು. ಒಂದು ರೀತಿಯಲ್ಲಿ ಆರೋಗ್ಯಕರ ವಾತಾವರಣ.

"ಅದು ಓಕೆನೇ! ಇವೆಂಟ್ ಮ್ಯಾನೇಜ್‌ಮೆಂಟ್ ಹೆಚ್ಚು ಕ್ರಿಯೇಟಿವ್ ಆಗಲು ಎಲ್ಲರ ಶ್ರಮ, ಶ್ರದ್ಧೆಗಳನ್ನು ಬಯಸುತ್ತೆ. ಸದಾಶಿವ ದಂಪತಿಗಳದು ಪ್ರತ್ಯೇಕ ಆಹ್ವಾನವೆಂದು ತಿಳಿದು ನಾವೆಲ್ಲ ಭಾಗವಹಿಸೋಣ. ನಮ್ಮ, ಅವ್ರ ಸಂಪ್ರದಾಯದ ನಡ್ವೇ ದೊಡ್ಡ ರೀತಿಯ ವ್ಯತ್ಯಾಸವೇನಿಲ್ಲ" ಎಂದ. ಯಾವುದಕ್ಕೂ ಅಸಮ್ಮತಿ ಸೂಚಿಸುವಂಥ ಸ್ವಭಾವವಲ್ಲ ಮಾಧವಿಯದು.

ಮರುದಿನ ಕಾರ್ಪರೇಟ್ ಕಂಪನಿ ಆಯೋಜನೆ ಸಲುವಾಗಿ ಹೊರಗೆ ಹೋಗಿದ್ದ ಸಂತೋಷ್ ನೇರವಾಗಿ ಆಫೀಸ್‌ಗೆ ಬಂದಾಗ ರಿಸೆಪ್ಷನ್‌ನಲ್ಲಿ ಕೂತಿದ್ದರು ಮೌನ ಮತ್ತು ನಿಹಾರಿಕ. ರೆಸಾರ್ಟ್ ಸುತ್ತಲ ಸುಂದರ ಪ್ರವೇಶಗಳನ್ನು ಷೂಟ್ ಮಾಡಿಕೊಂಡು ಬಂದಿದ್ದ ಅವನಪ್ಪ ಛೇಂಬರ್‌ನಲ್ಲಿದ್ದು ಅವರೇ ಸಾರಥಿ ಇವೆಂಟ್ ಸೂತ್ರದಾರರು ಮಾತ್ರವಲ್ಲ ಛೇರ್‌ಮನ್ ಕೂಡ.

"ಹಲೋ...." ಅಂದವ ಅವರತ್ತ ಬಂದು "ನಿಮ್ಗೇ ಆ ಪ್ಲೇಸ್ ಇಷ್ಟವಾಗುತ್ತೆ. ಷೂಟಿಂಗ್ ಕ್ಲಿಪಿಂಗ್‌ನ ನಮ್ಮ ರೇಖಾ ಹಾಕಿ ತೋರಿಸ್ತಾಳೆ. ಆಮೇಲೆ ನಿಮ್ಮ ಅನಿಸಿಕೆ, ಸಜೆಷನ್ ಕೊಡ್ಬಹ್ದು"

ಎಂದು ರೇಖಾಗೆ ಏನೋ ಹೇಳಿ ತನ್ನ ಛೇಂಬರ್‌ಗೆ ಹೋದ.

ಲ್ಯಾಪ್‌ಟಾಪ್ ಓಪನ್ ಮಾಡಿಕೊಳ್ಳುವ ವೇಳೆಗೆ "ಸರ್, ಅವ್ರು.... ಒಪ್ತಾ ಇಲ್ಲ". ರೇಖಾ ಬಂದು ಹೇಳಿದಾಗ ಅವನ ಹುಬ್ಬೇರಿತು. ಮರುದಿನ ಒಂದು ಡ್ಯಾನ್ಸ್ ಪ್ರೋಗ್ರಾಂ ಆಯೋಜನೆ ಇತ್ತು. ಸ್ವಲ್ಪ ಅವನ ತಲೆ ಬಿಸಿಯಾಯಿತು ಕೂಡ "ಪ್ಲೀಸ್, ರೇಖಾ ಅರ್ಥ ಮಾಡ್ಕೊಳ್ಳಿ. ಫೋನ್ ಮಾಡಿ ಎಲ್ಲಾ ವಿವರಿಸಿ ಹೇಳಿಯಾಗಿದೆ. ವಾಸು ಬೇಕಾದರೆ ಜೊತೆಯಲ್ಲಿ ಕರ್ಕೊಂಡ್ಹೋಗಿ ತೋರ್ಸಿ, ವಿವರಿಸ್ತಾನೆ. ಈಗ ಅವ್ರ ಸಲುವಾಗಿ ನೋ ಟೈಮ್"

ಮೊದಲು ರೇಖಾ ಪೆಚ್ಚು ಮುಖ ಹಾಕಿಕೊಂಡು "ಎಕ್ಸ್‌ಕ್ಯೂಜ್ ಮಿ ಸರ್, ಹ್ಯಾವ್ ಎ ಪೆಷ್ಟನ್ಸ್.... ಈಗಾಗ್ಲೇ ನಯನತಾರ ಕಡೆಯವರ ಮದುವೆಗಳ ಲಿಸ್ಟ್ ಹಿಡಕೊಂಡು ಒಬ್ಬರಾದ ಮೇಲೊಬ್ಬರು ಬರ್ತಾ ಇದ್ದಾರೆ. ಇವ್ರು ಹಿಂದೆ ಸರಿದರೆ, ಗ್ರೇಟ್ ಲಾಸ್" ಎಂದಾಗ ಸರಿಯೆನ್ನುವಂತೆ ತಲೆಯಾಡಿಸಿ "ಆಯ್ತು, ಬರೋದಿಕ್ಕೆ ಹೇಳಿ" ಕಳುಹಿಸಿದ.

ಸಲಹೆ, ಸೂಚನೆ, ಸಜೆಷನ್ ಏನಿಲ್ಲ. ಹೇಳಿದಕ್ಕೆಲ್ಲ ಒಪ್ಪಿಗೆ ಸೂಚಿಸಿದಳು ಮೌನ, ಅವಳ ಪಕ್ಕ ನಿಹಾರಿಕ. ಒಂದು ಸಲ ಅವಳತ್ತ ನೋಟ ಹರಿಸಿ "ನಿಹಾರಿಕ ನಿಮ್ಮ ಬೆಸ್ಟ್ ಫ್ರೆಂಡಾ? ತಮ್ಮೆಲ್ಲ ಸಮಯವನ್ನು ನಿಮ್ಗೇ ಮುಡಿಪಾಗಿಟ್ಟಂಗೆ ಕಾಣುತ್ತೆ" ಎಂದ ಕೂಡಲೇ ಮೌನ "ನೋ.... ನೋ.... ನನ್ನ ಸಲುವಾಗಿ ಅವಳೇನು ಸಮಯ ವಿನಿಯೋಗಿಸ್ತ ಇಲ್ಲ. ಇಲ್ಲಿಗೆ ಬಂದಾಗ ಮಾತ್ರ ನನ್ಜೊತೆಯಲ್ಲಿ. ಅದಕ್ಕೆ ಕಾರಣ ಕೇಳಿದರೇ ನೀವು ನಗ್ತೀರಾ" ಅಂದಳಷ್ಟೆ. ಅವನೇನು ನಗಲಿಲ್ಲ. ಸ್ವಲ್ಪ ಸಿರಿಯಸ್ಸಾದ.

ಸ್ವಲ್ಪ ದೀರ್ಘವಾಗಿ ತಲೆಯೆತ್ತಿ "ನಿಮ್ಗೆ ಇವೆಂಟ್ ಮ್ಯಾನೇಜ್‌ಮೆಂಟ್‌ನ ಬಗ್ಗೆ ಆಸಕ್ತಿ ಇದ್ಯಾ?" ಕೇಳಿದ್ದು ನಿಹಾರಿಕಾಗೆ. ಅವಳು ತಟ್ಟನೆ ಏನೋ ಹೇಳಲು ಪ್ರಯತ್ನ ಪಟ್ಟಳೇ ವಿನಃ ಏನು ಹೇಳಲಿಲ್ಲ. "ಸುಮಾರು ನಿಮ್ಮ ಫ್ರೆಂಡ್ ಜೊತೆ ಓಡಾಡಿದ್ದೀರಾ. ಸಾಕಷ್ಟು ಇವೆಂಟ್ ಮ್ಯಾನೇಜ್‌ಮೆಂಟ್ ಕಂಪನಿಗಳ್ನ ಸುತ್ತಿದ್ದೀರಾ? ಪ್ರಮುಖ ಮ್ಯಾರೇಜ್ ಮೇಕರ್ಸ್‌ನ ಇಳಾಸಿಂಗ್ ಅಂಥವರು ಶ್ರೀಮತಿ ನಯನಾತಾರ ಅವ್ರ ಕಾನ್ಸೆಪ್ಟ್ ಅರ್ಥ ಮಾಡಿಕೊಳ್ಳದೇ ಸುಸ್ತಾಗಿದ್ದಾರೆ. ಅಲ್ಲಿಗೂ ನೀವು ಮೌನ ಅವ್ರಿಗೆ ಜೊತೆಯಾಗಿದ್ರಾ?" ಕೇಳಿದ ಕೂಡಲೆ ಮೌನ ಜೋರಾಗಿ ನಗಲು ಶುರು ಮಾಡಿದಳು. ಅರ್ಧಗಂಟೆಗೊಂದು ಕಾನ್ಸೆಪ್ಟ್ ಬದಲಾಯಿಸಿ ನಯನತಾರ ಗೊಂದಲವನ್ನುಂಟು ಮಾಡಿದ್ದೆ ಗೊತ್ತು. 'ಪ್ರಿ-ವೆಡ್ಡಿಂಗ್ ಸರ್ವಿಸ್'ನ ಬಗ್ಗೆ ದೊಡ್ಡ ಗಲಾಟೆ ಮಾಡಿಕೊಂಡಿದ್ದರು.

ವಿಷಯ ಏನೆಂದು ತಿಳಿಯದ ಸಂತೋಷ ಮೌನವಹಿಸಿದಾಗ "ಸಾರಿ, ನನ್ನ ಮಮ್ಮಿ ಪ್ರತಿಯೊಂದು ವಿಚಾರದಲ್ಲೂ ಕನ್‌ಫ್ಯೂಶ್ ಮಾಡ್ಕೋತಾರೆ. ವರನ ವಿಚಾರದಲ್ಲೂ ಅಷ್ಟೆ. ಒಮ್ಮೆ ಚಂದ್ರು ಅಣ್ಣನ್ನ ಚ್ಯೂಸ್ ಮಾಡ್ಕೋಕೆ ಹೊರಟಾಗ ಎಲ್ಲಾ ಷಾಕಾಗಿದ್ರು. ಸಾರಿ, ಸರ್... ಹೊರ್ಗೆ ಕ್ಲೈಂಟ್ಸ್ ವೇಟ್ ಮಾಡ್ತಾ ಇದ್ದಾರೆ" ಹೊರಡಿಸಿಕೊಂಡು ಹೊರಟು ರಿಸೆಪ್ಷನ್‌ಗೆ ಬಂದು ರೇಖಾಭಟ್ ಮುಂದೆ ಬಂದು ಕೂತರು.

"ಸಂತೋಷ್ ಬಗ್ಗೆ ಸ್ವಲ್ಪ ಹೇಳ್ತೀರಾ?" ಕೇಳಿದ್ದು ಮೌನ.

"ಅವ್ರ ಬಗ್ಗೆ ಡಿಟೈಲ್ಸ್! ವೆಬ್ ಸೈಟ್ ಓಪನ್ ಮಾಡಿ ಪೂರ್ತಿ ಡಿಟೈಲ್ಸ್ ಸಿಗುತ್ತೆ. ಅವರು ಸಾಫ್ಟ್‌ವೇರ್ ಇಂಜಿನಿಯರಿಂಗ್ ಮಾಡಿ ಯಾಕೆ ಈ ಕಡೆ.. ಬಂದ್ರೂಂತ. ವ್ಯಕ್ತಿಗತವಾದ ಡಿಟೈಲ್ಸ್ ಕೊಡೋಕೆ ಸಮಯವಿಲ್ಲ. ಸಾರಿ." ಅವಳೆದ್ದು ಮ್ಯಾನೇಜರ್ ರೂಮಿಗೆ ಹೋದಾಗ ಇಬ್ಬರು ಹೊರಬಂದರು.

ಕಾರು ಹತ್ತುವ ಮುನ್ನ ಮೌನ ಒಮ್ಮೆ ಅವಳತ್ತ ನೋಟ ಹರಿಸಿ "ನಿಂಗೆ ಸಂತೋಷ್ ಬಗ್ಗೆ ಇಂಟರೆಸ್ಟ್ ಇದ್ದಂಗೆ ಕಾಣುತ್ತೆ. ಐಯಾಮ್ ಜಲಸ್ ಫಾರ್ ಯು. ನನ್ನ ಮದ್ವೆ ನಿಶ್ಚಿತಾರ್ಥ ಆಗೋ ಮೊದ್ಲು ಸಂತೋಷ್ ನನ್ನ ಕಣ್ಣಿಗೆ ಬಿದ್ದಿದ್ದರೇ ಆಟ್ ಎನೀ ಕಾಸ್ಟ್, ನನ್ನ ಡ್ಯಾಡಿ ಶ್ರೀಮಂತಿಕೆಯೆಲ್ಲ ಸುರಿದು ಖರೀದಿಸಿ ಬಿಡ್ತಾ ಇದ್ದೆ. ಅದ್ಭುತವಾದ ದೃಢವಾದ ವಾಯ್ಸ್, ಮಾತಾಡೋ ವಿಧಾನ, ಆ ನೋಟದಲ್ಲಿನ ತೀಕ್ಷ್ಣತೆ ಬೆರೆತ ದೃಢತ್ವ.... ಆ ಹ್ಯಾಂಡ್‌ಸಮ್ ಪರ್ಸನಾಲಿಟಿ ಎಲ್ಲಾ ಇಷ್ಟವಾಗಿ ಬಿಡುತ್ತೆ. ನೀನು ಟ್ರೈ ಮಾಡು. ಅಲ್ ದಿ ಬೆಸ್ಟ್" ಅರೆ ಮನಸ್ಸಿನಿಂದ ಶುಭ ಹಾರೈಸಿದ ನಂತರವೆ ಕಾರು ಹತ್ತಿದ್ದು. ನಿಹಾರಿಕ ಅವಳ ಪಕ್ಕ ಜಾರಿ ಕೂತಳು. ತೀರಾ ಇಂಟಲಿಜೆಂಟ್ ಅನ್ನೊ ಕೀರೀಟ ಇತ್ತು. ಉದ್ಯೋಗಸ್ಥ ತಂದೆ, ತಾಯಿಗಳ ಏಕ ಮಾತ್ರ ಸಂತಾನವೇನಲ್ಲ. ಇವಳಣ್ಣ ದುಬೈನಲ್ಲಿ ವ್ಯಾಪಾರ ಶುರು ಮಾಡಿಕೊಂಡು ಅಲ್ಲೆ ಸೆಟಲ್ ಆಗಿದ್ದರು. ಆದರೆ ಹೆತ್ತವರು ಪೂರ್ತಿ ಸ್ವತಂತ್ರ ಕೊಟ್ಟೇ ಬೆಳೆಸಿದ್ದರು.

ಮೇಕಪ್ ಸರಿ ಮಾಡಿಕೊಳ್ಳುತ್ತ ಮೌನ "ಮುಂದೇನು, ಹೇಗೂ ಕ್ಯಾಂಪಾಸ್ ಸೆಲೆಕ್ಷನ್ ಆಗಿದ್ದಿ! ಸ್ವಲ್ಪವಾದ್ರೆ... ಕೆಲ್ಸವಂತು ಗ್ಯಾರಂಟಿ ಇದೆ. ಸಾಕಷ್ಟು ಸೇವಿಂಗ್ಸ್ ಕೂಡ ಇರುತ್ತೆ. ಕೆಲ್ಸ ಸಿಕ್ಕೋವರ್ಗೂ ಆರಾಮಾಗಿ ಮಜಾ ಉಡಾಯಿಸ್ಕೊಂಡ್ ಓಡಾಡು" ನಿಹಾರಿಕ ಬೆನ್ನ ಮೇಲೆ ಗುದ್ದಿದಳು.

"ಡ್ಯಾಡ್, ರಿಟೈರ್ಡ್, ಮಮ್ಮಿಗೂ ಜಾಬ್‌ನಲ್ಲಿ ಇಂಟ್ರೆಸ್ಟ್ ಕಡ್ಮೆಯಾಗಿದೆ. ಇದೇನು ಗೌರ್ನಮೆಂಟ್ ಚಾಕರಿ ಅಲ್ಲ. ಯಾವಾಗ ಬೇಕಾದ್ರು... ಮನೆಯಲ್ಲಿ ಕೂತ್ಕೋಬಹ್ದು. ನಂಗೆ ಹಣ ಕೊಡೋವಾಗ್ಲೂ ನೂರೆಂಟ್ ಲೆಕ್ಕಾಚಾರ.. ಮುಂದಿನ ಅವ್ರ ಲೈಫ್ ಸೆಕ್ಯೂರ್‌ಗಾಗಿ ಸೇವಿಂಗ್ಸ್ ಅಂತ ಆಗಾಗ ಹೇಳ್ತಾ ಇರ್ತಾರೆ. ನನ್ನ ಮಮ್ಮಿದು ತೀರಾ ಕಮರ್ಷಿಯಲ್ ಮೈಂಡ್ ಅದ್ರಿಂದ ನಂಗೆ ಕೆಲ್ಸದ ಅನಿವಾರ್ಯತೆ ಇದೆ. ಇಲ್ಲ ಆರಾಮಾಗಿ ಮದ್ವೆ ಆಗ್ಬಿಡ್ಬೇಕು. ಆಗ ಅವ್ನೇ ನನ್ನ ಖರ್ಚು ವೆಚ್ಚಗಳ್ನ ನೋಡ್ಕೋತಾನೆ" ಎಂದಳು ನಿಧಾನವಾಗಿ.

ಆ ವೇಳೆಗೆ ಐಸ್‌ಕ್ರೀಮ್ ಪಾರ್ಲರ್ ಹತ್ತಿರವಾದುದ್ದರಿಂದ ಕಾರು ನಿಂತಿತು. ಇಬ್ಬರು ಇಳಿದರು. ಈ ಸ್ಪಾಟ್ ನಿಹಾರಿಕ ಫೇವರಿಟ್. ಅವಳ ಮಮ್ಮಿ ಶಾಂಭವಿ ಮತ್ತು ಡ್ಯಾಡ್‌ಗೆ ಕೂಡ ಇಂಥದೆಲ್ಲ ಪ್ರಿಯವೆ.

* * *

ಸದಾಶಿವ ಅವರ ಮಗಳ ಮದುವೆಯಲ್ಲಿ 'ಸಾರಥಿ ಇವೆಂಟ್' ಎಲ್ಲಾ ಕೆಲಸಗಾರರು ಮಾತ್ರವಲ್ಲ ಅವರ ಸಂಸಾರಗಳು ಪೂರ್ಣವಾಗಿ ಪಾಲುಗೊಂಡವು. ಪಾರ್ಥಸಾರಥಿ ಸ್ವತಃ ವಿವಾಹದ ಮಂಟಪದ ಶೃಂಗಾರದಿಂದ ಹಿಡಿದು ಪಾಕಶಾಲೆಯವರೆಗೂ ತಾವು ಉಸ್ತುವಾರಿ

ವಹಿಸಿದರು. ರೇಖಾಭಟ್ ವಧುವಿನ ಪಕ್ಕದಲ್ಲಿಯೇ ಇದ್ದು ಬೇಕು ಬೇಡಾದ್ದು ನೋಡಿಕೊಳ್ಳತೊಡಗಿದಳು. ಮಾಧವಿ, ಜಾಹ್ನವಿ ಗಂಡಿನ ಕಡೆಯವರನ್ನೆಲ್ಲ ವಿಚಾರಿಸಿಕೊಂಡರು. ಸಂತೋಷ್ ವಧುವಿನ ಅಣ್ಣನಾಗಿ ಲಾಜಹೋಮ ಕಾರ್ಯಕ್ರಮದಲ್ಲಿ ಭಾಗವಹಿಸಿದ. ಎಲ್ಲಾ ಸುಸೂತ್ರವಾಗಿ ನಡೆದನಂತರ ಬೀಗರನ್ನ ಬೀಳ್ಕೊಟ್ಟ ನಂತರವೆ ಎಲ್ಲಾ ಹಿಂದಿರುಗಿದ್ದು. ಸದಾಶಿವ ದಂಪತಿಗಳ ಮುಖದಲ್ಲಿ ಧನ್ಯತೆ ಮಿನುಗುತಿತ್ತು. "ಸಾರಥಿ ಇವೆಂಟ್" ನಲ್ಲಿ ಕೆಲಸ ಮಾಡುವವರ ಎಲ್ಲಾ ಕುಟುಂಬದವರು ಭಾಗವಹಿಸಿ ತಾವೆಲ್ಲ ಒಂದೇ ಕುಟುಂಬವೆಂದು ದಾಖಲಿಸಿದ್ದರು. ಈ ನೂರೆಂಟು ಜಾತಿ, ಧರ್ಮ, ಸಮುದಾಯಗಳ ಗೋಡೆಗಳನ್ನು ಕೆಡವಿ ಎಲ್ಲರೂ ಒಂದಾಗಿ ಜೀವಿಸಿದರೆ? ಅಂಥ ಒಂದು ಕಲ್ಪನೆಯೆ ರೋಮಾಂಚನ, ಪಾರ್ಥಸಾರಥಿ ಮೊದಲ ಒಲವು ಮಾನವೀಯತೆ.

ವಧು, ವರರಿಗೆ 'ಸಾರಥಿ ಇವೆಂಟ್' ನಿಂದ ಉಡುಗೊರೆಗಳನ್ನು ನೀಡಲಾಯಿತು. ಅಂತು ಈ ಸಂಸ್ಥೆಗೆ ಇದೊಂದು ಅದ್ಭುತವಾದ ಅನುಭವ. ಎಲ್ಲರೂ ತಮ್ಮ ಮನೆಯ ವಿವಾಹವೆನ್ನುವಂತೆ ಖುಷಿ ಖುಷಿಯಾಗಿ ಓಡಾಡಿದರು. ವಿವಾಹ ದಿನಕ್ಕೆ ಹಿಂದಿನ ಸಂಜೆ ಎಲ್ಲರೂ ಅರಿಶಿನ ಹಚ್ಚುವ ಕಾರ್ಯಕ್ರಮದಲ್ಲಿ ಭಾಗವಹಿಸಿದ್ದು ತುಂಬಾ ಸಂತೋಷದ ಕ್ಷಣಗಳು. ವಧುವಿನ ಕಡೆಯ ಕಳಸಗಿತ್ತಿಯಾಗಿ ಜಾಹ್ನವಿ ಕಳಸದ ಕಟ್ಟೆ ಎತ್ತಿಕೊಂಡಿದ್ದುದನ್ನ ಹೆಚ್ಚು ಎಂಜಾಯ್ ಮಾಡಿದ್ದು ಸಂತೋಷ್. ನಿಶ್ಚಿತ ಅಂತು ಚಿಕ್ಕಪ್ಪನನ್ನ ಬಿಟ್ಟು ಅಲ್ಲಾಡಲಿಲ್ಲ. ಅಂತೂ ಒಂದು ಇಷ್ಟವೆನಿಸಿದ ವಿವಾಹದ ಸಂಭ್ರಮ.

ಮರುದಿನ ಆಫೀಸ್‌ಗೆ ಬಂದಾಗ ರೇಖಾಭಟ್ "ಥ್ಯಾಂಕ್ಯೂ ಸರ್, ನಂಗಂತು ವಿಶಿಷ್ಟವಾದ ಅನುಭವ ಜೊತೆಗೆ ನನ್ನ ಮದ್ವೆನು ಇವೆಂಟ್ ಸಂಸ್ಥೆನೆ ನಡ್ಸಿಕೊಡ್ಬೇಕು" ಅಂದಾಗ ತಲೆಯ ಮೇಲೆ ಮೊಟಕಿ ತನ್ನ ಛೇಂಬರ್‌ಗೆ ಹೋದವನು ಹಿಂದಕ್ಕೆ ಬಂದು ತಂದೆಯ ಛೇಂಬರ್‌ಗೆ ಹೋದ. ಆನಂದ್ ಯಾವುದೋ ಫೋನ್ ಅಟೆಂಡ್ ಮಾಡುತ್ತಿದ್ದರೆ, ಲಾಪ್‌ಟಾಪ್ ಓಪನ್ ಮಾಡಿಕೊಂಡು ಕೂತ ಪಾರ್ಥಸಾರಥಿ ತಲೆಯೆತ್ತಿ ಮುಗಳ್ನಗೆ ಬೀರಿದರು. ಕೆಲಸದಲ್ಲಿ ಹೆಚ್ಚು ತಾದಾತ್ಮ ಭಾವ ಅವರದು.

"ನಯನತಾರ ಅವ್ರು ಫೋನ್ ಮಾಡಿದ್ರು, ಈಗಾಗ್ಲೆ ತಯಾರಾಗಿ ಬಂದ ಲಗ್ನಪತ್ರಿಕೆಗಳನ್ನು ಮೌನ ಒಲ್ಲೆ ಅಂದಳಂತೆ. ಆ ಜವಾಬ್ದಾರಿ ಕೂಡ ನೀವೇ ತಗೊಳ್ಳಿ ಅಂದ್ರು" ಎಂದರು ನಿಧಾನವಾಗಿ. ಇದೆಲ್ಲ ಅವರಿಗೆ ಹೊಸದೇನು ಅಲ್ಲ. "ಡಿಫರೆಂಟ್ ಅಭಿರುಚಿ ಅಮ್ಮ, ಮಗಳದು ಇಬ್ಬರೂ ಪೈಪೋಟಿಗೆ ಬಿದ್ದವರಂತೆ ಅಭಿರುಚಿಗೆ ವಿವಿಧ ಮಾದರಿಯ ಅಲಂಕಾರಗಳನ್ನು ಕೊಡ್ತಾ ಇದ್ದಾರೆ. ಈಗ..." ಎಂದ ತಂದೆಯ ಮುಂದೆ ಕೂಡುತ್ತ" ನಿನ್ನ ಮೊಬೈಲ್ ಎಂಗೇಜ್ ಬರ್‍ತಾ ಇತ್ತಂತೆ. ನೀನೇ ಒಮ್ಮೆ ಕಾಲ್ ಮಾಡಿ ವಿಚಾರ್‍ಸು. ಪ್ರತಿಯೊಂದು ಇವೆಂಟ್ ಒಂದು ರೀತಿಯ ಛಾಲೆಂಜಿಂಗ್" ಎಂದರು ಮೆಲ್ಲಗೆ. ಇಷ್ಟವಾದ ಕೆಲಸ ಕಷ್ಟವಾಗದು.

ಮೊಬೈಲ್ ಬಟನ್‌ಗಳನ್ನೊತ್ತಿ ಮೌನನ ಸಂಪರ್ಕಿಸಲು ಪ್ರಯತ್ನಿಸಿದಾಗ "ನಿಮ್ಮ ಆಫೀಸ್ ಮುಂದೆನೇ ಕಾರು ಪಾರ್ಕ್ ಮಾಡ್ತಾ ಇದ್ದೀನಿ" ಅಂದಾಗ ಕಟ್ ಮಾಡಿ "ಅವ್ರೆ ಬಂದಿದ್ದಾರೆ, ಇನ್ವಿಟೇಷನ್‌ಗಳಲ್ಲಿ ಫೋಟೋಗಳು ಇರಬೇಕೆಂದರೇ ಫೋಟೋ ಶೂಟ್ ಮಾಡ್ಸಬೇಕಾಗುತ್ತೆ.

ಮೊದ್ಲು ಅವ್ರಲ್ಲಿ ಮಾತಾಡಿ ಒಂದು ನಿರ್ಧಾರಕ್ಕೆ ಬರ್ಬೇಕು. ಸಮಯ ಇರೋದ್ರಿಂದ ಲಗ್ನಪತ್ರಿಕೆ ಅವ್ರಿಗೆ ಬೇಕಾದ ನಮೂನೆಯಲ್ಲಿ ರೆಡಿ ಮಾಡ್ಸೋದು ಹೆಚ್ಚು ರಿಸ್ಕ್ ಅಲ್ಲ" ಎಂದ. ಆ ವೇಳೆಗೆ ಮೌನ ಬಂದಳು.

ನಿರಂತರವಾಗಿ ಎರಡು ಗಂಟೆಗಳ ಸಮಯ ಜಾರಿ ಹೋದರೂ, ಮೂರು ರೀತಿಯ ಲಗ್ನ ಪತ್ರಿಕೆಗಳಿಗೆ ಒಪ್ಪಿಗೆ ಸಿಕ್ಕಿತು. ವಧು ಮತ್ತು ವರನಿಗೆ ಬೇರೆ ಬೇರೆ ವೆಡ್ಡಿಂಗ್ ಕಾರ್ಡ್‌ಗಳು, ಬಂಧುಗಳಿಗೆ ಸಪರೇಟ್, ಸ್ನೇಹಿತರಿಗೆ ಹಂಚಲು ಸಪರೇಟ್ ಕಾರ್ಡುಗಳು ಫೋಟೋ ಶೂಟ್ ಮಾಡುವ ಪ್ರತ್ಯೇಕ ಸಂಸ್ಥೆ ಇತ್ತು. ಅದರಲ್ಲಿ ಸ್ಟಿಲ್ ಮತ್ತು ವಿಡಿಯೋ ಫೋಟೋ ವಿಭಾಗಗಳು ಬೇರೆ ಇತ್ತು.

ಹೊರಡುವಾಗ ಗಮನಿಸಿದಂತೆ "ಎಲ್ಲಿ ನಿಮ್ಮ ಫ್ರೆಂಡ್? ನಿಮ್ಮನ್ನ ಒಂಟಿಯಾಗಿ ಕಳ್ಸಿದ್ದಾರಲ್ಲ" ಎಂದಾಗ ಮೌನ ಜೋರಾಗಿ ನಕ್ಕು "ನಾನು ಇಲ್ಲಿಗೆ ಬರೋದು ಅವ್ರಿಗೆ ಗೊತ್ತಿಲ್ಲ, ಬಹುಶಃ... ಗೊತ್ತಾದರೂ ಕಷ್ಟವೇ" ಎಂದಳು ಒಂದು ರೀತಿಯಾಗಿ. ಅವನೇನೂ ಅದನ್ನು ಸಿರಿಯಸ್ಸಾಗಿ ತಗೊಳ್ಳಲಿಲ್ಲ.

"ಓಕೇ, ವಾಟ್ಸಪ್‌ನಲ್ಲಿ ಮೆಸೆಜ್ ಕಳ್ಸಿ, ಇಲ್ಲ ಮಾತಾಡಿ, ಇಲ್ಲಿವರ್ಗೂ ಬರೋ ತೊಂದರೆ ತಗೋಬೇಡಿ. ಅಂತು, ನಿಮ್ಮ ಎಲ್ಲಾ ಏರ್ಪಾಡಿಗೂ ಭಾವಿ ಮಹಾಶಯನ ಒಪ್ಗೇ ಸಿಗುತ್ತೇಂತ ಕಾಣುತ್ತೆ. ಸಾಮ್ರಾಜ್ಯವು ನಿಮ್ದೆ. ಅಧಿಪತಿಯು ನೀವೇ! ವಂಡರ್ ಫುಲ್ ಅನ್ನಿಸೋಲ್ವಾ! ಸ್ವಲ್ಪ ಅವ್ರಿಗೂ ಅವಕಾಶ ಕೊಡಿ, ಷೇರ್ ಮಾಡ್ಕೊಳ್ಳಿ" ತಮಾಷೆ ಮಾಡಿದ. ಮೌನ ಬಿಟ್ಟ ಕಣ್ಣಿಂದ ನೋಡಿದ್ದೇ, ನೋಡಿದ್ದು, "ಅರೇ, ಗಂಡಸರು ಕೂಡ ಇಷ್ಟೊಂದು ಚೆನ್ನಾಗಿ ನಗಬಲ್ಲರೆಂದು ಇಂದೇ ಗೊತ್ತಾಗಿದ್ದು. ನನ್ನ ಪಿಯಾಸ್ಸಿ ನಕ್ಕರೇ, ಅತ್ತಂಗೆ ಕಾಣ್ತಾರೆ" ಎಂದು ಮುಖ ಒಂದು ತರಹ ಮಾಡಿದಾಗ" ಬಹುಶಃ ಅದ್ಕೆ ನೀವೇ ಕಾರಣ ಇರ್ಬೇಕು" ಎಂದು ಬೀಳ್ಕೊಟ್ಟು ಅವನ ಛೇಂಬರ್‌ಗೆ ಹೋದ.

ಹುಟ್ಟಿದಂದಿನಿಂದ ಶ್ರೀಮಂತಿಕೆ ಅವಳ ಕಾಲ ಬುಡದಲ್ಲಿತ್ತು. ಅತ್ತೆ ಮಗನ ಜೊತೆ ಎಂದೋ ವಿವಾಹ ನಿಶ್ಚಿಯವಾಗಿತ್ತು. ಇವಳಿಗೆ ಕಂಪೇರ್ ಮಾಡಿದರೆ ಅವನು ಡಿಸೆಂಟ್, ಅಷ್ಟೇ ಬುದ್ಧಿವಂತ, ಜೊತೆಗೆ ಈ ಕುಟುಂಬದ ಸಮಸ್ತರಿಗೂ ಅವನು ವಿಧೇಯ. ಅದಕ್ಕೆ ಅವನದೇ ಆದ ಕಾರಣಗಳು ಇತ್ತು. ಮೌನ ಎಂದರೆ ಪ್ರಾಣ ಬಿಡುತ್ತಿದ್ದ. ಆದರೆ ಇವಳು ಅವನನ್ನು ಲೆಕ್ಕಕ್ಕೆ ಇಟ್ಟಂತೆ ಕಾಣಲಿಲ್ಲ.

ಇವಳ ಕಾರು ಹೊರಡುವುದಕ್ಕೆ ಮುನ್ನ ಮತ್ತೊಂದು ಕಾರು ಬಂದು ನಿಂತಿತು. ಅದರಿಂದ ಇಳಿದಿದ್ದು ನಿಹಾರಿಕ. ತೀರಾ ಅದ್ಭುತವಾಗಿ ಕಂಡಳು. ಹಾರುವ ಬಿಚ್ಚಗೂದಲಂತು ಫಳಫಳ ಹೊಳೆಯುತ್ತಿತ್ತು. ಅಪರೂಪಕ್ಕೆ ಸೀರೆಯುಟ್ಟಿದ್ದು, ಜೊತೆಗೆ ಟ್ರೇಡಿಷಿಯನ್ ಲುಕ್‌ನಲ್ಲಿದ್ದಳು. "ಏಯ್, ಮೌನ..." ಇವಳತ್ತ ಸುಂದರ ಹಂಸದಂತೆ ತೇಲಿ ಬಂದಳು" ಅದೇನು, ನೀನು ಸಾರಥಿ ಇವೆಂಟ್‌ಗೆ ಬರೋ ವಿಚಾರ ನಂಗೆ ತಿಳಿಸಲೇ ಇಲ್ಲ" ಎಂದವಳ ದನಿಯಲ್ಲಿ ಒಂದಿಷ್ಟು ಅಸಹನೆ ಇದ್ದಿದ್ದು ಕಂಡಾಗ ಮೌನ ಮುಖ ಕೆಂಪಗೆ ಮಾಡಿ" ಯಾಕೆ, ನಿನ್ನ ಪರ್ಮಿಷನ್ ಪಡೆದುಕೊಳ್ಳಬೇಕಿತ್ತಾ? ಐ ಡೋಂಟ್ ಲೈಕ್ ಇಟ್" ಎಂದು ಮುಖ ತಿರುಗಿಸಿದಾಗ ನಿಹಾರಿಕ

ಸಮಾಧಾನ ಮಾಡಬೇಕಾಯಿತು. ಸದ್ಯಕ್ಕೆ ಅವಳ ಸ್ನೇಹ ಬೇಕಿತ್ತು.

ಇಬ್ಬರು ಕಲೆತೆ ಬಂದಾಗ "ಸಾರಿ, ಅವ್ರು ಈಗ ಸಿಗೋದಿಲ್ಲ. ಯಾವ್ದೋ ಬರ್ಥ್‌ಡೇ ಚಾರ್ಟ್ ರೆಡಿ ಮಾಡ್ತಾ ಇದ್ದಾರೆ. ಈಗಾಗ್ಲೇ ಬೇರೆ ಕ್ಲೈಂಟ್ಸ್ ಅಪಾಯಿಂಟ್‌ಮೆಂಟ್ ತಗೊಂಡಿದ್ದಾರೆ" ಮುಲಾಜಿಲ್ಲದೆ ಹೇಳಿದಳು ರೇಖಾಭಟ್. ಜೊತೆಗೆ "ಬೇಕಾದರೆ, ನಾಳೆಗೆ ಒಂದು ಅಪಾಯಿಂಟ್‌ಮೆಂಟ್ ಕೊಡ್ತೀನಿ. ಬಂದು ಮೀಟ್ ಮಾಡಿ, ಪ್ಲೀಸ್..." ಎಂದು ಫೋನೆತ್ತಿದ್ದಾಗ ಇಬ್ಬರು ಎದುರಿಗಿದ್ದ ಸೋಫಾಗಳ ಮೇಲೆ ಹೋಗಿ ಕೂತು, ಸಾಕಷ್ಟು ಮೊಬೈಲ್‌ನಲ್ಲಿ ಸಂತೋಷ್‌ನ ಸಂಪರ್ಕಿಸಲು ಪ್ರಯತ್ನಿಸಿದ್ದು ನಿರರ್ಥಕವಷ್ಟೆ. ಅವನೇನು ಕಾಲ್ ರೀಸೀವ್‌ಮಾಡಲಿಲ್ಲ.

ಬಂದ ಅಪಾಯಿಂಟ್‌ಮೆಂಟ್ ಪಡೆದಿದ್ದ ಕ್ಲೆಂಟ್ ಬಂದು... ಬಂದು ಹೋದರಷ್ಟೆ. ಐದರ ಸುಮಾರಿಗೆ ತಮ್ಮ ಛೇಂಬರ್ನಿಂದ ಹೊರಬಂದ ಶರವಣಂ ಮುಖ ಒಂದು ತರಹ ಮಾಡಿ ವಿಚಾರಿಸಿದ. ಈಚೆಗೆ ಅಪಾಯಿಂಟ್ ಆಗಿದ್ದ. ಉತ್ತಮ ಕೆಲಸಗಾರ, ಪ್ರಾಮಾಣಿಕ ಆದರೆ ಒಂದಿಷ್ಟು ಸಿಡುಕು.

"ಹಲೋ, ಮ್ಯಾಡಂ, ಈಗಾಗ್ಲೇ ಪೂರ್ತಿ ಚಾರ್ಟ್ ನಿಮ್ಮ ಐಡಿಗೆ ಈಮೇಲ್ ಮಾಡಿಯಾಗಿದೆ. ಮತ್ತೇನು? ನೀವು ಅದರಲ್ಲೇ ಕರೆಷನ್ ಹಾಕಿ ನಮ್ಗೆ ಮೇಲ್ ಮಾಡಿ ಬಿಡಬೇಕಿತ್ತು" ಎಂದ ಸರಳವಾಗಿ. ತಕ್ಷಣ ಎದ್ದ ನಿಹಾರಿಕ "ನನ್ನ ಡ್ಯಾಡಿ, ಮಮ್ಮಿ ಮ್ಯಾರೇಜ್ ಡೇ ಸೆಲಬ್ರೇಷನ್ ಗ್ರಾಂಡಾಗಿ ಮಾಡೋ ಯೋಜನೆ, ಅದ್ಕೇ ಅವ್ರನ್ನ ಭೇಟಿ ಮಾಡ್ಬೇಕಾಗಿತ್ತು" ಸ್ವಲ್ಪ ದಪ್ಪಗೆ ಮಾಡಿಕೊಂಡಳು ಮುಖವನ್ನು.

ರೇಖಾಭಟ್ ಕಡೆ ನೋಡಿ "ಬನ್ನಿ, ಅದ್ಕೇ.... ಅವ್ರನ್ನ ಕಾಯಬೇಕಿಲ್ಲ. ಮೊದ್ಲು ಫೈನಲೈಜ್ ಆದ್ಮೇಲೆ ಚಾರ್ಟ್ ಅವ್ರ ಮುಂದೆ ಹೋಗುತ್ತೆ.. ಪ್ಲೀಸ್.. ಕಮ್" "ತಮ್ಮ ರೂಮಿನ ಕಡೆ ಹೋದರು. ಆ ಮನುಷ್ಯ ತುಂಬಾ ಶಾರ್ಪ್ ಇದ್ದ. ಅವನು ಮ್ಯಾನೇಜರ್ ಅಸಿಸ್ಟೆಂಟ್. ಅಲ್ಬಮ್, ಕ್ಲಿಪಿಂಗ್ಸ್, ವಿಡಿಯೋ ರೆಕಾರ್ಡಿಂಗ್‌ಗಳ ಇವೆಂಟ್‌ನ ವಿಶೇಷತೆಗಳನ್ನು ವಿಭಾಗಗಳಾಗಿ ವಿಂಗಡಿಸಿಡಲಾಗಿತ್ತು. ಮ್ಯಾರೇಜ್ ಅನಿವಸ್ಸರಿ ಪಂಕ್ಷನ್‌ಗಳ ಯೋಜನೆಗಳ ಒಂದು ಪ್ರತ್ಯೇಕ ವಿಭಾಗವೇ ಇತ್ತು. ಆಯ್ಕೆ ಮಾಡಿ ಬಂದವರದಷ್ಟೆ.

ಒಂದು ಇಂಪಾರ್ಟೆಂಟ್‌ಮೀಟಿಂಗ್‌ನಲ್ಲಿದ್ದ ಇಡೀ ಇವೆಂಟ್ ಸ್ಟಾಪ್ ಹೊರಗೆ ಬಂದಿದ್ದು ಎಂಟರ್ ಸುಮಾರಿಗೆ ರೇಖಾಭಟ್ ಎದ್ದು ನಿಂತು ಉಸುರಿದಳು.

"ಸರ್, ದೆಹಲಿ ಉದ್ಯಮಿ ಧ್ಯಾನ್‌ಚಂದ್ ತಮ್ಮ ಮಗಳ ವಿವಾಹ ಬೆಂಗ್ಳೂರಿನಲ್ಲಿ ಮಾಡ್ಬೇಕೂಂತ ಬಂದಿದ್ದಾರೆ. ಮೌನ ಡ್ಯಾಡಿ ಕೂಡ ತಮ್ಮ ಮಗಳ ವೆಡ್ಡಿಂಗ್ ಬಗ್ಗೆ ವಿವರಿಸಿ, ನಮ್ಮ ವಿಳಾಸ ಕೊಟ್ಟರಂತೆ. ಇಲ್ಲಿಗೆ ಬಂದಿದ್ರು, ಕೆಲವನ್ನೆಲ್ಲ ನೋಡಿದ್ರು, ನಾಳೆ ಬಂದು ಮೀಟ್ ಮಾಡ್ತಾರಂತೆ".

ಮೂವರು ಉತ್ಸಾಹವೇನು ವ್ಯಕ್ತಪಡಿಸಲಿಲ್ಲ. ಈಗಾಗಲೇ ಸಾಕಷ್ಟು ಕಾರ್ಯಕ್ರಮಗಳು ಸಾಲುಗಟ್ಟಿ ನಿಂತಿದ್ದವು. ಅಲ್ಲಿ ಬರೀ ಹಣ ಸಂಪಾದನೆಯ ದಾರಿ ಹಿಡಿದರೆ ಸಾಕಾಗುತ್ತಿರಲಿಲ್ಲ.

ಹೆಚ್ಚು ಕ್ರಿಯಾಶೀಲವಾಗಬೇಕಿತ್ತು. ಕಾರ್ಯಕ್ರಮ ಬರೀ ಅಚ್ಚುಕಟ್ಟಾಗಿ ಮಾಡಿದರೇ ಸಾಲದು, ಅತ್ಯಂತ ವರ್ಣರಂಜಿತವಾಗಿ ಇರಬೇಕಿತ್ತು.

"ರೇಖಾ, ಈಗಾಗ್ಲೇ ಹೊತ್ತಾಗಿದೆ. ಹಾಗೇ ನಿನ್ನ ಡ್ರಾಪ್ ಮಾಡಿ ಹೋಗ್ತೀವಿ" ಎಂದ ಕಾರ್‌ನತ್ತ ಹೋಗುತ್ತಿದ್ದ ಸಂತೋಷ "ನನ್ನ ಸ್ಕೂಟಿ ಇಲ್ಲೇ ಬಿಡ್ತೀನಿ. ಮ್ಯಾನೇಜರ್ ತಮ್ಮ ಮಾರುತಿಯಲ್ಲಿ ಡ್ರಾಪ್ ಮಾಡ್ತೀನಿ ಅಂದಿದ್ದಾರೆ. ಈ ಸಮಯದಲ್ಲಿ ಒಬ್ಬೇ ಹೋಗೋ ಧೈರ್ಯವಿಲ್ಲ. ಪ್ರತಿ ದಿನ ಮಾಧ್ಯಮಗಳಲ್ಲಿ ಬಿತ್ತರಗೊಳ್ಳುವ ಕರಾಳ ದೃಶ್ಯಗಳನ್ನು ಬಿತ್ತರಿಸಿ... ಬಿತ್ತರಿಸಿ... ನನ್ನ ಭಯದ ಪರಿಧಿಯಲ್ಲಿಟ್ಟು ಬಿಟ್ಟಿದ್ದಾರೆ" ಎಂದಳು ನಿಧಾನವಾಗಿ. ಇಲ್ಲಿ ಅವಳಿಗೆ ಎಲ್ಲರೂ ಪರಿಚಿತರೇ, ಎಲ್ಲರ ಬಗ್ಗೆಯು ಸ್ನೇಹಭಾವವೆ. ಆದರೆ ಆಫೀಸ್ ಒಳಗೆ, ಆ ನಿಗದಿತ ಸಮಯ, ವಹಿಸಿದ ಕೆಲಸದ ಸಮಯದಲ್ಲಿ, ಅವಳೊಬ್ಬ 'ಸಾರಥಿ ಇವೆಂಟ್' ಉದ್ಯೋಗಿ ಮಾತ್ರ ಸ್ನೇಹ-ಸಲಿಗೆ ಅಂಥದಕ್ಕೆ ಅವಕಾಶವಿರಲಿಲ್ಲ.

ಅಪ್ಪ, ಮಕ್ಕಳು ಕಾರು ಹತ್ತಿದರು. ಶುರುವಿನಲ್ಲಿ ಪರದಾಡುತ್ತಿದ್ದ ಬಿಜಿನೆಸ್‌ನಲ್ಲಿ ಈಗ ಸುಧಾರಣೆಗೊಂಡಿತ್ತು. ಬರೀ ಒಂದು ವಿದೇಶಿ ಕಂಪನಿಯಲ್ಲಿ ಸಾಫ್ಟ್‌ವೇರ್ ಇಂಜಿನಿಯರಾಗಿ ಕೆಲಸ ಮಾಡಿದ್ದ ಸಂತೋಷ್ ಹಿಂದಿರುಗಿದ ನಂತರ ಕಂಪನಿಯಲ್ಲಿ ಚೈತನ್ಯ ಹರಿದಾಡತೊಡಗಿತ್ತು. ಎಷ್ಟೋ ಸಲ ಪಾರ್ಥಸಾರಥಿ ಮಗನನ್ನು ಪ್ರಶ್ನಿಸಿದ್ದರು". ಆನಂದ್ ಸ್ವಲ್ಪ ಚೇತರ್ಸಿಕೊಂಡಿದ್ದಾನೆ. ನೀನು ಬೇಕಾದರೆ ಸಾಫ್ಟ್‌ವೇರ್ ಉದ್ಯೋಗಿ ಆಗ್ಬಹುದು. ಅದು ನಿಂದೇ ಆಯ್ಕೆ ಆಗಿತ್ತು" ಎಂದಾಗ ಮೌನವಹಿಸುವುದರ ಜೊತೆಗೆ "ಸದ್ಯಕ್ಕೆ ಟೆನ್‌ಷನ್, ಟ್ರೆಸ್ಸ್ ಅಂಥದ್ದು ಅಣ್ಣನಿಗೆ ಬೇಡ. ಇನ್ನಷ್ಟು ಚೇತರ್ಸಿಕೊಳ್ಳಿ. ಆಮೇಲೆ ನೋಡ್ಕೋಣ" ಎಂದಿದ್ದ. ಆ ಬಗ್ಗೆ ಪಾರ್ಥಸಾರಥಿ ಒಂದು ನಿರ್ಧಾರಕ್ಕೆ ಬಂದಿರಲಿಲ್ಲ. ಅವರೊಬ್ಬ ಉತ್ತಮ ತಂದೆ ಮಕ್ಕಳ ಆಸೆ, ಆಕಾಂಕ್ಷೆಗಳ ಬಗ್ಗೆ ಪರಿಪೂರ್ಣ ಪ್ರಜ್ಞೆ ಅವರಿಗಿತ್ತು.

ಇವರುಗಳು ಬಂದಾಗ ನಿಶ್ಚಿತ ನಿದ್ರಿಸಿ ಬಿಟ್ಟಿದ್ದು ಸಂತೋಷ್‌ಗೆ ಪೆಚ್ಚೆನಿಸಿತು. ಅವಳೊಂದಿಗೆ ಮಾತು, ಆಟ, ಓಡಾಟ ಅವನ ಆಯಾಸವನ್ನು ಪರಿಹರಿಸಿ ಬಿಡುತಿತ್ತು. ಮಗುವಾಗಿ ಬಿಡುತ್ತಿದ್ದ ಅವಳ ಜೊತೆಯಲ್ಲಿ.

"ಅತ್ತಿಗೆ, ಯಾಕೆ ನಮ್ಮ ರಾಜಕುಮಾರಿ ನಿದ್ರಿಸಿದ್ದು?" ಆರಾಮಾಗಿ ಪ್ರಶ್ನಿಸುತ್ತಲೇ ಕಾರಿನಿಂದ ಇಳಿದಿದ್ದು" ಯಾಕೋ, ಸ್ವಲ್ಪ ಮೈ ಬೆಚ್ಚಗಿತ್ತು. ಒಂದಿಷ್ಟು ಸಿರಪ್ ಹಾಕ್ದೇ. ಅದ್ಕೆ ಎಷ್ಟು ತಕರಾರು ಗೊತ್ತಾ?" ಅವನ ಕೈಯಲ್ಲಿದ್ದ ಲ್ಯಾಪ್‌ಟಾಪ್ ಇಸುಕೊಂಡ ಜಾಹ್ನವಿ" ಆರಾಮಾಗಿ ಜೊತೆಯಲ್ಲಿ ಕರ್ಕೊಂಡ್‌ಹೋಗ್.. ಬಿಡು, ಅಪ್ಪಗಿಂತ ಚಿಕ್ಕಪ್ಪನೇ ಅಚ್ಚುಮೆಚ್ಚು" ಗಂಡನ ಕಡೆ ನೋಟಹರಿಸಿದಾಗ "ಷೂರ್, ಮಹಾತಾಯಿ! ನಂಗಿಂತ ನಿಂಗೂ, ಈ ಬಡಪಾಯಿ ಗಂಡನ್ಗಿಂತ ಮೈದುನನೇ ಹೆಚ್ಚು" ಎಂದ ಆನಂದ್. ಇದು ಸತ್ಯವೇ! ಜಾಹ್ನವಿಯ ಗುಡ್ ಫ್ರೆಂಡ್ ಸಂತೋಷ್, ಎಷ್ಟೋ ವಿಷಯಗಳನ್ನು ಇಬ್ಬರು ಹಂಚಿಕೊಳ್ಳುತ್ತಿದ್ದರು. ಇನ್‌ಫಾರ್ಮೇಶನ್ ಟೆಕ್ನಾಲಜಿ ಬಗ್ಗೆ ಆಸಕ್ತಿ ಇದ್ದುದ್ದರಿಂದ ಸಾಕಷ್ಟು ವಿಷಯಗಳನ್ನು ಕಲೆ ಹಾಕಿ ಅವನ ಮುಂದಿಡುತ್ತಿದ್ದದ್ದರ ಜೊತೆಗೆ ಅಭಿಪ್ರಾಯ ವಿನಿಮಯ ಮಾಡಿಕೊಳ್ಳುತ್ತಿದ್ದರು. ಅದ್ಭುತವಾದ ಸ್ನೇಹಭಾವ.

ಹುಳಿ ಕುದಿಸಿಟ್ಟು ಹೊರಗೆ ಬಂದು ಮಾಧವಿ "ಅದೇ ಸದಾಶಿವು ದಂಪತಿಗಳು ಫೋನ್

ಮಾಡಿದ್ರು. ಅಳಿಯ ಮಗಳು ಬಂದಿದ್ದಾರಂತೆ. ನಾಳೆ ಒಮ್ಮೆ ನಿಮ್ಮಲ್ಲಿಗೆ ಬರ್ತೀವೀಂದ್ರು. ಹೇಗೂ ಮಧ್ಯಾಹ್ನದ ಊಟಕ್ಕೆ ಇಲ್ಲಿಗೆ ಬಂದ್ಬಿಡಿ, ಹೆಚ್ಚು ಕಡ್ಮೆ ಇವೆಂಟ್ ಟೀಂನಲ್ಲಿ ಒಬ್ಬಿಬ್ಬರಾದ್ರೂ ಸಿಕ್ತಾರೇ ಅಂದೆ" ಎಂದರು ನಗುತ್ತ, ಮಾಧವಿ ಕೂಡ ತುಂಬಾ ಆರಾಮಾಗಿ ಓಡಾಡಿದ್ದು ಸಿಹಿ ನೆನಪು. ಆಕೆಯ ಮಾತಿಗೆ ಎಲ್ಲಾ ನಕ್ಕರು.

"ಅಂತು ನಮ್ದು ಸಾರಥಿ ಇವೆಂಟ್ ಟೀಂ ಎಂದಾಯ್ತು. ಪಾಲುಗಾರಿಕೆ ನಿಮ್ದು ಇದೆ. ಬರ್ತೀನೀಂತ ಅಂದ್ರು ತಾನೇ? ನಮ್ಗೂ ತೀರಾ ಹತ್ತಿರದ ಬಂಧುಗಳ ಮಧ್ವೆಯಲ್ಲಿ ಓಡಿಯಾಡಿದಂತಾಯ್ತು. ರೇಖಾಭಟ್, ತೀರಾ... ಮಿಂಚಿಂಗ್! ಬಹುಶಃ ಇಂಥ ಅವಕಾಶ ಮೊದಲ ಸಾರಿ ಸಿಕ್ಕಿದಂತೆ ಸಂತೋಷಪಟ್ಟಳು. ಜಾಹ್ನವಿ ಬೇಗ ತಟ್ಟೆ ಹಾಕ್ಬಿಡು ಎಂದಿಗಿಂತ ಇಂದು ಹೆಚ್ಚು ವರ್ಕ್" ಎನ್ನುತ್ತ ಪಾರ್ಥಸಾರಥಿ ರೂಮಿಗೆ ಹೋದರು. ಹಿಂದೆ ಹೋದ ಮಾಧವಿ "ಆನಂದ್ ಮುಖದಲ್ಲಿ ಆಯಾಸ ಕಾಣಿಸ್ತಾ ಇದೆ. ಅವನಿಗೆ ಇನ್ನ ಸ್ವಲ್ಪ ದಿನ ರೆಸ್ಟ್ ಸಿಗಬೇಕಿತ್ತೇನೋ?" ಎಂದ ಹೆಂಡತಿಯತ್ತ ತಿರುಗಿದವರು" ಗಾಬ್ರಿ ಬೇಡ, ಅವ್ನು ನಾರ್ಮಲ್ಲಾಗಿದ್ದಾನೆ ಅನ್ನೋ ತರಹ ನಾವು ಬಿಹೇವ್ ಮಾಡ್ಬೇಕು. ಇವೆಂಟ್‌ಗೆ ಅವ್ನ ಅಗತ್ಯ ಹೇಗಿದೆಯೋ, ಅವ್ನಿಗೂ ಆ ಪರಿಸರದ ಅಗತ್ಯವಿದೆ. ಅದೇ ಅವ್ನ ಚೇತರಿಕೆಗೆ ಹೆಚ್ಚು ಸಹಾಯ ಮಾಡೋದು. ನೀನು ವರೀ ಮಾಡ್ಕೋಬೇಡ. ಸಂತೋಷ್ ಆನಂದ್‌ನ ಕಣ್ಣಿನಲ್ಲಿ ಕಣ್ಣಿಟ್ಟು ಜೋಪಾನ ಮಾಡ್ತಾ ಇದ್ದಾನೆ. ಒಳ್ಳೆ ಮಕ್ಳು, ಜಾಹ್ನವಿ ನಮ್ಗೇ ಹೊಂದಿಕೊಂಡ್ಲು. ಹಾಗೇ ನಮ್ಮ ಸಂತೋಷ್‌ನ ಮಡದಿನೂ ನಮ್ಗೇ ಹೊಂದಿಕೋಬಹುದ್ದೂಂತ ಅಂದ್ಕೋಬಹುದು, ಈಗಿನ ಹುಡ್ಗೀಯರು ಡಿಫರೆಂಟಾಗಿ ಯೋಚಿಸ್ತಾರೆ. ಅವ್ರು ತೀರಾ ಸ್ವತಂತ್ರನ ಅಪೇಕ್ಷಿಸ್ತಾರೆ. ಹಿರಿಯರು ಇದ್ದ ಮನೆಯಲ್ಲಿ ಇದೆಲ್ಲ ಸಾಧ್ಯವಿಲ್ಲ ಅನ್ನೋ ಮನೋಭಾವ ಎಳೆತನದಿಂದಲೇ ಚಿಗುರುತ್ತೆ. ಅದ್ಕೇ ಹೆತ್ತವರು ಕೂಡ ಕಾರಣರಾಗ್ತಾರೆ. ಜಾಹ್ನವಿಯಂಥ ಇನ್ನೊಬ್ಬ ಸೊಸೆಯನ್ನ ನಿರೀಕ್ಷಿಸ್ಬೇಡ. ಇಷ್ಟು ಹೇಳೋಕೆ ಇನ್ನೊಂದು ಕಾರಣನು ಇದೆ. ಮೊನ್ನೆ ಸದಾಶಿವಯ್ಯನವ್ರ ಮಗಳು ವಿವಾಹದಲ್ಲಿ ಸ್ವತಃ ಓಡಾಡಿದ್ಮೇಲೆ, ನಾವು ಕೂಡ ಸಂತೋಷ್ ವಿವಾಹ ಯಾಕೆ ಮಾಡ್ಬಾರ್‌ದೂಂತ ಅನ್ನಿಸ್ತು" ಹೆಂಡತಿಯ ಮುಂದೆ ಮನಸ್ಸನ್ನ ಬಿಚ್ಚಿಟ್ಟರು. ಒಂದೆರಡು ವರ್ಷ ಸಂತೋಷನ ವಿವಾಹ ಮುಂದೂಡಬಹುದು ಅಂದುಕೊಂಡಿದ್ದರು. ಆದರೆ ಇದು ಈಗ ಸರಿಯೆನಿಸಿತು.

"ಆಯ್ತು, ಹಾಗೇ ಮಾಡೋಣ. ಅದಷ್ಟು ನಮ್ಗೆ ಹೊಂದಿಕೊಂಡು ಹೋಗೂಂತ ಹುಡ್ಗೀನೇ ತರ್ಬೇಕು "ಅಂದ ಕೂಡಲೇ ಪಾರ್ಥಸಾರಥಿ ತಿದ್ದಿದ್ದರು" ನಾವು ಕೂಡ ಅವ್ಳಿಗೆ ಹೊಂದಿಕೊಳ್ಳೋ ಮನಸ್ಸು ಮಾಡ್ಬೇಕು, ಹೆಣ್ಣೇ!" ಹೆಂಡತಿಯ ಕೆನ್ನೆ ಸವರಿದರು.

ಮಾಧವಿಯ ಕಣ್ಣಲ್ಲಿ ನೀರಾಡಿತು. ತಾವು ಕೂಡ ಪಾರ್ಥಸಾರಥಿಯ ಹೆತ್ತವರನ್ನು ಸರಿಯಾಗಿ ಜೋಪಾನ ಮಾಡಲಿಲ್ಲವೆನ್ನುವುದನ್ನು ನೆನಪು ಮಾಡಿಕೊಂಡರು. ಆಕೆ ಇವರಿಗಿಂತ ಸ್ವಲ್ಪ ಅನುಕೂಲಸ್ಥರ ಮನೆಯಿಂದ ಬಂದ ಹೆಣ್ಣು. ಒಂದಿಷ್ಟು ಜೋರು ಸ್ವಭಾವವು ಕೂಡ. ಕೆಲವೊಮ್ಮೆ ವಿನಾಃ ಕಾರಣ ಅಂದು ಆಡಿ ನೋಯಿಸಿದ್ದಿದೆ. ಆಕೆ ಮೌನವಹಿಸಿದಾಗ ಅರ್ಥಮಾಡಿಕೊಂಡ ಪಾರ್ಥಸಾರಥಿ ಭುಜ ಸವರಿ ಹೊರಡುವ ಮುನ್ನ ಹೇಳಿದರು.

"ಜಾಹ್ನವಿ, ತಟ್ಟೆ ಹಾಕ್ಕೊಂಡ್ ಇರ್ತಾಳೆ, ಅವ್ರಿಗಿಂತ ಡೈನಿಂಗ್‌ಹಾಲ್‌ನಲ್ಲಿ ನಾವು

ಮುಂದಿರಬೇಕು".

ಕೆನ್ನೆಯ ಮೇಲೆ ಜಾರಿದ ಕಣ್ಣೀರನ್ನು ತೊಡೆದುಕೊಂಡ ಮಾಧವಿ ಹೊರಗೆ ಬರುವ ವೇಳೆಗೆ ಡೈನಿಂಗ್ ಟೇಬಲ್ ಮೇಲೆ ತಟ್ಟೆ ಹಾಕಿ ಆಗಿತ್ತು. ಉಪ್ಪು, ಉಪ್ಪಿನಕಾಯಿ ಬಡಿಸಿ ನೀರಿಟ್ಟು ಅವಳು ಕೂತು ಬಿಟ್ಟರೇ, ಆಮೇಲಿನ ಬಡಿಸುವ ಕೆಲಸ ಮಾಧವಿಯದು; ಕೊನೆಯ ಪಂಕ್ತಿಯ ಮೊಸರು ಬಡಿಸಿದನಂತರ ಅವರು ತಟ್ಟೆಯ ಮುಂದೆ ಕೂಡುತ್ತಿದ್ದರು. ಆಮೇಲೆ ಮಾತಿನ ಜೊತೆ ಊಟ, ಕೆಲವೊಮ್ಮೆ ಎಲ್ಲಾ ವಿಚಾರಗಳು ಅಲ್ಲಿ ಚರ್ಚೆಯಾಗಿ ಬಿಡುತಿತ್ತು. ತೀರಾ ಉದ್ವೇಗಗೊಳ್ಳುವಂಥ ಗಹನವಾದ ಚರ್ಚೆ ಅವರದಾಗಿರಲಿಲ್ಲ.

ಹಾಲ್‌ನಲ್ಲಿ ಬಂದು ಕೂತ ಮೇಲೆ ಆನಂದ್ ಕಡೆ ನೋಟಹರಿಸಿ "ಈಗ ಸ್ವಲ್ಪ ಸುಧಾರ್ಸಿಕೊಂಡಿದ್ದೇವೆ. ಐ.ಟಿ. ಕಂಪನಿಯಲ್ಲಿ ಕೆಲ್ಸ ಮಾಡ್ತಾ ಇದ್ದ ನನ್ನ ಫ್ರೆಂಡ್ ಈಚೆಗೆ ಸ್ಟಾರ್ಟ್-ಅಪ್ (ಸಣ್ಣ ಉದ್ಯಮ) ಪ್ರಾರಂಭಿಸಿದ್ದಾನೆ. ಒಬ್ನೇ ಕೆಲ್ಸ ಮಾಡ್ಬಹುದ್ದು, ಹೆಚ್ಚು ಅಂದರೆ ಎಂಟು-ಹತ್ತು ಮಂದಿ ಉದ್ಯೋಗಿಗಳು ಇರ್ತಾರೆ. ಸರ್ವಿಸ್ ಆಧಾರಿತ ವೆಬ್‌ಸೈಟುಗಳು ಇದರಲ್ಲಿ ಸೇರಿರುತ್ತೆ. ನಿಂದು ಇಂಜಿನಿಯರಿಂಗ್, ಒಂದೆರಡು ವರ್ಷ ಐಟಿಯಲ್ಲಿ ಉದ್ಯೋಗಿಯಾಗಿದ್ದವ, ಒಂದು ಸ್ಟಾಟ್-ಅಪ್ 'ಯಾಕೆ ಆರಂಭಿಸಬಾರದು' ಇಂಥ ಒಂದು ಸಜೆಷನ್ ತಳ್ಳಿ ಹಾಕಿದವಳು ಜಾಹ್ನವಿ.

"ನೋ... ನೋ... ಸಂತೋಷ್ ಇವೆಂಟ್‌ನಲ್ಲೇ ಇರ್ಬೇಕು. ಸಾರಥಿ ಇವೆಂಟ್‌ಗೆ ಅವರ ಅಗತ್ಯವಿದೆ. ಈಚೆಗೆ ಅನಿವಾಸಿ ಭಾರತೀಯರಿಗೆ ಪ್ರಸಿದ್ಧ ಬೆಂಗಳೂರು 'ಮ್ಯಾರೇಜ್ ಡೆಸ್ಟಿನೇಶನ್' (ವಿವಾಹವಾಗಲು ಬರುವವರ ನೆಚ್ಚಿನ ತಾಣವಾಗಿದೆ. ಈಚೆಗೆ ನಮ್ಮ ಇವೆಂಟ್ ಕೂಡ ಒಂದು ಬೆಸ್ಟ್ ಮ್ಯಾರೇಜ್ ಮೇಡರ್ಸ್' ಸಂಸ್ಥೆಯಾಗಿದೆ. ಇಲ್ಲೇ ಕೈ ತುಂಬ ಕೆಲ್ಸ ನಮ್ಮ ಸಾರಥಿ ಇವೆಂಟ್ ಸಿಟಿಯಲ್ಲಿ ನಂಬರ್ ವನ್ ಸಂಸ್ಥೆಯಾಗಿಸಬೇಕು. ಬೇರೆ ದೇಶಗಳಿಂದ ಬರುವ ಅನಿವಾಸಿಗಳು ಆನ್‌ಲೈನ್ ಚಾಟಿಂಗ್ ಮೂಲಕವೇ ಇಲ್ಲಿನ ಎಲ್ಲಾ ವ್ಯವಸ್ಥೆಗಳನ್ನು ಮಾಡಲು ಇಷ್ಟಪಡ್ತಾರೆ. ಮೂಲ ಸಂಪ್ರದಾಯ, ಸಂಸ್ಕೃತಿಯನ್ನು ಪ್ರೀತಿಸಿ ಬರೋ ಜನಕ್ಕೆ ನಾವು ಬೆಸ್ಟ್ ಮಾರ್ಗದರ್ಶಕರಾಗಬೇಕು, ಆಯೋಜಕರು ಆಗ್ಬೇಕು" ಜಾಹ್ನವಿ ಹುರುಪುನಿಂದ ಹೇಳುತ್ತ ಹೋದಾಗ ಮಿಕ್ಕವರು ಕಣ್ಣರಳಿಸಿದರು".

"ಭೇಷ್, ನಿಂಗೆ ಇಷ್ಟೊಂದು ಉತ್ಸಾಹ, ತಿಳಿವಳಿಕೆ ಇರೋವಾಗ, ಒಂದು ಪೋಸ್ಟ್ ಕ್ರಿಯೇಟ್ ಮಾಡಿ ಅಫೀಸ್‌ನಲ್ಲಿ ಕೂಡಿಸೋದು ಒಳ್ಳೇದು. ಆದರೆ ಓವರ್ ಬುದ್ಧಿವಂತಿಕೆಯಿಂದ ನಾಳೆ ಸಾರಥಿ ಇವೆಂಟ್ಸ್ ಸಿ.ಇ.ಓ. ಆಗಿ ಬಿಡ್ತೀಯೋ, ಅನ್ನೋ ಭಯ" ಎಂದ ಆನಂದ್ ನಗುತ್ತ,

ಅದನ್ನ ಆರಾಮಾಗಿ ತಳ್ಳಿ ಹಾಕಿದಳು ಜಾಹ್ನವಿ "ಬರೀ ಮಾತಾಡೋದು ಸುಲಭ. ಕಾರ್ಯಮುಖವಾಗಿ ತರೋದು ಕಷ್ಟ. ಅಂಥ ಜಾಣ್ಮೆ ನನ್ನಲ್ಲಿಲ್ಲ ಬಿಡಿ. ನಂಗೆ ಮನೆನೇ ಸಾಕು" ಮುಕ್ತವಾಗಿ ಹೇಳಿದ್ದು ಜಾಹ್ನವಿ. ಆಮೇಲೆ ನಿಧಾನವಾಗಿ ಎದ್ದು ಹೋದಳು. ಹುರುಪುನಿಂದ ಮಾತಾಡಿದರೂ, ಅದೆಲ್ಲ ಕೆಲವೊಮ್ಮೆ ಜಾಸ್ತಿಯಾಯಿತೆನಿಸಿದಾಗ, ಸುಲಭವಾಗಿ ಜಾಗ ಖಾಲಿ ಮಾಡಿ ಬಿಡುವುದು ಅವಳ ಸ್ವಭಾವ.

"ನಿಶ್ಚಿತ, ಮಲ್ಗೀ ಬಿಟ್ಟರೆ... ಎಲ್ಲಾ ಖಾಲಿ ಖಾಲಿಯೆನಿಸಿ ಬಿಡುತ್ತೆ" ಎದ್ದು ಹೋದವ

ಲ್ಯಾಪ್‌ಟಾಪ್ ಓಪನ್ ಮಾಡಿಕೊಂಡು ಕೂತ. ಹಿಂದೆ ನಡೆಸಿದ, ನಡೆದ ಮ್ಯಾರೇಜ್ ಕ್ಲಿಪಿಂಗ್ ಹಾಕ್ಕೊಂಡು ನೋಡತೊಡಗಿದ. ಈಗಾಗಲೇ ಅವನಿಗೆ ಮೌನಯಿಂದ ಮೆಸೆಜ್ ಬಂದಿತ್ತು. "ಪ್ಲೀಸ್, ಸಂತೋಷ್.... ತುಂಬ ಜನ ಸೆಲೆಬ್ರೇಟಿಸ್ ಬರ್ತಾರೆ. ರೆಸೆಪ್ಷನ್‌ಗೆ ತುಂಬಾ ವಂಡರ್‌ಫುಲ್ ಆಗಿರಬೇಕು. ಪ್ಲೀಸ್... ಪ್ಲೀಸ್... ಪ್ಲೀಸ್..."

ಅವನಿಗೆ ಅರ್ಥವಾಗಿತ್ತು. ದೊಡ್ಡ ರೀತಿಯ ಅಭಿರುಚಿ ಇದ್ದಂಗೆ ಕಾಣಲಿಲ್ಲ. "ಮ್ಯಾರೇಜ್ ಈಸ್ ಆಲ್ ಅಬೌಟ್ ಎಂಟರ್‌ಟೈನ್‌ಮೆಂಟ್' ಅನ್ನೋ ರೀತಿಯ ವರ್ಗಕ್ಕೆ ಸೇರಿದ ಯುವತಿಯೆಂದು ಅವನಿಗೆ ಮನದಟ್ಟಾಗಿತ್ತು. ವ್ಯವಹಾರಿಕವಾಗಿ ಅದಷ್ಟು ಕಲರ್‌ಫುಲ್ ಆಗಿ ಆಯೋಜಿಸುವುದು ಕೂಡ ಅವನ ಉದ್ದೇಶವಾಗಿತ್ತು. ಉತ್ತರ ಭಾರತೀಯರ ವಿವಾಹದ ಹಿಂದಿನ ದಿನ ಮೆಹಂದಿ ಕಾರ್ಯಕ್ರಮದ ಬಗ್ಗೆಯು ಅವಳ ಒತ್ತಾಯ. ಅವಳಮ್ಮ ಅರಿಶಿನದ ಶಾಸ್ತ್ರನಂತರವೆ ಎನ್ನುವ ಅಭಿಪ್ರಾಯ.

ಲ್ಯಾಪ್‌ಟಾಪ್ ಆಫ್ ಮಾಡುವ ಮುನ್ನ ಮೆಸೆಜ್ ಚೆಕ್ ಮಾಡುವುದು ಅವನ ಅಭ್ಯಾಸ. ಎರಡು ಕಾಲೇಜ್ ವಾರ್ಷಿಕೋತ್ಸವದ ಒಂದಿಷ್ಟು ಡಿಟೈಲ್ ಕೊಟ್ಟು ಅವನನ್ನು ಸಂಪರ್ಕಿಸ ಬಯಸಿದ್ದ ವಿದ್ಯಾರ್ಥಿ ಮುಖಂಡರು, ನಂತರದ್ದು ನಿಹಾರಿಕ ಮೆಸೆಜ್ 'ನಂಗೆ ನಿಮ್ಮಲ್ಲಿ ಮಾತಾಡೋದಿದೆ' ಓದಿದನಂತರ ತೆಗೆದಿರಿಸಿ ಮಲಗಿದ. ಅಲ್ಲೂ ಕೂಡ ವಿರೋಧಾಭಾಸವೇ. ಹೆತ್ತವರ ಅಭಿಪ್ರಾಯಕ್ಕೆ ಇವಳ ವಿರೋಧ. ಇವಳು ಹೇಳಿದಕ್ಕೆ ಅವರ ವಿರೋಧ. ಕೇಳಿ ಸಾಕಾಗಿ "ಇಬ್ರೂ ಮಾತಾಡಿ ಒಮ್ಮತದ ಅಭಿಪ್ರಾಯಕ್ಕೆ ಬಂದನಂತರ ನಮ್ಮನ್ನು ಸಂಪರ್ಕಿಸಿ" ಎಂದು ಅವನ ತಂದೆ ಪಾರ್ಥಸಾರಥಿ ಹೇಳಿ ಕಳಿಸಿದ್ದರು. 'ಮತ್ತೆ, ಇವಳ..... ರಾಗ!' ಅವನಿಗೆ ರೇಗಿತಷ್ಟೆ. 'ಬರೀ ನನ್ನ ಮಮ್ಮಿ, ಡ್ಯಾಡಿ ಮ್ಯಾರೇಜ್ ಅನಿವರ್ಸರಿ ಕಲರ್ ಫುಲ್ ಆಗಿರಬೇಕು' ಇದೊಂದು ವಿಚಾರವಿಟ್ಟುಕೊಂಡು ಬರುತ್ತಿದ್ದಳು.

* * *

ನಿಹಾರಿಕ ತಂದೆ, ತಾಯಿ ಇಲ್ಲಿಯ ಸಂಪೂರ್ಣ ಆಸ್ತಿ ಮಾರಿಕೊಂಡು ಸದ್ಯಕ್ಕೆ ದುಬೈಯಲ್ಲಿರುವ ಮಗನಲ್ಲಿಗೆ ಹೋಗುವ ಯೋಚನೆ. ಒಂದು ವರ್ಷದಿಂದ ಚರ್ಚಿಸಿ.... ಚರ್ಚಿಸಿ ಒಂದು ತೀರ್ಮಾನಕ್ಕೆ ಬಂದು ಆಗಿತ್ತು. ತಾವು ವಾಸವಿರುವ ಫ್ಲಾಟ್‌ನ ಬಿಟ್ಟು ಇನ್ನೊಂದು ಫ್ಲಾಟ್ ಈಗಾಗಲೇ ಮಾರಿಯಾಗಿತ್ತು. ಅದಕ್ಕೆ ನಿಹಾರಿಕ ವಿರೋಧವಿದ್ದರು ಲೆಕ್ಕಿಸಿರಲಿಲ್ಲ. ಅವರದೇ ಲೆಕ್ಕಾಚಾರ ಬೇರೆಯದಾಗಿತ್ತು.

"ಅಲ್ಲಿ ಅನೀಶ್ ವ್ಯಾಪಾರದಲ್ಲಿ ನಷ್ಟವಾಗಿ ಸಾಲ ಮಾಡಿಕೊಂಡಿದ್ದಾನೆ. ಅದ್ರ ಸಲುವಾಗಿಯೆ ಆ ಫ್ಲಾಟ್‌ನ ಮಾರಿ ಆ ಹಣವನ್ನು ಅವನಿಗೆ ಕೊಟ್ಟಿದ್ದೀರಿ" ಎಂದು ಇಂದು ಬೆಳಿಗ್ಗೆ ಬೆಳಿಗ್ಗೆಯೆ ವಾದಕ್ಕೆ ನಿಂತ ಮಗಳನ್ನು ಅಡಿಯಿಂದ ಮುಡಿಯವರೆಗೂ ನೋಡಿದ ಈಶ್ವರ್. "ಇಲ್ಲಾಂದ್ರೆ... ನಂಬೋಲ್ಲ.... ಅದು ನಿಜಾಂತ ಅಂದ್ಕ. ನಿಂಗೇನು ಸಮಸ್ಯೆ. ನಿಂಗೂ ಎಜುಕೇಷನ್ ಕೊಡ್ಸಿದ್ದೀವಿ ನಿನ್ನ ವಿವಾಹ ಅದ್ದೂರಿಯಾಗಿ ಮಾಡ್ತೀವಿ. ನಿಂಗೇಂತ ಒಂದಿಷ್ಟು ಹಣ ಕೂಡ ತೆಗೆದಿಡುತ್ತೀವಿ. ಎಷ್ಟು ಅನ್ನೋದು ನಿನ್ನ ವಿವಾಹದ ನಂತರ ಡಿಸೈಡ್ ಆಗುತ್ತೆ. ಕ್ಯಾಂಪಸ್ ಇಂಟರ್‌ವ್ಯೂನಲ್ಲಿ ಸೆಲೆಕ್ಟ್ ಆಗಿದ್ದೀಯ. ಆಕರ್ಷಕ ಸಂಬಳ ಸಿಗುತ್ತೆ. ಒಂದು ಉತ್ತಮ ಬದ್ಕು

ಕಟ್ಟಿಕೊಳ್ಳಲು ಇದಕ್ಕಿಂತ ಹೆಚ್ಚಿನದೇನು ಬೇಕು?" ಮಗಳಿಗೆ ಸವಾಲ್ ಹಾಕುವಂತೆ ಕೇಳಿದರು. ಈ ಜಾಮಾನದ ಯುವ ಜನಾಂಗ ಹೇಗೆ ಯೋಚಿಸುತ್ತೇ? ಇವರುಗಳ ಜೀವನ ಶೈಲಿ ಹೇಗಿರುತ್ತದೆಯೆಂದು ಅವರಿಗೆ ಗೊತ್ತು. ಮೂಲಾಜಿಲ್ಲದೆ ತಿರುಗಿ ಬಿದ್ದಳು.

"ಆ ಪ್ಲಾಟ್ ಮಾರೋವಾಗ್ಲೇ ವಿರೋಧಿಸ್ದೆ. ಈಗ ವಾಸವಾಗಿರೋದ್ನ ಯಾಕೆ ಮಾರ್ತೀರಾ? ನಂಗೇನು ದುಬೈಗೆ ಬರೋ ಇಚ್ಛೆ ಇಲ್ಲ. ನಾನು ಇಲ್ಲೇ... ಇರ್ತೀನಲ್ಲ" ಅಂದ ಕೂಡಲೇ ಕಿಚ್ಚನ್‌ನಲ್ಲಿದ್ದ ಶಾಂಭವಿ ಹೊರಗೆ ಬಂದವರೇ "ನಾವು ಕೂಡ ಈ ಜಾಮಾನದ ಮನಸ್ಥಿತಿಗೆ ಹೊಂದ್ಕೋಬೇಕು. ಈಗಿನ ಮಕ್ಳು ಹೆತ್ತವರ ಕಾಳಜಿವಹಿಸ್ತಾ ಇದ್ದಾರ? ಯಾವ ಪರಿ ನೋಡ್ಕೋತಾ ಇದ್ದಾರೆ? ಅದ್ರಿಂದ ನಮ್ಮ ಸೇಫ್ ನಾವು ನೋಡ್ಕೋಬೇಕು. ಎಲ್ಲಾ ಕೊಟ್ಟು ಕೈ ತೊಳ್ಕೊಂಡ್... ಅವ್ರ ದಯಾ ಭಿಕ್ಷೆಗೆ ಕಾಯೋ ಮೂರ್ಖರಲ್ಲ. ನಮ್ಮ ಮುಂದಿನ ಜೀವನಕ್ಕೆ ಬೇಕಾದ ವ್ಯವಸ್ಥೆ ನಾವು ಮಾಡ್ಕೋಬೇಕು. ಇನ್ನ ನಿಮ್ಮ ನಿಮ್ಮ ಬದ್ಕುಗಳ್ನ ನೀವ್‌ಗಳು ಕಟ್ಟಿಕೊಳ್ಳಿ. ನಾನು ಅನೀಶ್ ಬಳಿ ಸರಿ ಹೋಗ್ಲಿಲ್ಲಾಂದ್ರೆ ವಾಪ್ಸು ಬರ್ತೀವಿ. ಆಗ ನಾವು ಎಲ್ಲಿಗೆ ಹೋಗ್ಬೇಕು? ಇದನ್ನೆಲ್ಲ ಮೊದ್ಲೇ ಯೋಚ್ಸಿದ್ದೀವಿ" ಸವಿಸ್ತಾರವಾಗಿ ಪಾಠ ಒಪ್ಪಿಸಿದಂತೆ ಹೇಳಿದರು. ಈಚೆಗೆ ಹಿರಿಯರು ಕೂಡ ಬುದ್ಧಿವಂತರಾಗುತ್ತಿದ್ದಾರೆ! ಆಗಲೇ ಬೇಕು ಕೂಡ.

"ಎಷ್ಟು ಕರ್ಮಷಿಯಲ್ಲಾಗಿ ಬಿಟ್ರಿ. ಈ ಪ್ಲಾಟ್ ಮಾರೋದು ಬೇಡ. ನೀವು ಹಿಂದಕ್ಕೆ ಬಂದರೆ, ನಮ್ಜೊತೆ ಇರಬಹುದು" ಎಂದಳು. ಈಶ್ವರ್, ಶಾಂಭವಿ ಮುಖ ಮುಖ ನೋಡಿಕೊಂಡು "ನಾವೇನು ಕಟುಕರಲ್ಲ. ನಿಂಗೆ ಮದ್ವೆ ಆಗಿ ಸೆಟಲ್ ಆಗ್ಬೇಕು ಇಲ್ಲ ಕೆಲ್ಸ ಸಿಗ್ಬೇಕು. ಅಲ್ಲಿವರ್ಗೂ ಪ್ಲಾಟ್ ಮಾರೋಲ್ಲ. ದೇವರ ದಯೆಯಿಂದ ಅವೆರಡು ಮೊದ್ಲು ಆಗ್ಬೇಕು. ನಾನು ನಿಮ್ಮಪ್ಪ ಜ್ಯೋತಿಷಿಗಳತ್ರ ಹೋಗ್ತಾ ಇದ್ದೀವಿ. ಒಂದು ಶುಭ ಮುಹೂರ್ತದಲ್ಲಿ ವಿವಾಹದ ಪ್ರಯತ್ನ ಶುರು ಮಾಡ್ಬೇಕು" ಎಂದರು ಅವಳ ಮಮ್ಮಿ ಶಾಂಭವಿ.

"ಸದ್ಯಕ್ಕೆ ನಂಗೆ ಕೆಲ್ಸ ಬೇಕು, ಆಫರ್ ಲೆಟರ್ ಸಿಕ್ಕಿದೆ. ಆದರೆ ಆಫರ್ ಲೆಟರ್‌ಗೂ ಜಾಯ್ನಿಂಗೂ ಡೇಟ್‌ಗೂ ಒಂದು ಅಂತರ ಅಂತ ಇರೋದು, ಈಗ ಅದ್ನ ವಿಸ್ತರಿಸಲಾಗಿದೆಯಂತೆ, ನಂಗಿಂತ ಮೊದ್ಲು ಸೆಲೆಕ್ಟ್ ಆದ ಕೆಲವರಿಗೆ ಮೂರು ತಿಂಗ್ಳು ತರಬೇತಿಕೊಟ್ಟು ಕಳ್ಸಿದ್ದಾರೆ. ಅದಕ್ಕೆ ಯಾವ್ದೇ ತೀರ್ಮಾನ ತಗೋಬೇಡಿ. ನೀವು ಹೋಗೋದು ಅನ್ನೋದಾದರೆ, ಈ ಪ್ಲಾಟ್‌ನ ನನ್ನ ಹೆಸರಿಗೆ ಮಾಡ್ಸಿ ಹೋಗಿ. ನಾನು ಹೇಗೋ ಮ್ಯಾನೇಜ್ ಮಾಡ್ಕೋತೀನಿ" ಎಂದಳು ನಿಹಾರಿಕ. ಪೇಪರ್ ನೋಡುತ್ತಿದ್ದ ಈಶ್ವರ್ ಎದ್ದು ಹೋದರು. "ನಾನು ಅಡ್ಗೇ ಮುಗಿಸ್ತೀನಿ, ಹೊರ್ಗೆ ಹೋದರೆ, ಒಂದಿಷ್ಟು ತರಕಾರಿ ತಗೊಂಡ್ಬಾ" ಎಂದ ಶಾಂಭವಿ ಕಿಚನ್‌ಗೆ ಹೋದರು. ಸರ್ವೆಂಟ್ಸ್ ಇದ್ದರು ಸುಮ್ಮನೆ ಕೂಡರು.

ಅವರು ಮಗಳನ್ನ ಕೂಡ ನಂಬರು! ಈಚೆಗೆ ಸಾಕಷ್ಟು ಪ್ರಕರಣಗಳಲ್ಲಿ ಹೆತ್ತವರನ್ನ ಮಕ್ಕಳು ಹೇಗೆ ನೋಡಿಕೊಳ್ಳುತ್ತಿದ್ದಾರೆಂದು ಮಾಧ್ಯಮಗಳ ಮೂಲಕ ಮನದಟ್ಟಾಗಿತ್ತು. ನಿಸ್ಸಾಯಕರಾದ ಆ ಜನ ಹೇಗೆ ಪರಿತಪಿಸುತ್ತಿದ್ದರೆನ್ನುವುದನ್ನು ಕಣ್ಣಾರೆ ನೋಡಿದ್ದರು. ಬಹಳ ಎಚ್ಚರವಹಿಸಿಯೆ ನಿರ್ಧಾರಕ್ಕೆ ಬಂದಿದ್ದ ಮೌನ ವಿವಾಹಕ್ಕೆ ಮೊದಲೇ ಎರಡು ದಿನ ಅವಳ ಎಲ್ಲಾ ಫ್ರೆಂಡ್ಸ್ ಜೊತೆ ಬಿಡು ಬಿಟ್ಟ ಅವಳಿಗೆ ಸಂತೋಷ್‌ನ ಒಂದೆರಡು ಸಲ ನೋಡುವ ಭಾಗ್ಯ ಒದಗಿ ಬಂದಿತ್ತು.

ಅವಳ ಕನಸ್ಸಿನ ರಾಜಕುಮಾರ ಸಂತೋಷ್ ಆಗಿದ್ದ. ಇವಳ ಕೆಲವು ಮೆಸೆಜ್‌ಗಳಿಗೆ ಅವನು ಪ್ರತಿಕ್ರಿಯಿಸಿರಲಿಲ್ಲ. ಅವಮಾನವೆನಿಸಿತ್ತು. ಅವಳು ಮೆಚ್ಚಿಗೆಯ ನೋಟ ಹರಿಸಿದ್ದರೆ, ಸಾಕಷ್ಟು ಬಾಯ್ ಫ್ರೆಂಡ್ಸ್‌ನ ಸಂಪಾದಿಸಬಹುದಿತ್ತು. ಮೌನ ಚಿಕ್ಕಮ್ಮನ ಮಗ ಇವಳ ಕುತ್ತಿಗೆಗೆ ತಾಳಿ ಕಟ್ಟಲು ಸಿದ್ಧನಿದ್ದ. ಅದನ್ನು ಹಲವು ಸಲ ಅವಳೇ ಹೇಳಿದ್ದು ಕೂಡ.

"ಏಯ್, ನಿಹಾರಿಕ... ನೀನು ಹ್ಞೂ ಅಂದರೆ ಬಹಳ ಸರಳವಾಗಿ ನಿನ್ನ ಮ್ಯಾರೇಜ್ ನಡ್ದು ಹೋಗುತ್ತೆ. ನಮ್ಮ ಶಶಾಂಕ್ ಅಣ್ಣ ನಿಂಗಾಗಿ ಹುಚ್ಚಾಗಿದ್ದಾನೆ".

ಆಗ ತಲೆ ಕೊಡವಿದ್ದಳು. ವನ್ ವೇ ರೀತಿಯಲ್ಲಿ ಸಂತೋಷ್‌ಗೆ ಹುಚ್ಚಾಗಿದ್ದಳು. ಅದಕ್ಕೆ ಅವನ ಹ್ಯಾಂಡಸಮ್ ಪರ್ಸನಾಲಿಟಿ ಮಾತ್ರವಲ್ಲ ಬೇರೆ ಕೆಲವು ಕಾರಣಗಳು ಇದ್ದಿರಬಹುದು. ಅಂತು ಅವನಿಗೆ ಪ್ಲಾಟ್ ಆಗಿದ್ದಳು.

"ಸದ್ಯಕ್ಕೆ ವಿವಾಹದ ಯೋಚ್ನೆ ಇಲ್ಲ. ನನ್ನ ಕನಸುಗಳು ಬೇರೆಯಾಗಿದೆ" ಇಂಥ ಸರಳ ಸಬೂಬನ್ನು ಹೇಳಿ ತಪ್ಪಿಸಿಕೊಂಡಿದ್ದಳು. ಸಂತೋಷ್‌ನ ನೋಡಿದ ನಂತರ ಅವನ ಅಪ್ಪುಗೆಯಲ್ಲಿ ನಲಗುವ ಕನಸು.

ವಿವಾಹ ಇನ್ನೆರಡು ದಿನ ಇದೆಯೆನ್ನುವಾಗಲೇ ಮ್ಯಾನೇಜರ್ ಮತ್ತು ರೇಖಾಭಟ್‌ನೊಂದಿಗೆ ಬಂದಿದ್ದ ಸಂತೋಷ್ ಕೆಲವು, ಕ್ಲಿಪಿಂಗ್ಸ್ ಜೊತೆ ವಿಡಿಯೋ ಚಿತ್ರೀಕರಣದಲ್ಲಿನ ಮಾರ್ಪಾಟುವಿನ ಬಗ್ಗೆ ತೋರಿಸಿ ನಯನತಾರ ಬಳಗದ ಸಲಹೆ ಕೇಳಿದಾಗ ಮೌನ ಪಕ್ಕ ನಿಹಾರಿಕ ಕೂಡ ಇದ್ದಳು.

"ನಮ್ಮ ಇವೆಂಟ್‌ನ ಕೆಲವರು ಅಲ್ಲೇ ಇದ್ದಾರೆ. ಒಮ್ಮೆ ಹೋಗಿ ನೋಡಿ ಸಲಹೆಗಳನ್ನು ಕೊಡ್ಬಹುದು. ನಾಳೆ ಸಾಫ್ಟ್‌ವೇರ್ ಕಂಪನಿಯ ಫ್ಯಾಮಿಲಿ ಡೇ' ಆದ್ರಿಂದ ನಾನು ಫೋನ್‌ನಲ್ಲಿ ಕೂಡ ಸಿಗೋಲ್ಲ. ಏನೇ ವಿಷಯವಿದ್ದರೂ, ಇವೆಂಟ್ ಸ್ಟಾಫ್‌ನ ಕಂಟ್ಯಾಕ್ಟ್ ಮಾಡಿ" ಎಂದು ಹೇಳಿ ಮೇಲೆದ್ದ ಅವನ ಶ್ರದ್ಧೆ, ಮಾತಿನ ಮೋಡಿ, ಬುದ್ಧಿವಂತಿಕೆ ಇಡೀ ಕುಟುಂಬವನ್ನು ಆಕರ್ಷಿಸಿತ್ತು. ಅದನ್ನು ರೆಡ್ಡಿಯವರ ಮುಂದೆ ಹೊಗಳಿದರೂ ನಯನತಾರಗೆ ಸಾಕಾಗಲಿಲ್ಲ.

ಅವರುಗಳನ್ನು ಕಳಿಸಿ ನೇರವಾಗಿ ಮನೆಗೆ ಬಂದ ಸದಾಶಿವ ಫ್ಯಾಮಿಲಿ ಇವನ ಬರುವನ್ನೆ ಕಾಯುತ್ತಿತ್ತು. ಅಂದು ಬರಲಾಗದಿದ್ದಕ್ಕೆ ಕ್ಷಮೆಯಾಚಿಸಿದರು. ಜೊತೆಗೆ ಮನೆಯವರಿಗೆಲ್ಲ ಗಿಫ್ಟ್‌ಗಳನ್ನು ಹಿಡಿದು ಬಂದಿದ್ದರು. ಸರಳ ಜನ ಬಂಧುಗಳ ತರಹ.

"ನೀವುಗಳು ಬಂಧುಗಳೆ ಆಗಿದ್ರಿ. ಹೇಗೆ ನಿಮ್ಮ ಋಣ ತೀರಿಸೋಕೆ, ಸಾಧ್ಯ?" ಸದಾಶಿವ ದಂಪತಿಗಳು ಕಣ್ತುಂಬಿದಾಗ ಪ್ರಾರ್ಥಸಾರಥಿ ಸಮಾಧಾನ ಮಾಡಿದರು "ಅದು ನಮ್ಮ ಕರ್ತವ್ಯವಾಗಿತ್ತು. ಯಾವುದೇ ವ್ಯತ್ಯಾಸ ಬಾರದಂತೆ ಅಚ್ಚುಕಟ್ಟಾಗಿ ಮಾಡುವುದು ನಮ್ಮ ಕೆಲ್ಸ. ಅದ್ನ ನಾವು ನಿರ್ವಹಿಸಿದ್ದೀವಿ. ಇವೆಂಟ್ ಒಂದು ಕುಟುಂಬ. ಯಾವುದೇ ಕಾರ್ಯಕ್ರಮದ ಆಯೋಜನೆ ನಮ್ದೇ ಆಗಿರುತ್ತೆ. ಒಪ್ಪಿಸಿದ ಜನ ಸಂತೃಪ್ತರಾಗುವುದರ ಜೊತೆಗೆ ನಮ್ಗೂ ಸಮಾಧಾನ ಕೊಡ್ಬೇಕು. ಇದು ನಮ್ಮ ಇವೆಂಟ್‌ನ ಉದ್ದೇಶ. ಇದೊಂದು ಸಂಸ್ಥೆ ಅನ್ನೋಕ್ಕಿಂತ ಒಂದ್ಮನೆ, ಪ್ರತಿಯೊಬ್ಬರು ಶ್ರದ್ಧೆವಹಿಸಿ ಕ್ರಿಯಾಶೀಲವಾಗಿ ಕೆಲ್ಸ ಮಾಡಿದಾಗಲೇ ಸಕ್ಸಸ್. ನಿಮ್ಗೆ

ತೃಪ್ತಿಯಾಗಿದ್ದರೆ, ಸಂತೋಷವಾಗಿದ್ದರೆ, ಅದೊಂದು ತೃಪ್ತಿ ಮಾಡಿದ ಕೆಲ್ಸಕ್ಕೆ ಕಾಸು ಮಾತ್ರವಲ್ಲ. ಶಭಾಷಗಿರಿ ಕೂಡ ಬೇಕು" ಎಂದರು ಅತ್ಯಂತ ಸರಳವಾಗಿ.

ಇವೆಂಟ್ ಪ್ರಾರಂಭಿಸಿದಾಗ ಬಹಳ ಸಂಕಷ್ಟ ಸ್ಥಿತಿಯಲ್ಲಿದ್ದರು. ಮೇಲೇರಲು ಬಹಳವಾಗಿಯೆ ಪ್ರಯತ್ನಪಟ್ಟಿದ್ದರು. ಆಗ ಹೆಂಡತಿ, ಮಕ್ಕಳು ಅವರಿಗೆ ಕೈಜೋಡಿಸಿದ್ದು.... ಇಂದಿನ ಎತ್ತರಕ್ಕೆ ಬಹುಮಟ್ಟಿಗೆ ಕಾರಣ.

ಬಲವಂತವಾಗಿ ಅವರನ್ನ ಇರಿಸಿಕೊಂಡು ಊಟದ ವ್ಯವಸ್ಥೆ ಮಾಡಿದ್ದಲ್ಲದೆ ಅತ್ಯಂತ ಸಂಭ್ರಮದಿಂದ ಬಡಿಸಿ ಬಾಯಿ ತುಂಬ ಮಾತಾಡಿಸಿದರು. ಬಡಿಸಿದ ವ್ಯಂಜನಗಳಿಗಿಂತ ಪ್ರೀತಿ, ಅಭಿಮಾನದ ಮಾತುಗಳೇ ಹೊಟ್ಟೆ ತುಂಬಿಸುವುದರಲ್ಲಿ ಪ್ರಮುಖ ಪಾತ್ರವಹಿಸುತ್ತದೆ. ಸಂಬಂಧಗಳನ್ನು ಗಟ್ಟಿ ಮಾಡುವುದು ಇದೇ.

ಕಣ್ತುಂಬಿ ಹೊರಟ ಸದಾಶಿವ ದಂಪತಿಗಳ ಮಗಳು ಎಲ್ಲರ ಕಾಲುಗಳಿಗೆರಗಿ ಆಶೀರ್ವಾದ ಪಡೆದುಕೊಂಡು "ನಂಗೆ ನೀವು ತವರು ಪ್ರೀತಿ ಕೊಟ್ಟಿರಿ, ಅಭಿಮಾನ ಎರೆದೀರಿ, ಅಣ್ಣಂದಿರ ಸ್ಥಾನದಲ್ಲಿ ನಿಂತು ಈ ತಂಗಿಯ ವಿವಾಹ ಮಾಡಿದ್ರಿ. ನಿಮ್ಮ ಹಾರೈಕೆ, ಆಶೀರ್ವಾದ ಎರಡು ಬೇಕು" ಎಂದಾಗ, ಅವಳ ಕಣ್ಣೀರು ತೊಡೆದು ಸಂತೈಸಿದ ಸಂತೋಷ್ "ಸ್ವಂತ ತಂಗಿಯ ವಿವಾಹ ಮಾಡಿದಷ್ಟೆ ತೃಪ್ತಿ" ಎಂದಾಗ ಎಲ್ಲರ ಹೃದಯಗಳು ತುಂಬಿ ಬಂದವು. ಅವರ್ಣಿಚವಾದ ಆನಂದವೆನಿಸಿತು.

ಅವರುಗಳು ಹೊರಟನಂತರವು ಮನೆಯವರೆಲ್ಲ ಅದೇ ಗುಂಗಿನಲ್ಲಿದ್ದರು. ಆಸರೆ, ಆತ್ಮೀಯತೆ, ಸಂತಸ, ದುಃಖ ಹಂಚಿಕೊಳ್ಳಲು ತೀರಾ ಹತ್ತಿರದ ಸಂಬಂಧಿಕರೇ ಬೇಕಿಲ್ಲ. ಆದರೆ ಎಲ್ಲರನ್ನು ತಮ್ಮವರೆಂದು ತಿಳಿಯುವ ಮನಸ್ಸತ್ವ ಮಾತ್ರ ಬೇಕಿತ್ತು.

"ನಮ್ಗೂ ಒಂದು ಹೆಣ್ಣು ಇರಬೇಕಿತ್ತು" ಎಂದ ಹೆಂಡತಿಯ ಕಡೆ ನೋಟ ಹರಿಸಿದ ಪಾರ್ಥಸಾರಥಿ "ಈಗೇನು ತೀರಾ ರಿಸ್ಕ್ ಇಲ್ದೇ ಒಂದು ಹೆಣ್ಣಿನ ವಿವಾಹದ ಸಂಭ್ರಮದಲ್ಲಿ ಓಡಾಡಿದ್ದಿ. ಇಷ್ಟು ಸಾಲ್ದಾ? ಇಬ್ಬರು ಸೊಸೆಯರು... ಅವ್ರು ಕೂಡ ನಮ್ಗೇ ಮಕ್ಕಳೇ ತಾನೇ? ಜೊತೆಗೆ.... ಈಗ ನಿಶ್ಚಿತ.... ಅವಳ ವಿವಾಹವನ್ನು ಗ್ರಾಂಡಾಗಿ ಮಾಡೋಣ ಜಾಹ್ನವಿ, ಮೊಮ್ಮಗಳ ಪೂರ್ಣ ಜವಾಬ್ದಾರಿಯನ್ನ ಮಾಧವಿಗೆ ವಹ್ಸಿ ಬಿಡು" ಎಂದು ಎದ್ದು ಹೋದರು. ಸಂತೋಷ್ ಹೆರಿಗೆಯಲ್ಲಿ ಆಕೆ ಸತ್ತು ಹುಟ್ಟಿದ್ದಳು. ಜೊತೆಗೆ ಡಾಕ್ಟರ್ "ಆಕೆಗೆ ಇನ್ನ ತಾಯ್ತನದ ಜವಾಬ್ದಾರಿ ಬೇಡ ಇಂಥ ಎಚ್ಚರಿಕೆಯನ್ನು ನೀಡಿದ್ದರಿಂದ ಅವರಿಗೆ ಇಬ್ಬರೇ ಮಕ್ಕು. ಅದರಲ್ಲಿ ಸಂಪೂರ್ಣ ತೃಪ್ತರು.

ಅಂದು ರಾತ್ರಿ ಮಾಧವಿ ಒಂದು ಸಲಹೆಯನ್ನು ಗಂಡನ ಮುಂದಿಟ್ಟರು "ಸಂತೋಷ್ ಮದ್ವೆ ಮಾಡಿ ಬಿಡೋಣ. ಇನ್ನ ಕಾಯೋದು ಯಾಕೆ? ಎಜುಕೇಷನ್ ಮುಗೀತು. ಅವ್ನ ತೃಪ್ತಿಗೆ ಒಂದೂವರೆ ವರ್ಷ ಸಾಫ್ಟ್‌ವೇರ್‌ನಲ್ಲಿ ಕೆಲ್ಸ ಮಾಡಿದ್ದಾಗಿದೆ. ನಮ್ಮ ಸಂಸ್ಥೆಗೆ ಅವ್ನ ಅಗತ್ಯವಿದೆ. ಈಗ ಹುಡ್ಗೀನ ಹುಡುಕೋದು ಸುಲಭ. ಸಂತೋಷ್‌ಗೆ ನಿಂಗೆ ಇಷ್ಟ ಬಂದ ಹುಡ್ಗೀನ ಹುಡುಕಿಕೋ, ನಾವು ಮನೆ ತುಂಬಿಸಿಕೊಳ್ಳೋಕೆ ರೆಡಿ ಅಂತ ಹೇಳಿ ಬಿಡೋಣ" ಅಂದರು ಉತ್ಸಾಹದಿಂದ.

ಹೆಂಡತಿಯನ್ನು ದೀರ್ಘವಾಗಿ ತದೇಕಚಿತ್ತರಾಗಿ ನೋಡಿದ ಪಾರ್ಥಸಾರಥಿ "ನೀನು ತುಂಬ ಒಳ್ಳೆ ಅಮ್ಮ ಕಣೆ, ನಮ್ಮಮ್ಮ ನನ್ನ ಮದ್ವೆ ಸಂದರ್ಭದಲ್ಲಿ ಈ ಮಾತು ಹೇಳ್ಬಾರ್ದಿತ್ತ?" ಎಂದರು ವ್ಯಸನದಿಂದ.

"ಹೇಳಿದರೆ ಏನಾಗ್ತ ಇತ್ತು?" ಎಂದರು ಸ್ವಲ್ಪ ದನಿಯೆತ್ತರಿಸಿ "ನೀನು ಕೋಪ ಮಾಡ್ಕೋಬಾರ್ದು! ಅಮ್ಮ, ಸಂಗಾತಿಯ ಆಯ್ಕೆಯ ಸ್ವತಂತ್ರ ನಂಗೆ ಕೊಟ್ಟಿದ್ದರೆ, ಆನಂದ್ - ಸಂತೋಷ್‌ಗೆ ಅಮ್ಮ ಆಗೋ ಅವಕಾಶ ನಿಂಗೆ ಸಿಕ್ತಾ ಇರ್ಲಿಲ್ಲ. ಎಂಥ ಸಂಗಾತಿನ ಆಯ್ಕೆ ಮಾಡ್ಕೊಂತ್ತಾ ಇದ್ದೆ ನಾನೊಬ್ಬ ದುರಂತ ಪ್ರೇಮಿ. ಗೊತ್ತಾ? ಆ ಹುಡ್ಗೀ ಎಲ್ಲಿ ಹೋದಳೋ, ಈಗ್ಲೂ ನನ್ನೆದೆಯ ಪ್ರೇಮದ ಮಿಡಿತದಲ್ಲಿ ಅವಳು ಖಂಡಿತ ಇದ್ದಾಳೆ. ಬೇಕಾದರೆ ಕಿವಿಯಿಟ್ಟು ಆಲಿಸು ನನ್ನೆದೆಯ ಬಡಿತವನ್ನ" ಎಂದು ಎದೆಯ ಮೇಲೆ ಕೈಯಿಟ್ಟುಕೊಂಡ ಕೂಡಲೆ ಮಂಚದಿಂದ ಕೆಳಗಿಳಿದ ಮಾಧವಿ "ನಾನೊಬ್ಳೇ ಕೇಳಿದರೆ... ಹೇಗೆ? ನಿಮ್ಮ ಮಕ್ಕಳ್ನ ಕೂಡ ಕರೀತೀನಿ. ಅವ್ರು ಕೂಡ ಕೇಳ್ಲಿಕೊಳ್ಳಿ ಎಂಥಾ ರೋಮ್ಯಾಂಟಿಕ್ ಪರ್ಸನ್. ಒಂದು ಪ್ರೇಮಕತೆಯ ದುರಂತ ನಾಯಕ ಅಂತ ತಿಳ್ದುಕೆ. ಈ ನಿಟ್ಟಿನಲ್ಲಿ ನಿಮ್ಗೆ ಸಹಾಯ ಕೂಡ ಮಾಡ್ಬಹ್ದು. ಆ ನಿಮ್ಮ ಪ್ರೇಮಿಯನ್ನು ಹುಡ್ಕೀ ತಂದು ನಿಮ್ಮ ಮುಂದೆ ನಿಲ್ಲಿಸಬಹುದು. ಒಂದು ಪ್ರೇಮ ಕತೆಗೆ ಇಂಥದೊಂದು ಅಂತ್ಯ ಸಿಕ್ಕರೆ ಎಷ್ಟೋ ಜನಕ್ಕೆ ಇನ್ಸ್‌ಪಿರೇಷನ್ ಆಗುತ್ತೆ, ಸ್ವಲ್ಪ ಕರೀತೀನಿ, ತಾಳಿ. ಸೊಸೆ ಕೂಡ ಇರೋದರಿಂದ ಇನ್ನಷ್ಟು ಸಹಾಯ ಸಿಗುತ್ತೆ" ಎಂದು ಹೊರಟ ಹೆಂಡತಿಯನ್ನು ಹಿಡಿದು ನಿಲ್ಲಿಸಿ ಕರೆ ತಂದು ಮಂಚದ ಮೇಲೆ ಕೂಡಿಸಿ ತಪ್ಪು ದಂಡ ಎನ್ನುವಂತೆ ಮೂರು ಬಸ್ಕೀ ಹೊಡೆದು. "ಸಾರಿ, ಸದ್ಯಕ್ಕೆ ಮುಂದೆಂದು ಈ ವಿಷ್ಯಾನ ಪ್ರಸ್ತಾಪ ಮಾಡೋಲ್ಲ. ಆಗ ಕತೆಯ ಅಂತ್ಯಕ್ಕೆ ಬೇರೆ ರೂಪ ಬರುತ್ತೆ. ಅವರೆಲ್ಲ ನಿನ್ನಡೆ ನಿಂತು ನನ್ನ ಒಡ್ಸೀ ಬಿಡ್ತಾರೆ. ಸದ್ಯಕ್ಕೆ ಈ ವಯಸ್ಸಿನಲ್ಲಿ ಅದೆಲ್ಲ ಬೇಕಾ?" ರಿಕ್ವೆಸ್ಟ್ ಮಾಡಿಕೊಂಡಾಗ ಆಕೆಯೇನು ಶಾಂತವಾಗಲಿಲ್ಲ. ತಗಾದೆಗೆ ಕೂತರು.

"ಈ ಕ್ಷಣ ತೀರ್ಮಾನವಾಗಿ ಬಿಡ್ಬೇಕು. ನೀವು ಯಾರನ್ನಾದ್ರೂ ಲವ್ ಮಾಡಿದ್ರಾ? ನನ್ನ ವಿವಾಹವಾಗಿದ್ದು ನಿಮ್ಮ ಹೆತ್ತವರ ಬಲವಂತಕ್ಕಾ ನನ್ನ ತಲೆಯಮೇಲೆ ಕೈಯಿಟ್ಟು ಪ್ರಮಾಣ ಮಾಡಿ ನಂಗೆ ಸತ್ಯಬೇಕೆ, ಬೇಕು" ಪಟ್ಟು ಹಿಡಿದಾಗ ಪಾರ್ಥಸಾರಥಿ ಗಂಭೀರವಾದರು. ಅವರು ನಿಜವಾಗಿ ಹೆಂಡತಿಯನ್ನು ಪ್ರೀತಿಸುತ್ತಿದ್ದರು. ಆಕೆಯ ಮೇಲೆ ಆಣೆ, ಪ್ರಮಾಣ ಮಾಡಿ ಸುಳ್ಳು ಹೇಳಲು ಇಚ್ಛೆಸಲಿಲ್ಲ.

"ಈಗ ಅವೆಲ್ಲ ಬೇಕಿಲ್ಲ? ಆ ವಯಸ್ಸಿನಲ್ಲಿ ಅದೆಲ್ಲ ಸಹಜವೇ. ನೀಲಿ ಕಂಗಳ ಹುಡ್ಗೀ ನನ್ನ ಮೇಷ್ಟ್ರ ಮಗಳನ್ನು ಪ್ರೀತಿ ಅನ್ನೋ ಅಮರಿನಲ್ಲಿ ಕೊಚ್ಚಿ ಹೋಗಿದ್ದು ನಿಜ. ಬಲವಂತಕ್ಕೆ ತಾಳಿ ಕಟ್ಟಿದ್ರೂ ನಿನ್ನೊಜತೆ ಪ್ರೀತಿಯಿಂದ ಸಂಸಾರ ಮಾಡ್ದೆ. ಅವಳು ಬಂದು ಎದರು ನಿಂತರೂ ಆಯ್ಕೆ, ನೀನಾಗಿ ಇರ್ತೀಯ. ಇದು ನನ್ನ, ನಿನ್ನ ಮೇಲಾಣೆಯಾಗಿ ನಿಜ. ಅದ್ನ ಆಗಾಗ ಛೇಡಿಸೋಕೆ ಉಪಯೋಗಿಸಿಕೊಳ್ತಾ ಇದೆ. ಇನ್ಮೇಲೆ ಆ ಕೆಲ್ಸ ಮಾಡೋಲ್ಲ" ಹೆಂಡತಿಯನ್ನು ತಬ್ಬಿಕೊಂಡು ಬಿಟ್ಟರು. ಆ ಬಾಹುಗಳಲ್ಲಿ ಮಾಧವಿ ಖಂಡಿತ ಸುಖಿ!. "ಸಾಕು ಬಿಡಿ. ಈಗ ಮಾತ್ರ ನೀವು ಅವಳ್ನ ಆಯ್ಕೆ ಮಾಡಿಕೊಂಡರೆ ಮಾತ್ರ ಭಯ".

ಇನ್ನಷ್ಟು ಬಲವಾಗಿ ಹೆಂಡತಿಯನ್ನು ಅಪ್ಪಿಕೊಂಡರು. ಅವರದು ಸಾಮರಸ್ಯದ ಅನ್ಯೋನ್ಯ

ದಾಂಪತ್ಯ. ಕಷ್ಟ, ಸುಖಗಳಲ್ಲಿ ಒಬ್ಬರಿಗೊಬ್ಬರು ಸ್ಪಂದಿಸಿದ್ದಾರೆ. ಅಲ್ಲಿ ಬಯಕೆಗಳು ಮಾತ್ರ ಕಾರಣವಲ್ಲ, ಮಕ್ಕಳ ಹುಟ್ಟಿಗೆ ಒಂದು ಧನ್ಯತೆಯ ಭಾವ ಮೂಡಿತ್ತು ಅವರಲ್ಲಿ.

ಆಮೇಲೆ ಪಾರ್ಥಸಾರಥಿ "ನಂಗೂ ಅವನಿಗೆ ವಿವಾಹ ಮಾಡಿ ಬಿಡುವುದು ಸರಿಯೆನಿಸುತ್ತೆ ಆನಂದ್‌ನ ಆರೋಗ್ಯ ತಪ್ಪಿದಾಗ ನಮ್ಮ ಸಂಸ್ಥೆಗೆ ಸಂತೋಷನ ಅಗತ್ಯವಿತ್ತು. ಈಗ್ಲೂ ಅವ್ನ ಅಗತ್ಯವಿದೆ. ಕೆಲಸದಲ್ಲಿನ ಅವ್ನ ಶ್ರದ್ಧೆ, ಆಲೋಚನೆಗಳೆ ಇಂದಿನ ಸಾರಥಿ ಇವೆಂಟ್‌ನ ಬಲ ಆದರೆ ಅವನು ಇಷ್ಟಪಟ್ಟು ಆರ್ರಿಸಿಕೊಂಡ ಕೋರ್ಸು ಸ್ಟಾಫ್ಟ್‌ವೇರ್. ಈಗ್ಲೂ ಆ ಕಡೆ ಮುಖ ಮಾಡಿದರೆ ನಾನು ಅಡ್ಡಿಪಡಿಸೋಲ್ಲ. ಆಯ್ಕೆ ಯಾವಾಗ್ಲೂ ಅವ್ನ ಸ್ವತಂತ್ರ. ನೀನು ಪ್ರಸ್ತಾಪಿಸು. ನಮ್ಮ ಸಂಸ್ಥೆಗೆ ನೆರವಾಗುವಂಥ ಹುಡ್ಗಿ ಸಿಕ್ಕರೆ ಮತ್ತೂ ಒಳ್ಳೆಯದು "ಇಂಥ ಒಂದು ಅಭಿಪ್ರಾಯ ವ್ಯಕ್ತಪಡಿಸಿದಾಗ ಮಾಧವಿ ಕೂಡ ಉತ್ಸಾಹಗೊಂಡರು. ಇಡೀ ರಾತ್ರಿ ನೆನಪಿಸಿಕೊಂಡರು. ಇಂಥ ಕುಟುಂಬದ ಅಗತ್ಯವಿದೆ.

ಎಂದಿಗಿಂತ ಇಂದು ಮಾಧವಿ ನಿಧಾನವಾಗಿ ಎದ್ದು ಬಂದಾಗ ಜಾಹ್ನವಿಗೆ ಗಾಬರಿ. ಯೋಗ, ಧ್ಯಾನದಲ್ಲಿದ್ದ ಗಂಡನಿಗೆ ಇದನ್ನ ಹೇಳಲು ತಡಬಡಾಯಿಸಿ ಮನೆಯೆಲ್ಲ ಓಡಿಯಾಡಿ ಬಿಟ್ಟನಂತರ ಆಕೆಯ ಮುಖ ನೋಡಿಯೆ ಸಮಾಧಾನಗೊಂಡಿತು.

"ಪ್ಲೀಸ್, ಅತ್ತೆ.... ನಾನೆಷ್ಟು ಗಾಬ್ರಿಯಾಗಿ ಬಿಟ್ಟಿದ್ದೆ ಗೊತ್ತಾ! ಮಾವ ಮುಂದಿನ ಸಿಟ್‌ಔಟ್‌ನಲ್ಲಿ ಕೂತು ಲ್ಯಾಪ್‌ಟಾಪ್ ಓಪನ್ ಮಾಡಿ ಕೊಂಡ್ರು, ಅವ್ರನ್ನ ಕೇಳೋಕು... ಹಿಂಜರಿದೆ. ದೇವರೆ.... ದೇವರೆ...." ಎದೆಯ ಮೇಲೆ ಕೈಯಿಟ್ಟುಕೊಂಡು ದೇವರ ಮನೆಯತ್ತ ನೋಟ ಹರಿಸಿದ ಸೊಸೆಯ ಭುಜ ಸವರಿ "ಸಂತೋಷ್ ಮದ್ವೆ ಮಾಡಿಬಿಡೋ ಲೆಕ್ಕಾಚಾರ ಹಾಕ್ಕೊಂಡ್ ಕೂತ್ವಿ. ಸಮಯ ಹೋಗಿದ್ದೆ ಗೊತ್ತಾಗಿಲ್ಲ. ಅವ್ರ ಪಂಕ್ಚುಯಾಲಿಟಿ ನಮ್ಗೇ ಬರೋಲ್ಲ" ಎಂದು ಬಾತ್‌ರೂಂಗೆ ಹೋದರು. ಸ್ನಾನದ ನಂತರವೆ ಮಿಕ್ಕ ಕೆಲಸಗಳ ಕಡೆ ಗಮನ ಹರಿಸೋದು. ಆ ವೇಳೆಗೆ ಮುಕ್ಕಾಲು ಕೆಲಸ ಅಂದರೆ ಉಪಹಾರ ಸಿದ್ಧಪಡಿಸಿ ಡೈನಿಂಗ್ ಟೇಬಲ್ ಮೇಲಕ್ಕೆ ಸರ್ವ್ ಮಾಡಿ ಬಿಡುತ್ತಿದ್ದಳು ಜಾಹ್ನವಿ. ನಿಶ್ಚಿತ ಎದ್ದಿದ್ದರೆ ಸಂತೋಷ್ ರೂಂನಲ್ಲಿ. ಎಲ್ಲರಿಗಿಂತ ತೀರಾ ಅಚ್ಚುಮೆಚ್ಚು ಅವಳ ಚಿಕ್ಕಪ್ಪ. ಅಗತ್ಯ ಕೆಲಸವಿದ್ದರೂ ಅವಳ ನೆನಪಿನಿಂದ ಮನೆಗೆ ಹಿಂದಿರುಗಿ ಬಿಡುತ್ತಿದ್ದ.

ರೂಮಿಗೆ ಬಂದ ಜಾಹ್ನವಿ ಸಂತೋಷ್‌ನ ಎದುರು ಕೂತು "ಒಂದು ಗುಡ್ ನ್ಯೂಸ್ ನಮ್ಗೆಲ್ಲ. ಆದರೆ ನೀನು ಹೇಗೆ ತಗೋತೀಯೋ, ಅತ್ತೆ ನಿನ್ನ ಸ್ವತಂತ್ರಕ್ಕೆ ಸಂಚಕಾರ ತರೋ ಪ್ಲಾನ್ ಹಾಕಿದ್ದಾರೆ. ನಂಗಂತೂ ತೀರಾ ಸಂತೋಷ. ನಂಗೆ ಇನ್ನೊಬ್ಬರ ಸಪೋರ್ಟ್ ಸಿಗುತ್ತೆ. ಅನ್ನೋ ವೇಳೆಗೆ ಆನಂದ್ ಕೂಡ ಬಂದು ಮಡದಿಯ ಪಕ್ಕ ಕೂತು ಉಸಿರು ಮೇಲಕ್ಕೆಳೆದುಕೊಂಡ. "ಏನು ಇಲ್ಲಿ ಬೈಠಕ್ ?" ಜಾಹ್ನವಿಯ ಛೇಡಿಸಿದ ನೇರವಾಗಿಯೆ. ವಿಷಯ ತಿಳಿಸಿದಾಗ ತಮ್ಮನ ಕಡೆ ನೋಡಿ ಕಣ್ಣೊಡೆದ". "ಇವ್ನಿಗೆ ಸೆಕ್ಯೂರಿಟಿ ಕೊಡೋದು ನಮ್ಮಿಂದ ಸಾಧ್ಯವಿಲ್ಲ. ಈಚೆಗೆ ನಮ್ಮ ಇವೆಂಟ್‌ಗೆ ಬರೋರೆಲ್ಲ ಯುವತಿಯರೇ. ಕೆಲ್ಸದ ಆಸೆಗೆ ಬೋಲ್ಡ್ ಆಗಿ ಬಿಡ್ತಾರೆ. ಸಿಟಿಯಲ್ಲಿ ನಮ್ಮ 'ಸಾರಥಿ ಇವೆಂಟ್' ನಂಬರ್ ವನ್ ಆಗುವುದರಲ್ಲಿ ಅಚ್ಚರಿಯೇನಲ್ಲ. ಹುಡುಕೋ ಕೆಲ್ಸವೇನು ಬೇಡ. ಸಾಲಾಗಿ ಕ್ಯೂ ನಿಲ್ತಾರೆ" ತಮ್ಮನನ್ನು ಛೇಡಿಸಿದ. ಇಂದಿಗೂ ಅಣ್ಣ-ತಮ್ಮನ

ಸ್ನೇಹ ಅದ್ಭುತವೇ.

"ಹೊಂಡದಲ್ಲಿ ಬಿದ್ದವರಿಗೆ ಮೇಲೆ ನಿಂತವರ ಕಡೆ ಅಸೂಯೆ ಅಣ್ಣ, ಇಲ್ನೋಡ್ ನಯನಾತಾರ ಮನೆಯ ವಿವಾಹದ ಜೊತೆ ಆಕೆಯ ಬರ್ಥ್‌ಡೇ ಪಾರ್ಟಿಯ ಒಂದು ಕಾಸ್ಟೆಸ್ಟ್ ಹೇಳಿದ್ರು. ಅದರ ಆಯೋಜನೆಯೇನು ನಮ್ಮ ಸಂಸ್ಥೆಗೆ ಸಿಗೋದಲ್ಲದೇ, ಆಕೆ ಒಂದು ಲೀಸ್ಟ್ ರೆಡಿ ಮಾಡಿಕೊಂಡಿದ್ದಾರೆ. ಅಂತು ಪರ್ಮನೆಂಟ್ ಕಸ್ಟಮರ್ಸ್ ಆಗೋ ಒಂದು ಶುಭ ಸೂಚನೆ" ಬೇರೆ ವಿಷಯಗಳನ್ನೆತ್ತಿಕೊಂಡು, ಪ್ರಸ್ತಾಪಿಸಿದ ವಿಷಯಕ್ಕೆ ಫುಲ್‌ಸ್ಟಾಪ್ ಇಟ್ಟು, ಮೇಲೆದ್ದ. ಬಹಳ ನಿಧಾನವಾಗಿ ಅಣ್ಣನೆಡೆ ನೋಟ ಹರಿಸಿದ. ಇಬ್ಬರ ನಡುವೆ ಆರುವರ್ಷಗಳ ಮೇಲೆ ಒಂದಿಷ್ಟು ತಿಂಗಳ ಅಂತರ. ಸಂತೋಷ್, ಆನಂದ್‌ಗಿಂತ ಒಂದೂವರೆ ಇಂಚು ಎತ್ತರ. ಆದರೆ ಇಬ್ಬರು ಸ್ಪುರದ್ರೂಪಿಗಳೇ. ರೂಪು, ಮೈಕಟ್ಟು ಪ್ರತಿಯೊಂದರಲ್ಲೂ ಪಾರ್ಥಸಾರಥಿಯನ್ನೆ ಹೋಲುತ್ತಿದ್ದರು. ಜೊತೆಯಲ್ಲಿ ನಿಂತರೆ ಅಣ್ಣ-ತಮ್ಮಂದಿರಂತೆ ಕಾಣುತ್ತಿದ್ದರು.

ಅಣ್ಣನ ಬಳಿ ನಿಂತವ ಟವಲಿನಿಂದ ಅವನ ಮುಖದಲ್ಲಿ ಮೂಡಿದ ಬೆವರನ್ನೊತ್ತಿ "ಅತ್ತಿಗೆ, ಸಾರಿ... ನಿಮ್ಮ ಕೆಲ್ಸ ನಾನು ಮಾಡ್ದೆ! ಅಷ್ಟೊಂದು ಹಿತವಾದ ಅನುಭವ ಕೊಟ್ಟಿರಲಾರದು" ಎಂದು ಛೇಡಿಸಿದಾಗ, ಆನಂದ್ ತಮ್ಮನ ಬೆನ್ನಿಗೊಂದು ಗುದ್ದಿ "ಅಂಥ ಅನುಭವಗಳನ್ನು ಒದಗಿಸೋ ಪ್ರಯತ್ನದಲ್ಲೇ ಇದ್ದಾರೆ, ಅಮ್ಮ ಅಪ್ಪ" ಎನ್ನುತ್ತಲೇ ನಗುತ್ತ ಹೊರನಡೆದ. 'ಸಾರಥಿ ಇವೆಂಟ್'ಗೆ ಜಾಯಿನ್ ಆದನಂತರ ಹೆಚ್ಚು ಕ್ರಿಯೇಟಿವ್ ಆಗಿದ್ದ. ಮಗನನ್ನು ರೂಮಿಗೆ ಕರೆಸಿಕೊಂಡ ಪಾರ್ಥಸಾರಥಿ ಒಂದು ವಿಚಾರವನ್ನು ಅವನ ಮುಂದಿಟ್ಟರು "ಆದಷ್ಟು ಬೇಗ ನಿನ್ನ ಮದ್ವೆ" ಮಾಡಿ ಮುಗ್ಸಬೇಕೂಂದ್ರು ನಿನ್ನಮ್ಮ. ಅದ್ನೇ ಆನಂದನಿಂದ ನನ್ನವರ್ಗೂ ಸಹಮತವಿದೆ. ನೀನೇನು.... ಅಂತೀಯಾ? ಈಗ ಲವ್ ಮ್ಯಾರೇಜಸ್ ಹೆಚ್ಚು. ಆ ಬಗ್ಗೆ ನಮ್ಮ ತಕರಾರೇನಿಲ್ಲ. ನೀನು ಇಷ್ಟಪಟ್ಟ ಹುಡ್ಗಿನ ಮನೆ ತುಂಬಿಸಿಕೊಳ್ಳೋಕೆ, ನಾವು ರೆಡಿ ಅನ್ನೋದಕ್ಕಿಂತ.... ನಿನ್ನಮ್ಮ ಒಪ್ಗೇ ಕೊಟ್ಟಿದ್ದಾಳೆ. ಯಾವುದಾದ್ರೂ ಲವ್ ಅಫೇರ್ ಇದ್ಯಾ?" ನಗುತ್ತ ಕೇಳಿದಾಗ, ಸಂತೋಷ್ ಕೂಡ ನಕ್ಕುಬಿಟ್ಟ "ಫ್ರೆಂಡ್ಸ್ ಇದ್ರು ಸ್ನೇಹ, ಸಲಿಗೇನಾ ಪ್ರೇಮದವರೆಗೂ ಒಯ್ದದ್ದು ಇಲ್ಲ" ಎಂದ ನಿಧಾನವಾಗಿ, ಇದು ಸತ್ಯವೇ! ಅದಕ್ಕೆ ಒಂದಿಷ್ಟು ಬೇರೆ ಕಾರಣಗಳು ಇದ್ದವು.

ಪಾರ್ಥಸಾರಥಿ ಅತ್ತಿತ್ತ ನೋಡಿ ಮಗನ ಭುಜದ ಮೇಲೆ ಕೈ ಇಟ್ಟು "ಪ್ರೇಮ, ಪ್ರೀತೀಂತ ಓಡಾಡಿದಿದೆ, ಆದರೆ ಸರ್ರ್ಯಾಗಿ ಕನ್‌ಫರ್ಮ್ ಆಗೋ ವೇಳೆಗೆ ಅವ್ರೆಲ್ಲ ಪರಾರಿ. ನಮ್ಮಪ್ಪ ಕೋಲು ತಗೊಂಡು ಎಚ್ಚರಿಸಿದ್ರೂ..... ಪ್ರೇಮ, ಪ್ರೀತೀಂತ ಓಡಾಡಿದರೆ, ಮೈ ಮೂಳೆಯೆಲ್ಲ ಮುರ್‌ದು ಬಿಡ್ತೀನಿ. ಸಂಸಾರ ಅನ್ನೋ ಸಣ್ಣ ಕಲ್ಪನೆ ಕೂಡ ಇಲ್ದೇ ಸಿನಿಮಾಗಳ್ನ ನೋಡಿ ಓಡಾಡ್ತೀರಾ. ಇದು ಜೀವನ, ಸಿನಿಮಾ ತರ ಅಲ್ಲ ಎಂದು ಸಾಕಷ್ಟು ಸಲ ಬಡಿದಿದ್ರ" ಮತ್ತಷ್ಟು ನಕ್ಕರು, ಅಂಥದೇನು ಇಲ್ಲದಿದ್ದರೂ ಏಕಾಂತ ಕ್ಷಣಗಳನ್ನು ರಸಮಯ ಮಾಡಿಕೊಳ್ಳಲು ಒಂದು ಪ್ರೇಮದ ಕತೆಯನ್ನು ಸೃಷ್ಟಿಸಿ ಹೆಂಡತಿಯ ಮುಂದೆ ಹೇಳಿ ಗೋಳೊಯ್ದುಕೊಳ್ಳುತ್ತಿದ್ದರು.

"ಇನ್ನ ಒಂದೆರಡು ವರ್ಷ ಮುಂದಕ್ಕೆ ಹಾಕೋಣಾಂತ" ಮಗನ ಮಾತನ್ನು ಪಾರ್ಥಸಾರಥಿ ತಳ್ಳಿ ಹಾಕಿದರು "ಸಾರಿ, ಮಗನೆ ದಿಸ್ ಈಸ್ ರೈಟ ಟೈಮ್ ಆನಂದ ಕೂಡ ಸುಧಾರಿಸಿಕೊಳ್ತಾ ಇದ್ದಾನೆ. ಇನ್ನೊಬ್ಬ್ರ ಅಗತ್ಯ ಕೂಡ ಮನೆಗೆ ಇದೆ "ಇಂಥದ್ದೊಂದು ತೀರ್ಮಾನ ಕೊಟ್ಟರು. ಅವನೇನು

ಮಾತಾಡಲಿಲ್ಲ. ಬೇಡ ಅನ್ನುವುದಕ್ಕೆ ಅಂಥ ದೊಡ್ಡ ಕಾರಣಗಳೇನು ಇರಲಿಲ್ಲ. ಮೌನವಹಿಸಿದ.

ಇವನು ಕೆಲಸಕ್ಕೆ ಜಾಯಿನ್ ಆಗಿ ಕೇವಲ ಒಂದು ವರ್ಷವಾಗಿತ್ತು. "ನಿನ್ನ ಅಣ್ಣನಿಗೆ ಹಾರ್ಟ್ ಅಟ್ಯಾಕ್" ಆಗಿದೆಯೆಂದು ತಂದೆಯಿಂದ ಮೆಸೆಜ್ ಬಂದಾಗ, ಅದೆಂಥ ದೊಡ್ಡ ಷಾಕ್ ಎಂದರೆ ಎದೆಯ ಬಡಿತ ಅವನಿಗೆ ನಿಂತಂತಾಗಿತ್ತು. ಏನೇನು ತೋಚಿರಲಿಲ್ಲ. ಇವನು ಆಫೀಸ್‌ನಿಂದ ಹೊರ ಬರುವ ವೇಳೆಗೆ ಕಾದಿದ್ದ ರೇಖಾಭಟ್" 'ಸಾಯಿ ಹಾರ್ಟ್ ಫೌಂಡೇಷನ್'ಗೆ ಕರೆದೊಯ್ದರು. ಅವನಿನ್ನು ನಂಬಲಾರದ ಸ್ಥಿತಿಯಲ್ಲೇ ಇದ್ದ. ಇದು ಹೇಗೆ ಸಾಧ್ಯ? ಚಟುವಟಿಕೆಯಿಂದ ಇದ್ದ. ಆರೋಗ್ಯವಾಗಿದ್ದ ಆದರೆ ಹೃದಯಕ್ಕೆ ಆದ ತೊಂದರೇಯೇನು ? ಇಡೀ ಮನೆಯವರು ಕುಸಿದಿದ್ದರು.

'ಮೈಲ್ಡ್ ಅಟ್ಯಕ್' ಅಂದರು. ಚೇತರಿಸಿಕೊಂಡು ಆನಂದ್ ಅಲ್ಲಿದ್ದ ಹೊರಬರಲು ವಾರನೆ ಆಯಿತು. ಇಡೀ ಮನೆಯವರು ಕುಸಿದಿದ್ದರು. ಚೇತರಿಸಿಕೊಳ್ಳಲು ತಿಂಗಳುಗಳೆ ಬೇಕಾಯಿತು.

ಫೇಮಸ್ ಹಾರ್ಟ್ ಸ್ಪೆಷಲಿಸ್ಟ್ ಡಾ॥ ಜಾನೇಂದ್ರ ಶೆಟ್ಟಿ ಕನ್ನಡದಲ್ಲಿ ಅರ್ಥವಾಗುವಂತೆ ಕೆಲವು ಒಳ್ಳೆಯ ಮಾತುಗಳನ್ನು ಹೇಳಿದ್ದರು.

"ಯಾಕೆ ಹೀಗಾಯ್ತು, ಅಂತ ಯೋಚಿಸೋ ಜನರ ಸಂಖ್ಯೆ ಕಡಿಮೆ. ಅಂಜಿಯೋಪ್ಲಾಸ್ಟಿ ಮತ್ತು ಬೈಪಸ್ ಸರ್ಜರಿಗು ತಾತ್ಕಾಲಿಕ ಉಪಶಮನವಷ್ಟೆ. ನಮ್ಮ ಬದಲಾದ ಜೀವನ ಶೈಲಿಯೆ ಇದಕ್ಕೆಲ್ಲ ಕಾರಣ. ಹೃದಯದ ಕವಾಟ, ಗೋಡೆ ಮತ್ತು ರಕ್ತನಾಳಗಳ ದುರಸ್ತಿ ಮತ್ತು ಶಸ್ತ್ರ ಚಿಕಿತ್ಸೆಗೆ ಹೆಚ್ಚು ಮಹತ್ವಕೊಟ್ಟು ಸಾಧಿಸಿದ್ದೇವೆ. ಹೆಮ್ಮೆ ಪಡುವಂಥ ವಿಚಾರವೆ. ಆದರೆ ಎಲ್ಲಾ ಸಾಧನೆಗಳನ್ನು ಮೀರಿ ಹೃದಯದ ತೊಂದರೆಗಳಿಂದ ಜನ ಸಾವನ್ನಪ್ಪುತ್ತಿರುವುದು ಆತಂಕಕಾರಿ ವಿಷಯವೆ. ಬದಲಾದ ಆಧುನಿಕತೆಯ ಜೀವನದಲ್ಲಿ ಮನುಷ್ಯ ತೀರಾ ಒತ್ತಡಕ್ಕೆ ಒಳಗಾಗುತ್ತಿದ್ದಾನೆ. ಮನಸ್ಸಿನ ದುಗುಡ (ಡಿಪ್ರೆಶನ್) ಮಾನಸಿಕ ಒತ್ತಡ (ಸ್ಟ್ರೆಸ್) ಮಿತಿಮೀರಿದಾಗ ಹೃದಯ ಇದ್ದಕ್ಕಿದ್ದಂತೆ ವಿಶಾಲವಾಗಿ ರಕ್ತವನ್ನು ಒತ್ತುವ ಕ್ಷಮತೆ ಕಳೆದುಕೊಳ್ಳುತ್ತೆ. ಅದರಿಂದ ಡಿಪ್ರೆಶನ್, ಸ್ಟ್ರೆಸ್‌ನಿಂದ ತಪ್ಪಿಸಿಕೊಳ್ಳಬೇಕಾದಲ್ಲಿ ಜೀವನಶೈಲಿ ಬದಲಾಯಿಸಿಕೊಳ್ಳಬೇಕು. ಅದಕ್ಕೆ ಸರಳವಾದ ಚಿಕಿತ್ಸೆಯೆಂದರೆ ಯೋಗ" ಎಂದು ಉಪಯುಕ್ತವಾದ ಸಲಹೆಯನ್ನು ನೀಡಿದ್ದರು. ಅತ್ಯಮೂಲ್ಯವಾದ ಸಲಹೆ.

ಮೊದಲು ಆನಂದ್ ನಿರಾಕರಿಸಿದರು ಸಂತೋಷ್ ಕಾಟಕ್ಕೆ ಒಪ್ಪಬೇಕಾಯಿತು. ಯೋಗ, ಧ್ಯಾನ ಪ್ರಾರಂಭ ಮಾಡಿದ ಮೇಲೆ ಅವನ ಆರೋಗ್ಯದಲ್ಲಿ ಎಷ್ಟೋ ಸುಧಾರಣೆಯಾಗಿತ್ತು. ಸ್ವಲ್ಪ ಮುಂಗೋಪಿಯಾಗಿದ್ದ ಆನಂದ್ ಸಾಕಷ್ಟು ಸುಧಾರಿಸಿದ್ದ. ಇದೊಂದು ಸಮಾಧಾನಕರವಾದ ವಿಚಾರವೆ.

* * *

ಅಂದು ಆಫೀಸ್‌ನಿಂದ ಹೊರಬರುವ ವೇಳೆಗೆ ನಿಹಾರಿಕ ತನ್ನ ಕಾರಿನಿಂದ ಇಳಿದವಳು ನಸುನಗೆ ಬೀರಿದರು ಬೇರೆಡೆ ನೋಡುವಂತೆ ನಟಿಸಿ ಕಾರು ಹತ್ತಿದ. ಅವಳು ಕೂಗುವ ವೇಳೆಗೆ ಕಾರು ಕಣ್ಮರೆಯಾಗಿತ್ತು. ವಿಚಲಿತಳಾದಳು. ಆದರೆ ಪಟ್ಟು ಬಿಡದ ಹಟಮಾರಿ.

ಇವಳು ಒಳಗೆ ಬಂದಾಗ ಆಫೀಸ್ ಬಾಯ್ ಆ ಕಡೆ ತಿರುಗಿ ಮೆಲ್ಲಗೆ "ರೇಖಾ ಮೇಡಮ್, ಪರ್ಮನೆಂಟ್ ಕಸ್ಟಮರ್" ಎಂದ ಸಣ್ಣ ದನಿಯಲ್ಲಿ. ಯಾರೊಂದಿಗೋ ಮಾತಾಡುತ್ತಿದ್ದ ರೇಖಾಭಟ್ ನಸುನಗೆ ಬೀರಿ" ಬನ್ನಿ ಮೇಡಮ್... "ಸ್ವಾಗತಿಸಿ" ನಮ್ಮ ಬಾಸ್ ಹೊರ್‍ಗೆ ಹೋದರು. ಫಿಲಂನವರ ಸಿಡಿ ರಿಲೀಜ್ ಪಂಕ್ಷನ್ ಇದೆ. ಆ ಕೆಲ್ಸದಲ್ಲಿ ಬಿಜಿಯಾಗಿದ್ದಾರೆ. ಕೂತ್ಕೊಳ್ಳಿ, ಆಮೇಲೆ ನಿಮ್ಮನ್ನ ಅಟೆಂಡ್ ಮಾಡ್ತೀನಿ" ಎಂದಳು. ಕೆಲವು ಬರ್ಥ್‌ಡೇ ಜೊತೆ ಒಂದು ನಾಮಕರಣದ ವ್ಯವಸ್ಥೆಯು 'ಸಾರಥಿ ಇವೆಂಟ್'ಗೆ ಬಂದಿತ್ತು.

ನಿಜವಾಗಿಯು ನಿಹಾರಿಕಾಗೆ ಅವಮಾನವಾಗಿತ್ತು. ತನ್ನನ್ನು ನೋಡಿದರು ನೋಡದಂತೆ ಕಾರು ಹತ್ತಿದಕ್ಕೆ ಕಾರಣಗಳನ್ನು ಹುಡುಕಲು ಪ್ರಯತ್ನಿಸಿದಳು. ಎಷ್ಟೋ ಸಲ ಮೆಸೆಜ್‌ಗಳನ್ನು ಮಾಡಿದರು ಅದಕ್ಕೆ ಪ್ರತಿಕ್ರಿಯಿಸಲಿಲ್ಲ. ವಾಟ್ಸಪ್‌ನಲ್ಲಿ ಕೂಡ ಮಾತಾಡಲು ಇಚ್ಛಿಸಲಿಲ್ಲ. ಆದರೆ ಸಂತೋಷ್‌ನ ನೋಡಿದಂದಿನಿಂದ ಅವಳ ಕನಸ್ಸಿನ ರಾಜ ಕುಮಾರನಾಗಿದ್ದ. ಭವ್ಯ ಭವಿಷ್ಯಕ್ಕಾಗಿ ನೂರಾರು ಕನಸುಗಳನ್ನು ಕಾಣುವುದು ಅವಳ ಪರಿಪಾಠವಾಗಿತ್ತು. ಪ್ರೇಮವನ್ನು ವ್ಯಕ್ತಪಡಿಸುವಲ್ಲಿ ಅವಳು ಸೋತು ಹೋಗಿದ್ದು ತೀರಾ ಅವಮಾನವೆನಿಸಿತ್ತು.

"ನೀನೇ ಗಂಡನ್ನ ಆಯ್ಕೆ ಮಾಡ್ಕೋ, ನಾವು ಮದ್ವೆ ಮಾಡ್ತೀವಿ. ಇಲ್ಲ ಆಯ್ಕೆ ನಂದೇ ಇರಲಿ ನಾವು ನಿನ್ನ ಮದ್ವೆ ಮಾಡಿ ಮುಗ್ಸಿ ನಮ್ಮ ಜವಾಬ್ದಾರಿ ಕಳ್ಕೋತೀವಿ. ನೀವುಗಳು ಹುಟ್ಟಿದಾಗಿನಿಂದ ನಿಮ್ಮಗಳಿಗೋಸ್ಕರ ಬದ್ಕೀ ಸಾಕಾಗಿದೆ. ಈಗ ನಮ್ಗೇ ಇಷ್ಟ ಬಂದ ರೀತಿಯಲ್ಲಿ ಕಾಲ ಕಳೀಬೇಕು. ಅದ್ಕೇ ನಿನ್ನಿಂದ ಯಾವ್ದೇ ಸಹಾಯ ಬೇಕಿಲ್ಲ. ನೀನು ಸೆಟ್ಲ್ ಆಗಿ ನಮ್ಮನ್ನು ಬಿಡುಗಡೆ ಮಾಡು" ಇದನ್ನು ಹೇಳಿದ್ದು ಸಾಕ್ಷಾತ್ ಅವಳ ಹೆತ್ತಾಕೆ. ಬೇರೆ ತಾಯಂದಿರಿಗಿಂತ ವಿಭಿನ್ನವಾಗಿ ಯೋಚಿಸುವಾಕೆ! ಇತ್ತೀಚಿನ ದಿನಗಳಲ್ಲಿ ಇಂಥ ತಾಯಂದಿರ ಸಂಖ್ಯೆ ಹೆಚ್ಚಾಗುವುದಕ್ಕೆ ಮಕ್ಕಳೇ ಕಾರಣ ಇರಬಹದು.

"ಎಷ್ಟು ಹೊತ್ತಿಗೆ ಬರಬಹುದು" ವಾಚ್ ನೋಡಿಕೊಂಡು ಸಿಡುಕು ಮುಖ ಮಾಡಿಕೊಂಡು ಮೊಬೈಲ್‌ನಲ್ಲಿ ಟೈಮ್ ದೃಢಪಡಿಸಿಕೊಂಡು "ಎಷ್ಟೊತ್ತಿಗೆ ಬರಬಹುದು?" ಕೇಳಿದಳು. ಕೆಲಸದಲ್ಲಿ ನಿರತಳಾಗಿದ್ದವಳು "ಹೇಳೋಕೆ.... ಆಗೋಲ್ಲ.... ತೀರಾ ದೊಡ್ಡ ಸ್ಟಾರ್‌ನ ಫಿಲಂನ ರಿಲೀಜ್ ಪಂಕ್ಷನ್. ಆದಷ್ಟು ವರ್ಣಮಯವಾಗಿಸೋದು ನಮ್ಮ ಇವೆಂಟ್‌ನ ಉದ್ದೇಶ. ಏನಾಯ್ತು ನಿಮ್ಮ ಪೇರೆಂಟ್ಸ್ ಮ್ಯಾರೇಜ್ ಅನಿವರ್ಸರಿ? ಆ ಬಗ್ಗೆ ಕ್ಲಿಪಿಂಗ್ ತೋರಿಸ್ಲಾ? ಎದುರು ರೂಂನಲ್ಲಿ ಜಾರ್ಜ್ ಇದ್ದಾನೆ. ನ್ಯೂ ಅಪಾಯಿಂಟ್‌ಮೆಂಟ್ ಅದ್ರೂ ಬೇರೆ ಕಡೆ ಮಾಡಿ ಅನುಭವವಿದೆ" ಎಂದಳು ರೇಖಾಭಟ್. ಅವಳಿಗೆ ಅನುಮಾನ ಶುರುವಾಗಿತ್ತು. ಏನಾದರೂ ಒಂದು ಕಾರಣ ಹೇಳಿ ಸಂತೋಷ್‌ನ ಹುಡುಕಿಕೊಂಡು ಬರುವುದು ವಿಚಾರಿಸುವುದು ಇದೆಲ್ಲ 'ಲವ್'ಗೆ ಮೂಲವಾ? ಇಲ್ಲ ಬ್ಲಾಕ್ ಮೇಲ್ ಷಡ್ಯಂತ್ರವಾ? ಮಾಧ್ಯಮಗಳಲ್ಲಿ ಪ್ರಸಾರವಾಗುವ ಪ್ರಕರಣಗಳನ್ನು ನೋಡಿ ಅನುಮಾನ ತಲೆಯೆತ್ತ ತೊಡಗಿತು.

ಒಂದು ಗಂಟೆ ಕಾದ ನಿಹಾರಿಕ ಅಲ್ಲೇ ಕೂತು ದೀರ್ಘವಾದ ಒಂದು ಮೆಸೆಜನ್ನು ಮಾಡಿದಳು. ಅಂದರೆ ಒಂದು ಪುಟ್ಟ ಪ್ರೇಮ ನಿವೇದನೆ, ಅವನಿಂದ ಯಾವ ಪ್ರತಿಕ್ರಿಯೆಯು ಇಲ್ಲ.

ಫ್ಲಾಟ್‌ಗೆ ಹಿಂದಿರುಗಿದವಳೆ ಸುಮ್ಮನೆ ಕೂತಾಗ ಅವಳ ಮಮ್ಮಿ ಬಂದು ಎದುರು ಕೂತು

"ನಿನ್ನಣ್ಣ ಫೋನ್ ಮಾಡಿದ್ದ. ಕ್ಯಾಂಪಸ್ ಸೆಲೆಕ್ಷನ್ ಒಂದು ಒಳ್ಳೆಯ ಕಂಪನಿಯ ಆಫರ್. ನಿಂಗೆ ಕೆಲ್ಸ ಸಿಕ್ಕೇ ಬಿಟ್ಟಿದೆ ಅನ್ನೋಷ್ಟು ಖುಷಿಯಾಯ್ತು. ಈಗೇನಾಗಿದೆ? ವರ್ಷನೆ ಕಳೀತು. ಸದ್ಯಕ್ಕೆ ಯಾವುದಾದ್ರೂ... ಒಂದು ಸುಮಾರಾದ ಕಂಪನಿಗೆ ಜಾಯಿನ್ ಆಗು. ಕಡ್ಮೇ ಸಂಬಳವಾದ್ರೂ.... ಪರ್ವಾಗಿಲ್ಲ" ಅಂದರು. ಈಗಾಗಲೇ ಇದನ್ನು ಸಾಕಷ್ಟು ಸಲ ಹೇಳಿದ್ದರು. ಇವಳು ಪಡೆದ ಎಲ್ಲಾ ಹಣಕ್ಕೂ ಅವರಲ್ಲಿ ಲೆಕ್ಕ ಇತ್ತು. ಪ್ರೌಢಶಾಲೆ ದಾಟಿ ಕಾಲೇಜಿಗೆ ಸೇರಿದನಂತರ ಪ್ರತಿ ತಿಂಗಳ ಹಣದ ಖರ್ಚಿನ ಬಾಬತ್ತು ಬರೆದಿಟ್ಟಿದ್ದರು. ಅದನ್ನ ಪದೇ ಪದೇ ಹೇಳುವುದು ಆಕೆಯ ಅಭ್ಯಾಸ, ಜೊತೆಗೆ ಜಿದ್ದಿಗೆ ಬಿದ್ದಂಗೆ ಹಂಗಿಸುವುದು. ಇವಳು ತಿರುಗಿ ಬೀಳುವುದು ಮಾಮೂಲು.

"ಸದ್ಯಕ್ಕೆ ಒಂದ್ಮದ್ವೆ ಮಾಡ್ಬಿಡಿ. ಮಿಕ್ಕಿದನ್ನ ಆಮೇಲೆ ಯೋಚಿಸ್ತೀನಿ" ಹೇಳಿ ಎದ್ದು ಹೋದಳು. ಆ ಕಾರ್ಯಕ್ಕೆ ಈಗಾಗಲೇ ಮುಂದಾಗಿದ್ದರು. ಮ್ಯಾಟ್ರಿಮೋನಿ ವೆಬ್‌ಸೈಟ್ ಜಾಲಾಡಿ ಕೆಲವರನ್ನ ಪಟ್ಟಿ ಮಾಡಿ ಅವರೊಂದಿಗೆ ಮಾತುಕತೆ ಕೂಡ ಶುರು ಮಾಡಿದ್ದರು. ಬ್ರಿಲಿಯೆಂಟ್, ಬ್ಯೂಟಿ, ಸಾಫ್ಟ್‌ವೇರ್ ಇಂಜಿನಿಯರ್ ಜೊತೆಯಲ್ಲಿ ವಿವಾಹದ ನಂತರ ಅವಳಿಗಾಗಿ *25* ಲಕ್ಷ ಕೊಡುವವರಿದ್ದರು. ಅದರಿಂದ ಸಂಬಂಧಗಳು ಸಿಗುವುದು ಕಷ್ಟವಲ್ಲ. ಈಗಾಗಲೇ ನಾಲ್ಕನ್ನು ಆಯ್ಕೆ ಮಾಡಿ ಇಟ್ಟಿದ್ದರು. ಅದಕ್ಕೆ ಗಂಡನ ಒಪ್ಪಿಗೆ ಕೂಡ ದೊರೆತಿತ್ತು. ನಿಹಾರಿಕ ಒಪ್ಪಬೇಕಷ್ಟೆ.

"ಅದೇ ಯೋಚ್ನೆಯಲ್ಲಿ ಇದ್ದೀವಿ. ನಮ್ಮ ಸೆಲೆಕ್ಷನ್ ಈ ನಾಲ್ಕು. ವೆಲ್ ಫ್ಯಾಮಿಲಿ ಬ್ಯಾಗ್ರೌಂಡ್ ಇರೋಂಥವರೇ. ನವೀನ್ ಚೈನ್ನೈ. ಇಲ್ಲಿನ ವಿದೇಶಿ ಸಾಫ್ಟ್‌ವೇರ್ ಕಂಪನಿಯಲ್ಲಿ ಕೆಲ್ಸ. ಒಳ್ಳೆ ಸ್ಯಾಲರಿ. ಒಮ್ಮೆ ಅಮೆರಿಕಾಗೆ ಹೋಗ್ಬಂದಿದ್ದಾನೆ. ತನ್ನ ಸೇವಿಂಗ್ಸ್‌ನಲ್ಲಿ ಒಂದು ಫ್ಲಾಟ್ ಕೂಡ ಖರೀದಿಸಿದ್ದಾನೆ. ಒಳ್ಳೆ ದೂರದೃಷ್ಟಿ ಇರ್‍ಸಿಕೊಂಡಿದ್ದಾನೆ. ಫೇಸ್ ಬುಕ್‌ನಲ್ಲಿ ನಿನ್ನ ಫೋಟೋಸ್ ನೋಡಿದ್ದಾನೆ. ನಿನ್ನ ಆಕ್ಟಿವೀಟೀಸ್ ಬಗ್ಗೆ ಒಂದು ಸಿ.ಡಿ. ಕೂಡ ಕೇಳಿದ್ದಾನೆ. ಅವ್ರ ಫ್ಯಾಮಿಲಿಯ ಸಿ.ಡಿ. ಕೂಡ ಬಂದು ತಲುಪಿದೆ. ಇನ್ನೊಬ್ಬ ಬೆಂಗಾಲಿ. ತೀರಾ ಸಪೂರ ಪರ್ಸನಾಲಿಟಿ, ಬಹುಶಃ ಕಣ್ಣು ಪ್ರಾಬ್ಲಮ್ ಇರೋದರಿಂದ ಗ್ಲಾಸ್ ಹಾಕ್ತಾನೆ' ಸೂಪರ್, ನಿಂಗಿಂತ ಹೆಚ್ಚಿನ ಬಿಳುಪು. ಕಲರ್ ಬಳಸಿದ ತಲೆದೂಗಲು ದಟ್ಟವಾಗಿ ಕಪ್ಪಗಿದೆ. ಇನ್ನೊಬ್ಬ ರೆಡ್ಡಿ ಜನಾಂಗದವ. ಒಳ್ಳೆ ಹೈಟ್ ಕಟ್ಟುಮಸ್ತಾಗಿದ್ದಾನೆ. ಅವರದೆ ಸ್ವಂತ ಲ್ಯಾಂಡ್ ಡೆವಲಪರ್ ಸಂಸ್ಥೆ ಇದೆ. ಹಣಕಾಸಿನಲ್ಲಿ ಭರ್ಜರಿಯಾಗಿದ್ದಾನೆ. ಕಡೆಯದಾಗಿ ತೀರಾ ಸುಸಂಸ್ಕೃತ ಮನೆತನದ ಯುವಕ ಕೃಷ್ಣಪ್ರಸಾದ್. ಅಮ್ಮ, ಅಪ್ಪನಿಗೆ ತೀರಾ ವಿಧೇಯಾಂತ ಕಾಣುತ್ತೆ. ನಾಲ್ಕರಲ್ಲಿ ಯಾರನಾದ್ರೂ.... ಆರಿಸ್ಕೋ... ಇವರೆಲ್ಲ ಹೆಣ್ಣಿನ ಅನ್ವೇಷಣೆಯಲ್ಲಿ ಇರೋಂಥವ್ರೆ. ಬಹುಶಃ ನೀನು ಕೆಲ್ಸಕ್ಕೆ ಹೋಗೋದಕ್ಕೆ ಯಾವ ಕುಟುಂಬಗಳ ನಿರಾಕರಣೆನೂ ಇಲ್ಲ" ಸಿ.ಡಿ. ಗಳನ್ನು ಆಲ್ಬಮ್‌ಗಳನ್ನು ಅವಳ ಮುಂದಿಟ್ಟು ಎದ್ದು ಹೋದರು. ಅವರಿಗಾಗಲೇ ಒಂದು ನಿರ್ಧಾರಕ್ಕೆ ಬಂದಿದ್ದರು. ಆದಷ್ಟು ಬೇಗ ಇವಳನ್ನು ಸೆಟಲ್ ಮಾಡಿ ದುಬೈಗೆ ಹೋಗಿ ಬಿಡೋದು. ಅದಕ್ಕೆ ಬೇಕಾದ ವ್ಯವಸ್ಥೆಯನ್ನು ಮಾಡಿ ಮುಗಿಸಿದ್ದರು.

ಒಂದೊಂದೇ ಸಿ.ಡಿ.ಯನ್ನು ಹಾಕಿಕೊಂಡು ನೋಡಿ ಪಕ್ಕಕ್ಕಿಟ್ಟಳು. ಬಹುಶಃ ಯಾರೂ ಅವಳ ಮನಸ್ಸನ್ನು ತಟ್ಟಲಿಲ್ಲ. 'ಪಾರ್ಟನರ್ ಆಗಿ ಸ್ವೀಕರಿಸಿದರೆ ಸಂತೋಷ್‌ನ ಮಾತ್ರ' ತನ್ನ ಕ್ಲೋಸ್ ಫ್ರೆಂಡ್‌ಗಳ ಮುಂದೆ ಈಗಾಗಲೆ ಘೋಷಣೆ ಮಾಡಿದ್ದಳು. ಸದ್ಯದ ಉದ್ದೇಶ ಅವಳದು.

ಬದಲಾಯಿಸಿ ಆರಾಮಾಗಿ ಮ್ಯಾಕ್ಸಿ ತೊಟ್ಟು ತನ್ನ ಮೊಬೈಲ್‌ನಲ್ಲಿರೋ ಫೋಟೋನ ಶಾಂಭವಿಯ ಮುಂದಿಡಿದು "ನೋಡು, ಎಷ್ಟೊಂದು ಹ್ಯಾಂಡ್‌ಸಮ್. ನಾನು ಇವ್ರನ್ನ ಮಾತ್ರ ಪಾರ್ಟನರ್ ಆಗಿ ಸ್ವೀಕರಿಸೋದು. "ಆಕೆ ಹಿಡಿದು ನೋಡಿದರು" ಹ್ಯಾಂಡ್‌ಸ್ಸಮ್, ಅಷ್ಟು ಮಾತ್ರ ಇದ್ದರೆ ಸಾಲ್ದು ಮಗಳೇ, ನಿನ್ನ ಮಂತ್ಲೀ ಖರ್ಚು ಎಷ್ಟು ಗೊತ್ತಾ? ನೀನೇನು ತೀರಾ ಬಡತನದ ಜೀವನ ನಡೀಸ್ತಿಲ್ಲ. ಇದನ್ನೆಲ್ಲ ಮನಸ್ಸಿನಲ್ಲಿ ಇಟ್ಕೋಬೇಕು. ಇದೇನು, ಲವ್ವಾ?" ಕೇಳಿದರು. ಆಕೆಯದು ಸಂಕೋಚದ ಸ್ವಭಾವವಲ್ಲ. ಎಲ್ಲಾ ನೇರ... ನೇರ... ಮಗಳು ವಿಷಯದಲ್ಲಿ ಮಾತ್ರವಲ್ಲ. ಗಂಡನ ವಿಚಾರದಲ್ಲಿ ಕೂಡ ಅಷ್ಟೆ.

"ಹೇಗೆ, ಹೇಳೋದು? ನನ್ನ ಫ್ರೆಂಡ್ ಬರ್ಥ್‌ಡೇನಲ್ಲಿ ಮೊದಲ ಸಲ ನೋಡಿದ್ದು. ಮೌನ ವಿವಾಹದ ಎಂಗೇಜ್‌ಮೆಂಟ್‌ನಲ್ಲಿ, ವಿವಾಹದ ಆಯೋಜನೆಯ ಸಲುವಾಗಿ ಹತ್ತಾರು ಸಲ ಸಾರಥಿ ಇವೆಂಟ್‌ಗೆ ಹೋಗಿದ್ದಿದೆ. ಸಾಕಷ್ಟು ಬಾಯ್ ಫ್ರೆಂಡ್ಸ್ ಇದ್ದರು. 'ಹಾಯ್.... ಹಾಯ್.... ಒಂದಿಷ್ಟು ತಿರ್‍ಗಾಟ ಕಾಫಿ, ಬಾರ್ ಮಾಲ್‌ನಲ್ಲಿನ ಓಡಾಟ ಅಷ್ಟೆ ಅದ್ರೂ.... ಪ್ರೇಮ ಅನ್ನೋಕ್ಕಾಗೋಲ್ಲ, ಈಗ ಸಂತೋಷ್ ಇಷ್ಟವಾಗಿದ್ದಾರೆ. ನಾನು ಅವ್ರನ್ನ ವಿವಾಹವಾಗೋಕೆ ರೆಡಿ. ಇದ್ನ ನೀನು ಏನು ಅಂತೀಯೋ ಗೊತ್ತಿಲ್ಲ" ಎಂದು ಸಂತೋಷ್‌ಗೆ ಗೊತ್ತಿಲ್ಲದೇ ಮೌನ ವಿವಾಹದಲ್ಲಿ ವಿಡಿಯೋ ಮಾಡಿದ ದೃಶ್ಯಗಳನ್ನ ತೋರಿಸಿದಳು. ಆಕೆ ಅದನ್ನು ವ್ಯವಹಾರಿಕವಾಗಿಯೆ ನೋಡಿದ್ದು.

"ಈಗ ಏನು ಮಾಡ್ಕೊಂಡಿದ್ದಾರೆ?" ಕೇಳಿದರು ಶಾಂಭವಿ.

"ಸಾರಥಿ ಇವೆಂಟ್ ಅವರದೇ" ಎಂದಳು ಸರಳವಾಗಿ, ಆಕೆಗೆ ಇನ್ನಷ್ಟು ಕುತೂಹಲ "ಅಂದರೆ, ಸ್ವಂತದ್ದಾ? ತಾನೇ ಪ್ರಾರಂಭಿಸಿದ್ದಾ? ಅಥವಾ...?" ಎಂದರು ಮತ್ತೆ ಮತ್ತೆ ಮಗಳು ವಿಡಿಯೋದಲ್ಲಿ ಸೆರೆಹಿಡಿದ ಸಂತೋಷ್‌ನ ನೋಡುತ್ತ "ಸ್ವಂತದ್ದು.... ಅಂದರೆ.... ಸ್ವಂತದ್ದು... ಅವ್ರ ತಂದೆ ಪಾರ್ಥಸಾರಥಿ ಇವೆಂಟ್‌ನ ಪ್ರಾರಂಭ ಮಾಡಿ ಹನ್ನೆರಡು ವರ್ಷ ಆಯಿತಂತೆ. ನಂತರ ಸೇರ್ಪಡೆಯಾಗಿದ್ದು ಆನಂದ್ ಅವ್ರ ಹಿರಿಯ ಮಗ. ಸಂತೋಷ್ ಸೇರ್ಪಡೆ ಮಾತ್ರ ಆಕಸ್ಮಿಕ. ಆನಂದ್‌ಗೆ ಹಾರ್ಟ್ ಅಟ್ಯಾಕ್ ಆದಾಗ್ಲೂ.... ಇದ್ದ ದೊಡ್ಡ ಕಂಪನಿಯಲ್ಲಿನ ಕೆಲ್ಸ ಬಿಟ್ಟು ಇಲ್ಲಿಗೆ ಸೇರ್ಪಡೆಯಾದರಂತೆ. ಈಗ ಅದು, ಅಪ್ಪ ಮಕ್ಕಳ ಕಂಪನಿ. ಹೆಚ್ಚಿನ ಹೊರ್‍ಗಿನ ಓಡಾಟವೆಲ್ಲ ಸಂತೋಷ್‌ದೇ. ಯಾವುದೇ ಸಮಾರಂಭವನ್ನಾದ್ರೂ ವರ್ಣರಂಜಿತವಾಗಿ ಮಾಡೋ ಕಲೆ ಸಂತೋಷ್‌ಗೆ ಗೊತ್ತು. ಐ ಲೈಕ್... ಸಂತೋಷ್, ನಂಗೆ ತುಂಬಾ... ತುಂಬಾ ಇಷ್ಟವಾಗಿದ್ದಾರೆ... ಪ್ಲೀಸ್ ಡ್ಯಾಡ್‌ಗೆ ಹೇಳಿ ನೀನು ಟ್ರೈ ಮಾಡು "ಮಮ್ಮಿಯನ್ನು ಮುದ್ದು ಮಾಡಿದಳು.

"ಓಕೆ... ಓಕೆ... ಫಸ್ಟ್ ನೀನು ಪ್ರಪೋಸ್ ಮಾಡು. ಈಗ ಬೇರೆ ಯಾವುದಾದರೊಂದು ಹುಡ್ಗೀ ಜೊತೆ ಅಫೇರ್ ಇರ್‍ಬಹ್ದು. ಇಲ್ಲ, ಪೇರೆಂಟ್ಸ್ ಬೇರೊಂದು ಹುಡ್ಗೀಯನ್ನು ನಿಶ್ಚಯ ಮಾಡಿರಬಹುದು. ಆಗ ಬೇಕಾಗಿಯೆ ಡಿಮ್ಯಾಂಡ್ಸ್ ಮಾಡ್ಬಹ್ದು. ನಾವಾಗಿ ಮೈಮೇಲೆ ಎಳೆದ್ಕೊಂಡರೆ ರಿಸ್ಕ್‌ಗಳಾಗುತ್ತೆ. ಈಗ ಹುಡುಕಿಟ್ಟಿರೋ ನಾಲ್ಕು ಸಂಬಂಧಗಳು ಹೆಚ್ಚು ಕಡ್ಮೇ ಓಕೇನೇ! ನೀನು ಫೈನಲ್ ಮಾಡ್ಬೇಕು. ಅದೇ ಸಂತೋಷ್‌ಗೆ ಮೊದ್ಲು ನೀನು ಪ್ರಪೋಸ್ ಮಾಡು.

ಅವ್ನು ಹ್ಞೂಅಂದರೆ ಲವ್ ಮ್ಯಾರೇಜ್ ಪಟ್ಟಿ ಕಟ್ಟಬಹುದು. ಅವ್ನು ನಿನ್ನ ಕಣ್ಣೋಟಕ್ಕೆ ಕುಣಿಯೋಕೆ ಶುರು ಮಾಡಿದ್ರೆ, ನಮ್ಮ ಕೈ ಮೇಲಾಗುತ್ತೆ "ಬಹಳ ಲೆಕ್ಕಾಚಾರವಾಗಿ ಮಾತಾಡಿದರು. ಅದರ ಮೇಲಿನ ಲಾಭ-ನಷ್ಟಗಳ ಪರಿಕಲ್ಪನೆಯನ್ನು ಅವಳಿಗೆ ಒದಗಿಸಿಕೊಟ್ಟಳು. ಸಂಬಂಧ, ಬಾಂಧವ್ಯ ಬಿಟ್ಟು ಲಾಭ-ನಷ್ಟ ಗಮನದಲ್ಲಿಟ್ಟುಕೊಂಡು ಯೋಚಿಸಬಲ್ಲಂಥ ಲೇಡಿ. ತಾನು ಬುದ್ಧಿವಂತೆ ಅನ್ನೋ ಸರ್ಟಿಫಿಕೇಟ್ ಕೊಟ್ಟುಕೊಂಡಿದ್ದರು.

"ನಾನು ಸಾಕಷ್ಟು ಟ್ರೈ ಮಾಡ್ದೆ. ಸಂತೋಷ್ ಆ ಪೈಕಿಯಲ್ಲ. ಸಾಕಷ್ಟು ಮೆಸೆಜ್‌ಗಳ್ನ ಕಳಿಸ್ದೆ. ಒಂದಕ್ಕೂ ರೆಸ್ಪಾನ್ಸ್ ಇಲ್ಲ. ಬಹುಶಃ ಅವನ್ನೆಲ್ಲ ನೋಡಿದ ಕೂಡಲೇ ಡಿಲೀಟ್ ಮಾಡಿರಬೇಕು. ನಂಗೆ ದಂಗಾಗಿದೆ. ನೀನೇ ಏನಾದ್ರೂ ಉಪಾಯ ಹೇಳು" ಗೋಗೆರೆದಳು.

"ಅಯ್ಯೋ ಪೆದ್ದೇ" ಎಂದು ಕಿವಿಯಲ್ಲಿ ಉಸುರಿ "ಈ ವಯಸ್ಸಿನಲ್ಲೂ ನಿನ್ನ ಡ್ಯಾಡಿನ ಹೇಗೆ ಹದ್ದುಬಸ್ತಿನಲ್ಲಿ ಇಟ್ಕೊಂಡಿದ್ದೀನಿ, ಗೊತ್ತಾ?" ಕಣ್ಣೊಡೆದರು ಆಕೆ. ಅವಳು ಮಾತಾಡಲಿಲ್ಲ. ಇದು ಶಾಂಭವಿಯ ಭ್ರಮೆ ಅಷ್ಟೆ. ಈಶ್ವರ್‌ಗೆ ಸಾಕಷ್ಟು ಗೆಳತಿಯರು ಇದ್ದರು! ಇನ್ನೊಬ್ಬ ಪಾರ್ಟನರ್ ಹೆಂಡತಿಯ ಜೊತೆ ಆತನಿಗೆ ಸಂಬಂಧವಿದೆಯೆಂದು ಗೊತ್ತು! ಹೆಂಡತಿಗಿಂತ ಚತುರರು. ಆರಾಮಾಗಿ ತಿಂದು, ತೇಗಿ ಮೂತಿಯೊರೆಸಿಕೊಂಡು ಸಭ್ಯನಾಗಿ ಹೊರಬರುವ ಬುದ್ಧಿವಂತ! ಎಲ್ಲರ ಎದುರು ದೈವಬೀರು, ಏಕ ಪತ್ನಿವ್ರತಸ್ಥ, ಹೆಂಡತಿ ಎಳೆದ ಗೆರೆಯನ್ನು ದಾಟಲಾರದಷ್ಟು ವಿಧೇಯ! ಅದೆಲ್ಲ ಶಾಂಭವಿಗೆ ತಿಳಿಯದಲ್ಲ.

"ನೋಡ್ತೀನಿ" ಎದ್ದು ಹೋದಳು. ಎಲ್ಲಾ ಗೊತ್ತಿದ್ದರೂ ಅವಳಿಗೆ ಇಂಟರೆಸ್ಟ್ ಇಲ್ಲ. ತನಗೆ ಅದರಿಂದ ಯಾವುದೇ ತೊಂದರೆ ಇಲ್ಲವೆಂದು ಯೋಚಿಸಿ ತನ್ನ ವಿದ್ಯಾಭ್ಯಾಸದಲ್ಲಿ ತೊಡಗಿಸಿಕೊಂಡು ಜಾಲಿಯಾಗಿ ಇದ್ದವಳು! ಈಗಲೂ ಅಷ್ಟೇ. ಅವಳ ಮುಂದಿನ ಬದುಕನ್ನು ಅತ್ಯಂತ ಸುಂದರವಾಗಿ, ಸುಭದ್ರವಾಗಿಸಿಕೊಳ್ಳುವುದು ಮಾತ್ರ ಅವಳ ಧ್ಯೇಯ. ಅಷ್ಟೊಂದು ಫರ್‌ಫೆಕ್ಟ್. ತನ್ನ ಮುಂದಿನ ಭವಿಷ್ಯದ ಬಗ್ಗೆ ಬೇರೆಯವರ ಬಗ್ಗೆ ಭಾವುಕಳಲ್ಲ.

ಎರಡು ದಿನದ ನಂತರ ಅವಳು, ಮೌನ ಇಬ್ಬರು ಹೋದರು. ಪಾರ್ಥಸಾರಥಿಯ ಛೇಂಬರ್‌ನಲ್ಲಿ ಯಾವುದೋ ಮೀಟಿಂಗ್‌ನಲ್ಲಿದ್ದ ಸಂತೋಷ್ ಹೊರಬರಲು ಒಂದು ಗಂಟೆಯೇ ಆಯಿತು. ಅನಿವಾಸಿ ಭಾರತೀಯರು ಮಗಳ ವಿವಾಹವನ್ನು ಇಲ್ಲಿಯೇ ಮಾಡಿ ಮುಗಿಸುವ ಸಲುವಾಗಿ ಬಂದಿದ್ದರು. ಸಂಪ್ರದಾಯಿಕ ಮನಸ್ಸುಗಳಿರೋ ಜನ. ಅಮೆರಿಕಾದಲ್ಲಿದ್ದರೂ ಭಾರತೀಯ ಮನಸ್ಸು.

"ವಿವಾಹ ಇಲ್ಲೇ ಆಗ್ಬೇಕು. ಪ್ರತಿಯೊಂದರ ವ್ಯವಸ್ಥೆಯು ನಿಮ್ದೇ" ನೂರು ಕನಸುಗಳನ್ನು ಹೊತ್ತು ಬಂದಿರುವ ಜನ. ಅದರ ಪೂರ್ಣ ವ್ಯವಸ್ಥೆಯನ್ನು 'ಇವೆಂಟ್ ಮ್ಯಾನೇಜ್‌ಮೆಂಟ್‌ಗೆ ವಹಿಸಲು ಬಂದಿದ್ದವರು. ಅದಕ್ಕೆ ಸಂತೋಷ್ ಒಪ್ಪಿಗೆ ಸೂಚಿಸಿದನಂತರವೆ ಪಾರ್ಥಸಾರಥಿ ಒಪ್ಪಿಕೊಂಡಿದ್ದು, ಸಮಯ ಬರೀ ಹದಿನೈದು ದಿನಗಳು. ಕೆಲವೊಮ್ಮೆ ಅನ್‌ಲೈನ್ ಚಾಟಿಂಗ್ ಮೂಲಕವೇ ವ್ಯವಸ್ಥೆ ಮಾಡಿದ್ದುಂಟು.

"ಹಲೋ...." ಎಂದ ಹೊರ ಬಂದವ ನಂತರ "ರೇಖಾ ಛೇಂಬರ್‌ಗೆ ಹೋಗಿ ಪೂರ್ತಿ ಡಿಟೈಲ್ಸ್ ಪಡೆದುಕೊಂಡು ಮೊದ್ಲು ಅನ್‌ಲೈನ್‌ನಲ್ಲಿ ಅವರವರಿಗೆ ವಹಿಸಿ ಬಿಡು" ಎಂದು

ಅವಳನ್ನು ಕಳುಹಿಸಿ ನಂತರ ತನ್ನ ಛೇಂಬರ್ ಹೋಗಿ ಕೂತ. ಬಂದ ಮೌನ, ನಿಹಾರಿಕನ ಕೂಡಲು ಹೇಳಿ "ಈಗ್ಹೇಳಿ, ನನ್ನ ಪ್ರಕಾರ ನಿಮ್ಮ ಕೆಲ್ಸ ಮುಗಿದಿದೆ. ಇನ್ನ ಮಿಕ್ಕಿದ್ದು ನಿಮ್ದು, ಈಗಾಗಲೇ ಇಪ್ಪತ್ತೊಂಬತ್ತು ಮದ್ವೆಗಳನ್ನು ಮಾಡಿದ್ದೀವಿ. ನಿಮ್ದೇ ಸ್ವಲ್ಪ ತಲೆನೋವಾಗಿದ್ದು. ವಿವಾಹದ ನಂತರ ಒಂದು ಶಭಾಷ್‌ಗಿರಿ ಸಿಕ್ಕರೆ, ಸಾಕು, ನಮ್ಮ ಮ್ಯಾರೇಜ್ ಪ್ಲಾನರ್ ಅಮೃತ ತುಂಬ ಕಲ್ಲರ್‌ಫುಲ್ಲಾಗಿ ಆಯೋಜಿಸಿದ್ದಾರೆ. ಮತ್ತೇನಾದ್ರೂ...." ಕೇಳಿದ. "ವಿವಾಹದ್ದು ಇರಲೀ, ರಿಸೆಪ್ಷನ್ ತೀರಾ ವಂಡರ್‌ಫುಲ್ಲಾಗಿ ಇರ್ಬೇಕು. ಮಮ್ಮಿ ವಿವಾಹದ ವೈಭವದ ಬಗ್ಗೆ ಎಲ್ಲರಿಗೂ ಹೇಳಿ..... ಹೇಳಿ, ಒಂದು ರೀತಿಯಲ್ಲಿ ಭಯವುಂಟು ಮಾಡಿ ಬಿಟ್ಟಿದ್ದಾರೆ. ನಾನು ಧೈರ್ಯಸ್ಥೆ ಅಂದ್ಕೊಂಡು ಅಪ್ಪನ ಪ್ರೀತಿಯ ಮಗಳಾದುದ್ದರಿಂದ ಯಾರದ್ದೂ ಕೇರ್ ಮಾಡ್ತಾ ಇರ್ಲಿಲ್ಲ. ನನ್ನ ಮಮ್ಮಿ ಇಂಥದೊಂದು ಭೂತನ ಗೊತ್ತಿರ್ರೋರ ಮೈಂಡ್‌ನಲ್ಲೆಲ್ಲ ಬಿತ್ತು ಬಿಟ್ಟಿದ್ದಾರೆ" ಎಂದಳು ವ್ಯಾಕುಲದಿಂದ ಮೌನ. ಅವನಿಗೆ ನಗು ಬಂತು ಆದರೆ ನಗಲಿಲ್ಲ. ವಿದ್ಯಾರ್ಥಿ ಜೀವನ ಮುಗಿದ ಮೇಲೆ ಕೆಲವಕ್ಕೆ ಗುಡ್ ಬೈ ಹೇಳಿದ್ದ. 'ಇವೆಂಟ್ ಮ್ಯಾನೇಜ್‌ಮೆಂಟ್' ವ್ಯವಹಾರದ ಫೀಲ್ಡ್ ನುಗ್ಗಿದ ಮೇಲೆ ಇನ್ನಷ್ಟು ಗಾಂಭೀರ್ಯ ತಂದುಕೊಂಡಿದ್ದ.

"ಹಾಗೇನಾಗೋಲ್ಲ. ತೀರಾ ವಂಡರ್‌ಫುಲ್ಲಾಗಿರುತ್ತೆ. ಮೆಮಬಲ್ ಕೂಡ. ಆ ಬಗ್ಗೆ ನೀವು ಡಲ್ಲಾಗಿ ಯಾಕೆ ಫ್ರೆಶನೆಸ್ ಕಳ್ಕೋತೀರಾ"? ಒಂದೆರಡು ಸಾಂತ್ವನದ ಮಾತಾಡಿ "ಏನಾಯ್ತು ರ್‍ರೀ ನಿಹಾರಿಕ, ನಿಮ್ಮ ಪೇರೆಂಟ್ಸ್ ಮ್ಯಾರೇಜ್ ಅನಿವರ್ಸರಿ?" ಕೇಳಿದ ಸಹಜವಾಗಿ.

"ಅದಿನ್ನ ಪೂರ್ತಿಯಾಗಿ ಡಿಸೈಡ್ ಆಗಿಲ್ಲ! ಅಂದ್ದಾಗೆ "ನಾನು ನಿಮ್ಹತ್ರ ಪರ್ಸನಲ್ಲಾಗಿ ಮಾತಾಡ್ಬೇಕು" ಅಂದಳು ಧೈರ್ಯವಾಗಿ. ಅವನು ಅತ್ತಿತ್ತ ನೋಟ ಹರಿಸಿದ" ಪರ್ಸನಲ್ ಅಂದರೇನು? ನಂಗೇನು ಅರ್ಥವಾಗ್ಲಿಲ್ಲ. ಮೊದ್ಲು ನಿಮ್ಮ ಪೇರೆಂಟ್ಸ್‌ನ ಒಪ್ಸಿ. ಅದ್ಬಿಟ್ಟು ಪರ್ಸನಲ್ಲಾಗಿ ನನ್ಹತ್ರ ಮಾತಾಡೋದೇನಿಲ್ಲ. ಥ್ಯಾಂಕ್ಯೂ ಮೌನ..... ರಿಸೆಪ್ಷನಿಸ್ ಡೆಕೋರೇಷನ್ ಬಗ್ಗೆ ನಿಮ್ಗೆ ಚಿಂತೆ ಬೇಡ. ತೀರಾ ವರ್ಣರಂಜಿತವಾಗಿರುತ್ತೆ. ನಂಗೆ ಸ್ವಲ್ಪ ಕೆಲ್ಸ ಇದೆ "ಮೇಲೆದ್ದು ನಡೆದು ಬಿಟ್ಟ....

ಕಾಲೇಜಿನಲ್ಲಿದ್ದಾಗ ವಿದ್ಯಾರ್ಥಿ ಹಿಂದೆ ಹುಡುಗಿಯರು, ಹುಡುಗಿಯರ ಹಿಂದೆ ಬೀಳೋ ಹುಡುಗರು. ಕದ್ದು ಮುಚ್ಚಿ ಆಡುವ ನೂರಾರು ರೋಮ್ಯಾಂಟಿಕ್ ಪ್ರಸಂಗಗಳನ್ನು ನೋಡಿದ್ದ ಅಪರೂಪದ ಜೋಡಿಗಳು ಮಾತ್ರ ತಾವು ದೇವದಾಸು-ಪಾರ್ವತಿ ಅನ್ನೋ ರೀತಿಯಲ್ಲಿ ಹಿರಿಯರನ್ನು ವಿರೋಧಿಸಿ ವಿವಾಹಕ್ಕೆ ಮುನ್ನ ವಿರೋಧವನ್ನು ಲೆಕ್ಕಿಸಿ ವಿವಾಹ ಮಾಡಿಕೊಳ್ಳುವುದೋ, ಇಲ್ಲ ಆತ್ಮ ಹತ್ಯೆಯೋ ನಡೆಯುತ್ತಿರುತ್ತದೆ. ಅದು ನಿತ್ಯದ ಸುದ್ದಿ, ಇವಳದು ಅದೇ ಕೇಸ್ಸಾ? ಆ ಹಂತ ಮೀರಿ ಹೋಗಿದ್ದಾಳೆ, ಮತ್ತೇನು?

ಮಧ್ಯಾಹ್ನ ಇವನು ಆಫೀಸ್‌ಗೆ ಬಂದಾಗ ರೇಖಾಭಟ್ ಎದ್ದು ನಿಂತು "ಈಗ ಇಬ್ರೂ ಸರ್‌ಗಳು ಹೊರ್ಗೇ... ಹೋದ್ರು.. ಒಂದೈದು ನಿಮಿಷ ಅಪಾಯಿಂಟ್‌ಮೆಂಟ್ ಕೊಡಿ. ಪರ್ಸನಲ್ ವಿಷ್ಯ. ಬೇಗ ಮಾತಾಡಿ ಮುಗ್ಸಿ ಬಿಡ್ತೀನಿ" ಗೋಗೆರೆಯುವಂತೆ ಹೇಳಿದಾಗ ಅವನು ಆರಾಮಾಗಿ ನಕ್ಕು "ಲಂಚ್....ಆಯ್ತಾ? ನಾನಂತು ಮನೆಗೆ ಹೋಗೋನೇ. ಅತ್ತಿಗೆ ನಂಗೆ ಇಷ್ಟವಾದ ಡಿಷಸ್ ಮಾಡ್ತೀನಿ ಅಂದಿದ್ದಾರೆ. ಅವ್ರು ಮಾಡೋ ತಂಬುಳಿಗಳು, ಚಟ್ನಿಗಳು ಸೂಪರ್.

ನಿಮ್ಮ ಪರ್ಸನಲ್ ಬೇಗ ಮುಗೀಬೇಕು. ಪರ್ಸನಲ್ ಅಂದವರಲ್ಲಿ ನೀವು ಎರಡನೆಯವರು" ಎಂದೇ ಛೇಂಬರ್‌ಗೆ ಹೋಗಿದ್ದು.

ಅವನನ್ನು ಹಿಂಬಾಲಿಸಿದ ರೇಖಾಭಟ್ ಛೇರ್‌ನ ಹಿಂಭಾಗದ ಹಿಡಿಯನ್ನ ಹಿಡಿದು ನಿಂತಾಗ "ಕುತ್ಕೊಳ್ಳಿ, ರೇಖಾ" ಗದರಿದಂತೆ ನುಡಿದ. ಭಯವನ್ನು ನಟಿಸುತ್ತ ಕೂತವಳು" ನಂಗೆ ನಿಮ್ಮನ್ನ ಕಂಡರೆ ಸ್ವಲ್ಪ ಭಯನೇ... ಕೆಲವೊಮ್ಮೆ ನಾವುಗಳು ಜೊತೆಯಲ್ಲಿ ಸ್ನೇಹದಿಂದ ಬೆಳೆದವರು ಅನ್ನೋದೇ ಮರ್ತು ಹೋಗುತ್ತೆ" ಎಂದಾಗ ಲ್ಯಾಪ್‌ಟಾಪ್ ಓಪನ್ ಮಾಡುತ್ತಾ "ಗುಡ್, ಅದು ತುಂಬಾ ಒಳ್ಳೆಯದು, ಸ್ನೇಹ, ಸಲಿಗೆ ಇಲ್ಲಿ ವರ್ಕ್‌ಔಟ್ ಆಗೋಲ್ಲ. ಇವೆಂಟ್ ದೃಷ್ಟಿಯಲ್ಲಿ ಒಳ್ಳೆಯದು ಅಲ್ಲ" ಎಂದ ಸಿರಿಯಸ್ಸಾಗಿ ಜೊತೆಗೆ, "ಕೂತ್ಕೋ, ಪ್ಲೀಸ್ ಸಿಟ್‌ಡೌನ್. ಇಷ್ಟೊಂದು ನಮ್ರತೆಯೇನು ಬೇಕಿಲ್ಲ" ಗುಡುಗಿದ.

"ಪ್ಲೀಸ್ ಸರ್, ನಾನು ಇನ್ನೊಂದು ಸಲ ಮಾತಾಡ್ತೀನಿ" ಎಂದವಳಿ "ಪ್ಲೀಸ್, ಕುತ್ಕೋ! ತಲೆಹರಟೆ... ಈ ಡ್ರಾಮಗಳೆಲ್ಲ ಬೇಡ ಅದೇನದು ಪರ್ಸನಲ್? ಫೇಸ್‌ಬುಕ್‌ನಲ್ಲಿ ಯಾರನಾದ್ರೂ ಲವ್ ಮಾಡಿದ್ದೀಯ?" ಕೇಳಿದ. ಅವಳ ಮನೆಯ ಪೂರ್ಣ ಪರಿಸ್ಥಿತಿಯ ಅರಿವಿತ್ತು. ಕ್ವಿಕ್, ಬೇಗ ಹೇಳಿ ಮುಗ್ಸು. ಎಷ್ಟು ದಿನದಿಂದ ಇದು ಸಾಗ್ತ ಇದೆ? ಒಂದು ಹಂತಕ್ಕೆ ಬಂದು ನಿಂತಿದ್ಯಾ?" ಎರಡು ಪ್ರಶ್ನೆ ಕೇಳಿದ. ತಲೆ ಕೆರೆದುಕೊಂಡು "ಅದಲ್ಲ ಸರ್, ನಿಮ್ಮನ್ನ...." ಅಂದ ಕೂಡಲೇ ಅವನಿಗೆ ಒಂದು ತರಹ ಆಯಿತು. "ನನ್ನಲವ್ ಮಾಡ್ತಾ ಇದ್ದೀಯ?" ಕೇಳೇಬಿಟ್ಟ.

"ಅಯ್ಯೋ, ಅದಲ್ಲ... ಸರ್! ನಂಗೆ ಅಷ್ಟೊಂದು ಅದೃಷ್ಟ ಇದ್ಯಾ? ಕನಸಿನಲ್ಲಿ ಕೂಡ ಲವ್ ಮಾಡೋ ಯೋಗ್ಯತೆ ಇಲ್ಲ. ಅದೇ, ಮೌನ ಮೇಡಮ್ ಫ್ರೆಂಡ್ ನಿಹಾರಿಕ ನಿಮ್ಮನ್ನ ಲವ್ ಮಾಡ್ತಾ ಇದ್ದಾರಂತೆ ಕೆಲವು ಡಿಟೈಲ್ಸ್ ಕೇಳಿದ್ರು? ನೀವು ಯಾರನಾದ್ರೂ ಲವ್ ಮಾಡ್ತಾ ಇದ್ದೀರಾಂತ.... "ಅವಳು ಮಾತು ಮುಗಿಸೋ ಮೊದಲೆ ರೇಗಿದ. "ಡಿಟೈಲ್ಸ್..... ಕೊಟ್ಯಾ? ಇದು ಇವೆಂಟ್ ಮ್ಯಾನೇಜ್‌ಮೆಂಟ್ ಸಾಕಷ್ಟು ಒಳ್ಳೆಯ ಉದ್ದೇಶಗಳನ್ನು 'ಸಾರಥಿ ಇವೆಂಟ್' ಇಟ್ಟುಕೊಂಡಿದೆ. ಇಲ್ಲಿಗೆ ಕ್ಲೈಂಟ್ಸ್ ಬರ್ಬೇಕೆ ವಿನಹ.... ಲವರ್ಸ್‌ಗೆ ಹಾದಿ ತೋರ್‍ಸ ತಾಣವಲ್ಲ ನೀನೇನು.... ಹೇಳ್ದೇ?" ಕೇಳಿದ.

"ನಂಗೂ ತುಂಬ ಕೋಪ ಬಂತು... ಬೇಸರವೂ ಆಯ್ತು... ನಿಮ್ಮ ಬಗ್ಗೆ ಪ್ರೇಮ, ಪ್ರೀತಿಯೆಂದು ಬರೋರ ಕಂಡರೆ ತುಂಬಾನೆ ಬೇಸರ. ನಾನು ಒಂದು ತರಹ ಹೇಳ್ದೆ.. ಬೇಕಾದರೆ ನಿಮ್ಮನ್ನೇ ಕಾಂಟ್ಯಾಕ್ಟ್ ಮಾಡೂಂತ ಕೂಡ ಅಂದೇ... ಸಾರಿ ಸರ್..... "ಮೇಲೆದ್ದಾಗ ಒಂದು ತರಹ ನೋಡಿ ನಕ್ಕ" ಚಿಕ್ಕವಳಿದ್ದಾಗ್ಲೂ ತೀರಾ ಇನೋಸೆಂಟ್. ಆಂಟಿ ನಿಂಗೆ ವಿದ್ಯೆ ಹತ್ತೋಲ್ಲಾಂತ ಎಲ್ಲಾ ದೇವರ ಮೇಲೇನು ಆಣೆ ಇಟ್ಟಿದ್ರು".

ಮೇಲೆದ್ದ ರೇಖಾಭಟ್ "ಈಗ ತಾನೇ ಎಲ್ಲಿ ವಿದ್ಯೆ ಹತ್ತಿದೆ? ನಾನು ಪಿ.ಯು.ಸಿ. ಮುಗಿಸೋಕೆ ದಬ್ಬಿದವರು ಎಷ್ಟು ಮಂದಿ? ಅದರಲ್ಲಿ ನಿಮ್ಮ ಕುಟುಂಬದ್ದೇ ದೊಡ್ಡ ಪಾಲು, ನನ್ನ ಎಜುಕೇಷನ್‌ಗೆ, ನಾಲೆಜ್ಡ್‌ಗೆ ಯಾರು ಕೆಲ್ಸ ಕೊಡ್ತಾ ಇದ್ರು? ಅಂಕಲ್ ಇನ್ನೊಂದು ಮಾತಾಡದೆ ನಂಗೊಂದು ಕೆಲ್ಸ ಕೊಟ್ರು. ನಮ್ಮ ಮನೆಗೆ ಒಂದಿಷ್ಟು ಆರ್ಥಿಕ ಭದ್ರತೆ ಒದಗಿಸಿದ್ರು. ಆನಂದಣ್ಣ ಕೂಡ ಹಂತ ಹಂತವಾಗಿ ನನ್ನ ನಾಲೆಜ್ ಸುಧಾರಿಸಲು ಅವಕಾಶ ಮಾಡಿ ಕೊಟ್ರು. ಇನ್ನ ನಿಮ್ಮ

ಮೇಲಿನ ಭಯಕಾದ್ರೂ ಸಾಕಷ್ಟು ಸುಧಾರಿಸ್ದೆ. ಥ್ಯಾಂಕ್ಯೂ... ಥ್ಯಾಂಕ್ಯೂ.... ವೆರಿಮಚ್...." ಎಂದು ವಾಚ್ ಕಡೆ ನೋಡಿಕೊಂಡು ಭಯ ನಟಿಸುತ್ತ ಹೊರಗೆ ಹೋದಳು.

ನಿಹಾರಿಕ ಮೆಸೇಜ್‌ಗಳಲ್ಲಿ ತನ್ನ ಪರ್ಸನಾಲಿಟಿಯ ಬಗ್ಗೆ ಮೆಚ್ಚಿಗೆ ಜೊತೆ ಏನೇನೋ ಬರೆದುಕೊಂಡಿದ್ದಕ್ಕೆ ನಿಜವಾದ ಕಾರಣ ಗೊತ್ತಾಯಿತು. ನೋಡಿದಾಗಿನಿಂದ ಇಂದಿನವರೆಗೂ ಅವನಿಗೇನು ಅನ್ನಿಸಿರಲಿಲ್ಲ. ಇಂಥ ಯುವತಿಯರನ್ನು ಭೇಟಿ ಮಾಡುವುದು ವಿಚಾರ ವಿನಿಮಯ ಸಹಜ, ಸ್ವಾಭಾವಿಕವಾಗಿರುತ್ತಿತ್ತು. ಅವನ ಯೋಚನೆಗಳ ಮಧ್ಯೆಯೇ ಫೋನ್ ಬಂತು.

"ನಾನು.... ನಿಹಾರಿಕ" ಎಂದಳು.

"ಏನ್ಹೇಳಿ, ಕ್ವಿಕ್... ನಂಗೆ ಸಮಯವಿಲ್ಲ... ಇವತ್ತೊಂದು ಸಾಫ್ಟ್‌ವೇರ್ ಕಂಪನಿಯ ವರ್ಷದ ದಿನಾಚರಣೆ ಇದೆ. ಅದ್ರಲ್ಲಿ ನಾನು ಬಿಜಿ" ಎಂದ ಸ್ವಾಭಾವಿಕವಾಗಿಯೇ. "ಪ್ಲೀಸ್, ಸಂತೋಷ್....ನಾನು ನಿಮ್ಹತ್ರ ಮಾತಾಡಲೇಬೇಕು. ಎಲ್ಲಿ ಆತ್ಮ ಹತ್ಯೆ ಮಾಡ್ಕೊಂಡ್ ಬಿಡ್ತೀನೋ ಅನ್ನೋ ಭಯವಾಗಿದೆ. ಪ್ಲೀಸ್, ನಾನು ನಿಮ್ಹತ್ರ ಮಾತಾಡ್ಲೇಬೇಕು" ಬಡಬಡಿಸಿದಳು. ಇದು ಸಮಸ್ಯೆಯಾಗಬಾರದೆನಿಸಿ "ಆಫೀಸ್‌ನಲ್ಲೆ ಇದ್ದೀನಿ. ಆದಷ್ಟು ಬೇಗ್ಬನ್ನಿ" ಎಂದವ ರೇಖಾಭಟ್‌ನ ಕರೆಸಿಕೊಂಡು "ನಿಹಾರಿಕ ಹುಚ್ಚಾಟ ಹೆಚ್ಚಾಗಿದೆ. ಅವ್ಳಿಗೆ ಬರೋದಿಕ್ಕೆ ಹೇಳಿದ್ದೀನಿ. ಯಾರನ್ನ ನನ್ನ ಛೇಂಬರ್‌ಗೆ ಬಿಡ್ಬೇಡ. ಒಂದರ್ಧ ಗಂಟೆ ಎಲ್ಲಾನು ಮ್ಯಾನೇಜ್ ಮಾಡು" ಎಂದು ಉಸುರಿದಾಗ ಫಕ್ಕನೆ ನಕ್ಕವಳು ಬಾಯಿ ಮುಚ್ಚಿಕೊಂಡು" ಎಕ್ಸ್‌ಕ್ಯೂಜ್ ಮೀ... ಸರ್" ಎಂದು ಹೊರಗೆ ಹೋದಳು.

ಹತ್ತೇ ನಿಮಿಷದಲ್ಲಿ ನಿಹಾರಿಕ ಬಂದಾಗ ಅವನಿಗೆ ಗಾಬರಿ "ಏನು ಗಾಳಿಯಲ್ಲಿ ಹಾರಿಕೊಂಡ್... ಬಂದ್ರಾ? ಮೆಂಟಲ್ ಕೇಸ್ ತರಹ ಕಾಣ್ತೀರಾ!" ಗೊಣಗಿಯೆ ಕೂಡುವಂತೆ ಹೇಳಿದ.

ಕೂತ ನಿಹಾರಿಕ ಕೆನ್ನೆಯ ಮೇಲೆ ಹರಿದಾಡುತ್ತಿದ್ದ ಕೂದಲನ್ನು ಸರಿ ಮಾಡಿಕೊಂಡು "ನಿಮ್ಜೊತೆ ನಾನು ಮಾತಾಡದಿದ್ರೆ ಆತ್ಮ ಹತ್ಯೆ ಮಾಡ್ಕೋತಾ ಇದ್ದೆ" ಬಡಬಡಿಸಿದಾಗ ಸಿರಿಯಸ್ಸಾಗಿ ನೋಡಿದ. ನೋಡಲು ಚೆಂದ ಇದ್ದಳು. ಅದಕ್ಕೆ ಮೇಕಪ್ ಮೆರಗು, ಆಧುನಿಕತೆ ಬೆರಗು ಸೇರಿಕೊಂಡು 'ಬ್ಯೂಟಿ' ಎನಿಸಿದಳು.

"ನೀವೊಬ್ಬ ಸಾಫ್ಟ್‌ವೇರ್ ಇಂಜಿನಿಯರ್, ವೆಕೆನ್ಸಿಯ ದಾರಿಯಲ್ಲಿರುವ ಕ್ಯಾಂಡಿಡೇಟ್. ಪಿ.ಯು.ಸಿ.ಯ ಹುಡ್ಗೀಯಲ್ಲ, ಪ್ರೀತಿ, ಪ್ರೇಮಾಂತ ಆತ್ಮ ಹತ್ಯೆ ಮಾಡಿಕೊಳ್ಳೋಕೆ. ಇನ್ನ ಹತ್ತು ನಿಮಿಷದಲ್ಲಿ ನಿಮ್ಮ ಮಾತುಕತೆ ಮುಗೀಬೇಕು. ಆಮೇಲೆ ನೀವು ಆತ್ಮ ಹತ್ಯೆ ಮಾಡಿಕೊಂಡರೂ.... ಐಡೋಂಟ್ ಕೇರ್" ಎಂದ ಸ್ವಲ್ಪ ಕಟುವಾಗಿಯೆ.

ಅವಳು ಬಹಳ ನಿಧಾನವಾಗಿ ತನ್ನ ಪ್ರೇಮ, ಪ್ರೀತಿಯನ್ನು ತೋಡಿಕೊಂಡಳು. "ನಾನು ವಿವಾಹವಾದರೆ ನಿಮ್ಮ ಜೊತೆನೇ, ಅದಕ್ಕಾಗಿ ಯಾವ ರಿಸ್ಕ್ ಆದರೂ ತಗೋಳ್ಳೋಕೆ.... ಸಿದ್ಧ" ಕಣ್ಣೀರಿನೊಂದಿಗೆ ಇಡೀ ಛೇಂಬರ್‌ನ ತೋಯಿಸಿದರೂ, ಅವನೇನು ಎದೆ ಗವಚಿಕೊಂಡು ಸಮಾಧಾನ ಮಾಡಲಿಲ್ಲ.

"ನೋ, ನಮ್ದು ಲವ್ ಆಗಿ ವಿವಾಹವಾಗೋದು ಈ ಶತಮಾನಕ್ಕೆ ಆಗೋಲ್ಲ. ನಿಮ್ಮ ಪೇರೇಂಟ್ಸ್ ಬಂದು ನನ್ನ ತಂದೆ-ತಾಯಿ ಹತ್ರ ಮಾತಾಡೋಕೆ ಹೇಳಿ. ಆಮೇಲೆ ನಾವು ಕೂತು ಮಾತಾಡೋಣ. ನಂತರವೆ ತೀರ್ಮಾನ" ಎಂದು ಮನೆ ವಿಳಾಸದ ಒಂದು ಕಾರ್ಡ್ ಕೊಟ್ಟು "ಇವೆಲ್ಲ ಮುಗ್ಯೋವರ್ಗೂ ಫೋನ್, ಮೆಸೇಜ್ ಎಲ್ಲಾ ಬಂದ್. ನಿಮ್ಮ ನಂಬರ್‌ನ ಬ್ಲಾಕ್ ಲಿಸ್ಟ್‌ಗೆ ಹಾಕ್ತೀನಿ. ನಿಮ್ಮ ವಯಸ್ಸು ಹದಿನಾರು.... ಹದಿನೇಳು ಅಲ್ಲ, ಇಪ್ಪತ್ತೆರಡರಲ್ಲಿರೋ ನೀವು ಭವಿಷ್ಯದ ಬಗ್ಗೆ ಚೆನ್ನಾಗಿ ಯೋಚ್ಸಿ ತೀರ್ಮಾನಕ್ಕೆ ಬನ್ನಿ" ಎಂದು ಮೇಲೆದ್ದು ಹೋಗುವಂತೆ ಸೂಚಿಸಿದ. ಒಂದು ಐದು ನಿಮಿಷ ಸೀಟ್‌ಗೆ ಒರಗಿ ಕಣ್ಮುಚ್ಚಿದ.

ಆದಾದ ಎರಡು ದಿನಗಳ ನಂತರ ನಯನತಾರ ಮಗಳು ಮೌನ ವಿವಾಹ ಪ್ರತಿಯೊಂದು ವ್ಯವಸ್ಥೆ ಇವರ ಇವೆಂಟ್‌ನದೆ, ಸಾಕಷ್ಟು ಸೆಲಬ್ರೇಟಿಗಳು ಭಾಗವಹಿಸುವುದರಿಂದ ಅತ್ಯಂತ ವರ್ಣಮಯ ಮಾಡುವುದು ಇವೆಂಟ್‌ನ ಉದ್ದೇಶವಾಗಿತ್ತು. ಆ ಬಿಜಿಯಲ್ಲಿ ಎಲ್ಲಾ ಮರೆತ.

ಜಾಹ್ನವಿ ಒಂದು ಸಲಹೆಯನ್ನು ಕೊಟ್ಟಿದ್ದಳು.

"ಆರ್ಕಿಟ್‌ನ ಒಂದು ಪುಷ್ಪೋದ್ಯಾನ ನಿರ್ಮಿಸಿದರೆ ಫೆಂಟಾಸ್ಟಿಕ್ ಆಗಿರುತ್ತದೆ. ಫುಲ್ಲಿ ಡಿಫರೆಂಟ್ ಬಂದವರೆಲ್ಲ ಗಂಡು-ಹೆಣ್ಣನ್ನು ಬಿಟ್ಟು ಅದ್ಭುತವಾದ ಪುಷ್ಪ ಸಂಪತ್ತು ಅದರ ಜೋಡಣೆಯ ವಿಧಾನವನ್ನು ನೋಡ್ಬೇಕು".

ಅದು ಅವನ ಮನಸ್ಸಿಗೂ ಬಂತು. ತಂದೆ, ಅಣ್ಣನೊಂದಿಗೆ ಚರ್ಚಿಸಿ ನಿರ್ಧಾರಕ್ಕೆ ಬಂದರೂ, ಅದರ ವಿನ್ಯಾಸವನ್ನು ಜಾಹ್ನವಿಗೆ ವಹಿಸಿದ ಅದು ಖಂಡಿತ ನಿಜವೆನಿಸಿತು. ಆರ್ಕಿಡ್ ಎರಡು ಪ್ರಕಾರದ್ದು ಒಂದು ಅಪ್ಪು ಸಸ್ಯ ಇನ್ನೊಂದು ಗಿಡವನ್ನು ತಬ್ಬಿಕೊಂಡು ಬೆಳೆಯುವುದು. ಅಂದು ಮಂಟಪದ ಡೆಕೋರೇಷನ್‌ಗಾಗಿ ಉಪಯೋಗಿಸಿದ್ದ ರೂಬಿ ಐಸ್ ಸೀಡ್ಲಿಂಗ್, ಇಂಡಿಯಾ ರೋಸ್, ಬಟರ್‌ಫೈ ಬಂದವರನ್ನು ತಮ್ಮತ್ತ ಸೆಳೆದವು.

ನಯನತಾರ ಮಗಳ ಮದುವೆ ಭರ್ಜರಿಯಾಗಿ ಅದರ ಸಲುವಾಗಿ 'ಸಾರಥಿ ಇವೆಂಟ್'ಗೆ ಬಂದು ಶಭಾಷ್‌ಗಿರಿಯನ್ನು ಕೂಡ ತಂದು ಕೊಟ್ಟಿತು. ಅದಕ್ಕಾಗಿ ಸಾಕಷ್ಟು ಶ್ರಮಪಟ್ಟಿದ್ದರು.

* * *

ಅಂದು ಬೆಳಿಗ್ಗೆ ಹತ್ತಿರ ಸುಮಾರಿಗೆ ಮಧ್ಯ ವಯಸ್ಸು ದಾಟಿದ ಒಂದು ಜೋಡಿ ಬಂತು. ಹಣ್ಣಿನ ಬುಟ್ಟಿ, ಹೂ ಬುಟ್ಟಿಯನ್ನು ಟೀಪಾಯಿ ಮೇಲಿಟ್ಟು ಹೇಳಿಸಿಕೊಳ್ಳದೆಯೆ ಕೂತರು.

ಮೊದಲು ಹೊರ ಬಂದಿದ್ದು ಪಾರ್ಥಸಾರಥಿ. ಕೈ ಜೋಡಿಸಿ ತಮ್ಮ ಪರಿಚಯ ಹೇಳಿಕೊಂಡರು. ಅದರಲ್ಲಿ ನಯನತಾರ ಮಗಳ ವಿವಾಹ ವಿಷಯ ಎತ್ತಿಕೊಂಡು ನಿಹಾರಿಕ ಬಗ್ಗೆನು ಪ್ರಸ್ತಾಪಿಸಿದರು. ಅವರು ನಿಹಾರಿಕ ಹೆತ್ತವರು.

"ಇವ್ಳು ಸಾಫ್ಟ್‌ವೇರ್ ಇಂಜಿನಿಯರ್, ಕ್ಯಾಂಪಸ್ ಸೆಲೆಕ್ಷನ್‌ನಲ್ಲಿಯೇ! ಒಳ್ಳೆಯ ಕಂಪನಿಗೆ ಸೆಲೆಕ್ಟ್ ಆಗಿದ್ದಾಳೆ! ಜಾಯ್ನಿಂಗ್ ಡೇಟ್‌ಗಾಗಿ ಕಾಯ್ತೆ ಇದ್ದಾಳೆ. ಅಷ್ಟರಲ್ಲಿ ನಾವು ವಿವಾಹ ಮಾಡಿ ಮುಗ್ಸಿ ಬಿಡೋಣಾಂತ" ಈ ರೀತಿ ಶುರುವಿಟ್ಟರು. ಆಕೆ ತುಂಬಾ ಮಾಡ್ ಆದರೂ ಲಕ್ಷಣವಾಗಿ ಸೀರೆಯುಟ್ಟು ತುರುಬು ಕಟ್ಟಿಕೊಂಡು ಲಕ್ಷಣವಾಗಿ ಬಂದಿದ್ದ ಕೂಡ ಬುದ್ಧಿವಂತಿಕೆಯೆ. "ನಾವು

ನಯನತಾರ ಮಗಳು ನಿಹಾರಿಕ ವೆಡ್ಡಿಂಗ್‌ನಲ್ಲಿ ನಿಮ್ಮ ಕಿರಿ ಮಗ ಸಂತೋಷ್ ನೋಡಿದ್ವಿ. ತುಂಬಾ ಮೆಚ್ಚಿಗೆಯಾದ್ರು. ನಾವೇ ಸಂಬಂಧ ಕೇಳ್ಕೊಂಡ್ ನಿಮ್ಮ ಮನೆಗೆ ಬಂದಿದ್ದೀವಿ. ನಮ್ಮ ಮಗ್ಳು ಈ ಮನೆಯಲ್ಲಿ ಸುಖವಾಗಿ ಇರ್ತಾಳೆ ಅನ್ನೋದು ನಮ್ಮ ನಂಬ್ಕೆ. ನೀವುಗಳು ದೊಡ್ಡ ಮನಸ್ಸು ಮಾಡ್ಬೇಕು. ನಾವೇನು ದೊಡ್ಡದಾಗಿ ಶ್ರೀಮಂತರಲ್ಲ" ಅದ್ಭುತವಾಗಿ ಹೇಳಿದರು. ಅಲ್ಲಿ ಜಾಣತನ ಇಣಕಿತು.

ಈಗಾಗಲೇ ಪಾರ್ಥಸಾರಥಿಗೆ ಸಂತೋಷ್ ತಿಳಿಸಿದ್ದ ವಿಷಯವನ್ನು. ಮಾಧವಿ, ಜಾಹ್ನವಿ ಬಂದು ನಿಂತರು. ಉಪಚಾರ, ಉಪಹಾರ ಎಲ್ಲಾ ಒಂದು ಹಂತಕ್ಕೆ ಮುಗಿಯಿತು. ಅದು ನಾಟಕೀಯವೆಂದು ಈ ಜನರಿಗೆ ಅರ್ಥವಾಗಲಿಲ್ಲ.

"ನಾವು ಸ್ವಲ್ಪ ಟ್ರೆಡಿಷನಲ್, ನಾವೇ ಹುಡ್ಗೀನ ಕರ್ಕೊಂಡ್ ಬಂದು ತೋರಿಸ್ತೀವಿ" ಶಾಂಭವಿ ಹೇಳಿ ಮೇಲೆದ್ದಾಗ ಈಶ್ವರ್ ಹೂಗುಟ್ಟಿದರು. ಆತ ಆಡಿದ್ದು ಕೆಲವೇ ಮಾತುಗಳನ್ನು ಅದು ಆರಿಸಿ ಆರಿಸಿ ಮುತ್ತುಗಳನ್ನು ಉದುರಿಸಿದಂತೆ ಹೇಳಿದ್ದು. ಪಾರ್ಥಸಾರಥಿ ಹೇಳುವ ಮುನ್ನ ಹೆಂಡತಿಯತ್ತ ನೋಡಿ "ಒಂದ್ಸಲ ಸಂತೋಷ್ ಹತ್ರ ಮಾತಾಡಿ ಹೇಳ್ತೀವಿ. ಅವ್ನು ತುಂಬಾ ಬಿಜಿ. ಅವನ ಸಮಯ ನೋಡ್ಕೋಬೇಕು ತುಂಬ ಸಂಪ್ರದಾಯಸ್ಥರು ಅಂದ್ರಿ. ಒಂದು ಒಳ್ಳೆ ದಿನ ವಿಚಾರ್ಸಿ" ಇಂಥದೊಂದು ಸಲಹೆ ಕೊಟ್ಟಾಗ, ಅವರು ಕೂಡ ಒಪ್ಪಿಗೆ ಸೂಚಿಸಿದರು.

ಈಗಾಗಲೇ ಸಾಕಷ್ಟು ಸಲ ಇವೆಂಟ್‌ಗೆ ಬಂದಿದ್ದರಿಂದ ನಿಹಾರಿಕನ ನೋಡಿದ್ದರು. ನೀಟಾಗಿದ್ದಳು. ಆ ಬಗ್ಗೆ ತಕರಾರು ಇರಲಿಲ್ಲ. ಜೊತೆಗೆ ಅವಳ ಕಂಗಳಲ್ಲಿ ಐಟಿ ಕಂಪನಿಯಲ್ಲಿ ಕೆಲಸ ಮಾಡುವ ಕನಸು. ಬದಲಾದ ದಿನಗಳಲ್ಲಿ ಹೆಣ್ಣು ಹೊರಗೆ ದುಡಿಯುವುದು ಸರ್ವೇಸಾಮಾನ್ಯವಾಗಿದೆ. ಅಂಥದ್ದರಲ್ಲಿ ಅವಳದನ್ನು ನಿರಾಕರಿಸಲಾರರು. ಈ ಬಗ್ಗೆ ಪೂರ್ತಿಯಾಗಿ ಸಂತೋಷ್‌ಗೆ ಬಿಡಲು ನಿಶ್ಚಯಿಸಿದರು.

ಅವರುಗಳು ಹೊರಟ ಮೇಲೆ ಹೆಂಡತಿಯ ಕಡೆ ನೋಡಿದರು. "ನಾವು ಕೂಡ ಪ್ರಯತ್ನ ಮಾಡ್ಬೇಕೂಂತ ಅಂದುಕೊಂಡಿದ್ದಿ. ಅವರಾಗಿ ಹುಡ್ಕಿಕೊಂಡು ಬಂದಿದ್ದಾರೆ. ನಯನತಾರ ವಿವಾಹದಲ್ಲಿ ಷೂಟ್ ಮಾಡಿದ್ದ ಕ್ಲಿಪಿಂಗ್ಸ್‌ನ ಆನಂದ್, ಸಂತೋಷ್ ಕೂಡಿಯೆ ತೋರಿಸಿದ್ರು. ನಿಹಾರಿಕ ಚೆನ್ನಾಗಿದ್ದಾಳೆ. ಸ್ವಲ್ಪ ಮೇಕಪ್ ಹೆಚ್ಚು ಆಯ್ತುಂತ ಅನಿಸುತ್ತೆ. ಶಾಂಭವಿ ಕೂಡ ಒಳ್ಳೆ ಹೆಂಗಸಿನ ತರಹ ಕಾಣಿಸ್ತಾರೆ. ಎಲ್ಲಾ ಹೇಳ್ಕೊಂಡು ಬಿಟ್ರು. ದುಬೈಯಲ್ಲಿರೋ ಮಗನ ಬಳಿಗೆ ಹೋಗೋ ಉದ್ದೇಶಾನು ಹೇಳಿದ್ರು".

ಅಂತೂ ನಿಹಾರಿಕ ಬಗ್ಗೆ ಯಾರದು ತಕರಾರು ಇರಲಿಲ್ಲ. ಒಂದು ಹಂತದಲ್ಲಿ ಒಪ್ಪಿಗೆಯೆ. ಇಲ್ಲಿ ಅದೃಷ್ಟ ಅವಳ ಕೈ ಹಿಡಿದಿದ್ದು. "ನಮ್ಮ ಆನಂದ್‌ಗಾದ್ರೂ ನಾಲ್ಕಾರು ಕಡೆ ಸಂಬಂಧಗಳ್ನ ನೋಡಿದ್ದಿ. ಸಂತೋಷ್‌ದು ಒಂದಕ್ಕೆ ಸೆಟಲ್ ಆಗೋ ಹಂಗೆ ಕಾಣುತ್ತೆ" ಎಂದರು ಮಾಧವಿ. "ವೆರಿ ಹ್ಯಾಂಡ್‌ಸಮ್... ಸಾಫ್ಟ್‌ವೇರ್ ಇಂಜಿನಿಯರ್.... ವೆರಿ ಬ್ರಿಲಿಯೆಂಟ್ 'ಸಾರಥಿ ಇವೆಂಟ್'ನ ರೂವಾರಿ. ಒಂದು ಸಣ್ಣ ರೂಮರ್ ಹಬ್ಬಿಸಿದರು. ಯುವತಿಯರ ದಂಡು ಕ್ಯೂ ನಿಲ್ಲುತ್ತೆ" ಜಾಹ್ನವಿ ಮೆಚ್ಚಿಗೆಯಿಂದಲೆ ನುಡಿದಿದ್ದು. ಅತ್ತಿಗೆ, ಮೈದುನರ ನಡುವೆ ಪ್ರೀತಿ, ವಿಶ್ವಾಸ, ಗೌರವದ ಜೊತೆ ಒಬ್ಬರ ಮೇಲೊಬ್ಬರಿಗೆ ಅಭಿಮಾನವೂ ಇತ್ತು. "ಅತ್ತಿಗೆ, ಹೊಗಳೋದೊಂದರು

ಈ ಪಾಟಿ! ಸಾರಥಿ ಇವೆಂಟ್‌ಗೆ ಅಡಿಪಾಯ ಹಾಕಿದ್ದು ಅಪ್ಪ, ಕಟ್ಟುತ್ತ ಇರೋದು ಅಣ್ಣ, ಅದರ ಜೊತೆ ನನ್ನಿಂದ ಕುಸಿಯದಂತೆ ತಡೆಯುವ ಬಾಧ್ಯತೆಯು ಅವನದೇ" ಹೊರಗಿನಿಂದ ಬಂದವ ಹೇಳಿ ರೂಮಿಗೆ ಹೋದ.

ವಿವಾಹದ ಬಗ್ಗೆ ಅವನ ವಿರೋಧವೇನೂ ಇರಲಿಲ್ಲ. ಹುಡುಕಾಟ, ಮಾತುಕತೆ ಇಂಥದ್ದರಿಂದ ಎಲ್ಲಿ ಕಳೆದು ಹೋಗುತ್ತೇನೋಎನ್ನುವ ಭಯವು ಇತ್ತು. ನಿಹಾರಿಕನ ನಿರಾಕರಿಸೋ ದೊಡ್ಡ ಕಾರಣವು ಇರಲಿಲ್ಲ. ಅದಕ್ಕೆ ಮುನ್ನ ಅವಳೊಂದಿಗೆ ಮಾತಾಡಬೇಕಿತ್ತು.

ಅಂದು ಬೆಳಿಗ್ಗೆ ಪಾರ್ಥಸಾರಥಿ ಆಫೀಸ್‌ಗೆ ಹೊರಡುವಾಗ "ಅರ್ಧ ದಿನ ಪರ್ಸನಲ್‌ಗೆ ಉಪಯೋಗಿಸ್ಕೋ, ನಿಹಾರಿಕನ ಲಂಚ್‌ಗೆ ಆಹ್ವಾನಿಸಿ ಅವಳೊಂದಿಗೆ ಮಾತಾಡು, ಆ ಮೇಲೆ ಮುಂದುವರಿಯೋಕೆ ಅನ್ಕೂಲವಾಗುತ್ತೆ. ನನ್ನ ಫ್ರೆಂಡ್ ಚಿನ್ನಸ್ವಾಮಿ ತನ್ನ ಮಗನಿಗೆ ವಿವಾಹ ಮಾಡಬೇಕೆಂದು ಶುರು ಹಚ್ಚಿದ್ದು ಐದು ವರ್ಷಗಳ ಹಿಂದೆ. ಇನ್ನುಯಾವ್ದೇ ಸಂಬಂಧ ಕೂಡಿ ಬಂದಿಲ್ಲ. ಪ್ರಯಾಸಪಟ್ಟು ಮಗಳ್ನ ಕೊಡ್ತೀವೀಂತ ನಿಹಾರಿಕ ಪೇರೆಂಟ್ಸ್ ಬಂದಿದ್ದಾರೆ. ನಿಧಾನ ಬೇಡಾಂತ, ಮೊದ್ಲು ಕೂತು ಮಾತಾಡಿ. ಮಧ್ಯಾಹ್ನದ ಲಂಚ್‌ಗೆ ಆಹ್ವಾನಿಸು ಒಂದಷ್ಟು ಓಡಾಡಿ" ಈ ಸಲಹೆ ಮಗನಿಗೆ ಕೊಟ್ಟರು.

ಸಂತೋಷ ಜೋರಾಗಿ ನಕ್ಕು ಬಿಟ್ಟ.

"ಅಮ್ಮ, ನಾನು ಹೈಸ್ಕೂಲ್‌ನಲ್ಲಿ ಓದ್ತಾ ಇದ್ದಾಗ ಫ್ಲಂಟಿಂಗ್ ಬಾಯ್ ಅಂತ ಕರೆಸಿಕೊಂಡಿದ್ದೆ. ಆಗ ಅಪ್ಪ ನನ್ನ ಚೇಷ್ಟೆಗಳಿಗೆ ನಕ್ಕು ಬಿಟ್ಟಿದ್ದರು. ಸಾಕಷ್ಟು ಹುಡ್ಗೀರ್ನ ಗೋಳು ಹೊಯ್ದುಕೊಂಡಿದ್ದೆ" ನೆನಪಿಸಿದ.

ಆಕೆ ಭಾರವಾದ ಉಸಿರು ದಬ್ಬಿ "ಸಂತೋಷ್ ನಾನು ಹೆದರಿದ್ದೆ. ಪಿ.ಯು.ಸಿ. ಮುಗ್ದ ಕೂಡ್ಲೇ ಸೈಲೆಂಟ್ ಆಗ್ಬಿಟ್ಟೆ, ನಿನ್ನಪ್ಪ, ನಾನು ನಿನ್ನ ವಿಷ್ಯಕ್ಕೆ ಎಷ್ಟೋ ಸಲ ಗಲಾಟೆ ಮಾಡಿಕೊಂಡಿದ್ವಿ" ಎಂದರಾಕೆ.

ತಂದೆಯ ಅಣತಿಯಂತೆ ನಿಹಾರಿಕಾಗೆ ಫೋನ್ ಮಾಡಿ "ನಿನ್ನ ಪೇರೆಂಟ್ಸ್ ಬಂದ್ಹೋಗಿದ್ದಾರೆ. ಹಿರಿಯರ ಮಾತುಕತೆ ಒಂದು ಹಂತಕ್ಕೆ ಮುಗಿದಿದೆ. ಅಪ್ಪ, ನಿನ್ನೊಂದಿಗೆ ಮಾತಾಡೋಕೆ ಹೇಳಿದ್ದಾರೆ. ಮಧ್ಯಾಹ್ನ ಲಂಚ್‌ಗೆ ಸ್ವಾತಿ ಹತ್ರ ಬಾ" ಎಂದು ಆಹ್ವಾನಿಸಿದ.

"ಥ್ಯಾಂಕ್ಯೂ.... ಥ್ಯಾಂಕ್ಯೂ..... ವೆರಿಮಚ್.... ಐ ಯಾಮ್ ವೆರಿ ಹ್ಯಾಪಿ" ಚೀರಿದಳು. ಅವಳ ಸಂತೋಷ ದನಿಯಲ್ಲಿ ವ್ಯಕ್ತವಾದಾಗ ಮಧುರವಾದ ಭಾವ ಅನುಭವಿಸಿದ. ಪ್ರೀತಿ ಅಮೋಘವೆನಿಸಿತು. "ಬಾ...." ಮತ್ತೊಮ್ಮೆ ಹೇಳಿ ಫೋನ್ ಕಟ್ ಮಾಡಿದ.

ನಿಹಾರಿಕ ಕುಣಿದಾಡಿ ಬಿಟ್ಟಳು.

"ನಿಹಾರಿಕ ಸ್ವಲ್ಪ ಕೇಳು. ಮೊದ್ಲು ನಿನ್ನ ಸೇವೆ ನೋಡ್ಕೋ. ಪ್ರೇಮದ ಅಮಲಿನಲ್ಲಿರೋ ನೀನು ಏನೇನೋ ಬಡಬಡಿಸಬೇಡ. ಮೊದ್ಲು ಅವ್ರ ಆರ್ಥಿಕ ಪರಿಸ್ಥಿತಿ ತಿಳ್ಕೋ. ಗಿಫ್ಟ್‌ಗಳು ಕೊಟ್ಟರೆ ಒಲ್ಲೆ ಅನ್ಬೇಡ" ಮಗಳಿಗೆ ಆದಷ್ಟು ಬುದ್ಧಿವಾದ. ಆದು ಅವಳಿಗೆ ಅಗತ್ಯವಾಗೇನು ಇರಲಿಲ್ಲ. ಅವಳು ಬುದ್ಧಿವಂತಳೆ.

ಅತ್ಯಂತ ಚೆಂದವಾಗಿ ಮೇಕಪ್ ಮಾಡಿಕೊಂಡು, ಮೆರೂನ್ ಬಣ್ಣದ ಚೂಡಿದಾರ್ ತೊಟ್ಟು ಒಂದಲ್ಲ ಹತ್ತು ಸಲ ಕನ್ನಡಿಯಲ್ಲಿ ನೋಡಿಕೊಂಡಳು. 'ಬ್ಯೂಟಿಫುಲ್' ಅಂದು ಶಭಾಷ್‌ಗಿರಿ ಕೊಟ್ಟ ನಂತರವೂ ಹತ್ತಾರು ಭಂಗಿಗಳಲ್ಲಿ ತನ್ನ ಮೈಮಾಟವನ್ನು ನೋಡಿಕೊಂಡು ಹೊರಡುವ ಮುನ್ನ ಅಮ್ಮನಿಗೆ ಹೇಳಿದಳು.

"ಈ ಪ್ಲಾಟ್ ಮಾರೋ ವಿಚಾರನಾ ಸ್ಟಾಪ್ ಮಾಡ್ಬೇಕು" ಆಕೆಯೇನು ಪ್ರತಿಕ್ರಿಯಿಸಲಿಲ್ಲ. ಮಾರಾಟದ ಕ್ರಯಪತ್ರ ಸಿದ್ಧಪಡಿಸಿ ಅಡ್ವಾನ್ಸ್ ಪಡೆದಾಗಿತ್ತು. ಇಷ್ಟು ದೊಡ್ಡ ಪ್ಲಾಟ್ ದುಬೈನಿಂದ ಹಿಂದಿರುಗಿದರೂ ಅಗತ್ಯವಿರಲಿಲ್ಲ. ಸಾಕಷ್ಟು ಬೆಲೆಬಾಳುವ ವಸ್ತುಗಳನ್ನು ಕೂಡಿ ಹಾಕಿಕೊಂಡಿದ್ದನ್ನು ಅದರ ಸಮೇತವೇ ಮಾರಾಟ ಮಾಡಿ ಬಿಡುವ ಯೋಜನೆ ಆಗಿತ್ತು. ಅದೇ ರೀತಿಯಲ್ಲಿಯೇ ಸೇಲ್‌ಗೆ ಇಟ್ಟಿದ್ದು. ಅದಕ್ಕಾಗಿ ಅವರೇನು ಮಗಳನ್ನು ಒಪ್ಪಿಸಬೇಕಿರಲಿಲ್ಲ.

ಇವಳು ಸ್ವಾತಿ ಹೋಟೆಲ್ ಬಳಿ ಹೋಗಿ ಇಳಿದ ಹತ್ತು ನಿಮಿಷದ ನಂತರವೆ ಸಂತೋಷ್ ಬಂದಿದ್ದು, ಕಾರು ಪಾರ್ಕ್ ಮಾಡಿ ಬರುವವನನ್ನು ಬಿರುಗಣ್ಣುಗಳಿಂದ ನೋಡಿದಳು. ಅವನ ಹರವಾದ ಎದೆಯಾಸರೆಯನ್ನ ತಲೆ ಇಟ್ಟು ಮಲಗಿ ಬಿಡಬೇಕೆನಿಸಿತು.

"ಹಲೋ.... ಬಂದ್ ತುಂಬ ಹೊತ್ತಾಯ್ತು?" ಪ್ರಶ್ನಿಸಿದ ಹಸನ್ಮುಖನಾಗಿ" ಇಲ್ಲ, ಒನ್ಲೀ ಟೇನ್ ಮಿನಿಟ್ ಅಷ್ಟೇ" ಅಂದವಳ ಕೆನ್ನೆಗಳು ಕೆಂಪಗಾಗಿದ್ದವು" ನೀವು ನಂಗೋಸ್ಕರ ಬಂದು ವೆಯಿಟ್ ಮಾಡ್ತಾ ಇರ್ತೀರಾಂತ ಅಂದ್ಕೊಂಡಿದ್ದೆ. ಫಸ್ಟ್ ಟೈಮ್ ಅದು ಸುಳ್ಳಾಯ್ತು" ಅವಳಲ್ಲಿ ಒಂದಿಷ್ಟು ನಿರಾಸೆ ಇಣುಕಿದ್ದುಂಟು. ಅದೇನು ಸಂತೋಷ್‌ನ ಟಚ್ ಮಾಡಲಿಲ್ಲ. ಆ ಬಗ್ಗೆ ಮಾತೇ ಆಡಲಿಲ್ಲ.

"ಬನ್ನಿ... ನಿಹಾರಿಕ" ಒಳಗೆ ಕರೆದೊಯ್ದ. ಅದೇನು ದೊಡ್ಡ ಸ್ಟಾರ್ ಹೋಟೆಲ್ ಅಲ್ಲದಿದ್ದರೂ 'ಸ್ವಾತಿ'ಯಲ್ಲಿ ಜನರ ಭಾವನೆಗಳಲ್ಲಿ ಗೌರವವುಂಟು. ಶುಚಿ, ರುಚಿಗೆ ಪ್ರಾಧ್ಯಾನ್ಯತೆ ಕೊಟ್ಟ ಹೋಟೆಲ್ ಮಾಲೀಕ, ಅದನ್ನು ಕಾಯ್ದುಕೊಂಡಿದ್ದ. ಈಗಾಗಲೇ ಸೀಟುಗಳು ರಿಸರ್ವ್ ಆಗಿದ್ದರಿಂದ ಅಲ್ಲಿ ಹೋಗಿಕೂತರು. 'ಸ್ವಾತಿ ಹೋಟೆಲ್' ವಾರ್ಷಿಕೋತ್ಸವ ಸಂಭ್ರಮ 'ಸಾರಥಿ ಇವೆಂಟ್'ಗೆ ದೊರಕಿದ್ದರಿಂದ ಒಂದಿಷ್ಟು ಪರಿಚಯವಿತ್ತು.

ಲಂಚ್‌ಗೆ ಆರ್ಡರ್ ಮಾಡಿದ ಮೇಲೆ "ಹೇಳಿ. ನಿಮ್ಗೇನು ಸ್ವೀಟ್ ಇಷ್ಟ?" ಕೇಳಿದ ಸಿಂಪಲ್ಲಾಗಿ. ಅವಳು ನೇರವಾಗಿ ಅವನ ಕಣ್ಣಲ್ಲಿ ಕಣ್ಣಿಟ್ಟು ನೋಡಿ "ನೀವೇನು ಕೊಡ್ಸಿದರು ತಿಂತೀನಿ. ಛಾಯ್ಸ್ ನಿಮ್ದೇ ಇರಲೀ" ಅಂದಳು. ಆ ಬಗ್ಗೆ ಕಾಮೆಂಟ್ಸ್ ಮುಂದುವರಿಸದೆ "ಹೋಳಿಗೆ, ಜಾಮೂನ್, ರಸಗುಲ್ಲಾ, ಪೇಡಾ..." ನಾಲ್ಕನ್ನು ಒಟ್ಟಿಗೆ ಆರ್ಡರ್ ಮಾಡಿ "ಇವೆಲ್ಲ ಫೆವರೇಟ್ ಸ್ವೀಟ್‌ಗಳೇ, ಹೋಳಿಗೆಯೊಂದು ಸಂಪ್ರದಾಯಿಕ ಸ್ವೀಟ್ಸ್ ಅಷ್ಟೆ" ಎಂದ ಮುಗಳ್ನಗೆ ಬೀರುತ್ತ. ಆ ಕ್ಷಣ ಅವನ ನಗು ಕೂಡ ತೀರಾ ಆಕರ್ಷಣೀಯವಾಗಿ ಕಂಡಿತು.

ಅಂತೂ ಲಂಚ್‌ಗೆ ಮೊದಲು ಸ್ವೀಟ್ಸ್ ಬಂತು "ತಗೋ ನಿಹಾರಿಕ" ಅಂದವ ಹೋಳಿಗೆಯ ಕೊನೆಯಲ್ಲಿ ಚೂರು ಮುರಿದು ಬಾಯಿಗಿಟ್ಟುಕೊಂಡು "ಮಾತಾಡ್ತಾ ತಿನ್ನಬಹುದು. ಐ ಲವ್ ಯು ಅಂಥ ಒಂದು *50* ಸಲವಾದ್ರೂ ಮೆಸೇಜ್ ಕಳಿಸಿದ್ದೀ. ಈ ಸಂತೋಷ್ ನಿಂಗೆ ಗೊತ್ತಿರೋದು ತಿಂಗಳುಗಳಿಂದ, ದಿನಗಳಿಂದ ಅಷ್ಟೇ" ಹೇಳಿ ಇನ್ನೊಂದು ಚೂರು ಮುರಿದುಕೊಂಡು

ಬಾಯಲ್ಲಿಟ್ಟುಕೊಂಡ.

ಫೇಡಾ ಮುರಿದು ಬಾಯಿಗೆ ಹಾಕಿಕೊಂಡಳು. ಎಲ್ಲಾ ಸಿಹಿ ಸಿಹಿಯೆನಿಸಿತು. ಗೆಳೆಯರ ಹಿಂಡಿನೊಳಗೆ ಜೋಕ್ ಹಾರಿಸುತ್ತ, ಮಾತಿನ ಚಟಾಕಿ ಹಾರಿಸುತ್ತ ಯಾವ ತಾರತಮ್ಯವಿಲ್ಲದೆ ಕ್ಷಣಗಳನ್ನು ಕಳೆಯುವ ಸ್ವತಂತ್ರವನ್ನು ಚಿಕ್ಕಂದಿನಿಂದಲೆ ಅವಳ ಹೆತ್ತವರು ಕೊಟ್ಟಿದ್ದರು. ಅದನ್ನು ಒಂದು ಎಲ್ಲೆಯೊಳಗೆ ಉಪಯೋಗಿಸಿಕೊಂಡಿದ್ದರಿಂದ ಅಂತಹ ಸಂಕೋಚವೇನು ಅವಳಿಗೆ ಇರಲಿಲ್ಲ. ಅದನ್ನು ಅವಳ ಫ್ರೆಂಡ್ಸ್ ಹೇಳಿದ್ದರು.

"ಲವ್ ಆಟ್ ಫಸ್ಟ್ ಸೈಟ್ ನಾನು ನಿಮ್ಮನ್ನ ನೋಡಿದ ಕೂಡಲೆ ನೀವೇ ಪಾರ್ಟನರ್ ಅಂಥ ನಿರ್ಧರಿಸಿ ಬಿಟ್ಟೆ. ಅಂದಿನಿಂದ ನನ್ನ ಕನಸ್ಸಿನಲ್ಲಿ ಇರುತ್ತಿದ್ದುದ್ದು ನೀವೊಬ್ರೇ ಐ ಲವ್ ಯು ನಿಮ್ಮನ್ನ ಪಡೆದುಕೊಳ್ಳೋಕೆ ನಾನು ಏನು ಬೇಕಾದ್ರೂ ಮಾಡ್ತೀನಿ" ಭ್ರಮೆಯಲ್ಲಿದಂತೆ ನುಡಿದಳು. ಆ ಕ್ಷಣ ಅವನೆದೆಯಲ್ಲಿ ಅತ್ಯಂತ ಸುಂದರವಾದ ಕುಸುಮಗಳು ಅರಳಿದವು. ಪ್ರೀತಿಗೆ ಇರೋ ಅದ್ಭುತವಾದ ಶಕ್ತಿಯ ಅನುಭವವಾಯಿತು. ಆದರೆ ಅವನ ವಿವೇಕ ಎಚ್ಚರಿಸಿತು. ಅವನಪ್ಪ ವರ್ಷಗಳ ಹಿಂದೆ ಹೇಳಿದ ಮಾತುಗಳು ನೆನಪಾಯಿತು.

ಏನೇನೋ ಮಾತಾಡುತ್ತಲೆ ಅಷ್ಟು ಸ್ವೀಟ್ ತಿಂದು ಮುಗಿಸಿದರು. ಲಂಚ್‌ನ ಉದ್ದಕ್ಕೂ ಅವಳೇ ಮಾತಾಡಿದಳು. ಅಂತು ಈಗ ಅವಳು ಜಾಬ್ ಹಾದಿಯಲ್ಲಿ ಇದ್ದಳು. ಅವಳ ಪೇರೆಂಟ್ಸ್ ದುಬೈಗೆ ಹೋಗೋ ತರಾತುರಿಯಲ್ಲಿದ್ದುದನ್ನು ತುಂಬಾ ನಿರ್ವಿಕಾರಚಿತ್ತಳಾಗಿ ಹೇಳಿ ಮುಗಿಸಿದ್ದಳು.

"ಸದ್ಯಕ್ಕೆ ನಂಗೆ ಮದ್ವೆ ಆಗ್ಬೇಕು. ಇದು ಮೊದಲು ಅವರ ಆಸೆ ಮಾತ್ರವಾಗಿತ್ತು. ಈಗ ನನ್ನ ಕನಸು ಕೂಡ. ನಿಮ್ಮನ್ನು ನೋಡಿದ ನಂತರ ನಿಮ್ಮೊಬ್ಬರನ್ನು ಬಿಟ್ಟು ಜಗತ್ತೆಲ್ಲ ಶೂನ್ಯವಾಗಿ ಕಂಡಿದೆ. ಐ ಲವ್ ಯು ಪ್ರೀತಿಗೆ ಎಂಥ ಅದ್ಭುತ ಶಕ್ತಿ ಇದೆ".

ಅವಳು ಹೇಳಿದನ್ನು ನಿಧಾನವಾಗಿ ಅತ್ಯಂತ ಮುತುವರ್ಜಿಯಿಂದ ಕೇಳಿ ಮುಗಿಸಿದ. "ತಾನು ಪ್ರೀತಿಸೋರಿಗಿಂತ, ತನ್ನನ್ನು ಪ್ರೀತಿಸೋವರ ಜೊತೆ ಬದುಕು ಸುಂದರ' ಎಲ್ಲೊ ಓದಿದ್ದು ಅವನಿಗೆ ನೆನಪಾಯಿತು. ಮೌನವಹಿಸಿದ.

"ನೀವೇನು ಮಾತಾಡಲೇ ಇಲ್ಲ" ಎಂದಳು ಹೊರಗೆ ಬಂದಾಗ "ಇನ್ನ ಅರ್ಧಗಂಟೆ ನಾನು ಮಾತಾಡ್ತೀನಿ. ನಿಯರ್ ಒಂದು ಗಾರ್ಡನ್ ರೆಸ್ಟೋರೆಂಟ್ ಇದೆ. ಅಲ್ಲಿಗೆ... ಹೋಗೋಣ "ಇಬ್ಬರು ನಡದೇ ಹೊರಟರು.

ಎರಡರ ಸಮಯವಾದರೂ ಬಿಸಿಲೇನು ಇರಲಿಲ್ಲ. ಸೂರ್ಯ ಮೋಡಗಳ ಜೊತೆ ಆಟವಾಡುತ್ತಿದ್ದ. ವಾತಾವರಣ ತಂಪಾಗಿತ್ತು. ಹೆಚ್ಚು ಕಡಿಮೆ ಎಲ್ಲಾ ಛತ್ರಿಯ ಅಡಿಯಲ್ಲಿನ ಛೇರ್‌ಗಳು ಖಾಲಿಯಾಗಿಯೆ ಇತ್ತು. ದಟ್ಟವಾದ ಹಸಿರಿನ ವಾತಾವರಣವಿರೋ ಕಡೆ ಹೋಗಿ ಕೂತರು. ಈಗ ಮಾತಾಡುವುದು ತೀರಾ ಮುಖ್ಯವಾದ ವಿಚಾರ.

"ನಾನು ಆನಂದಣ್ಣನ ಹಾಗೆ ಸೈಲೆಂಟ್ ಅಲ್ಲ. ಹೈಸ್ಕೂಲು ದಾಟೋವರ್‍ಗೂ ಹುಡುಗಾಟಿಕೆಯ ಜೊತೆ ಹುಚ್ಚುಹುಮ್ಮಸ್ಸಿನ ತುಂಟ ಹುಡುಗ. ತರಗತಿಯಲ್ಲಿನ ಹುಡ್ಗೀಯರನ್ನು ಗೋಳು ಹೊಯ್ದುಕೊಂಡಿದಿತ್ತು. ಆ ಸಮಯದಲ್ಲಿ ನನ್ನಮ್ಮ, ಅಮ್ಮ ಎಷ್ಟು ಸಂಯಮದಿಂದ

ಸಮಾಳಿಸಿದಿದೆ. ಪಿಯುಸಿ ನಂತರ ನನ್ನಪ್ಪ ಕೂಡಿಸಿಕೊಂಡು ಪಾಠ ಮಾಡಿದರು. ಹದಿಹರೆಯ ಬದುಕಿನ ಸೂಕ್ಷ್ಮ ಘಟ್ಟ. ಪ್ರೀತಿ, ಪ್ರೇಮದ ಹುಮ್ಮಸ್ಸು ಮೈಮರೆತು ಎಡವಿರುವ ಪ್ರಯತ್ನಗಳನ್ನು ನನ್ನ ಮುಂದಿಟ್ಟಿದ್ದರು. ನಾನು ಇಂದಿಗೂ ಅದನ್ನೆಲ್ಲ ಮರೆತಿಲ್ಲ. *16* ರಿಂದ *20*ರ ಒಳಗಿನ ವಯಸ್ಸಿನಲ್ಲಿ ಕಾಮನಬಿಲ್ಲಿನ ಆಕರ್ಷಣೆ. ಈಗ ನಿನ್ನ ಪ್ರೀತಿಯು ಅದೇ ಆಗಿರಬಹುದು. ವಯೋ ಸಹಜವಾದ ಆಕರ್ಷಣೆಯಾದರೆ, ಇದನ್ನು ಇಲ್ಲಿಗೆ ಕೈ ಬಿಡು" ಅಂದವ ತಮ್ಮ ಕುಟುಂಬ ಮತ್ತು ಆರ್ಥಿಕ ಪರಿಸ್ಥಿತಿಯ ಜೊತೆ 'ಸಾರಥಿ ಇವೆಂಟ್' ಧ್ಯೇಯೋದ್ದೇಶಗಳಿಂದ ಹಿಡಿದು ಎಲ್ಲವನ್ನು ವಿವರಿಸಿ ಕೊನೆಯದಾಗಿ "ಸದ್ಯಕ್ಕೆ" 'ಸಾರಥಿ ಇವೆಂಟ್'ನಲ್ಲಿ ಕೆಲ್ಸ ಮಾಡೋದೇ ಇಷ್ಟ. ಮತ್ತೆ ನಾನು ದೊಡ್ಡ ರೀತಿಯ ಸಂಬಳದ ಆಸೆಗೆ ಸಾಫ್ಟ್‌ವೇರ್ ಉದ್ಯೋಗಿಯಾಗಲಾರೆ. ಇದನ್ನೆಲ್ಲ ನಿನ್ನ ಮೈಂಡ್‌ನಲ್ಲಿ ಇಟ್ಕೊಂಡ್ ಯೋಚ್ಸು. ಓಕೇ, ನಿಹಾರಿಕ ಸೀ.... ಯು, ಈಗ ಭ್ರಮೆಯಲ್ಲಿ ತೇಲಾಡುವ ಮನಸ್ಸುಗಳಿಗೆ ಭವಿಷ್ಯದ ಚಿಂತನೆಗಳ ವಾಸ್ತವದ ಅರಿವಿರೋದಿಲ್ಲ. ಮುಂದಿನ ಚೆಂದದ ಬದ್ಕು ಹಾಳಾಗೋದ್ಬೇಡ. ಬರೀ ಪ್ರೀತಿಯಿಂದಲೆ ದಾಂಪತ್ಯದ ಸಾಮರಸ್ಯನ ಕಾಯ್ದುಕೊಳ್ಳೋಕ್ಕಾಗೋಲ್ಲ. ಇಲ್ಲಿ ನಂಬಿಕೆಗಳು, ಜೊತೆ ಪರಸ್ಪರ ಗೌರವವು ಬೇಕು. ನನ್ನವರನ್ನೆಲ್ಲ ನಿನ್ನವರೆಂದು ಪ್ರೀತಿಸುವ ಹೃದಯ ಇದ್ದಾಗ ಮಾತ್ರ ಸುಖಿಗಳಾಗಬಹುದು. ಥ್ಯಾಂಕ್ಯೂ...." ಹೊರಟೇಬಿಟ್ಟ. ಸಂತೋಷ್ ಹೋದತ್ತಲೇ ನೋಡುತ್ತ ನಿಂತಳು. ಅವನೆಲ್ಲ ಮಾತುಗಳು ಕೂಡ ಅವಳಲ್ಲಿ ತುಮುಲವನ್ನುಂಟು ಮಾಡಲಿಲ್ಲ. ಆದರೆ ಅವನ ಮನದಲ್ಲಿ ನಿಂತ ಚಿತ್ರ ಅಲ್ಲಾಡಲಿಲ್ಲ. ಅದು ಅಲ್ಲೇ ಶಾಶ್ವತ ಅನ್ನೋಂಥ ಭಾವ, ಸಂತೋಷ್ ಮಾತ್ರ ಮುಖ್ಯವಾಗಿದ್ದ.

ಶಾಂಭವಿ ಇವಳಿಗಾಗಿ ಕಾಯುತ್ತಿದ್ದವರು ಮಗಳನ್ನು ಎದುರುಗೊಂಡು ಆತುರದಿಂದ ಪ್ರಶ್ನಿಸಿದರು. "ಓಕೇನಾ....? ಸಕ್ಸಸ್ಸಾ....?" ಮಗಳ ಕೈಗಳನ್ನು ಹಿಡಿದುಕೊಂಡಾಗ ಅವಳ ಮುಖದ ಮೇಲೊಂದು ಮಂದಹಾಸ ತೇಲಿತು. "ಅವ್ರೇನು... ಹೇಳ್ಲಿಲ್ಲ! ಕೇಳಿದರು, ಕೇಳ್ಸಿಕೊಂಡ್ರು. ಅವ್ರ ಫ್ಯಾಮಿಲಿಯ ಬಗ್ಗೆ ಹೇಳ್ಕೊಂಡ್ರು. ನಂಗೆ ಒಂದ್ವಾರ ಯೋಚ್ಸೋಕೆ ಅವಕಾಶ ಕೊಟ್ರು... ನಂಗೆ ಅದೆಲ್ಲ ಬೇಕಿರಲಿಲ್ಲ. ನಾನು ಆಗ್ಲೇ ಹೂ ಅನ್ನೋಕೆ ತಯಾರಿದ್ದೇ. ಅಲ್ಲೇ ಎಲ್ಲಾದ್ರೂ ಒಂದು ಮಾಲೆ ಕೊಂಡು ಅವ್ರ ಕುತ್ತಿಗೆಗೆ ಹಾಕಿ ಸಂತೋಷ್ ನನ್ನವರೂಂತ ಘೋಷಿಸೋಕೆ ತಯಾರಿದ್ದೆ." ಸಂತೋಷದಿಂದ ಕುಣಿದಾಡಿ ಬಿಟ್ಟಾಗ "ಆಕೆ ಸ್ಟಾಪ್, ಅದರೆ ಅವರ ಒಪ್ಗೇ ಬೇಡ್ವಾ? ಯು ಆರ್ ಮ್ಯಾಡ್? ಮದ್ವೆ ಅನ್ನೋದೊಂದು ಸೀರಿಯಸ್ ವಿಷ್ಯ. ನಿನ್ನ ಡ್ಯಾಡ್‌ಗೆ ಎಲ್ಲಾ ಚಟಗಳು ಇದೆ. ನಂಗೆ ಅದೆಲ್ಲ ಗೊತ್ತು. ನನ್ಮಾತು ಕೇಳ್ತಾರೆ. ಅದ್ರಿಂದ ನಾನು ಕರ್ಪಂಟ್ ಜೋನ್‌ನಲ್ಲಿ ಇದ್ದೀನಿ. ದುಡಿಮೆಯೆಲ್ಲ ಅವರದ್ದೇ. ನನ್ಮಾತು ಪೂರ್ತಿಯಾಗಿ ಕೇಳ್ತಾರೆ. ಅದರಿಂದ ನಾನು ತಲೆಕೆಡ್ಸಿಕೊಳ್ಳೋಲ್ಲ, ಇದ್ನ ಫಾಲೋ ಮಾಡೋದು ಒಳ್ಳೇಯದು. ಫೈನ್ಸಾನ್ಸ್ ನಮ್ಮ ಕೈಯಲ್ಲಿ ಇರ್ಬೇಕು" ಎಂದು ತಲೆಯ ಮೇಲೆ ಮೊಟಕಿದರು. ಶಾಂಭವಿ ತುಂಬಾ ಚಾಲೂಕಿ ಹೆಣ್ಣು.

ಅಮ್ಮ, ಮಗಳು ಮುಂದೆ ಸ್ನ್ಯಾಕ್ಸ್ ಇಟ್ಟುಕೊಂಡು ಮಾತು ಶುರು ಮಾಡಿದರು. "ಸಂತೋಷ್ ಬೇರೆ ಕಡೆ ಕೆಲ್ಸಕ್ಕೆ ಹೋಗೋಲ್ಲಾಂತ. ಅವ್ರು ಫ್ಯಾಮಿಲಿ ಮೇಲೆ ತುಂಬಾ... ತುಂಬಾನೆ ಪ್ರೀತಿ ಇದೆ" ಎಂದಳು ಜ್ಞಾಪಿಸಿಕೊಂಡು. ಆಕೆ "ವೋಡೋ ಯಾರ್, ಮದ್ವೆ ಆಗೋವರ್‌ಗೂ ಎಲ್ಲಾ ಇರ್ತಾರೆ... ಆ ಮೇಲೆ ನಿಮ್ಮಿಬ್ಬರದು ಮಾತ್ರ ಫ್ಯಾಮಿಲಿಯಾಗುತ್ತೆ.

ನೋಡ್ತಾ... ಇಲ್ವಾ! ನಿನ್ನಣ್ಣ ಅನೀಸ್ ಮಮ್ಮಿ.... ಮಮ್ಮಿ ಅಂತ ಹಿಂದೆ ಮುಂದೆ ಓಡಾಡ್ತ ಇದ್ದ. ಸಮಯ ಸಿಕ್ಕಾಗಲ್ಲೆಲ್ಲ. ಕಾಲ್! ಈಗ ಸ್ಕೈಪ್, ವ್ಯಾಟ್ಸಪ್ ಎಲ್ಲಾ ಪೂರ್ತಿ ಬಂದ್, ನಾನೇ... ಮಾಡ್ಬೇಕು" ನಿಟ್ಟುಸಿರು ಚೆಲ್ಲಿ ಒಂದು ಗುಟ್ಟು ಹೇಳಿದರು "ಅವ್ನ ಮೇಲೆ ನಿಯಂತ್ರಣ ಸಾಧಿಸ್ಬೇಕೂಂದರೇ, ನಾನು ಅವ್ನ ಬಿಜಿನೆಸ್ ಪಾರ್ಟನರ್ ಆಗ್ತಾ ಇದ್ದೀನಿ" ಒಂದು ಸತ್ಯವನ್ನು ಆಕೆ ಹೊರಗೆ ಹಾಕಿದರು.

ನಿಹಾರಿಕ ಬೆಪ್ಪಾದಳು. ತಾಯಿಯ ಕರ್ಮಷಿಯಲ್ ಮೈಂಡ್‌ನ ಪರಿಚಯವಿತ್ತು. ಆದರೆ ಈ ವಯಸ್ಸಿನಲ್ಲಿ ಇಂಥ ಯೋಚನೆ! ಅವಳು ಸುಸ್ತಾದಳು. ಮತ್ತೇನು ಯೋಜನೆಯೋ?

"ಡ್ಯಾಡ್‌ಗೆ.... ಇದು ಗೊತ್ತಾ?" ಕೇಳಿದಳು.

"ಇನ್ನು ಹೇಳಿಲ್ಲ. ಇಲ್ಲಿ ಒಂದಿಬ್ಬರು ಅವ್ರ ಗರ್ಲ್ ಫ್ರೆಂಡ್ಸ್ ಇದ್ದಾರೆ. ಬಿಟ್ಟಿರೋದು ಕಷ್ಟವೇ! ಅಲ್ಲು ಕೂಡ ಗರ್ಲ್ಸ್ ಫ್ರೆಂಡ್ಸ್ ಸಿಗ್ತಾರೆ. ನಾನು ಅದ್ಕೆಲ್ಲ ಏರ್ಪಾಟು ಮಾಡ್ತೀನಿ" ಎಂದು ಜೋರಾಗಿ ನಕ್ಕರು. ಆ ನಗುವಿನ ಪರಿಚಯ ನಿಹಾರಿಕಾಗೆ ಇತ್ತು.

ಅಷ್ಟರಲ್ಲಿ ಕಾಲಿಂಗ್‌ಬೆಲ್ ಸದ್ದಾದ್ದರಿಂದ ಮೇಲೆದ್ದ ನಿಹಾರಿಕ "ನಾನು ರೆಸ್ಟ್ ತಗೋತೀನಿ" ತನ್ನ ರೂಮಿಗೆ ಹೋದಳು. ತಕ್ಷಣ ಸಂತೋಷ್‌ಗೆ ಒಂದು ಕಾಲ್ ಮಾಡಿದಳು. ಅವನೆತ್ತಲಿಲ್ಲ. ಮೊಬೈಲ್‌ನ ಅಷ್ಟು ದೂರಕ್ಕೆ ಎಸೆದು ಹಾಸಿಗೆಯ ಮೇಲೆ ಉರುಳಿಕೊಂಡಳು.

ಆಮೇಲೆ ಅರ್ಧಗಂಟೆಯ ನಂತರ ಒಳಗೆ ಬಂದ ಶಾಂಭವಿ "ಹಣ ಕೇಳಬಹುದಾ? ಮನೆ ಸ್ವಂತದ್ದೂಂತ ವಿಚಾರ್ಸಿಕೊಂಡೆ, ಇವೆಂಟ್ ಇರೋ ಜಾಗ ಲೀಜ್‌ದು ಗೊತ್ತಾಯ್ತು. ದೊಡ್ಡ ರೀತಿಯಲ್ಲಿ ಆಸ್ತಿಪಾಸ್ತಿಗಳೇನು ಇದ್ದಂಗೆ ಕಾಣ್ಲಿಲ್ಲ. ಒಳ್ಳೆ ಹೆಸರಿದೆ. ಅದ್ನ ಇಟ್ಕೊಂಡ್ ಏನು ಮಾಡಿಕೊಳ್ಳೋಕ್ಕಾಗುತ್ತೆ? ಸ್ಟೇಟಸ್, ಹಣ ಎಲ್ಲಾಬೇಕು. ನಮ್ಮದೇನು ಅಭ್ಯಂತರವಿಲ್ಲ. ವರದಕ್ಷಿಣೆ, ಪರೋಪಚಾರದ ಜೊತೆ ವಿವಾಹದ ಖರ್ಚು ಕೂಡ ನಮ್ದೇ ಆಗುತ್ತೆ. ನಿನ್ನ ವಿವಾಹಕ್ಕೆಂತ ತೆಗೆದಿಟ್ಟಿರೋ ಹಣಕ್ಕಿಂತ ಹೆಚ್ಚು ಖರ್ಚಾದರೆ, ನಿಂಗೆ ಕೊಡೋ ಇಪ್ಪತ್ತೈದು ಲಕ್ಷದಲ್ಲಿ ತೆಗೀಬೇಕಾಗುತ್ತೆ. ಇದನ್ನೆಲ್ಲ ಗಮನದಲ್ಲಿ ಇಟ್ಕೋ" ಎಂದರು ಆಕೆ, ಹೆತ್ತ ತಾಯಿ ಹೇಳಿದ ಮಾತುಗಳು ಇವು. ಜಗತ್ತೆಲ್ಲ ಕಲ್ಮಷವಾದರೂ ತಾಯಿಯ ಪ್ರೀತಿಯಲ್ಲಿ ಸ್ವಾರ್ಥವಿರೋಲ್ಲ. ಅದು ಶುದ್ಧ ಗಂಗೆಯಂತೆ ಹರಿಯುತ್ತೆ. ಅಂಥ ಗಂಗೆಯಲ್ಲೂ ಇಂಥದ್ದೊಂದು ಸೇರ್ಪಡೆ.

"ನಂಗೇನು ಗೊತ್ತಾಗ್ತ ಇಲ್ಲ! ಸಂತೋಷ್‌ಗೂ, ನಂಗೂ ವಿವಾಹವಾಗಿ ಬಿಡ್ಬೇಕು. ಎಷ್ಟು ಬೇಗ ಅವ್ರ ಬಾಹು ಬಂಧನದಲ್ಲಿ ಸೇರಿ ಹೋಗ್ತೀನೋ" ಕನಸ್ಸಿನಲ್ಲಿದಂತೆ ತೊದಲಿದಳು.

ಅವಳೊಂದು ಸುಂದರ ಜಗತ್ತನ್ನು ಸೃಷ್ಟಿಸಿಕೊಂಡಿದ್ದಳು. ಅಲ್ಲಿ ಅವಳ ಎಣಿಕೆಯ ಸುಖದ ಸುಪ್ಪತ್ತಿಗೆ.

* * *

ಅಂತೂ ಒಂದು ಹಂತದ ಮಾತುಕತೆ ಮುಗಿಯಿತು. ಒಮ್ಮೆ ಸಂತೋಷ್ ಕಾಲ್ ಮಾಡಿ "ನಾನು ತೀರಾ ಹರೆಯದ ಪಿ.ಯು.ಸಿ. ಹುಡ್ಗನಲ್ಲ, ನೀನು ಅಷ್ಟೆ. ವಿವಾಹದ ಹಿಂದಿನ ದಿನ ನಿಶ್ಚಿತಾರ್ಥ. ಪದೇ ಪದೇ 'ಸಾರಥಿ ಇವೆಂಟ್'ಗೆ ಬರೋದು ಕಾಲ್ ಮಾಡೋದು ಎರಡು

ಬೇಡ" ಎಂದ ನಿಷ್ಠೂರದಿಂದಲೇ. ಅವನು ಈಗ ಏನು ಹೇಳಿದರು ಅವಳು 'ಜಿ ಹುಜೂರ್' ಅನ್ನಲು ಸಿದ್ಧ. ಅಂಥ ಒಂದು ಅಮಲಿನಲ್ಲಿ ಇದ್ದಳು. ನಿಹಾರಿಕ ಕನಸ್ಸುಗಳ ತುಂಬೆಲ್ಲ ಸಂತೋಷ್ ಇದ್ದ. ಮಿಕ್ಕಿದೆಲ್ಲ ಅವಳ ಮನಸ್ಸಿನಲ್ಲಿ ಇಣುಕಲಿಲ್ಲ.

ಮಧ್ಯಾಹ್ನ ಪಾರ್ಥಸಾರಥಿ ಮಗನನ್ನು ಛೇಂಬರ್‌ಗೆ ಕರೆಸಿಕೊಂಡು "ನಿಹಾರಿಕ ಪೇರೆಂಟ್ಸ್ ಒಂದು ಹತ್ತು ಸಲವಾದ್ರೂ ಫೋನ್ ಮಾಡಿದ್ರು. ಮಾತುಕತೆಗೆ ನಾವು ಎಂದು ಬರೋಣಾಂತ. ಆನಂದ್ ಕೂಡ ಓಕೆ, ಸಂತೋಷ್ ವಿವಾಹ ಮುಗ್ಸಿಬಿಡೋಣಾಂತ ಹೇಳ್ದ. ನಿನ್ನ ಅಭಿಪ್ರಾಯವೇನು? ಮನೆಯಲ್ಲಿನ ಪ್ರತಿಯೊಬ್ಬರು ಒಪ್ಗೆ ಸೂಚಿಸಿದ್ದಾರೆ. ಬೇಡಾ ಅನ್ನೋಕೆ ಕಾರಣವೇನಿಲ್ಲ. ಕಾಲೇಜು ಆಫ್ ಎಂಜಿನಿಯರಿಂಗ್ ಆ್ಯಂಡ್ ಟೆಕ್ನಾಲಜಿಯ 'ಟ್ರೇನಿಂಗ್ ಆ್ಯಂಡ್ ಪ್ಲೇಸ್‌ಮೆಂಟ್ ಅಧಿಕಾರಿ ರವಿಚಂದ್ರನ್ ಬೇಡಿಕೆ ಮತ್ತು ಪೂರೈಕೆಯ ನಡುವೆ ದೊಡ್ಡ ಅಂತರ ಸೃಷ್ಟಿಯಾಗಿರೋದರಿಂದ ನಿರುದ್ಯೋಗಿಗಳ ಸಂಖ್ಯೆ ಹೆಚ್ಚಾಗಿದೆ ಅಂದ್ರು. ಆ ವಿಷ್ಯಕ್ಕೆ ಅಷ್ಟೊಂದು ಇಂಪಾರ್ಟೆನ್ಸ್ ಕೊಡೋದುಬೇಡ. ನಿಹಾರಿಕ ಬಗ್ಗೆ ನಿನ್ನ ಅಭಿಪ್ರಾಯ ತಿಳ್ಸು. ದಾಂಪತ್ಯದಲ್ಲಿ ಅಗತ್ಯವಾಗಿರೋದು ಸಾಮರಸ್ಯ" ಎಂದರು. ನಿಹಾರಿಕ ಜಾಬ್ ಬಗ್ಗೆ ಅಷ್ಟೇನು ತಲೆಕೆಡಿಸಿಕೊಂಡಿರಲಿಲ್ಲ.

ಐದು ನಿಮಿಷ ಮೌನವಹಿಸಿ ನಂತರ "ಇದೊಂದು ದಿನ ಅವಕಾಶ ಕೊಡಿ ನಾಳೆ ಹೇಳ್ತೀನಿ" ಅಂದ. ಪಾರ್ಥಸಾರಥಿ ನಕ್ಕು ಬಿಟ್ಟು" ಸಂತೋಷ್ ಎಂಥ ಅದ್ಭುತ ಬದಲಾವಣೆ ನಿನ್ನಲ್ಲಿ ನೀನು ಎಷ್ಟು ಫಟಿಂಗ್ ಆಗಿದ್ದೆ. ಹುಡ್ಗೀಯರ್ನ ಸುಮಾರಾಗಿ ಗೋಳೊಯ್ದುಕೊಂಡಿದ್ದೀ. ನಿನ್ನಮ್ಮ ನಮ್ಗೇ ಇವ್ನ ಅವಕಾಶಾನೇ ಕೊಡದೇ, ವಿವಾಹವಾಗಿ ಮಡದಿನ ತಂದು ನಮ್ಮುಂದೆ ನಿಲ್ಲಿಸ್ತಾನೆ. ಫ್ಲರ್ಟ್ ಮಾಡೋದರಲ್ಲಿ ನಿಸ್ಸಿಮ. ಒಂದು ಪ್ರೇಮಲೋಕ ಸೃಷ್ಟಿ ಮಾಡಿ ಬಿಡ್ತಾನೆ. ಅನ್ನೋರು" ಎಂದರು ನಗುತ್ತಾ.

"ಭವಿಷ್ಯದ ಚಿಂತನೆಗಳು ಅರಿವಿಲ್ಲದೆ ರೋಮ್ಯಾಂಟಿಕ್ ದಿನಗಳು ದೀರ್ಘವಾದರೆ ಅಪಾಯ. ಡ್ಯಾಡ್ ನಯನತಾರ ನಿಮ್ಮನ್ನ ಭೇಟಿ ಮಾಡ್ಬೇಕೂಂತ ತಿಳಿಸಿದ್ರು ನಿಮ್ಮ ಸಮಯ ನೋಡ್ಕೊಂಡ್ ಹೇಳ್ತೀನಿಂದೇ. ಬಂದ್ಮೇಲೆ ಸಾಕಷ್ಟು ಸಮಯ ಆಕೆಗೆ ಮೀಸಲಿಡಬೇಕಾಗುತ್ತೆ" ಎಂದು ನಕ್ಕ "ಬರಲಿ....ಬರಲೀ.... ನಮ್ಮ ಸಾರಥಿ ಇವೆಂಟ್‌ಗೆ ಅವ್ರಿಂದ ಅನುಕೂಲವಾಗಿದೆ. ಓಕೆ, ಕಣೋ... ಜಾಬ್ ಆ್ಯಂಡ್ ಕೆರಿಯರ್ ಕನ್ಸಲ್ಟೆನ್ಸಿಯ ಲತಾ ರಾಜಶೇಖರ್ ಬಂದಿದ್ರು. ಅವ್ರು ಒಂದು ಸಣ್ಣ ಗೆಟ್‌ಟು ಗೆದರ್ ಆಯೋಜಿಸಬೇಕೆಂದ್ರು. ಓಕೇ, ಅಂದ್ರು... ಆಕೆ ಕೂಡ ನಯನತಾರ ಮಗಳ ವಿವಾಹಕ್ಕೆ ಬಂದಿದ್ರಂತೆ, ಪ್ಲೇಸ್ ಅವ್ರ ಆಫೀಸ್‌ನ ಆವರಣ. ಒಮ್ಮೆ ನೋಡಿ ಬರೋಣ" ಮಗನೊಂದಿಗೆ ಹೊರಟರು. 'ಸಾರಥಿ ಇವೆಂಟ್' ಈಗ ಬಿಜಿಯಾಗಿತ್ತು.

ಕಾರಿನತ್ತ ಹೊರಟವರು ನಿಂತು ಮೊಬೈಲ್‌ಗೆ ಬಂದಿದ್ದ ಮೆಸೆಜ್ ಓದಿಕೊಂಡು "ನಿನ್ನಮ್ಮ ಮನೆಗೆ ಬರೋಕೆ ಹೇಳಿದ್ದಾರೆ. ಹಳೆಯ ಬಂಧುಗಳ ಆಗಮನವಾಗಿದೆಯಂತೆ. ನೀವು ಬನ್ನೀಂತ ಮೆಸೆಜ್ ಕಳಿಸಿದ್ದಾಳೆ" ಮಗನ ಕಡೆ ನೋಡಿದರು.

"ನೀವ್ಹೋಗಿ., ನಾನ್ಹೋಗಿ ನೋಡ್ಬರ್ತೀನಿ" ಎಂದು ಬೈಕ್ ಹತ್ತಿ ಹೊರಟ. ಆದಷ್ಟು ಬೈಕ್ ಉಪಯೋಗಿಸುತ್ತಿದ್ದ. ಅವನಿಗೆ ಬೈಕ್ ರೈಡಿಂಗ್ ಇಷ್ಟ. "ಸಿಯೂ ಲೆಟರ್, ಡ್ಯಾಡ್,

ಮ್ಯಾನೇಜರ್‌ನ ಕರ್ಕೊಂಡ್ಹೋಗ್ತೀನಿ. ಲೆಕ್ಕದಲ್ಲಿ ತೀರಾ ಪರ್ಫೆಕ್ಟ್" ಎಂದು ನಕ್ಕ.

ಆ ವೇಳೆಗೆ ಆನಂದ್‌ನಿಂದ ಕಾಲ್ "ಎಲ್ಲಿದ್ದೀ.... ಯಾರ್? ನಯನತಾರ ಮಗಳ ವಿವಾಹದಲ್ಲಿ ಬಳಸಿದ ಆರ್ಕಿಡ್‌ಗಳ ವಿನ್ಯಾಸ ಎಷ್ಟೋ ಜನ ಸೆಲಬ್ರೆಟಿಗಳನ್ನು ಸೆಳೆದಿದೆ. ಆ ಬಗ್ಗೆನೇ ಮಾತು....ಒಬ್ಬ ಫೇಮಸ್ ಹೀರೋನ ಚಲನಚಿತ್ರ ಅದ್ಧೂರಿ ಮುಹೂರ್ತದ ಆಯೋಜನೆ ನಮ್ಮ ಇವೆಂಟ್‌ಗೆ ಬಂದಿದೆ. ನೀನು ಈಗ ಎಲ್ಲಿದ್ದೀ?" ಕೇಳಿದ. ನಗೆಯನ್ನು ಹರಿಸಿ "ಡಾ॥ ಮಲ್ಹೋತ್ರ ಸಿಕ್ಕಿದ್ರಾ? ಅತ್ತಿಗೆ ಜೊತೆಯಲ್ಲಿದ್ದಾರೆ. ಒಂದಿಷ್ಟು ಹ್ಯಾಪಿ ಮೂಡ್‌ನಲ್ಲಿ ಇರು. ಹಾಗೆ ಒಂದಿಷ್ಟು ಷಾಪಿಂಗ್ ಹೋಗ್ ಬನ್ನಿ. ನಾನು ಈಗ ಆಫೀಸ್‌ನಿಂದ ಹೊರಡ್ತಾಇದ್ದೀನಿ. ಜಾಬ್ ಆ್ಯಂಡ್ ಕೆರಿಯರ್ ಕನ್ಸಲ್ಟನ್ಸಿಯ ನಮ್ಮ ಪರ್ಮನೆಂಟ್ ಕಸ್ಟಮರ್. ಲತಾ ರಾಜಶೇಖರ್‌ನ ನೋಡ್ಹೋದಿದೆ. ಬೈ ನಾನು ಆಮೇಲೆ ಕಾಲ್ ಮಾಡ್ತೀನಿ" ಕಟ್ ಮಾಡಿದ.

ವಾಟ್ಸಪ್‌ನಲ್ಲಿ ಮಾತಾಡುತ್ತಿದ್ದ ರೇಖಾಭಟ್ ತಕ್ಷಣ ಆಫ್ ಮಾಡಿ ಎದ್ದು ನಿಂತು "ಸರ್, ಅದೇ ನಿಹಾರಿಕ ಮೇಡಮ್ ಕಾಲ್ ಮಾಡಿ ಪ್ರೋಗ್ರಾಂ ಲಿಸ್ಟ್ ಕೇಳಿದ್ರು. ನಾನೇನು.... ಮಾಡ್ಲೀ?" ಕೇಳಿದಾಗ "ಏನು ಮಾಡ್ಬೇಡ" ಎಂದು ತನ್ನ ಛೇಂಬರ್‌ಗೆ ಹೋದ. ಅವನ ಮೊಬೈಲ್‌ಗೆ ಮೆಸೇಜ್ ರೆಡಿಯಾಗಿತ್ತು. ಕ್ಷಣ ಬೇಸರವೆನಿಸಿತು.

ಇವನ ಕಾಲ್‌ಗಾಗಿಯೆ ಊಟ ಮಾಡದೆ ಕಾಯುತ್ತಿದ್ದ ಮಗಳ ಬಳಿಗೆ ಬಂದ ಶಾಂಭವಿ "ಸಂತೋಷ್ ಫೋನ್ ಮಾಡಿ ವಿಚಾರಿಸಿದ್ನ? ಎಂಟು ದಿನ ಅವಕಾಶ ಕೊಟ್ಟವನು ಕೇಳೋದು ಅವ್ನ ಕೆಲ್ಸ ಮೂರು ದಿನ ನೀನು ಸುಮ್ನೇ ಇರು. ಅವ್ನೇ ಹುಡ್ಕಿಕೊಂಡು ಬರ್ತಾನೆ" ಎಂದರು. ಪಾನ್ ಮೇಲುತ್ತ ದುರದುರನೆ ಅಮ್ಮನತ್ತ ನೋಡಿದವಳು "ಷಟಪ್ ನಿನ್ಮಾತು ಕೇಳಿದರೆ, ನಾನು ಹಾಳಾಗಿ ಹೋಗ್ತೀನಿ. ಸಂತೋಷ್ ನನ್ನ ಕೈ ತಪ್ಪಿ ಹೋಗ್ತಾನೆ. ಹೇಳಿದ ಎಂಟು ದಿನದ ಮೇಲೆ ಎರಡು ದಿನವಾಯ್ತು. ಕನಿಷ್ಠ ಒಂದು ಮೆಸೇಜ್ ಕಳಿಸಲಿಲ್ಲ. ಆ ಮೇಲೆ ನಾನು ಹೇಳ್ಲಿಲ್ಲಾಂತ.... ಮೈಗಾಡ್! ಯಾವ್ದೆ ಕಾರಣಕ್ಕೂ ನಾನು ಸಂತೋಷ್‌ನ ಕಳೆದುಕೊಳ್ಳಲಾರೆ" ಅಂದವಳೆ ತಕ್ಷಣ ತನ್ನ ಮೆಸೆಜ್‌ನಲ್ಲಿ ಅಭಿಪ್ರಾಯ ತಿಳಿಸಿ "ಐ ಲವ್ ಯು, ಐ ಲವ್ ಯು ಅಂತ ಒಂದು ಇಪ್ಪತ್ತೈದು ಸಲ ಟೈಪ್ ಮಾಡಿ ಮೆಸೆಜ್ ಕಳಿಸಿದಳು. ಅವನಿಂದ ಯಾವುದೇ ಪ್ರತಿಕ್ರಿಯೆ ಇಲ್ಲ. ಅವಳಿಗೆ ತಲೆ ಚಚ್ಚಿಕೊಳ್ಳಬೇಕೆನಿಸಿತು.

ಸಂಜೆ ಪಾರ್ಥಸಾರಥಿ ಈಶ್ವರ್‌ಗೆ ಫೋನ್ ಮಾಡಿ "ಈ ವಾರದಲ್ಲಿ ಯಾವ ದಿನ ಅನ್ಕೂಲವೆನಿಸುತ್ತೋ, ಆ ದಿನ ಮಾತುಕತೆಗೆ ಬನ್ನಿ" ಎಂದು ಸರಳವಾಗಿ ತಿಳಿಸಿದರಷ್ಟೆ.

"ಅಂತು, ಯು ಆರ್ ಲಕ್ಕಿ, ಸಂತೋಷ್ ಮಾತ್ರವಲ್ಲ ಅವನ ಮನೆಯವರು ಕೂಡ ಒಪ್ಪಿಕೊಂಡಿದ್ದಾರೆ. ಲೇಟು ಮಾಡೋದು ಬೇಡ. ನಾಳಿದ್ದು ಹೋಗಿ ಮಾತುಕತೆ ಮುಗ್ಸಿಕೊಂಡು ಬಂದು ಬಿಡೋಣ ವಿವಾಹ ಆದಷ್ಟು ಬೇಗ ಮುಗಿಯೋದು ಒಳ್ಳೇದು" ಈಶ್ವರ್ ಹೆಂಡತಿಗೆ ತಿಳಿಸಿದರು. ಅದಕ್ಕೆ ಕಾರಣ ಆಕೆಗೆ ಗೊತ್ತುಂಟು. ಈ ಪ್ಲಾಟ್ ಮಾರಿ ಪೂರ್ಣ ಹಣ ಪಡೆದಾಗಿತ್ತು. ಇಲ್ಲಿರಲು ಎರಡು ತಿಂಗಳು ಅವಕಾಶ ಮಾತ್ರವಿತ್ತು. ಅದರಲ್ಲಿ ಇಪ್ಪತ್ತು ದಿನ ಕಳೆದು ಹೋಗಿತ್ತು. ಆದರೆ ಈ ವಿಚಾರ ನಿಹಾರಿಕಗೆ ಗೊತ್ತಿರಲಿಲ್ಲ "ಓಕೇ, ಓಕೇ, ನಾನೆಲ್ಲ ಮಾತಾಡ್ತೀನಿ" ಗಂಡನಿಗೆ ಕಣ್ಣೊಡೆದರು.

ನಿಹಾರಿಕದು ಬೇರೊಂದು ವಿಚಾರವಿತ್ತು. ವಿವಾಹದ ನಂತರ ತಾನು, ಸಂತೋಷ್ ಈ ಫ್ಲಾಟ್‌ನಲ್ಲಿ ಉಳಿದುಕೊಳ್ಳಬಹುದು. ಅದಕ್ಕೆ ಒಪ್ಪದಿರುವುದಕ್ಕೆ ಯಾವುದೇ ಕಾರಣವಿಲ್ಲವೆನ್ನುವ ಭಾವ ಅವಳದು. ಖುಷಿ ಖುಷಿಯಾಗಿ ಓಡಾಡಿದಳು. ಹೆಮ್ಮೆಯಿಂದ ತನ್ನ ಫ್ರೆಂಡ್ಸ್‌ಗೆಲ್ಲ ತಿಳಿಸಿದ್ದು ತುಸು ಗರ್ವದಿಂದಲೇ. ಅಪ್ಪಿತಪ್ಪಿ ಕೂಡ ಸಂತೋಷ್ ಕುಟುಂಬದ ಬಗ್ಗೆ ಯೋಚಿಸಲಿಲ್ಲ.

"ಐ ಜಲಸ್ ಫಾರ್ ಯು" ಪ್ರತಿಯೊಬ್ಬರ ಕಾಮೆಂಟ್ಸ್ ಇದೇ ರೀತಿಯಲ್ಲಿತ್ತು." ಸಂತೋಷ್‌ದು ಎಂಥ ಅದ್ಭುತ ಪರ್ಸನಾಲಿಟಿ. ಮಾಡಲಿಂಗ್ ಕಡೆ ಆಸಕ್ತಿವಹಿಸಿದ್ದರೆ ನಂಬರ್ ವನ್ ಆಗಿ ಬಿಡ್ತಾ ಇದ್ರು" ಇಂಥ ಮಾತುಗಳನ್ನು ಕೇಳಿ ಇನ್ನಷ್ಟು ಉಬ್ಬಿಬಿಟ್ಟಳು. ಸ್ವರ್ಗ ಮೂರೆ ಗೇಣು.

ಮಧ್ಯಾಹ್ನನೆ ಸಂತೋಷ್‌ಗೆ ಮೆಸೆಜ್ ಕಳಿಸಿ "ಜೊತೆಯಲ್ಲಿ ಲಂಚ್ ತಗೋಳೋಣವಾ?" ಕೇಳಿದಾಗ "ನೋ, ಸಂಜೆ ಅದೇ ಸ್ವಾತಿ ಹೋಟೆಲ್‌ಗೆ ಬಾ, ಮಾತಾಡೋದಿದೆ" ಹೇಳಿ ಕಾಲ್ ಕಟ್ ಮಾಡಿದ್ದ. ಸಂಜೆ ಆಗೋದನ್ನ ಹೇಗೆ ಎದುರು ನೋಡಿದಳೊಂದರೆ ಕಡೆಗೆ ಸಮಯ ಸರಿಯಲಾರದ್ದೂಂತ ತಿಳಿದು ಅಮ್ಮನ ರೂಮಿಗೆ ಬಂದು ಕೂತಳು. ಲ್ಯಾಪ್ ಟಾಪ್‌ನಲ್ಲಿ ಏನೋ ಟೈಪ್ ಮಾಡುತ್ತಿದ್ದ ಆಕೆ "ಪ್ಲೀಸ್, ಕಮ್... ಸಂತೋಷ್ ಫೋನ್ ಮಾಡಿದ್ನಾ?" ಕೇಳಿದರು.

"ನಾನೇ.... ಮಾಡಿದ್ದೇ.... ಅವ್ರು ಜೊತೆ ಲಂಚ್ ಮಾಡೋ ಪ್ರೋಗ್ರಾಂ ಹಾಕ್ಕೊಂಡಿದ್ದೆ. ನೋ ಅಂತ ಸಂಜೆ ಬರೋದಿಕ್ಕೆ ಹೇಳಿದ್ದಾರೆ. ರೋಮ್ಯಾಂಟಿಕ್ ಆಗಿ ಮೂವ್ ಆಗೋಲ್ಲ. ನಂಗಂತು ನೋಡಿದ ಕೂಡ್ಲೇ ಅಪ್ಪಿಕೊಂಡು ಬಿಡೋಣಾಂತ ಅನ್ನಿಸುತ್ತೆ. ಐ ಲವ್.... ಸಂತೋಷ್" ದಿಂಬನ್ನು ತೊಡೆಯ ಮೇಲೆ ಹಾಕಿಕೊಂಡು ಮುದ್ದು ಮುದ್ದಾಗಿ ಹೇಳಿದಾಗ "ಯೂ ನಾಟಿ...." ಎಂದು ಮಗಳ ತಲೆಯ ಮೇಲೊಂದು ಮೊಟಕಿ "ಸಂತೋಷ್ ಈಸ್ ವೆರಿ ಡಿಫರೆಂಟ್ ಈಗಿನ ಯುವಕರು ವಿವಾಹಕ್ಕೆ ಮುನ್ನವೆ ಎಲ್ಲಾನು ಮುಗ್ಸಿಕೊಂಡು ಬಿಡ್ತಾರೆ. ಆಮೇಲೆ ಏನಿರೋಲ್ಲ" ಮಗಳಿಗೆ ಕಣ್ಣೊಡೆದು ನಕ್ಕರು. ಆಕೆ ಮುಕ್ತ ಮನಸ್ಸಿನ ಹೆಣ್ಣು. ಮಡಿವಂತಿಕೆ ಅಂಥದೇನಿಲ್ಲ. ಸೆಕ್ಸ್ ಬಗ್ಗೆ ಮುಕ್ತವಾಗಿ ಮಾತಾಡಬಲ್ಲರು. ಆಮೇಲೆ ಏಷ್ಟೋ ಹರಟಿದರು. ಇಂದಿಗೂ ಆಕೆಗೆ ತಾನೊಬ್ಬ ದೊಡ್ಡ ಬಿಜಿನೆಸ್ ಮಾಗ್ನೆಟ್ ಆಗಬೇಕೆಂಬ ಆಸೆ. ಅದಕ್ಕಾಗಿ ಎಲ್ಲಾ ಪ್ರಯತ್ನ ಮಾಡಿದ್ದರು ಮಾತ್ರವಲ್ಲ. ಆ ಹಂತದಲ್ಲಿಯೆ ಇದ್ದರು.

"ಮಾಮ್, ನೀವೆಂದು ದುಬೈಗೆ ಹೊರಡೋದು? ವಾಟ್ಸ್‌ಪ್‌ನಲ್ಲಿ ಹರಟಿದೆ. ಅನಿವೇಶ್ ಏನು ಹೇಳ್ಲಿಲ್ಲ. ಮೊದ್ಲು ನಿನ್ನ ಮ್ಯಾರೇಜ್ ಮುಗೀಲಿ! ಪ್ರತಿ ಸಲನು ಇದೇ ಹೇಳ್ತಾನೆ. ಸಂತೋಷ್ ಇರೋ ಸಿ.ಡಿ.ಯನ್ನು ಅವ್ನ ಮೊಬೈಲ್‌ಗೆ ಅಪ್ ಲೋಡ್ ಮಾಡಿದ್ದೆ. ಅವ್ನು ಪೆಂಟಾಸ್ಟಿಕ್ ಪರ್ಸನಾಲಿಟಿ ಅಂದ. ನೀವುಗಳು ಹೊರಟರೆ ನಾನು ಸಂತೋಷ್ ಅಂತು ಈ ಫ್ಲಾಟ್‌ನಲ್ಲಿ ಇದ್ದು ಬಿಡ್ತೀವಿ" ನಲಿದಳು. ಶಾಂಭವಿ ಒಂದು ತರಹ ಮಗಳನ್ನು ನೋಡಿ "ಯಾಕೆ, ಈ ತೀರ್ಮಾನ? ಅವ್ರ ಮನೆ ಚೆಂದವಾಗಿದೆ. ಪಾರ್ಥಸಾರಥಿ ಪ್ಲಾನ್ ಮಾಡಿ ಮಕ್ಕಳಿಗೆ ಸಪರೇಟ್ ರೂಂಗಳನ್ನು ಪ್ರೊವೈಡ್ ಮಾಡಿದ್ದಾರೆ. ತುಂಬಾ ಮಾರ್ಡನ್ನಾಗಿ ಇಲ್ಲದಿದ್ದರೂ ತುಂಬ ಅಚ್ಚುಕಟ್ಟಾಗಿದೆ. ನಂಗೆ ಇಷ್ಟವಾಯ್ತು" ಎಂದರಾಕೆ. ತಲೆಕೊಡವಿದ ನಿಹಾರಿಕ "ನೋ.... ನೋ, ನಮ್ದೇ ಒಂದು ಜಗತ್ತು ಸೃಷ್ಟಿಯಾಗಬೇಕು. ಅಲ್ಲಿ ನಾನು.... ಸಂತೋಷ್ ಮಾತ್ರ. ನನ್ನಲ್ಲಿ

ಅದ್ಭುತವಾದ ಕನಸುಗಳು ಇದೆ" ಉತ್ಸಾಹದಿಂದ ಬಡಬಡಿಸಿದಳು.

"ನಿನ್ನ ಡ್ಯಾಡ್ ಯಾಕೆ ಬರ್‍ಲಿಲ್ಲ?" ಎದ್ದು ಹೋದರು. ಸಂಜೆಗೆ ಈಗಿನಿಂದಲೇ ಮೇಕಪ್ ಆಗತೊಡಗಿದಳು. ಸಂತೋಷ್‌ಗೆ ಯಾವ ಡ್ರೆಸ್ ಇಷ್ಟ? ವಿಚಾರಿಸಲೇ ಎನಿಸಿತು. ಅವನ ಪ್ರತಿಕ್ರಿಯೆ ಹೇಗಿರುತ್ತದೆಯೋ ಎಂದು ಸುಮ್ಮನಾದಳು.

ಅಂತೂ ಸಾಯಂಕಾಲವಾಗಿಯೆ ಆಯಿತು. ಸ್ವಲ್ಪ ತಡ ಮಾಡಿ ಹೋದರೆ ಹೇಗೆ? ಅವನು ಕಾಯಲೀ! ಇಂಥ ಒಂದು ಸ್ವಷ್ಟ ನಿರ್ಧಾರಕ್ಕೆ ಬರಲಾರದೆ ಚಡಪಡಿಸಿದಷ್ಟೆ.

"ಮಮ್ಮಿ... ಕಾರು ತಗೊಂಡ್ ಹೋಗ್ಲಾ?" ರೆಡಿಯಾಗಿ ಬಂದು ಕೇಳಿದಾಗ, ಆಕೆಯ ಮೂಗಿಗೆ ಫರ್‌ಫ್ಯೂಮ್ ವಾಸನೆ ರಪ್ಪೆಂದು ಬಂದು ರಾಚಿತು. ಟೈಟ್ ಜೀನ್ಸ್ ಪ್ಯಾಂಟ್, ಟೀ ಷರಟು ಧರಿಸಿದ್ದು ತೀರಾ ಮಾಡ್ ಆಗಿ ಕಂಡಳು. ಆ ಬಗ್ಗೆ ಆಕೆಯದೇನು ಆಕ್ಷೇಪಣೆ ಇಲ್ಲ. ಆದರೆ ಪಾರ್ಥಸಾರಥಿ ಮನೆಯಲ್ಲಿದ್ದ ವಾತಾವರಣ ಜನರ ಸ್ವಭಾವ, ನಡವಳಿಕೆ ನೋಡಿ ಒಂದು ಅಂದಾಜ್‌ಗೆ ಬಂದಿದ್ದರು. "ಡ್ರೆಸ್ ಛೇಂಜ್ ಮಾಡಿ, ಆರಾಮಾಗಿ ನಿಂಗೆ ಇಷ್ಟವಾದ ಸೀರೆಯುಟ್ಟು ಹೋಗು. ನಿನ್ನ ಡ್ಯಾಡ್ ಕೂಡ ಸೀರೆಯವರಲ್ಲೇ ಗೆಳೆತನ ಹೆಚ್ಚಿಸಿಕೊಳ್ಳೋದು. ಅವ್ರೆ ಹೆಚ್ಚು ಸೆಕ್ಸಿಯಾಗಿ ಕಾಣೋದು" ಕಣ್ಣೊಡೆದರು. ಜೊತೆಗೆ ಮಗಳ ಮನ ಒಲಿಸಿ ಒಪ್ಪಿಸಿದರು.

ಹೌದು, ನಿಹಾರಿಕ ಸೀರೆಯುಟ್ಟೆ ಹೋಗಿದ್ದು. ತುಂಬಾ ಚೆಂದ ಕಂಡಳು. ಸಂತೋಷ್ ಕಣ್ಣುಗಳು ಮಿನುಗಿದವು "ಯೂ ಲುಕ್ ವೆರಿ ಬ್ಯೂಟಿಫುಲ್' ಎಂದು ಹೇಳಬೇಕೆನಿಸಿತು. ಪಿ.ಯು.ಸಿ. ದಾಟದ ಮುನ್ನ ಇಂಥ ರೋಮ್ಯಾಂಟಿಕ್ ಅನುಭವ ಅವನದಾಗಿತ್ತು. ಪ್ಲರ್ಟ್ ಮಾಡೋದರಲ್ಲಿ ಸಂತೋಷ್ ನಿಸ್ಸೀಮ' ಗೆಳೆಯರ ಕಾಮೆಂಟ್ಸ್‌ಗೆ ಎದೆಯುಬ್ಬಿಸಿದ. ಅವೆಲ್ಲ ಇಂಜಿನಿಯರಿಂಗ್ ಬಾಗಿಲು ತಟ್ಟಿದ ಕೂಡಲೇ ಬಂದ್. ಅವನದು ಮೆರಿಟ್‌ಸೀಟು.

"ಹಾಯ್....." ಅಂದಳು ಜೇನಿನ ದನಿಯಲ್ಲಿ.

"ಹಲೋ, ಪ್ಲೀಸ್ ಕಮ್" ಎಂದು ನಡೆದವನ ಪಕ್ಕ ಜಗತ್ತನ್ನೆಲ್ಲ ಗೆದ್ದವಳಂತೆ ನೋಟ ಹರಿಸುತ್ತ ನಡೆದ ನಿಹಾರಿಕ ಸಂತೋಷ್ ಹಾಕುವ ಎಲ್ಲಾ ಕಂಡೀಷನ್‌ಗೆ ಒಪ್ಪಿಕೊಳ್ಳುವ ಸಿದ್ಧತೆ ಅವಳದು. ಈಗಾಗಲೆ ರಿಸರ್ವ್ ಆಗಿದ್ದ ಟೇಬಲ್‌ನಲ್ಲಿ ಹೋಗಿ ಕೂತ ನಂತರ "ಒಂದು ಆಡಿಯೋ ರಿಲೀಸ್ ಪಂಕ್ಷನ್ ಇದೆ. ಅಲ್ಲಿಗೆ ಹೋಗ್ಬೇಕು. ನಾನು ಕುಟುಂಬ ಪ್ರೇಮಿ. ಬರೀ ಮದ್ವೆಯಾದವಳೇ ನನ್ನ ಪೂರ್ತಿಯ ಜಗತ್ತು ಎಂದು ತಿಳಿದಿಲ್ಲ. ಉತ್ತಮ ಬದ್ಕಿಗೆ ಎಲ್ಲಾ ಸಂಬಂಧಗಳ ಅಗತ್ಯವು ಇದೆ. ಈ ಬಗ್ಗೆ ನಿನ್ನ ಅಭಿಪ್ರಾಯವೇನು?" ಕೇಳಿದ ಮೆನು ಕಾರ್ಡನ್ನು ಹತ್ತಿರಕ್ಕೆ ಎಳೆದುಕೊಳ್ಳುತ್ತ "ನೋ ಕಾಮೆಂಟ್ಸ್ ನಿಮ್ಮ ಎಲ್ಲಾ ಅಭಿಪ್ರಾಯಗಳಿಗೂ ನನ್ನ ಸಹಮತವಿದೆ. ಆ ಬಗ್ಗೆ ನೋ ಡೌಟ್" ನುಡಿದವಳನ್ನೇ ನೋಡಿದ. ಯಾವ ಹೆಣ್ಣನ್ನೂ ಅರ್ಥೈಯಿಸಿಕೊಳ್ಳುವುದು ಅಷ್ಟು ಸುಲಭವಲ್ಲವೆನಿಸಿತು" ದಾಂಪತ್ಯದಲ್ಲಿ ಸಾಮರಸ್ಯ ಎಷ್ಟು ಮುಖ್ಯವೋ ಪರಸ್ಪರರ ಬಗ್ಗೆ ಗೌರವ ಭಾವವು ಅಷ್ಟೆ ಮುಖ್ಯ" ಎಂದ ಮತ್ತೆ. ಅವನು ಹೇಳಿದಕ್ಕೆಲ್ಲ ಒಪ್ಪಿಗೆ ಸೂಚಿಸಿದಳು. ಅವನ ಬಗ್ಗೆ ಹೇಳಿದ ಅವಳ ಬಗ್ಗೆ ಕೇಳಿದ ನಂತರ ಒಂದು ನಿರ್ಧಾರಕ್ಕೆ ಬಂದರು.

ಆ ವೇಳೆಗೆ ಕಾಲ್ ಬಂದಿದ್ದರಿಂದ ಅವಳನ್ನು ಅನುರಾಗದ ನೋಟದಲ್ಲಿ ಬೀಳ್ಕೊಟ್ಟು ಬೈಕನ್ನೇರಿದ. ಆಮೇಲೆ ಅವನ ಮನಸ್ಸಿನ ತುಂಬಾ ನಿಹಾರಿಕಾನೇ. ಅತ್ಯಂತ ಸುಂದರ ದಾಂಪತ್ಯದ ಕನಸು ಅವನದು.

ಮನೆಗೆ ಬಂದು ತಿಳಿಸಿದ ಕೂಡಲೆ ಶಾಂಭವಿ, ಈಶ್ವರ್ ತಮಗೆ ತೋಚಿದ ರೀತಿಯಲ್ಲಿ ಡ್ಯಾನ್ಸ್ ಮಾಡಿದರು. ವೃದ್ಧಾಪ್ಯದಲ್ಲೂ ಅವರ ಜೀವನೋತ್ಸಾಹ ತಗ್ಗಿರಲಿಲ್ಲ. ಈಗಲೂ ಎಳೆಯರಂತೆ ಜಗ್ಗಾಡುತ್ತಿದ್ದರು.

"ನೀವ್ಹೋಗಿ ಮಾತಾಡಿ ದಿನ ಫಿಕ್ಸ್ ಮಾಡ್ಕೊಂಡ್ ಬಂದ್ಬಿಡಿ ಮಾಮ್" ಕೆನ್ನೆಗೆ ಮುತ್ತಿಟ್ಟಳು. ಈಗಾಗಲೆ ಅನಿವೇಶ್ ಇವರಿಗಾಗಿ ಪ್ಲಾಟ್ ಖರೀದಿಸಿದ್ದ" ಆದಷ್ಟು ಬೇಗ ಷಿಫ್ಟ್ ಆಗೋದು ಒಳ್ಳೇದು" ಇಂಥ ಒಂದು ಬೇಡಿಕೆ ಮುಂದಿಟ್ಟಿದ್ದ. ಒತ್ತಡ ಕೂಡ ಇತ್ತು ಪದೇ ಪದೇ.

ಎರಡೇ ದಿನದಲ್ಲಿ ದಿನ ನಿಶ್ಚಯಿಸಲು ಮಗಳನ್ನು ಕರೆದುಕೊಂಡು ಪಾರ್ಥಸಾರಥಿಯವರ ಮನೆಗೆ ಹೋದರು. ವಿವಾಹ ಬೇಗ ಮುಗಿಯಬೇಕು.

"ಒಂದು ಹತ್ತಿರದ ಡೇಟ್ ನೋಡಿ ಲಗ್ನ ಫಿಕ್ಸ್ ಮಾಡ್ಬಿಡಿ. ನಮ್ಮ ವರಿಗೆ ಹಾರ್ಟ್‌ಟ್ರಬಲ್. ಬೇಗ ಮಗ್ಳ ವಿವಾಹ ಮುಗ್ಸೋಯೋಚ್ನೆ" ಇಂಥ ಒಂದು ದೊಡ್ಡ ಸುಳ್ಳನ್ನು ಶಾಂಭವಿ ಹೇಳಿದಾಗ ಅಪ್ಪ, ಮಗಳು ಬೆಚ್ಚಿ ಬಿದ್ದರು. ಆ ಮನುಷ್ಯನಿಗೆ ಬಿ.ಪಿ. ಷುಗರ್ ಅಂಥ ಸಮಸ್ಯೆ ಕೂಡ ಇರಲಿಲ್ಲ. ಆದರೆ ಆಕ್ಷೇಪಿಸಲು ತುಟಿ ತೆರೆಯಲು ಸಾಧ್ಯವೇ? ಹೇಗೋ ಮುಗಿಯಲಿ ಎನ್ನುವ ಮನಸ್ಥಿತಿ ಅಪ್ಪ, ಮಗಳದು.

ಹೇಗೆ? ಎಲ್ಲೀ ಎರಡು ಪ್ರಶ್ನೆಗಳು ಪಾರ್ಥಸಾರಥಿ ಆರಾಮಾಗಿ "ಅದು ನಿಮ್ಮಿಷ್ಟ. ಸಂಪ್ರದಾಯಬದ್ಧವಾಗಿದ್ದರೆ ಸಾಕು. ಎಲ್ಲಿ? ಹೇಗೆ ಅನ್ನೋದು ನಿಮ್ಗೇ ಸೇರಿದ್ದು" ಎಂದು ಸಿಂಪಲ್ಲಾಗಿ. ಹಿರಿಯ ಮಗನ ವಿವಾಹದಲ್ಲೂ ಇದೇ ಪಾಲಿಸಿಯೆ. ಜಾಹ್ನವಿಯ ಹೆತ್ತವರು ಸಾತ್ವಿಕರು ತಮ್ಮ ಅಳತೆಗೆ ಮೀರಿ ಕೊಟ್ಟು, ಬಿಟ್ಟು ವಿವಾಹ ಮಾಡಿಕೊಟ್ಟಿದ್ದರು. ವರದಕ್ಷಿಣೆಯೆಂದೇನು ಅವರಿಂದ ಇವರುಗಳು ಹಣ ಪಡೆದಿರಲಿಲ್ಲ. ಸ್ವಂತ ಶಕ್ತಿ, ಸಾಮರ್ಥ್ಯ, ದುಡಿಮೆಯನ್ನು ನಂಬಿಕೊಂಡಿದ್ದ ಈ ಜನ ಬೇರೆಯವರ ಹಣದ ಹಿಂದೆ ಬಿದ್ದಿರಲಿಲ್ಲ. ಸ್ವಾಭಿಮಾನ ಅವರ ಶಕ್ತಿ.

"ಅವಳ ವಿವಾಹಕ್ಕೆಂತ ಒಂದಿಷ್ಟು ಹಣ ಸೆಕ್ಯೂರ್ ಮಾಡಿ ಇಟ್ಟಿದ್ದೀವಿ. ಅಷ್ಟರಲ್ಲೇ ಮುಗ್ಸೋದು ನಮ್ಮ ಉದ್ದೇಶ. ನಯನತಾರ ಮಗ್ಳು ವಿವಾಹಕ್ಕೆ ಒಂದೂವರೆ ಕೋಟಿ ಖರ್ಚು ಆಯ್ತುಂತ ಹೇಳಿದ್ರು. ನಾವು ಆ ಮಟ್ಟದ ವೈಭವ ಕಷ್ಟ" ಎಂದರು ಬುದ್ಧಿವಂತಿಕೆಯಿಂದ. ಆಗ ನಿಹಾರಿಕ ಕೂಡ ಅವರ ಎದುರಿನಲ್ಲೆ ಕೂತಿದ್ದಳು. ಅವಳಿಗೆ ಸಂತೋಷ್ ಕೈ ತಪ್ಪಿ ಹೋಗಬಾರದಷ್ಟೆ".

"ಅಯ್ಯೋ, ನಾವೆಲ್ಲಿ ಕೇಳಿದ್ವೀ ಅಷ್ಟು ದೊಡ್ಡ ವೈಭವದ ವಿವಾಹವನ್ನು? ಮಗ್ಳು ಮದ್ವೆ ನಿಮ್ದು, ಹೇಗಾದ್ರೂ ಮಾಡಿಕೊಡಿ. ಬಂದ ಜನಕ್ಕೆ ಊಟ, ಉಡುಗೊರೆ, ತಾಂಬೂಲ ಕೊಡುವಂತಾದರೆ ಸಾಕು" ಅಂದರು ಮಾಧವಿ. ಹಿಂದೆಯೆ "ನಾವು ಅಷ್ಟೆ ಜಾಹ್ನವಿಗೆ ಹಾಕಿದಷ್ಟೆ

ಚಿನ್ನ ನಮ್ಮ ಬಗ್ಗೆ ಆಕ್ಷೇಪಣೆ ಬೇಡ" ಸೇರಿಸಿದರು. ತೀರಾ ಮೃದುವಾಗಿ ಮಾತಾಡಿದರು. ಶಾಂಭವಿ ಲೆಕ್ಕಾಚಾರಸ್ಥೆಯಾಗಿ ಕಂಡಿದ್ದರು.

"ನೋ.... ನೋ.... ನಮ್ಮಿಂದ ಯಾವ್ದೇ ಆಕ್ಷೇಪಣೆ ಇಲ್ಲ. ಅವ್ಳಿಗೂ ಸಾಕಷ್ಟು ಚಿನ್ನ ಕೊಟ್ಟಿದ್ದೀವಿ. ಅದನ್ನೆಲ್ಲ ಅವಳೇ ಭದ್ರಪಡ್ಸಿಕೊಂಡಿದ್ದಾಳೆ" ಮಾತನ್ನು ತೇಲಿಸಿದರು. ಮತ್ತೆ ಚಿನ್ನ ಕೊಳ್ಳುವುದು ಶಾಂಭವಿಗೆ ಬೇಕಿರಲಿಲ್ಲ.

ಆಕೆ ಬರೀ ವಿವಾಹದ ಖರ್ಚಿನ ಬಗ್ಗೆಯೇ ಪ್ರಸ್ತಾಪಿಸಲು ಶುರು ಮಾಡಿದಾಗ "ಒಂದ್ಕೆಲ್ಸ ಮಾಡಿ ನಮ್ಮ ರಾಷ್ಟ್ರ ಕವಿ ಕುವೆಂಪು ಮಗನ ಮದುವೆಗೆ ಖರ್ಚು ಮಾಡಿದ್ದು ಎಂಟುನೂರು ರೂಪಾಯಿಗಳು. ಆ ವಿವಾಹದಲ್ಲೇ ಶುಭ ಹಾರೈಸಲು ಇದ್ದವರು ವಧು-ವರರನ್ನು ಸೇರಿಸಿ ಮುವತ್ತಾರು ಜನ. ಕುವೆಂಪು ಅವರ ಪುತ್ರ ತೇಜಸ್ವಿ ತಮ್ಮ ತಂದೆಯ ಹಸ್ತಾಕ್ಷರದಲ್ಲಿ ಇನ್‌ಲ್ಯಾಂಡ್ ಲೆಟರ್‌ನಲ್ಲಿ ವಿವಾಹದ ದಿನವೆ ತಲುಪುವಂತೆ ಆಹ್ವಾನ ಕಳಿಸಿದ್ದರಂತೆ. ತಾವು ನಂಬಿದ್ದ ಸರಳ ವಿವಾಹದ ಸಿದ್ಧಾಂತಕ್ಕೆ ಬದ್ಧರಾಗಿದ್ದು ಮಾತ್ರವಲ್ಲ ಯುವ ಪೀಳಿಗೆ ಆದರ್ಶಕ್ಕೆ ಬದ್ಧರಾಗಿ ಖರ್ಚುರಹಿತ ಮಂತ್ರಮಾಂಗಲ್ಯದ ಮೂಲಕ ಸಂಗಾತಿಗಳಾಗಲಿಯೆಂದು ಆಶಿಸಿದ್ದರು. ಅದು ಎಷ್ಟೋ ಕಡೆ ನಡೆದಿದೆ. ಈಗ್ಲೂ ಕೂಡ ಕೆಲ ಯುವ ಜೋಡಿ ಮಂತ್ರಮಾಂಗಲ್ಯಕ್ಕೆ ಬದ್ಧರಾಗಿ ಸತಿಪತಿಗಳಾಗುತ್ತಿದ್ದಾರೆ. ಅಂಥ ವಿವಾಹಕ್ಕೂ ನಾವು ರೆಡಿ" ಎಂದರು. ಮೊದಲು ಗಾಬರಿಗೊಂಡು ಮುಖ ಮುಖ ನೋಡಿಕೊಂಡ ಈಶ್ವರ್, ಶಾಂಭವಿ ದಂಪತಿಗಳು ನಕ್ಕು ಬಿಟ್ಟರು. ನಾವೇನು ಅಂಥ ದೊಡ್ಡ ಆದರ್ಶ ಇಟ್ಕೊಂಡ ಜನವಲ್ಲ.

"ಬಂಧು ಬಳಗ ಇದ್ದಾರೆ. ನನ್ಮಗ ಅನಿವೇಶ್ ದುಬೈನಿಂದ ಬರ್‍ತಾ ಇದ್ದಾರೆ. ಸೊಸೆ ಕಡೆಯ ನೆಂಟರು ಇದ್ದಾರೆ. ತಕ್ಕ ಮಟ್ಟಿಗೆ ಮಾಡಲೇಬೇಕು" ಇಂಥದೊಂದು ರಾಗ ಎಳೆದರು. ವರದಕ್ಷಿಣೆ, ವರೋಪಚಾರದ ವಿಚಾರ ಬರದಿದ್ದರಿಂದ ತಾವೇ "ಒಂದು ಇಪ್ಪತ್ತೈದು ಲಕ್ಷ ರೂಪಾಯಿ ನಿಹಾರಿಕ ಹೆಸರಲ್ಲಿ ಫಿಕ್ಸೆಡ್ ಮಾಡ್ತೀವಿ".

"ಅದು ನಿಮ್ಗೇ ಸಂಬಂಧಪಟ್ಟ ವಿಚಾರ ವಿವಾಹದ ಜವಾಬ್ದಾರಿ ನಿಮ್ದೇ ಆಗಿರೋದರಿಂದ" 'ಸಾರಥಿ ಇವೆಂಟ್' ಪ್ರಸಕ್ತಿ ಇಲ್ಲ. ಅವ್ರೆಲ್ಲ ಭಾಗವಹಿಸೋದು ಬಂಧುಗಳ ರೂಪದಲ್ಲಿ" ಫೈನಲ್ ಎನ್ನುವಂತೆ ವಿಷಯ ಮುಗಿಸಿದರು ಪಾರ್ಥಸಾರಥಿ.

ನಿಹಾರಿಕಾ ನಯನತಾರ ಮಗಳ ವಿವಾಹದ ವೈಭವ ಸಂಭ್ರಮ ನೆನಪು ಮಾಡಿಕೊಂಡಳು. ರಿಸೆಪ್ಷನ್‌ನ ಹೂವಿನ ಅಲಂಕಾರ ದೊಡ್ಡ ಅದ್ಭುತವೆ. ಸದ್ಯಕ್ಕೆ ಅಂಥದೊಂದು ದುಬಾರಿ ವೆಚ್ಚದ ವಿವಾಹ ಸಾಧ್ಯವಿರಲಿಲ್ಲ. ಆದರೆ ತಮ್ಮ ಮೊದಲ ಮ್ಯಾರೇಜ್ ಅನಿವರ್ಸರಿಗೆ 'ಸಾರಥಿ ಇವೆಂಟ್'ನಿಂದ ಅಂಥ ಬಹುಮಾನ ಸಿಗಬಹುದೇ? ಸಿಗುತ್ತೆ! ಇಂಥದೊಂದು ಕನಸ್ಸಿನ ಲೆಕ್ಕಾಚಾರ ಅವಳದು.

ಅಂತು ವಿವಾಹ ಒಂದು ಹಂತಕ್ಕೆ ಬಂದು ನಿಂತಿತು.

* * *

ವಿವಾಹದ ನಂತರ ಹನಿಮೂನ್ ಏರ್ಪಾಟು ಅವಳದಾಗಿತ್ತು. ಸಿಂಗಪೂರ್,

ಹಾಂಕಾಂಗ್, ದುಬೈ ಜೊತೆ ಆಸ್ಟ್ರೇಲಿಯ ಪ್ರವಾಸವು ಅವಳ ಉದ್ದೇಶವಾಗಿತ್ತು. ಎರಡು ಕಾರಣದಿಂದ ಅದು ಮೊಟಕಾಯಿತು. ಕ್ಯಾಂಪಸ್ ಇಂಟರ್‌ವ್ಯೂನಲ್ಲಿ ಒಳ್ಳೆಯ ಕಂಪನಿಯಿಂದ ಆಫರ್ ಪತ್ರ ಪಡೆದುಕೊಂಡಿದ್ದ ಇವಳ ಗೆಳತಿಗೆ ಜಾಯ್ನಿಂಗ್ ಡೇಟ್ ತಿಳಿಸಿದ್ದರಿಂದ ಇವಳಿಗೆ ಆ ಟೆನ್ಷನ್ ಶುರುವಾಗಿತ್ತು. ದಿನಪೂರ್ತಿ ಮನೆಯಲ್ಲಿ ಕಳೆಯಲು ಅವಳಿಗೆ ಸಾಧ್ಯವಿರಲಿಲ್ಲ. ಸದ್ಯಕ್ಕೆ ಗೋವಾದಲ್ಲಿ ಹನಿಮೂನ್.

ಗೋವಾದಿಂದ ನೇರವಾಗಿ ಬಂದಿದ್ದು ಮನೆಗೇನೇ. ತನ್ನ ಲಗೇಜ್ ಅಲ್ಲೇ ಎಸೆದು ಸಂತೋಷ್ ಬೆಡ್‌ರೂಂ ಸೇರಿಕೊಂಡವಳು. ಮನೆಯಲ್ಲಿ ಒಬ್ಬರೊಂದಿಗೂ ಮಾತಾಡಲಿಲ್ಲ. ಮೊದಲ ದಿನವೆ ಅವಳ ನೈಜ ಸ್ವಭಾವ ಪ್ರಕಟಿಸಿಬಿಟ್ಟಳು.

ಇದು ಸಂತೋಷ್‌ಗೆ ಬೇಸರವನ್ನು ತರಿಸಿತು.

"ಅಮ್ಮ, ನಮಗೋಸ್ಕರ ದೊಡ್ಡ ರೀತಿಯಲ್ಲಿ ಲಂಚ್ ರೆಡಿ ಮಾಡಿದ್ದಾರೆ" ಅಂದವನ ತೋಳನ್ನು ತಬ್ಬಿ "ಈಗ ಏನೇನು ಬೇಡ, ಸಂತೋಷ್ ನಾನು, ನೀನು.... ಇಬ್ರೇ" ಮಂಪರುನಲ್ಲಿ ತೊದಲಿದಾಗ ಮೆಲ್ಲಗೆ ಕೈಸರಿಸಿ" ಹನಿಮೂನ್ ಮುಗೀತು. ಬಾ.... ಲಂಚ್.... ತಗೋಳೋಣ" ಅಂದಾಗ "ಪ್ಲೀಸ್, ರೂಮಿಗೆ... ತರ್ಸಿ. ಇಬ್ರೇ ಊಟ ಮಾಡೋಣ" ಮಾದಕವಾಗಿ ಉಲಿದಾಗ ಅವಳ ಕೈಯನ್ನು ಪಕ್ಕಕ್ಕೆ ಸರಿಸಿ "ಎಲ್ಲಾ ಕಾಯ್ತ ಇದ್ದಾರೆ" ಅಂದವನು ಹೊರಗೆ ಬಂದ. ಸ್ವಲ್ಪ ಹೊಸದಲ್ಲವಾ ಹೊಂದಿಕೊಳ್ಳುತ್ತಾಳೆಂದುಕೊಂಡು ಡೈನಿಂಗ್ ಹಾಲ್‌ಗೆ ಬಂದ. ಆಗಲೇ ಪಾರ್ಥಸಾರಥಿ, ಆನಂದ್ ಊಟಕ್ಕೆ ಕೂತಿದ್ದರು "ಅರೇ, ನಿಹಾರಿಕ ಎಲ್ಲಿ? ಎಲ್ಲ ಒಟ್ಟಿಗೆ ಕೂತು ಊಟ ಮಾಡಬೇಕಿತ್ತು" ಅಂದ ತಂದೆಯೆತ್ತ ನೋಟಹರಿಸಿ "ಹಸಿವಿಲ್ಲ.. ಅಂದಳು. ರಾತ್ರಿ ಡಿನ್ನರ್ ಒಟ್ಟಿಗೆ ತಗೋಳೋಣ ಬಿಡಿ" ಇಂಥದೊಂದು ಸಮಜಾಯಿಸಿ ಕೊಟ್ಟ ಅಷ್ಟೆ. ಅದರಿಂದ ಅವರಿಗೆ ಸಮಾಧಾನವಾಯಿತೋ, ಬಿಟ್ಟಿತೋ. ಅವನಂತು ಆ ವಿಚಾರವನ್ನು ಅಲ್ಲಿಗೆ ಬಿಟ್ಟ. ಈತ್ತೀಚೆಗೆ ಗೋವಾದಲ್ಲಿ ಆದ ಬದಲಾವಣೆಗಳನ್ನು ಹೇಳತೊಡಗಿದ. ನಿಹಾರಿಕಾಯಿಂದ ಇದನ್ನು ಅವನು ನಿರೀಕ್ಷಿಸಿರಲಿಲ್ಲ.

ಕಾಲೇಜ್ ಡೇ ಸಮಾರಂಭದ ಆಯೋಜನೆ ಇವರದ್ದೇ ಆಗಿದ್ದರಿಂದ "ಅಣ್ಣ, ನೀನು ರೆಸ್ಟ್ ತಗೋ, ನಾನು ಅಪ್ಪನ ಜೊತೆ ಹೋಗ್ತೀನಿ ಇನ್ನೊಂದು ಮಾತಿಲ್ಲ" ತಂದೆಯೊಂದಿಗೆ ಅವನೆ ಹೊರಟ. ಪ್ರತಿಯೊಂದು ಸಮಾರಂಭವನ್ನು ಅಚ್ಚುಕಟ್ಟಾಗಿ ಮಾತ್ರವಲ್ಲ ವರ್ಣರಂಜಿತವಾಗಿ ಮಾಡುವುದು ಇವೆಂಟ್ ಮ್ಯಾನೇಜ್‌ಮೆಂಟ್‌ನ ಮುಖ್ಯ ಉದ್ದೇಶ. ಆ ಕಡೆ ಸಂತೋಷ್‌ನ ಪರಿಪೂರ್ಣ ಆಸ್ಥೆ.

ಮನೆಗೆ ಬಂದ ಸೊಸೆ ಕನಿಷ್ಠ ಮಾತು ಕೂಡ ಆಡದೆ ರೂಂ ಸೇರಿದ್ದು ಮಾಧವಿಗೆ ಬೇಸರವಾಗಿತ್ತು. "ಒಂದೆರಡು ಮಾತಾಡಿದ್ದರೆ, ಅವಳ ಗಂಟು ಏನು ಹೋಗ್ತಾ ಇತ್ತು? ಊಟಕ್ಕಾದ್ರೂ ಬಂದು ಎಲ್ಲರ ಜೊತೆ ಕೂಡಬಹುದಿತ್ತು. "ಸೊಸೆಯ ಮುಂದೆ ಅಂದೇ ಅಂದರು ಈ ರೀತಿಯ ಅಸಮಾಧಾನ ಬೆಳೆಯುವುದು ಜಾಹ್ನವಿಗೆ ಬೇಡವಾಗಿತ್ತು. "ಆರೋಗ್ಯದಲ್ಲಿ ಏರುಪೇರಾಗಿರಬಹುದಷ್ಟೆ. ನಾನ್ಹೋಗಿ ನೋಡ್ತೀನಿ" ಎಂದು ರೂಮಿಗೆ ಬಂದಾಗ ಅಸ್ತವ್ಯಸ್ತವಾಗಿ ಹಾಸಿಗೆಯ ಮೇಲೆ ಉರುಳಿಕೊಂಡಿದ್ದಳು. ಅಷ್ಟಿಷ್ಟು ಸರಿಪಡಿಸಿ "ನಿಹಾರಿಕ ಊಟ ಮಾಡ್ಬಾ"

ಎಚ್ಚರಿಸುವ ಪ್ರಯತ್ನ ಮಾಡಿದಾಗ "ನೋ... ನೋ... ಸಂತೋಷ್" ಅಸ್ಪಷ್ಟವಾಗಿ ಕನವರಿಸಿದಾಗ, ಜಾಹ್ನವಿಯ ತುಟಿಯಂಚಿನಲ್ಲಿ ಮುಗುಳ್ನಗು ತೇಲಿತು. ರೂಮಿನ ಬಾಗಿಲನ್ನು ಮುಂದಕ್ಕೆಳೆದುಕೊಂಡು ಹೊರಬಂದು "ಅವಳಿಗಿನ್ನು ನಿದ್ದೆಯ ಮಂಪರು. ಇನ್ನು ಹನಿಮೂನ್ ಮೂಡ್‌ನಲ್ಲಿಯೆ ಇದ್ದಾಳೆ" ಮಾಧವಿಗೆ ತಿಳಿಸಿ ಕಿಚನ್‌ಗೆ ಹೋದಳು. ಬಹುಶಃ ಅವಳ ಹನಿಮೂನ್ ದಿನಗಳು ನೆನಪಿಗೆ ಬಂದಿರಬೇಕು.

ಸಂಜೆ ಐದರ ಸುಮಾರಿಗೆ ರೂಮಿನಿಂದ ಎದ್ದು ಹೊರಗೆ ಬಂದ ಕೂಡಲೇ "ಸಂತೋಷ್ ಎಲ್ಲಿ? ನಂಗೆ ಹೇಳದೇನೇ... ಹೊರಟ್ರಾ?" ಮಾತು ಶುರು ಹಚ್ಚಿದ್ದು ಈ ರೀತಿಯಾಗಿ "ಅವ್ನು ಆಫೀಸ್‌ಗೆ ಹೋದ" ಮಾಧವಿ ಅಷ್ಟೇ ಹೇಳಿದ್ದು. ವಿವಾಹವಾದ ಕೂಡಲೇ ಮಗನನ್ನು ಸ್ವಂತ ಪ್ರಾಪರ್ಟಿ ಎನ್ನುವಂತೆ ಮಾತನಾಡುವುದು ನೋವೆನಿಸಿತ್ತು. ಸಂತೋಷ್ ವಿವಾಹ ಜೀವನದ ಬಗ್ಗೆ ನೂರೆಂಟು ಕನಸ್ಸಿತ್ತು. ಸೊಸೆಯ ಬಗ್ಗೆ ಯಾವ ರೀತಿಯ ಆತ್ಮೀಯತೆ ತೋರಬೇಕೆನ್ನುವ ಲೆಕ್ಕಾಚಾರ ಹಾಕಿಕೊಂಡಿದ್ದರು. ನಿಶ್ಚಿತಗೆ ಶ್ಲೋಕ ಹೇಳಿಕೊಡುತ್ತಿದ್ದ ಜಾಹ್ನವಿ ಮೇಲೆದ್ದು "ಬಂದಾಗ್ನಿಂದ ಏನು ತಿಂದಿಲ್ಲ. ಊಟ ಮಾಡ್ತೀಯಾ? ಏನಾದ್ರೂ ತಿಂಡಿ ಕೊಡ್ಲ?" ಕೇಳಿದಳು ಅಕ್ಕರೆಯಿಂದ.

"ಏನು ಬೇಡ, ಒಂದಿಷ್ಟು ಬ್ಲಾಕ್ ಟೀ ಬೆರ್ಸಿಕೊಡಿ" ಅನ್ನುತ್ತ ಅಲ್ಲೇ ಸೋಫಾ ಮೇಲೆ ಕೂತಳು. ತುಟಿಗೆ ಹಚ್ಚಿದ್ದ ಲಿಫ್‌ಸ್ಟಿಕ್ ರಾಚುವಂತಿತ್ತು. ಅವರ ಮನೆಯಲ್ಲಿ ಇಬ್ಬರು ಸರ್ವೆಂಟ್ಸ್ ಇದ್ದರು. ನಿಹಾರಿಕ ಮಾತ್ರವಲ್ಲ ಶಾಂಭವಿ ಕೂಡ ಕಿಚನ್‌ಗೆ ವಾರಕ್ಕೊಮ್ಮೆ ಭೇಟಿ ಕೊಡುತ್ತಿರಲಿಲ್ಲ. ಇಲ್ಲೇನು ಬ್ಲಾಕ್ ಟೀ ಕುಡಿದು ಅಭ್ಯಾಸವಿರಲಿಲ್ಲ. ಆದರೆ ಬ್ಲಾಕ್ ಟೀ ಬೆರೆಸಿ ತಂದು ಕೊಟ್ಟಾಗ "ಲಂಚ್‌ಗೆ ಏನು ರೆಡಿ ಮಾಡಿದ್ದೀರಾ?" ಅಂದಾಗ "ನಂಗೆ ಅದೆಲ್ಲ ಸೇರೋಲ್ಲ. ಪರೋಟ, ಗ್ರೀನ್ ಫೀಸ್, ಚಪಾತಿ ಅಂಥದ್ದೇಬೇಕು" ಅಂದಾಗ ಮಾಧವಿ ಹೊರಗಿನಿಂದ "ಸ್ವಲ್ಪ ಬಾ... ಜಾಹ್ನವಿ" ಕೂಗಿದವರು. "ಏನು ಮಾಡ್ಬೇಡ. ಇಂಥದ್ನ ಎನ್‌ಕರೇಜ್ ಮಾಡಿದ್ರೆ ಮುಂದೆ ಇದೇ ಅಭ್ಯಾಸವಾಗಿ ತೊಂದರೆ ಆಗುತ್ತೆ. ನಿಶ್ಚಿತಗೆ ನಿದ್ದೆ ಬಂದಿದೆ, ತಗೊಂಡ್ಹೋಗಿ ಮಲಗ್ಸು" ಸಿಂಪಲ್ಲಾಗಿ ಹೇಳಿದರು. ಶಾಂಭವಿ ಬಹಳ ಅಚ್ಚುಕಟ್ಟಾಗಿ "ನನ್ನ ಮಗ್ಳು ತೀರಾ ಡಿಸಿಪ್ಲೀನ್ ಮೇನ್‌ಟನ್ ಮಾಡ್ತಾಳೆ. ಕಿಚನ್ ಅಂದರೆ ತುಂಬ ಪ್ರಿಯ. ಸಾಕಷ್ಟು ಅಡಿಗೆಗಳನ್ನು ಕಲೀತಿದ್ದಾಳೆ" ಒಂದು ಅದ್ಭುತವಾದ ಸುಳ್ಳನ್ನು ಹೇಳಿ ನಂಬಿಸಿದ್ದರು. ಜೊತೆಗೆ ಮಗಳ ಸ್ನೇಹಪರ ಚಿಂತನೆಯ ಜೊತೆ ಏನೇನೋ ಸೇರಿಸಿ ಹೇಳಿದ್ದರು. ಅದ್ನ ಸುಲಭವಾಗಿ ನಂಬಿಕೊಂಡಿದ್ದರು. ಆಕೆ ಒಳ್ಳೆಯ ಅಭಿನೇತ್ರಿಯೆನಿಸಿದ್ದಳು.

ಟೀ ಕುಡಿದು ಕಪ್ ಇಟ್ಟವಳು ಒಮ್ಮೆ ತಮ್ಮ ಬೆಡ್ ರೂಂಗೆ ಹೋಗಿ ನಿಂತಳು. "ನಾನು ತುಂಬ ಬ್ಯೂಟಿ! ಮೆಚ್ಚಿಗೆಯಿಂದ ತನ್ನ ನಿಲುವಿನ ಎಲ್ಲಾ ಭಂಗಿಗಳನ್ನು ನೋಡಿಕೊಂಡು ಖುಷಿಪಟ್ಟು 'ಸಂತೋಷ್ ನಾನು ಹೇಗೆ ನಿನ್ನ ಕಟ್ಟಿ ಹಾಕ್ತೀನಿ... ನೋಡು. ಒಂದು ದೊಡ್ಡ ಸಾಮ್ರಾಜ್ಯ ಕಟ್ಟಿಕೋಬೇಕು. 'ಇಂಥ ಒಂದು ಮಾತನ್ನು ತನಗೆ ತಾನೇ ಹೇಳಿಕೊಂಡಳು. ಅವಳದು ದೊಡ್ಡ ಯೋಜನೆಗಳು, ಕನಸುಗಳು.

ಆರಾಮಾಗಿ ಹೊರಗೆ ಬಂದಳು. ಅವಳ ವಾಸ ಫ್ಲಾಟ್‌ನಲ್ಲಿಯೆ! ಇದೊಂದು

ಇಂಡಿಪೆಂಟೆಂಡ್ ಹೌಸ್. ಮನೆಯ ಮುಂದೆ ಹೂ ಗಿಡಗಳು ಸುತ್ತಲಿದ್ದ ಗಾಳಿ, ಬೆಳಕು ಬರಲು ಜಾಗವನ್ನು ಬಿಟ್ಟೇ ಕಟ್ಟಿದ್ದರು. ಬಹುಶಃ ಸರಿಯಾಗಿ ಗಮನಿಸಿರಲಿಲ್ಲವೆಂದುಕೊಂಡಳು.

ಮೊಬೈಲ್ ಬಟನ್‌ಗಳನ್ನು ಒತ್ತಿದಳು. ತಡವಾಗಿಯೆ ಎತ್ತಿದ್ದು "ಹಲೋ ಡಾರ್ಲಿಂಗ್, ಪ್ಲೀಸ್ ಸಂತೋಷ್ ನಾನು ನಿಮ್ಮನ್ನು ಈಗ್ಲೇ ನೋಡ್ಬೇಕು ಪ್ಲೀಸ್.... ಬನ್ನಿ" ರೋಮ್ಯಾಂಟಿಕ್ಕಾಗಿ ಉಸುರಿದಾಗ ಅವನೊಂದು ಮೀಟಿಂಗ್‌ನಲ್ಲಿದ್ದ "ಸಾರಿ...." ಕಾಲ ಕಟ್ ಮಾಡಿದ ಅವಳಿಗೆ ನಿಜವಾಗಿಯು ಬೇಸರವಾಯಿತು.

ಅಮ್ಮನ ಮೊಬೈಲ್‌ಗೆ ನಂಬರ್ ಒತ್ತಿದಳು "ಹಲೋ ನಿಹಾರಿಕ ಸಾಕಷ್ಟು ಸಲ ಕಾಲ್ ಮಾಡ್ದೇ. ಆಮೇಲೆ ಹನಿಮೂನ್ ಬಿಸಿಯಲ್ಲಿ ಯಾಕೆ ಡಿಸ್ಟರ್ಬ್ ಮಾಡ್ಬೇಕೂಂತ ಸುಮ್ಮನಾದೆ. ಯಾವಾಗ ಬಂದಿದ್ದು?" ಕೇಳಿದರು.

"ಬೆಳಿಗ್ಗೆ ನಾನು ಅಲ್ಲಿಗೆ ಬರ್ತೀನಿ. ನನ್ನ ಕಾರು ಕೂಡ ಅಲ್ಲೇ ಇದೆ. ಟ್ಯಾಕ್ಸಿ ಹಿಡಿದು ಬರ್ಬೇಕು. ಬಂದಾಗ್ನಿಂದ ಏನು ತಿಂದಿಲ್ಲ. ಒಳ್ಳೆ ಡಿಷಸ್ಸ್ ಮಾಡ್ಸು" ಕಾಲ್ ಕಟ್ ಮಾಡಿದಳು.

ಪುನಃ ಒಳಗೆ ಬಂದವಳು ರೂಮಿಗೆ ಹೋಗಿದ್ದು ಬೇಸರದಿಂದ ಇಷ್ಟು ಬೇಗ ಹನಿಮೂನ್ ಕ್ಷಣಗಳು ಕಳೆದು ಹೋಗಬಾರದೆನಿಸಿತು. ಕ್ಷಣ ಕ್ಷಣವು ಅದ್ಭುತವೇ. ಮೌನ ವಿವಾಹದ ಎರಡು ದಿನಗಳ ನಂತರ ಫೋನ್‌ನಲ್ಲಿ "ನೋ ಸ್ಯಾಟಿಸ್ ಫಕ್ಷನ್. ಏನು ಸಾಲ್ದೂಂತ ಅನ್ನಿಸ್ತಾ ಇದೆ. ಸಂತೋಷ್ ಜೊತೆಯಲ್ಲಿ ಕೆಲವು ರಾತ್ರಿಗಳಾದ್ರೂ ಬೇಕೆನಿಸುತ್ತೆ. ಎಷ್ಟು ದಷ್ಟಪುಷ್ಟವಾಗಿದೆ, ಅವನ ಶರೀರ" ಇಂಥ ಮಾತಾಡಿದಾಗ ಅವಳ ಮೈ ಉರಿದುಹೋಗಿತ್ತು. ಪ್ರಣಯ ಸಂತೃಪ್ತಿಕರವಾಗಿತ್ತು.

ಗೋವಾದಿಂದ ನಿಶ್ಚಿತಗಾಗಿ ಮಾತ್ರವಲ್ಲ ಮನೆಯವರಿಗೆಲ್ಲ ಗಿಫ್ಟ್‌ಗಳನ್ನು ಖರೀದಿಸಿದಲ್ಲದೇ, ನಿಹಾರಿಕ ಇಷ್ಟಪಟ್ಟ ಡ್ರೆಸ್, ಹ್ಯಾಟ್ ಅದನ್ನೆಲ್ಲ ಖರೀದಿಸಿ ಕೊಟ್ಟಿದ್ದ. ಬೀದಿ ಮಾರಾಟಗಾರರು ಮಾರುವ ಸರ, ಕ್ಲಿಪ್ ಅಂಥದ್ದನ್ನೆಲ್ಲ ಖರೀದಿಸಿಕೊಂಡಾಗ ಅವನು ಪ್ರಶ್ನಿಸಲು ಹೋಗಿರಲಿಲ್ಲ. ಅವನು ಖರೀದಿಸಿಕೊಂಡಿದ್ದನ್ನೆಲ್ಲ ಪಕ್ಕಕ್ಕೆ ಸರಿಸಿ ಮಮ್ಮಿ, ಡ್ಯಾಡ್‌ಗೆ ಖರೀದಿಸಿದ್ದ ನೈಟ್ ಡ್ರೆಸ್‌ಗಳ ಮಾತ್ರ ತೆಗೆದಿಟ್ಟುಕೊಂಡು ತಕ್ಷಣ ಹೊರಟವಳು ಡ್ರೆಸ್ ಬದಲಾಯಿಸಿಕೊಂಡು ಮತ್ತೊಮ್ಮೆ ಮೇಕಪ್ ಮಾಡಿಕೊಂಡು ಹೊರಗೆ ಬಂದಳು.

ಇಲ್ಲಿ ಸರ್ವೆಂಟ್ಸ್ ದಾಂಧಲೆ ಇಲ್ಲದಿದ್ದರಿಂದ, ನಿಶ್ಚಿತ ಮಲಗಿದ್ದರಿಂದ ಮನೆ ನಿಶ್ಯಬ್ಧವಾಗಿತ್ತು. ಮಾಧವಿ ಮಲಗಿದ್ದರೆ ಜಾಹ್ನವಿ ಏನೋ ಓದುತ್ತ ಕೂತಿದ್ದಳು. ಅವಳಿಗೆ ಕಂಪೇರ್ ಮಾಡಿಕೊಂಡರೆ ನಿಹಾರಿಕಗಿಂತ ಅವಳು ಒಂದು ಮಗುವಿನ ತಾಯಿಯಾಗಿದ್ದರೂ ಚೆಲುವೆಯೆನಿಸಿದ್ದು ಇಷ್ಟವಾಗಿರಲಿಲ್ಲ. ಜೊತೆಗೆ ಅವಳು ಒಪ್ಪಿಕೊಳ್ಳಲು ತಯಾರಿಲ್ಲ. ಅಸೂಯೆ ನಿಹಾರಿಕಳಲ್ಲಿ ಹೊಯ್ದಾಡುತ್ತಿತ್ತು.

"ನಿಹಾರಿಕ ಬಂದಾಗ್ನಿಂದ ಏನು ತಿಂದೇ ಇಲ್ಲ. ಚಪಾತಿ, ಪರೋಟ ಅಂಥದನ್ನೆಲ್ಲ ರಾತ್ರಿ ಹೊತ್ತು ಮಾಡೋದು, ನಿಂಗೆ ಅನ್ನ ಆಗೋದೆ ಇಲ್ಲಾಂದ್ರೆ... ಮಾಡ್ತೀನಿ" ಮೇಲೆದ್ದಳು ಜಾಹ್ನವಿ.

"ಬೇಡ ಬಿಡಿ, ಮಾಮ್‌ಗೆ ಫೋನ್ ಮಾಡಿದ್ದೆ. ಏನಾದ್ರೂ ನಂಗೆ ಇಷ್ಟವಾದ ಡಿಷಸ್ ಮಾಡ್ಸಿ ಇರ್ತಾರೆ. ಅಲ್ಲೇ... ತಿಂತೀನಿ. ಸಂತೋಷ್ ಮೊಬೈಲ್ ಬಿಜಿಯಾಗಿದೆ. ನಿಮ್ಗೆ ಸಿಕ್ಕರೆ

ಮಾಮ್ ಮನೆಗೆ ಬರೋದಿಕ್ಕೆ ಹೇಳಿ. ನಾನು ಅಲ್ಲೇ ಇರ್ತೀನಿ" ಎಂದು ಹೊರಟೇ ಬಿಟ್ಟಳು. ಮಾಧವಿಯವರಿಗೆ ಹೇಳಿ ಹೋಗುವ ಸೌಜನ್ಯ ಅವಳಿಗೆ ಇರಬೇಕಿತ್ತೆಂದುಕೊಂಡಳು. 'ಇಂಥ ಒಂದು ಜಾಮಾನ ಸೃಷ್ಟಿಯಲ್ಲಿರೋದು ಗೊತ್ತಿತ್ತು. ಆದರೆ ನಿಹಾರಿಕ ಆ ಪೈಕಿಯೆಂದು ಗುರುತಿಸುವುದರಲ್ಲಿ ಎಲ್ಲಾ ಸೋತಿದ್ದರು!' ಅಂದುಕೊಂಡರು ಮನಸ್ಸಿನಿಂದ ಆ ಭಾವತಳ್ಳಿ ಹಾಕಿ' ದಿನ ಕಳೆದಂಗೆ ಸರಿ ಹೋಗಬಹುದು' ಎನ್ನುವ ನಿರ್ಧಾರಕ್ಕೆ ಬಂದಳು.

ಹೊರಗೆ ಕಂಪೌಂಡ್‌ನಲ್ಲಿ ನಿಂತು ಟ್ಯಾಕ್ಸಿಗೆ ಫೋನ್ ಮಾಡಿ ತರಿಸಿಕೊಂಡು ಹತ್ತುವುದರಲ್ಲಿ ಹತ್ತು ಸಲ ಸಂತೋಷ್‌ನ ಮೊಬೈಲ್‌ನಲ್ಲಿ ಸಂಪರ್ಕಿಸಿದಳು. ಒಮ್ಮೆ ಮಾತ್ರ "ಹಲೋ... ನಿಹಾರಿಕ.... ಸಾರಿ ಐ ಕಾಲ್ ಯು ಲೇಟರ್" ಎಂದು ಕಾಲ್ ಕಟ್ ಮಾಡಿದಾಗ ಕೈಯಲ್ಲಿನ ಮೊಬೈಲ್‌ನ ಅಷ್ಟು ದೂರ ಎಸೆಯಬೇಕೆನಿಸಿತು" ತಾಳಿ ಕಟ್ಟಿದ ನಂತರ ಗಂಡ ನನ್ನ ಪೂರ್ತಿ ಹಿಡಿತದಲ್ಲಿರಬೇಕು' ಎಂದು ಭ್ರಮಿಸುವ ವಿದ್ಯಾವಂತ ಯುವತಿಯರಲ್ಲಿ ಇವಳು ಒಬ್ಬಳು. ಅದನ್ನು ವಿವಾಹಕ್ಕೆ ಮುನ್ನ ತೋರ್ಪಡಿಸಿರಲಿಲ್ಲ ಅಷ್ಟೆ.

ಟ್ಯಾಕ್ಸಿ ಹತ್ತಿದವಳು 'ನಿಯಾಸ್'ನ ಕಂಪೌಂಡ್‌ನಲ್ಲಿ ಇಳಿದಳು. ಹತ್ತು ವರ್ಷಕ್ಕೆ ಮುನ್ನ ಹಳೆ ಮನೆ ಬಿಟ್ಟು ಇಲ್ಲಿಗೆ ಬಂದಿದ್ದರು. ಶ್ರೀಮಂತ ವರ್ಗಕ್ಕೆ ಮೀಸಲಾದ ನಿಯಾಸ್ ಅಪಾರ್ಟ್‌ಮೆಂಟ್ಸ್ ಕೆಲವು ನಟ, ನಟಿಯರು ಕೂಡ ಇಲ್ಲಿ ಅಪಾರ್ಟ್‌ಮೆಂಟ್ಸ್ ಖರೀದಿಸಿದ್ದರಿಂದ ಆದರದೇ ಆದ ವೈಭವವನ್ನು ಪಡೆದುಕೊಂಡಿತ್ತು. ಅಂತು ಸಿಟಿಯಲ್ಲಿ ಅದ್ಭುತ ವರ್ಚಸ್ಸು ಪಡೆದುಕೊಂಡಿತ್ತು 'ನಿಯಾಸ್'.

ಸೆಕ್ಯೂರಿಟಿ ಗಾರ್ಡ್ ಬಂದು ಇವಳ ಬ್ಯಾಗ್ ತಗೊಂಡು ಬಂದು ಲಿಫ್ಟ್‌ನಲ್ಲಿಟ್ಟ. ನಾಲ್ಕನೆ ಫ್ಲೋರ್‌ನಲ್ಲಿ ಇವರ ಅಪಾರ್ಟ್‌ಮೆಂಟ್ ಇದ್ದಿದ್ದು. ಜೊತೆಯಲ್ಲಿ ಬಂದ ಲಿಫ್ಟ್ ಅಪರೇಟರ್ ಇವಳ ಲಗೇಜ್ ತಂದು ಇವರ ಅಪಾರ್ಟ್‌ಮೆಂಟ್ ಕಾಲಿಂಗ್ ಬೆಲ್ ಒತ್ತಿ ತೆಗೆದ ನಂತರ ಒಳಗಿಟ್ಟು ಸೆಲ್ಯೂಟೊಡೆದು ಹೋದ.

ಕಿಚನ್‌ನಲ್ಲಿದ್ದ ಸರ್ವೆಂಟ್ ಬಂದು ಹಲ್ಲು ಕಿರಿದು "ಹನಿಯೂನ್ ಮುಗ್ಸಿಕೊಂಡು ಒಬ್ಬರೇ ಬಂದಿದ್ದೀರಲ್ಲ. ಸಾಬ್ ಎಲ್ಲಿ?" ಹಿಂದಕ್ಕೆ ನೋಟವರಿಸಿದವನು ತನ್ನ ಪಾಡಿಗೆ ತಾನು ಹೋದ. ಆಪ್ತತೆ ತೋರುವ ಸ್ವಭಾವ ಅವಳದಲ್ಲ.

ಶಾಂಭವಿ ಬಂದವರೇ ಮಗಳನ್ನ ತಬ್ಬಿಕೊಂಡು "ಮೈ ಸ್ವೀಟ್ ಡಾಟರ್, ಹೇಗಿತ್ತು ಹನಿಮೂನ್ ? ಕನಿಷ್ಠ ಸಿಂಗಾಪೂರ್‌ಗಾದ್ರೂ ಕಳಿಸೋ ಮನಸ್ಸಿತ್ತು. ಕಂಪನಿಯ ಜಾಯ್ನಿಂಗ್ ಡೇಟ್ ಲೆಟರ್‌ಗೆ ಕಾದಿದಾಯ್ತು" ಎಂದರು. ಅವಳೇನು ಮಾತಾಡದೆ ಸೋಫಾ ಮೇಲೆ ಕುಕ್ಕರಿಸಿ "ಬಂದವರೇ ಸಂತೋಷ್ ನನ್ನ ಬಿಟ್ಟು ಆಫೀಸ್‌ಗೆ ಹೋದ್ರು. ಕಾಲ್ ಮಾಡಿ... ಮಾಡಿ ಸಾಕಾಯ್ತು. ನಂಗೆ ಒಂದ್ನಿಮ್ಷ ಕೂಡ ಅವ್ರನ್ನ ಬಿಟ್ಟಿರೋಕ್ಕಾಗೋಲ್ಲ" ಮುಖ ಊದಿಸಿದಳು.

"ಅರ್ಥಮಾಡ್ಕೋ, ಮೊದ್ಲು ಮಂಕಾಗಿದ್ದ ಸಾರಥಿ ಇವೆಂಟ್‌ಗೆ ಚೈತನ್ಯ ತುಂಬಿದ್ದೇ ಸಂತೋಷ್. ನೆಗ್ಲೆಕ್ಟ್ ಮಾಡಿದ್ರೆ ಹೆಚ್ಚುಕಡ್ಮೇ ಆಗುತ್ತೆ. ಆಮೇಲೆ ಫೈನಾನ್ಸಿಯಲ್ ಪ್ರೆಷರ್ ಜಾಸ್ತಿ ಆಗುತ್ತೆ" ಬುದ್ಧಿ ಹೇಳಿದರು. ಆಮೇಲೆ ಅವಳ ಮುಖ ಸಡಿಲವಾಯಿತು. ಲಗ್ಜುರಿಯಸ್ ಲೈಫ್ ಅಮ್ಮ, ಮಗಳ ಗುರಿ.

ಆಲೂ ಪರೋಟ, ಸಾಬ್ಜೀ, ಪನ್ನೀರ್, ಮಸಾಲ, ಫ್ರೂಟ್‌ಸಾಲಿಟ್ ನಿಧಾನವಾಗಿ ತಿಂದನಂತರವೆ ಸಮಾಧಾನಗೊಂಡಿದ್ದು. ಆ ವೇಳೆಗೆ ಕ್ಲಬ್‌ಗೆ ಹೋಗಿದ್ದ ಈಶ್ವರ್ ಬಂದರು. ಅವರದೊಂದು ಗೆಳೆಯರ ಬಳಗ ಇತ್ತು. ಅದರಲ್ಲಿ ಮಹಿಳೆಯರೇ ಹೆಚ್ಚಿದ್ದರು. ಈ ಮನುಷ್ಯ ಧಾರಾಳವಾಗಿ ಹಣ ಖರ್ಚು ಮಾಡುತ್ತಿದ್ದ. ಆಕರ್ಷಕವಾಗಿ ಜೋಕ್‌ಗಳನ್ನೆಡೆಯುತ್ತಿದ್ದುದರಿಂದ ಅವರೆಲ್ಲ ಇವರನ್ನು ಇಷ್ಟಪಡುತ್ತಿದ್ದರು. ಸುಲಭದಲ್ಲಿ ಟೈಮ್‌ಫಾಸ್‌ಗೆ ಒಂದು ಮಾರ್ಗ ಅಷ್ಟೆ. ಆಗಾಗ ಪಿಕ್‌ನಿಕ್‌ಗಳು, ಪಾರ್ಟಿಗಳು, ಇಂಥ ಕಾಲಕ್ಷೇಪ ಹಿಂದಿನವರಿಗಿಂತ ಭಿನ್ನವಾದ ಆಯ್ಕೆ ಉದ್ದೇಶವೊಂದು ಮೋಜು.

"ಡಿಯರ್ ಡಾಟರ್..." ಬಂದು ಮಗಳನ್ನ ಹ್ಯಾಂಗ್ ಮಾಡಿ ಕೊಂಡವರು "ನಿನ್ನ ತುಂಬ ಮಿಸ್ ಮಾಡ್ಕೊಂಡೆ ಹನಿಮೂನ್‌ನಲ್ಲಿರೋ ಮಗಳ್ನ ಡಿಸರ್ಬ್ ಮಾಡ್ಬೇಕಿನಿಸಲಿಲ್ಲ.. ಹೇಗಿತ್ತು... ಹನಿಮೂನ್?" ಪ್ರಶ್ನಿಸಿದರು "ಕಲರ್‌ಫುಲ್... ಫೆಂಟಾಸ್ಟಿಕ್.... ಜೀವನ ಪೂರ್ತಿ ಸಂತೋಷ್ ತೋಳುಗಳಲ್ಲಿ ಇರಬೇಕೆನಿಸಿತು" ಮಂಪರಿನಲ್ಲಿದ್ದಳಂತೆ ಸಂತೋಷದಿಂದ ಉಲಿದಳು. "ಗುಡ್, ಕಂಗ್ರಾಟ್ಸ್... ಈ ತೃಪ್ತಿಬೇಕು" ಶಭಾಷ್‌ಗಿರಿ ಕೊಟ್ಟರು. ಅಮ್ಮನಿಗೂ, ಅಪ್ಪನಿಗೆ ತಂದ ನೈಟ್ ಡ್ರೆಸ್‌ಗಳ, ಹಾಫ್ ಪ್ಯಾಂಟ್, ಟೀ ಷರಟುಗಳನ್ನು ತೆಗೆದು ಹರಡಿದಳು. ಆಯ್ಕೆಯಲ್ಲಿ ಸಂತೋಷ್ ಸಹಕರಿಸಿದ್ದು ಮಾತ್ರವಲ್ಲ, ತಾನೇ ಹಣವನ್ನು ಕೂಡ ಕೊಟ್ಟಿದ್ದ ಶಾಂಭವಿಯ ಹಾಗೆ ವಸೂಲಿ ಗುಣ ಮಗಳದು.

ಎಲ್ಲಾ ಕೂತು ಸಾಕಷ್ಟು ಮಾತಾಡಿದರು.

"ನಿಂಗೆ ಕೆಲ್ಸ ಸಿಗೋವರ್ಗೂ ಆರ್ಥಿಕ ಸ್ವತಂತ್ರ ಇರೋಲ್ಲ. ಫೈನಾನ್ಷಿಯಲೀ ನೀನು ಸಂತೋಷ್ ಮೇಲೆ ಡಿಪೆಂಡ್ ಆಗ್ಬೇಕು. ಅದು ಅವನ ಕರ್ತವ್ಯ" ಆಕೆ ಹೇಳುತ್ತ ಹೋದಳು.

"ಮಾಮ್, ನಾನು ಸಂತೋಷ್ ಒಂದೆರಡು ದಿನಗಳಲ್ಲಿ ಇಲ್ಲಿಗೆ ಶಿಫ್ಟ್ ಆಗ್ತೀವಿ. ಅಲ್ಲಿಗಿಂತ ಇಲ್ಲಿ ತುಂಬಾ ಫೆಷಿಯಸ್ಸ ಆಗಿರೋದರಿಂದ ಅವ್ರು ಖುಷಿಪಡ್ತಾರೆ" ಅಂದಾಗ ಗಂಡ-ಹೆಂಡತಿ ಮುಖ ಮುಖ ನೋಡಿಕೊಂಡು ಕಣ್ಣುಗಳಲ್ಲಿಯೆ ಮಾತಾಡಿಕೊಂಡರು. "ಇದ್ನ ಸಂತೋಷ್‌ಗೆ ಹೇಳಿದ್ಯಾ?" ಕೇಳಿದರು ಶಾಂಭವಿ.

"ಒಪ್ಪಿಕೊಳ್ದೇ ಏನ್ಮಾಡ್ತಾರೆ? ನನ್ನ ಅವ್ರು ತುಂಬಾ ಪ್ರೀತಿಸ್ತಾರೆ. ನಾನು ಕಟ್ಟಿ ಹಾಕಬಲ್ಲೇ" ಆತ್ಮವಿಶ್ವಾಸದಿಂದ ನುಡಿದಾಗ ಮೊದಲು ಈಶ್ವರ್ ಎದ್ದು ಹೋದರು. ನಂತರ ಶಾಂಭವಿ ಅವರನ್ನ ಹಿಂಬಾಲಿಸಿದರು. ಹಿಂದೆಯೆ ಈ ಪ್ಲಾಟ್ ಮಾರೋ ವಿಚಾರ ತಿಳಿಸಿದಾಗ ವಿರೋಧಿಸಿದ್ದಳು "ಮದ್ವೆಯಾದ್ಮೇಲೆ ನಾನು ಇಲ್ಲಿ ಇರ್ತೀನಿ ನೀವೇನಾದ್ರೂ ಹಿಂದಿರುಗಿದರೆ ಉಪಯೋಗಿಸ್ಕೋಬಹುದು" ಅಂದಾಗ ಮೌನವಹಿಸಿದ್ದರು. ಅವರಿಗೆ ರಾದ್ಧಾಂತ ಬೇಡವಾಗಿತ್ತು. ಆದರೆ ಇಷ್ಟೊಂದು ಕಾಸ್ಟ್ಲಿ ಪ್ಲಾಟನ್ನು ಮಗಳಿಗೆ ಬಿಡಲು ಅವರ ವ್ಯವಹಾರಿಕ ಬುದ್ಧಿ ಒಪ್ಪಿರಲಿಲ್ಲ. ಈಗಾಗಲೆ ರಿಜಿಸ್ಟ್ರೇಷನ್ ಪ್ರಕ್ರಿಯೆ ಕೂಡ ಮುಗಿದು ಹೋಗಿತ್ತು. ಪೂರ್ಣ ಹಣ ಪಡೆದಾಗಿತ್ತು. ಪ್ಲಾಟ್ ಖಾಲಿ ಮಾಡಲು ಕೆಲವು ದಿನಗಳ ವಾಯಿದೆ ಮಾತ್ರ ಪಡೆದಿದ್ದರು.

ಆಮೇಲೆ ಒಂದೆರಡು ಸಲ ಸಂತೋಷ್‌ಗೆ ಕಾಲ್ ಮಾಡಿ ನಂತರ ಆರಾಮಾಗಿ ಮಲಗಿ ನಿದ್ದೆ ಮಾಡಿದಳು. ಬರೀ ಅವಳಿದ್ದುದ್ದು ಹನಿಮೂನ್ ಗುಂಗುನಲ್ಲಿ. ಸ್ವಲ್ಪ ಟೆನ್‌ಷನ್‌ಗೆ

ಒಳಗಾದವರು ಅವಳ ಹೆತ್ತವರು.

ಆಮೇಲೆ ಆರರ ಸುಮಾರಿಗೆ ಸಂತೋಷ್‌ನಿಂದ ಕಾಲ್ ಬಂತು" ನಿನ್ನ ಕಾರ್‌ನಲ್ಲಿಯೆ ಬರ್ತೀಯ? ಇಲ್ಲ ಆಫೀಸ್ ಕಾರು ಕಳ್ಸಿಕೊಡ್ಲಾ?" ಕೇಳಿದ ನೇರವಾಗಿ "ಪ್ಲೀಸ್, ನೀವೇ ಇಲ್ಲಿಗೆ ಬನ್ನಿ ಐಯಾಮ್ ಟಯರ್ಡ್ ನಂಗೆ ರೆಸ್ಟ್ ಬೇಕು" ಮುದ್ದು ಮುದ್ದಾಗಿ ಹೇಳಿದಾಗ "ಓಕೆ, ಹಾಗೆ ಮಾಡು.. ಬೆಳಿಗ್ಗೆ... ಬಾ" ಕಾಲ್ ಕಟ್ ಮಾಡಿದ. ಅವಳು ಷಾಕಾದಳು. ತನ್ನ ರಿಕ್ವೆಸ್ಟ್‌ಗೆ ತಾನೇ ಓಡೋಡಿ ಬರಬಹುದೆಂಬ ಕಲ್ಪನೆ ಸುಳ್ಳಾಯಿತು. ದಿಂಬುಗಳನ್ನೆಲ್ಲ ಎತ್ತಿ ಎಸೆದಾಡಿದಳು. ಜೂಸ್ ಹಿಡಿದು ಬಂದ ಸರ್ವೆಂಟ್ ಶಾಂಭವಿಗೆ ವಿಷಯ ಮುಟ್ಟಿಸಿದಾಗ ಫೇಸ್‌ಬುಕ್‌ನಲ್ಲಿ ಚಾಟ್ ಮಾಡುತ್ತಿದ್ದ ಆಕೆ ಬೇಸರದಿಂದಲೇ ಎದ್ದು ಬಂದಳು.

"ವಾಟ್ ಬೇಬಿ?" ಮಗಳ ಪಕ್ಕ ಕೂತರು. ಸಂತಾನದ ಮೇಲಿನ ಪ್ರೀತಿ ಸಹಜವೆ... ಹಾಗೆಂದು ತಮ್ಮ ಭವಿಷ್ಯವನ್ನು ನೆಗ್ಲೆಕ್ಟ್ ಮಾಡಲಾರರು" ಸಂತೋಷ್ ಕಾಲ್ ಮಾಡಿ ಬರೋದಿಕ್ಕೆ ಹೇಳಿದ್ರು. ಈಗ್ಲೇ ಎಷ್ಟೊಂದು ನೆಗ್ಲೆಕ್ಟ್ ನೋಡಿ. ಡ್ಯಾಡ್ ಇವೊತ್ತಿಗೂ ನಿಮ್ಮ ಒಂದು ಸಣ್ಣ ಮಾತು ಕೂಡ ಮೀರೋಲ್ಲ" ಎಂದು ಕೋಪದಿಂದ ಕನಲಿದಾಗ "ಹ್ಯಾವ್ ಎ ಪೆಷ್ವನ್ಸ್ ನಿನ್ನ ಡ್ಯಾಡ್ ಬಗ್ಗೆ ನಿಂಗೆಷ್ಟು ಗೊತ್ತು? ಆ ವಿಚಾರ ಬಿಡು. ಹೇಗೂ, ನಿನ್ನ ಕಾರಿದೆಯಲ್ಲ ಹೋಗ್ಬಿಡು. ಬದಲಾವಣೆಗೆ ಎಂದೋ ಒಗ್ಗಿಕೊಂಡಿದ್ದೀ" ಪೂಸಿಯೊಡೆದರು ಅವಳ ಮುಖ ಚಿಕ್ಕದಾಯಿತು.

ಒಂದು ಕಾಲೇಜಿನ ವಾರ್ಷಿಕೋತ್ಸವದ ಆಯೋಜನೆಯಲ್ಲಿ ನಿರತನಾದ ಸಂತೋಷ್, ನಿಹಾರಿಕ ಬಗ್ಗೆಯೇನು ತಲೆಕೆಡಿಸಿಕೊಳ್ಳಲಿಲ್ಲ. ಪಾಲುಗಾರಿಕೆಯ ವ್ಯವಹಾರದಲ್ಲಿ ಮೋಸಗೊಂಡು ಬರೀ ಕೈಯಲ್ಲಿ ಹೊರಬಂದ ಪಾರ್ಥಸಾರಥಿ ತುಂಬ ಸಂಕಷ್ಟಗಳ ನಂತರವೆ 'ಸಾರಥಿ ಇವೆಂಟ್' ಆರಂಭಿಸಿದ್ದು ಎಂಬಿಎ ಮುಗಿಸಿ ತಂದೆಯ ನೆರವಿಗೆ ಬಂದ ಆನಂದ್‌ಗೆ ವಿವಾಹ ಮಾಡಿ ನಿಟ್ಟುಸಿರು ದಬ್ಬುವ ವೇಳೆಗೆ ಆನಂದ ಎದೆ ನೋವಿನಿಂದ ನರ್ಸಿಂಗ್ ಹೋಂಗೆ ಅಡ್ಮಿಟ್ ಆದಾಗ ಭೂಮಿಗಿಳಿದು ಹೋಗಿದ್ದರು. ಆಗ ಬಂದು ಭದ್ರವಾಗಿ ನಿಂತವ ಸಂತೋಷ್.

ಸಂತೋಷ್ ಮನೆಗೆ ಬಂದಾಗ ರಾತ್ರಿ ಹನ್ನೊಂದು ದಾಟಿ ಹೋಗಿತ್ತು. ಮನೆಯವರೆಲ್ಲ ಹಾಲ್‌ನಲ್ಲಿ ಕೂತಿದ್ದರು. ಅವರ ಎದುರು ಬಂದು ಕೂತವ ಮೆಲ್ಲಗೆ ತಲೆಯೆತ್ತಿ ಕೇಳಿದ.

"ಎಲ್ಲರ ಊಟ ಮುಗೀದಿರಬೇಕಲ್ಲ. ನಂಗೆ ತಟ್ಟೆ ಹಾಕಿ.. ಬಡ್ಸು ಅತ್ತಿಗೆ" ಎಂದವ ಬಟ್ಟೆ ಬದಲಾಯಿಸಲು ರೂಮಿಗೆ ಹೋದ. ಆಕ್ಷಣ ನಿಹಾರಿಕ ಇರಬೇಕಿತ್ತೆನಿಸಿತ್ತು. ಹೆತ್ತವರೊಂದಿಗೆ ಇರಬೇಕೆನ್ನುವ ಆಸೆ ಅವಳಿಗೆ ಇರುತ್ತೆ. ಎಂದೂ ಆ ಅನಿಸಿಕೆಯನ್ನು ತಳ್ಳಿಹಾಕಿದ.

ಡೈನಿಂಗ್ ಟೇಬಲ್ ಮೇಲೆ ಎಲ್ಲರ ತಟ್ಟೆಗಳು ಹಾಕಲಾಗಿತ್ತು. "ಅರೇ, ಯಾರು ಊಟ ಮಾಡಿಲ್ವ? ಸ್ವಲ್ಪ ಲೇಟಾಯ್ತು ಅವರಿಗೆ ಮೆಚ್ಚುಗೆಯಾಗುವಂತೆ ಆಯೋಜಿಸಬೇಕು. ವಿದ್ಯಾರ್ಥಿ ವಿದ್ಯಾರ್ಥಿನಿಯರದು ಕಲರ್‌ಫುಲ್ ಯೋಚನೆಗಳು. ಮೆನು ಜವಾಬ್ದಾರಿ ವಾಸುಗೆ ಒಪ್ಪಿಸಿದ್ದೀನಿ" ಹೇಳಿದ ತಟ್ಟೆಯ ಮುಂದೆ ಕೂಡುತ್ತ. ಎಲ್ಲರೂ ಬಂದು ಕೂತರು "ಅತ್ತಿಗೆ ತೀರಾ ಲೇಟಾಯ್ತು. ನೀವು ಕೂತ್ಕೊಂಡ್ ಬಿಡಿ. ಬೇಕಾದ್ದುಬಡ್ಸಿಕೊಳ್ಳೋಣ" ಎಂದ ಮೊದಲ ಪಂಕ್ತಿ ಬಡಿಸಿದ ನಂತರವೆ ಜಾಹ್ನವಿ ಕೂತಿದ್ದು" ಸ್ವೀಟ್ಸ್ ಮಾಡಿದ್ದೆ. ನಿಹಾರಿಕ ಕೂಡ ನಮ್ಮ ಜೊತೆ ಕೂತು ಊಟ ಮಾಡ್ಬೇಕಾಗಿತ್ತು" ಅದು ಎಲ್ಲರಿಗೂ ಸರಿಯೆನಿಸಿತು.

"ಅವಳು ಇಲ್ಲೇ ಇರ್ಬೇಕೂಂತ ಅಂದ್ಕೊಂಡೆ. ಅವಳು ಕಾಲ್ ಮಾಡಿದಾಗ್ಲೇ ಅಲ್ಲಿರೋ ವಿಚಾರ ಗೊತ್ತಾಗಿದ್ದು. ಅದು ಸಿಂಪಲ್. ಆಫೀಸ್ ವೆಹಿಕಲ್ ಕಳುಸ್ತೀನಿ ಬಾ ಅಂದೆ. ಅವ್ಳ ಕಾರು ಅಲ್ಲೇ ಇತ್ತಲ್ಲ ಅಲ್ಲೇ ಉಳಿಕೋಬೇಕೂಂತ ಅನ್ನಿಸಿರಬೇಕು. ನೋ ಪ್ರಾಬ್ಲಮ್ ಹೆತ್ತವರ ಸನಿಹ ಹಿತವೆ" ನಿಶ್ಚಿಂತೆಯಿಂದ ಅಂದು ಊಟ ಮಾಡತೊಡಗಿದ. ಇದು ಪಾರ್ಥಸಾರಥಿಗೆ ಸರಿಯೆನಿಸದಿದ್ದರೂ ಈಗಿನ ಯುವತಿಯರಲ್ಲಿ ತೀರಾ ಸೆಂಟಿಮೆಂಟ್ಸ್ ನಿರೀಕ್ಷಿಸಲಾಗುವುದಿಲ್ಲವೆನಿಸಿತು.

ಅದು ಇದು ಜೋಕ್ ಮಾಡುತ್ತ ಊಟ ಮಾಡಿದರು. "ಜಾಹ್ನವಿ ಮನೆ ತುಂಬ್ಸಿಕೋಡೋವಾಗ ಅವಳು ಅತ್ತಿದ್ದೇ ಅತ್ತಿದ್ದು. ಅವಳಮ್ಮ ನೆಂಟರಿಷ್ಟರು ಚೆಂಬುಗಟ್ಟಲೆ ಕಣ್ಣೀರು ಸುರಿಸಿ ಬಿಟ್ಟರು. ಇಲ್ಲಿಗೆ ಒಂದ್ಮೇಲೆ ಚೇತರಿಸಿಕೊಳ್ಳೋಕೆ ಸಾಕಷ್ಟು ದಿನಗಳೆ ಆಯ್ತು" ಮಡದಿಯನ್ನು ಕಣ್ಣಲ್ಲಿಯೇ ಛೇಡಿಸುತ್ತ ಹಾಸ್ಯ ಮಾಡಿದ ಆನಂದ್.

"ಆ ಜಾಮಾನಾ ಮುಗೀತು. ನಿಶ್ಚಿತಾರ್ಥದ ದಿನ ಹೊರಟು ಬಾ ಅಂದಿದ್ದರೆ ರೆಡಿಯಾಗಿದ್ಲು. ವರ್ಷಗಳ ಹಿಂದೆಯೆ ಅವಳ ಮಮ್ಮಿ, ಡ್ಯಾಡಿಗೆ ಟಾಟಾ ಹೇಳಿ ಆಗಿತ್ತು. ಅತ್ತಿಗೆ ಹುಳಿ ಚೆನ್ನಾಗಿದೆ. "ಇನ್ನಷ್ಟು ಹಾಕು" ಎಂದು ಹಾಕಿಸಿಕೊಂಡು ಊಟ ಮಾಡಿದ ಹರಟುತ್ತ ಸಂತೋಷ್.

ಲ್ಯಾಪ್‌ಟಾಪ್ ತೆಗೆದುಕೊಂಡು ಕೂತಿದ್ದವನು ಕೆಲವು ಪ್ರೋಗ್ರಾಂಗಳ ಬಗ್ಗೆ ತಂದೆಯ ಬಳಿ ಚರ್ಚಿಸಿ ನಂತರ ಮಲಗಿದ್ದು ರೂಮಿಗೆ ಬಂದವನೆ ಮಿಸ್ ಕಾಲ್‌ಗಳನ್ನು ಚೆಕ್ ಮಾಡಿದ ಟೋಟಲೀ ನಿಹಾರಿಕದು ನಾಲ್ಕು ಮೆಸೆಜ್ ಇತ್ತು.

ಬಟನ್‌ಗಳನ್ನೊತ್ತಿದ ತಕ್ಷಣ ಎತ್ತಿಕೊಂಡ ನಿಹಾರಿಕ "ನಾನು ನಿಮ್ಮನ್ನು ತುಂಬ ಮಿಸ್ ಮಾಡ್ಕೊಂಡೆ. ನೀವು ಬರ್ತೀರಾಂತ ನಾನು ವೆಹಿಟ್ ಮಾಡ್ತಾ ಇದ್ದೆ" ಎಂದಳು ಮುದ್ದಾಗಿ.

"ಸೋ ಸಾರಿ, ನೀನು ಬಂದ್ ಬಿಡ್ಬೇಕಾಗಿತ್ತು. ಎನೀ ಹೌ, ಈಗೇನೂ ಪ್ರಾಬ್ಲಮ್ ಇಲ್ಲ. ನಾನು ಕೂಡ ಟಯರ್ಡ್ ಗುಡ್ ನೈಟ್... ಸ್ವೀಟ್‌ಡ್ರಿಮ್, ಕಾಲ್ ಮಾಡಿ ಡಿಸ್ಟರ್ಬ್ ಮಾಡ್ಬೇಡ" ಕಾಲ್ ಕಟ್ ಮಾಡಿ ಹಾಸಿಗೆಯ ಮೇಲೆ ಉರುಳಿಕೊಂಡ ಆರಾಮಾಗಿ ಮಲಗಿಬಿಟ್ಟ. ದಾಂಪತ್ಯ ಬದುಕಿನ ಒಂದು ಭಾಗವೆ ಹೊರತು ಪೂರ್ತಿಯಾಗಿ ಆವರಿಸಿಕೊಳ್ಳುವುದು ಅವನಿಗೆ ಇಷ್ಟವಿಲ್ಲ. ಮಿಕ್ಕೆಲ್ಲ ಸಾಧನೆಗಳು, ಸಂಬಂಧಗಳು, ಸಂತೋಷಗಳು, ಮೂಲೆ ಸೇರುತ್ತದೆಯೆನ್ನುವುದು ಅವನ ಅಭಿಪ್ರಾಯ. ಅದನ್ನು ವಿವಾಹಕ್ಕೆ ಮುನ್ನವೆ ಅವಳಿಗೆ ತಿಳಿಸಿ ಹೇಳಿದ್ದ.

ಬೆಳಿಗ್ಗೆ... ಬೆಳಿಗ್ಗೆಯೆ ಶಾಂಭವಿ ಅಲ್ಲಿಗೆ ಬ್ರೇಕ್‌ಫಾಸ್ಟ್‌ಗೆ ಬರಲು ಆಮಂತ್ರಣವಿತ್ತಾಗ ಒಲ್ಲೆಯೆನ್ನುವುದು ಸರಿ ಕಾಣಲಿಲ್ಲ ಅವನಿಗೆ "ಓಕೆ...." ಎಂದು ಫೋನಿಟ್ಟವನು ಹೊರಗೆ ಬಂದು ನಿಶ್ಚಿತನ ಎತ್ತಿಕೊಂಡಿದ್ದ ಮಾಧವಿಗೆ ಹೇಳಿದ.

"ಅಮ್ಮ, ನಿಹಾರಿಕ ತಾಯಿ ಬ್ರೇಕ್‌ಫಾಸ್ಟ್‌ಗೆ ಬರೋದಿಕ್ಕೆ ಹೇಳಿದ್ದಾರೆ. ಬೇಗ, ಹೋಗಿ... ಹಾಗೇ ನಿಹಾರಿಕಾನು ಕರ್ಕೊಂಡ್ ಬರ್ತೀನಿ. ನಾನು ಮಿಸ್ ಮಾಡ್ಕೊಂಡೆ. ಅಣ್ಣ ಅಪ್ಪ ಬಂದಾಗ ಹೇಳ್ಬಿಡು" ಹೊರಟು ನಿಂತ. ಬಂದ ಜಾಹ್ನವಿ "ಕರ್ಕೊಂಡ್ಬನ್ನಿ, ನಂಗೆ ಸ್ನೇಹಕ್ಕೆ, ಜಗಳಕ್ಕೆ ಒಬ್ಬ ತಂಗಿ ಬೇಕು" ಅಂದಾಗ ಜೋರಾಗಿ ನಕ್ಕುಬಿಟ್ಟ. ಜಾಹ್ನವಿಯನ್ನು ಚೆನ್ನಾಗಿ ಅರಿತಿದ್ದ. ಅತ್ಯಂತ

ಸ್ನೇಹಮಯಿ ಎಂದು ಗೊತ್ತು. ಅನಗತ್ಯ ಆಸೆಗಳನ್ನು ಇಟ್ಟುಕೊಂಡು ಬೇರೆಯವರ ಮನಸ್ಸು ನೋಯಿಸದ ಹೆಣ್ಣು.

ನಿಯಾಸ್ ಅಪಾರ್ಟ್‌ಮೆಂಟ್‌ನ ಬಳಿಗೆ ಬಂದಾಗ ವಾಚ್‌ಮನ್ ಎದ್ದು ನಿಂತು ಸೆಲ್ಯೂಟ್ ಹೊಡೆದು ಗೇಟು ತೆಗೆದ. ಅಲ್ಲಿ ಸೆಕ್ಯೂರಿಟಿ ತೀರಾ ಟೈಟ್. ಅಪರಿಚಿತರಿಗೆ ಪ್ರವೇಶ ಇರಲಿಲ್ಲ.

ಕಾರು ನಿಲ್ಲಿಸಿ ಲಿಫ್ಟ್ ಕಡೆ ನಡೆದ. ಬರೀ ಶ್ರೀಮಂತರು, ದೊಡ್ಡ ದೊಡ್ಡ ಅಧಿಕಾರಿಗಳು, ವಿದೇಶಿಯರು ಮಾತ್ರ ವಾಸವಾಗಿದ್ದರು ಒಂದೆರಡು ಸಲ ಮಾತ್ರ ಬಂದಿದ್ದ. ನಿಹಾರಿಕ ತನ್ನ ಅಪಾರ್ಟ್‌ಮೆಂಟ್ ಬಗ್ಗೆ ಸಾಕಷ್ಟು ಹೇಳಿಕೊಳ್ಳುತ್ತಿದ್ದಳು.

ಕಾರಿಡಾರ್‌ನ ಕೊನೆಯಲ್ಲಿದ್ದ ನಿಹಾರಿಕ ಓಡಿ ಬಂದು ಇವನನ್ನು ಅಪ್ಪಿಕೊಂಡಾಗ ಅತ್ತಿತ್ತ ನೋಟ ಹರಿಸಿದ. ಇಂಥ ಮುಕ್ತ ಪ್ರಣಯ ಅವನಿಗೆ ಇಷ್ಟವಾಗದು. "ಹಾಯ್, ನಿಹಾರಿಕ... ಒಳಗೆ ಹೋಗೋಣ. ಬೆಡ್‌ರೂಂ ಇದ್ದೇ ಇರುತ್ತಲ್ಲ" ಕೆನ್ನೆ ಸವರಿ ಫ್ಲಾಟ್‌ನತ್ತ ನಡೆದ. ಶಾಂಭವಿ ದೊಡ್ಡ ಬಾಯಿ ಮುಖಾಂತರ ಸಂಭ್ರಮದಿಂದ ಸ್ವಾಗತಿಸಿದರು. ಆಕೆ ಇನ್ನು ಮ್ಯಾಕ್ಸಿಯಲ್ಲೆ ಇದ್ದರು. ಬಹುಶಃ ಮ್ಯಾಕ್ಸಿ ತೊಡಲು ವಯಸ್ಸಿನ ಅಂತರವೇನಿಲ್ಲ! ಎಲ್ಲಾ ವಯಸ್ಸಿನವರು ತೊಡುತ್ತಿದ್ದರು. ಫ್ಯಾಷನೋ, ಕಾಂಪರ್ಟೋ, ಇಲ್ಲ ತಮ್ಮ ವಯಸ್ಸನ್ನು ಕಡಿಮೆ ಮಾಡಿಕೊಳ್ಳುವ ಒಂದು ಪನ್ನಾಗವೋ? ಅಂತೂ ಬಡವರಿಂದ.. ಶ್ರೀಮಂತ ವರ್ಗದವರನ್ನು ಆಕರ್ಷಿಸಿರುವ ಉಡುಪು ಮ್ಯಾಕ್ಸಿ!

"ಅಯ್ಯೋ, ಇಡೀ ಫ್ಯಾಮಿಲಿ ಬರ್ತೀರಾಂತ ಅಂದ್ಕೊಂಡಿದ್ದೆ" ಇಂಥ ಒಂದು ರಾಗ ಎಳೆದಾಗ ಮುಗಳ್ನಕ್ಕ. ಆ ವೇಳೆಗೆ ಈಶ್ವರ್ ಹೊರಗೆ ಬಂದರು. ಅವರದು ದ್ವಿಮುಖ ವ್ಯಕ್ತಿತ್ವವೆಂದು ಯಾರಾದರೂ ತಿಳಿಯಬಹುದಿತ್ತು. "ಬರ್ಲಿಲ್ವ, ಪಾರ್ಥಸಾರಥಿಯವರು? ಫ್ಯಾಮಿಲಿ ಮಂದಿಯ ಜೊತೆ ಫ್ರೆಂಡ್ಸ್ ಸೇರ್‍ಸಿಕೊಂಡು ಒಂದು ವಂಡರ್‌ಫುಲ್ ಗೆಟ್‌ಟುಗೆದರ್ ಆರೇಂಜ್ ಮಾಡ್ಬೇಕೂಂತ ಅನ್ನಿಸಿದೆ. ಅದಕ್ಕೆ ನಿಮ್ಮ ಕೋಪರೇಷನ್ ಬೇಕಾಗುತ್ತೆ" ಎಂದು ನಗೆ ಬೀರಿದರು. ಸಂತೋಷ್ ಪ್ರತಿಕ್ರಿಯಿಸಲಿಲ್ಲ. ಮುಗಳ್ನಗು ಬೀರಿದ. ಅವನಿಗೇನು ಅಂಥ ಆಸಕ್ತಿ ಇರಲಿಲ್ಲ. "ಡ್ಯಾಡಿಗೆ ತುಂಬಾ ಕಲರ್‌ಫುಲ್ ಫ್ರೆಂಡ್ಸ್ ಇದ್ದಾರೆ. ಅವ್ರ ಜೊತೆ ಎಂಜಾಯ್ ಮಾಡ್ತಾ ಇದ್ದರೆ ಟೈಂ ಸರಿಯೋದೇ ಗೊತ್ತಾಗೋಲ್ಲ" ತನ್ನ ಒಂದೆರಡು ಮಾತುಗಳನ್ನು ಸೇರಿಸಿದಳು ನಿಹಾರಿಕ.

ಮೊದಲು ಬ್ರೇಕ್‌ಫಾಸ್ಟ್ ಮುಗಿಸಿದ. ಫ್ಲಾಟ್ ಪ್ರತಿಯೊಂದು ಭಾಗವನ್ನು ಅದರ ಅಂದ ಚೆಂದ ಪರಿಚಯಿಸಿದಳು. "ನಿಯಾಸ್ ಫ್ಲಾಟ್‌ಗಳಲ್ಲಿ ತುಂಬ ಶ್ರೀಮಂತರು, ಸೆಲಬ್ರೇಟಿಗಳು ವಾಸಿಸುವುದು. ಐ ಲವ್ ದಿಸ್ ಫ್ಲಾಟ್" ಮೈಮರೆತು ನುಡಿದಾಗ, ನಿರ್ಜೀವವಾದ ಫ್ಲಾಟ್‌ನ ಇಷ್ಟು ಪ್ರೀತಿಸುವವಳು ತನ್ನನ್ನು ಎಷ್ಟು ಪ್ರೀತಿಸಬಹುದು? ಮನದಲ್ಲಿಯೆ ಲೆಕ್ಕ ಹಾಕಿದ.

ತಂದೆಯ ಬೆಡ್‌ರೂಂಗೆ ಕರೆದೊಯ್ದಳು. ಇವಳ ಬೆಡ್‌ರೂಂಗಿಂತ ವಿಶಾಲವಾಗಿತ್ತು. ಅಲಂಕರಿಸಿದ ರೀತಿಯು ಅದ್ಭುತವಾಗಿತ್ತು. ಅವನೇನು ಕಣ್ಣರಳಿಸಿರಲಿಲ್ಲ. "ಬ್ಯೂಟಿಫುಲ್ ಇವ್ರು ದುಬೈಗೆ ಹೋದ ಕೂಡಲೇ ನಾನು ಇಲ್ಲಿಗೆ ಶಿಫ್ಟ್ ಆಗಿ ಬಿಡ್ತೀನಿ. ಈ ಶಯ್ಯಾಗಾರದಲ್ಲಿ ನಮಗೆ ಯಾವುದೇ ಕೊರತೆ ಇರೋಲ್ಲ" ಅಂದಾಗ ಮಾತ್ರ ಅವನಿಗೆ ಷಾಕ್! ಅವರಿಂದ ಈ ಫ್ಲಾಟ್ ಪಡೆದುಕೊಳ್ಳುವುದಾಗಲೀ, ಇಲ್ಲಿಗೆ ಬಂದು ಉಳಿಯುವುದಾಗಲೀ, ಅವನು ಒಪ್ಪುವುದಿಲ್ಲ.

"ಆಯ್ತು.. ಹೊರಡೋಣ, ಅತ್ತಿಗೆ ನಿನ್ನ ಜೊತೆಯಲ್ಲೆ ಕರ್ಕಂಡ್ ಬಾ ಅಂದ್ರು. ಚಿಕ್ಕ ಸೊಸೆ ಮನೆಯಲ್ಲಿದ್ದರೆ ಶೂನ್ಯತೆ ಕರಗಿ ಹೋಗುತ್ತೆ. ಅಪ್ರ ನಂಬ್ಕೇ ರೂಮಿನಿಂದ ಹೊರಬಂದ. ರೂಮು ಏನು ಆಸಕ್ತಿಕರವೆನಿಸಲಿಲ್ಲ.

ಶಾಂಭವಿ, ಈಶ್ವರ್ ಎದುರುಬದರು ಕೂತಿದ್ದರು. "ಇನ್ನ ನಾವು ಬರ್ತೀವಿ" ಕೈಗಳನ್ನು ಜೋಡಿಸಿದ. "ಅವ್ಳು ಬಟ್ಟೆಬರೆ, ಸಾಮಾನುಗಳನ್ನು ಪ್ಯಾಕ್ ಮಾಡ್ಕೋಬೇಕಾಗುತ್ತೆ. ಸರ್ವೆಂಟ್ಸ್ ಹೆಲ್ಪ್ ಮಾಡ್ತಾರೆ. ನೀವು ಇದ್ದರೆ ಚೆಂದ" ಶಾಂಭವಿ ಹೇಳಿದಾಗ ಅವನಿಗೆ ನಗು ಬಂತು "ಆಗಾಗ ತನಗೆ ಬೇಕೆನಿಸಿದ್ದು ತಂದ್ಕೋಬಹ್ದು. ಅದೇನು ಹೆವಿ ಅನ್ನಿಸೋಲ್ಲ" ಸರಳವಾಗಿ ಹೇಳಿದಾಗ "ಇಲ್ಲ, ನಾವು ದುಬೈಗೆ ಹೊರಡೋರು. ಈಗಾಗಲೇ ಫೈಟ್ ಬುಕ್ ಆಗಿದೆ. ನಿಮ್ಮನ್ನು ಜೊತೆಗೆ ಕರೆದೊಯ್ಯೋ ಇರಾದೆ ಇತ್ತು".

"ಈಗಾಗೋಲ್ಲ, ಮುಂದೆ ಬರ್ತೀವಿ. ಈಗ ನಾನು ನಿಹಾರಿಕಾನ ಕರ್ಕೊಂಡ್ ಹೋಗ್ಲಾ?" ನೇರವಾಗಿಯೆ ಕೇಳಿದಕ್ಕೆ "ನಾವೇ ಕರ್ಕೊಂಡ್ ಬರ್ತೀವಿ" ಶಾಂಭವಿ ಹೇಳಿದಾಗ ಅವನು ಹೊರಟ. ಮೇಲ್ಗಡೆ ಬಾಲ್ಕನಿಯಲ್ಲಿದ್ದ ನಿಹಾರಿಕ ಓಡಿ ಬಂದು "ನಿಮ್ಮನ್ನ ಹೋಗೋಕೆ ಬಿಡೋದಿಲ್ಲ. ಮಾತಾಡೋದು.. ತುಂಬಾ ಇದೆ" ಅವನ ತೋಳುಗೆ ಜೋತು ಬಿದ್ದಾಗ ಕೆನ್ನೆ ತಟ್ಟಿ "ಸಾರಿ, ಡಾರ್ಲಿಂಗ್... ನಿನ್ನ ಪೇರೆಂಟ್ಸ್ ಕರ್ಕೊಂಡ್ ಬರ್ತೀವಿ ಅಂದ್ರು. ಜೊತೆಯಲ್ಲಿ ಜೀವ್ನ ಪೂರ್ತಿ ಜೊತೆಯಲ್ಲಿ ಇರಬೇಕಲ್ಲ. ಮಾತಾಡೋಣ" ಕಣ್ಣಲ್ಲಿ ಮಿಂಚು ಕುಣಿಸಿ ಅವಳ ಕೆನ್ನೆ ತಟ್ಟಿ ಲಿಫ್ಟ್ ಕಡೆ ಹೊರಟ. ಹದ್ದು ಬದ್ದು ಇಲ್ಲದ ರೋಮಾನ್ಸ್ ಅವನಿಗಿಷ್ಟವಿಲ್ಲ.

ಒಂದು ರೀತಿಯ ಗೊಂದಲದಲ್ಲಿದ್ದ ಶಾಂಭವಿ ಮತ್ತು ಈಶ್ವರ್! ಹೊಸ ಅಳಿಯನನ್ನು ಬೀಳ್ಕೊಡಲು ಕೂಡ ಹೊರಬರಲಿಲ್ಲ. 'ಈ ಫ್ಲಾಟ್‌ನಲ್ಲಿ ನಾವುಗಳು ಇರ್ತೀವಿ' ಮಾತಿನ ಸಂದರ್ಭಗಳಲ್ಲಿ ಹೇಳಿದ್ದಳು. ಅದರಿಂದ ಇವಳಿಗೆ ಫ್ಲಾಟ್ ಸೇಲ್ ಆಗಿರುವ ವಿಚಾರ ಬಿಡಿಸಿ ಹೇಳುವುದು ಹೇಗೆ? ಒಪ್ಪಿಸುವುದು ಹೇಗೆ? ಅವರುಗಳಿಗೆ ಚಿಂತೆಯಾಗಿತ್ತು.

"ಶಾಂಭವಿ, ನಿನ್ನ ಗ್ಳು ತುಂಬಾ ಗಲಾಟೆ ಮಾಡ್ತಾಳೆ" ಎಂದರು ಈಶ್ವರ್. "ಯಾಕೆ ಗಲಾಟೆ ಮಾಡ್ತಾಳೆ? ಅವಳಿಗೇನು ಕಮ್ಮಿ ಮಾಡಿರೋದು? ಅವಳದೆಲ್ಲ ಪೂರೈಸಿ ಅಕ್ಕರೆಯಿಂದ ಸಾಕುವುದರ ಜೊತೆಗೆ ಅವಳ ವಿದ್ಯಾಭ್ಯಾಸಕ್ಕೆ ಲಕ್ಷಾಂತರ ಸುರಿದಿದ್ದೀವಿ. ಈಗ್ಲೂ ಅವ್ಳ ಹೆಸರಿನಲ್ಲಿ ೨೫ ಲಕ್ಷ ಡಿಪಾಜಿಟ್ ಮಾಡಿದ್ದೀವಿ. ಅವ್ಳು ಬೇಕೂಂದ ಕೂಡ್ಲೇ ಫ್ಲಾಟ್ ಕೊಡೋಕ್ಕಾಗುತ್ತ? ನಮ್ಮ ಫ್ಯೂಚರ್ ಗತಿಯೇನು? ಎಲ್ಲಾ ಕಿತ್ಕೊಂಡ್ ಹೆತ್ತವರನ್ನು ವೃದ್ಧಾಶ್ರಮಗಳಿಗೆ ಭಿಕಾರಿಗಳಂತೆ ಅಟ್ಟೋ ಕಾಲ. ನಾನು ಫೂಲಿಷ್ ಅಲ್ಲ. ನನ್ನಲ್ಲಿ ಇನ್ನು ಹತ್ತಾರು ಕನಸ್ಸುಗಳು ಉಳಿದಿದೆ. ಐ ಡೋಂಟ್ ಕೇರ್" ನಿಷ್ಠುರವಾಗಿ ಹೇಳಿದಾಗ ಈಶ್ವರ್‌ಗೆ ಅಚ್ಚರಿಯೆನಿಸಲಿಲ್ಲ. 'ತೀರಾ ಕರ್ಮಷಿಯಲ್ ಮೈಂಡ್. ತನ್ನ ನಂತರವೆ ಎಲ್ಲವು' ಅನ್ನುವ ಮನಸ್ಥಿತಿ ಈತ್ತೀಚೆಗಿನ ವರ್ಷಗಳಲ್ಲಿ ಜಾಸ್ತಿಯಾಗಿತ್ತು. "ಐ ಕಾಂಟ್ ಹೆಲ್ಪ್" ಅನೀಶ್‌ಗಿಂತ ಇವಳು ಜೋರು. ಬೀದಿಗೆ ಹೋಗೋದು ಬೇಡ. ಸ್ವಂತ ಮಗಳೇ ತಾನೆ? ಇನ್ನಷ್ಟು ಕೊಟ್ಟು ಸಮಾಧಾನ ಮಾಡು" ಎಂದು ಹೊರಗೆ ನಡೆದರು. ಮಗಳಿಗೆ ಹೇಳದೆ ಮಾರಿದ್ದು ತಪ್ಪೆನಿಸಿದರು ಬೇರೆ ದಾರಿ ಇರಲಿಲ್ಲ. ಶಾಂಭವಿ ಕೇರ್ ಮಾಡುವ ಪೈಕಿಯಲ್ಲ.

ಯಾರೊಂದಿಗೋ ಮಾತಾಡುತ್ತಿದ್ದವಳು ತಾಯಿಯ ಮುಂದೆ ಬಂದು ಕೂತದ್ದು ಪ್ರಸನ್ನವದನಳಾಗಿಯೆ. ಈಗಾಗಲೆ ಹೆತ್ತವರ ರೂಮಿನಲ್ಲಿ ಪ್ಯಾಕಿಂಗ್ ಆಗಿದ್ದನ್ನು ನೋಡಿದ್ದರಿಂದ ಅವರುಗಳು ಒಂದೆರಡು ದಿನಗಳಲ್ಲಿ ಹೊರಟು ಬಿಡಬಹುದೆಂದು ತೀರ್ಮಾನಕ್ಕೆ ಬಂದಿದ್ದರಿಂದ ಹರ್ಷಚಿತ್ತಳಾಗಿಯೆ ಇದ್ದಳು. ಅವರುಗಳು ಹೋಗುವ ಬಗ್ಗೆ ನಿಹಾರಿಕಾಗೆ ಚಿಂತೆ ಇರಲಿಲ್ಲ.

"ಮಾಮ್, ನೀವು ಸಂತೋಷ್ ಹತ್ರ ಮಾತಾಡಿದ್ರಾ?" ಕೇಳಿದಳು. ಮುಂದಿದ್ದ ಪತ್ರಿಕೆಯ ಪುಟಗಳನ್ನು ತಿರುವುತ್ತ ಯಾವ ವಿಷ್ಯ? ಕೂತು ಮಾತಾಡೋಕ್ಕಾದ್ರು ಎಲ್ಲಿತ್ತು ಅವಕಾಶ! ಬೇಗ್ನೆ ಹೊರಟರಲ್ಲ. ಹಿರಿಯರ ಮಾತುಕತೆಯೆಲ್ಲ ಮುಗ್ದು ಹೋಗಿದೆ. ಈಗೇನಿದ್ರೂ ನೀವುಗಳು ಮಾತ್ರ ಮಾತಾಡ್ಕೋಬೇಕು ಎಂದರು ಸ್ವಾಭಾವಿಕವಾಗಿ.

"ದಟ್ಸ್ ಓಕೆ, ನಾನು ಪ್ರಸ್ತಾಪ ಮಾಡಿದೆ. ಅವ್ರು ಸೀರಿಯಸ್ಸಾಗಿ ತಗೊಳ್ಳಿಲ್ಲ. ಇಂಥ ಆಫರ್‌ನ ನಿರಾಕರಿಸೋಷ್ಟು ಗುಗ್ಗು ಆಗಿರಲಾರರು" ಎಂದಳು ಸಂತಸದಿಂದ. ಆಕೆ ಪಕ್ಕದಲ್ಲಿದ್ದ ದಿಂಬನ್ನ ಸರಿಯಾಗಿಟ್ಟು" ಏನು ಆಫರ್? ಯಾವ ನಿರಾಕರಣೆ? ನಿನ್ನ ಹೆಸರಿನಲ್ಲಿರೋ ಇಪ್ಪತ್ತೈದು ಲಕ್ಷ ಅವ್ರಿಗೆ ಕೊಡೋ ತೀರ್ಮಾನ ಮಾಡಿದ್ಯಾ? ಅವ್ರೇನು ಕೇಳಲಿಲ್ವಲ್ಲ. ನೀನ್ಯಾಕೆ ಈ ನಿರ್ಧಾರ ತಗೊಂಡೇ? ಅಂತು ಹನಿಮೂನ್ ಕೆಲ್ಸ ಮಾಡಿದೆ "ಹುಬ್ಬು ಕುಣಿಸಿ ತಮಾಷೆ ಮಾಡಿದಾಗ ಪಕ್ಕದಲ್ಲಿದ್ದ ದಿಂಬನ್ನ ಅಷ್ಟು ದೂರಕ್ಕೆ ಎಸೆದು" ಆರ್ ಯು ಮ್ಯಾಡ್? ನಾನೇಕೆ ಆ ನಿರ್ಧಾರಕ್ಕೆ ಬರ್ಲಿ? ಹೇಗೂ ನೀವ್‌ಗಳು ದುಬೈಗೆ ಹೋಗೋದರಿಂದ ಈ ಪ್ಲಾಟ್ ನಮ್ಮ ವಾಸಕ್ಕೆ ತಾನೇ? ಅದ್ನ ನೀನೇ ಸಂತೋಷ್‌ಗೆ ಹೇಳ್ಬೇಕಿತ್ತು" ಅಂದಾಗ, ಮೇಲೆದ್ದ ಶಾಂಭವಿ "ಆರ್ ಯು ಫೂಲಿಷ್? ನಿನ್ನ ವಿವಾಹವಾಯಿತಲ್ಲ. ನಿಮ್ಮಗಳ ವಾಸಕ್ಕೆ ಸ್ವಂತ ಮನೆ ಇದೆ. ನೀನ್ಯಾಕೆ ಈ ಪ್ಲಾಟ್‌ನಲ್ಲಿ ಇರ್ತೀಯಾ? ಈಗಾಗ್ಲೇ ಇದ್ನ ಮಾರಿಯಾಗಿದೆ, ಇನ್ನ ಒಂದ್ವಾರದಲ್ಲಿ ಖಾಲಿ ಮಾಡದಿದ್ದರೆ ಅವರೇ ಹೊರ್ಗೆ ಕಳಿಸ್ತಾರೆ" ಎಂದು ನುಡಿದವರೆ ರೂಮಿಗೆ ಹೋದರು. ನಿಹಾರಿಕ ಬಾಯಿಂದ ಮಾತೇ ಹೊರಡಲಿಲ್ಲ.

ಕೂತ ನೆಲ ಎರಡು ಭಾಗವಾಗಿ ಸೀಳಿ ತನ್ನನ್ನು ನುಂಗಿದಂತಾಯಿತು. ಈ ಪ್ಲಾಟ್‌ನ ಮಾರಾಟದ ವಿಚಾರ ಬಂದಾಗ ವಿರೋಧಿಸಿದ್ದಳು. ಆದರೆ ಅದನ್ನು ಮೀರಿ ಮಾರಬಹುದೆಂಬ ಕಲ್ಪನೆ ಇರಲಿಲ್ಲ. ಅಂಥ ಅಗತ್ಯವೇನಿತ್ತು? ಸಾಕಷ್ಟು ಸೇವಿಂಗ್ಸ್ ಇತ್ತು. ಈಗಾಗಲೇ ಒಂದು ಪ್ಲಾಟ್ ಮಾರಿದ್ದರು. ಮತ್ತೆ... ಇದು... ಇದು ತನ್ನದಾಗಿಯೆ ಇರುತ್ತೆ ಎನ್ನುವುದು ಚದುರಿ ಹೋದಾಗ ಪ್ರಳಯವಾದಂತಾಯಿತು.

ದಢಾರನೆ ಎದ್ದು ರೂಮಿಗೆ ಹೋಗಿ "ನಾನು ಪ್ಲಾಟ್‌ನ ಮಾರ್ಬಾದೂಂತ ಹೇಳಿದ್ದೆ. ಯಾಕೆ... ಮಾರ್ದೆ? ಸಿಟಿಯಲ್ಲಿರೋ ನಂಗೆ ವಾಸಕ್ಕೆ ಮನೆ ಬೇಡ್ವಾ?" ಜಗಳಕ್ಕೆ ನಿಂತಳು ನಿಹಾರಿಕ.

"ನಾವೇನು ಮಾಡ್ಬೇಕು? ನಿಂಗೆ ಎಜುಕೇಷನ್ ಕೊಡ್ಸಿದ್ದೀವಿ. ಕೆಲ್ಸ ಸಿಗುತ್ತೆ. ಮದ್ವೆ ಮಾಡಿದ್ದೀವಿ. ಕಟ್ಟಿಕೊಂಡವ ಸಾಕ್ತಾನೆ. ಅಂಥದ್ದರಲ್ಲಿ ನಿಂಗ್ಯಾಕೆ ಪ್ಲಾಟ್ ಕೊಟ್ಟು ಹೋಗ್ಲೀ? ನೀನಾಗ್ಲೀ ನಿನ್ನ ಅಣ್ಣನಾಗ್ಲಿ, ನಮ್ಮನ್ನ ಸಾಕ್ತೀರಾ ಅನ್ನೋ ಭರವಸೆ ಇಲ್ಲ. ಅಂಥ ಸಂದರ್ಭದಲ್ಲಿ ಸೊಫೆಸ್ಟಿಕೆಟೆಡಾ ವೃದ್ಧಾಶ್ರಮದಲ್ಲಿ ಇರ್ತೀನಿ. ಅದಕ್ಕೆ ಸಮಯವಿದೆ. ನಾನು ಬಿಜಿನೆಸ್ ಮಾಡ್ತೀನಿ ದೊಡ್ಡ ಬಿಜಿನೆಸ್ ಮ್ಯಾಗ್ನೆಟ್ ಅನ್ನಿಸ್ಕೊತೀನಿ" ಬಿಡಿಸಿಟ್ಟಾಗ ರೋಷದಿಂದ ತಾಯಿಯತ್ತ ನೋಡಿ

"ನೋ, ನೀನು ಏನಾದ್ರೂ ಮಾಡ್ಕೋ. ನಂಗೆ ಈ ಪ್ಲಾಟ್ ಬೇಕೇ.... ಬೇಕು.. ನಾನು, ಸಂತೋಷ್ ಇಲ್ಲೇ ಇರೋದು" ಹಟದಿಂದ ನುಡಿದಾಗ "ನಿನ್ನ ಹಣೆಬರಹ! ಕೊಂಡ ಓನರ್ ಬಂದು ಒದ್ದು ಹೊರ್ಗೆ ಹಾಕ್ತಾರೆ" ತಮ್ಮ ಪಾಡಿಗೆ ತಾವು ಹೊರಗೆ ಹೋದರು.

ನಿಹಾರಿಕ ಕೂಗಾಡಿದಳು, ಚೀರಾಡಿದಳು. ರೂಮಿನಲ್ಲಿನ ವಸ್ತುಗಳನ್ನು ಸಿಕ್ಕಿದಂತೆ ಎರಚಾಡಿದಳು. ಬರೀ ಅವಳ ಕಂಠ ಶೋಷಣೆ ಅಷ್ಟೇ. ಅದರಿಂದ ಯಾವ ಪ್ರಯೋಜನವು ಇಲ್ಲ. ಶಾಂಭವಿ ತಮ್ಮ ಪಾಡಿಗೆ ತಾವು ಹೋಗಿ ಗೆಳತಿಯ ಮನೆಯಲ್ಲಿ ಕೂತರು. ಮಗಳ ಸ್ವಭಾವ ಬಲ್ಲರು. ಅತ್ಯಂತ ಮುದ್ದಿನಿಂದ ಸಾಕಿದ್ದರು. ಕೇಳಿದೆಲ್ಲ ಕೊಡಿಸಿದ್ದರು. ಈಗ ಅವರಿಗೆ ಬುದ್ಧಿ ಬಂದಿತ್ತು. ಇನ್ನು ಕಳೆದುಕೊಳ್ಳಲು ಸಿದ್ಧರಿರಲಿಲ್ಲ . ಆಕೆ ಧೈರ್ಯಸ್ಥೆ.

ರಾತ್ರಿ ಎಂಟರ ಸುಮಾರಿಗೆ ಮನೆಗೆ ಬಂದಳು. ಟಿ.ವಿ. ನೋಡುತ್ತಿದ್ದ ಅತ್ತೆ, ಸೊಸೆ ನಗು ಮುಖದಿಂದಲೇ ಸ್ವಾಗತಿಸಿದರು. "ನಿನ್ನಮ್ಮ ದುಬೈಗೆ ಹೋಗೋ ವಿಚಾರ ತಿಳಿಸಿದ್ರು. ನಾಳೆ ಲಂಚ್‌ಗೆ ಇಲ್ಲಿಗೆ ಬರೋದಿಕ್ಕೆ ಹೇಳಿದ್ದೀನಿ ನಿನ್ನ ಪೇರೆಂಟ್ಸ್‌ನ" ಮಾಧವಿ ಹೇಳಿದರು. ಅವಳು ಮಾತಾಡದೆ ರೂಮಿಗೆ ಹೋದಳು. ಅವಳ ಕನಸು ಭಗ್ನವಾಗಿತ್ತು. ಅವಳೆಂದು ಬಂದು ಇಷ್ಟು ಜನರ ನಡುವೆ ಈ ಮನೆಯಲ್ಲಿ ವಾಸಿಸಲು ಇಷ್ಟಪಟ್ಟಿರಲಿಲ್ಲ! ಆದರೆ ಸಂತೋಷ್ ಎಲ್ಲಿ ಕೈ ತಪ್ಪಿಹೋಗುವನೋ ಎಂದು ಕೇಳಿದಕ್ಕೆಲ್ಲ ಹೂ ಅಂದಿದ್ದಳಷ್ಟೆ. ಪ್ಲಾಟ್ ಅವಳದಾಗಿ ಉಳಿದಿದ್ದರೆ, ಸಂತೋಷ್‌ನ ಎಳೆದೊಯ್ಯುವುದು ಸುಲಭವೆಂದುಕೊಂಡಿದ್ದಳು. ಆದರೆ 'ಠುಸ್' ಎಂದಿತ್ತು.

ಒಂಟಿಯಾಗಿ ಕೂತು ಸಾಕಷ್ಟು ಕಣ್ಣೀರು ಸುರಿಸಿದಾಯಿತು. ಸಂತೈಸಲು ಯಾರೂ ಇರಲಿಲ್ಲ. ಇಲ್ಲಿ ಸತ್ಯ ಹೊರ ಬೀಳುವುದು ಅವಳಿಗೆ ಬೇಕಿರಲಿಲ್ಲ. ಸಾಕಷ್ಟು ಹೊತ್ತಿನ ಮೇಲೆ ರೂಮಿನೊಳಕ್ಕೆ ಬಂದ ಮಾಧವಿ ಸೊಸೆಯನ್ನು ನೋಡಿ ಗಾಬರಿಯಾದರು.

"ಯಾಕೆ ಅಳ್ತಾ ಕೂತಿದ್ದೀಯಾ? ನಿನ್ನ ತಂದೆ, ತಾಯಿ ದುಬೈಗೆ ಹೊರಟು ನಿಂತಿದ್ದಾರೆಂತಲೇ? ನೀನೇನು ಪುಟ್ಟ ಹುಡ್ಗೀಯಲ್ಲ. ಮದ್ವೆ ಮಾಡಿ ಮುಗ್ಸಿ ಅರ್ಧ ಜವಾಬ್ದಾರಿ ಕಳೆದುಕೊಂಡಿದ್ದಾರೆ" ಸಂತೈಸಿದಾಗ ಇನ್ನಷ್ಟು ಅತ್ತಳು" ಎದ್ದು ಮುಖ ತೊಳ್ಕೋ. ನೋಡ್ಬೇಕೂಂತ ಅನ್ನಿಸಿದಾಗ ಹೋಗಿಬರಬಹುದು. "ಇನ್ನಷ್ಟು ಸಮಾಧಾನ ಹೇಳಿ ಹೊರಬಂದರು. ಮತ್ತೇನಾದರೂ ಕಾರಣವಿದೆಯಾ ಎಂದು ತರ್ಕಿಸಿದರು ಕೂಡ.

ಸಂತೋಷ್ ಬರೋದಿಕ್ಕೆ ಮುನ್ನವೆ ಊಟ ಮುಗಿಸಿದ್ದ ಅವಳು ಸ್ವಲ್ಪ ಹೊತ್ತು ಟಿ.ವಿ.ಯ ಮುಂದೆ ಕೂತವಳು ಹೋಗಿ ರೂಮು ಸೇರಿದಳು. ಆ ಪ್ಲಾಟ್‌ನ ಹೇಗೆ ದಕ್ಕಿಸಿಕೊಳ್ಳುವುದು. ಮಾರಾಟವಾಗಿದೆಯೆಂದು ತನ್ನ ಬಳಿ ಸುಳ್ಳು ಹೇಳಿದ್ದಾರಾ? ಲೀಗಲ್ಲಾಗಿ ಆ ಪ್ಲಾಟ್ ಮೇಲೆ ತನಗೇನು ರೈಟ್ಸ್ ಇಲ್ಲವಾ? ಅವಳು ಚಿಂತನೆಗಳನ್ನು ಸಾಕಷ್ಟು ಕಡೆ ಹರಿದಾಡಲು ಬಿಟ್ಟಿದ್ದಳು. ಅಣ್ಣ ಅನೀಶ್‌ನ ಸಂಪರ್ಕಿಸಿದಾಗ "ನನಗೇನು ಗೊತ್ತಿಲ್ಲ" ಪ್ಲಾಟ್ ಅಮ್ಮನದು. ಅದಕ್ಕೆ ಸಂಬಂಧಪಟ್ಟ ಡಾಕ್ಯುಮೆಂಟ್ಸ್‌ನ ರೆಡಿ ಮಾಡಿ ಇಟ್ಟುಕೊಂಡಿದ್ದಾಳೆ. ಯಾವಾಗ ಬೇಕಾದ್ರೂ ಮಾರ್ಕೊಬಹುದ್ದು. ಅದರ ಮೇಲೆ ನಮ್ಗೆ ಯಾರ್ಗೂ ರೈಟ್ಸ್ ಇಲ್ಲ. ದುಬೈಗೆ ಬರೋ ವಿಚಾರ ಮಾತ್ರ ನಂಗೆ ಗೊತ್ತು. ಸಾಕಷ್ಟು ಪ್ಲಾನ್‌ಗಳನ್ನು ಇಟ್ಕೊಂಡೇ ಬರ್ತಾ ಇರೋದು. ಹೇಗೂ ನಿಂಗೆ ಓದಿದೆ. ಒಳ್ಳೆ ಸಂಬಳ ಬರೋ ನೌಕರಿ ಸಿಗುತ್ತೆ. ಒಳ್ಳೆ ಕಡೆ ಮದ್ವೆ ಮಾಡಿಕೊಟ್ಟಿದ್ದಾರೆ. ಇನ್ನೇನು ನಿನ್ನ...

ತಕರಾರು?" ಸ್ವಲ್ಪ ಬೇಸರಗೊಂಡೇ ಮಾತಾಡಿದಾಗ ತಟಸ್ಥಳಾದಳು. ರೋಗ್... ಎಂದು ಶಪಿಸಿದಳು.

ರೂಮಿನೊಳಕ್ಕೆ ಬಂದ ಸಂತೋಷ್ ಮಡದಿಯ ಕೆನ್ನೆ ಸವರಿ "ಹಳೆ ಕಾಲದ ಹೆಣ್ಣು ಮಕ್ಳ ಹಾಗೆ ಅಳ್ತಾ ಕೂತಿದ್ದೀಯಂತೆ. ನಂಗಂತು ಇದು ಸರ್‌ಪ್ರೈಜ್! ಏನು ವಿಷ್ಯ?" ಎನ್ನುತ್ತಲೆ ಬಟ್ಟೆ ಬದಲಾಯಿಸಿ "ಬಾ... ಊಟ ಮಾಡೋಣ" ಎಂದ. ಅವನತ್ತ ನೋಟ ಹರಿಸದೆ "ನಂದು ಆಗಿದೆ, ಯಾಕೋ ಸ್ವಲ್ಪ ಡಿಸ್ಟರ್ಬ್ ಆಗಿದ್ದೀನಿ" ಎಂದಾಗ ಅವನು ಇನ್ನೊಂದು ಮಾತಾಡದೆ ಹೊರಗೆ ಬಂದ. ಎಲ್ಲರು ಒಟ್ಟಿಗೆ ಊಟ ಮಾಡುವುದು ಇಲ್ಲಿನ ಪದ್ಧತಿ. ಬದಲಾವಣೆಯ ಗಾಳಿಯಲ್ಲಿ ಕೆಲವು ಚದುರಿ ಹೋದರು. ಅದೊಂದು ಪರಂಪರೆ ಎಷ್ಟೋ ಕಡೆ ಉಳಿದುಕೊಂಡಿದೆ.

ಇವೆಂಟ್‌ಗೆ ಸಂಬಂಧಪಟ್ಟ ಎಷ್ಟೋ ವಿಚಾರಗಳನ್ನು ಮಾತಾಡಿದರಷ್ಟೆ. ಕಡೆಯಲ್ಲಿ ಮಲಗಲು ಹೊರಡುವ ಮುನ್ನ ಮಾಧವಿ "ನಿಹಾರಿಕ ಪೇರೆಂಟ್ಸ್ ದುಬೈಗೆ ಹೋಗ್ತೀವಿಂತ ಅಂದ್ರು. ನಾಳೆ ಮಧ್ಯಾಹ್ನದ ಲಂಚ್‌ಗೆ ಇಲ್ಲಿಗೆ ಬರೋದಿಕ್ಕೆ ಹೇಳಿದ್ದೀನಿ. ನೀವೊಮ್ಮೆ ಬೀಗರಿಗೆ ಆಹ್ವಾನ ಕೊಟ್ಟುಬಿಡಿ" ಹೇಳಿದರು ಪಾರ್ಥಸಾರಥಿಗೆ. "ಆಯ್ತು, ಮಗಳ ಮದ್ವೆ ಮುಗಿಸಲು ಕಾದಿದ್ದವರಂತೆ ಹೊರಟಿದ್ದಾರೆ ಆಯ್ತು, ಇಲ್ಲಿ ಅವರವರ ಅನ್ಕೂಲ ಮುಖ್ಯ" ಅಂದ ಪಾರ್ಥಸಾರಥಿ ರೂಮಿಗೆ ಹೋದರು. ಅವರ ತಲೆಯಲ್ಲಿ ಇವೆಂಟ್ ಮ್ಯಾನೇಜ್‌ಮೆಂಟ್ ವಿಚಾರಗಳು ಇದ್ದುದ್ದರಿಂದ ಬೇರೆ ಕಡೆ ಗಮನ ಕೊಡುತ್ತಿರಲಿಲ್ಲ.

ರೂಮಿಗೆ ಬಂದ ಸಂತೋಷ್ ಬೋರಲು ಮಲಗಿ ಯಾವುದೋ ರೊಮ್ಯಾಂಟಿಕ್ ಕಾದಂಬರಿ ಹಿಡಿದಿದ್ದ ಮಡದಿಯ ಪಕ್ಕ ಕೂತು. "ಯಾಕೆ, ತುಂಬ ಡಿಸ್ಟರ್ಬ್ ಆದಂಗೆ ಕಾಣ್ತೀಯಾ?" ಹೇಳಿದ ಅವಳ ಭುಜದ ಮೇಲೆ ಕೈಯಿಟ್ಟು. ತಟ್ಟನೆ ಎದ್ದು ಕೂತು "ನಮ್ಮ ಪ್ಲಾಟ್ ನಿಮ್ಗೇ ಏನನ್ನಿಸುತ್ತೆ" ಕೇಳಿದಳು ಉತ್ಸಾಹದಿಂದ. "ಚೆನ್ನಾಗಿದೆ. ಅಲ್ಲಿರೋದು ಬರೀ ಶ್ರೀಮಂತ ವರ್ಗ ಮಾತ್ರ, 'ನಿಯಾಸ್' ಅನ್ನೋ ಹೆಸರೆ ಒಂದು ಸಂಸ್ಕೃತಿಯ ಪ್ರತೀಕ. ಇಂಡೋನೇಷ್ಯಾದ ಪುಟ್ಟ 'ನಿಯಾಸ್' ದ್ವೀಪ. ಅದು ಮನೆಗಳ ವಿನ್ಯಾಸದಿಂದ ಹಿಡಿದು ಪ್ರತಿಯೊಂದರಲ್ಲೂ ಪ್ರತಿಬಿಂಬಿತವಾಗಿದೆ. ಅಲ್ಲಿ ಗ್ರಾಮದ ಮುಖ್ಯಸ್ಥನ ಮನೆ ದ್ವೀಪದ ಮಧ್ಯಭಾಗದಲ್ಲಿ ಇದೆ. ಅದನ್ನ 'ಓಮೊಸೆಬುವಾ' ಎಂದು ಕರೀತಾರೆ.

'ನಿಯಾಸ್'ನ ಇತಿಹಾಸದ ವೈಶಿಷ್ಟತೆಯ ಜೊತೆಗೆ ಶ್ರೀಮಂತಿಕೆಯು ಎದ್ದು ಕಾಣುತ್ತೆ" ಎಂದ "ಮೈ ಗಾಡ್..." ಹಣೆಯೆತ್ತಿಕೊಂಡ ನಿಹಾರಿಕ "ಅಯ್ಯೋ, ಅದ್ರ ಇತಿಹಾಸ ಕಟ್ಟಿಕೊಂಡ್... ನಾನೇನು ಮಾಡ್ಲಿ? ನಮ್ಮ ಪ್ಲಾಟ್ ಬಗ್ಗೆ ಮಾತ್ರ ಕೇಳಿದ್ದು?" ಅಂದಾಗ, "ಬ್ಯೂಟಿಫುಲ್ ಅನ್ನಿಸ್ತು. ಅಲ್ಲೇ ಇದ್ದ ನಿನಗೆ ಅದರ ಕಂಫರ್ಟ್ ಬಗ್ಗೆ ಅನುಭವವಾಗಿರಬೇಕು. ಈಗ್ಯಾಕೆ ಅದರ ವಿಚಾರ?" ಲ್ಯಾಪ್‌ಟಾಪ್ ಓಪನ್ ಮಾಡಲು ಹೋದಾಗ "ಇದು ನನ್ನ ಟೈಮ್, ಅದಕ್ಕೆ ಮೀಸಲು ಇಡಬೇಕು" ವೈಯ್ಯಾರದಿಂದ ತಡೆದಳು.

ವಿವಾಹವಾಗಿ ಒಂದು ತಿಂಗಳು ಕೂಡ ಕಳೆದಿರದಿದ್ದರಿಂದ ಹೊಸತನದ ಬಯಕೆಯ ರೋಮಾಂಚನ ಇಬ್ಬರಿಗೂ ಬೇಕಿತ್ತು. ಪೂರ್ತಿ ಮೈಮರೆತ ನಂತರ ಒಂದು ವಿಷಯ ಪ್ರಸ್ತಾಪಿಸಿದಳು. "ನಮ್ಗೇ ಈಗ್ಲೇ ಮಕ್ಳು ಬೇಡ. ನಾನು ನನ್ನ ಕೆರಿಯರ್ ಹಾದಿಯಲ್ಲಿ ಇದ್ದೀನಿ.

ಹೇಗೂ ಸೆಲೆಕ್ಟ್ ಆಗಿದ್ದೀನಿ. ಜಾಯ್ನಿಗ್ ಲೆಟರ್‌ಗಾಗಿ ಕಾಯ್ತಾ ಇದ್ದೀನಿ" ಅಂದಾಗ ಅವನು 'ಹ್ಞೂ' ಗುಟ್ಟಿದ. ಅದಕ್ಕೆ ದೊಡ್ಡ ವಿರೋಧವೇನೂ ಇಲ್ಲ. 'ವಿವಾಹವಾದ ಕೂಡ್ಲೆ ಹೆಣ್ಣಿಗೆ ತಾಯ್ತನದ ಕನಸ್ಸಿತ್ತು. ಈಗಿನ ಹುಡ್ಗೀಯರಿಗೆ ಅದಿಲ್ಲ' ಇದು ಅವನಮ್ಮ ಹೇಳಿದ ಮಾತಾದರೂ, ಅದರಲ್ಲಿ ಪೂರ್ತಿ ಸತ್ಯವಿತ್ತು.

ಆಮೇಲೆ ಎದ್ದು ಕೂತ ನಿಹಾರಿಕ ಸಂತೋಷ್‌ನ ಕೈಯನ್ನು ತನ್ನ ಎದೆಯ ಮೇಲಿಟ್ಟುಕೊಂಡು "ನಂಗೆ ಆ ಪ್ಲಾಟ್ ಎಂದರೆ ತುಂಬಾ ಇಷ್ಟ. ನಾವುಗಳು ಅಲ್ಲೇ ಹೋಗಿ ಉಳಿದರೇ?" ಮೆಲ್ಲಗೆ ಕೇಳಿದಳು. ಅವನ ಹುಬ್ಬುಗಳು ಮೇಲೇರಿ ಬಿಗಿದು ನಿಂತವು ಅದ್ಹೇಗೆ.. ಸಾಧ್ಯ? ಎಂದಾದ್ರೂ ಅಪರೂಪಕ್ಕೆ ಹೋಗಿಬರಬಹುದು. ಹೇಗೂ, ನಿನ್ನ ಪೇರೆಂಟ್ಸ್ ದುಬೈಗೆ ಹೊರಟಿದ್ದಾರಲ್ಲ."ಅಲ್ಲಿಗೆ ನಿಲ್ಲಿಸಿ, ಪಕ್ಕಕ್ಕೆ ಹೊರಳಿ ಕಣ್ಣುಮುಚ್ಚಿದ. ಈ ವಿಷಯವನ್ನು ಅವನೇನು ಸೀರಿಯಸ್ಸಾಗಿ ತಗೊಳ್ಳಲಿಲ್ಲ.

ಆದರೆ ಅವಳಿಗೆ ಇಡೀ ರಾತ್ರಿ ನಿದ್ರಿಸಲಾಗಲಿಲ್ಲ. ಹೇಗೆ ಈ ಪರಿಸ್ಥಿತಿಯನ್ನು ಎದುರುಗೊಳ್ಳುವುದು? ಸಂತೋಷ್ ಈ ವಿಷಯದಲ್ಲಿ ನನಗೆ ಸಹಾಯ ಮಾಡಬಹುದೇ? ಕನಿಷ್ಠ ಒಂದಿಷ್ಟು ಇಂಟರೆಸ್ಟ್ ತೋರಿಸಿದರೆ, ತಾನು ಏನಾದರೂ ಮಾಡಲು ಸಾಧ್ಯ? ಮಧ್ಯರಾತ್ರಿಯಲ್ಲಿ ಎದ್ದು ಶಾಂಭವಿಗೆ ಫೋನ್ ಮಾಡಬೇಕೆನಿಸಿತು. ಇವಳಿಂದ ಮರೆಮಾಚಿದರು ಒಂದು ಪೆಗ್ ಹಾಕಿಯೇ ಆಕೆ ಮಲಗುತ್ತಿದ್ದುದ್ದೆಂದು ಗೊತ್ತು. ಪ್ರಯೋಜನವಿಲ್ಲವೆನಿಸಿ ಬಂದು ಮಂಚದ ಮೇಲೆ ಉರುಳಿಕೊಂಡವಳು ಸಂತೋಷ್ ಅತ್ತ ತಿರುಗಿದಳು. ಗ್ರೀಕ್ ಶಿಲ್ಪದಂತೆ ಕಟ್ಟುಮಸ್ತಾದ ಆಳು, ಬಗ್ಗಿ ಅವನರೋಮ ತುಂಬಿದ ನಗ್ನ ಎದೆಯ ಮೇಲೆ ತಲೆ ಇಟ್ಟಳು. "ಐಯಾಮ್ ಲಕ್ಕೀ" ಕೂಗಿ ಹೇಳಬೇಕೆನಿಸಿತು. ಗೆಳತಿ ನಯನತಾರ ಮಗಳು ಮೌನ 'ನಿಜ್ವಾಗ್ಲೂ ನೀನು ಲಕ್ಕೀ. ನಂಗೆ ಕೆಲವು ತಿಂಗಳ ಹಿಂದೆ ಸಂತೋಷ್ ಕಣ್ಣಿಗೆ ಬಿದ್ದಿದ್ದರೂ ನಿನ್ನವರೆಗೆ ಬಿಡುತ್ತಿರಲಿಲ್ಲ' ಎಂದು ಮುಖದಲ್ಲಿ ಪೇಲವ ಭಾವ ಇಣಕಿಸಿದಾಗ ಗೆದ್ದ ಸಂತೋಷದಿಂದ ಕುಣಿದಾಡುವಂತಾಗಿತ್ತು.

ಇವಳಿನ್ನು ನಿದ್ದೆಯಲ್ಲಿ ಕನವರಿಸುತಿದ್ದಾಗಲೇ ಎದ್ದ ಸಂತೋಷ್ ಜಾಗಿಂಗ್ ಸಲುವಾಗಿ ಹೊರಗೆ ಬರುವ ವೇಳೆಗೆ ಷೂ ಕಟ್ಟಿಕೊಳ್ಳುತ್ತಿದ್ದ ಆನಂದ್ "ಇನ್ನ ಒಂದು ತಿಂಗಳಾದ್ರೂ... ಬೆಳಗಿನ ಪ್ರೋಗ್ರಾಂಗೆ ರಜ ಹಾಕ್ತೀಯಾಂತ ಅಂದುಕೊಂಡಿದ್ದೆ. ಹಾಸ್ಯ ಮಾಡಿದ. "ಯಾವ ಹೊಸದು... ಬೇರೆಯದನ್ನ ಆವರಿಸಿಕೊಂಡು ಮಂಕಾಗಲು ಬಿಡ್ಬಾರ್ದು" ಎಂದು ನಗೆ ಬೀರಿದ. ಅಪ್ಪ, ಮಕ್ಕಳು ಕೂಡಿಯೆ ಹೊರಟರು.

ಹಾರ್ಟ್‌ಟ್ರಬಲ್ ಆಗಿ ನರ್ಸಿಂಗ್‌ಹೋಂನಲ್ಲಿ ಅಡ್ಮಿಟ್ ಆಗಿ ಆನಂದ್ ಹಿಂದಿರುಗಿದ ನಂತರ ಇಡೀ ಮನೆಯವರ ಜೀವನ ಶೈಲಿಯೇ ಬದಲಾಗಿತ್ತು. ಕೆಲಸದವಳಿಗೆ ರಜ ಕೊಟ್ಟು ಅತ್ತೆ, ಸೊಸೆ ಮನೆಯ ಕೆಲಸವನ್ನು ಮಾಡುತ್ತಿದ್ದರು ಚಟುವಟಿಕೆಯಿಂದ.

ಸ್ನಾನ ಮುಗಿಸಿ ಮಾಧವಿ "ನಿಹಾರಿಕಾಗೆ ತಡವಾಗಿ ಎದ್ದು ಅಭ್ಯಾಸವಿರಬೇಕು. ಟಿ.ವಿ. ಜೊತೆ ಕಂಪ್ಯೂಟರ್ ಬಂದ ಮೇಲಂತು ತಡ ರಾತ್ರಿಗಳಲ್ಲಿ ಮಲಗೋದು, ಸೂರ್ಯ ಮೇಲೇರಿದ ನಂತರ ಏಳುವುದು. ನಿದ್ದೆಯ ಪರಿಪಾಠವೆ ಸರಿಯಾಗಿಲ್ಲ." ಗೊಣಗಿಕೊಂಡೆ ದೇವರ ಮನೆಗೆ ಹೋಗಿದ್ದು.

ಉಪಹಾರದ ವ್ಯವಸ್ಥೆ ಮಾಡಿದ ಜಾಹ್ನವಿ ನಿಶ್ಚಿತನ ಎಬ್ಬಿಸಿ ಹಾಲು ಕುಡಿಸಿ ರೆಡಿ ಮಾಡಿದ

ಕೂಡಲೆ "ರೆಡಿನಾ.... ಕಂದ"? ಎನ್ನುತ್ತ ಬಂದ ಸಂತೋಷ್ ಅವಳನ್ನೆತ್ತಿಕೊಂಡು ಕೆನ್ನೆಗೆ ಮುತ್ತಿಟ್ಟು ಬೈಕ್ ಮೇಲೆ ಕೂಡಿಸಿಕೊಂಡು ಬಿಟ್ಟು ಬಂದನಂತರವೆ ಅವನ ಮಿಕ್ಕೆಲ್ಲ ಕೆಲಸಗಳು. ಇದು ಅವನಿಗೆ ತುಂಬಾ ಇಷ್ಟವಾದ ಕೆಲಸ. ಎದ್ದ ನಿಹಾರಿಕ ಮೊಬೈಲ್‌ನಲ್ಲಿ ಟೈಮ್ ನೋಡಿದ ಮೇಲೆ ಎದ್ದಿದ್ದು. ಒಂಬತ್ತು ಗಂಟೆ, ಹತ್ತು ನಿಮಿಷ! ಇದೇನು ಅವಳ ಮಟ್ಟಿಗೆ ತಡವಲ್ಲ. ರಾತ್ರಿ ಓದುತ್ತಿದ್ದವಳು ಮರುದಿನ ಮಧ್ಯಾಹ್ನ ವೇಳೆಗೆ ಎದ್ದಿದ್ದು ಕೂಡ ಉಂಟು. ತುಂಬಾ ರಿಸ್ಟ್ರಿಕ್ಷನ್‌ನಿಂದ ಬೆಳೆದವಳೇನು ಅಲ್ಲ. ಅಲ್ಲಿ ಸರ್ವೆಂಟ್ಸ್ ಇದ್ದುದ್ದರಿಂದ ಇವಳಿಗೆ ಹಾಸಿಗೆಯ ಮೇಲೆ ಕಾಫೀ ಸಿಗುತಿತ್ತು. ಇಲ್ಲಿ ಅಂಥ ಪದ್ಧತಿಯೇನು ಇರಲಿಲ್ಲ. ಏನಾದರೂ ಬೇಕೆನಿಸಿದರೆ, ಅವಳೆದ್ದು ಹೊರಗೆ ಹೋಗಲೇಬೇಕಿತ್ತು.

ಅಟ್ಯಾಚ್ ಬಾತ್‌ರೂಂನಲ್ಲಿ ಸ್ನಾನ ಮುಗಿಸಿ ಹೊರಬಂದಳು. ಶಾಂಪೂನಿಂದ ತೊಳೆದ ಕೂದಲು ಫಳಫಳ ಎನ್ನುವುದರ ಜೊತೆಗೆ ಸುವಾಸನಾಮಯವಾಗಿತ್ತು. ಈಗ ಗಂಡನ ಎದೆಯಲ್ಲಿ ಮುಖವಿಟ್ಟು ಮರೆಸಿಕೊಳ್ಳಬೇಕೆನಿಸಿತು. ಅಷ್ಟರಲ್ಲಿ ರೂಮಿನೊಳಕ್ಕೆ ಇಣಕಿದ ಸಂತೋಷ ದೀರ್ಘವಾಗಿ ಅವಳವನ್ನು ನೋಡಿ ಹೇಳಿದ.

"ಎಲ್ಲಾ ಡೈನಿಂಗ್ ಟೇಬಲ್ ಮುಂದಿದ್ದಾರೆ. ನಿಂಗೋಸ್ಕರ ವೇಟ್ ಮಾಡ್ತಾ ಇದ್ದಾರೆ" ಹೇಳಿದ ಅವಳನ್ನ ಕಣ್ಣುಗಳಲ್ಲಿ ತುಂಬಿಕೊಳ್ಳುತ್ತ "ಬ್ರೇಕ್‌ಫಾಸ್ಟ್ ರೂಮಿಗೆ ಬರಲೀ ಇಲ್ಲೇ ತಗೋಳೋಣ": ಅಂದಾಗ ಅವನ ನೋಟ ಮೃದುತನ ಕಳೆದುಕೊಂಡಿತು" ಅದನ್ನೆಲ್ಲ ಹನಿಮೂನ್‌ನಲ್ಲಿ ಅನುಭವಿಸಿಯಾಗಿದೆ. ಇಲ್ಲಿ ರೂಂಗೆ ಬ್ರೇಕ್‌ಫಾಸ್ಟ್ ಬರೋ ಪದ್ಧತಿ ಇಲ್ಲ. ನೀನೇ... ಬಾ" ಹೇಳಿ ಬಾಗಿಲು ಮುಚ್ಚಿಕೊಂಡ. ಇದನ್ನೆಲ್ಲ ಅವಳಿಗೆ ವಿವರಿಸಿ ಹೇಳಿದ್ದ. "ಅವಳೇನೋ ಲೇಟು ಅಂದ್ಲು. ನಾವು ತಗೋಳೋಣ.... ಹೊತ್ತಾಯ್ತು. ಚಂದ್ರಿಕಾ ಗ್ರೂಪ್ ಆಫ್ ಹೋಟೆಲ್ಸ್‌ನ ಸಿ಼ಇಓ ಕಾಯ್ತ ಇರ್ತಾರೆ. ಅನಿವರ್ಸರಿ ಫಂಕ್ಷನ್ ಬಗ್ಗೆ ಹೇಳಿದ್ರು" ಎಂದ ಸಂತೋಷ್ ತಾನೇ ತಿಂಡಿ ತಿನ್ನಲು ಶುರು ಮಾಡಿದ್ದ. ಸೆಟ್ ದೋಸೆ, ಅಲೂಗಡ್ಡೆ ಪಲ್ಯ, ಕಾಯಿ ಚಟ್ನಿ ಅವನ ಫೇವರೇಟ್.

"ವೆರೀ... ಟೇಸ್ಟಿ...." ತಿನ್ನತೊಡಗಿದ. ನಿಹಾರಿಕನ ಮರೆತಂತೆ ಮಾತಾಡಿದ. ಆದರೆ ಪಾರ್ಥಸಾರಥಿ "ಈಶ್ವರ್ ದಂಪತಿಗಳಿಗೆ ಒಬ್ಬೇ ಮಗ್ಳು. ರಾತ್ರಿಯೆಲ್ಲ ಕಂಪ್ಯೂಟರ್. ಹಗಲಾಗುವುದು ಮಧ್ಯಾಹ್ನ ಅಂತ ಕಾಣುತ್ತೆ. ಆದರೆ ಅವ್ರುಗಳು ಮಗಳು ಬಗ್ಗೆ ಏನೇನೋ ಹೇಳಿಕೊಂಡ್ರು. ತಕ್ಷಣಕ್ಕೆ ನಿರ್ಧಾರಕ್ಕೆ ಬರೋದುಬೇಡ. ಹೊಂದಿಕೊಳ್ಳೋಕೆ ನಿಧಾನವಾಗಬಹುದಷ್ಟೆ" ಎಂದವರು ಉಪಹಾರ ಮುಗಿಸಿ ಮೇಲೆದ್ದರು. ಅವರು ಮಗಳ ಬಗ್ಗೆ ಹೇಳಿದೆಲ್ಲ ಸುಳ್ಳು ಅನಿಸಲು ಶುರುವಾಗಿತ್ತು.

ರೂಮಿಗೆ ಬಂದವರು ಹೆಂಡತಿಗೆ ಹೇಳಿದರು "ಮೊನ್ನೆ ಬೀಗಿತ್ತಿನ ಮಾಲ್‌ನಲ್ಲಿ ನೋಡ್ದೇ. ಈಕೆನಾಂತ ಆಶ್ಚರ್ಯವಾಯ್ತು. ಒಂದು ಟೈಟ್ ಪ್ಯಾಂಟ್, ಟೀ ಷರಟು ಧರಿಸಿ, ಮುಖಕ್ಕೆ ಅತಿಯಾದ ಮೇಕಪ್ ಮಾಡಿಕೊಂಡು ನಾಲ್ಕಾರು ಜನ ಮಹಿಳೆಯರ ಹಿಂಡಿನ ನಾಯಕಿಯಂತೆ ಹೋಗ್ತಾ ಇದ್ದಾಗ ಷಾಕಾದೆ. ಆಕೆಯ ವೇಷಭೂಷಣಗಳ ಬಗ್ಗೆ ಕಾಮೆಂಟ್ ಮಾಡೋ ಅಧಿಕಾರ ನಮ್ಗೇ ಇಲ್ದೇ ಇರ್ಬಹ್ದು. ಈ ವಯಸ್ಸಿಗೆ ಒಪ್ಪಿಗೆಯಾಗುವಂಥ ಡ್ರೆಸ್ ಅಲ್ಲ. ಇಲ್ಲಿಗೆ ಬಂದಾಗಿನ

ಆಕೆಯೆ ಡ್ರೆಸ್, ವರ್ತನೆ, ಮಾತು ಎಲ್ಲಾ ವಿಭಿನ್ನವಾಗಿತ್ತು. ಪರಿಸ್ಥಿತಿಗೆ ತಕ್ಕಂತೆ ಬದಲಾಗುವ ಪಾತ್ರದಂತೆ ಗೋಚರಿಸಿದರು. ಈಗ... ನಿಹಾರಿಕ ವರ್ತನೆಯಲ್ಲಿ ಕೆಲವು ದಿನಗಳಿಗೆ ಇಷ್ಟೊಂದು ಬದಲಾವಣೆ ಕಾಣಬೇಕಾಗಿದೆ. ಈ ವಿಚಾರದಲ್ಲಿ ನಾವು ಸಂತೋಷ್‌ನ ತಪ್ಪಿತಸ್ಥನನ್ನಾಗಿ ಮಾಡೋಕ್ಕಾಗೋಲ್ಲ. ಇಲ್ಲಿ ನಾವು ಮೋಸ ಹೋದ್ವಾಂತ ಯೋಚ್ಸಬೇಕಿದೆ. ವಿದ್ಯಾವಂತ ಯುವತಿಯರು ಸಾಕಷ್ಟು ಬದಲಾಗಿರಬಹುದು. ಆದರೆ ಎಲ್ಲರೂ ಅಲ್ಲ" ಎಂದು ನುಡಿದವರ ದನಿಯಲ್ಲಿ ವ್ಯಸನವಿತ್ತು.

"ಕಾಲೇಜು, ಓದು... ಕೆರಿಯರ್ ಅಂತ ಅಡ್ಡಾಡಿಕೊಂಡಿದ್ದ ಹುಡ್ಗೀ.. ಬಗ್ಗಿಕೊಳ್ಳುತ್ತಾಳೆ ಬಿಡಿ. ನೀವು ಆಗ್ಲೇ ಒಂದು ತೀರ್ಮಾನಕ್ಕೆ ಬಂದು ಬಿಡ್ಬೇಡಿ" "ಸಾಂತ್ವನದ ಮಾತಾಡಿದರು ಮಾಧವಿ' ಜೊತೆಗೆ "ಎಲ್ಲರಲ್ಲೂ ನಾವು ಜಾಹ್ನವಿಯ ಸ್ವಭಾವ, ನಡವಳಿಯನ್ನು ನಿರೀಕ್ಷಿಸಲಾಗದು. ಇಂಜಿನಿಯರಿಂಗ್ ಮಾಡ್ದ ಇವಳು ಸ್ವಲ್ಪ ಡಿಫರೆಂಟಾಗಿಯೆ ಇರ್ತಾಳೆ. ಇರಲೀ... ಬಿಡಿ. ಸೊಸೆಯಲ್ವಾ, ನಾವೇ ಸ್ವಲ್ಪ ಒಗ್ಗಿಕೊಳ್ಳೊಣ" ಎಂದು ಮಾತನ್ನು ತೇಲಿಸಿಬಿಟ್ಟರು.

ಸಂತೋಷ್ ಹೊರಟಾಗ ಬೀಳ್ಕೊಡಲು ಮಾತ್ರ ಹೊರ ಬಂದವಳು ಮತ್ತೆ ರೂಮಿಗೆ ಹೋಗಿ ಬಾಗಿಲು ಹಾಕಿಕೊಂಡಳು. ಅಪ್ಪ, ಅಮ್ಮ ಮತ್ತು ದುಬೈನಲ್ಲಿದ್ದ ಅಣ್ಣನ ಜೊತೆ ಜೋರು ಜೋರಾಗಿ ಮಾತಾಡಿದಲ್ಲದೆ ವಿಡಿಯೋ ಕಾಲ್‌ನಲ್ಲಿ ದೊಡ್ಡದಾಗಿ ಜಗಳ ಕಾದಳು! ಅವಳದು ಜೋರು ದನಿಯೆ.

"ನೋ ಮಮ್ಮಿ, ನಂಗೆ ಪ್ಲಾಟ್ ಬೇಕೇ ಬೇಕು. ನಾನು ಅಲ್ಲೇ ಸಂತೋಷ್‌ನೊಂದಿಗೆ ಸಂಸಾರ ಹೂಡೋದು. ಅಕಸ್ಮಾತ್ ನೀವು ಮಾರಿದ್ದರೆ, ನಂಗೆ ಹಿಂದಕ್ಕೆ ಕೊಡ್ಸಿ. ನನ್ನ ಚೀಟ್ ಮಾಡೋಕೆ ಹೋದರೆ, ನಿಮ್ಮನ್ನ ಮಾಧ್ಯಮಗಳ ಮುಂದೆ ಎಳೆದೊಯ್ದು ಕೂಡಿಸ್ತೀನಿ" ಎಚ್ಚರಿಸಿಯೆ ಕಾಲ್ ಕಟ್ ಮಾಡಿದ್ದು. ನಿಹಾರಿಕ ಛಾಲೆಂಜ್ ಎಸೆದಿದ್ದು ಲವರ್‌ಗಲ್ಲ. ಗಂಡನಿಗಲ್ಲ. ಅತ್ತೆ ಮಾವನಿಗಲ್ಲ, ಹೆತ್ತವರಿಗೆ. ಮಗಳಾಗಿ ಇಂಥ ಪೆಟ್ಟು.

ಆಮೇಲೆ ಅವಳಮ್ಮ ಒಂದು ನಾಲ್ಕು ಸಲವಾದರೂ ಕಾಲ್ ಮಾಡಿದರೂ ಎತ್ತಲಿಲ್ಲ. ತಾನೇ ಡ್ರೆಸ್ ಮಾಡಿಕೊಂಡು ಹೊರಟಾಗ ಎದುರಾದ ಜಾಹ್ನವಿ ಹುಬ್ಬೇರಿಸಿದಳು.

"ಅರೇ, ಬ್ರೇಕ್‌ಫಾಸ್ಟ್ ಕೂಡ ತಗೊಳ್ಳಲಿಲ್ಲ. ಎಲ್ಲಿಗೆ ಹೊರಟ್ರಿ?" ವಿಚಾರಿಸಿದಳು. ಸದ್ಯಕ್ಕೆ ಈ ಮನೆಯವರ ವಿರೋಧ ಬೇಕಿರಲಿಲ್ಲ. "ನನ್ನ ಮಮ್ಮಿ, ಡ್ಯಾಡಿ ದುಬೈಗೆ ಹೋಗ್ತಾರಂತೆ ತುಂಬಾ ಡಿಸ್ಟರ್ಬ್ ಆಗ್ಬಿಟ್ಟಿದ್ದೀನಿ. ಏನು ಸೇರೋಲ್ಲ. ಈಗ ಅಲ್ಲಿಗೆ ಹೊರಟಿದ್ದೀನಿ" ಸ್ವಲ್ಪ ಮೃದುವಾಗಿಯೆ ಹೇಳಿ ಹೊರಟಿದ್ದು.

ಅಂತು ಜಾಹ್ನವಿಗೆ ಅಷ್ಟಿಷ್ಟು ಸಮಾಧಾನ, ಅವಳ ಈ ನಡವಳಿಕೆಗೆ ದುಬೈಗೆ ಹೊರಟಿರುವ ಅವಳ ಹೆತ್ತವರೇ ಕಾರಣವೆಂದು ಕೊಂಡಳು ಸರಳವಾಗಿ, ಚಿಕ್ಕಂದಿನ ವಿದ್ಯಾಭ್ಯಾಸ ಊಟಿಯಲ್ಲೇ ನಡೆದಿದ್ದು. ಅದ್ದರಿಂದ ಹೆತ್ತವರ ಅಟ್ಯಾಚ್‌ಮೆಂಟ್ ಒಂದುಷ್ಟು ಕಡಿಮೆಯೆ. ಸಂಬಂಧಗಳ ಬಗೆಗಿನ ಗಾಢತೆ ಕಡಿಮೆ ಅನಿಸಿತಷ್ಟೆ.

ನೇರವಾಗಿ ಅವಳು ಬಂದಿದ್ದು ನಿಯಾಸ್‌ಗೆ. ಇವಳು ಪ್ಲಾಟ್‌ನೊಳಗೆ ಬಂದಾಗ ಇದ್ದಿದ್ದು

ಸರ್ವೆಂಟ್ಸ್ ಮಾತ್ರ.

"ಮೇಡಮ್, ಸಾರ್ ಹೊರ್‍ಗೆ... ಹೋದ್ರು" ಎಂದು ಕೈಕಟ್ಟಿನಿಂತ ಮಾಧವ "ಮೂರ್‍ಹೊತ್ತೂ ತಿರುಗೋ ಚಟ! ಎಲ್ಲ ಹಾಳಾಗಿ... ಹೋದ್ರು? ತಿನ್ನೋಕೆ ಏನಾದ್ರೂ... ಕೊಡು" ಎಂದು ಅಲ್ಲೇ ಸೋಫಾ ಮೇಲೆ ಕೂತಳು. ಗೋಡೆಗಳನ್ನು ಅಲಂಕರಿಸಿರೋದು ಅದ್ಭುತವಾದ ಪೇಟಿಂಗ್ಸ್. ಇನ್-ಡೋರ್-ಡೆಕೋರೇಷನ್ ಬಗ್ಗೆ ಅಪಾರವಾದ ಕ್ರೇಜ್ ಇದ್ದ ಶಾಂಭವಿ ಇಷ್ಟವೆನಿಸಿದ್ದು ದುಡ್ಡಿನ ಮುಖ ನೋಡದೆ ತಂದು ಅಲಂಕರಿಸುತ್ತಿದ್ದರು. ಆ ಬಗ್ಗೆ ಚಕಾರವೆತ್ತುವ ಧೈರ್ಯ ಈಶ್ವರ್‌ಗೆ ಇರಲಿಲ್ಲ.

ನಿಶಬ್ದವಾಗಿ ತಂದಿಟ್ಟ ಪಿಜ್ಜಾ ತಿಂದು ಗ್ರೀನ್ ಟೀ ಕುಡಿದು ಇಡೀ ಪ್ಲಾಟ್‌ನಲ್ಲೆಲ್ಲ ಓಡಾಡಿದಳು. ವಂಡರ್‌ಫುಲ್ ಎನಿಸಿತು. ತನ್ನ ದಾಂಪತ್ಯದ ರಾತ್ರಿಗಳನ್ನು ಇಲ್ಲಿಯೆ ಕಳೆಯಬೇಕು-ರೋಮಾಂಚಿತಳಾದಳು. ಆ ಮನೆಯನ್ನು ತನ್ನದೆಂದುಕೊಳ್ಳಲಾರಳು.

ಈಶ್ವರ್, ಶಾಂಭವಿ ಬೆಡ್‌ರೂಂನಲ್ಲಿದ್ದ ಆಳೆತ್ತರ ಕನ್ನಡಿಯ ಮುಂದೆ ಎಷ್ಟೋ ರೋಮ್ಯಾಂಟಿಕ್ ಕ್ಷಣಗಳನ್ನು ಕಲ್ಪಿಸಿಕೊಂಡು ನಲಿದಳು. ಮಂಚದ ಮೇಲೆ ಮಲಗಿ ಹೊರಳಾಡಿದ ನಂತರ ಮೇಲೆದ್ದು ಅಮ್ಮನ ಪರ್ಸ್‌ನಲ್ ವಾರ್ಡ್‌ರೋಬ್‌ನ ಮುಂದೆ ನಿಂತಳು. ಅದು ಲಾಕ್ ಆಗಿತ್ತು. "ಈಡಿಯಟ್....' ಹೆತ್ತಾಕೆಗೆ ಬೈಗಳ ಸುರಿಮಳೆ.

"ಮೇಡಮ್...." ಸರ್ವೆಂಟ್ ಮಾಧವ ರೂಮಿನ ಹೊರಗಿನಿಂದಲೆ ಕೂಗಿದ. ಹೊರಗೆ ಬಂದಳು" ನಿಮ್ಮಲ್ಲಿ ಒಂದು ವಿನಂತಿ. ಈ ಫ್ರೀಜ್‌ನ ನಂಗೆ ಕೊಡೋಕೆ ಹೇಳಿ. ಮೂರ್‍ವರ್ಷ ಕೆಲ್ಸ ಮಾಡಿದ ನೆನಪಾಗಿ ಉಳಿಯುತ್ತೆ" ಎಂದಾಗ ಅವಳಿಗೆ ಅಚ್ಚರಿ ಜೊತೆ ಏನು ಅರ್ಥವಾಗಲಿಲ್ಲ "ಪ್ಲಾಟ್‌ನಲ್ಲಿರೋ ಎಲ್ಲಾ ಥಿಂಗ್ಸ್ ಸೇರಿಸಿಯೆ ಸೇಲ್ ಮಾಡಿ ಬಿಟ್ಟಿದ್ದಾರಂತೆ. ಅವ್ರು ಬಂದು ಎಲ್ಲಾ ಪಟ್ಟಿ ಮಾಡ್ಕೊಂಡ್ಹೋದ್ರು. ನಂಗೆ ಫ್ರೀಜ್ ಒಂದನಾದ್ರು ಕೊಡ್ಸಿ. ನನ್ನ ಮಗ್ಳು ಎಷ್ಟು ದಿನದಿಂದ ಮನೆಯಲ್ಲಿ ಐಸ್‌ಕ್ರೀಮ್ ಮಾಡ್ಬೇಕೊಂತ ಗಲಾಟೆ ಮಾಡ್ತಾ ಇದ್ದಾಳೆ" ರಿಕ್ವೆಸ್ಟ್‌ನ ಅವಳ ಮುಂದಿಟ್ಟ. ಅವಳ ಮೈಮೇಲೆ ಬೆಂಕಿ ಹರಿದಾಡಿದಂತಾಯಿತು. ಇವಳನ್ನು ಏನು ಕೇಳಿರಲಿಲ್ಲ. ಇವಳಿಗೆ ಏನು ತಿಳಿಸಿರಲಿಲ್ಲ. ಬಹುಶಃ ಪ್ಲಾಟ್‌ನಲ್ಲಿರುವ ಸರ್ವೆಂಟ್ಸ್‌ಗೆ ಗೊತ್ತಿರುವಷ್ಟು ಕೂಡ ಇವಳಿಗೆ ಗೊತ್ತಿರಲಿಲ್ಲ! ಅವಳಿಗೆ ಕಿರಿಚಾಡಿ ಬಿಡುವಂತಾಯಿತು.

"ನಂಗೇನು ಗೊತ್ತಿಲ್ಲ! ಪ್ಲಾಟ್‌ನಲ್ಲಿ ನಾನೇ ಇರ್ತೀನಿ, ಮಾರೋಲ್ಲ... ಬಿಡು" ಬಿಡುಬಿಸಾಗಿ ಹೇಳಿ ಕೂತಾಗ, ಅವನು ಸುಮ್ಮನೆ ಹೋದ. ಬುದ್ಧಿ ಬಂದಾಗಿನಿಂದ ಇಂಥ ಕುಟುಂಬಗಳಲ್ಲಿಯೆ ನೌಕರಿ ಮಾಡಿದ್ದರಿಂದ ಅವರುಗಳ ಮೆಂಟಾಲಿಟಿ ಬಗ್ಗೆ ಅರಿವಿತ್ತು. ಒಂದು ನಾಲ್ಕು ಸಲವಾದರೂ ಮೊಬೈಲ್ ಸದ್ದು ಮಾಡಿತು. ನಂತರ ಸಂತೋಷ್‌ನಿಂದ ಮೆಸೆಜ್ ಬಂತು. 'ನಿನ್ನ ಪೇರೆಂಟ್ಸ್ ನಮ್ಮ ಮನೆಯಲ್ಲಿ ಇದ್ದಾರೆ. ನೀನು... ಎಲ್ಲಿದ್ದೀ? ತಕ್ಷಣ ಮನೆಗೆ ಹೋಗು' ಓದಿದ ನಂತರ ಅವನ ಮೊಬೈಲ್‌ಗೆ ರಿಂಗ್ "ಅವ್ರ ಬಳಿ ಅರ್ಜೆಂಟಾಗಿ ಒಂದು ಇಂಪಾರ್ಟೆಂಟ್ ವಿಷ್ಯ ಮಾತಾಡಬೇಕಿತ್ತು. ನಾನು 'ನಿಯಾಸ್'ನಲ್ಲಿ ಬಂದು ವೇಟ್ ಮಾಡ್ತಾ ಇದ್ದೀನಿ. ಇಲ್ಲಿಂದಲೇ ರಿಂಗ್ ಮಾಡಿ ಅವ್ರನ್ನ ಕರ್‍ಸೀಕೋತೀನಿ. ನೀವು ಬಂದು ನನ್ನ ಪಿಕ್ ಮಾಡಿ" ಅಂದ ಕೂಡಲೇ ಕಾಲ್ ಕಟ್ ಆಯಿತು. ಸಾರಥಿ ಇವೆಂಟ್ ಮ್ಯಾನೇಜ್‌ಮೆಂಟ್'ಗೆ ಸಾಕಷ್ಟು ಸಲ

ಅಲೆದಾಡಿದ್ದರಿಂದ ಅವನ ವರ್ಕ್ ಬಗ್ಗೆ ಗೊತ್ತಿತ್ತು. ಆದರೂ ಈ ನಿರಾಸಕ್ತಿ ಸಹಿಸಲಾಗಲಿಲ್ಲ. ಅದಕ್ಕಿಂತ ಮುಖ್ಯವಾದ ವಿಚಾರ ಇದ್ದದ್ದರಿಂದ ಅದನ್ನು ಪಕ್ಕಕ್ಕೆ ತಳ್ಳಿದಳು.

ಬಹುಶಃ ಅವರಿಗೆ ಸಂತೋಷ್ ತಿಳಿಸಿದ್ದನೇನೋ ಶಾಂಭವಿ, ಈಶ್ವರ್ ಬಂದವರೆ ಮಗಳ ಮೇಲೆ ರೇಗಿಕೊಂಡರು. "ಇಲ್ಲಿಗ್ಯಾಕೆ, ಬಂದೆ? ನಿನ್ನ ಅತ್ತೆ, ಮಾವ ನಮ್ಮನ್ನು ಅಲ್ಲಿಗೆ ಲಂಚ್‌ಗೆ ಆಹ್ವಾನಿಸಿದ್ರು. ಮುಖ್ಯವಾಗಿ ನೀನೇ ಇಲ್ಲ. ಸ್ವಲ್ಪ ಕೂಡ ರೆಸ್ಪಾನ್ಸ್‌ಬಿಲಿಟಿ ಇಲ್ಲ. ಮುಂದೆ ಇದೆಲ್ಲ ನಡ್ಯೊಲ್ಲ".

ಅವರುಗಳ ಮಾತಿಗೆ ನಿಹಾರಿಕ ಪ್ರತಿಕ್ರಿಯಿಸಲಿಲ್ಲ.

"ಮಾಮ್, ಆ ವಿಚಾರ ಬಿಡು ನೀವು ಫ್ಲಾಟ್ ಮಾರಕೂಡ್ದು. ಅಕಸ್ಮಾತ್ ಮಾರಿದ್ದರೂ, ನಂಗೆ ವಾಪಸ್ಸು ಬೇಕು ಬೇಕಾದರೆ ನಿಮ್ಮ ಫಿಕ್ಸೆಡ್ ಡಿಪಾಸಿಟ್‌ನ ನಿಮ್ಗೇ ಹಿಂದಕ್ಕೆ ಕೊಟ್ಟು ಬಿಡ್ತೀನಿ".

ಮಗಳ ಮಾತುಗಳನ್ನು ಕೇಳಿ ಶಾಂಭವಿ ತಲೆಹಿಡಿದು ಕೂತು "ನಿಂಗೆ ಸ್ವಲ್ಪ ಕೂಡ ಕಾಮನ್‌ಸೆನ್ಸ್ ಇಲ್ಲ. ಮಾರಿದ ಹಣನ ದುಬೈನಲ್ಲಿ ಬಿಜಿನೆಸ್ ಮೇಲೆ ಹಾಕಿಯಾಗಿದೆ. ನೀನು ಕೇಳೋ ವಿಷ್ಯ ಪಾಸಿಬಲ್ ಅಲ್ಲ. ಸುಮ್ನೇ ತೆಪ್ಪಗಿದ್ದು ಬಿಡು. ಒಳ್ಳೆ ಜನ ಸಿಕ್ಕಿದ್ದಾರೆ. ನಿನ್ನ ಚೆನ್ನಾಗಿ ನೋಡ್ಕೋತಾರೆ. ತಲೆಯಲ್ಲಿ ಏನೇನೋ ತುಂಬ್ಕೋಬೇಡ. ಈಗ ಈ ಫ್ಲಾಟ್ ಮೆಹತಾದು. ಈಗ ನಮ್ಮ ಅಗತ್ಯದ ಬಟ್ಟೆ, ಬರೆಗಳನ್ನು ತಗೊಂಡು.... ಖಾಲಿ ಮಾಡ್ಬೇಕು. ನಿನ್ನ ಬಟ್ಟೆ ಬರೆಗಳನ್ನ ಪ್ಯಾಕ್ ಮಾಡ್ಕೋ. ನಿನ್ನ ರೂಮುನಲ್ಲಿರೋ ಯಾವ ಸಾಮಾನನ್ನು ಬೇಕಾದ್ರೂ. ನೀನು ತಗೊಂಡ್ ಹೋಗು ಬೇರೇನು ಮುಟ್ಟೋ ಅವಕಾಶ ಇಲ್ಲ" ಬಹಳ ಸ್ಪಷ್ಟವಾಗಿ ಹೇಳಿದರು. ಶಾಂಭವಿ. ಕನಿಷ್ಠ ಸಂಕೋಚವು ಇರಲಿಲ್ಲ ಆಕೆಯ ನುಡಿಗಳಲ್ಲಿ.

ಇವಳ ಅರಚಾಟ, ಕಿರಿಚಾಟಕ್ಕೆ ಅವರೇನು ಸೊಪ್ಪು ಹಾಕಲಿಲ್ಲ "ತೆಪ್ಪಗೆ ಹೋಗ್, ಇದು ಬೇರೆ ಹಾದಿ ಹಿಡಿಯುತ್ತೆ. ಕೆಲವು ದಿನ ಕಂಬಿ ಎಣಿಸೋ ಹಂಗಾದರೆ, ಆಮೇಲೆ ನಿಂಗೆ ಬದ್ಕಿರೋವರ್ಗೂ ಸಂತೋಷ್ ಸಿಗೋಲ್ಲ" ಅಂದ ಕೂಡಲೆ ಗಪ್‌ಚಿಪ್ ಆದಳು.

ನೇರವಾಗಿ ರೂಮಿಗೆ ಬಂದವಳು ಒಂದು ಗಂಟೆ ಕೂತಿದ್ದು ನಂತರ ಹೊರಗೆ ಬಂದಳು. ಈಗ ಎಲ್ಲಿಗೆ ಹೋಗುವುದು? ಕಾರನ್ನು ತಾನೇ ಡ್ರೈವ್ ಮಾಡಿಕೊಂಡು 'ಸಾರಥಿ ಇವೆಂಟ್'ಗೆ ಬಂದಳು. ಅಂತು ತುಂಬ ಡಿಸ್ಟರ್ಬ್ ಆಗಿದ್ದಳು.

ಇವಳನ್ನು ನೋಡಿದ ಕೂಡಲೆ ರೇಖಾ ಎದ್ದು ನಿಂತು "ಸರ್, ಇಲ್ಲ ಮೇಡಮ್. ಯಾವ್ದೋ ಇಂಪಾರ್ಟೆಂಟ್ ಪ್ರೋಗ್ರಾಂ ಆಯೋಜನೆಗೆ ಸ್ವತಃ ಅವರೇ ಹೋಗಿದ್ದಾರೆ" ಎಂದಳು. ಸೀದಾ ಪಾರ್ಥಸಾರಥಿಯವರ ಛೇಂಬರ್‌ಗೆ ಹೋದಾಗ ಆನಂದ್ ಇದ್ದರು. "ಹಲೋ, ನಿಹಾರಿಕ! ತೀರಾ... ಸರ್‌ಪ್ರೈಜ್! ಯಾಕೆ ತುಂಬ ಡಿಪ್ರೆಸ್ ಆಗಿದ್ದೀಯಾ? ಪ್ಲೀಸ್.... ಕೂತು ಸುಧಾರಿಸ್ಕೋ" ಎಂದು ತಾನೇ ನೀರು ಕೊಟ್ಟರು.

"ಏನಿಲ್ಲ, ಸ್ವಲ್ಪ ಬೇಜಾರಾಗಿತ್ತು. ಸಂತೋಷ್‌ನ ಮೀಟ್ ಮಾಡೋಣಾಂತ ಬಂದೇ" ಅಂದಾಗ, ಮೊಬೈಲ್‌ನಲ್ಲಿ ಅವನ ನಂಬರ್‌ನ ಕನೆಕ್ಟ್ ಮಾಡಿ "ಮಾತಾಡು..." ಎಂದರು.

ಬಹುಶಃ ಇವಳಿಗೆ ಒಳ್ಳೆ ರೆಸ್ಪಾನ್ಸ್ ಸಿಕ್ಕಿರಲಾರದು. ಮೊಬೈಲ್ ಹಿಂದಿರುಗಿಸಿ "ಈಗ ಸಿಗೋಲ್ಲಾಂದ್ರು ಬರ್ತೀನಿ..." ಹೊರಟೇ ಬಿಟ್ಟಳು. ಆನಂದ್ ಒಂದು ಇಂಪಾರ್ಟೆಂಟ್ ವಿಚಾರದಲ್ಲಿ ಮುಳುಗಿದ್ದರಿಂದ ತಲೆಕೆಡಿಸಿಕೊಳ್ಳದೇ "ವಿಚಿತ್ರ ಮನಸ್ಥಿತಿ!" ಅಂದುಕೊಂಡು ಸುಮ್ಮನಾದ. ಆದರೆ ಮನ ಚೂರು ಅಳುಕಿದ್ದು ನಿಜ.

ಈಗೇನು ಮಾಡುವುದು? ತೀರ್ಮಾನವಾಗುವವರೆಗೂ ಫ್ಲಾಟ್‌ನಲ್ಲಿಯೆ ಉಳಿಯಬೇಕು. ಇಲ್ಲದಿದ್ದರೆ, ಅಳು ಒತ್ತರಿಸಿಕೊಂಡು ಬಂತು. ಹೆತ್ತವರು ರಾಕ್ಷಸರಾಗಿ ಕಂಡರು. ಮತ್ತೆ ಫ್ಲಾಟ್‌ಗೆ ಬಂದಳು. ಈಶ್ವರ್, ಶಾಂಭವಿ ಕೂತು ಯಾರೊಂದಿಗೋ ಮಾತಾಡುತ್ತಿದ್ದವರು ಅವರಿಗೆ ಮಗಳನ್ನು ಪರಿಚಯಿಸಿದರು.

"ಇವ್ರು ಮೆಹತಾ ಅಂತ ಮಂಗ್ಳೂರಿನವ್ರು ಈಗ ಈ ಫ್ಲಾಟ್‌ನ ಓನರ್" ಕೇಳಿದ ಕೂಡಲೆ ಚೀರಿಬಿಡಬೇಕೆನಿಸಿತು. ತುಟಿ ಕಚ್ಚಿಡಿದು ಸುಧಾರಿಸಿಕೊಂಡು "ಸಾರಿ, ಈ ಫ್ಲಾಟ್‌ನ ಮಾರೋ ಉದ್ದೇಶವಿರ್ಲಿಲ್ಲ ಬೈ... ಮಿಸ್ಟೇಕ್" ಅಂದ ಕೂಡಲೆ ಮೆಹತಾ ಜೋರು ನಗೆ ನಕ್ಕು "ಬೈ... ಮಿಸ್ಟೇಕ್ ಪ್ರಾಪರ್ಟಿನ ಮಾರಿಕೊಂಡಿದ್ದು ಮಿಸ್ಟೇಕ್! ನೀವೇನು ಹೇಳ್ತಾ ಇದ್ದೀರಾ" ಅಂದರು. ಅದು ವ್ಯಂಗ್ಯವೆನಿಸಿತು. ಬಂದ ಅಳುವನ್ನು ನುಂಗಿಕೊಂಡು ರೂಮಿಗೆ ಹೋಗಿ ಕೈಯಲ್ಲಿನ ಬ್ಯಾಗನ್ನು ಎಸೆದು ಹಾಸಿಗೆಯ ಮೇಲೆ ಬಿದ್ದುಕೊಂಡು ಕಣ್ಣೀರು ಸುರಿಸಿದಳು. ರೋಷವೊಂದು ಕಡೆ ಯಾರ ಮೇಲೆ ತೋರಿಸುವುದು? ಶಾಂಭವಿ ಗಟ್ಟಿ ಹೆಂಗಸೆಂದು ಅವಳ ಅನುಭವಕ್ಕೆ ಬಂದಿತ್ತು. ಮಗಳ ಕಣ್ಣೀರು, ಕೋಪಕ್ಕೆ ಕರಗಿ ಹೋಗುವಂಥ ತಾಯಿಯೇನಲ್ಲ... ಸೆಂಟಿಮೆಂಟ್ಸ್ ಅವರ ಬಳಿ ಸುಳಿಯಲು ಹಿಂಜರಿಯುತ್ತಿತ್ತು.

ಗಂಟೆ ಕಳೆದ ನಂತರವೆ ಶಾಂಭವಿ ಮಗಳ ರೂಮಿಗೆ ಬಂದಿದ್ದು "ಏನಾಗಿದೆ ನಿಂಗೆ? ನೀನು ಬೇಕೂ ಅಂದ ಸಂತೋಷ್ ನಿನ್ನ ಕೈ ಹಿಡಿದಿದ್ದಾನೆ. ಸಂತೋಷವಾಗಿ ನಲಿಯೋ ಸಮಯದಲ್ಲಿ ಈ ಫ್ಲಾಟ್‌ಗೋಸ್ಕರ ಯಾಕೆ ಸಾಯ್ತೀಯ? ಇದ್ನ ನಿಂಗೆ ಕೊಟ್ಟು ಬರಿಗೈಯಲ್ಲಿ ದುಬೈಗೆ ಹೋಗಿ ಮಗನ ಅನ್ನಕ್ಕೆ ಕಾಯ್ತ ಬಿದ್ದಿರಬೇಕಾ? ಈಗ ಏನಾಗಿದೆ ವಯಸ್ಸಾದವರ ಕತೆ? ಮಕ್ಳು... ಮಕ್ಳುಂತ ಎಲ್ಲಾ ಅವ್ರಿಗೆ ಇಟ್ಟು ಕೈಗಳು ಬರಿದು ಮಾಡ್ಕೊಂಡ್ ಅನಾಥರಂತೆ ವೃದ್ಧಾಶ್ರಮಗಳಲ್ಲಿ ಬದುಕ್ತಾ ಇದ್ದಾರೆ. ಅದು ನಮ್ಗೇ ಬೇಡ. ಯಾವಾಗ ಬೇಕಾದ್ರೂ ಸಾಯ್ಬಹ್ದು. ಹಾಗಂತ ವಯಸ್ಸಾದ ಮಾತ್ರಕ್ಕೆ ಸಾವಿನ ಜಪ ಮಾಡ್ತಾ ನಿತ್ಯವೂ ಸಾಯೋದು ನಂಗಿಷ್ಟವಿಲ್ಲ. ಸಾಯುವ ಬದ್ಲು ಬದುಕಬೇಕು" ಬಾಯಿಗೆ ಬಂದಂತೆ ಮಗಳನ್ನು ದಬಾಯಿಸಿ ಬಿಸಾಕಿದವರು ಹೊರಗೆ ಹೋಗಿ ಕೂತು ಬಿಟ್ಟರು.

ಈಶ್ವರ್ ಬಂದು ಹೆಂಡತಿಯ ಪಕ್ಕ ಕೂತು "ಸದ್ಯಕ್ಕೆ ನಾವು ಫ್ಲಾಟ್‌ನ ಮಾರಬಾರ್ದಿತ್ತು" ಎಂದಾಗ. ಆಕೆ ನಕ್ಕು "ಮುಂದೇನು ನಮ್ಗೆ ಆ ಅವಕಾಶ ಸಿಕ್ತಾ ಇರ್ಲಿಲ್ಲ. ನನ್ನ ಮಗ್ಳ ಬಗ್ಗೆ ನಂಗೆ ಗೊತ್ತು. ಅವಳು ಏರಬೇಕಾದ ಎತ್ತರಕ್ಕೆ ಸಂಬಂಧಗಳನ್ನು ನೋಡದೆ ಹಿರಿತನವನ್ನು ಗುರುತಿಸದೆ ಸೆಂಟಿಮೆಂಟ್ಸ್‌ಗೆ ಒಳಗಾಗದೆ ಮೆಟ್ಟಿಲು ಮಾಡಿಕೊಂಡು ತನ್ನ ಗುರಿಯನ್ನು ತಲುಪಿದ ನಂತರ ಒದ್ದು ಬಿಡುವಂಥ ಚತುರತೆ ಅವಳಲ್ಲಿದೆ. ನನ್ನ ನಿರ್ಧಾರ ಸರಾಗಿದೆ. ಒಳ್ಳೆ ಸಂಬಳ ತರೋಂಥ ಕೆಲಸ ಸಿಗುತ್ತೆ. 'ಸಾರಥಿ ಇವೆಂಟ್' ನವರದು ಕೋಟಿ .... ಕೋಟಿ ರೂಪಾಯಿ ಪ್ರಾಫರ್ಟಿಯದು ಅಲ್ಲದಿದ್ದರೂ ಶ್ರೀಮಂತಿಕೆಯ ಜೀವನಕ್ಕೆ ಸಾಕು. ಸಂಬಂಧಗಳನ್ನು ವ್ಯವಹಾರಿಕವಾಗಿ ನೋಡೋ

ಜನವಲ್ಲ ಪಾರ್ಥಸಾರಥಿ. ಇನ್ನೇನು ಬೇಕು. ನೀವು ತೆಪ್ಪಗಿದ್ದು ಬಿಡಿ." ಗಂಡನಿಗೆ ದಬಾಯಿಸಿ ಬಿಟ್ಟರು. ತನ್ನ ವಿಕ್‌ನೆಸ್‌ಗಳಿಗೆ ಅಡ್ಡ ಬರದ ಹೆಂಡತಿಗೆ ವಿಧೇಯ ಗಂಡ ಆ ಮನುಷ್ಯ. ಅದಕ್ಕೆ ಇಬ್ಬರು ಒಗ್ಗಿಕೊಂಡಿದ್ದರು.

ಆ ಮನುಷ್ಯ ಎದ್ದು ಹೊರಗೆ ಹೋದರು. ಫ್ರೆಂಡ್ಸ್ ಜೊತೆ ತಲೆ ಬಿಸಿ ಕಡಿಮೆ ಮಾಡಿಕೊಂಡೆ ಮನೆಗೆ ಬರೋದು.

ಎಷ್ಟೋ ಹೊತ್ತಿನ ನಂತರ ನಿಹಾರಿಕ ಹೊರಗೆ ಬಂದು ಅಮ್ಮನ ಎದುರು ಕೂತು "ಮಗಳು ಅನ್ನೋದು ಮರ್ತು ನಂಗೆ ಮೋಸ ಮಾಡ್ದೇ" ಎಂದಕೂಡಲೇ ಶಾಂಭವಿ ದುರದುರನೆ ಮಗಳತ್ತ ನೋಟ ಹರಿಸಿ "ನಿಂಗೆ ಕೇಳೋದ್ಕೆ ನಾಚ್ಕೆ ಆಗೊಲ್ಲ. ಹೆಣ್ಣು ಮಕ್ಕಳು ತುಂಬ ಸೂಕ್ಷ್ಮ, ಹೆತ್ತವರ ಬಗ್ಗೆ ಅವ್ರಿಗೆ ಅಕ್ಕರೆ ಜಾಸ್ತಿ ಅನ್ನೋದು ಸುಳ್ಳು ಮಾಡ್ದೇ. ಇನ್ನ ನಿನ್ಹತ್ರ ಮಾತು ಬೇಡ. ಇರೋ ಸಾಮಾನಿನ ಜೊತೆ ಫ್ಲಾಟ್ ಮಾರಾಟ ಮಾಡಿರೋದು. ರೂಮಿನಲ್ಲಿರೋ ನಿನ್ನ ಲಗೇಜ್ ತಗೊಂಡ್ ಹೋಗ್ ಬಿಡು" ದೃಢವಾಗಿ ಹೇಳಿದವರೆ ಎದ್ದುಹೋದರು. ಅವಳು ಹೋದರೆ ಸಾಕಿತ್ತು.

ನಿಹಾರಿಕಾಗೆ ಕೂಡಲು ಆಗಲಿಲ್ಲ. ಲಿಫ್ಟ್‌ನಲ್ಲಿ ಕೆಳಗೆ ಬಂದವಳೇ ಮೌನಗೆ ಫೋನ್ ಮಾಡಿದಳು.

"ಹಾಯ್, ನಾನೇ, ನಿಂಗೆ ಫೋನಾಯಿಸೋಣಾಂತ ಇದ್ದೆ. ಫ್ರೀಯಾಗಿದ್ದೀನಿ.... ಬಾ" ಇವಳು ಮಾತಾಡುವ ಮುನ್ನ ಕಾಲ್ ಕಟ್ ಆಯಿತು. ಕಾರು ಹತ್ತಿ ಗೇಟ್‌ನಿಂದ ಹೊರಗೆ ಬಂದು ಅಷ್ಟು ದೂರದಲ್ಲಿ ನಿಲ್ಲಿಸಿ ಇಳಿದು ಹಿಂದಕ್ಕೆ ನೋಟ ಹರಿಸಿದಳು. 'ನಿಯಾಸ್' ಬಂಗಾರದ ಬಣ್ಣದ ಅಕ್ಷರಗಳಲ್ಲಿ ವಿರಾಜಿಸುತ್ತಿತ್ತು. ಇಂಟರ್ ನ್ಯಾಷನಲ್ ಅಪಾರ್ಟ್‌ಮೆಂಟ್‌ನ ತಾಣ. ಅಲ್ಲಿ ಏನಿದೆ....ಅವಳ ಕಣ್ಣಂಚಿನಲ್ಲಿ ಕಂಬನಿ ಶೇಖರವಾಯಿತು. ಅಮ್ಮನ ನೆನಪು ಮಾಡಿಕೊಂಡವಳು ಮುಖ ತಿರುಗಿಸಿ ಕಾರು ಹತ್ತಿ ಕಣ್ಣೀರು ತೊಡೆದುಕೊಂಡಳು. ಅವಳಿಗೆ ಆದದ್ದು ದೊಡ್ಡ ಅನ್ಯಾಯವೆನ್ನುವ ಭಾವ ಅವಳದು.

ನಯನತಾರ ಮನೆಗೆ ಬಂದಳು. ಒಂದು ಎಕರೆ ಪ್ರದೇಶದ ಮಧ್ಯದಲ್ಲಿ ನಿರ್ಮಿತವಾದ ಭವ್ಯ ಬಂಗಲೆ. ಎಷ್ಟೋಸಲ ಬಂದಿದ್ದುಂಟು. ಅಂಥ ದೊಡ್ಡ ರೀತಿಯ ಶ್ರೀಮಂತಿಕೆಯ ಆಸೆ ! ಜೊತೆಗೆ ಪಡೆದೇ ತೀರಬೇಕೆಂಬ ಇಚ್ಛೆ ಕೂಡ ಇತ್ತು. ಅವಳು ಶಾಂಭವಿಯ ಮಗಳು ಅದೇ ಯಾರನ್ನು ಲೆಕ್ಕಿಸದ ಸ್ವಭಾವ.

ಬಾಲ್ಕನಿಯಲ್ಲಿ ಕಾರು ನಿಲ್ಲಿಸಿ ಇಳಿದಾಗ ಸರ್ವೆಂಟ್ ಬಂದು "ಮೇಡಮ್, ಮೇಲ್ಗಡೆ ರೂಮಿನಲ್ಲಿ ಇದ್ದಾರೆ. ಅಲ್ಲಿಗೆ ಬರೋದಕ್ಕೆ ಹೇಳಿದ್ದಾರೆ" ವಿಷಯ ಮುಟ್ಟಿಸಿ ತನ್ನ ಪಾಡಿಗೆ ತಾನು ಹೋದ 'ನಯನತಾರ' ಅವಳಿಗೆ ಪರಿಚಯವೇ. ರೂಮು ತಲುಪುವ ವೇಳೆಗೆ ಬಂದು ನಾಲ್ಕು ಜನ ಸರ್ವೆಂಟ್ಸ್ ಎದುರಾದರು. ಇಲ್ಲಿ ಮನೆಯ ಜನಕ್ಕಿಂತ ಆಳು. ಕಾಳುಗಳೇ ಜಾಸ್ತಿ. ಅದಕ್ಕಾಗಿಯೇ ಮೌನ ಸ್ನೇಹ, ಜೊತೆಗೆ ಒಂದಿಷ್ಟು ಹೊಟ್ಟೆಯುರಿ ಕೂಡ. ಅವಳು ಪರ್ಸನಲ್ ರೂಂ ಹೊಕ್ಕರೆ ಕಣ್ಣು ತಿರುಗಿಸುವಷ್ಟು ಅದ್ಭುತವೆನಿಸುತ್ತಿತ್ತು. ಅಲ್ಲಿನ ಸ್ವಚ್ಛತೆ ಮತ್ತು ಶೃಂಗರಿಸಲು ಒಬ್ಬ ಸರ್ವೆಂಟ್ ನೇಮಕ ಮಾಡಿದ್ದರು. ಪ್ರತಿಯೊಂದರಲ್ಲೂ ಫ್ರೆಶ್‌ನೆಸ್ ಇಷ್ಟಪಡುತ್ತಿದ್ದರಿಂದ ಅವಳಪ್ಪ ಅದಕ್ಕಾಗಿ

ಲೆಕ್ಕವಿಲ್ಲದಷ್ಟು ಹಣ ವ್ಯಯಿಸುತ್ತಿದ್ದರು. ರೆಡ್ಡಿಗೆ ಮಗಳೆಂದರೆ ಪಂಚಪ್ರಾಣ.

"ಹಾಯ್, ಲಕ್ಕಿ...." ಎಂದು ಮೌನ ಅವಳನ್ನು ಬಂದು ಅಪ್ಪಿಕೊಂಡಳು. ಅಲ್ಲೆಲ್ಲ ಅದ್ಭುತವಾದ ಪರಿಮಳ ಹಬ್ಬಿಕೊಂಡಿತ್ತು. "ನಾನು ಸಂತೋಷ್ ಹತ್ರ ವಾಟ್ಸಪ್‌ನಲ್ಲಿ ಮಾತಾಡಿದೆ. ಎಂತ ಬ್ಯೂಟಿಫುಲ್ ಆರ್ಕಿಡ್‌ಗಳನ್ನು ಕಳಿಸಿದ್ದಾರೆ ನೋಡು. ಅವ್ರ ಆಯ್ಕೆ ಯಾವಾಗ್ಲೂ ಫೆಂಟಾಸ್ಟಿಕ್. ನಿನ್ನ ವಿಷಯದಲ್ಲೇ ಎಡವಿದರೇನೋ ?" ಅಂದೇ ಬಿಟ್ಟಳು. "ನಾನು ಫ್ರಾಂಕ್, ಮನಸ್ಸಿಗೆ ಬಂದಿದ್ದನ್ನು ಹೇಳಿ ಬಿಡೋದೇ. ಅಂತೂ ಸಂತೋಷ್‌ಗೆ ಹೀರೋ ಆಗಿ ಆಯ್ಕೆ ಮಾಡಿಕೊಂಡಿದ್ದೀ. ಹೋಗ್ಲೀ ಬಿಡು ಯಾವಾಗ್ಬಂದಿದ್ದು ?" ಕೇಳುತ್ತಾ ಕೂತಳು. ಗೊಂಚಲು ಗೊಂಚಲಾಗಿ ಇರಿಸಿದ್ದ ಆರ್ಕಿಡ್ ನಗುತ್ತಿದ್ದವು. ನಿಹಾರಿಕ ಮನಸ್ಸು ಅಳುಕಿತು.

"ನನ್ನ ಗಂಡ ಮಹಾಶಯನಿಗೆ ಇಲ್ಲೇ ಕೆಲಸ. ಸದ್ಯಕ್ಕೆ ಬೇರೊಂದು ಮನೆ ಮಾಡೋವರ್ಗೂ ಇಲ್ಲೇ ಸ್ಟೇ. ನಯನತಾರ ಮೇಡಮ್ ಇಲ್ಲೇ ಇದ್ದು ಬಿಡೂಂಥ ದಂಬಾಲು ಬಿದ್ದಿದ್ದಾರೆ. ಡ್ಯಾಡಿ ಅಭಿಪ್ರಾಯ ಕೂಡ ಅದೇ. ಇನ್ನ ಈ ವಿಷ್ಯಕ್ಕೆ ಆ ಕಡೆಯವರ ಕಾಮೆಂಟ್ಸ್ ಇಲ್ಲ. ದನಿಯೆತ್ತಿದರೆ ನಾನೇ ಎತ್ತಬೇಕು. ಬೇಸರ ಅನ್ನಿಸಿದ ದಿನ ಒಂದು ಪ್ಲಾಟ್ ಮಾಡೋದು ನಂಗೆ 'ನಿಯಾಸ್' ಇಷ್ಟವಾಗಿದೆ. ಗೆಸ್ಟ್‌ಹೌಸ್ ತರಹ ಉಪಯೋಗಿಸೋಕೆ, ಅಲ್ಲೊಂದು ಪ್ಲಾಟ್ ಕೊಳ್ಳಲೇಬೇಕು. ನೀನು ಅಲ್ಲೇ ಇರ್ತಿಯಲ್ಲ" ಅಂದ ಕೂಡಲೇ ನಿಹಾರಿಕ ಸಪ್ಪಗಾದದನ್ನ ಗಮನಿಸಿ ಜೋರಾಗಿ ನಕ್ಕು "ಸಂತೋಷ್ ರಿಯಲಿ ಹೀರೋ ಅವರವರನ್ನು ಬಿಟ್ಟು ನಿನ್ನ ಜೊತೆ ಪ್ಲಾಟ್‌ನಲ್ಲಿ ಇರೋಕೆ ಒಪ್ಪೊಲ್ಲಾಂತ ಎಂದೋ ಊಹಿಸಿದ್ದೇ" ಉಸುರಿದಳು. "ಅಂಥ ಪ್ರಯತ್ನಾನೇ ಇಲ್ಲ. ಆ ಫ್ಲಾಟ್‌ನ ಮಾರಿ ಬಿಟ್ಟಿದ್ದಾರೆ" ಎಂದು ನುಡಿದಳು ಅನ್ಯಮನಸ್ಕತೆಯಿಂದ. "ಹೋಗ್ಲಿಬಿಡು, ನಿಮ್ಮಗಳ ಮಧ್ಯೆ ಭಿನ್ನಾಭಿಪ್ರಾಯ ಬರೋ ಅವಕಾಶನೇ ಇಲ್ಲ. ನಾನು ಎರಡು ಸಲ ಸಂತೋಷ್ ಮನೆಗೆ ಹೋಗಿದ್ದೆ. ಜನ ಒಳ್ಳೆಯವರು, ಸಂಸ್ಕೃತಿ, ಸಾಕ್ಷರತೆ, ತುಂಬಿಕೊಂಡ ಮನೆ ನೀನು ಒಗ್ಗಿಕೊಂಡರೆ ಸ್ವರ್ಗವಾಗಿ ಬಿಡುತ್ತೆ."

ಗೆಳತಿಯ ಮಾತುಗಳು ಅವಳ ಮಸ್ತಿಷ್ಕಕ್ಕೆ ಹೋಗಲೇ ಇಲ್ಲ. ವಿರುದ್ಧ ದಿಕ್ಕಿನಲ್ಲಿ ಯೋಚಿಸುತ್ತಿದ್ದಳು.

ಬಹಳ ಹೊತ್ತು ಅಲ್ಲಿ ಇರಲು ಸಾಧ್ಯವಾಗಲಿಲ್ಲ. ಬೇಗನೆ ಹೊರಟಳು, 'ಮೌನದು ದೊಡ್ಡ ಅದೃಷ್ಟ' ಹೊಯ್ದಾಡಿತು ಅವಳ ಮನ.

ರೇಖಾಭಟ್ ತುಂಬ ಗೊಂದಲದಲ್ಲಿದ್ದಳು. ಅದನ್ನ ಮೊದಲು ಗಮನಿಸಿದವರು ಪಾರ್ಥಸಾರಥಿಯವರು. ಆನಂದ್ ಅತ್ತ ನೋಟ ಹರಿಸಿ ಕೇಳಿದರು. ಇಲ್ಲಿ ಕೆಲಸ ಮಾಡುವ ಎಲ್ಲರೂ ಒಂದೇ ಕುಟುಂಬದವರು ಅಷ್ಟೇ ಭಾವ.

"ರೇಖಾ ಯಾಕೋ ಡಿಸ್ಟರ್ಬ್ ಆದಂಗೆ ಕಾಣ್ತಾಳೆ ಗಮನಿಸಿದ್ಯಾ ?" ಮಗನನ್ನು ಕೇಳಿದರು. ಅವರ ಮನೆಯವರು ತಿಳಿದ ಜನ. ಎಲ್ಲರೂ ಪರಿಚಯವೇ. ಒಂದು ಕಾಲದಲ್ಲಿ ಎರಡು ಕುಟುಂಬಗಳು ಆರ್ಥಿಕವಾಗಿ ಒಂದೇ ಮಟ್ಟದಲ್ಲಿದ್ದವು. ಪಾರ್ಥಸಾರಥಿ 'ಸಾರಥಿ ಇವೆಂಟ್' ಶುರು ಮಾಡಿದ ಮೇಲೆ ಅವರ ಆರ್ಥಿಕ ಪರಿಸ್ಥಿತಿ ಸುಧಾರಿಸಿತ್ತು. ತೀರಾ ಕಷ್ಟದಲ್ಲಿದ್ದಾಗ ಕರೆದು ರೇಖಾಭಟ್‌ಗೆ ಕೆಲಸ ಕೊಟ್ಟಿದ್ದರು.

"ಏನಾದ್ರೂ ಒಂದು ಸಮಸ್ಯೆ ತಂದು ಹಾಕ್ಕೋತಾರೆ. ಅವಳ ತಮ್ಮ ಕಾಲೇಜಿಗೆ ಸರ್ರ್ಯಾಗಿ ಹೋಗ್ತಾ ಇಲ್ಲಾಂತ ರೇಖಾ ಹೇಳಿಕೊಂಡ್ಲು. ಇನ್ನ ಅವಳಪ್ಪನ ವಿಚಾರ ಗೊತ್ತೇ ಇದೆ. ಬದ್ಕಿನ ಸೂಕ್ಷ್ಮಗಳನ್ನು ತಿಳಿಯದ ಮನುಷ್ಯ" ಎಂದ ಆನಂದ್. ಪಾರ್ಥಸಾರಥಿ ತುಟಿಯಂಚಿನಲ್ಲಿ ಒಂದು ಸಣ್ಣ ನಗೆ ಮಿನುಗಿತು. "ಮೊನ್ನೆಯೆಲ್ಲ ಫೋನ್ ಮಾಡಿದ್ದ. ವಯಸ್ಸಿಗೆ ಬಂದ ರೇಖಾಗೆ ವಿವಾಹ ಮಾಡಿ ಬಿಡಬೇಕನ್ನೋ ಆತುರ. ಮುಂದೇನೂಂತ ಯೋಚ್ನೇ ಇಲ್ಲ" ಒಂದಿಷ್ಟು ಬೇಸರದಿಂದಲೇ ನುಡಿದಿದ್ದು. ಆ ಕುಟುಂಬದ ಸುಧಾರಣೆಗೆ ರೇಖಾಭಟ್ ಗಳಿಕೆ ಅಗತ್ಯವಿತ್ತು.

ಆ ವೇಳೆಗೆ ಮಾಧವಿ ಫೋನ್ ಮಾಡಿ ಒಂದು ಸಂತೋಷದ ವಿಷಯ ತಿಳಿಸಿದರು. "ನಮ್ಮ ನಿಶ್ಚಿತಾಗೆ ಒಬ್ಬ ತಮ್ಮನೋ, ತಂಗಿನೋ ಬರ್ತಾರೆ. ಡಾಕ್ಟ್ರು ಈಗ ಕನ್‌ಫರ್ಮ್ ಮಾಡಿದ್ರು ನರ್ಸಿಂಗ್‌ಹೋಂನಿಂದ್ಲೇ ಫೋನ್ ಮಾಡ್ತಾ ಇರೋದು" ಹೇಳಿದರು. ಪಾರ್ಥಸಾರಥಿ ಮುಖ ಅರಳಿತು. "ಆ ಮಗುನ ಗ್ರಾಂಡಾಗಿಯೇ ಸ್ವಾಗತಿಸೋಣ. ಜಾಹ್ನವಿನ ಹುಷಾರಾಗಿ ಕರ್ಕೊಂಡ್ ಹೋಗ್. ಕಾರ್ ಕಳ್ಸಿ ಕೊಡ್ಲಾ? ನಿಹಾರಿಕಾ ಕಾರಿನಲ್ಲಿ ತಾನೇ ಬಂದಿರೋದು ?" ಕೊನೆಯ ಪ್ರಶ್ನೆಗೆ ಆಕೆ 'ಹೌದು....' ಎಂದು ಸುಳ್ಳು ಹೇಳಿದರು. ಇವರುಗಳು ಹೊರಟಾಗ ನಿಹಾರಿಕ ಮನೆಯಲ್ಲೇ ಇದ್ದರೂ ತಲೆಕೆಡಿಸಿಕೊಳ್ಳಲಿಲ್ಲ. ಅವಳ ಕಾರನ್ನು ಅವಳ ಸ್ವಂತ ಓಡಾಟಕ್ಕೆ ಮಾತ್ರ ಉಪಯೋಗಿಸಿಕೊಳ್ಳುತ್ತಿದ್ದಳು. ಅದಕ್ಕೆ ಇವರದೇನು ಅಬ್ಜೆಕ್ಷನ್ ಇರಲಿಲ್ಲ. ಆದರೆ ಸಂಬಂಧಗಳ ಮಧ್ಯೆ ಕಂದಕ ನಿರ್ಮಾಣವಾಗುತ್ತಿದೆಯನ್ನುವ ಭಯ ಅಷ್ಟೇ. ಎಲ್ಲರ ನಡುವೆ ಅವಳು ಒಂಟಿಯಾಗುವುದು ಬೇಕಿರಲಿಲ್ಲ.

ಇವರು ಟ್ಯಾಕ್ಸಿಯಿಂದ ಇಳಿದಾಗ ಆಡ್ಡಾಡುತ್ತಿದ್ದ ನಿಹಾರಿಕ ಒಂದು ಮುಗುಳ್ನಗೆ ಕೂಡ ಹರಿಸಲಿಲ್ಲ. ಸಂತೋಷ್‌ನ ಬಿಟ್ಟು ಮಿಕ್ಕವರೊಂದಿಗೆ ತನಗೆ ಸಂಬಂಧವೇ ಇಲ್ಲವೆನ್ನುವ ರೀತಿಯಲ್ಲಿ ನಡೆದುಕೊಳ್ಳುತ್ತಿದ್ದಳು. ಯಾಕೆ? ಎಲ್ಲರಿಗೂ ಪ್ರಶ್ನೆ ಆಗಿತ್ತು.

"ನಿಹಾರಿಕ ತಿಂಡಿ ತಗೊಂಡ್ಯಾ ?" ಕೇಳಿದರು ಮಾಧವಿ ತಾನಾಗಿ. "ಅದು ನಂಗೆ ಸೇರ್ಲಿಲ್ಲ. ಬ್ರೆಡ್ ಟೋಸ್ಟ್ ಮಾಡ್ಕೊಂಡೆ" ಅಷ್ಟು ಮಾತ್ರ ಹೇಳಿ ಮೊಬೈಲ್‌ನ ಬಟನ್‌ಗಳನೊತ್ತಿದಳು.

ಜಾಹ್ನವಿಗೆ ಕೋಪ ಬಂತು "ಅತ್ತೆ ನೀವಾಗಿ ನೀವು ಮಾತಾಡಿಸೋಕೆ ಹೋಗ್ಬೇಡಿ. ಅದೆಷ್ಟು ಪೊಗರು? ಯಾವ ಸೀಮೆ ಸಾಫ್ಟ್‌ವೇರ್ ಇಂಜಿನಿಯರಿಂಗ್? ನಮ್ಮ ಆಫೀಸ್ ಡ್ರೈವರ್‌ನ ಇಬ್ರೂ ಹೆಣ್ಣು ಮಕ್ಕಳು ಸಾಫ್ಟ್‌ವೇರ್ ಇಂಜಿನಿಯರ್ಸ್" ಅಂದೇ ಬಿಟ್ಟಳು. ಅವಳಿಗೆ ಸಾಕಷ್ಟು ಸಹಿಸಿ ಸಾಕಾಗಿತ್ತು. ಮಾಧವಿಯ ಬಗ್ಗೆ ಒಂದಿಷ್ಟು ಉದಾಸೀನ ತೋರಿಸಿದರೆ ಅವಳ ಮೈ ಉರಿದು ಹೋಗುತ್ತಿತ್ತು.

ಮಾಧವಿ ಸುಮ್ಮನೆ ಕೂತು ಬಿಟ್ಟರು. ನಿಹಾರಿಕಾಗೆ ಹೇಗೆ ತಿಳಿಸಿ ಹೇಳುವುದು? ಶಾಂಭವಿ ಮಗಳನ್ನು ಸಾಕಷ್ಟು ಹೊಗಳಿದ್ದರು. ಕಿಚನ್ ಬಗೆಗಿನ ಇಂಟರೆಸ್ಟ್, ಹೆತ್ತವರ ಬಗೆಗಿನ ಅವಳ ವಿಶ್ವಾಸ, ಒಡನಾಟದ ಬಗ್ಗೆ ಸಾಕಷ್ಟು ಹೇಳಿದ್ದರು. ಬರೀ ಸುಳ್ಳುಗಳ ಸರಮಾಲೆ.

"ಸ್ನಾನ, ದೇವರ ಪೂಜೆ ಮುಗಿಸದೇ ಒಂದು ತೊಟ್ಟು ನೀರು ಕೂಡ ಕುಡಿಯೋಲ್ಲ ನಮ್ಮ ನಿಹಾರಿಕ. ಟೋಟಲಿ ಅವಳಿಗೆ ಮಾಡ್ ಡ್ರೆಸ್ ಇಷ್ಟವಾಗಲ್ಲ. ಅದೂ ಇದೂ ಹಾಕ್ಕೊಂಡರು ಸೀರೇನೆ ಹೆಚ್ಚು ಇಷ್ಟ. ಡಿಸೈನಾವರಿ ಸೀರೆಗಳನ್ನು ತುಂಬಿಕೊಂಡಿದ್ದಾಳೆ" ಇಂಥ ಸಾವಿರ

ಮಾತುಗಳನ್ನು ಹೇಳಿ ನಂಬಿಸಿದ್ದರು. ಅದನ್ನೆಲ್ಲ ನೆನಪು ಮಾಡಿಕೊಂಡು ನಿಟ್ಟುಸಿರು ದಬ್ಬಿದರು. ನಿಜವಾಗಿ ಪದೇ ಪದೇ ಷಾಕ್ ನೀಡುತ್ತಿದ್ದು ಸೊಸೆ.

"ನಂಬೋ ಮೂರ್ಖರು ಇರೋವರ್ಗೂ..... ನಂಬಿಸೋ ಬುದ್ಧಿವಂತರು ಇರ್ದೇ ಇರ್ತಾರೆ. ಆ ಶಾಂಭವಿ ಮಗಳ್ನ ಎಷ್ಟೊಂದು ಹೊಗಳಿಕೊಂಡರು ಅದರಲ್ಲಿ ಒಂದಾದರೂ ನಿಜವಾಗಿದ್ಯಾ?" ಎಂದರು ಜೋರಾಗಿಯೇ. ನೀರು ತಂದಿಟ್ಟು ಕೂತ ಜಾಹ್ನವಿ "ನಿಧಾನವಾಗಿ ಸರಿ ಹೋಗ್ತಾಳೆ. ಇತ್ತೀಚಿನ ಜಾಯಮಾನದ ಹುಡ್ಗೀರು ಇಂಟರ್‌ನೆಟ್, ಮೊಬೈಲ್‌ಗೆ ತಮ್ಮನ್ನು ಅರ್ಪಿಸಿಕೊಂಡು ಬಿಡ್ತಾರೆ" ಎಂದಳು. ಅವಳ ತಂಗಿನೂ ಸಾಫ್ಟ್‌ವೇರ್ ಇಂಜಿನಿಯರ್. ಈಗ ಅಮೆರಿಕಾದಲ್ಲಿದ್ದರು ಜಾಹ್ನವಿಗಿಂತ ದೊಡ್ಡ ರೀತಿಯ ಬದಲಾವಣೆ ಅವಳಲ್ಲಿ ಇರಲಿಲ್ಲ. ಈ ಮನೆಯ ಎಲ್ಲರ ಬಗ್ಗೇನು ಅವಳಿಗೆ ಆತ್ಮೀಯತೆ, ವಿಶ್ವಾಸ.

ಅತ್ತೆ, ಸೊಸೆ ಕೂಡಿಯೆ ಅಡಿಗೆ ಮುಗಿಸಿದ್ದು. ಕಾಂಪೌಂಡ್‌ನಲ್ಲಿ ಅಡ್ಡಾಡುತ್ತ ಮೊಬೈಲ್‌ನಲ್ಲಿ ಸಂಭಾಷಿಸುತ್ತಿದ್ದ ನಿಹಾರಿಕಾ ಆರಾಮಾಗಿ ರೂಮಿಗೆ ಹೋದಳು. ಇದು ತನ್ನ ಮನೆ, ಇವರುಗಳು, ತನ್ನವರು ಎನ್ನುವ ಭಾವವೇ ಅವಳಲ್ಲಿ ವ್ಯಕ್ತವಾಗುತ್ತಿರಲಿಲ್ಲ.

ಸಂತೋಷ್ ಬರೋವೇಳೆಗೆ ಅತ್ತೆ, ಸೊಸೆ ಕಿಚನ್‌ನಲ್ಲಿಯೇ ಇದ್ದರು. ಸಂತೋಷ್ ಷೂ ಕಳಚಿಟ್ಟು ನೇರವಾಗಿ ಬಂದು ಅಲ್ಲಿ ಇಣುಕಿ "ಅತ್ತಿಗೆ, ಕಂಗ್ರಾಟ್ಸ್.... ಹೊಸ ಅತಿಥಿಯನ್ನ ಅತ್ಯಂತ ಗ್ರಾಂಡಾಗಿಯೇ ಸ್ವಾಗತಿಸಬೇಕು. ಪ್ಲೀಸ್, ನಿಮಗೆ ಇಷ್ಟೆಲ್ಲ ಕೆಲಸ ಬೇಡ" ಎಂದವ ಅತ್ತಿತ್ತ ನೋಟ ಹರಿಸಿ ರೂಮಿಗೆ ಬಂದ ಯಾವುದೋ ಮೂವೀ ನೋಡುತ್ತಿದ್ದ ನಿಹಾರಿಕ ತನ್ಮಯತೆಯನ್ನು ಕೊಡವಿ "ಹಾಯ್...." ಎಂದುಕೊಂಡು ಬಂದವಳು ತೋಳುಗಳಿಂದ ಅವನ ಕುತ್ತಿಗೆಗೆ ಹಾರ ಹಾಕಿ "ನಾನು ನಿಮಗೆ ಎಷ್ಟು ಸಲ ಕಾಲ್ ಮಾಡ್ದೇ. ನೀವು ವಾಟ್ಸಪ್ ಕೂಡ ಆನ್ ಮಾಡೋಲ್ಲ" ನವಿರಾಗಿ ಅಪ್ಪಿಕೊಂಡಳು. ಯೌವನದ ಬಿಸುವು ಮೈಯಲ್ಲಿ "ಪ್ಲೀಸ್ ನಿಮ್ಮನ್ನು ಬಿಟ್ಟಿರೋಕೆ ಆಗೋಲ್ಲ" ಉಸುರಿದ ಉಸಿರು ಅವನಿಗೆ ತಾಕೀತು. ಮೆಲ್ಲನೆ ಸರಿಸಿ ಮೌನವಾಗಿ ಬಟ್ಟೆ ಬದಲಾಯಿಸಿ "ಸ್ವಲ್ಪ ಮಾತಾಡ್ಬೇಕು.... ಕೂತ್ಕೋ" ಎಂದ ಸ್ವಲ್ಪ ಸೀರಿಯಸ್ಸಾಗಿ. ವಿವಾಹವಾಗಿ ಐವತ್ತು ದಿನಗಳು ಕಳೆದು ಹೋಗಿತ್ತು. ಯಾರೇನು ಹೇಳದಿದ್ದರೂ ಅವನಿಗೆ ಅರಿವಾಗಿತ್ತು ಇವಳ ಸ್ವಭಾವ.

"ಈ ಮನೆಯಲ್ಲಿ ನಾನು, ನೀನು ಇಬ್ರೂ ಮಾತ್ರ ಇಲ್ಲ, ಅಪ್ಪ, ಅಮ್ಮ ಜೊತೆ ಅಣ್ಣ, ಅತ್ತಿಗೆ ಇದ್ದಾರೆ. ಪುಟ್ಟ ನಿಶ್ಚಿತ ಕೂಡಾ ಇಂಪಾರ್ಟೆಂಟ್ ಅವರೆಲ್ಲರ ಜೊತೆ ನೀನು ಎಷ್ಟು ಸಲ ಮಾತಾಡಿರಬೇಕು?" ಪ್ರಶ್ನಿಸಿದ.

ನಿಹಾರಿಕಾ ಘೊಳ್ಳೆಂದು ನಕ್ಕಳು. "ಇದೆಂಥ ಪ್ರಶ್ನೆ ಅವನ್ನೆಲ್ಲ ಲೆಕ್ಕದಲ್ಲಿ ಇಟ್ಟುಕೊಳ್ಳೋಕೆ ಆಗುತ್ತ? ಅಂಥ ಅಗತ್ಯ ತಾನೇ.... ಏನಿದೆ?" ಕೇಳಿದಳು. ಸಂತೋಷ್ ಸ್ವಲ್ಪ ಗಂಭೀರವಾಗಿಯೇ ಅವಳತ್ತ ನೋಟ ಹರಿಸಿದ. "ಬಿ ಸೀರಿಯಸ್ ನಿಹಾರಿಕ ಅವ್ರೆಲ್ಲ ಈ ಮನೆಯಲ್ಲಿರೋ ಜನ. ನೀನು ವಿವಾಹವಾಗಿದ್ದು ಬರೀ ಸಂತೋಷ್‌ನ ಮಾತ್ರವಲ್ಲ. ಇಲ್ಲಿನವರೆಲ್ಲ ನಿನ್ನವರೇ. ಅದೊಂದು ಅನುಬಂಧ. ನಿನ್ನ ಪಾಲಿಗೆ ಶ್ರೇಯಸ್ಸು ಬಯಸೋರು. ಕಷ್ಟ ಸುಖವನ್ನು ಹಂಚಿಕೊಳ್ಳುವ ಜನ. ಆತ್ಮೀಯತೆ ಹರಡಿಕೊಳ್ಳಬೇಕು. ಆಗ್ಲೇ ಸುಖೀ ಆಗ್ತೀಯಾ" ಅತ್ಯಂತ ಸವಿಯಾಗಿಯೇ ಹೇಳಿ

ಅವಳ ಕೆನ್ನೆ ತಟ್ಟಿದ. ಅವಳ ನಡತೆ ಬೇಸರ ತಂದಿತ್ತು. ಹಾಗಂತ ಸಂಬಂಧ ಕೆಡಿಸಿಕೊಳ್ಳೋದು ಅವ್ನಿಗೆ ಬೇಡವಾಗಿತ್ತು. ವಿವಾಹದ ಬಗ್ಗೆ ಅತ್ಯಂತ ಗೌರವ ಭಾವ.

ನಿಹಾರಿಕ ಮಾತಾಡಲಿಲ್ಲ. ಮೊಬೈಲ್ ಸದ್ದು ಮಾಡಿದ್ದರಿಂದ ಅದನ್ನು ಹಿಡಿದು ಹೊರ ಹೋದಳು ಅಮ್ಮನ ಮುಂದೆ ಕೂತು "ಅಮ್ಮ, ಈ ಸಲ ಅತ್ತಿಗೇನ ಜೋಪಾನವಾಗಿ ನೋಡ್ಕೋಬೇಕು. ತವರಿಗೆ ಕಳಿಸೋದೇನು ಬೇಡ. ಆನಂದಣ್ಣ ಗಾಬ್ರಿಯಾಗಿದ್ದಾನೆ. ಅಪ್ಪನಿಗೆ ಸಂತೋಷವೇ. ಒಂದು ಮಗುವಿಗೆ ಅಣ್ಣ, ಅಕ್ಕ, ತಂಗಿ ಅನ್ನೋ ಸಂಬಂಧಗಳು ಬೇಕು. ಅದು ಒಂಟಿಯಾಗಿ ಬಿಡ್ಬಾರ್ದು. ಇದು ಅಪ್ಪನ ಅಭಿಪ್ರಾಯ, ನಂಗಂತು ಹಂಡ್ರೆಡ್ ಪರ್ಸೆಂಟ್ ಸರಿಯೆನಿಸುತ್ತೆ. ಈಗ್ನೋಡು ನಂಗೂ ಒಬ್ಬ ತಂಗಿ ಇದ್ದಿದ್ದರೆ, ಆ ಅನುಭವ, ಸುಖಾನೇ ಬೇರೆ, ಬೇರೆ ಅಣ್ಣಂದಿರನ್ನು ನೋಡಿದಾಗ ನಾನು, ಆನಂದ ಕಳ್ಕೊಂಡಿದ್ದೇಷ್ಟಂತ ಗೊತ್ತಾಗುತ್ತೆ. ಐಯಾಮ್ ವೆರಿ ಹ್ಯಾಪಿ ನೋಡ್ಬರ್ತೀನಿ.... ಜಾಹ್ನವಿ ಆನಂದ್ ಅವ್ರನ್ನ" ಎಂದು ಅಣ್ಣನ ರೂಮಿಗೆ ಹೋದವನ ಕೈಯಲ್ಲಿ ಚಾಕಲೇಟ್ ಮಿಲ್ಕ ಬಾರ್ ಇತ್ತು.

ಇದನ್ನ ನಿರೀಕ್ಷಿಸಿರದ ಜಾಹ್ನವಿ ಬಟ್ಟೆ ಮಡಚುತ್ತಿದ್ದವಳ ಮುಂದೆ ಚಾಕಲೇಟ್ ಹಿಡಿದು "ಅತ್ತಿಗೆ ಕಂಗ್ರಾಟ್ಸ್! ಐಯಾಮ್ ವೆರಿ ಹ್ಯಾಪಿ. ನಂಗಂತು ನಿಶ್ಚಿತಾಗೆ ಒಬ್ಬ ತಂಗಿನೇ ಬರಲೀ. ಬಹುಶಃ ನನ್ನ ಆಸೆಗೆ ಅಮ್ಮ ಗುರ್ ಅನ್ನಬಹುದು" ನವಿರಾದ ನಗೆ ಬೀರಿದ. ಅತ್ತಿಗೆಯೆಂದರೆ ಸ್ನೇಹ, ಸಲಿಗೆ ಕೂಡಾ ಅಮ್ಮನ ನಂತರ ಆಕೆ ಎನ್ನುವ ಭಾವ.

"ನಂಗಂತು ಬೇಗ ನಿಹಾರಿಕಾಗೆ ಮಗುವಾಗ್ಲೀ ಅನ್ನೋ ಆಸೆ" ಎಂದ ಜಾಹ್ನವಿ ಕೆನ್ನೆಗಳು ಕೆಂಪಾದವು "ನೋ ನಿಮ್ದು ಹಳೇ ಕಾಸ್ಪೆಟ್. ಈಗ ನಿಹಾರಿಕ ಕೆಲ್ಸಕ್ಕಾಗಿ ಕಾಯ್ತಾ ಇದ್ದಾಳೆ. ಸದ್ಯದ ಅವಳ ಕನಸುಗಳು ನನಸಾಗಲೀ" ಅನ್ನುವ ವೇಳೆಗೆ ಅವನ ತಂದೆಯ ದನಿ ಕೇಳಿ ಹಿಂದಕ್ಕೆ ಬಂದ. ಹಿಂದೆಯೇ ಬಂದ ವಾಸು ಒಂದು ಬುಟ್ಟಿ ಹಣ್ಣುಗಳನ್ನು ತಂದಿಟ್ಟು ಹೋದ. ಇದೆಲ್ಲ ಬಸುರಿಯಾದ ಜಾಹ್ನವಿಯ ಸಲುವಾಗಿ "ಜಾಹ್ನವಿ...." ಕೂಗಿದರು. ಬಂದವಳು ಸಂಕೋಚಿಸುತ್ತಾ ಅವರ ಕಾಲು ಮುಟ್ಟಲು ಹೋದಾಗ "ಸದ್ಯಕ್ಕೆ ಇದಕ್ಕೆಲ್ಲ ನಿಷೇಧ ಹೇರಲಾಗಿದೆ. ತುಂಬಾ ಆಯಾಸ ಮಾಡ್ಕೋಬೇಡ" ಇಂಥದೊಂದು ಮಾತಾಡಿದರು ಮಮತೆಯಿಂದ ನೋಡುತ್ತಾ ಅವರಿಗೆ ಹೆಣ್ಣು ಮಕ್ಕಳು ಇಲ್ಲ. ಸೊಸೆಯಂದಿರನ್ನ ಆ ಸ್ಥಾನದಲ್ಲಿ ನಿಲ್ಲಿಸುವಂಥ ಹೃದಯವಂತಿಕೆ. ನಿಹಾರಿಕಾ ಬಗ್ಗೆಯೂ ಇಂಥದ್ದೇ ಒಲವು.

ಆ ಸಮಯ ಪಾರ್ಥಸಾರಥಿ ಕುಟುಂಬಕ್ಕೆ ಸಂಭ್ರಮ ತುಂಬುವಂಥದ್ದೇ. ಡೈನಿಂಗ್ ಟೇಬಲ್ ಮುಂದೆ ಹೋದಾಗ ಪಾರ್ಥಸಾರಥಿ ಮಾಮೂಲಿನಂತೆ ಸಂತೋಷ್ ಪಕ್ಕದ ಸೀಟು ಕಡೆ ನೋಟವೇರಿಸಿ ಕೇಳಿದರು.

"ಎಲ್ಲಿ, ನಿಹಾರಿಕಾ?"

ಎರಡು ಸಲ ಮಾಧವಿ ಕೂಗಿದ ನಂತರ ಸಂತೋಷ್ ಎದ್ದು ಹೋಗಿ "ಬಾ, ಊಟಕ್ಕೆ ಎಲ್ಲಾ ಕಾಯ್ತಾ ಇದ್ದಾರೆ" ಹೇಳಿದ. "ನಂಗೆ.... ಹಸಿವಿಲ್ಲ" ಅಂದ ಕೂಡಲೇ "ಓಕೆ, ನೋ ಪ್ರಾಬ್ಲಮ್ ಬಂದು ಬಡ್ಸು.... ಇನ್ಮುಂದೆ ಅತ್ತಿಗೆಗೆ ರೆಸ್ಟ್ ಬೇಕಾಗಿರೋದರಿಂದ ಅಮ್ಮನಿಗೆ ಸಹಾಯ ಮಾಡಬೇಕಾಗುತ್ತೆ. ಸದ್ಯಕ್ಕೆ ನೀನು ಜಾಬ್‌ಗೆ ಹೋಗೋವರ್ಗೂ ನಿನ್ನ ಸಮಯಾನ

ಅದಕ್ಕೆ ಉಪಯೋಗಿಸ್ಕೋ?" ಸ್ವಲ್ಪ ತೀಕ್ಷ್ಣವಾಗಿ ಹೇಳಿದ. ಸ್ವಲ್ಪ ಬೇಸರದಿಂದಲೇ ಹೊರಗೆ ಬಂದಳು "ಸ್ವಲ್ಪ ಹೊಂದಿಕೊಳ್ಳುವಂತೆ ನಟಿಸು, ಆಮೇಲೆ ಸಂತೋಷ್‌ನ ಹೊಂದಿಸ್ಕೋ. ಈಗ ಅನೀಶ್ ಜೊತೆ ಷುರು ಮಾಡಿರೋ ಹೊಸ ಬಿಜಿನೆಸ್‌ನಲ್ಲಿ ಕೋಟ್ಯಾಂತರ ರೂಪಾಯಿ ಪ್ರಾಫಿಟ್ ಇದೆ. ಸದ್ಯಕ್ಕೆ ಜಾಗ್ವರ್ ಕಾರು ಖರೀದಿಸೋ ಯೋಚ್ನೆ" ಅವಳಮ್ಮ ತಲೆಯಲ್ಲಿ ತುಂಬಿದ ಮಾತುಗಳು. ಪೂರ್ತಿ ಫಿದಾ ಆಗಿದ್ದಳು.

ಒಂದೆರಡು ಮಾತುಗಳನ್ನಾಡುತ್ತ ಬಡಿಸೋಕೆ ಶುರು ಮಾಡಿದವಳು "ಅಲ್ಲಿ ಸರ್ವೆಂಟ್ಸ್ ಇದ್ರು. ನಂಗೆ ಇಂಥ ಅಭ್ಯಾಸಗಳೇ ಇಲ್ಲ" ಸಂಕೋಚವಿಲ್ಲದೆ ನುಡಿದಳು. "ಇವೆಲ್ಲ ವೆರಿ ಸಿಂಪಲ್. ಅಮ್ಮ, ಅತ್ತಿಗೆಗೆ ಕೆಲವು ದಿನ ಅಸಿಸ್ಟೆಂಟ್ ಆಗು, ಯುಆರ್ ಎ ಗುಡ್ ಹೌಸ್‌ಮೇಕರ್ ಆಗ್ತೀಯಾ, ನೋ ಡೌಟ್" ಎಂದ ಸಂತೋಷ್ ಮೃದುವಾಗಿಯೇ ಅದನ್ನೇ ಅರಗಿಸಿಕೊಳ್ಳಲು ನಿಹಾರಿಕಾಗೆ ಕಷ್ಟವಾಯಿತು.

ತೀರಾ ಬಲವಂತವಾಗಿ ಮಾಧವಿ ಅವಳನ್ನು ಕೂಡಿಸಿ ಬಡಿಸಿ "ಎಲ್ಲ ಕೂತು ಊಟ ಮಾಡೋದ್ರಲ್ಲಿ ಒಂದು ಸೊಗಸು ಇದೆ. ಅದ್ನ ಕಲ್ಕೊಬಾರ್ದ್" ಎಂದು ಹೇಳಿದರು. ಬಲವಂತಕ್ಕೆ ಕೂತರೂ ಎಲ್ಲರಿಗಿಂತ ಹೆಚ್ಚು ಊಟ ಮಾಡಿದ್ದು ಅವಳೇ. ಅವಳಿಗೆ ಎಲ್ಲಾ ಪದಾರ್ಥಗಳು ರುಚಿಸಿದವು.

ರೂಮಿಗೆ ಬಂದಳು. ಸಂತೋಷ್ ಏನು ಹಿಂಬಾಲಿಸಲಿಲ್ಲ. ತಂದೆ, ಅಣ್ಣನೊಂದಿಗೆ ಏನೋ ಚರ್ಚಿಸುತ್ತಿದ್ದ. ತೀರಾ ಅಸಮಾಧಾನದಿಂದ ಕೊರೆದ ಬುದ್ಧಿ ಬಂದ ಮೇಲೆ ಶಾಂಭವಿ ಕಿಚನ್‌ಗೆ ಹೋಗುತ್ತಿದ್ದುದ್ದು ಅಪರೂಪ. ಆಕೆಯ ತವರು ಮನೆಯ ಒಂದಿಷ್ಟು ಪ್ರಾಪರ್ಟಿ ಬಂದ ಮೇಲೆ ಪೂರ್ತಿ ಬದಲಾಗಿದ್ದರು. ಇಡೀ ಸಂಸಾರದ ಹಿಡಿತ ಆಕೆಯ ಕೈ ಸೇರಿತ್ತು ಮಹಾರಾಣಿಯ ಓದಾ!

"ನಂಗೆ ಇನ್ನಷ್ಟು ವೈಭವಯುತವಾಗಿ ಶ್ರೀಮಂತಿಕೆಯಿಂದ ಬದ್ಕಬೇಕೆಂಬ ಆಸೆ. ಸಮಾಜದಲ್ಲಿ ಸೆಲಬ್ರೆಟಿಗಳಾಗಿ ಗುರುತಿಸಿಕೊಳ್ಳಬೇಕು. ಇನ್ನು ಸಮಯವಿದೆ. ಹೈ ಸೊಸೈಟಿಯಲ್ಲಿ ಗುರುತಿಸಿಕೊಳ್ಳೋ ಪ್ರಯತ್ನ ಮಾಡ್ತೀನಿ" ಛಾಲೆಂಜ್ ಎಸೆದಂತೆ ಮಾತಾಡಿದ್ದರು. ಆ ವಯಸ್ಸಿನ ಪಕ್ವತೆ ಆಕೆಯಲ್ಲಿ ಇಣಕಲಿಲ್ಲ.

ಅಂಥ ಪ್ರಯತ್ನದಲ್ಲಿ ಇದ್ದಾರೆಂದು ಅವಳಿಗೆ ಸರಿಯಾಗಿ ಗೊತ್ತಾಗಿದ್ದು ನಿಯಾಸ್‌'ನ ಫ್ಲಾಟ್ ಮಾರಿ ಇವಳ ರೂಮಿನಲ್ಲಿದ್ದ ಲಗೇಜ್‌ನ ಪ್ಯಾಕ್ ಮಾಡಿ ಕೆಳಗಿನ ಸೆಲ್ಲಯಲರ್‌ನಲ್ಲಿ ಇರಿಸಿ ಮೊಬೈಲ್‌ಗೆ ಮೆಸೇಜ್ ಕಳಿಸಿ ದುಬೈ ವಿಮಾನ ಹತ್ತಿದ್ದರು ದಂಪತಿಗಳು. ಆಮೇಲೆ ಸಾಕಷ್ಟು ಜಗಳಗಳು ನಂತರ ಅಮ್ಮ, ಮಗಳು ಕಾಂಪ್ರಮೈಸ್! ಅಲ್ಲಿ ಇದ್ದಿದ್ದು ಬರೀ ಸ್ವಾರ್ಥ. ತಾಯ್ತನ, ಪ್ರೀತಿ, ಮಮತೆ, ಆದರ್ಶ ಅಂಥದೇನು ಇರಲಿಲ್ಲ.

ಇದೆಲ್ಲ ಸಂತೋಷ್‌ಗೆ ಅಲ್ಪಸ್ವಲ್ಪ ಅಂದಾಜು ಇತ್ತು. ಕಣ್ಣೀರಿಡುತ್ತ ಬಂದ ರೇಖಾಭಟ್ "ನನ್ನ ತಮ್ಮನ್ನ ಅರೆಸ್ಟ್ ಮಾಡ್ಕೊಂಡ್ ಹೋಗಿದ್ದಾರೆ. ಅಪ್ಪ, ಅಮ್ಮ ಸ್ಟೇಷನ್‌ಗೆ ಹೋದರೆ ಬೈಯ್ದು ಕಳಿಸಿದ್ದಾರೆ." ಇಂಥದೊಂದು ಮ್ಯಾಟರ್ ತಂದು ಅವನ ಮುಂದಿಟ್ಟಳು.

ತಿಳಿದ ಪಾರ್ಥಸಾರಥಿ ಹಣೆಗೆ ಕೈಯೊತ್ತಿ "ತುಂಬ ದುರ್ಬಲವಾದ ಕುಟುಂಬ. ಅವ್ರ ಕಣ್ಣಿಲ್ಲಿ

ಆಸ್ತಿ, ಅಂತಸ್ತು ಅಂಥದ್ದಕ್ಕಿಂತ ಮಾನ, ಮರ್ಯಾದೆ ಹೆಚ್ಚು. ಹಾಗೂ ಹೀಗೂ ಅನ್ನಿಸಿದರೆ ಆತ್ಮಹತ್ಯೆ ಮಾಡ್ಕೊಂಡ್ ಬಿಡ್ತಾರೆ. ಅರವಿಂದ್ ಜ್ಯುವಲರಿಯ ಫ್ಯಾಮಿಲಿ ಫಂಕ್ಷನ್, 'ಸಾರಥಿ ಇವೆಂಟ್'ನ ಸಿಬ್ಬಂದಿಯ ಜೊತೆ ಆನಂದ ಹೋಗಿದ್ದಾರೆ. ನೀನು ಸ್ವಲ್ಪ ರೇಖಾಭಟ್ ಕೇಸ್ ನೋಡು. ಆ ಹುಡ್ಗೀ ಹೋಗಿ ರೈಲಿಗೆ ತಲೆ ಕೊಡೋಕೆ ಮೊದಲು ರಕ್ಷಿಸಬೇಕು" ಮಗನನ್ನು ಕಳಿಸಿದರು.

ರೂಮಿಗೆ ಬಂದಾಗ ಮೋಡಗಳಲ್ಲಿ ತೇಲುವಂತೆ ಬಂದ ನಿಹಾರಿಕ ಅವನನ್ನು ಅಪ್ಪಿ "ಆನ್‌ಲೈನ್‌ನಲ್ಲಿ ಎರಡು ಟಿಕೆಟ್ ಬುಕ್ ಮಾಡಿದ್ದೀನಿ. ನನ್ನ ಫೆವರಿಟ್ ಹೀರೋ ರೋಮ್ಯಾನ್ಸ್‌ನ ನಾನು ನೋಡ್ಬೇಕು." ಅವಳ ಮೋಹಕ ಮಾತುಗಳಿಗೆ ಬೆರಗಾಗುವಂತಿರಲಿಲ್ಲ. ವಿವರಿಸಿದ ನಂತರ "ಈಗ ನಾನು ಪೊಲೀಸ್ ಸ್ಟೇಷನ್‌ಗೆ ಹೋಗ್ತಾ ಇದ್ದೀನಿ, ರೇಖಾಭಟ್ ತಮ್ಮ ಏನೋ ತರ್ಲೆ ಮಾಡಿ ಅರೆಸ್ಟ್ ಆಗಿದ್ದಾನೆ. ಸದ್ಯದ ಇಂಪಾರ್ಟೆಂಟ್ ಕೆಲಸ" ಕೆನ್ನೆ ಸವರಿದ.

"ನೋ.... ಸಂತೋಷ್! ನಾನು ನಿಮಗೆ ಇಂಪಾರ್ಟೆಂಟ್ ಆಗ್ಬೇಕೇ ವಿನಹ ಬೇರೆಯವರಲ್ಲ, ರೇಖಾಭಟ್ ತಮ್ಮ ಅರೆಸ್ಟ್ ಆದರೆ ಅದು ಅವ್ರ ಅವರ ಫ್ಯಾಮಿಲಿ ರಿಸ್ಕ್" ಒಂದೇ ಹಟ ಎಷ್ಟೋ ತಿಳಿಸಿ ಹೇಳಿದ. "ಸ್ವಲ್ಪ ಹೆಚ್ಚು ಕಡಿಮೆಯಾದರೆ, ಅವ್ರ ಇಡೀ ಫ್ಯಾಮಿಲಿ ಆತ್ಮಹತ್ಯೆ ಮಾಡ್ಕೊಂಡ್ ಬಿಡ್ತಾರೆ" ಅಂದಿದಕ್ಕೆ "ನಮಗೆ ಅದು ಸಂಬಂಧವಿಲ್ಲದ ವಿಚಾರ ನಮ್ಮ ಸಮಯಾನ ಅವರಿಗೆ ಕೊಡೋಕಾಗೋಲ್ಲ. ನಾವು ಮೂವೀ ನೋಡಿ ಎಂಜಾಯ್ ಮಾಡಲೇಬೇಕು." ಅವಳ ಕೇಳಿಕೆ ಕೇಳಿಸಿದರೂ ಕೇಳಿಸದಂತೆ ಹೋದ. ಮರುಕ್ಷಣ ಮರೆತ ಕೂಡ. ಅವಳ ಆಟಗಳಿಗೆ ಮಣಿಯುವಂಥ ಗಂಡಲ್ಲ.

ನಿಹಾರಿಕಾ ದಿಂಬುಗಳನ್ನೆಲ್ಲ ಎಸೆದಾಡಿದಳು. ಅವಳ ತಂದೆ ಈಶ್ವರ್ ಹೆಂಡತಿಯ ಮಾತನ್ನು ಮೀರದಂತೆ ವರ್ತಿಸುತ್ತಿದ್ದ ಅಥವಾ ನಟಿಸುತ್ತಿದ್ದ. ವಿವಾಹವಾದ ಕೆಲವೇ ತಿಂಗಳುಗಳಲ್ಲಿ ಇಂಥ ನೆಗ್ಲೆಟ್ ಅವಳಿಂದ ಸಹಿಸುವುದು ಸಾಧ್ಯವಿಲ್ಲವಲ್ಲ. ಬುದ್ಧಿ ಬಂದಾಗಿನಿಂದ ತೀರಾ ಸ್ವತಂತ್ರವಾಗಿ ದಿನಗಳನ್ನು ಕಳೆದವಳು. ಆಕ್ಷೇಪಣೆ, ಬೈಗುಳ ಅಂಥದ್ದು ಇರಲೇ ಇಲ್ಲವೇನೋ ! ಅಪ್ಪ-ಅಮ್ಮ ಕೂಡಿಸಿಕೊಂಡು ಬುದ್ಧಿ ಹೇಳಿದ್ದು ಕಡಿಮೆ. ಆದರೆ ಸಂತೋಷನ ಹಚ್ಚಿಕೊಂಡಾಗ ಅವನನ್ನು ಪಡೆಯಲು ಒಂದಿಷ್ಟು ಬದಲಾವಣೆ ಬೇಕೆಂದು ಹೇಳಿದ್ದರು. ಅವನನ್ನು ಪಡೆದುಕೊಳ್ಳಲು ಅವಳು ಎಲ್ಲಕ್ಕೂ ರೆಡಿಯಾಗಿದ್ದಳು. ಈಗಲೂ ಅವಳಿಗೆ ಸಂತೋಷ್ ಮಾತ್ರ ಬೇಕು. ಮಿಕ್ಕವರನ್ನು ಏಣಿ ಮಾಡಿಕೊಂಡು ಅದ್ಭುತ ಶ್ರೀಮಂತಿಕೆ ತನ್ನದಾಗಿಸಿಕೊಳ್ಳುವ ಕನಸು. ಅವರುಗಳ ಬಗ್ಗೆ ಪ್ರೀತಿ ಇರಲಿ, ಸಂಬಂಧವೆಂದು ಕೂಡ ಗುರ್ತಿಸಲಾರಳು.

ಮತ್ತೆ ಮತ್ತೆ ಸಂತೋಷ್‌ನ ಸಂಪರ್ಕಿಸಲು ಪ್ರಯತ್ನಿಸಿ ಸೋತಳು. ಇದು ದೊಡ್ಡ ಸೋಲಾಗಿ ಕಂಡಿತು. ಅದನ್ನು ಸ್ವೀಕರಿಸಲು ಅವಳು ಸಿದ್ಧಳಿಲ್ಲ. ಕಾರಿನಲ್ಲಿ ಮೂವಿಗೆ ಹೊರಟಳು. ಹೇಳಿ ಕೂಡ ಹೋಗಲಿಲ್ಲ.

"ಜಾಹ್ನವಿ, ನಿಹಾರಿಕ ಎಲ್ಲಿಗೆ ಹೋಗ್ತಿನೀಂತ ಹೇಳಿ ಹೋದ್ಲಾ? ನಂಗೆ ಇದೆಲ್ಲ ಅಭ್ಯಾಸವಿಲ್ಲ. ಈಗ್ಲೂ ಆನಂದ್, ಸಂತೋಷ್ ನಿಂದ ಹಿಡಿದು ಅವರ ಅಪ್ಪನವರೂ ಎಲ್ಲಾದ್ರೂ ಹೋದರೆ ಹೇಳಿ ಹೋಗ್ತಾರೆ. ಈ ಹುಡ್ಗೀಗೆ ಯಾವ್ದೇ ಅಭ್ಯಾಸಗ್ಳು ಇಲ್ಲ. ಮಾಧ್ಯಮಗಳಲ್ಲಿ ಬರೋ ಘಟನೆಗಳನ್ನು ನೋಡಿದರೆ ಭಯವಾಗುತ್ತೆ" ಆಕೆ ಆತಂಕ ವ್ಯಕ್ತಪಡಿಸಿದರು.

ಜಾಹ್ನವಿ "ಅತ್ತೆ, ಅಂತ ಆತಂಕವೇನು ಬೇಡ, ಸುಮ್ನೆ ಸಾಕಷ್ಟು ವಿಷಯಗಳು ತಿಳಿದಿಲ್ಲ. ಊಟಿಯಲ್ಲಿ ಅವಳ ಬೇಸಿಕ್ ವಿದ್ಯಾಭ್ಯಾಸ, ಒಂಟಿತನ, ಜವಾಬ್ದಾರಿಗಳ ನಿರ್ವಹಣೆ, ಧೈರ್ಯ ಎಲ್ಲಾ ಇದೆ. ಬಹುಶಃ ಶಾಂಭವಿ ಮಗಳ ಬಗ್ಗೆ ಸುಮ್ನೆ ಹೇಳಿದ್ದು ಹೆಚ್ಚು ಕಡ್ಮೆ ಎಲ್ಲಾ ಸುಳ್ಳೇ, ಸಂಬಂಧಗಳ ಅರ್ಥ ತಿಳಿಯದೆ ಬೆಳೆದವಳು. ಸ್ವಲ್ಪ ಹೊಂದಿಕೊಳ್ಳಲು ನಿಧಾನವಾಗುತ್ತಷ್ಟೇ" ಅತ್ಯಂತ ಸ್ಪಷ್ಟವಾಗಿ ಅವಳನ್ನು ಅರ್ಥೈಸಿದಳು. ಇದು ಸಂಪೂರ್ಣ ನಿಜ. ಆದರೆ ಹೊಂದಿಕೊಳ್ಳುತ್ತಾಳೆ ಎನ್ನುವುದು ಮಾತ್ರ ಅನುಮಾನ.

ಅವಳು ಹತ್ತರ ಸುಮಾರಿಗೆ ಮನೆಗೆ ಹಿಂದಿರುಗಿದಾಗ ಇನ್ನು ಸಂತೋಷ್ ಬಂದಿರಲಿಲ್ಲ. ಪಾರ್ಥಸಾರಥಿ, ಆನಂದ್ ಇವೆಂಟ್‌ನಿಂದ ಹಾಗೆಯೆ ಅಲ್ಲಿಗೆ ಹೋಗಿದ್ದರು. ಹೋಗುವ ಮುನ್ನ ಪರಿಸ್ಥಿತಿ ತಿಳಿಸಿ "ಸ್ವಲ್ಪ ತಡವಾಗಬಹುದು, ಡೋಂಟ್ ವರಿ" ಅಂದಿದ್ದರು.

ಬಂದ ನಿಹಾರಿಕ ನೇರವಾಗಿ ರೂಮಿಗೆ ಹೋದಾಗ ಅತ್ತೆ, ಸೊಸೆ ಮಾತಾಡಿಸಲು ಹೋಗಲಿಲ್ಲ. ತಾವಾಗಿ ಮಾತಾಡಿಸಿ ಮಾತಾಡಿಸಿ ಸಾಕಾಗಿದ್ದರು. ಅವಳಾಗಿ ಮಾತನಾಡಿಸುತ್ತಲೇ ಇರಲಿಲ್ಲ. ಇಂದು ಅವರಿಗೂ ಮಾತಾಡಿಸಬೇಕೆನಿಸಲಿಲ್ಲ.

ಡ್ರೆಸ್ ಬದಲಾಯಿಸಿ ಮ್ಯಾಕ್ಸಿ ತೊಟ್ಟು ಹೊರ ಬಂದವಳು ಮೊಬೈಲ್ ಬಟನ್‌ಗಳನ್ನೊತ್ತುತ್ತ ಹೊರಗೆ ಹೋಗಿ ಕಂಪೌಂಡ್‌ನಲ್ಲಿ ನಿಂತಳು. ಸಂತೋಷ್ ಮೊಬೈಲ್‌ಗೆ ಕಾಲ್ ಮಾಡಿ ಮಾಡಿ, ಸೋತಳು. ಕಾಲ್ ರೀಚಾದರೂ ಮೊಬೈಲ್ ತೆಗೆಯಲಿಲ್ಲ. ಹಲ್ಲುಗಳನ್ನು ಕಚ್ಚಿಡಿದು ಕಾಲನ್ನು ನೆಲಕ್ಕೆ ಅಪ್ಪಳಿಸಿದಳು. ಅವಳು ಬ್ಯೂಟಿ, ಇಂಟಲಿಜೆಂಟ್, ಶ್ರೀಮಂತಿಕೆಯಲ್ಲಿ ಬೆಳೆದದ್ದು, ಕಾಲೇಜಿನಲ್ಲಿ ಸಾಕಷ್ಟು ಯುವಕರು ಅವಳ ಗೆಳೆತನಕ್ಕಾಗಿ ಹಿಂದೆ ಬಿದ್ದಿದ್ದರು. ಕೆಲವು ಆಫರ್‌ಗಳು ಬಂದಾಗ ನಿರಾಕರಿಸಿದ್ದು ಹಮ್ಮುನಿಂದಲೇ. ಆದರೆ ಸಂತೋಷ್ ಅವಳ ಛಾಯ್ಸ್ ಆಗಿತ್ತು. ನಂತರವೆ ಉಳಿದೆಲ್ಲವನ್ನ ಸಾಧಿಸುವುದು ಅವಳ ಪ್ಲಾನ್.

ಮಧ್ಯರಾತ್ರಿಯ ನಂತರ ಒಟ್ಟಿಗೆ ರೇಖಾಭಟ್ ತಮ್ಮನ ಜೊತೆ ಮನೆಗೆ ಬಂದರು. ಆಗ ಅತ್ತೆ, ಸೊಸೆ ಎದ್ದು ಕೂತಿದ್ದರು. ನಾಲ್ಕಾರು ಸಲ ಎಲ್ಲೆಡೆ ಅಡ್ಡಾಡಿದವಳು ಬಂದು ಅವರುಗಳ ಎದುರು ಕೂತ ನಿಹಾರಿಕ ಪ್ರಶ್ನಿಸಿದ್ದು ತುಂಬಾ ಸೂಕ್ಷ್ಮವಾಗಿ ಕೇಳಿದ್ದು "ಸಂತೋಷ್ ಎಲ್ಹೋಗಿರಬಹ್ದು?" ಅವರುಗಳು ಬರುವ ಪ್ರಶ್ನಿಸಿದ್ದಳು.

ಮಾಧವಿ ಮಾತಾಡಲಿಲ್ಲ. ನಿಶ್ಚಿತ ತಲೆಯನ್ನ ಸರಿಸುತ್ತ ಕೂತಿದ್ದ ಜಾಹ್ನವಿ "ರೇಖಾಭಟ್ ತಮ್ಮ ಸ್ವಲ್ಪ ಗಲಾಟೆ ಮಾಡ್ಕೊಂಡು ಪೊಲೀಸ್ ಸ್ಟೇಷನಲ್ಲಿದಾನೆ. ಅಲ್ಲಿಗೆ ಹೋಗಿದ್ದಾರೆ. ಇನ್ನು ಪಿಯುಸಿ ಹುಡ್ಗ. ಮುಂದೆ ಅವ್ನ ಭವಿಷ್ಯತ್ ಹಾಳಾಗ್ಬಾರ್ದಲ್ಲ" ಎಂದಳು. ನಿಹಾರಿಕಾ ಹುಬ್ಬುಗಳು ಸಂಕುಚಿಸಿ, ಒಂದು ಬೇಸರ ಪ್ರಶ್ನೆ ಮೂಡಿತು. "ಅದ್ಕೇ, ಇವರುಗಳು ಯಾಕೆ ಹೋಗ್ಬೇಕು?"

ಮಾಧವಿಗೆ ತಡೆಯಲಾಗಲಿಲ್ಲ "ಜಾಹ್ನವಿ ಮಗುನ ಎತ್ತಿಕೊಂಡ್ ಹೋಗಿ ಮಲಗ್ತೀನೀನಿ. ನೀನ್ಹೋಗಿ ಒಂದಿಷ್ಟು ರೆಸ್ಟ್ ತಗೋ. ಮಾತು, ಉತ್ತರ, ಸಮಸ್ಯೆ ತಂದೊಡ್ಡುತ್ತೆ" ನಿಶ್ಚಿತನ ಎತ್ತಿಕೊಂಡು ಹೋದರು. ಅವರಿಗೆ ಮೊಮ್ಮಗಳು ಅಂದರೆ ಅಪರಿಮಿತವಾದ ಪ್ರೇಮ. ಆ ಮಗುವನ್ನು ಕೂಡ ಮಾತಾಡಿಸದ ನಿಹಾರಿಕನ ಕಂಡರೆ ಬೇಸರ.

ನಿಹಾರಿಕಾಗೆ ಮೊದಲು ಅರ್ಥವಾಗಲಿಲ್ಲ. ಇದೊಂದು ರೀತಿಯ ನಿರ್ಲಕ್ಷ್ಯವೆನಿಸಿತು. ಸಂತೋಷ್ ತನ್ನ ಕಾಲ್‌ಗೆ ತಕ್ಷಣ ಏನಾದರು ಹೇಳಬೇಕಿತ್ತು. ಈ ತರಹ ಬೇರೆಯವರಿಗಾಗಿ ತಮ್ಮಗಳ ಸಮಯ ಹಾಳು ಮಾಡಿಕೊಳ್ಳುವ ಇವರುಗಳು ಬುದ್ಧಿವಂತರೆನಿಸಲಿಲ್ಲ. ಈಗಾಗಲೇ ಸಾಕಷ್ಟು ತಿಂದಿದ್ದರಿಂದ ಹಸಿವೆನಿಸಲಿಲ್ಲ ಹೋಗಿ ಮಲಗಿದಳು. ತಕ್ಷಣಕ್ಕೆ ಸಂತೋಷನ ಬೆಚ್ಚನೆಯ ತೋಳುಗಳ ಆಸೆ ಬೇಕೆನಿಸಿತು.

ಇವರುಗಳು ಬಂದಾಗ ಮಧ್ಯ ರಾತ್ರಿ ಮೀರಿತ್ತು. ಇವರುಗಳಿಂದ ಮುಚ್ಚಳಿಕೆ ಬರೆಸಿಕೊಂಡು ಬಿಡುಗಡೆ ಮಾಡುವ ವೇಳೆಗೆ ಸಾಕು ಸಾಕಾಗಿತ್ತು. ಕಮಿಷನರ್ ಒಂದು ಫಂಕ್ಷನ್ ಆಯೋಜನೆಯಲ್ಲಿ ಭಾಗವಹಿಸಿ ಸಂತೋಷ್‌ಗೆ ಶಭಾಷಗಿರಿ ಕೊಟ್ಟಿದ್ದರಿಂದ ಪರಿಚಯ ಕೆಲಸ ಮಾಡಿ ಅವನನ್ನು ಬಿಡುಗಡೆ ಮಾಡಿತ್ತು. ಮನೆಯವರೆಲ್ಲ ನಿಟ್ಟುಸಿರು ನಿಟ್ಟರು.

ಇನ್ನೂ ಎದ್ದೇ ಇದ್ದ ಅತ್ತೆ ಸೊಸೆ ಸ್ವಲ್ಪ ಗಾಬರಿಯಿಂದ ಇಷ್ಟದೇವರನ್ನ ಜಪಿಸುತ್ತ ಕಾಲ ತಳ್ಳಿದ್ದರಷ್ಟೇ.

"ಏಯ್ ಗಿರಿ, ಮೊದ್ಲು ಕೈಕಾಲು ಮುಖ ತೊಳ್ಕೊಂಡು ಏನಾದ್ರೂ ತಿನ್ನು. ಮಿಕ್ಕಿದ್ದು ಆಮೇಲೆ" ಪಾರ್ಥಸಾರಥಿ ಹೇಳಿ ರೂಮಿಗೆ ಹೋದವರು ಬಟ್ಟೆ ಬದಲಾಯಿಸಿ "ಈ ಸುಮಾರಿನಲ್ಲಿ ಏನು ತಿನ್ನಲಿಕ್ಕಾಗೋಲ್ಲ ನಂಗೊಂದಿಷ್ಟು ಹಾಲು ಕೊಟ್ಟರೆ ಸಾಕು. ಆ ಹುಡ್ಗನಿಗೆ ಏನಾದ್ರೂ ತಿನ್ನೋಕೆ ಹಾಕು. ನಾನು ಒಂದತ್ತು ನಿಮಿಷ ಬಿಟ್ಟು ಹೊರ್ಗೆ ಬರ್ತೀನಿ" ಹೆಂಡತಿಯ ಕಳಿಸಿ ದೊಪ್ಪೆಂದು ಕುಸಿದುಕೂತರು. ವಯಸ್ಸು ಸರಿದಿತ್ತು. ಎಪ್ಪತ್ತಕ್ಕೆ ಐದು ವರ್ಷ ಬಾಕಿ. ಸ್ವಾಭಾವಿಕವಾಗಿ ಮೊದಲಿನ ಶಕ್ತಿಯಾಗಲೀ, ಉತ್ಸಾಹವಾಗಲೀ ಉಳಿದಿರಲಿಲ್ಲ. ಅದನ್ನ ಅರ್ಥೈಸಿಕೊಂಡಂಗೆ ಆನಂದ್, ಸಂತೋಷ್ ಕೆಲಸಗಳನ್ನು ಹಂಚಿಕೊಂಡಿದ್ದರು. ಅವರಿಬ್ಬರೇ 'ಸಾರಥಿ ಇವೆಂಟ್ ಮ್ಯಾನೇಜ್‌ಮೆಂಟ್'ಗೆ ಆಧಾರ ಸ್ತಂಭಗಳು.

ಇವರುಗಳು ಹೊರಗೆ ಬರುವ ವೇಳೆಗೆ ಎಲ್ಲಾ ಹಾಲ್‌ನಲ್ಲಿ ಜಮಾವಣೆಯಾಗಿದ್ದರು. ನಿಹಾರಿಕ ರೂಮಿನ ಬಾಗಿಲಿಗೆ ಒರಗಿ ನಿಂತಿದ್ದಳು. ಅತ್ತೆಯ ಪಕ್ಕ ಕೂತಿದ್ದ ಜಾಹ್ನವಿ ಮೇಲೆದ್ದಾಗ "ತೀರಾ ಹೊತ್ತಾಗಿದೆ ಹೋಗಿ ರೆಸ್ಟ್ ತಗೋ" ಜಾಹ್ನವಿಯನ್ನು ಕಳಿಸಿ ತಾವು ಕೂತರು. ಪೊಲೀಸ್ ಸ್ಟೇಷನ್‌ನಲ್ಲಿ ನಡೆದಿದ್ದನ್ನೆಲ್ಲ ಹೇಳಿದರು.

"ಒಬ್ಬ ನಾಲ್ಕು ಜನಕ್ಕೆ ಬಾರಿಸಿದ್ದಾನೆ. ಅವ್ರು ಸೆಲೆಬ್ರಿಟಿಗಳ ಮಕ್ಕಳು. ಇವ್ನಿಗೆ ಏಟು ಕೊಡೋದರ ಜೊತೆಗೆ ಕಂಬಿಗಳ ಹಿಂದೆ ಹಾಕ್ಸಿದ್ದಾರೆ. ತನ್ನದು ತಪ್ಪೂಂತ ಒಪ್ಪಿಕೊಳ್ಳೋದೇ ಇಲ್ಲ. ಅವನು ಸಖತ್.... ಪುಂಡ!" ಎಂದು ಆ ಸಮಯದಲ್ಲೂ ನಕ್ಕರು.

"ಏಯ್ ಗಿರಿ ಬಾರೋ ಇಲ್ಲಿ" ಸಂತೋಷ್ ಕೂಗಿದವನು "ಅಮ್ಮ ನೀನು ಸ್ವಲ್ಪ ಕೇಳು ಇವ್ನ ಮಾತುಗಳನ್ನ" ಎಂದು ಕೂಗಿದ. ಗಿರಿ ಬಂದ. ಹದಿನೇಳರ ವಯಸ್ಸು ಪಿಯುಸಿಯಲ್ಲಿ ಕಲಿಯುತ್ತಿದ್ದ. ಸ್ವಲ್ಪ ಉರುಟು ಉರುಟಾಗಿ ಎತ್ತರವಾಗಿದ್ದ. ನೋಡಲು ಚೆನ್ನಾಗೂ ಇದ್ದ. ಆ ಸಮಯದಲ್ಲಿ ನಗು ಉಮ್ಮಳಿಸಿ ಬರುತ್ತಿತ್ತು ಸಂತೋಷ್‌ಗೆ. ಸ್ಟೇಷನ್‌ನಲ್ಲಿ ನಡೆದ ಇಡೀ ಪ್ರಕರಣವನ್ನು ನೆನೆಸಿಕೊಂಡು.

"ಕೂತ್ಕೋ...." ಎಂದ ಸಂತೋಷ್. ಆ ವೇಳೆಗೆ ಅವನಿಗೊಂದು ಮೆಸೇಜ್ ಬಂತು ಅದು ನಿಹಾರಿಕಾಯಿಂದ "ಪ್ಲೀಸ್‌ಕಮ್ ಸೂನ್...." ಅವನು ಮುಲಾಜಿಲ್ಲದೆ ಡಿಲೀಟ್ ಮಾಡಿದ. ನಂತರ ರೂಮಿನತ್ತ ನೋಟ ಹರಿಸಿದ. ನಿಹಾರಿಕ ಅಲ್ಲಿರಲಿಲ್ಲ. ಉತ್ಪ್ರೇಕ್ಷೆ ಮಾಡಿದ ಕೆಲವೇ ತಿಂಗಳುಗಳಲ್ಲಿ ಅವಳ ಸ್ವಭಾವ ಅರ್ಥಮಾಡಿಕೊಂಡಿದ್ದ. 'ಸಂತೋಷ್ ಸ್ವಂತ ಪ್ರಾಪರ್ಟಿ. ಅವಳ ಅನಿಸಿಕೆ, ಆಸಕ್ತಿ, ಉತ್ಸಾಹ, ಸುಖಕ್ಕೆ ಮಾತ್ರ ಸ್ಪಂದಿಸಬೇಕೆನ್ನಿಸಿದ ನಿರೀಕ್ಷೆಯನ್ನು ವ್ಯಕ್ತ ಪಡಿಸುತ್ತಿದ್ದುದ್ದು, ಬೇಸರದ ಜೊತೆ ಅವನಿಗೆ ನೋವು ಕೂಡ. ಸಂಗಾತಿಯ ಬಗ್ಗೆ ಅವನ ಕಲ್ಪನೆಗಳು, ಕನಸುಗಳು ಬೇರೆ ಇತ್ತು. ವಿವಾಹದ ಬದುಕನ್ನು ಇಷ್ಟರ ಸಲುವಾಗಿಯೇ ಎನ್ನುವುದು ಅವನ ವಿಚಾರವಲ್ಲ.

ಗಿರಿ ಬಂದು ಮುದುಡಿ ನಿಂತಾಗ "ಕೂತ್ಕೋ...." ಎಂದರು. ಅವನು ಒಪ್ಪಲಿಲ್ಲ. ತೀರಾ ಬಲವಂತ ಹೆಚ್ಚಾದಾಗ ಹೂಕುಂಡ ಕೆಳಗಿದ್ದ ಸ್ಟೂಲ್ ಅವನ ಗಮನ ಸೆಳೆದಾಗ "ಪ್ಲೀಸ್...." ಎಂದು ಹೋಗಿ ಆ ಸ್ಟೂಲನ್ನು ತಂದು ಹಾಕಿಕೊಂಡು ಅಷ್ಟು ದೂರದಲ್ಲಿ ಕೂತ. ಕಿತ್ತಾಡುವಾಗ ಅವರು ಬಾರಿಸಿದ್ದರು. ಜೊತೆಗೆ ಪೊಲೀಸ್‌ನವರು ಕೂಡ ಬೆತ್ತದ ರುಚಿ ತೋರಿಸಿದ್ದರಿಂದ ಹಣ್ಣುಗಾಯಿ, ನೀರುಗಾಯಿ ಆಗಿದ್ದ, ಆದರೂ ಧೈರ್ಯವಂತ.

"ಈಗ.... ಹೇಗಿದ್ದೀ?" ಕೇಳಿದರು ಪಾರ್ಥಸಾರಥಿ.

"ಬದ್ಕಿದ್ದೀನೀಂತ ದೃಢಪಡ್ಸಿಕೊಂಡೆ. ಅವ್ರು ತೀರಾ ದೊಡ್ಡವರ ಮಕ್ಳು. ನನ್ನ ಉಳಿಸೋಲ್ಲಂತ ಅಂದುಕೊಂಡಿದ್ದೆ. ನಾನು ಬದ್ಕಿದ್ದು ನಿಮ್ಮಿಂದ. ಒಂದು ರೀತಿಯಲ್ಲಿ ಪುನರ್ಜನ್ಮ ನಾನು ಹುಟ್ಟೋವಾಗ್ಲೂ ಅಮ್ಮನಿಗೆ ಸಖತ್ ಕಷ್ಟ ಕೊಟ್ಟಿದ್ದೀನಂತೆ. ಈಗ್ಲೂ ಇದೇ ಪರಿಸ್ಥಿತಿ!" ಅತ್ತು ಅವನೇ ಸಮಾಧಾನವಾದ, ಜಾಹ್ನವಿ ನೀರು ತಂದಿಟ್ಟು ಹೋದಳು.

"ಅದಕ್ಕೆ ಕಾರಣ ನೀನು ಯಾಕೆ ಆಗ್ತೀ? ನಿನ್ನಪ್ಪ ಬೊಗಳೆ ಸ್ವಭಾವದ ಮನುಷ್ಯ. ಒಂದು ರೀತಿಯಲ್ಲಿ ಅವ್ನು ಕೂಚುಭಟ್ಟನೆ" ಎಂದರು ಪಾರ್ಥಸಾರಥಿ. ನೀರು ಕುಡಿದ ಗಿರಿ "ಯಾಕೋ, ವಿದ್ಯೆ ನನ್ನ ತಲೆಗೆ ಹೋಗ್ತಾ ಇಲ್ಲ. ಬಲವಂತಕ್ಕೆ ಕಾಲೇಜಿಗೆ ಹೋಗ್ತಾ ಇರೋದು" ಮತ್ತೆ ಅತ್ತ, ಮತ್ತೆ ಸಮಾಧಾನವಾದ.

"ಅಲ್ಲಿನ ಮಾತುಕತೆ ಬಿಡು, ಯಾಕೆ ಗಲಾಟೆ ಮಾಡ್ಕೊಂಡೆ ? ರಾಜಕೀಯದಲ್ಲಿರೋ ದೊಡ್ಡವರ ಮಕ್ಳು ಅವರು. ಅಲ್ಲಿ ನಿಂಗೆ ಗೆಲುವು ಸಿಗೋಲ್ಲ. ಆ ಹುಡ್ಗೀ....ಯಾರು?" ಕೇಳಿದರು. ತಟ್ಟನೆ ತಲೆ ಮೇಲಕ್ಕೆತ್ತಿ "ನಮ್ಮಮ್ಮನ ಆಣೆ ನಂಗೆ ಗೊತ್ತಿಲ್ಲ. ಒಂದೊಂದು ಸಲ ಬಸ್‌ಸ್ಟಾಪ್‌ನಲ್ಲಿ ನೋಡಿದಷ್ಟೇ. ನಾನು, ನನ್ನ ಫ್ರೆಂಡ್‌ಗೋಸ್ಕರ ಕಾಯ್ತಾ ಇದ್ದೆ. ಆ ವೇಳೆಗೆ ಒಂದು ಕಾರು ಹೋಯ್ತು. ಅದ್ರಿಂದ ಇಳಿದ ನಾಲ್ಕು ಜನ ಅವಳ್ನ ಪೀಡಿಸುತ್ತ ಕೈ ಹಿಡಿದರು. ಅವಳು 'help-help' ಅಂತ ಕೂಗೋಕೆ ಶುರು ಮಾಡಿದ್ಲು. ಮೊದಲು ಓಡಿದ್ದು.... ನಾನೇ. ತಳ್ಳಾಟ.... ಹೊಡೆದಾಟದಲ್ಲಿ ನಾನು ಒಂದು ನಾಲ್ಕು ಹಾಕಿದರೂ, ಹೆಚ್ಚು ಪೆಟ್ಟುಗಳು ಬಿದ್ದಿದ್ದು ನಂಗೆ. ಆ ವೇಳೆಗೆ ಒಂದಷ್ಟು ಜನ ಸೇರಿಕೊಂಡು ಅವ್ರಿಗೆ ಹೊಡೆದರು. ಟ್ರಾಫಿಕ್ ಜಾಮ್ ಆದ ಕೂಡಲೆ.... ಪೊಲೀಸ್ ಬಂತು. ಹಿಂದೆಯೇ ಇನ್ಸ್‌ಪೆಕ್ಟರ್. ಕತೆಯನ್ನು ಪೂರ್ತಿ ಟರ್ನ್ ಮಾಡಿದ್ರು ಅವರನ್ನ ಬಿಟ್ಟು ನನ್ನ ಹಿಡಕೊಂಡ್ಹೋದ್ರು" ಹೇಳಿಕೊಂಡ. ನಿಜವೇ ಇರಬಹುದು. ಅಲ್ಲಿ ಸೃಷ್ಟಿಯಾದ ಕತೆ ಬೇರೆ

ಅಪರಾಧಿ ಇವನೇ ಆಗಿದ್ದೇ.

"ಇದೆಲ್ಲ ನಿಂಗೆ ಬೇಕಿತ್ತಾ?" ಆನಂದ್ ಕೇಳಿದ.

"ಸಾರ್, ಆ ಹುಡ್ಗೀ ನಂಗೇನು ಆಗ್ದೇ ಇರ್ಬಹ್ದು. ಕಣ್ಮುಂದೆ ಒಂದು ದೌರ್ಜನ್ಯ ನಡೆಯೋವಾಗ ನೋಡ್ತಾ ಇರೋದು ಒಬ್ಬ ನಾಗರಿಕನ ಕರ್ತವ್ಯವಲ್ಲ. ಏನೇ ನಡೆದಿರಬಹುದು ಅತ್ಯಾಚಾರಕ್ಕೆ ಒಳಗಾಗುತ್ತ ಇರೋ ಒಂದು ಹುಡ್ಗೀನ ರಕ್ಷಣೆ ಮಾಡ್ದ ಆತ್ಮತೃಪ್ತಿ ಇದೆ." ಎಂದ ಭುಜ ತಟ್ಟಿಕೊಳ್ಳುವಂತೆ. ಸಂತೋಷ್ ಎದ್ದು ಅವನ ಭುಜ ತಟ್ಟಿ "ಆಯ್ತು ಈಗ ಹೋಗಿ ಮಲಕ್ಕೋ. ನಾಲ್ಕಾರು ದೃಷ್ಟಿಕೋನದಿಂದ ಯೋಚಿಸಬೇಕಿದೆ. ನೀನು ಕೆದಕಿದ್ದು ಶ್ರೀಮಂತರ ಸೊಕ್ಕಿನ ಮಕ್ಕಳನ್ನು. ನಿಂಗೂ ಒಬ್ಬ ಅಕ್ಕ ಜೊತೆಗೊಬ್ಬ ತಂಗಿ ಕೂಡ ಇದ್ದಾರೆ. ಅವ್ರ ಬಗ್ಗೇನೂ ಯೋಚ್ಸಬೇಕು" ಅವನನ್ನು ಕಳುಹಿಸಿದ ನಂತರ ರೂಮಿಗೆ ಬಂದಿದ್ದು.

ವರಾಂಡದ ಕೋಣೆಯೊಳಗೆ ಹಾಸಿ ಕೊಡಲಾಗಿತ್ತು. ವಾಸುನ ಜೊತೆಯಲ್ಲಿ ಕರೆತಂದಿದ್ದರಿಂದ ಅವನ ಮೇಲೊಂದು ಕಣ್ಣಿಡಬೇಕೆಂದು ಹೇಳಲಾಗಿತ್ತು. ಗಿರಿ ಅಂಥ ಹುಡುಗನಲ್ಲ ಅನ್ನಿಸಿತ್ತು ಆದರೂ ಒಂದು ಮುನ್ನೆಚ್ಚರಿಕೆ ಕ್ರಮ!

ಆಗಲೇ ನಿದ್ದೆಯಲ್ಲಿದ್ದ ನಿಹಾರಿಕನ ಮಾತಾಡಿಸಲು ಇಚ್ಛೆ ಇಲ್ಲದೆ ಬಟ್ಟೆ ಬದಲಾಯಿಸಿ ಮಲಗಿದ. ಇಂದು ಆಯಾಸವಾಗಿತ್ತು ಕೂಡ. ರೇಖಾಭಟ್ ಇಡೀ ಕುಟುಂಬದ ಜನ ಬಂದು ಕಣ್ಮುಂದೆ ನಿಲ್ಲುತ್ತಿದ್ದರು. ಬರೀ ಧರ್ಮ, ನ್ಯಾಯವೆಂದು ಬದುಕಿದ ಕುಟುಂಬ. ಈಗಲೂ ಅವರು ಭಯಸ್ಥರೇ. ಪ್ರತಿಯೊಂದು ಮಾತು, ವ್ಯವಹಾರದಲ್ಲೂ ಪಾಪ, ಪುಣ್ಯದ ಲೆಕ್ಕಾಚಾರ ಹಾಕುತ್ತಿದ್ದರು. 'ಈ ಜನಾನ ದೇವರು ಕಾಪಾಡಬೇಕು', ಪ್ರತಿ ಸಲ ಭಟ್ಟರ ಮನೆ ವಿಷಯ ಬಂದಾಗ ಪಾರ್ಥಸಾರಥಿ ಇದೇ ಮಾತುಗಳನ್ನು ಹೇಳುತ್ತಿದ್ದರು. ಅದು ನಿಜವೂ ಕೂಡ.

ಇವನು ಮಲಗಿದ ನಂತರ ಅವನಿಗೆ ಸುತ್ತಿಕೊಂಡ ನಿಹಾರಿಕ "ನನ್ನ ತುಂಬಾ ಅಪ್‌ಸೆಟ್ ಮಾಡ್ತೀರಾ! ಯಾರ್ದೋ ಮನೆಯ ವಿಷಯಕ್ಕೆ ಮನೆಮಂದಿಯೆಲ್ಲ ರಿಸ್ಕ್ ತಗೊಳ್ಳೋದು ಬೇಕಾ, ಜೊತೆಗೆ ನೀವು, ನಂಗೆ ಇದೆಲ್ಲ ಇಷ್ಟವಾಗಲಿಲ್ಲ" ಅಂದಳು ಪಿಸುದನಿಯಲ್ಲಿ. ಅವನ ಮೈ ಬಿಸಿ ಆಯಿತು. ಮಡದಿಯ ಸ್ಪರ್ಶ ಕೂಡ ಅಸಹನೀಯವೆನಿಸಿ ಮೆಲ್ಲಗೆ ಪಕ್ಕಕ್ಕೆ ಸರಿಸಿ ಮೇಲೆದ್ದವ ಭಾರವಾದ ಉಸಿರು ದಬ್ಬಿ ರೂಮಿನ ಬಾಗಿಲು ತೆರೆದುಕೊಂಡು ಹೊರ ಬಂದವ ನಿಶ್ಯಬ್ದವನ್ನು ಸಹಿಸಿಕೊಳ್ಳಲಾಗದೆ ಮುಂಬಾಗಿಲು ತೆರೆದುಕೊಂಡು ಹೊರ ನಡೆದ. ತಣ್ಣನೆಯ ಗಾಳಿಯ ಶೀತಲ ಸ್ಪರ್ಶ ಹಾಯೆನಿಸಿತು. ಬಿಚ್ಚಿಕೊಳ್ಳುತ್ತಿರುವ ನಿಹಾರಿಕ ಮನಸ್ಥಿತಿ ಸವಾಲ್‌ನಂತೆ ಕಂಡಿತು. ಸಂಗಾತ್ಮದ ವಿವಾಹದ ಅವನ ಪರಿಕಲ್ಪನೆ ಸ್ನೇಹ, ಸಾಮರಸ್ಯ, ಪ್ರೀತಿ ಪ್ರಣಯದ ಜೊತೆ ಪರಸ್ಪರ ಗೌರವಭಾವ ಕೂಡಿ ಇರಬೇಕೆನ್ನುವುದು ಅವನ ಇಚ್ಛೆ. ಆದರೆ ಇಡೀ ಅವನ ವ್ಯಕ್ತಿತ್ವದ ಮೇಲೆ ಕಾಲಿಟ್ಟು ನಿಲ್ಲುವ ಯೋಚನೆ ನಿಹಾರಿಕಾಗೆ ಇದೆಯೆನಿಸಿದಾಗ ಶಾಕ್ ಆಗಿತ್ತು.

"ಸರ್...." ವಾಸು ದನಿ. ಅತ್ತ ತಿರುಗಿದ "ನಂಗೆ ಭಯ ನಿದ್ದೇನೆ ಬರ್ಲಿಲ್ಲ ಈ ಗಿರಿಯೇನಾದ್ರೂ...." ಅವನ ನಾಲಿಗೆಯಲ್ಲಿ ಪಸೆಯಾರಿತು, ಸಂತೋಷ್ ಮುಖದ ಮೇಲೆ ನಗುವಿನ ಸಿಂಚನ "ಆ ವ್ಯಕ್ತಿಯಲ್ಲ, ಸ್ವಂತಕ್ಕಾಗಿ ಮೋಸದ ಹೋರಾಟಕ್ಕೆ ನಿಂತವನು ಬೇಗ ಕುಸಿಯುತ್ತಾನೆ. ಇವನು ಆ ಪೈಕಿಯಲ್ಲ ಕೆಟ್ಟದ್ದು ಕಂಡರೆ ಸಿಡಿಯುತ್ತಿದ್ದೆ ಬೇರೊಬ್ಬರ ಹಸಿವೆಗಾಗಿ

ಕಣ್ಣೀರಿಡೋ ಮನಸ್ಸಿದೆ, ಡೋಂಟ್ ವರಿ....!

"ಹೋಗಿ ಮಲ್ಲು ವಾಸು ಮನೆಗೆ ತಿಳಿಸಿದ್ದಿದ್ದೇ ತಾನೇ?" ವಿಚಾರಿಸಿ ಕಳಿಸಿದ. ವಾಸುನ ಕೆಲ್ಸಕ್ಕೆ ತಗೊಳ್ಳೋವಾಗ ಅವನ ಡಿಗ್ರಿ ಸರ್ಟಿಫಿಕೇಟ್ಸ್‌ನ ನೋಡಿ ಕೆಲಸ ಕೊಟ್ಟಿರಲಿಲ್ಲ.

ಬಹಳ ಯೋಚನೆ ಮಾಡಿ ಸಂತೋಷ್ ಒಂದು ನಿರ್ಧಾರಕ್ಕೆ ಬಂದಿದ್ದ. ಸ್ಪಷ್ಟ ನಿರ್ಧಾರಕ್ಕೆ ಬಂದರೂ ನಿಹಾರಿಕಳೊಂದಿಗೆ ಮಾತಾಡಲು ಸಮಯಕ್ಕಾಗಿ ಕಾಯಬೇಕಾಯಿತು. ಅವಳಿಗೆ ಬದುಕಿನ ಸೂಕ್ಷ್ಮಗಳನ್ನು ತಿಳಿಸಿ ಹೇಳಬೇಕೆಂದುಕೊಂಡಿದ್ದ.

ಹಿಂದಿನ ದಿನವೇ "ನಿಹಾರಿಕ ನಾಳೆ ನಿಂದೇ ಎಲ್ಲೆಲ್ಲಿಗೆ ಹೋಗಬೇಕೆಂದು ನೀನೇ ಪ್ರೋಗ್ರಾಂ ಫಿಕ್ಸ್ ಮಾಡ್ಕೋ" ಹೇಳಿದ. ಕುಣಿದಾಡಿದವಳು ಅವನ ಮುಖದ ತುಂಬೆಲ್ಲ ಮುತ್ತಿನ ಮಳೆ ಗೆರೆದಳು "ಐಯಾಮ್ ವೆರಿ ಹ್ಯಾಪಿ, ನಾನು ಪೂರ್ತಿ ಡಿಸ್ಟರ್ಬ್ ಆಗಿಬಿಟ್ಟಿದ್ದೀನಿ" ಅಂದಾಗ ಅದಕ್ಕೆ ಪ್ರತಿಕ್ರಿಯಿಸಲಿಲ್ಲ. ಅಲ್ಲಿ ಇಲ್ಲಿ ಸುತ್ತಾಡುವ ನಿಹಾರಿಕ ಬಂದು ರೂಮು ಸೇರುತ್ತಿದ್ದಳು. ಸಮಯ ಅನ್ನೋದೇನಿರಲಿಲ್ಲ. ಮಾಡಿಟ್ಟ ಅಡಿಗೆಯಲ್ಲಿ ಏನು ಬೇಕಾದರೂ ತಿನ್ನುತ್ತಿದ್ದಳು. ಇಲ್ಲಿ ಸರ್ವಸ್ವತಂತ್ರ ಪ್ರಜೆಯಾಗಿ ಜೀವನ ಮಾಡಲು ಶುರು ಮಾಡಿದ್ದಳು. ಅವಳ ಮೊದಲ ಕನಸು ಭಗ್ನವಾಗಲು ಅವಳ ಹೆತ್ತ ತಾಯಿ ಕಾರಣ.

ಬೆಳಿಗ್ಗೆ ಇವನು, ಪಾರ್ಥಸಾರಥಿ, ಜಾಗಿಂಗ್, ಯೋಗ ಮುಗಿಸಿ ಬರುವ ವೇಳೆಗೆ ನಿಹಾರಿಕ ರೆಡಿಯಾಗಿದ್ಲು. ಅವಳು ಬಳಸಿದ ಸೆಂಟು ಬಂದು ಬಾಗಿಲೊಳಕ್ಕೆ ಹೆಜ್ಜೆ ಇಟ್ಟಾಗಲೇ ರಾಚಿತು. ಅವನಿಗೆ ತುಸು ಸಂಕೋಚವೆನಿಸಿತು. ಪಾರ್ಥಸಾರಥಿ, ಆನಂದ್ ಮೌನವಾಗಿ ಒಳಗೆ ಹೋದರು.

"ತಗೋ ಕಾಫಿ" ಜಾಹ್ನವಿ ಅವನ ಮುಂದೆ ಕಪ್ ಹಿಡಿದು "ಇವತ್ತು ನಿಹಾರಿಕ ಕೂಡ ಕಾಫಿ ಕುಡಿದಾಯ್ತು" ಎಂದಳು. ಅದರಲ್ಲಿ ವ್ಯತರಿಕ್ತವಾದ ಭಾವವೇನು ಇರಲಿಲ್ಲ "ನಾನು ಅಣ್ಣ.... ಡಾಕ್ಟ್ರುನ ಮಿಟ್ ಮಾಡಿ ಬಂದ್ವಿ ಸ್ವಲ್ಪ ವೀಕ್ ಅಂದ್ರು. ಅವ್ರು ಹೇಳಿದ್ನ ಫಾಲೋ ಮಾಡಿ. ನಿಶ್ಚಿತ ತಂಗಿ ಅಪ್ಪಿಗಿಂತ ಕ್ಯೂಟ್ ಆಗಿರಬೇಕು."

ರೇಗಿಸುತ್ತಾ ಕಾಫಿ ಕಪ್ ತಗೊಂಡ "ಪರ್‌ವಾಗಿಲ್ಲ, ನಿಶ್ಚಿತಾಗೆ ತಮ್ಮಂದಿರನ್ನು ನಿಹಾರಿಕ ಕೊಡಬೇಕನ್ನೋ ತೀರ್ಮಾನನ ನಿಂದು, ಯು.... ನಾಟಿ...." ತಲೆಯ ಮೇಲೆ ಮೊಟಕಿದ ಜಾಹ್ನವಿ. "ಸಂತೋಷ್ ನಂಗೆ ಅಣ್ಣ-ತಮ್ಮಂದಿರಲ್ಲು ಇಂಥ ಸ್ನೇಹ, ಸಲಿಗೆ ಇರ್ಲಿಲ್ಲ, ನಂಗೆ ನೀನು ತುಂಬ ಆಪ್ತ, ಅದ್ನ ನಾನು ಯಾವತ್ತು ಕಳ್ದುಕೊಳ್ಳೋಕೆ ಸಿದ್ಧವಿಲ್ಲ" ಘಳ ಘಳ ಎಂದು ಕಣ್ಣೀರು ಅವಳ ಕೆನ್ನೆಯ ಮೇಲೆ ಹರಿದೆ ಬಿಟ್ಟಿತು.

"ಅರೆ, ಅತ್ತಿಗೆ ನಿಮ್ಮನ್ನು ಯಾರು ಕಳೆದು ಕೊಳ್ಳೀಂತ ಹೇಳಿದ್ದು? ನಿಶ್ಚಿತ ಹುಟ್ಟಿದಾಗ ನಾನು ಹೆದರಿದ್ದೆ. ಹಾಗೇನು ಆಗ್ಲಿಲ್ಲ. ಪ್ಲೀಸ್, ನಿಮ್ಮ ಕಣ್ಣಲ್ಲಿ ಕಂಬನಿ ನೋಡೋಕೆ ನನ್ನಿಂದ ಸಾಧ್ಯವಿಲ್ಲ" ತಾನೇ ಕರ್ಚಿಪ್‌ನಿಂದ ಕಣ್ಣೀರು ತೊಡೆದ. "ಅತ್ತಿಗೆ ಎನ್ನುವ ಮಧುರ ಭಾವದ ಸಂಬಂಧಕ್ಕೆ ನೀವು ಒಬ್ಬರೇ ಬಾಧ್ಯರು. ನಂಗೆ ಆನಂದ್ ಒಬ್ನೇ ಅಣ್ಣ. ನೀವೊಬ್ಬರೇ ಅತ್ತಿಗೆ, ಅಪ್ಪಿಗೆ ಇನ್ನೊಬ್ಬ ಅತ್ತಿಗೆನಾ ತರೋ ಧೈರ್ಯವಿಲ್ಲ ಬಿಡಿ" ನಗಿಸಿಯೇ ಕಳಿಸಿದ್ದು ಈ ಪ್ರೀತಿ, ಸ್ನೇಹಕ್ಕೆ ನೈಜತೆ ಇತ್ತು.

ರೂಮಿನ ಬಾಗಿಲಲ್ಲಿ ನಿಂತು ನೋಡುತ್ತಿದ್ದ ನಿಹಾರಿಕ 'ಯಾವ ಸಿನಿಮಾದ ಡೈಲಾಗ್ ಇದು?'

ಅನಿಸಿತು. ಸ್ವಲ್ಪ ಸೆಂಟಿಮೆಂಟ್‌ನ ದೂರವಿರುವುದನ್ನು ಅಮ್ಮನಿಂದ ಅಭ್ಯಾಸ ಮಾಡಿಕೊಂಡಿದ್ದ ಮಗಳು. ಮುಖ್ಯವಾಗಿ ಪ್ರೀತಿ, ಅನುಬಂಧ, ವಾತ್ಸಲ್ಯ ಇಂಥದ್ದರ ರುಚಿಯು ಅವಳಿಗಿರಲಿಲ್ಲ. ಅಣ್ಣ ಅನೀಶ್ ಜೊತೆಗಿನ ಬಾಂಧವ್ಯ ಅಷ್ಟಕ್ಕಷ್ಟೇ. ಹಿಂದಿನ ದಿನ ವಾಟ್ಸಪ್‌ನಲ್ಲಿ ಅವಳಮ್ಮ "ಬಿಕೇರ್ ಫುಲ್, ತಟ್ಯಂತ ಸಂತೋಷ್ ಜೊತೆಗೆ ಆ ಮನೆಯವ್ರಿಗೂ ಎದುರು ಬೀಳ್ಬೋದು ಬೇಡ. ದೊಡ್ಡ ಬಿಜಿನೆಸ್ ಮ್ಯಾಗ್ನೆಟ್ ಆಗ್ಬೇಕೆಂಬ ನನ್ನ ಕನಸು ನನಸು ಆಗ್ತಾ ಇದೆ. ಅಷ್ಟರಲ್ಲಿ ನಿಯಾಸ್‌ನಲ್ಲಿ ಒಂದು ಪ್ಲಾಟ್, ನಾನು ಕೊಂಡು ಕೊಡ್ತಲ್ಲೆ. ನಾನು ಹೇಳಿದೆಲ್ಲ ನೆನಪಿನಲ್ಲಿ ಇಟ್ಕೋ. ನಿಂಗೆ ಕೊಡೋ ಪ್ರೀತಿಯಲ್ಲಿ ಗಿಫ್ಟ್‌ಗಳದು ಒಂದು ಭಾಗ" ಇಂಥ ಮಾತುಗಳ ಜೊತೆ ತಾವಿದ್ದ ಬಂಗ್ಲೆಯ ಪ್ರತಿ ಭಾಗವನ್ನು ಪರಿಚಯಿಸಿ ಅಂಥದೊಂದು ಜಗತ್ತಿಗೆ ನೀನು ಬಾಧ್ಯಸ್ಥಳಾಗಬೇಕೆಂಬ ಆಸೆಯ ಗಿಡ ನೆಟ್ಟಿದ್ದರು.

"ಆರ್ ಯು ರೆಡಿ?" ಎನ್ನುತ್ತಲೇ ಕಣ್ಣಲ್ಲಿ ಮಿಂಚುಗಳನ್ನು ಹರಿಸುತ್ತ ರೂಮಿಗೆ ಬಂದ. ಜೀನ್ಸ್ ತೊಟ್ಟು ಟೀ ಷರಟು ಹಾಕಿಕೊಂಡು ತುಂಬ ಹಾಟ್ ಆಗಿ ಕಾಣಿಸುತ್ತಿದ್ದ ಅವಳ ಎರಡು ಭುಜದ ಮೇಲು ಕೈಗಳನ್ನು ಇಟ್ಟು "ನಾವಿಬ್ರೇ ಇದ್ದಾಗ ಓಕೆ ಈ ಡ್ರೆಸ್‌ಗಳೆಲ್ಲ. ಮನೆಯಲ್ಲಿ ಅಪ್ಪ ಅಮ್ಮನ ಜೊತೆ ಅಣ್ಣ-ಅತ್ತಿಗೆನು ಇದ್ದಾರೆ. ವಿವಾಹಕ್ಕೆ ಮುನ್ನವೆ ನಿಂಗೆ ಸೂಚಿಸಿದ್ದೆ" ಅಂದ ನವಿರಾಗಿಯೇ. ಅವಳಿಗೆ ಸಿಡಿದು ಬೀಳಬೇಕೆನಿಸಿತು. ಆದರೆ ಇಂದಿನ ದಿನದ ಸುಖ, ಸಂತೋಷ ಕಳೆದುಕೊಳ್ಳಬಾರದೆನಿಸಿತು. "ಪ್ಲೀಸ್ ಸಂತೋಷ್, ನಾನು ಕೊಂಡಾಗ್ನಿಂದ ಇಂದಿನವರ್ಗೂ ಈ ಡ್ರೆಸ್ ಹಾಕ್ಕೊಂಡಿರ್ಲಿಲ್ಲ. ಇದು.... ಇಂದು ನಿಮ್ಮ ಸಲುವಾಗಿಯೇ" ಗೋಗರೆಯುವ ವೇಳೆಗೆ ಅವನ ಫೋನ್ ಸದ್ದು ಮಾಡಿತು. ಭೂಮಿಕಾ ಅನಿಮೇಶನ್ ಅಕಾಡೆಮಿ ಸೆಮಿನಾರ್ ಆಯೋಜನೆಯ ಬಗ್ಗೆ ಸಂಪರ್ಕಿಸಿದ್ದರು. ಫೋನ್ ಹಿಡಿದೆ ತಂದೆಯ ರೂಮಿಗೆ ಬಂದವನು ಅವರೊಂದಿಗೆ ಚರ್ಚಿಸಿ, ಆನಂದ್‌ನೊಂದಿಗೆ ಮಾತಾಡಿ ಅನಿಮೇಷನ್ ಅಕಾಡೆಮಿಯ ಸಿಇಓ ಅವರೊಂದಿಗೆ ಮತ್ತಷ್ಟು ವಿವರ ಪಡೆದು ಮರುದಿನಕ್ಕೆ ಒಂದು ಅಪಾಯಿಂಟ್‌ಮೆಂಟ್ ಫಿಕ್ಸ್ ಮಾಡಿಕೊಂಡ ನಂತರ,

"ನಾನು ಅಣ್ಣ.... ಇಬ್ರೂ ನಾಳೆ ಭೂಮಿಕ ಅನಿಮೇಷನ್ ಅಕಾಡೆಮಿಗೆ ಹೋಗ್ತರ್ತೀವಿ. ಡಿಫರೆಂಟ್ ಕೇಳಿದ್ರು. ಒಂದು ರೀತಿಯ ಛಾಲೆಂಜೇ ಸಾಕಷ್ಟು ಇವೆಂಟ್‌ನ ನಿರ್ವಹಿಸಿದ್ದೀನಿ. ನಾನು ಮ್ಯಾನೇಜ್ ಮಾಡಿದ ವಿವಾಹಗಳಲ್ಲಿ ನಯನತಾರ ಮಗಳ ವಿವಾಹದ ರಿಸೆಪ್ಷನ್ ವಂಡರ್‌ಫುಲ್."

"ಖಂಡಿತ ನೋಡಿದವರೆಲ್ಲ ನೆನಪಿನಲ್ಲಿ ಇಟ್ಕೋತಾರೆ, ನಮ್ಮ ಸಾರಥಿ ಇವೆಂಟ್ ಮ್ಯಾನೇಜ್‌ಮೆಂಟ್ ಬಹಳ ಬೇಗ ಫೇಮಸ್ ಆಗೋಕೆ ಮೌನ ವಿವಾಹನು ಕಾರಣ" ಅಂದ ತುಸು ಹೆಮ್ಮೆಯಿಂದ.

ಮೇಲೆದ್ದ ಪಾರ್ಥಸಾರಥಿ "ಹೊರ್ಗಿನ ಪ್ರೋಗ್ರಾಂ ಹಾಕ್ಕೊಂಡಿದ್ದೀರಾ ಹೋಗ್.... ಬನ್ನಿ. ಬರೀ ಇವೆಂಟ್‌ನ ಅನುಭವಗಳನ್ನೇ ಹೇಳಿ ನಿಹಾರಿಕಾಗೆ ಬೋರ್ ಮಾಡ್ಬೇಡ. ಬದುಕಿನಲ್ಲಿ ರೊಮ್ಯಾನ್ಸ್ಗೂ ಒಂದು ಅವಧಿ ಇಟ್ಕೋ" ಮಗನಿಗೆ ಹೇಳಿದರು. ಇತಿಮಿತಿಯಲ್ಲಿ ತಂದೆಯ ಕರ್ತವ್ಯ ನಿರ್ವಹಿಸುವಂಥ ಪಾರ್ಥಸಾರಥಿ ತುಂಬ ಅನುಭವಸ್ಥರು.

ಎದುರಾದ ಜಾಹ್ನವಿ ಅವನನ್ನ ಕೈ ಹಿಡಿದು ಪಕ್ಕಕ್ಕೆ ಕರೆದೊಯ್ದು "ಪ್ಲೀಸ್ ಅವಳ ಡ್ರೆಸ್ ಬಗ್ಗೆ ಆಕ್ಷೇಪಣೆ ಬೇಡ. ಈಗ ತುಂಬ ಬದಲಾಗಿದೆ. ಸೀರೆಗಳು ಕಾಣೋದೇ ಇಲ್ಲ. ಅಲ್ಲೊಬ್ಬರು.... ಇಲ್ಲೊಬ್ಬರು.... ಚೂಡಿದಾರ್.... ಅದೂ.... ಇದೂ.... ಹಾಕ್ತಾರೆ. ಇನ್ನು ಮಿಕ್ಕವರೆಲ್ಲ ಜೀನ್ಸ್, ಷರ್ಟ್ ಕಂಪರ್ಟ್ ಅನ್ನಿಸುತ್ತೆ" ಹೇಳಿದಳು. ಸಂತೋಷ್ ನಕ್ಕುಬಿಟ್ಟ. ಇದೆಲ್ಲ ನಿಜವೇ. ನಿಹಾರಿಕಾ ಸಾಫ್ಟ್‌ವೇರ್ ಇಂಜಿನಿಯರ್. ಕಂಪನಿಯಲ್ಲಿ ಕೆಲಸ ಮಾಡುವವಳು. ಇದನ್ನೆಲ್ಲ ಮೊದಲೇ ಯೋಚನೆ ಮಾಡಬೇಕಿತ್ತೆಂದು ಕೊಂಡವ "ಓಕೇ, ತಮ್ಮ ಸಜೆಷನ್‌ಗೆ" ರೂಮಿಗೆ ಬಂದ. ಅದ್ಭುತವಾದ ಸುವಾಸನೆ ಹರಡಿಕೊಂಡಿತ್ತು. ಅವಳು ನಿಯಮಿತವಾಗಿ ಸೆಂಟ್ ಬಳಸುತ್ತಿದ್ದಳು "ಹೋಗೋಣ...." ಅಂದ. ಅವನೊಂದು ಟೀ ಷರಟು ತೊಟ್ಟು ಪ್ಯಾಂಟ್ ಹಾಕಿಕೊಂಡಿದ್ದ. ಅವನ ಎತ್ತರದ ಮೈಕಟ್ಟಿಗೆ, ಸುರದ್ರೂಪ ಜೊತೆಯಾಗಿತ್ತು. ಅದೇ ನಿಹಾರಿಕಾನ ಬೋಲ್ಡ್ ಮಾಡಿದ್ದು.

ಇಬ್ಬರು ಹೊರಟರು 'ಚಿಕ್ಕಪ್ಪ' ಕೈ ಚಾಚಿಕೊಂಡು ಬಂದು "ನಾನು ಬರ್ಲಾ...." ಕೇಳಿದ ಅವಳನ್ನು ಮುದ್ದಿಸುವ ವೇಳೆಗೆ ಜಾಹ್ನವಿ "ನಿಮ್ಮ ಪ್ರೋಗ್ರಾಂ ತಾತ, ಅಜ್ಜಿಯ ಜೊತೆ ಫಿಕ್ಸ್ ಆಗಿದೆ. ಹೋಗ್ಬನ್ನಿ" ಅವಳನ್ನು ಬಲವಂತದಿಂದಲೇ ಎತ್ತಿಕೊಂಡಿದ್ದ. ವಿವಾಹಕ್ಕೆ ಮುನ್ನ ಅವಳಮ್ಮನ ಜೊತೆ ಬಂದಿದ್ದ ನಿಹಾರಿಕ ಒಮ್ಮೆ ನಿಶ್ಚಿತಾನ ಎತ್ತಿ ಕೊಂಡಿದ್ದಳು. ಇನ್ನೊಮ್ಮೆ ಅವಳಿಗಾಗಿ ಚಾಕಲೇಟ್ ಖರೀದಿಸಿ ತಂದಿದ್ದಷ್ಟೇ. ನಂತರ ಎತ್ತಿಕೊಂಡಿದ್ದು ಇರಲಿ ಮಾತು ಕೂಡ ಆಡಿಸುತ್ತಿರಲಿಲ್ಲ. ಸಂತೋಷ್ ಇದ್ದಾಗಲೇ ರೂಮಿನ ಪ್ರವೇಶ. ಮಿಕ್ಕ ಸಮಯದಲ್ಲಿ ಸದಾ ರೂಮಿನ ಬಾಗಿಲು ಬಂದ್.

ನಿಜವಾಗಿಯೂ ಮಾಧವಿಗೆ ಏರು ತಗ್ಗುಗಳನ್ನು ಅಳೆಯಬಹುದಾದ ಸೊಸೆಯ ಡ್ರೆಸ್‌ನ ನೋಡಿ ಬೇಸರವೇ.

ಅವಳನ್ನು ಶಾಂಭವಿ "ನೋ.... ನೋ.... ನಮ್ಮ ಹುಡ್ಗೀ ತೀರಾ ಮಾಡ್ ಅಲ್ಲ. ಸಂಪ್ರದಾಯ, ಪರಂಪರೆಯಲ್ಲಿ ನಂಬ್ಕೆ ಇದೆ. ಪ್ರತಿ ಗುರುವಾರ ರಾಯರ ಮಠಕ್ಕೆ ಹೋಗ್ತಾಳೆ. ಆದಿಶಕ್ತಿ ಗಾಯತ್ರಿಯ ಬಗ್ಗೆ ಅಪಾರವಾದ ಭಕ್ತಿ. ಸದಾ ಓಂ ಭೂಂ.... ಭುವಸ್ವ.... ಆಗಾಗ ಪಠಿಸ್ತಾ ಇರ್ತಾಳೆ" ಎಂದೆಲ್ಲ ಹೇಳಿದ್ದರು. ಅದೆಲ್ಲಾ ಸುಳ್ಳು ಎನಿಸಿತು. ಅವಳೆಂದು ದೇವರ ಮನೆಗೆ ಹೋಗುತ್ತಿರಲಿಲ್ಲ. ಅಂಥ ಪದ್ಧತಿಗಳೇನು ಅವಳಲ್ಲಿ ಇರಲಿಲ್ಲ. ಕೆಲವೊಮ್ಮೆ ಆಕೆಯನ್ನು ಗಟ್ಟಿಸಿ ಕೇಳಬೇಕೆನಿಸಿತು. ಆದರೆ ಪ್ರಯೋಜನವಿಲ್ಲವೆಂದು ವಿವೇಕ ಒತ್ತಿ ಹೇಳಿದ್ದರಿಂದ ಸುಮ್ಮನಾಗಿದ್ದರು. ಅವಳೀಗ ಬರೀ ಶಾಂಭವಿ, ಈಶ್ವರ ಪುತ್ರಿ ಅನ್ನೋದಕ್ಕಿಂತ ಈ ಮನೆಯ ಸೊಸೆ. ಇಲ್ಲಿಗೆ ಸೇರಿದವಳು ಅವಳ ಬಾಧ್ಯತೆಗಳು ತಮ್ಮದೆನ್ನುವ ಭಾವ ಆಕೆಯನ್ನು ಸುಮ್ಮನಾಗಿಸಿತು.

ಆಮೇಲೆ ಸೊಸೆಯ ಮುಂದೆ ಆ ವಿಚಾರ ಇಟ್ಟರು "ನಿಹಾರಿಕ ಸೊಸೆಯಾಗಿ ಬಂದು ತಿಂಗಳುಗಳೇ ಕಳ್ದು ಹೋಯ್ತು. ಅಯ್ಯೋ, ಈ ಮನೆಯವಳು ಅನ್ನಿಸಲೇ ಇಲ್ಲ. ಇದೇನು .... ಚೆನ್ನ! ಮೂರ್‌ಹೊತ್ತು ಬಾಗ್ಲು ಹಾಕ್ಕೊಂಡ್ ರೂಮಿನಲ್ಲಿ ಕಂಪ್ಯೂಟರ್ ಮುಂದೆ ಕೂತಿರುತ್ತಾಳೆ, ಇಲ್ಲ ಕೈಯಲ್ಲಿ ಮೊಬೈಲ್ ಈವೆರಡು ಇಲ್ಲದಾಗ್ಲೇ ಜನಗಳು ಸುಖವಾಗಿ ಇದ್ದರೇನೋ!? ಈಗೇನಿಲ್ಲ...."

ಅತ್ತೆಯ ಅಸಮಾಧಾನ ಅರ್ಥವಾಯಿತು. ಫೇಸ್‌ಬುಕ್‌ನಲ್ಲಿ ಹೊಸ ಹೊಸ ಸಂಬಂಧಗಳನ್ನು ಹುಡುಕಿಕೊಳ್ಳುತ್ತ ಇದ್ದ ಸಂಬಂಧ ಹಳಸಿ ಹೋಗುತ್ತಿದ್ದೆಯಾ? ಅಗತ್ಯಕ್ಕಿಂತ ಜಾಸ್ತಿ ಉಪಯೋಗಿಸಿಕೊಂಡು ನೆಮ್ಮದಿ ಕೆಡಿಸಿಕೊಳ್ಳುತ್ತಿದ್ದೀವಾ? ಬಹುಶಃ ಇವೆಲ್ಲದರ ಅಭ್ಯಾಸ ಜಾಸ್ತಿ ಇರಬೇಕೆಂದು ಕೊಂಡಳು.

"ಕೆಲಸ ಸಿಕ್ಕಲಿಲ್ಲಾಂತ ತಲೆ ಕೆಡ್ಸಿಕೊಂಡಿರಬೇಕು. ಅಪಾಯಿಂಟ್ ಲೆಟರ್ ಬಂದ ಕೂಡ್ಲೇ ಸರಿ ಹೋಗ್ತಾಳೆ. ಈಗ ಹೆಣ್ಣು ಮಕ್ಳು ಕೂಡ ತಮ್ಮ ಕೆರಿಯರ್ ಬಗ್ಗೆ ತಲೆ ಕೆಡ್ಸಿಕೊಳ್ತಾರೆ" ಎಂದಳು ಜಾಹ್ನವಿ.

ಹೋಗುವಾಗ ಸಂತೋಷ್ ತೆಗೆದಿದ್ದು ತನ್ನ ಕಾರನ್ನು ಅದಕ್ಕೆ ದೊಡ್ಡದಾದ ಕಾರಣವಿಲ್ಲದಿದ್ದರೂ, ನಿಹಾರಿಕಾ ತಾನೊಬ್ಬಳು ಹೊರಗೆ ಹೋಗುವಾಗ ಮಾತ್ರ ತನ್ನ ಕಾರನ್ನು ತೆಗೆಯುತ್ತಿದ್ದುದ್ದು. ಆ ಬಗ್ಗೆ ಅವನ ಆಕ್ಷೇಪಣೆಯೇನಿಲ್ಲ.

"ನೀನೇ ಪ್ರೋಗ್ರಾಂ ಬಗ್ಗೆ ಹೇಳು" ಎಂದ ಕಾರು ಸ್ಟಾರ್ಟ್ ಮಾಡುತ್ತಾ. "ಮಾಲ್, ಮೂವಿ.... ಒಂದಿಷ್ಟು ಪರ್ಚೇಸಿಂಗ್.... ಹೊರ್ಗೆ ಲಂಚ್.... ನನ್ನ ಎಲ್ಲಾ ಅಂದರೆ, ನಾನು ಖರೀದಿಸುವುದೆಲ್ಲಾ ಬ್ರಾಂಡೆಂಡ್" ಎಂದಳು. ವಾರೆ ನೋಟ ಹರಿಸಿದವ "ಈಗಿನ ಯುವ ಜನರಲ್ಲಿ ಒಂದು ನಂಬಿಕೆ ಶುರುವಾಗಿದೆ. ಬ್ರಾಂಡೆಡ್ ವಸ್ತುಗಳನ್ನು ಬಳಸಿದ ಕೂಡಲೇ ತಮ್ಮ ಇಮೇಜು, ಸ್ಟೇಟಸ್, ರೇಂಜು, ವ್ಯಕ್ತಿತ್ವ, ಸೌಂದರ್ಯ ನೋಡುವವರ ದೃಷ್ಟಿಕೋನ ಎಲ್ಲಾ ಬದಲಾಯಿಸಿ ಬಿಡುತ್ತಿದೆಯೆನ್ನುವುದು. ಬ್ರಾಂಡ್ ಒಂದು ಕ್ರೇಜ್ ಅಷ್ಟೇ" ಅಂದ ನವಿರಾಗಿಯೇ. "ನೋ ಸಂತೋಷ್ ನನ್ನಲ್ಲಿರೋ ವಸ್ತುಗಳು ಬ್ರಾಂಡೆಡ್. ಬೇರೇನು ತುಂಬಾ ಛೀಪ್‌ಯೆನಿಸಿ ಬಿಡುತ್ತೆ" ಅಮಲಿನಲ್ಲಿ ತೇಲಿದಂತೆ ಮಾತಾಡಿದಳು. ಅವನು ಮೌನ ವಹಿಸಿದ.

"ಲಾಂಗ್ ಡ್ರೈವ್ ಹೋಗಿ ಬರೋಣ್ವಾ?" ಕೇಳಿದಳು. ಅವನ ಭುಜದ ಮೇಲೆ ಕೆನ್ನೆಯೂರಿ "ಅದ್ನ ಇನ್ನೊಂದು ದಿನ ಪ್ಲಾನ್ ಮಾಡೋಣ. ಸಂಜೆ ನಾನೊಂದು ಮೀಟಿಂಗ್‌ಗೆ ಅಟೆಂಡ್ ಆಗ್ಬೇಕು" ಎಂದ ಮೃದುವಾಗಿ. ಅವಳ ಸನಿಹ ನವಿರಾದ ಕಂಪಿನ ಬದಲು ಘಾಟಾಗಿತ್ತು.

ಮಾಲ್‌ನಲ್ಲಿ ಒಂದೆರಡು ಡ್ರೆಸ್, ಬ್ಯಾಗ್, ಸೆಂಟ್, ಮೇಕಪ್ ಸಾಧನಗಳ ಜೊತೆ ಮ್ಯಾಚಿಂಗ್ ಚಪ್ಪಲಿ ಕಾರ್ಡ್ ಉಜ್ಜಿ, ಉಜ್ಜಿ ಹಿಂದಿರಿಗಿಸಿದಾಗ ಇಪ್ಪತ್ತು ಸಾವಿರಕ್ಕೂ ಮೀರಿ ಪರ್ಚೆಸಿಂಗ್, ಅವನ ಪ್ರಕಾರ ಅವೆಲ್ಲಾ ಅನಾವಶ್ಯಕ ವಸ್ತುಗಳೇ ಎರಡು ಬೀರುಗಳ ತುಂಬ ಅವಳ ಡ್ರೆಸ್‌ಗಳನ್ನು ತುಂಬಿಕೊಂಡಿದ್ದಳು. ಬಹುಶಃ ನಿರಂತರವಾಗಿ ದಿನಕ್ಕೆ ನಾಲ್ಕು ಸಲ ಮೇಕಪ್ ಹಾಕಿಕೊಂಡರೂ ವರ್ಷಗಳಷ್ಟು ಕಾಲಕ್ಕೆ ಪೂರೈಕೆ ಆಗುವಷ್ಟು ನಾನಾ ವಿಧದ ಕ್ರೀಮ್, ಲಿಪ್‌ಟಿಕ್, ಸೆಂಟ್‌ಗಳು ಮುಂತಾದವು ಲೆಕ್ಕವಿಲ್ಲದಷ್ಟು ಕೊಂಡು ಪೇರಿಸಿಕೊಂಡಿದ್ದಳು. ಅವನ ಮಟ್ಟಿಗೆ ಇದೆಲ್ಲ ಉಸಿರುಗಟ್ಟಿಸುವ ಅಂಥದ್ದೇ ಈಗ ಇನ್ನಷ್ಟು ಪರ್ಚೇಸ್! ಹೊರಗೆ ಬಂದ ಮೇಲೆ ನಿಟ್ಟುಸಿರು ದಬ್ಬಿದ.

ಪಾರ್ಕಿಂಗ್ ಜಾಗಕ್ಕೆ ಹೋಗಿ ಮೊಬೈಲ್ ಹೊರ ತೆಗೆದ. ಹೊತ್ತು ತಂದ ನಿಹಾರಿಕ ಹಿಂದಿನ ಸೀಟಿಗೆ ಎಸೆದು ಬಂದು ಕೂತಳು. ಅವಳ ನಿರೀಕ್ಷಣೆ ಬೇರೆಯದಾಗಿತ್ತು. ಇನ್ನಷ್ಟು ಬಲವಂತ ಮಾಡಿ ಆಯ್ಕೆ ಮಾಡಿ ಅವಳ ಸೌಂದರ್ಯ ಕಾನ್ಶಿಯಸ್ ಹೊಗಳುತ್ತ ಸಂತೋಷ್

ಕೊಡಿಸಬೇಕೆಂದು ಬಯಸಿದ್ದಳು. ಅತ್ಯಂತ ಆಕರ್ಷಕವಾದ ಒಂದು ಆಕರ್ಷಕ ಹೂಗೊಂಚಲನ್ನು ಮಾತ್ರ ಖರೀದಿಸಿದ್ದ.

ಎಲ್ಲವನ್ನು ಪಕ್ಕಕ್ಕಿಟ್ಟು ಅವಳೊಂದಿಗೆ ರೊಮ್ಯಾನ್ಸ್ ಮಾಡುತ್ತ ಲಂಚ್ ಪೂರೈಸಿದ ನಂತರ ಹೋಟೆಲ್‌ನಿಂದ ಹೊರಗೆ ಬಂದವ "ನಿಹಾರಿಕ ನಾನು ನಿನ್ನ ಹತ್ರ ಮಾತಾಡ್ಬೇಕು, ಅದಕ್ಕೊಂದು ಪ್ರಶಾಂತವಾದ ಜಾಗ ಬೇಕು. ಅದ್ನ ನಾನು ಆಯ್ಕೆ ಮಾಡಿಕೊಂಡಿದ್ದೀನಿ" ಎಂದವ ಕಾರು ಹತ್ತಿದ ಅವಳು ಈಗ ಮೂವಿಯ ಕಲ್ಪನೆಯಲ್ಲಿದ್ದಳು.

ಬಹುಶಃ ಸಿಟಿಯ ಆಚೆ ಹೋದ ಕಾರು ರೋಡಿನ ಪಕ್ಕ ನಿಂತಿತು. ಅಲ್ಲಿ ಇತ್ತೀಚೆಗೆ ಒಂದು ರೆಸ್ಟೋರೆಂಟ್ ತಲೆ ಎತ್ತಿತ್ತು. ಈ ಸಮಯದಲ್ಲಿ ಅಲ್ಲಿ ಜನ ಕಡಿಮೆಯೇ ಸಂಜೆ ಮುಸುಕುತ್ತಿದ್ದಂತೆ ಹೆಣ್ಣು-ಗಂಡುಗಳು ಜೊತೆ ಜೊತೆಯಾಗಿ ಬಂದು ಕಲರವ ಎಬ್ಬಿಸುತ್ತಿದ್ದರು. ಡಾಬಾ ಮಾದರಿಯಲ್ಲಿ ಓಪನ್ ಮಾಡಿ ವಿಸ್ತರಿಸುತ್ತಿದ್ದ ಸಿಖ್ ಆರಡಿ ಎತ್ತರದ ಅಜಾನುಬಾಹು ವ್ಯಕ್ತಿ. ಬಂದವರು ಕೆಲವು ನಿಯಮಗಳನ್ನು ಪಾಲಿಸಲೇ ಬೇಕಿತ್ತು. ಅಲ್ಲಲ್ಲಿ ಒಂದೊಂದು ಮರ ಇದ್ದುದರಿಂದ ಅದರ ಕೆಳಗೆ ಒಂದು ಟೇಬಲ್ ಎರಡು ಛೇರ್‌ಗಳನ್ನು ಹಾಕಿರುತ್ತಿದ್ದ.

ಕಾರು ನಿಲ್ಲಿಸಿ ಇಳಿದ ಸಂತೋಷ್ "ಬಾ ನಿಹಾರಿಕ.... ಈ ಹೋಟೆಲ್ ಯಜಮಾನ ನಮ್ಮ ಮದ್ವೆಗೂ ಬಂದಿದ್ದ. ಮನುಷ್ಯ ಸಂಬಂಧಗಳಲ್ಲಿ ನಂಬಿಕೆ ಇಟ್ಟವ." ಇಳಿದಳು. ಇಂಥ ಜಾಗಗಳೆಲ್ಲ ಅವಳಿಗೆ ಪರಿಚಿತವೇ. ಅವಳ ಸಹಪಾಠಿಗಳು ಪಾರ್ಟಿ ಕೊಡಲು ಇಂಥ ಜಾಗಗಳನ್ನು ಆಯ್ಕೆ ಮಾಡಿಕೊಳ್ಳುತ್ತಿದ್ದರು.

ನೋಡಿ ಬಂದ ಸಿಖ್ "ಬಾಯಿ ಸಾಹೇಬ್.... ಮೇರಾ ಬೇಟಿ ಬಿ ಆಯಾ" ಎಂದು ಹಂಗ್ ಮಾಡಿಕೊಂಡು ಕರೆದೊಯ್ದ. ಲಂಚ್ ಆಯಿತು ಅಂದಿದಕ್ಕೆ ತುಸು ಮುನಿಸು ತೋರಿಸಿದ. "ಆಮೇಲೆ ಚಹಾ ಕಳ್ಸಲಾ" ಎಂದು ಹೇಳಿ ಒಂದು ಮರದ ಕೆಳಗಿನ ಸೀಟುಗಳ ಮೇಲೆ ಹೋಗಿ ಕೂತ ನಂತರ ಅತ್ತಿತ್ತ ನೋಡಿದರು. ಅಂಥ ಬಿಸಿಲೇನು ಇರಲಿಲ್ಲ. ತಣ್ಣನೆಯ ವಾತಾವರಣ.

"ನಂಗೆ ಮೂವೀ ನೋಡೋ ಇಂಟರೆಸ್ಟ್ ಇತ್ತು" ಅಂದಳು. "ಹೊರಟಾಗ್ನಿಂದ ಎಲ್ಲಾ ಸಮಯವು ನಿಂದೇ ಆಯ್ತು. ನನ್ನ ಸಲುವಾಗಿ ಒಂದು ಗಂಟೆ" ಅಂದ. ಅವನ ವಾಯ್ಸ್ ಸ್ವಲ್ಪ ಸಿರಿಯಸ್ಸಾಯಿತು. ಗಂಡಿನ ಗತ್ತು ಇತ್ತು.

"ನೀನು ನೂರಾರು ಸಲ ಐ ಲವ್ ಯು ಹೇಳಿ ತುಂಬಾ ಇಷ್ಟಪಟ್ಟು ಹಿರಿಯರ ಒಪ್ಗೆ ಪಡೆದು ವಿವಾಹವಾದೆ. ಇಷ್ಟೊಂದು ಪ್ರೀತಿಸೋ ಹುಡ್ಗೀ ಸಂಗಾತಿಯಾಗೋದು ಅದೃಷ್ಟ ಅಂದ್ಕೊಂಡು ಮದ್ವೆ ಆದೆ. ಆದರೆ ಅದಕ್ಕಾಗಿ ನಾವಿಬ್ರೂ ಪಶ್ಚಾತಾಪ ಪಡಬಾರದು. ನಿಂಗೆ ನನ್ನ ಮತ್ತು ನನ್ನ ಕುಟುಂಬದ ಎಲ್ಲಾ ವಿಚಾರಗಳನ್ನು ತಿಳಿಸಿದ್ದೆ. ನೀನು ಒಪ್ಗೆ ಸೂಚಿಸಿದ್ದೆ. ಆದರೆ ನೀನು, ಮನೆ ಮತ್ತು ಮನೆಯವರೊಂದಿಗೆ ಹೊಂದಿಕೊಳ್ಳೊ ಪ್ರಯತ್ನ ಮಾಡ್ತಾ ಇಲ್ಲ. ಅವ್ರೆಲ್ಲ ನಿನ್ನವರು. ನಿನ್ನ ನಗು, ಅಳುವಿಗೆ ಸ್ಪಂದಿಸುವವರು. ಆ ಸ್ಪಂದನೆ ನಿನ್ನಲ್ಲಿ ಇರಬೇಕೆಂದು ಬಯಸೋ ಜನ" ಎಂದು ನಿಲ್ಲಿಸಿದ. ಅವಳ ಮುಖದಲ್ಲಿ ವಿಪರೀತ ಭಾವಗಳು ಸುಳಿದು ಮಾಯವಾಗುತ್ತಿತ್ತು.

ಬೇರರ್ ತಂದಿಟ್ಟು ಹೋದ ನೀರನ್ನು ಅವಳಿಗೆ ಕೊಟ್ಟ "ಸಂತೋಷ್ ಆ ವಾತಾವರಣ

ಉಸಿರುಗಟ್ಟಿಸುತ್ತಿದೆ. ನನ್ನ ಮಮ್ಮಿ 'ನಿಯಾಸ್' ಪ್ಲಾಟ್ ಮಾರಿ ನಂಗೆ ಷಾಕ್ ಉಂಟು ಮಾಡಿದಳು. ವಿವಾಹವಾದ ಕೂಡ್ಲೇ ಅಲ್ಲಿಗೆ ಶಿಫ್ಟ್ ಆಗುವ ಕನಸಿತ್ತು." ಎಂದಳು ಕಣ್ಣೀರು ತೊಡೆದುಕೊಳ್ಳುತ್ತ. ಈ ಆಸೆ ಈಗಾಗಲೇ ಅವನ ಅವಗಾಹನೆಗೆ ಬಂದಿತ್ತು. ಅವನೆದೆ ಭಾರವಾಗಿತ್ತು. ಆದರೂ ಅವಳ ಮನಸ್ಸು ಪೂರ್ತಿ ಅರ್ಥವಾಗಲೀಂತ ಮೌನ ವಹಿಸಿದ. "ಹ್ಯಾಪಿ ಮಮ್ಮಿ ರೂಮು ತೀರಾ ವಂಡರ್‌ಫುಲ್ ಎಷ್ಟೊಂದು ವಿಶಾಲವಾಗಿದೆ. ಗೊತ್ತಾ? ಪೈಂಟಿಂಗ್ಸ್, ಡೆಕೊರೇಷನ್ ಸೂಪರ್ಬ್. ಅವ್ರು ದುಬೈಗೆ ಹೋದ್ಮೇಲೆ ನಮ್ದು ಆಗುತ್ತೇಂತ ಅಂದಕೊಂಡೇ. ಮಾರಿದಾಗ ತುಂಬಾ ಡಿಸ್ಟರ್ಬ್ ಆದವಳು ಇಂದಿಗೂ ಚೇತರಿಸಿಕೊಳ್ಳಲಿಲ್ಲ. ಮುಂದಕ್ಕೆ ನಿಯಾಸ್‌ನಲ್ಲಿ ಒಂದು ಪ್ಲಾಟ್ ತೆಗೆದುಕೊಡ್ತೀನಿ ಅಂದ್ಮೇಲೆ, ಮಮ್ಮಿ ಜೊತೆ ಕಾಂಪ್ರಮೈಸ್ ಆಗಿದ್ದು. ಮೆಹತಾ ರೆಂಟ್‌ಗೆ ಕೊಟ್ಟರೆ, ಅಲ್ಲಿಗೆ ಶಿಫ್ಟ್ ಆಗಿ ಬಿಡೋಣ್ವಾ?" ಕೇಳಿದವಳ ಕಣ್ಣುಗಳಲ್ಲಿ ಆಸೆಯ ಕಾರಂಜಿಗಳು ಇದ್ದವು. ಅದನ್ನ ಹಾಗೆಯೇ ಅರಳಲು ಬಿಟ್ಟರೆ ಮುಂದೆ ಪ್ರಮಾದವಾಗ ಬಹುದೆಂದು ಕೊಂಡವ "ನಮಗ್ಯಾಕೆ, ಆ ರಿಸ್ಕ್? ಸ್ವಂತ ಮನೆ ಇದೆ. ಅಪ್ಪ ಬೇರೆ ಕಡೆ ರೆಂಟ್‌ಗೆ ಹೋಗೋಕೆ ಇಷ್ಟಪಡೋಲ್ಲ" ಸೂಕ್ಷ್ಮವಾಗಿ ತಿಳಿಸಿದ.

"ನೋ.... ನೋ.... ಅವರನ್ನೆಲ್ಲ ಯಾರು ಕರ್ಕೊಂಡ್ ಹೋಗ್ತಾರೆ? ನಾನು ನೀನು.... ಇಬ್ರೇ" ಎಂದು ಟೇಬಲ್ ಮೇಲಿರೋ ಅವನ ಕೈಯನ್ನು ಹಿಡಿಯಲು ಹೋದಾಗ ಹಿಂದಕ್ಕೆ ತಗೊಂಡ. "ಅದನ್ನೆಲ್ಲಾ ಬರೀ ಕಲ್ಪನೆಯಲ್ಲೇ ಇಟ್ಕೋ. ಯಾವಾಗ ನಾನು ಒಂಟಿಯಾಗ್ತೀನೋ, ಆಗ ಅಂಗವಿಕಲನಾಗಿ ಬಿಡ್ತೀನಿ. ಬದ್ಕೀಗೆ ಒಬ್ಬ ಪಾರ್ಟನರ್ ಮುಖ್ಯವೇ, ಹಾಗಂತ ಮಿಕ್ಕ ಪಾರ್ಟ್‌ಗಳನ್ನ ಕಳಚಿದರೇ, ನಾನು ಬಲಹೀನವಾಗಿ ಬಿಡ್ತೀನಿ. ವಿವಾಹ ಮುನ್ನ ನನ್ನ ಮನಸ್ಥಿತಿ, ಅಭಿಪ್ರಾಯಗಳನ್ನು ಬಿಚ್ಚಿ ಅದರ ಜೊತೆಗೆ ರೆಕಾರ್ಡ್ ಮಾಡಿದ ಒಂದು ಸಿ.ಡಿ ಕೊಟ್ಟು ಹಲವಾರು ಬಾರಿ ಕೇಳಿ ನಂತರ ತೀರ್ಮಾನಕ್ಕೆ ಬಾ ಎಂದೆ. ನಾನು ವಿವಾಹ ಸಂಬಂಧದ ಪ್ರೀತಿಸೋದು ಮಾತ್ರವಲ್ಲ ಗೌರವಿಸ್ತೀನಿಂತ ಒತ್ತಿ ಒತ್ತಿ ಹೇಳಿದ್ದೀನಿ" ಅನ್ನುವ ವೇಳೆಗೆ ಅವಳ ಮೊಬೈಲ್ ರಿಂಗ್ ಆಯಿತು "ಒಂದು ನಿಮಿಷ...." ಎದ್ದುಹೋದ ಸಂತೋಷ್. ಅವನು ತೀರಾ ಡಿಸ್ಟರ್ಬ್ ಆಗಿದ್ದ. ಮುಂದೇನು ಅನ್ನೋ ತಳಮಳ. ಪ್ರಶ್ನೆಗೆ ಉತ್ತರದ ಒಂದು ಚಿತ್ರ ಮೂಡದೆ ತಡಬಡಿಸುತ್ತಿದ್ದ.

ಇವಳ ಮಾತು ಮುಗಿದ ನಂತರವೇ ಅವನು ಟೇಬಲ್‌ಗೆ ಬಂದಿದ್ದು. "ಮಮ್ಮಿದು ಫೋನ್, ಅವ್ರು ದುಬೈಗೆ ಬರೋಕೆ ನಮಗೆ ಆಹ್ವಾನ ಕೊಟ್ಟಿದ್ದಾರೆ. ನಾನು ಹ್ಞೂಂ ಅಂದು ಬಿಟ್ಟೆ". ಮಾತಿನ ವರಸೆ ಬದಲಾಗಿತ್ತು. "ನೀನು ಜಾಬ್‌ಗೆ ಜಾಯಿನ್ ಆಗೋವರಗೂ ಕೇರ್‌ಫುಲ್. ಆಮೇಲೆ ಸಂತೋಷನ ಸುಲಭವಾಗಿ ದಾರಿಗೆ ತರಬಹುದು" ಇಂಥ ಅಮೂಲ್ಯವಾದ ಒಂದು ಬುದ್ಧಿ ಮಾತನ್ನು ಹೇಳಿದ್ದರು. ಎಲ್ಲಾ ಹೇಳುವಂತೆ ವಧುವಿನ ತಾಯಂದಿರು ಮಗಳ ದಾಂಪತ್ಯ ಬದ್ಕಿನಲ್ಲಿ ಒಂದು ಪ್ರಮುಖವಾದ ಪಾತ್ರವಹಿಸ್ತಾರೆ. ಇದು ನೂರಕ್ಕೆ ನೂರರಷ್ಟು ಅಲ್ಲದಿದ್ದರೂ ನೂರಕ್ಕೆ ತೊಂಬತ್ತರಷ್ಟು ನಿಜವಿರಬಹುದು.

"ನಯನತಾರ ಮನೆಗೆ ಹೋದರೆ.... ಹೇಗೆ? ಮೌನ ಇಲ್ಲೇ ಇದ್ದಾಳೆ." ಅನ್ನುವ ವೇಳೆಗೆ ಸಿಖ್ ಮುಗುಳ್ನಗುವಿನೊಂದಿಗೆ ದೊಡ್ಡ ಹಲ್ವಾ ಪ್ಲೇಟ್ ಹಿಡಿದುಕೊಂಡು ಬಂದು "ನಮ್ಮ ದಾವತ್‌ಗೆ ಅಪ್ಪಣೆ ಕೊಡಿ" ಅಂದ ಗಡ್ಡ ಉಜುತ್ತ "ಇವತ್ತೇ ಬೇಡ ಇನ್ನೊಂದು ದಿನ" ಎಂದ ನಿಜವಾಗಿಯೂ ಡಿಸ್ಟರ್ಬ್ ಆಗಿದ್ದ. ಕೌಟುಂಬಿಕವಾದ ಸುಖ, ಸಂತೋಷ ಕಣ್ಮರೆಯಾಗುವುದಕ್ಕೆ

ಹಲವು, ಹತ್ತು ಕಾರಣಗಳು ಇರಬಹುದು. ಅದರಲ್ಲಿ ಕುಟುಂಬವೆಂದರೆ ತಾನು, ತನ್ನ ಗಂಡ ಎನ್ನುವಷ್ಟರ ಮಟ್ಟಿಗೆ ಯೋಚಿಸುವಷ್ಟು ಹೆಣ್ಣು ಪ್ರಬುದ್ಧಳಾಗಿದ್ದಾಳೆ. ಒಂದು ವೃಕ್ಷದ ರೆಂಬೆ ಕೊಂಬೆಗಳನ್ನು ಕಡಿದು ಬೇರಿನಿಂದ ಬೇರ್ಪಡಿಸಿ ಮರವನ್ನು ತನ್ನದಾಗಿಸಿಕೊಳ್ಳುವ ಹುನ್ನಾರ.

ಪಂಜಾಬಿ ಹಲ್ವಾ ಸೂಪರ್ ಆಗಿತ್ತು. ಆರಾಮಾಗಿ ಬಾಯಿ ಚಪ್ಪರಿಸುತ್ತಾ ತಿಂದವಳು ನಿಹಾರಿಕಾ "ವೆರಿ ಟೇಸ್ಟೀ.... ಅಬ್ಬ ನಾನು ಇಂಥ ಸ್ವೀಟ್ ತಿಂದೇ ಇಲ್ಲ" ಒಂದು ಶಬಾಷ್‌ಗಿರಿ ಕೊಟ್ಟಳು. ಹೊರಟಾಗ ಒಂದು ಹಲ್ವಾದ ಪ್ಲಾಸ್ಟಿಕ್ ಡಬ್ಬಿ ತಂದು ಕೊಟ್ಟು. "ಅಮ್ಮಾಗೆ, ಭಯ್ಯಾಗೆ.... ನನ್ನ ಸಲಾಂ ಹೇಳಿ" ಎಂದವ ಕಾರಿನವರಿಗೂ ಬಂದು ಬೀಳ್ಕೊಟ್ಟ. ಎಂದಿನದೋ ಒಂದು ಪುಟ್ಟ ಪರಿಚಯ ಇಂಥ ನೆಮ್ಮದಿ ಕೊಡುವಾಗ ಸಂಬಂಧಗಳನ್ನು ದೂರೀಕರಿಸಿ ಪಡೆದುಕೊಳ್ಳುವುದಾದರೂ ಏನು?

ಮನೆಗೆ ಬರುವ ಮುನ್ನ ಕಾರು ನಿಲ್ಲಿಸಿ "ಸ್ವಲ್ಪ ಇಳೀ, ನಮ್ಮ ನಿಶ್ಚಿತಾಗೆ ಏನಾದ್ರು ತಗೋಳೋಣ" ಎಂದ. ಅವನತ್ತ ಒಂದು ತರಹ ನೋಡಿದಾಗ, ಈಗ ಅದು ಅನಿವಾರ್ಯವೆ ಎನ್ನುವಂಥ ಭಾವವಿತ್ತು ಅವಳ ಕಣ್ಣುಗಳಲ್ಲಿ "ಬಂದೆ...." ಹೋದವ ಆನಂದ್‌ಗೆ ಒಂದು ಟೀ ಷರಟು, ನಿಶ್ಚಿತಾಗೆ ಷೂ ಖರೀದಿಸಿಕೊಂಡು ಬಂದಿದ್ದ. ಅದೆಲ್ಲಾ ಬ್ರಾಂಡೆಡ್ ಏನಲ್ಲ. "ಅರೇ ನೀವು ಬ್ರಾಂಡೆಡ್ ತಗೋಳೋಲ್ವ? ನಾನಂತೂ ಪೂರ್ತಿ ಬ್ರಾಂಡೆಡ್ ವಸ್ತುಗಳನ್ನು ಪರ್ಚೇಸ್ ಮಾಡೋದು" ಎಂದಳು. ನಿಶ್ಚಿತ ಷೂ ಪ್ಯಾಕ್‌ನ ಕೈಗೆತ್ತಿಕೊಂಡು, ಕಾರು ಸ್ಟಾರ್ಟ್ ಮಾಡುತ್ತಾ "ನಂಗೇನು ಬ್ರಾಂಡೆಡ್ ಕ್ರೇಜ್ ಇಲ್ಲ. ಬ್ರಾಂಡೆಡ್ ಅಲ್ಲದ ಎಷ್ಟೋ ವಸ್ತುಗಳು ಅದ್ಭುತವಾಗಿ ಇರುತ್ತೆ. ಮೊನ್ನೆ ಫೇಸ್‌ಬುಕ್‌ನಲ್ಲಿ ಒಬ್ಬ ಮಹಿಳಾ ಮಣಿ ತಾನು ಪರ್ಚೇಸ್ ಮಾಡಿದ ಒಂದು ಅಪರೂಪವಾದ ವಸ್ತುವನ್ನು ಫೋಟೋ ಸಮೇತ ಹಾಕಿ I perchased branded Bra ಎಂದು ಬರೆದುಕೊಂಡಿದ್ರು. ಬ್ರಾಂಡೆಡ್ ಕ್ರೇಜ್ ಶುರುವಾಗಿದೆ" ಎಂದ. ಅವಳನ್ನು ನೇರವಾಗಿ ಟೀಕಿಸಲು ಕೂಡ ಇಷ್ಟಪಡಲಿಲ್ಲ. ಕಟ್ಟಿಕೊಂಡವಳನ್ನು ನೋಯಿಸುವುದು ಅವನ ಪ್ರಕಾರ ಒಂದು ಧರ್ಮವಲ್ಲ. ಮಾನವೀಯತೆಯ ಸಂಸ್ಕಾರವಲ್ಲ.

ಕಾರಿನಿಂದ ಇಳಿದ ಕೂಡಲೆ ತಾನು ಪರ್ಚೇಸ್ ಮಾಡಿದ ಪ್ರೊಡಕ್ಟ್‌ಗಳ ಬ್ಯಾಗುಗಳನ್ನು ಒಯ್ದಳು. ಹಿಂದಕ್ಕೆ ಬಂದು "ನಾವಿಬ್ರೂ ಕ್ಯಾಂಡಲ್ ಡಿನ್ನರ್ ಮಾಡಿದರೆ...." ಉಲ್ಲಾಸದಿಂದ ಹೇಳಿದಾಗ "ಸರಿ.... ಮನೆಗ್ಬಂದ್ ಆಗಿದೆ. ಮತ್ತೆ ಹೊರಗೇ ಹೋಗೋ ಇರಾದೆ ಇಲ್ಲ. ನಂಗೂ ಎಲ್ಲರ ಜೊತೆ ಮಾತಾಡೋದಿದೆ" ತಣ್ಣಗೆ ಹೇಳಿ ಕಾರು ಲಾಕ್ ಮಾಡಿಕೊಂಡು ಒಳಗೆ ಹೋದ. ಬುದ್ಧಿವಂತ ಹೆಣ್ಣು. ಇಂಥ ಉತ್ಪ್ರೇಕ್ಷೆಯನ್ನು ಆರಾಮಾಗಿ ತಳ್ಳಿ ಹಾಕಿ ಬಿಡಬಲ್ಲಳು.

ಟಿ.ವಿಯಲ್ಲಿ ಬರುತ್ತಿದ್ದ ಕ್ರಿಕೆಟ್ ಮ್ಯಾಚ್ ನೋಡುತ್ತಿದ್ದ ಆನಂದ್‌ನ ಪಕ್ಕ ಕೂತು ನಿಶ್ಚಿತನ ಎತ್ತಿಕೊಂಡು ತಾನು ತಂದ ಷೂ ತೊಡಿಸಿ "ಅಜ್ಜಿಗೆ, ತೋರ್ಸಿಕೊಂಡ್ಬಾ" ಕಳಿಸಿ ಅಣ್ಣನ ಭುಜ ಒರಗಿ "ಚಿಕ್ಕಂದಿನ ದಿನಗಳು ಎಷ್ಟೊಂದು ಚೆನ್ನಾಗಿತ್ತು. ಆನಂದಣ್ಣ ನಾನು ಆಗ ತುಂಬಾ ಘಟಿಂಗ. ನೀನು ಹೇಗೆ ಸಹಿಸಿಕೊಂಡ್ಯೋ?" ಎಂದ ತಮ್ಮನ ಕೆನ್ನೆ ತಟ್ಟಿ "ಚಿಕ್ಕಂದಿನ ನಿನ್ನ ಘಟಿಂಗತನ ನೋಡಿ ಅಪ್ಪನೇ ಹೆದರಿದ್ರು ಎಲ್ಲಿ ಸಿಟಿಗೆ ಡಾನ್ ಆಗೋ ಪ್ರಯತ್ನ ಮಾಡ್ತೀಯೋಂತ. ನಿನ್ನ ಹಿಂದೆ ಸದಾ ಗುಂಪು ಇತ್ತು. ಹುಡ್ಗಿಯರಿಗೆ ಲೈನ್ ಹೊಡೆಯೋದರಲ್ಲಿ, ಲವ್ ಮೆಸೇಜ್

ರವಾನೆಯಲ್ಲಿ ದೊಡ್ಡ ಪಂಟನಾಗಿದ್ದೆ. ನಂತರ ಅಪೂರ್ವವಾದ ಬದಲಾವಣೆ ....” ಅಂದ ಕೂಡಲೆ “ಅದ್ಕೇ ಕಾರಣ ಸ್ವಾಮಿ ವಿವೇಕಾನಂದರು ಅವರ ಅದ್ಭುತವಾದ ಚಿಂತನೆಗಳು ನನ್ನಲ್ಲಿ ಎಷ್ಟೋ ಬದಲಾವಣೆಗಳನ್ನು ತಂದಿವೆ. ಸಹನಾ ಅನಿಮೇಷನ್ ಅಕಾಡೆಮಿಯ ಸಿಇಓ ಸಹನಾ ಫೋನ್ ಮಾಡಿದ್ರಾ? ಅವ್ರು ಅನಿಮೇಷನ್ ಪೂರ್ತಿ ಚಿತ್ರ ನನ್ಮುಂದೆ ಇಟ್ಟು ತೀರಾ ಡಿಫರೆಂಟಾದ ಕಾರ್ಯಕ್ರಮವಾಗೋದರ ಜೊತೆಗೆ ಅನಿಮೇಟರ್‌ನ ಬೇಸಿಕ್ ವಿಚಾರಗಳು ಸುಲಭವಾಗಿ ತಿಳಿಯುವಂತಿರಬೇಕೆಂದ್ರು. ಇದ್ನ ಅತ್ತಿಗೆಗೆ ಒಪ್ಪಿಸೋದು ಒಳ್ಳೇದೂಂತ ಅಂದ್ಕೋಂಡಿದ್ದೀನಿ. ಆದರೆ ಈಗ ಅವ್ರಿಗೆ ರೆಸ್ಟ್ ಬೇಕು” ಆಮೇಲೆ ಸಾಕಷ್ಟು ಮಾತಾಡಿದರು.

ಪಾರ್ಥಸಾರಥಿಯವರಿಂದ ನಿಶ್ಚಿತವರೆಗೂ ಟಿ.ವಿ ಮುಂದೆ ಸೇರಿದರು. ಕ್ರಿಕೆಟ್ ಮ್ಯಾಚ್ ನೋಡಲು. ಪರಸ್ಪರ ಮಾತು, ನಗು, ಚಪ್ಪಾಳೆಯಲ್ಲಿ ಮುಳುಗಿದ್ದಾಗ ಜಾಹ್ನವಿ ಎದ್ದು ರೂಮಿಗೆ ಹೋಗಿ ಬಾಗಿಲು ತಳ್ಳಿ “ಯಾಕೆ, ಇಲ್ಲಿ.... ಒಬ್ಬೇ ಕೂತೆ? ಒನ್ ಡೇ ಕ್ರಿಕೆಟ್ ಮ್ಯಾಚ್. ಅಣ್ಣ, ತಮ್ಮನಿಗೆ ಮಾತ್ರವಲ್ಲ ಮಾವನವರಿಗೂ ತುಂಬ ಕ್ರೇಜ್. ಆದರೆ ಸಮಯ ಸಿಗೋಲ್ಲ. ಮ್ಯಾಚ್ ಮುಗ್ದ ಮೇಲೆ ಊಟ” ಎಂದಳು.

ಮೊಬೈಲ್‌ನ ಫೇಸ್‌ಬುಕ್‌ನಲ್ಲಿ ಏನೋ ಅಫ್ ಲೋಡು ಮಾಡುತ್ತಿದ್ದವಳು ನೋಟ ಕೂಡ ಹರಿಸದೆ “ನಂಗೆ ಕ್ರಿಕೆಟ್ ನೋಡೋದೆಂದರೆ ತುಂಬ ಬೋರಿಂಗ್, ನನ್ನ ಊಟ ಇಲ್ಲೇ ಕೊಟ್ಟು ಬಿಡ್ತೀರಾ?” ಕೇಳಿದಳು ನಿಹಾರಿಕ ಕೆಲಸದಲ್ಲಿ ಮಗ್ನಳಾಗಿ.

“ಡೈನಿಂಗ್ ಹಾಲ್‌ನಲ್ಲೇ ಊಟ” ರೂಮುಗಳಿಗೆ ತರೋ ಪರಿಪಾಠವಿಲ್ಲ. ನೀನು ಬಂದರೆ ನಾನು ಬಡಿಸ್ತೀನಿ” ಅಂದಳು ಜಾಹ್ನವಿ, ಹಿರಿಯರಿಗೆ ಇಷ್ಟವಾಗದನ್ನು ತಾನು ಮಾಡಳು. ಶಿಸ್ತು, ಪರಂಪರೆ ಬದುಕಿನ ಭಾಗವೆಂದು ಅವಳಿಗೆ ಗೊತ್ತು. “ಬಾ.... ನಿಹಾರಿಕಾ, ಮನೆಯಲ್ಲಿ ಎಲ್ಲಾ ಒಟ್ಟಿಗೆ ಊಟ ಮಾಡೋದೆ ಒಂದು ಸಂಭ್ರಮ” ಹೇಳಿ ಹೋದಳು.

“ಅಮ್ಮ, ನಿಹಾರಿಕಾಗೆ ಬರೋದಕ್ಕೆ ಹೇಳಿದ್ದೀನಿ” ಎಂದು ಬಡಿಸತೊಡಗಿದಳು. ಒಂದು ಸುತ್ತು ಬಡಿಸಿದ ನಂತರ ಮಾಧವಿ ಕೂಡುತ್ತಿದ್ದರು. ಆಮೇಲೆ ಬೇಕಿದ್ದು ಅಷ್ಟು ಇಷ್ಟು ಬಡಿಸಿ ಆನಂದ್ ಪಕ್ಕ ಅವಳು ಕೂತಾಗ, ಅದೂ ಇದೂ ಮಾತಾಡುತ್ತಲೆ ಊಟ ಮುಗಿಸುತ್ತಿದ್ದದ್ದು. ಇಂದು ಪಾರ್ಥಸಾರಥಿ, “ಹೊರಗೇ ತಿರ್‍ಗಾಟಕ್ಕೆ ಕರ್ಕೊಂಡ್ ಹೋಗಿದ್ದೆಯಿಲ್ಲ, ನಿಹಾರಿಕ ನಾರ್ಮಲ್ ಆಗಿದ್ದಾಳ?” ವಿಚಾರಿಸಿದರು.

“ಅಂಥದ್ದೇನಿಲ್ಲ! ಓಡಾಟದ ಮಧ್ಯೆ ಅದೂ ಇದು ತಿಂದಿದ್ದಾಳೆ. ಹಸಿವಿಲ್ಲಾಂತ ಕಾಣುತ್ತೆ” ಅಷ್ಟೇ ಹೇಳಿದ್ದು ಆಮೇಲೆ ಎಲ್ಲಾ ಊಟ ಮುಗಿಸಿದರು. “ಅವ್ಳು ಊಟಕ್ಕೆ ಬರಲೇ ಇಲ್ಲ, ಸ್ವಲ್ಪ ಹೋಗಿ ಕರೀ. ಬೇರೆ ಏನಾದ್ರೂ ತಿಂತಾಳೇನೋ!” ಇನ್ನು ಕೆಲವು ತುಟಿಯವರೆಗೂ ಬಂದ ಮಾತುಗಳನ್ನು ನುಂಗಿಕೊಂಡರು. ರೂಮಿನಲ್ಲೇ ಇದ್ದರು. ಕಿಚನ್ ಕಡೆ ತಲೆ ಹಾಕುತ್ತಿರಲಿಲ್ಲ. ಯಾವಾಗಲೂ ಬಂದು ಏನೋ ಒಂದು ತಿಂದುಕೊಳ್ಳುತ್ತಿದ್ದಳು. ದಿನಕ್ಕೊಮ್ಮೆ ಹೊರಗೆ ಹೋಗುತ್ತಿದ್ದರಿಂದ ಅಲ್ಲೇ ಏನಾದರೂ ತಿಂದುಕೊಂಡು ಬರುತ್ತಿದ್ದುದ್ದು. ಅದು ಅವರ ಗಮನಕ್ಕೆ ಬಂದರು ಸುಮ್ಮನಾಗಿದ್ದರು. ಈ ಎಲ್ಲಾ ವಿಷಯಗಳನ್ನು ಯಾರ ಮುಂದೆ ಚರ್ಚಿಸುವುದು?

ರೂಮಿಗೆ ಬಂದ ಮಾಧವಿ “ದಯವಿಟ್ಟು ಸ್ವಲ್ಪ ನಿಮ್ಮ ಲ್ಯಾಪ್‌ಟ್ಯಾಪ್ ಆಫ್ ಮಾಡ್ಕೊಳ್ಳಿ,

ಯಜಮಾನರಾದವರು ಮನೆಯವರ ಬಗ್ಗೆ ಒಂದಿಷ್ಟು ವಿಚಾರ್ಸಿಕೊಳ್ಳೋದು ಅಗತ್ಯ" ಎಂದು ಮಂಚದ ಮೇಲೆ ಕೂತಾಗ ಪಾರ್ಥಸಾರಥಿ ವಿನಯ ವಿದ್ಯಾರ್ಥಿಯಂತೆ ಆಫ್ ಮಾಡಿ ಬಂದು ಹೆಂಡತಿಯ ಎದುರು ಕೂತು, "ಈಗ್ಹೇಳು, ನಿನ್ನಂಥ ಫರ್‌ಫೆಕ್ಟ್ ಒಡತಿ ಇರೋವಾಗ.... ಯಾವ್ದೇ ಸಮಸ್ಯೆಗಳು ಬರೋಲ್ಲ.... ಬಂದ್ರೂ.... ಆರಾಮಾಗಿ ಮ್ಯಾನೇಜ್ ಮಾಡ್ಬಲ್ಲೆ ಅನ್ನೋ ನಂಬ್ಕೆ ಇದೆ" ಎಂದರು. ಹೆಂಡತಿಯ ಬಗ್ಗೆ ಅಪಾರವಾದ ಪ್ರೀತಿ ಮಾತ್ರವಲ್ಲ ಗೌರವವು ಕೂಡ. ತೀರಾ ಕಷ್ಟದ ಸಮಯದಲ್ಲಿ ಮನೋ ಧೈರ್ಯ ತುಂಬಿದ ಮಾಧವಿ ಬಗ್ಗೆ ಅಪಾರವಾದ ಪ್ರೇಮಾಭಿಮಾನಗಳೇ "ಈಗ್ಹೇಳು.... ಸೊಸೆಯ ಮೇಲೆ ಕಂಪ್ಲೆಂಟ್" ಅಂದರು ನಗುತ್ತಾ. ಆಕೆಯ ಮುಖ ಸಿಟ್ಟಿನಿಂದ ಕೆಂಪಾಯಿತು.

"ಪ್ಲೀಸ್, ನಾನು ಮಾಡಿದ್ದು ತಮಾಷೆ, ಅತ್ತೆ ಅಂದ್ಮೇಲೆ ಸೊಸೆಯ ಬಗ್ಗೆ ಪ್ರೀತಿಯ ಕಂಪ್ಲೆಂಟ್ಸ್ ಇರಲೇಬೇಕು. ನಾನು ನಿಹಾರಿಕ ಬಗ್ಗೆ ನಿಮ್ಮೊಂದಿಗೆ ಮಾತಾಡಬೇಕೆಂದಿದ್ದೆ. ಈಗ್ಹೇಳು, ನಾನು ಸಾಕಷ್ಟು ಗಮನಿಸಿದ್ದೀನಿ" ಎಂದರು ನಯವಾಗಿ.

ಬಹಳ ಹೊತ್ತು ಮಾತಾಡಿದರು. ಆಕೆಯ ಅಪ್ಪ, ಅಮ್ಮ ಮಗಳ ಸ್ವಭಾವದ ಬಗ್ಗೆ ಬಿಂಬಿಸಿದ್ದೇ ಬೇರೆ, ಆದರೆ ಅದಕ್ಕೆ ಪೂರ ತದ್ವಿರುದ್ಧವಾಗಿ ನಡೆದುಕೊಳ್ಳುತ್ತಿದ್ದುದರಿಂದ ಇಡೀ ಮನೆಯವರಿಗೆ ಸಮಸ್ಯೆಯಾಗಿದ್ದಳು.

"ಸಂತೋಷ್ ಇಡೀ ದಿನ ಹೊರಗೆ ಕರೆದೊಯ್ದಿದ್ದ. ಬೇಕು ಬೇಕಾದನ್ನು ಖರೀದಿಸಿ ತಂದಿದ್ದಳು. ಕಡೆಗೆ ನಮ್ಮ ನಿಶ್ಚಿತಾಗೆ ಒಂದು ಗೊಂಬೆ ಹಿಡಿದು ಬರಬಹುದಿತ್ತು. ಆವೊಂದು ಪುಟ್ಟ ಗಿಫ್ಟ್ ಮನೆಯವರನ್ನೆಲ್ಲ ಸಂತೋಷದಲ್ಲಿ ತೇಲಿಸಿ ಬಿಡುತ್ತಿತ್ತು. ಇಂಥದ್ದು ಕೂಡ ಅವಳಿಗೆ ಅರ್ಥವಾಗದೆ?" ಗಂಡನ ಮುಂದೆ ತೋಡಿಕೊಂಡರು.

ಪಾರ್ಥಸಾರಥಿ ಮೌನವಾಗಿ ಕೂತುಬಿಟ್ಟರು. ಇತ್ತೀಚಿನ ಬೆಳವಣಿಗೆಗಳನ್ನು ಗಮನಿಸಿದಾಗ ವಿವಾಹಗಳು ನೈಜವಾದ ಅರ್ಥ ಕಳೆದುಕೊಂಡು ವಿಪರೀತಗಳು ಘಟಿಸುತ್ತಿದ್ದವು. ಸಣ್ಣ ಪುಟ್ಟ ವಿಚಾರಗಳಿಗೆ ಪೊಲೀಸ್ ಸ್ಟೇಷನ್, ಕೋರ್ಟು ಮೆಟ್ಟಿಲು ಏರುತ್ತಿದ್ದ ಮಹಿಳೆಯರು ಈಗ ಮಾಧ್ಯಮಗಳಲ್ಲಿ ಕೂತು ನೋಡುವವರಿಗೆ ಮನರಂಜನೆ ಒದಗಿಸುತ್ತಿದ್ದರು.

"ಹೊಸತನ, ಸಂಕೋಚ ಬಿಟ್ಟು ಜಾಹ್ನವಿ ಜೊತೆ ವ್ಯವಹರಿಸುವಂತೆ ಅವಳೊಂದಿಗೆ ವ್ಯವಹರಿಸು. ಒಂದಿಷ್ಟು ಹೇಳು, ಒಂದಿಷ್ಟು ಕೇಳು. ಅಪ್ಪ, ಅಮ್ಮನ ಮುದ್ದಿನ ಮಗಳು. ಶಾಂಭವಿಗೆ ದಿಢೀರೆಂದು ತವರಿನ ಆಸ್ತಿ ಬಂದು ಬಿದ್ದಾಗ, ದೊಡ್ಡದೊಂದು ಬದಲಾವಣೆಯ ಬಿರುಗಾಳಿ ಬೀಸಿದೆ. ಎಲ್ಲಾ ಒಂಟಿ ಒಂಟಿಯಾಗಿ ಕಂಫರ್ಟ್ ಜೋನ್‌ಗಳನ್ನು ಆಕ್ರಮಿಸಿಕೊಂಡಿದ್ದಾರೆ. ಈ ತರಹದ್ದು ಈಚೆಗೆ ಹೊಸದಲ್ಲ. ಜಾಹ್ನವಿಯಂಗೆ, ನಿಹಾರಿಕನು ಸೊಸೆ ಇಬ್ಬರನ್ನು ಒಂದೇ ತರಹ ಟ್ರೀಟ್ ಮಾಡು ಆಮೇಲೆ ನೋಡೋಣ" ಇಂಥದೊಂದು ಸಲಹೆ ಕೊಟ್ಟರು. ಇದರಿಂದಾಗುವ ಅನುಕೂಲಗಳ ಜೊತೆ ಪ್ರಮಾದಗಳನ್ನು ಲೆಕ್ಕ ಹಾಕಿದರು ಇಡೀ ರಾತ್ರಿ ನಿದ್ರಿಸದೆ. ಅಂತು ಆ ಮನೆಗೆ ನಿಹಾರಿಕ ಒಂದು ಸಮಸ್ಯೆ.

ಅಂದು ಒಂದು ಕಚೇರಿಯ ವಾರ್ಷಿಕೋತ್ಸವದ ಗಡಿಬಿಡಿಯಲ್ಲಿದ್ದ ಸಂತೋಷ್ ಆಫೀಸ್‌ಗೆ ಬಂದಾಗ ಸಂಜೆಯೇ ಆಗಿತ್ತು. ಮಧ್ಯಾಹ್ನ ಬಂದ ರೇಖಾಭಟ್ ತಮ್ಮ ಗಿರಿ ಇವನಿಗಾಗಿ ಕಾದು

ಕೂತಿದ್ದ. ನೋಡಿದ ಕೂಡಲೇ ತಕ್ಷಣ ಎದ್ದಾಗ ಕೂಡುವಂತೆ ಸನ್ನೆ ಮಾಡಿ ತಂದೆಯ ಛೇಂಬರ್‌ಗೆ ಹೋದ. ವಿಶಾಲವಾದ ಛೇಂಬರ್‌ನ ಪಾರ್ಟಿಷಿಯನ್ ಮಾಡಿದ್ದರು. ಪಾರ್ಥಸಾರಥಿಯವರು ಈಗಲೂ ಸಿಇಓ, ಆನಂದ್ ಎಂ.ಡಿ. ಇನ್ನೊಂದು ಛೇಂಬರ್ ಸಂತೋಷ್‌ಗೆ ಪ್ರತ್ಯೇಕವಾಗಿತ್ತು. ಹೆಚ್ಚಿನ ಕ್ಲೈಂಟ್ಸ್ ಅವನನ್ನೇ ಇಷ್ಟಪಡುತ್ತಿದ್ದರು.

"ಬ್ಯೆಕ್ ಲಾಚಿಂಗ್.... ನ ಒಂದು ಪ್ರೋಗ್ರಾಂ. ಅದು ನಯನತಾರ ಮನೆಯವರ ಪ್ರೋಗ್ರಾಂ. ಮೌನ ಗಂಡನಿಗೆ ಇಂಥದೊಂದು ಗಿಫ್ಟ್. ಮೌನ ನಿನ್ಹತ್ರ ಮಾತಾಡ್ಬೇಕೂಂದ್ರು. ಅಮ್ಮ ನ ಹಾಗೆ ಆಸ್ತಿ, ಸಂಪತ್ತುಗೆ ಮಾತ್ರವಲ್ಲ, ಹೆಸರಿನ ಒಡೆತನವು ಅವಳದೇ" ಎಂದು ನಕ್ಕರು. ಅವಳಪ್ಪ ದೊಡ್ಡ ಬಿಲ್ಡರ್ಸ್, 'ಮದುವೆಯ ನಂತರವೇ ನನ್ನ ಯಶಸ್ಸು, ಅದಕ್ಕೆಲ್ಲ ಕಾರಣ ಹೆಂಡತಿ ನಯನತಾರ ಎನ್ನುವುದು ಅವರ ನಂಬಿಕೆ. ನನ್ನ ಡ್ಯಾಡಿ ನನ್ನ ಮಮ್ಮಿ ಹೆಸರಲ್ಲಿ ದೇವಸ್ಥಾನ ಕಟ್ಟಿಸಿದರೂ ಹೆಚ್ಚಲ್ಲ' ಎಂದು ಮೌನ ನಗೆಯಾಡುತ್ತಿದ್ದುದ್ದು ನೆನಪಿಸಿಕೊಂಡರು.

ಒಂದಿಷ್ಟು ಮಾತುಕತೆಯ ನಂತರ "ಅಪ್ಪ, ಅದೇನು ಗಿರಿ ಬಂದು ಕೂತಿದ್ದಾನೆ. ಮತ್ತೇನಾದ್ರೂ ಯಡವಟ್ಟು ಮಾಡಿಕೊಂಡಿದ್ದಾನಾ?" ಕೇಳಿದ. ಆನಂದ ನಕ್ಕು "ಅಂಥದ್ದೇನೂ ಇರಲಾರದು. ಅಂತ ಜಾಯಮಾನದ ಹುಡ್ಗನಂಗೆ ಕಾಣೋಲ್ಲ. ನಿನ್ಹತ್ರಾನೇ ಮಾತಾಡ್ಬೇಕೂಂತ ಒಂದಿಷ್ಟು ಅದೇನ್ನೋ ನೋಡಿ ಕಳಿಸು. ರೇಖಾಭಟ್ ಮಾತಿಗೆ ಮುಂಚೆ ಕಣ್ಣೀರು ಹಾಕ್ತಾಳೆ. ಅದಕ್ಕೆ ಸಂಬಳ ತಗೊಂಡ್ ಹೋಗ್ಬಿಡೂಂದೆ" ಬೇಸರ ವ್ಯಕ್ತಪಡಿಸಿದ. "ಒಂದು ಅರ್ಥ ಆಗೋಲ್ಲ" ಎದ್ದು ಹೊರ ಬಂದ. ಇವನು ಆ ಛೇಂಬರ್‌ನಿಂದ ಹೊರ ಬಂದ ಕೂಡಲೆ ಎದ್ದು ನಿಂತ. "ವಾಸು ಏನು! ನಿನ್ನ ಸಂಕಟ?" ರೇಗಿಸುತ್ತಲೇ ತನ್ನ ಛೇಂಬರ್‌ಗೆ ಹೋದ.

ಇಂದು ಸ್ವಲ್ಪ ಬಳಲಿದ್ದ ಸಂತೋಷ್ "ನಾವು ದುಬೈಗೆ ಹೋಗ್ಬರೋಣ" ಮನೆಯಿಂದ ಹೊರಡುವ ಮುನ್ನ ಒಂದು ಬೇಡಿಕೆ ಮಂಡಿಸಿದ್ದು ನಿಹಾರಿಕ "ಮೂರು ತಿಂಗಳು, ಆರು ತಿಂಗ್ಳು ಇಡೀ ವರ್ಷ ಪೂರ್ತಿ ಹನಿಮೂನ್ ಅಂತಾರೆ. ನಮ್ದು ತಿಂಗಳು ಕೂಡ ಮುಟ್ಟಲಿಲ್ಲ. ದಿನಗಳಲ್ಲೇ ಮುಗ್ದು ಹೋಯ್ತು" ಇಂಥದೊಂದು ನಿಷ್ಠೂರ ವ್ಯಕ್ತಪಡಿಸಿದಾಗ ಕೋಪವನ್ನು ಅದುಮಿಟ್ಟು "ಈಗ್ಲೂ ಹನಿಮೂನ್ ಮೂಡೇ!" ಕೆನ್ನೆ ಸವರಿದ ಕೋಪ ಪ್ರಕಟಿಸದೆ.

ಕೈ ಹಿಡಿದುಕೊಂಡು ಅವನತ್ತ ತಿರುಗಿ "ನಿಮ್ಮ ಎಲ್ಲಾ ಸಮಯವನ್ನು ನಂಗೆ ಮೀಸಲಿಡಬೇಕು". ಅಂದಾಗ ಕೈ ಹಿಂದಕ್ಕೆ ತಗೊಂಡ್ "ನಂಗೇ.... ಅರ್ಥವಾಗ್ಲಿಲ್ಲ!" ಎಂದೇ ರೂಮಿನಿಂದ ಹೊರಗೆ ಬಂದಿದ್ದ. ಎಷ್ಟೊಂದು ಸಂಕುಚಿತ ಮನಸ್ಸು! ಇಂಥದೊಂದು ತಗಾದೆ ಪ್ರತಿ ದಿನವು ಇರುತ್ತಿತ್ತು ದಾಂಪತ್ಯ ತಂಪೆನಿಸಲಿಲ್ಲ.

ನಿಂತೇ ಇದ್ದ ಗಿರಿಯತ್ತ ನೋಡಿ ಕೂಡುವಂತೆ ಸನ್ನೆ ಮಾಡಿ "ಏನು.... ವಿಷ್ಯ?" ಕೇಳಿದ. ಅವನ ತಲೆ ಮೊದಲು ತಗ್ಗಿತು. ನಂತರ ಮೇಲೆತ್ತಿ "ಕಾಲೇಜು ಬಿಡೋಣಾಂತ ತೀರ್ಮಾನ ಮಾಡಿದ್ದೀನಿ. ನನ್ನಕ್ಕ ರೇಖಾ ಸಂಬಳ ಯಾತಕ್ಕೂ ಸಾಕಾಗೋಲ್ಲ. ಜೊತೆಗೆ ನನ್ನ ತಲೆಗೆ ಓದು ಹತ್ತೋಲ್ಲ ಯಾವುದಾದ್ರೂ ಡಿಪ್ಲೊಮೋ ಮಾಡಿಕೊಳ್ಳೋಣಾ ಅಂದರೆ, ಪಿಯುಸಿ ಕೂಡ ಆಗಿಲ್ಲ. ಮತ್ತೆಲ್ಲಿ ಜಾಯಿನ್ ಆಗ್ಲೀ?" ಎಂದು ಅತ್ತೇ ಬಿಟ್ಟ, ಹದಿನಾರರ ಹರೆಯದ ಹುಡುಗ.

"ಕೂತ್ಕೋ" ಎಂದ. ತಕ್ಷಣ ಅವನ ನೆನಪಿಗೆ ಬಂದಿದ್ದು ಭೂಮಿಕಾ ಅನಿಮೇಷನ್

ಅಕಾಡೆಮಿಯ ಸಿಇಓ ಭೂಮಿಕಾ ಮುಖರ್ಜಿ. ಮೊಬೈಲ್ ಬಟನ್‌ಗಳನ್ನೊತ್ತಿದ "ಹಲೋ, ಸಂತೋಷ್‌ಜಿ, ನಮ್ಮ ಪ್ರೋಗ್ರಾಂ ಎಷ್ಟು ವಂಡರ್‌ಫುಲ್ಲಾಗಿ ನಡ್ಸಿಕೊಟ್ರಿ. ಐ ಎವರ್ ಗ್ರೇಟ್ ಫುಲ್ ಟು ಯು" ಎಂದು ಶುರು ಹಚ್ಚಿದವರು, "ವಾಟ್ ಕೇನ್ ಡೂ ಫಾರ್ ಯು, ನಮ್ಮ ನಿಮ್ಮ ವ್ಯವಹಾರದ ರಿಲೇಶನ್‌ಷಿಪ್ ದೀರ್ಘವಾಗಿ ಇರ್ಬೇಕು. ಯು ಡನ್ ಎ ಗುಡ್ ಜಾಬ್" ಆತ್ಮೀಯವಾಗಿ ಮಾತಾಡಿದರು. ಆಮೇಲೆ ಒಂದಿಷ್ಟು ಡಿಟೈಲ್ಸ್ ತಿಳಿದ ಮೇಲೆ "ಈಗ ಕರ್ಕೊಂಡ್ ಬರ್ತೀನಿ" ಎಂದು ಗಿರಿಯನ್ನು ಕರೆದುಕೊಂಡು ತಂದೆಯ ಛೇಂಬರ್‌ಗೆ ಹೋದ. ಅವರೆದುರು ಕೂತು ಒಂದಿಷ್ಟು ವಿವರಿಸಿದ "ಪಿಯುಸಿ ಆಗದಿದ್ದರೂ, ಯೂನಿವರ್ಸಿಟಿಯ ಬಿಪಿಪಿ ಕೋರ್ಸ್‌ನ ಮೂಲಕ ಅನಿಮೇಷನ್ ಪದವಿಯನ್ನು ಮಾಡಬಹುದಂತೆ. ಅಲ್ಲಿಗೆ ಇವನನ್ನು ಜಾಯಿನ್ ಮಾಡಿದರೆ ಹೇಗೆ?" ಕೇಳಿದ.

ಮಗನಿಂದ ಇನ್ನಷ್ಟು ವಿವರ ಪಡೆದು "ಗುಡ್, ನೀನೇನೋ ಹೇಳ್ತೀ.... ಗಿರಿ?" ಅವನತ್ತ ತಿರುಗಿದರು "ಪಿಯುಸಿ ಬಿಟ್ಟು ಏನಾದ್ರೂ ಮಾಡ್ತೀನಿ. ಪ್ಲೀಸ್...." ಗೋಗರೆದ. ರೇಖಾಭಟ್‌ನ ಒಳಗೆ ಕರೆದು "ಇಲ್ಲಿ ಅಳ್ಬಾರ್ದು ನಿಷಿದ್ಧ" ಎಂದು ತಿಳಿಸಿದಾಗ ಅವಳಿಗೆ ಕುಣಿದಾಡುವಷ್ಟು ಸಂತೋಷ "ಓಕೆ, ಸರ್.... ಓಕೆ ಸರ್.... ಖಂಡಿತ ಇದು ಕಣ್ಣೀರು ಅಲ್ಲ, ಆನಂದ ಭಾಷ್ಪ" ಎಂದು ಕಣ್ಣೀರೊರೆಸಿಕೊಂಡಳು.

ರೇಖಾಭಟ್ ಮತ್ತು ಅವನನ್ನು ಕೂಡಿಯೇ ಭೂಮಿಕಾ ಅನಿಮೇಷನ್ ಅಕಾಡಮಿಗೆ ಕಳುಹಿಸಿಕೊಟ್ಟರು. ಜೊತೆಗೆ ಫೀಜನ್ನು ತಾವೇ ಸಂಸ್ಥೆಯ ಅಕೌಂಟ್‌ಗೆ ಕಳುಹಿಸುವುದಾಗಿ ತಿಳಿಸಿದರು. ಅವರ ಪ್ರೋಗ್ರಾಂ ಆಯೋಜನೆಗೆ ಮೊದಲು ಒಂದಿಷ್ಟು ತಿಳಿದಿದ್ದರು.

ಯಾವುದೋ ಕಾರ್ಯಕ್ರಮ ಮುಗಿಸಿಕೊಂಡು ಮೂವರು ಒಟ್ಟಿಗೆ ಮನೆಗೆ ಬಂದಾಗ ಕಂಪೌಂಡ್‌ನಲ್ಲಿ ಅಡ್ಡಾಡುತ್ತಿದ್ದ ನಿಹಾರಿಕಾ ಫೋನ್‌ನಲ್ಲಿ ಸಂಭಾಷಿಸುತ್ತಿದ್ದವಳು ಸಂತೋಷ್ ಇಳಿದ ಕೂಡಲೇ ಹಾರಿ ಬಂದಾಗ "ಎಲ್ಲಿ ನಿಶ್ಚಿತ? ಆನಂದಣ್ಣ ಏನೋ ತಂದಿದ್ದಾನೆ" ಎಂದು ಕಣ್ಣಲ್ಲಿ ಎಚ್ಚರಿಸಿ ದೂರ ಸರಿದ. ಇದೆಲ್ಲ ಅವಳಿಗೆ ಇಷ್ಟವಾಗದು. ಲವರ್ಸ್ ಎಷ್ಟು ಮುಕ್ತವಾಗಿರುತ್ತಾರೆ. ಕೈ ಹಿಡಿದವಳೊಂದಿಗೆ ಇದೆಂಥ.... ನಡವಳಿಕೆ? ಧುಮಗುಟ್ಟುತ್ತ ಒಳ ನಡೆದಳು. ಅದೃಶ್ಯವಾಗಿ ರೂಮು ಸೇರಿದಳು. ತಾನು, ಸಂತೋಷ್ ಮುಕ್ತವಾಗಿ ಬೆರೆಯಬೇಕು. ಅಷ್ಟು ಬಿಟ್ಟು ಅತ್ತಿತ್ತ ತಿರುಗಿ ಯೋಚಿಸಲಾರಳು.

ರೂಮಿಗೆ ಬಂದು ಬಟ್ಟೆ ಬದಲಾಯಿಸಿ ಮುಖ ತೊಳೆದು ಹೊರ ಬಂದವ ದೇವರ ಮನೆಗೆ ಹೋಗಿ ನಮಸ್ಕಾರ ಹಾಕಿ ಹೊರ ಬಂದ. ಇದು ಹೆತ್ತವರು ಅವನಿಗೆ ಕಲಿಸಿದ ಸಂಸ್ಕಾರ, ರೂಢಿಗತವಾಗಿ ಬಂದಿದ್ದು ಆಚರಣೆಯಾಗಿತ್ತು.

"ನಿಹಾರಿಕಾ ಊಟಕ್ಕೆ ಬಾ" ಮಾಧವಿ ಡೈನಿಂಗ್ ಹಾಲ್‌ನಿಂದ ಕೂಗಿ ಹೇಳಿ "ನಿಶ್ಚಿತ ಚಿಕ್ಕಮ್ಮನ್ನ ಊಟಕ್ಕೆ ಕರ್ಕೊಂಡ್ ಬಾ...." ಅವಳನ್ನು ಕಳಿಸಿದ ಮಾಧವಿ ಉಪ್ಪಿನಕಾಯಿ ಬಡಿಸತೊಡಗಿದರು. ನಿಶ್ಚಿತ ಹಿಂದಕ್ಕೆ ಬಂದು "ಅವ್ರಿಗೆ.... ಬೇಡ್ವಂತೆ" ಉಸುರಿದಾಗ, ಸಂತೋಷ್ ಅವಳನ್ನು ಎತ್ತಿಕೊಂಡ. ಅವಳು ತುಂಬ ಸ್ಮಾರ್ಟ್, ಮುದ್ದು ಮುದ್ದಾದ ಪೋರಿ ಚಿನಕುರುಳಿಯಂತೆ ಪ್ರಶ್ನೆಗಳ ಸುರಿಮಳೆಗರೆಯುತ್ತಿದ್ದಳು" ಚಿಕ್ಕಪ್ಪ, ಚಿಕ್ಕಮ್ಮ ನನ್ನ ಆ ರೀತಿ

ಕರೀಬೇಕೂಂತ ಅಂದ್ರು. ಏನಂತಾ ಕರೀಲೀ?" ದೊಡ್ಡ ಜಿಜ್ಞಾಸೆಗೆ ಒಳಗಾದಂತೆ ಪ್ರಶ್ನಿಸಿದಾಗ, ಎಲ್ಲರ ನೋಟ ಅವಳತ್ತ ಹರಿಯಿತು.

"ನಿಹಾರಿಕಾನೆ.... ಕೇಳು" ಅಂದರು ಪಾರ್ಥಸಾರಥಿ.

"ಅಯ್ಯೋ, ನಂದೇ ತಪ್ಪೇನೂ? ಈಗ ಎಲ್ಲರು ಆಂಟಿಯರೇ.... ಅದ್ರಿಂದ.... ನಾನೇ ಚಿಕ್ಕಮ್ಮ ಅಂತ ಕರೀಂತ ಹೇಳಿದ್ದು, ತರಕಾರಿ ಆಂಟಿ, ಕೆಲ್ಸದ ಆಂಟಿ, ಅಂಗಡಿ ಆಂಟಿ, ಬ್ಯೂಟಿಪಾರ್ಲರ್ ಆಂಟಿ.... ಆಂಟೀ ಅನ್ನೋದು ಸರ್ವವ್ಯಾಪಕವಾಗಿದೆ. ಚಿಕ್ಕಮ್ಮ ಅನ್ನೋದು ಒಂದು ಅಪರೂಪವಾದ, ಅನನ್ಯವಾದ ಬಾಂಧವ್ಯ" ಎಂದಳು ಜಾಹ್ನವಿ. "ಇವಳನ್ನು ಮನೆ ಆಂಟಿ! ಅಂದು ಕೊಳ್ಳೋದು" ಎಂದು ನಕ್ಕು ಬಿಟ್ಟ. "ಅವ್ವು ಅದೂ.... ಇದೂ.... ತಿಂದಿರೋದರಿಂದ ಹಸಿವಿರೋಲ್ಲ. ನಾವು ಊಟ ಮಾಡೋಣ" ಎಂದು ವಾತಾವರಣವನ್ನು ತಿಳಿ ಮಾಡಿದ. ಸದ್ಯಕ್ಕೆ ಅಷ್ಟು ಮಾಡಬಹುದಿತ್ತು.

ನಂತರ ಭೂಮಿಕಾ ಮುಖರ್ಜಿಯಿಂದ ಫೋನ್ ಬಂದು ಎಲ್ಲಾ ತಿಳಿಸಿದ ನಂತರ "ಎಸ್ ಎಸ್ ಎಲ್ ಸಿ, ಪಿಯು ಅಂಥವರಿಗೂ ನಮ್ಮಲ್ಲಿ ಕಾರ್ಯಕ್ರಮಗಳು ಇದೆ. ಅವ್ವು ಅನಿಮೇಷನ್ ಬಗ್ಗೆ ಆಸಕ್ತಿ ವ್ಯಕ್ತಪಡಿಸಿದ" ಎಂದು ತಿಳಿಸಿದಾಗ ಒಂದಿಷ್ಟು ಸಮಾಧಾನ. ಅದನ್ನ ತಂದೆಯ ಮುಂದಿಟ್ಟ "ಓಕೇ, ಹೇಗೋ ಆ ಕುಟುಂಬ ಒಂದು ಮಟ್ಟ ತಲುಪಬೇಕು" ಎಂದರು ಭಾರವಾದ ಉಸಿರು ಚೆಲ್ಲುತ್ತ ಪಾರ್ಥಸಾರಥಿ. ಆ ಮನುಷ್ಯ ಸಮಾಜಮುಖಿ.

ಅಷ್ಟರಲ್ಲಿ ಜಾಹ್ನವಿ "*1993*ರಲ್ಲಿ ಬಿಡುಗಡೆಯಾದ ಜುರಾಸಿಕ್ ಪಾರ್ಕ್ ಕಂಪ್ಲೀಟಾಗಿ ಕಂಪ್ಯೂಟರ್ ಮತ್ತು ಪಿಕ್ಸ್‌ರ್‌ನಿಂದಾದ ಟಾಯ್ ಸ್ಟೋರಿ, ಪೂರ್ಣ ಉದ್ದದ ಕಾರ್ಟೂನ್ ಕಂಪ್ಯೂಟರ್ ಜನರೇಟೆಡ್ *3*ಡಿ ಅನಿಮೇಷನ್ ಆಗಿತ್ತು" ಎಂದಳು. ಮಡದಿಯ ಕಡೆ ನೋಟ ಹರಿಸಿದ ಆನಂದ್ "ಮೈ ಗಾಡ್, ಇವ್ಳಿಗೆ ಯಾವುದರಲ್ಲಿ ಆಸಕ್ತಿ ಇದೆ, ಯಾವುದರಲ್ಲಿ ಇಲ್ಲಂತ ತಿಳಿಯೋದೇ ಕಷ್ಟವಾಗಿದೆ. ಅದೇ ಕ್ಯಾರೆಕ್ಟರ್ ನಿಶ್ಚಿತಾದು ಕೂಡ" ಎಂದ. ಅದರಲ್ಲಿ ಅಭಿಮಾನ ಕೂಡ ಇತ್ತು. ನಾಚಿದ ಜಾಹ್ನವಿ ಕದಪುಗಳು ಕೆಂಪಾದವು.

"ನಮ್ಮ ಜಾಹ್ನವಿ ಎಲ್ಲಿಯೋ ಇರಬೇಕಿತ್ತು. ಆದರೆ ದೇವರು ತಂದು ಈ ಮನೆಗೆ ಸೇರಿಸಿ ನಮ್ಮನ್ನು ಬುದ್ಧಿವಂತರಾಗಿ ಮಾಡ್ತಾ ಇದ್ದಾರೆ" ಎಂದರು ಮೆಚ್ಚಿಗೆಯಿಂದ ಸೊಸೆಯನ್ನು ನೋಡುತ್ತಾ. "ಅಯ್ಯೋ, ಮಾವ.... ನಾನು ಅಂಥ ಬುದ್ಧಿವಂತಳಲ್ಲ ಅಂತಲೇ, ನನ್ನ ಎಜುಕೇಷನ್ ಪಿಯುಸಿಗೆ ಡ್ರಾಪ್ ಆಯ್ತು" ಸಂಕೋಚ ವ್ಯಕ್ತಪಡಿಸಿದವಳು ರೂಮಿಗೆ ಹೋದಳು.

ಆಸಕ್ತಿ ಇರುವ ಎಲ್ಲಾ ವಿಷಯಗಳನ್ನು ಪಟ್ಟಿ ಮಾಡಿಕೊಂಡು ಎಲ್ಲವನ್ನು ತಿಳಿಯುವ ಪ್ರಯತ್ನ ಮಾಡುತ್ತಿದ್ದಳು. ಆನಂದ್‌ಗೆ ಹಾರ್ಟ್ ಸಮಸ್ಯೆ ಬಂದಾಗ ಅದಕ್ಕೆ ಸಂಬಂಧಪಟ್ಟ ಎಲ್ಲಾ ವಿಷಯಗಳನ್ನು ತಿಳಿದುಕೊಂಡು ಡಾಕ್ಟರ್‌ಗಳಿಗಿಂತ ಹೆಚ್ಚಾಗಿ ಮನೆಯವರಿಗೆ ವಿವರಿಸಿ ಧೈರ್ಯ ಹೇಳಿದ್ದು. ತೀರಾ ಸಾಮಾನ್ಯಳಾಗಿ ಕಾಣುವ ಅವಳು ತುಂಬಾ ಬುದ್ಧಿವಂತೆಯೆಂದು ಎಲ್ಲರೂ ಗುರ್ತಿಸಿದ್ದರು. ತೋರಿಕೆಯ ಸ್ವಭಾವ ಅವಳದಲ್ಲ.

ಮೇಲೆದ್ದ ಸಂತೋಷ್ ನಿದ್ರಿಸಿದ್ದ ನಿಶ್ಚಿತನ ಒಯ್ದು ರೂಮಿನಲ್ಲಿ ಮಲಗಿಸಿ ಎಲ್ಲರಿಗೂ

ಗುಡ್‌ನೈಟ್ ಹೇಳಿ ಹೊರಡುವ ಮುನ್ನ ಮಾಧವಿ "ನಮ್ಮಿಂದ ಆಗೋಲ್ಲ, ನಿಹಾರಿಕ ತಪ್ಪಾಗಿ ತಿಳಿಯಬಹುದು. ನೀನೇ ಸ್ವಲ್ಪ ಅವಳಿಗೆ ಹೇಳು. ಹೊಂದಿಕೊಳ್ಳೋದು ಇರಲಿ ಯಾರೊಂದಿಗೂ ಮಾತುಕತೆ ಇಲ್ಲ. ಒಂಟಿತನ ತಾನಾಗಿ ತಂದು ಹಾಕ್ಕೊಂಡಿದ್ಧಾಳೆ. ಸ್ವಲ್ಪ ಹೇಳು" ಅಂದರು ಮಗನಿಗೆ. ಅವನು ಪ್ರತಿಕ್ರಿಯಿಸದೆ ರೂಮಿಗೆ ಹೋದ. ಇದೆಲ್ಲ ಅವನ ಗಮನಕ್ಕೆ ಬಂದಿತ್ತು. ಒಂದು ರೀತಿಯ ನಿಸ್ಸಾಯಕತೆ.

"ಎಲ್ಲಾ.... ಮುಗೀತಾ?" ಕೇಳಿದಳು ರೂಮಿನೊಳಕ್ಕೆ ಕಾಲಿಟ್ಟ ಕೂಡಲೇ "ಏನು, ಹಾಗೆಂದರೆ? ನೀನ್ಮಾ ಕೆ ರೂಮಿನಲ್ಲಿ ಬಂದು ಒಂಟಿಯಾಗಿ ಕಾಡ್ತೀಯಾ? ನೀನು ಎಲ್ಲರ ಮದ್ಯೆ ಬಂದು ಕೂತ್ಕೋಬೇಕು" ಅಂದ ಸ್ವಲ್ಪ ಶಾರ್ಪಾಗಿಯೇ. "ನಂಗೆ.... ಇಂಟರೆಸ್ಟಿಲ್ಲ" ಅಂದು ತುಟಿ ಕಚ್ಚಿಕೊಂಡಳು. ಅವಳಮ್ಮ ಹೇಳಿದ್ದು ಆ ಕ್ಷಣ ಮರೆತಿತ್ತು. "ನಿಂಗೆ ಕೆಲಸ ಕನ್‌ಫರ್ಮ್ ಆಗಿ, ಸ್ಯಾಲರಿ ಕೈ ಸೇರೋವರ್ಗೂ ಸ್ವಲ್ಪ ಸಹನೆಯಿಂದ ಇರು" ಹೆತ್ತಮ್ಮನ ಬುದ್ಧಿವಾದ ಇದು.

ಕಿಟಕಿಯ ಬಳಿ ಹೋಗಿ ನಿಂತ, ಮಂದಾನಿಲ ಅವನನ್ನು ಅಪ್ಪಿತು. ನಿಹಾರಿಕ ಹೆಚ್ಚು ರೊಮ್ಯಾಂಟಿಕ್. ಕೆಲವೊಮ್ಮೆ ಅವಳಲ್ಲಿ ಭಾವನೆಗಳು ಇಲ್ಲವೆನಿಸಿತು. ಅವಳ ಆಸಕ್ತಿಗಳು ತೀರಾ ಡಿಫರೆಂಟ್, ಹಣ, ವ್ಯವಹಾರ, ಅದ್ದೂರಿ ಫ್ಲಾಟ್, ಚಿನ್ನ, ಹೈಫೈ ಜೀವನ. ಆ ವರ್ತುಲದೊಳಗೆ ಅವಳ ಮಾತುಕತೆಗಳು ಸುತ್ತುತ್ತಿರುವುದರಿಂದ ಮಾತಾಡಲೇ ಬೇಸರವೆನಿಸಿ ಬಿಡುತ್ತಿತ್ತು. ಮಾನಸಿಕ ಸಹಚರ್ಯ ಸಾಧ್ಯವಿಲ್ಲವೆನಿಸುತ್ತಿತ್ತು.

ತಾನೇ ಸೋತು "ಹಾಯ್.... ನಿಹಾರಿಕಾ.... ಯಾಕೆ ಊಟ ಬೇಡಾಂದೆ" ಕೇಳಿದ. ಜ್ಯುಯಲರಿ ಮಾರ್ಟ್ ಅಡ್ವಟೈಸ್ ನೋಡುತ್ತಿದ್ದವಳು ತಟ್ಟನೆ "ಸಂತೋಷ್, ವಜ್ರಾಭರಣಗಳ ಮೇಲೆ ಫೈವ್ ಪರ್ಸೆಂಟ್ ಡಿಸ್ಕೌಂಟ್ ಇದೆಯಂತೆ. ನಾವು ಯಾಕೆ ಖರೀದಿಸಬಾರದು?" ಉತ್ಸಾಹದಿಂದ ಮೇಲೆದ್ದು ಅವನ ಕೈ ಹಿಡಿದು ಮಂಚದ ಮೇಲೆ ಕೂಡಿಸಿ, ಅದನ್ನ ಅವನ ಮುಂದಿಡಿದು "ಈ ಬಳೆಗಳು ಎಷ್ಟು ವಂಡರ್‌ಫುಲ್ಲಾಗಿದೆ ನೋಡು. ನಂಗೆ ವಜ್ರದ ಒಡ್ವೆಗಳೆಂದರೆ ತುಂಬಾ ಖಾಯಷ್. ನನ್ನ ಮಮ್ಮಿ ತೀರಾ ಖತರ್‌ನಾಕ್ ಖರೀದಿಸಿದೆಲ್ಲ ತಾನೇ ಇಟ್ಟುಕೊಂಡ್ರು...." ಹೆತ್ತ ತಾಯಿಯ ಮೇಲೆ ಫೀಯರ್ಯಾದು. ಇದೇನು ಮೊದಲ ಸಲವಲ್ಲವಾಗಿದ್ರಿಂದ ಅವನೇನು ಷಾಕ್ ತಿನ್ನಲಿಲ್ಲ.

"ರಬ್ಬೀಷ್, ಏನೇನೋ ಮಾತಾಡ್ಬೇಡ. ಆಕೆ ನಿನ್ನ ತಾಯಿ, ನಿಂಗೆ ಏನೇನು ಕೊಡ್ಬೇಕು ಅನ್ನೋ ನಿರ್ಧಾರ ಆಕೆಯದೇ ಆಗಿರುತ್ತೆ. ಅದನ್ನೆಲ್ಲ ತಾವೇ ಇಟ್ಕೊಂಡಿದ್ದಕ್ಕೂ ಅವರದೇ ಕಾರಣ ಇರುತ್ತೆ. ಪದೇ.... ಪದೇ ಆರೋಪ ಬೇಡ" ಬುದ್ಧಿ ಹೇಳಿದ. ತಟ್ಟನೆ ಅಪ್ಪಿಕೊಂಡು "ನೀವೇ ಕೊಡ್ಸಿ" ಅವನಿಗೆ ನಿಜವಾಗಿ ಷಾಕ್ ಆಯಿತು. ಖಂಡಿತ ಅವನಿಗೆ ಸದ್ಯಕ್ಕೆ ಅಂಥ ಯೋಚನೆ ಇರಲಿಲ್ಲ. "ಸಾರಿ, ಸದ್ಯಕ್ಕೆ ಅಂಥ ಆಸೆಗಳು ಇಲ್ಲ . ಮೊದ್ಲಿನಿಂದ ನಮ್ಮ ಮನೆಯವರಿಗೆ ಚಿನ್ನದ ವ್ಯಾಮೋಹ ಕಡ್ಮೆ. ನಿಂಗೆ ನಮ್ಮ ಮನೆಯ ಫೈನಾನ್ಶಿಯಲ್ ಸ್ಟೇಟಸ್ ಬಗ್ಗೆ ತಿಳಿಸಿದ್ದೀನಿ. ಸಂತೋಷದ ಸಾಮರಸ್ಯದ ದಾಂಪತ್ಯಕ್ಕೆ ಚಿನ್ನ ಅಷ್ಟೊಂದು ಅನಿವಾರ್ಯವಲ್ಲ." ಎನ್ನುವ ವೇಳೆಗೆ ಅವಳ ಮೊಬೈಲ್ ಸದ್ದು ಮಾಡಿತು. ಈ ಸಮಯದಲ್ಲಿ ಅವಳ 'ಮಮ್ಮಿ' ಯದೇ ಕಾಲ್ ಎಂದುಕೊಂಡ ಮಾತುಕತೆ ಬೇಗ ಮುಗಿಯುವುದಿಲ್ಲವೆಂದು ಅವನಿಗೆ ಗೊತ್ತು. ರೂಮಿನೊಳಗೆ

ಒಂದು ಪುಟ್ಟ ದೊಡ್ಡ ಬೀರುವಿನಂಥ ಕಿರುಕೋಣೆ ಇತ್ತು. "ಅಲ್ಹೋಗಿ.... ಮಾತಾಡು" ಎಂದು ಅವಳನ್ನೇ ಕಳಿಸಿ ಲೈಟು ಆರಿಸಿದ. ಅವರಿಬ್ಬರ ಮಾತುಕತೆಗೆ ಅವನು ಕಿವುಡ.

'ನಿಯಾಸ್'ನಲ್ಲಿ ಅಪಾರ್ಟ್‌ಮೆಂಟ್ ಖಾಲಿ ಮಾಡಿ ಕೆಳಗಿನ ಸೆಲ್‌ನಲ್ಲಿ ನಿಹಾರಿಕ ಲಗೇಜ್ ಇರಿಸಿ ಆರಾಮಾಗಿ ದುಬೈಗೆ ಪರಾರಿಯಾದ ದಂಪತಿಗಳು ಆಮೇಲೆ ತಿಂಗಳುಗಳ ಮೇಲೆ ಫೋನ್ ಮಾಡಿ ಮಗಳನ್ನು ಸಂತೈಸಿದ್ದು. ಅದಕ್ಕಾಗಿ ಸಾಕಷ್ಟು ಉಡಾಫೆಯ ಗಿಫ್ಟ್‌ಗಳನ್ನು ಉದುರಿಸುವುದರ ಜೊತೆಗೆ ನಾನಾ ಯೋಜನೆಗಳನ್ನು ಅವಳ ಮುಂದಿಟ್ಟು ವೈಭೋವಿಕ ಶ್ರೀಮಂತ ಜೀವನವನ್ನು ಅವಳ ಮುಂದಿಟ್ಟು ಅವಳನ್ನು ಒಲಿಸಿಕೊಂಡಿದ್ದುದರ ಜೊತೆಗೆ ಬಾಂಧವ್ಯ ಉಳಿಸಿಕೊಂಡಿದ್ದರು. ಅವರ ವರ್ತನೆಯೇ ವಿಚಿತ್ರವಾಗಿ ಕಂಡಿತ್ತು ಅವನಿಗೆ. ಈ ಅಮ್ಮ ಮತ್ತು ಮಗಳ ಸಂಬಂಧ ವಿಚಿತ್ರವೆನಿಸುತ್ತಿತ್ತು.

ಬೆಳಿಗ್ಗೆ ಹೊರಡುವಾಗ "ನಿಹಾರಿಕ ಅಪಾಯಿಂಟ್‌ಮೆಂಟ್ ಆಗೋವರೆವಿಗೂ ಭೂಮಿಕಾ ಅನಿಮೇಷನ್ ಅಕಾಡೆಮಿಗೆ ಹೋಗ್ಬರ್ಲಿ, ವೆರಿ ಇಂಟರೆಸ್ಟಿಂಗ್ ಈಗ ಹೋಗ್ತಾ ಇದ್ದೀಯಲ್ಲ ಕರ್ಕೊಂಡ್ಹೋಗ್....." ಹೇಳಿದರು. ಅಂಥ ಆಸಕ್ತಿ, ಉದ್ದೇಶವಿಲ್ಲದಿದ್ದರು ತಕ್ಷಣ ಹೊರಡಲು ಸಿದ್ಧವಾದಳು. "ನಾನು ಬರ್ತೀನಿ" ಅಂದ ಕೂಡಲೆ ಮುಗುಳ್ನಗೆ ಬೀರಿದ ಪಾರ್ಥಸಾರಥಿ "ಹಾಗೆ ಒಂದೆರಡು ಗಂಟೆ.... ಓಡಾಡಿಕೊಂಡ್, ಬನ್ನಿ" ಅಂದವರು ತಾವು ಆನಂದ್‌ನ ಜೊತೆ ಹೊರಟರು. ಅಂತು ಅವಳನ್ನು ಒಗ್ಗಿಸಿಕೊಳ್ಳಬೇಕಿತ್ತು.

ಮಾರ್ಗ ಮಧ್ಯದಲ್ಲಿ "ಸಂತೋಷ್ ನಂಗೆ ಪಾಕೆಟ್ ಮನಿಬೇಕು. ನನ್ನ ಬ್ಯಾಂಕ್ ಅಕೌಂಟ್ ನಂಬರ್ ಕೊಡ್ತೀನಿ. ಒಂದೆರಡು ಲಕ್ಷನಾದ್ರೂ ಹಾಕು. ಪದೇ ಪದೇ ನಿನ್ನ ಕೇಳೋಕ್ಕಾಗುತ್ಯೋ? ಒಂದಿಷ್ಟು ಓಡಾಟ ಇರುತ್ತೆ. ಆನ್‌ಲೈನ್‌ನಲ್ಲಿ ಸಾಕಷ್ಟು ಜಾಬ್‌ಗಾಗಿ ಅಪ್ಲಿಕೇಷನ್ ಹಾಕ್ತಾ ಇದ್ದೀನಿ. ಸಾಕಷ್ಟು ಇಂಟರ್‌ವ್ಯೂ ಆಯ್ತು. ಕೆಲಸ ಮಾತ್ರ ನಾಸ್ತಿ. ಕ್ಯಾಂಪಸ್ ಸೆಲೆಕ್ಷನ್ ಆದ ಕೂಡ್ಲೆ ನಂಗೆ ಜಾಬ್ ಸಿಕ್ಕಿ ಬಿಡುತ್ತಂತೆ ಅಂದೆ. ಎಲ್ಲಾ ಬೋಗಸ್ ಆಯ್ತು" ಹೇಳಿದಳು. ಎರಡು ಲಕ್ಷದ ಆಫರ್ ಅದು ಅವನಿಗೆ ಕಡಿಮೆ ಮೊತ್ತವಲ್ಲ.

"ನೀನು ಮೌನ ಅಲ್ಲ. ಅವಳಪ್ಪ ದೊಡ್ಡ ಬಿಲ್ಡರ್. ಕೋಟ್ಯಾಂತರ ಸಂಪಾದನೆ ಇದೆ. ಅಷ್ಟೇ ಲೆಕ್ಕದಲ್ಲಿ ಬಾಡ್ಗೆ ಬರ್ತಾ ಇದೆ. ಅವಳ ಮಟ್ಟ ನೀನು ಕಾಯ್ದುಕೊಳ್ಳೋದು ಕಷ್ಟ" ಎಂದ ಅರ್ಥಗರ್ಭಿತವಾಗಿ. ಅದನ್ನ ಅರ್ಥ ಮಾಡಿಕೊಳ್ಳುವ ಪ್ರಯತ್ನ ಮಾಡಳು. "ಹೇಗೂ ಸ್ವಂತ ಆಫೀಸ್, ಆಡಿಟ್ ತೋರಿಸಲು ಒಂದು ಜಾಬ್ ನಂಗಾಗಿ ಇವೆಂಟ್‌ನಲ್ಲಿ ಕ್ರಿಯೇಟ್ ಮಾಡು ಆ ಹಣ ತಿಂಗಳು ತಿಂಗಳು ನನ್ನ ಅಕೌಂಟ್‌ಗೆ ಹಾಕಿದರೆ, ಸಾಕು:" ಎಂದು ಅದ್ಭುತವಾದ ಸಲಹೆಯನ್ನು ಕೊಟ್ಟಳು. ಅವನೇನು ಷಾಕಾಗಲಿಲ್ಲ. "ಬರೀ ಮಿದುಳಿಗೆ ಹೆಚ್ಚು ಪ್ರಾಮಿಸೆಸ್ಸು ಕೊಡಬೇಡ. ದೇವರು ಹೃದಯವನ್ನು ಕೊಟ್ಟಿದ್ದಾನೆ. ಅಲ್ಲಿ ಅದ್ಭುತವಾದ ಭಾವನೆಗಳನ್ನು ಇಟ್ಟಿದ್ದಾನೆ. ಬರೀ ಆಸೆ, ಸ್ವಾರ್ಥ ಮಾತ್ರವಲ್ಲ, ಪ್ರೀತಿ-ಪ್ರೇಮ, ಮಮತೆ-ಕರುಣೆ, ಇಂಥದ್ದು ಸಾಕಷ್ಟಿದೆ. ಅದನ್ನೆಲ್ಲ ಉಪಯೋಗಿಸಿಕೊಂಡರೇನೆ ಸುಖಿಯಾಗಿರಬಹುದು. ಆ ಕಡೆ ಗಮನ ಕೊಡು. ಮೈ ಸ್ವೀಟ್ ಡಾರ್ಲಿಂಗ್" ಎಂದ ನಿಧಾನವಾಗಿ ಇದೊಂದು ಎಚ್ಚರಿಕೆ.

"ಪ್ಲೀಸ್, ಆ ವಿಚಾರ ಬಿಡು, ನನ್ನ ಬರ್ಥ್‌ಡೇಗೆ ಏನು ಗಿಫ್ಟ್ ಕೊಡ್ತೀರಾ? ಡೈಮಂಡ್‌ದು

ಆಗಿರಬೇಕು". ಅವನ ಭುಜಕ್ಕೆ ಕೆನ್ನೆ ಹಚ್ಚಿದಳು "ನೋಡು, ನಿಹಾರಿಕಾ.... ನಿಂಗೆ ಇಷ್ಟವಾದರೆ" ಕಂಪ್ಯೂಟರ್ ಜನರೇಟೆಡ್ ಅನಿಮೇಷನ್‌ನಲ್ಲಿ ಯಾವುದಾದ್ರೂ ಕೋರ್ಸ್‌ಗೆ ಸೇರ್‌ಕೋ" ಅಂದವನು ಬಂದ ಕಾಲ್ ಅಟೆಂಡ್ ಮಾಡುವಂಥ ಗಮನ ಕೊಟ್ಟ. ಇನ್ನ ಅವನಿಗೆ ಮಾತು ಬೇಕಿರಲಿಲ್ಲ.

ಭೂಮಿಕಾ ಕಂಪ್ಯೂಟರ್ ಜನರೇಟೆಡ್ ಅನಿಮೇಷನ್ ದೊಡ್ಡ ಸಂಸ್ಥೆ. ಸಿಟಿಗೆ ಇದೊಂದೇ ತರಬೇತಿ ಕೇಂದ್ರ! ಸಾಕಷ್ಟು ಸ್ಟಾಫ್ ಕೂಡ ಇತ್ತು. ಮೊದಲೇ ತಿಳಿಸಿದ್ದರಿಂದ ವಾಚ್‌ಮನ್ ಛೇಂಬರ್‌ಗೆ ಕರೆದೊಯ್ದು. ಅತ್ಯಂತ ಸಿಂಪಲ್ ಛೇಂಬರ್. ಭೂಮಿಕಾ ಮುಖರ್ಜಿ ಕೂಡ ಲಕ್ಷಣವಾಗಿ ಸೀರೆಯುಟ್ಟು ಕೂತವರಿಗೆ ನಲ್ವತ್ತು ಮೀರಿದ ವಯಸ್ಸು ಇರಬಹುದು. ಆದರೆ ತೀರಾ ಯುವತಿಯರನ್ನು ನಾಚಿಸುವ ಮಂದಹಾಸ, ಉತ್ಸಾಹ ಆಕೆಯ ಮುಖದ ಮೇಲಿತ್ತು.

ಆತ್ಮೀಯವಾಗಿಯೇ ಸ್ವಾಗತಿಸಿ ಗಿರಿ ಇಂಟರೆಸ್ಟಿಂಗ್ ಮುಂತಾದುವುದರ ಬಗ್ಗೆ ಮಾತಾಡಿ "ಇಲ್ಲೂ ಕ್ಯಾಂಪಸ್ ಇಂಟರ್‌ವ್ಯೂನಲ್ಲಿಯೆ ಆಯ್ಕೆ. ಆದಷ್ಟೂ ಉದ್ಯೋಗದ ಭರವಸೆ ಕೊಡ್ತೀವಿ" ಎಂದು ಉಸುರಿ ಅಲ್ಲಿ ಕೆಲಸ ಮಾಡುವ ಒಬ್ಬ ಟ್ಯೂಟರ್‌ನ ಕರೆಸಿ "ಬೇಸಿಕ್ ಮಾಹಿತಿ ತಿಳಿಸ್ತಾರೆ" ಅಂದಾಗ ಛೇಂಬರ್‌ನಿಂದ ಹೊರಗೆ ಬಂದರು. ಆಕೆ ತನ್ನ ಪುಟ್ಟ ಛೇಂಬರ್‌ಗೆ ಕರೆದೊಯ್ದು "ಪ್ಲೀಸ್...." ಎಂದು ಸೀಟುಗಳತ್ತ ತೋರಿಸಿ "ಅನಿಮೇಷನ್‌ನಲ್ಲಿ ಒಂದು ಸಮಗ್ರ ತರಬೇತಿ ಒದಗಿಸುವ ಕೇಂದ್ರ. ಅನಿಮೇಷನ್ ಎಂದರೆ ಜೀವ ಕೊಡುವುದು. ಕಂಪ್ಯೂಟರ್ ಅನಿಮೇಷನ್‌ನಲ್ಲಿ ಅನಿಮೆಟರ್ ವಸ್ತುಗಳನ್ನು ಬರೆದು ಮಾಡಲ್ ಮಾಡಿ ಮತ್ತು ಪಾತ್ರಗಳನ್ನು ದೊಡ್ಡದಾದ ಡಿಜಿಟಲ್ ಭೂ ದೃಶ್ಯಗಳನ್ನ ನಿರ್ಮಿಸಲು ಸಾಫ್ಟವೇರ್‌ನ್ನು ಉಪಯೋಗಿಸಬೇಕಾಗುತ್ತೆ." ಅನ್ನುವ ವೇಳೆಗೆ ಮೇಲೆದ್ದ ನಿಹಾರಿಕ "ಒಂದು ಇಂಪಾರ್ಟೆಂಟ್ ಕಾಲ್ ಇದೆ" ಅಂದ ಕೂಡಲೇ ಬರೀ ತಲೆದೂಗಿದ ಅಷ್ಟೇ. ಅವಳೆದ್ದು ಹೋದಳು. ಅವನೇನು ಮೇಲಕ್ಕೇಳಲಿಲ್ಲ. ಇದರಲ್ಲಿ ಅವಳಿಗೆ ಇಂಟರೆಸ್ಟ್ ಇಲ್ಲವೆಂದು ಗೊತ್ತಾಯಿತು.

"ಮೇಡಮ್‌ಗೆ ಇಂಟರೆಸ್ಟ್ ಅನ್ನಿಸಲಿಲ್ಲ. ಇದು ಒಂದು ರೀತಿಯ ಕ್ರಿಯೆಟೀವಿಟಿ ವರ್ಕ್ಸ್" ಎಂದು ಮುಂದುವರಿಸಿದಾಗ ಅವನು ಪ್ರತಿಕ್ರಿಯಿಸಲಿಲ್ಲ. ಆಕೆ ಹೇಳಿದನ್ನೆಲ್ಲ ಸಂಪೂರ್ಣವಾಗಿ ತಿಳಿದ ನಂತರವೇ ಅವನು ಹೊರ ಬಂದಿದ್ದು. ಅವನ ಮುಖದಲ್ಲಿ ಪ್ರಸನ್ನತೆ ಇತ್ತು. ಗಿರಿ ಒಬ್ಬ ಗುಡ್ ಅನಿಮೇಟರ್ ಆಗಬಲ್ಲನೆಂದುಕೊಂಡ.

ಇವನು ಮತ್ತೆ ಹೋಗಿ ಭೂಮಿಕಾ ಮುಖರ್ಜಿಯೊಂದಿಗೆ ಮಾತಾಡಿ, ಜ್ಯೂಸ್ ಕುಡಿದು ವಿಶ್ ಮಾಡಿಯೇ ಛೇಂಬರ್‌ನಿಂದ ಹೊರಗೆ ಬಂದಿದ್ದು ನಿಧಾನವಾಯಿತು. ಸೋಫಾ ಮೇಲೆ ಕೂತಿದ್ದ ನಿಹಾರಿಕ ಮೆಸೆಜ್ ಬಟನ್‌ಗಳ ನೋಡುತ್ತಿದ್ದವಳ ಮುಖ ಧುಮಗುಟ್ಟುತ್ತಿತ್ತು. ಮೊದಲು ತಲೆ ಕೆಡಿಸಿಕೊಳ್ಳುತ್ತಿದ್ದ. ಈಗ ಟೋಟಲೀ ಉದಾಸೀನ ಮಾಡಿದ್ದ.

ಇವರುಗಳು ಬರುವ ವೇಳೆಗೆ ಗಿರಿ ಎದುರಾದ "ಫೀಜು ಕಟ್ಟಿದೆ. ಹೋಗಿ ಜಾಯಿನ್ ಆಗು, ಇಂಟರೆಸ್ಟಾಗಿ ಕಲಿ. ನೀನೊಬ್ಬ ಒಳ್ಳೆಯ ಅನಿಮೇಟರ್ ಆಗು ಬೆಸ್ಟ್ ಆಫ್ ಲಕ್" ಅವನ ಭುಜ ತಟ್ಟಿ ಕಾರು ಪಾರ್ಕಿಂಗ್ ಮಾಡಿದತ್ತ ನಡೆದ. ಗಿರಿ ಇವಳಿಗೂ ವಿಶ್ ಮಾಡಿದ. ಮುಖ ತಿರುವಿಕೊಂಡಳು.

ಕಾರಿನಲ್ಲಿ ಕೂತ ನಂತರ "ಅನಿಮೇಷನ್ ವೆರಿ ಇಂಟರೆಸ್ಟಿಂಗ್ ೨ಡಿ ಕಾರ್ಟೂನ್ ರೀತಿಯವು ಅನಿಮೇಟರ್ ವಸ್ತು ಮತ್ತು ಪಾತ್ರಗಳನ್ನು ಕೈಯಿಂದ ಅಥವಾ ಕಂಪ್ಯೂಟರ್ ನಿಂದ ರಚಿಸಬೇಕಾಗುತ್ತಂತೆ. ಆಮೇಲೆ ಕೀ-ಫ್ರೇಮ್‌ಗಳಲ್ಲಿ ಕೂಡಿಸಲ್ಪಡುವಿಕೆ. ಆ ಚಲನೆಗಳಿಗೆಲ್ಲ ಒಂದು ಓಟ್‌ಲೈನ್" ಹೇಳುತ್ತಾ ಹೋದಾಗ ಹಣೆಯೊತ್ತಿಕೊಳ್ಳುತ್ತಿದ್ದ ನಿಹಾರಿಕಾ ಅತ್ತ ನೋಟ ಹರಿಸಿ ಮಾತು ನಿಲ್ಲಿಸಿದ. "ನಂಗೆ ತುಂಬಾ ತಲೆ ನೋವು. ನಿಯರ್ ಮಾಲ್‌ಗೆ ಹೋಗಿ ಒಂದು ಮೂವಿ ನೋಡೋಣ್ವಾ" ಕೇಳಿದಾಗ ಅವನ ಹುಬ್ಬುಗಳು ಬೆಸೆದುಕೊಂಡಿತು. "ತಲೆನೋವು ಅಂತ ಇದ್ದೀಯಾ. ಮನೆಗೆ ಡ್ರಾಪ್ ಮಾಡ್ತೀನಿ. ಮಲ್ಗಿ ರೆಸ್ಟ್ ತಗೋ" ಕಾರನ್ನು ಹಿಂದಕ್ಕೆ ತಿರುಗಿಸಿದ ನಂತರ ಅವಳ ಯಾವ ಮಾತುಗಳು ಅವನಿಗೆ ಕೇಳಿಸಲಿಲ್ಲ.

ಕಾರು ನಿಂತ ಕೂಡಲೇ "ಇಳೀ...... ನಿಹಾರಿಕ" ಹೇಳಿದ. ಅವಳು ಇಳಿಯಲಿಲ್ಲ. ಆ ವೇಳೆಗೆ ಜಾಹ್ನವಿ ಬಂದಳು ಹೊರಗೆ. "ಅತ್ತಿಗೆ ವೆಹಿಕಲ್ ಸ್ವಲ್ಪ ಪ್ರಾಬ್ಲಮ್ ಇದೆ. ನಿಹಾರಿಕಾಗೆ ತಲೆ ನೋವಂತೆ. ಟ್ಯಾಕ್ಸಿಗೆ ಫೋನ್ ಮಾಡಿದ್ದೀನಿ" ಬಂದ ಟ್ಯಾಕ್ಸಿ ಹತ್ತಿ ಕೈಯಾಡಿಸಿದ.

ಟ್ಯಾಕ್ಸಿಯಲ್ಲಿ ಕೂತಾಗ ಕೋಪದಿಂದ ಅವನ ಅವಡುಗಳು ಬಿಗಿದುಕೊಂಡವು. ವಿವಾಹವಾದ ಮಾತ್ರಕ್ಕೆ ನಾನು ಇವಳ ಸ್ವಂತ ಪ್ರಾಪರ್ಟೀನ? ಒಂದಲ್ಲ ಒಂದು ಬೇಡಿಕೆ ಇದ್ದೇ ಇರುತ್ತಿತ್ತು. ಅವನ್ನೆಲ್ಲ ಪೂರೈಸುವುದು ಸಾಧ್ಯವೇ ಇರಲಿಲ್ಲ.

* * *

ಸಾರಥಿ ಇವೆಂಟ್ ಮುಂದೆ ಕಾರು ನಿಲ್ಲಿಸಿದ ನಿಹಾರಿಕ ಇಳಿದಾಗ ವಾಚ್ ಮ್ಯಾನ್ ಸೆಲ್ಯೂಟೊಡೆದ. ಹಿಂದೆ ಮೌನ ಜೊತೆ ಸಾಕಷ್ಟು ಸಲ ಬಂದಿರಬಹುದು. ಈಗ ಮೇಮ್ ಸಾಬ್! ಈಗ ಇವೆಂಟ್‌ನ ಒಡತಿಯೆನ್ನುವ ಅಹಂ! ಅದು ಅವಳ ಮುಖದಲ್ಲಿ ಕಾಣುತ್ತಿತ್ತು.

ತುಂಬು ಜಬರ್‌ದಸ್ತುನಿಂದ ಒಳ ಬಂದಾಗ ರೇಖಾಭಟ್ ತನ್ನ ಕೆಲಸದಲ್ಲಿ ಮಗ್ನವಾಗಿದ್ದರಿಂದ ಆ ಕಡೆಗೆ ಗಮನ ಕೊಡಲಿಲ್ಲ. ಈಗ ಇನ್ನಷ್ಟು ಅಸಹನೀಯ ಅವಳ ಬಗ್ಗೆ. ನಿಹಾರಿಕಾಗೆ ಬರೀ ಇಲ್ಲಿ ಈ ಇವೆಂಟ್‌ನಲ್ಲಿ ಅವಳೊಬ್ಬ ಎಂಪ್ಲಾಯ್ ಮಾತ್ರವಲ್ಲ, ಅವಳ ಕುಟುಂಬಕ್ಕೆ ಸಾಕಷ್ಟು ಆರ್ಥಿಕ ಸಹಾಯ ಸಂತೋಷ್ ಮಾಡಿದ್ದಾನೆನ್ನುವ ಕೋಪ ಕೂಡ. ಆದ್ದರಿಂದ ಆ ಕಡೆ ಲಕ್ಷ ಕೊಡದೆ ಸಂತೋಷ್ ಛೇಂಬರ್‌ಗೆ ನುಗ್ಗಿದಳು. ಇಲ್ಲಿನ ಯಾರನ್ನು ಕಂಡರೂ ಇರುಸು ಮುರುಸು.

ವಿವಾಹದ ಕ್ಲಿಪಿಂಗ್ ಹಾಕಿ ತೋರಿಸುತ್ತಿದ್ದ ಸಂತೋಷ್ ತಲೆಯೆತ್ತಿದ. ಅವನ ನೋಟ ತೀಕ್ಷ್ಣವಾಯಿತು. "ನಿಹಾರಿಕ ಹೊರ್ಗೆ ಕೂತ್ಕೋ" ಎಂದು ಹೇಳಿದ. ಅವಳು ಸುಸ್ತಾದಳು. ಸಂತೋಷ್ ತನ್ನನ್ನು ಪ್ರೀತಿಯಿಂದ ಆಹ್ವಾನಿಸಬಹುದು, ಸಂಭ್ರಮ ಪಡಬಹುದು, ಎನ್ನುವುದು ತಪ್ಪಾಯಿತು. ಹೊರಗೆ ಹೋದಾಗ ಛೇಂಬರ್‌ರೊಳಗೆ ಹೋಗುತ್ತಿದ್ದವ ನೋಡಿ ನಿಂತ ಅನಂದ್ "ನಿಹಾರಿಕಾ, ಸರ್‌ಪ್ರೈಸ್, ಸಂತೋಷ್ ಸ್ವಲ್ಪ ಬಿಜಿನೇ ಬಾ.... ಬಾ...." ಎಂದು ತಮ್ಮ ಛೇಂಬರ್‌ಗೆ ಕರದೊಯ್ದರು. ಲ್ಯಾಪ್‌ಟಾಪ್ ಓಪನ್ ಮಾಡಿಕೊಂಡು ಕೂತ ಪಾರ್ಥಸಾರಥಿ ನೋಟ ಅವಳತ್ತ ಹರಿಸಿದವರು ಒಂದು ಮುಗುಳ್ನಗೆ ಬೀರಿದರಷ್ಟೇ.

ಅವರ ಎದುರಿನಲ್ಲಿ ಕೂತ ನಂತರ "ಸಂತೋಷ್ ಹತ್ರ ಅರ್ಜೆಂಟ್ ಮಾತಾಡಬೇಕಿತ್ತು. ನಾನೊಬ್ಬ ಕ್ಲೈಂಟ್ ಅನ್ನೋ ತರಹ ಹೊರಗೆ ಹೋಗಿ ಕೂತು ವೇಟ್ ಮಾಡಿಂದ್ರು" ಮೊದಲ ಸಲ ದೂರಿಟ್ಟಳು. ಅಪ್ಪ, ಮಗ ಕೂಡಿಯೇ ನಕ್ಕರು "ಕೆಲವೊಮ್ಮೆ ಗಂಟೆಗಟ್ಟಲೆ ಕಾದಿದ್ವಿ. ಅವನಿಗಾಗಿ. ವರ್ಕ್‌ನಲ್ಲಿ ಲೀನವಾದಾಗ ಅದ್ನ ಮುಖ್ಯ ಮಾಡಿಕೋ ಬೇಕೋ ವಿನಃ ಸಂಬಂಧಗಳನ್ನಲ್ಲ. ವಿದೇಶದ ಕ್ಲೈಂಟ್! ಭಾರತದಲ್ಲಿ, ಅದೂ ಬೆಂಗ್ಳೂರಿನಲ್ಲಿ ಸಂಪ್ರದಾಯಬದ್ಧವಾಗಿ ವಿವಾಹ ಮಾಡಲು ಬರೀ ಹದಿನೈದು ದಿನಗಳ ರಜೆ ಹಾಕಿ ಬಂದಿದ್ದಾರೆ. ಅವ್ರ ಪರವಾಗಿ ನಾವೇ ನಿಂತು ಮಾಡ್ಬೇಕಾಗುತ್ತೆ. ಸಮಯದ ಅಭಾವ, ಎಲ್ಲಾ ಹೊಂದಿಸಿಕೊಳ್ಳೋದು ಕಷ್ಟ. ಎಲ್ಲರೂ ಕೂಡ ಎಲ್ಲದರಲ್ಲೂ ಪರಿಣಿತರಾಗಿರೋಲ್ಲ. ಪೂರ್ತಿ ಎಲ್ಲಾ ವರ್ಗಗಳ ಸಂಪ್ರದಾಯಿಗಳ ಅರಿವು ಕೂಡ ಅಗತ್ಯ. ಅಂಥದರಲ್ಲಿ ಫರ್‌ಫೆಕ್ಟ್ ಆದ ಜನ. ಕಂಪನಿಗಳಿಗೆ ಕೆಲವು ಕೆಲಸಗಳನ್ನು ವಹಿಸಿಕೊಳ್ಳಬೇಕಾಗುತ್ತೆ. ನಿಂಗೂ ಇಷ್ಟವಾದರೆ ಸಂತೋಷ್ ಜೊತೆ ಇವೆಂಟ್ ಮ್ಯಾನೇಜ್‌ಮೆಂಟ್‌ಗೆ ಸಂಬಂಧಿಸಿದ ಕೆಲಸಗಳಲ್ಲಿ ನಿನ್ನ ತೊಡಗಿಸಿಕೊಳ್ಳಬಹುದು" ಒಂದು ಒಳ್ಳೆಯ ಆಫರ್‌ನ ಕೊಟ್ಟರು ಪಾರ್ಥಸಾರಥಿ.

"ನಾನು ಸಾಫ್ಟ್‌ವೇರ್ ಇಂಜಿನಿಯರ್, ನನ್ಹತ್ರ ಎರಡು ದೊಡ್ಡ ಕಂಪನಿಗಳ ಆಫರ್ ಲೆಟರ್‌ಗಳು ಇದೆ. ಜಾಯ್ನಿಂಗ್ ಡೇಟ್‌ಗಾಗಿ ಕಾಯ್ತಾ ಇದ್ದೀನಿ" ಎಂದಳು. "ಓಕೇ ಮೈ ಚೈಲ್ಡ್, ಜಾಯ್ನಿಂಗ್ ಡೇಟ್ ಬೇಗ ಸಿಗ್ಲೀ. ನನ್ನ ಫ್ರೆಂಡ್ ಮಗ ಮೂರು ಕಂಪನಿಗಳ ಆಫರ್ ಲೆಟರ್ಸ್‌ನ ಇಟ್ಕೊಂಡ್ ಕಾಯ್ತಾ ಇದಾನೆ. ಸ್ವಲ್ಪ ಪೇಷನ್ಸ್ ಬೇಕು...." ಎಂದು ತಮ್ಮ ಕೆಲಸದಲ್ಲಿ ನಿರತರಾದರು.

ಅಷ್ಟರಲ್ಲಿ ಮ್ಯಾನೇಜರ್ ಬಂದಿದ್ದರು. ಕ್ಲೈಂಟ್ಸ್ ಕರೆದುಕೊಂಡು ಬಂದಾಗ ಮೇಲೆದ್ದವಳು ಕನಿಷ್ಠ ಹೇಳೀ ಹೋಗುವ ಸೌಜನ್ಯ ಕೂಡ ತೋರದೇ, ರಿಸೆಪ್ಷನ್‌ನಲ್ಲಿದ್ದ ಸೋಫಾ ಮೇಲೆ ಬಂದು ಕೂತು, ಪತ್ರಿಕೆಗಳನ್ನು ತಿರುವ ತೊಡಗಿದಳು. ಅವಳ ಆಸಕ್ತಿಗಳು ಮಿತವಾಗಿತ್ತು. ಅದನ್ನು ಬಿಟ್ಟು ಮಿಕ್ಕವರ ಬಗ್ಗೆ ಇಂಟರೆಸ್ಟ್ ಇಲ್ಲ.

ರೇಖಾ ತಿಳಿಸಿದ್ದರಿಂದ ಹೊರಗೆ ಬಂದ ಸಂತೋಷ್ ಇವಳತ್ತ ಬಂದವ ಪಕ್ಕ ಕೂತು "ಏನ್ಹೇಳಿ, ಮೇಡಮ್? ವಾಟ್ ಕೆನ್ ಡೂ ಫಾರ್ ಯು?" ಎಂದು ರೊಮ್ಯಾಂಟಿಕ್ಕಾಗಿಯೇ ಕೇಳಿದ ಕಣ್ಣಲ್ಲಿ ಕಣ್ಣಿಟ್ಟು. "ಹೊರ್ಗೆ ಲಂಚ್‌ಗೆ ಹೋಗೋಣ" ಅಂದಳು. ಜೊತೆಗೆ "ಇವತ್ತು ನಿಮ್ಜೊತೆ ಡಿನ್ನರ್ ಮಾಡ್ಬೇಕೂಂತ ಅನ್ನಿಸಿದೆ. ನಮ್ಗೆ ಪ್ರೈವೆಸ್ಸೀನೇ ಇಲ್ದಂಗೆ ಆಗಿದೆ. ನಿಮ್ಮನ್ನು ವಿವಾಹವಾದರೆ ಎಷ್ಟು ರೊಮ್ಯಾಂಟಿಕ್ಕಾಗಿ ಇರಬಹುದೆಂದು ಕನಸು ಕಂಡಿದ್ದೆ" ಅಂದಳು ನಿರಾಸೆಯನ್ನು ವ್ಯಕ್ತಪಡಿಸುತ್ತ. ಅವನ ಮೈ ಉರಿಯಿತು.

ಅತ್ತಿತ್ತ ನೋಟ ಹರಿಸಿದನು "ಗೋ, ಐಯಾಮ್ ಬಿಜಿ. ನಿನ್ನ ಈ ತರಹ ನಾನು ಅಂದ್ಕೊಂಡಿರಲಿಲ್ಲ. ಮನೆಯಲ್ಲಿ ಬೋರ್‌ಯೆನಿಸಿದರೆ, ಅಮ್ಮ, ಅತ್ತಿಗೆಗೆ ಸಹಾಯ ಮಾಡು. ಇನ್ನೊಂದು ನಿಶ್ಚಿತ ಜೊತೆ ಮಾತು, ಆಟಕ್ಕೆ ತೊಡಗಿದರೆ ಸಮಯ ಸರಿಯೋದೆ ಗೊತ್ತಾಗೋಲ್ಲ ಸಾಕಷ್ಟು ಪುಸ್ತಕಗಳು ಇವೆ. ಓದೂ ಅಭ್ಯಾಸ ಮಾಡು. ಅದು ಕೊಟ್ಟಷ್ಟೂ ನೆಮ್ಮದಿ, ಲೋಕಜ್ಞಾನ ಬೇರೆ ಯಾವ್ದೂ ಕೊಡೋಲ್ಲ." ಸಹನೆ ಕಳೆದುಕೊಳ್ಳದೆ ಹೇಳಿದ. ಅವಳಿಗೆ ಮುಖಭಂಗವಾಗಿತ್ತು.

ರೇಖಾಭಟ್ ತನ್ನ ಕೆಲಸದಲ್ಲಿ ನಿರತಳಾಗಿದ್ದಳೇ ವಿನಃ ಒಂದು ಮಾತು ಆಡಿಸಲಿಲ್ಲ. ಇವಳ ಬಗ್ಗೆ ಉತ್ಪ್ರೇಕ್ಷೆ.

"ಸರಿ...." ಎಂದು ತನ್ನ ಬ್ಯಾಗ್ ಎತ್ತಿಕೊಂಡು ನಡೆದಾಗ ಆರಾಮಾಗಿ ಸಂತೋಷ್ ತಂದೆಯ ಛೇಂಬರ್‌ಗೆ ಹೋದ. ಆ ಜನ ಅಲ್ಲಿ ಕೂತಿದ್ದರು. ಅವರುಗಳು ದೊಡ್ಡ ಪಟ್ಟಿಯನ್ನೇ ಹಿಡಿದು ಬಂದಿದ್ದರು. "ಎಲ್ಲಾ ನಿಮ್ದೇ, ವಿವಾಹ ಸಂಪ್ರದಾಯಬದ್ಧವಾಗಿ ಮಾತ್ರವಲ್ಲ ಭರ್ಜರಿಯಾಗಿ ನಡೆಯಬೇಕು. ನೆಲಕ್ಕೆ ಹಾಸುವ ಕಾರ್ಪೆಟ್‌ನಿಂದ ಹಿಡಿದು ಊಟದ ನಂತರ ಕೊಡೋ ಪಾನ್‌ವರೆಗೂ ನಿಮ್ದೇ. ವಿವಾಹದ ಪುರೋಹಿತನಿಂದ ಹಿಡಿದು ವಾಲಗದವರು, ವೇದಿಕೆ ಅದಕ್ಕೆ ಹೂವಿನ ಅಲಂಕಾರ, ಸಾಯಂಕಾಲ ರಿಸೆಪ್ಷನ್ ಇಂಥದೆಲ್ಲ ನಿಮ್ದು. ಮುಖ್ಯವಾಗಿ ಮಾಂಗಲ್ಯ ಆಯ್ಕೆ ಕೂಡ ನಿಮ್ದು." ಹೇಳಿಕೊಂಡೇ ಹೋದರು. ಹಣ ಖರ್ಚು ಮಾಡಲು ಸಿದ್ಧರಿದ್ದರು. ಅವರು ವಿವಾಹವಾಗಿದ್ದು ಇಟಲಿಯ ಹೆಣ್ಣು, ಇದ್ದಿದ್ದು ಆಸ್ಟ್ರೇಲಿಯಾದಲ್ಲಿ. ಮಗಳ ವಿವಾಹ ಮಾತ್ರ ಭಾರತದಲ್ಲಿಯೇ ನಡೆಯಲಿ ಎನ್ನುವ ಕನಸನ್ನು ನನಸು ಮಾಡಿಕೊಳ್ಳಲು ಇಲ್ಲಿಗೆ ಆಗಮಿಸಿದ್ದರು. ವಧು ಇವರ ಮಗಳಾದರು ವರ ಅಮೇರಿಕನ್, ಬೇರೆಯವರಿಗೆ ಇದೆಲ್ಲ ವಿಚಿತ್ರವೆನಿಸಬಹುದು. ಆದರೆ ಪಾರ್ಥಸಾರಥಿಗೆ ಮಾತ್ರ ಸಹಜ.

ಹೇಳಿದ್ದೇ ಹೇಳಿದ್ದರು ಅವರ ಮಟ್ಟಿಗೆ ಇದು ಕನಸು ಮಾತ್ರ. ಹಿಮಾಲಯವನ್ನೇರುವಂಥ ಸಾಹಸ ಕೆಲಸ. ಹಿಂದೆಗೆಯದ ಮನುಷ್ಯ ಯಾರನ್ನು ಮಾತಾಡದಂತೆ ತಾನೊಬ್ಬನೇ ಮಾತಾಡುತ್ತಿದ್ದ. ಇದು ತಂದೆ, ಮಕ್ಕಳಿಗೆ ಅಭ್ಯಾಸವೇ.

ಎಂದೂ ಎರಡು ಗಂಟೆಯೊಳಗೆ ಮನೆಗೆ ಲಂಚ್‌ಗೆ ಬರುತ್ತಿದ್ದವರು ನಾಲ್ಕರ ಸುಮಾರಿಗೆ ಮೂವರು ಒಟ್ಟಿಗೆ ಬಂದರು. ಹೇಳಿದ್ದೇ, ಹೇಳಿ.... ಹೇಳಿ ತಲೆ ಕೆಡಿಸಿ ಬಿಟ್ಟಿದ್ದರು ವಿ.ಆರ್. ಆಚಾರ್ಯ. ಒಡವೆಯ ಆಯ್ಕೆ ಬಗ್ಗೆ ಇವರನ್ನೇ ಪ್ರಶ್ನಿಸಿದಾಗ "ನಮ್ಮ ಜಾಹ್ನವಿ ಆ ವಿಷ್ಯದಲ್ಲಿ ನಿಮಗೆ ಸಹಾಯ ಮಾಡ್ತಾಳೆ" ಎಂದಿದ್ದರು ಪಾರ್ಥಸಾರಥಿ ಮನೆಗೆ ಬಂದ ಕೂಡಲೆ ಆ ವಿಷಯ ಹೇಳಿದರು.

"ಜಾಹ್ನವಿ ಸಂಜೆ ನಿಂಗೊಂದು ಇಂಪಾರ್ಟೆಂಟ್ ಕೆಲಸ ವಹಿಸ್ತಾ ಇದ್ದೀನಿ. ಹೆಚ್ಚು ಕಡ್ಮೆ ವಿ.ಆರ್. ಆಚಾರ್ಯ ವಿದೇಶದಲ್ಲಿ ಇದ್ದ ಮನುಷ್ಯ. ಅವ್ರನ್ನ ಬಿಟ್ಟು ಯಾರು ಭಾರತೀಯರಿಲ್ಲ. ಆದರೆ ಹಿಂದೂ ಸಂಪ್ರದಾಯದಂತೆ ಇಲ್ಲಿ ವಿವಾಹ ಮಾಡೋ ಯೋಚ್ನೆ. ವಧುವಿಗೆ ಬೇಕಾದ ಒಡ್ವೆಗಳ ಆಯ್ಕೆಯ ಜೊತೆ ಮಾಂಗಲ್ಯ ಖರೀದಿಸಲು ಅವರುಗಳಿಗೆ ಸಹಾಯ ಮಾಡಬೇಕು."

ಅವಳು ಸಮ್ಮತಿಯೆನ್ನುವಂತೆ ತಲೆದೂಗಿದಳು. ಆಗಾಗ ಡೆಕೋರೇಷನ್‌ಗೆ ಸಂಬಂಧಪಟ್ಟಂತೆ ಅವಳ ಸಲಹೆ, ಸಹಕಾರ ಪಡೆಯುವುದು ಮಾಮೂಲಿಯಾಗಿತ್ತು. ಅದು ಅವಳಿಗೆ ಇಷ್ಟದ ಕೆಲಸ.

"ಮಾವ ತಟ್ಟೆ ಹಾಕಿದೆ" ಎಂದಳು. ಯು ಕೆ ಜಿಗೆ ಸೇರಿಕೊಂಡಿದ್ದ ನಿಶ್ಚಿತಾಳ ಸ್ಕೂಲಿನಲ್ಲಿ ಫಂಕ್ಷನ್ ಇದ್ದುದ್ದರಿಂದ ಅವಳನ್ನು ಮಾಧವಿ ಕರೆದೊಯ್ದಿದ್ದರು. ಮೊಮ್ಮಗಳ ಶಾಲೆಯ ಯಾವುದೇ ಕಾರ್ಯಕ್ರಮಗಳಿಗೆ ಆಕೆ ತಪ್ಪಿಸಿಕೊಳ್ಳುತ್ತಿರಲಿಲ್ಲ "ನೀನು ಮ್ಯಾನೇಜ್ ಮಾಡ್ಕೋ, ನಾನು ನಿಶ್ಚಿತ ಜೊತೆ ಹೋಗ್ಬರ್ತೀನಿ" ಎಂದು ಹೊರಡುತ್ತಿದ್ದರು.

ಸಂತೋಷ್ ರೂಮಿಗೆ ಬಂದಾಗ ನಿಹಾರಿಕ ಆರಾಮಾಗಿ ನಿದ್ದೆ ಮಾಡುತ್ತಿದ್ದಳು. ಕ್ಷಣ ರೇಗಿತು, ಈಗ ಜಾಹ್ನವಿ ಪ್ರೆಗ್ನೆಟ್, ಆದರೂ ಎಲ್ಲಾ ಕೆಲಸಗಳನ್ನು ನಿಭಾಯಿಸಿಕೊಳ್ಳುತ್ತಿದ್ದಳು. ಕನಿಷ್ಠ ಸಹಾಯ ಕೂಡ ಇವಳು ಮಾಡಳು. ಹೇಗೆ ವಿವರಿಸುವುದು?

ಬಟ್ಟೆ ಬದಲಾಯಿಸಿ ಬರುವ ವೇಳೆಗೆ ಆಗಲೇ ಡೈನಿಂಗ್ ಹಾಲ್‌ನಲ್ಲಿದ್ದರು ಅಪ್ಪ, ಮಗ, ಅದೇ ಗುಂಗಿನಲ್ಲಿದ್ದವರು ಮಾತುಕತೆಯೆಲ್ಲ ಆ ವಿವಾಹಕ್ಕೆ ಸಂಬಂಧಿಸಿದ್ದೆ.

"ಮಾಧವಿ ಮೊಮ್ಮಗಳ ಜೊತೆ ಹೋದ್ಲಾ! ನಾವು ಬಡಿಸ್ಕೋತೀವಿ. ನೀನು ರೆಸ್ಟ್ ತಗೋ ನಡಿ, ನಿಂದು ಊಟ ಆಯ್ತು ತಾನೇ?" ಕೇಳುತ್ತಲೇ ಮುಂದಿದ್ದ ತಟ್ಟೆಯನ್ನು ಇನ್ನಷ್ಟು ಮುಂದಕ್ಕೆಳೆದುಕೊಂಡು ತಾನೇ ಉಪ್ಪು, ಉಪ್ಪಿನಕಾಯಿ ಬಡಿಸಿದ್ದು ಮಾತ್ರವಲ್ಲ ಸಂತೋಷ್, ಆನಂದ್‌ನ ತಟ್ಟೆಗಳಿಗೂ ಬಡಿಸಿ "ನಿಹಾರಿಕ ಊಟ ಮಾಡಿದ್ಲಾ?" ವಿಚಾರಿಸಿದ್ದು ಸಹಜವಾಗಿಯೇ ಪಾರ್ಥಸಾರಥಿ.

"ಹೊರಗಡೇ ಆಯ್ತು ಅಂದ್ಲು ವಿಚಾರಿಸಿದಾಗ" ಅನ್ನುತ್ತಾ ಅನ್ನ ಬಡಿಸಿದಾಗ ಅವರು ತಲೆ ಮೇಲಕ್ಕೆತ್ತಿ "ಈ ಹುಡ್ಗೀ ಮನೆ ಊಟ ಮಾಡೋದೆ.... ಕಡ್ಮೆ. ಇದೇನು ಒಳ್ಳೆಯದಲ್ಲ. ಶಾಂಭವಿಯವ್ರೂ.... ನಿಹಾರಿಕ ಮನೆಯ ಊಟಕ್ಕೆ ಅಂಟಿಕೊಂಡೇ ಬೆಳೆದಳು. ನಂಗೆ ಡಬ್ಬಿ ರೆಡಿ ಮಾಡೋದೆ ದೊಡ್ಡ ಕೆಲಸವಾಗ್ತಾ ಇತ್ತೂಂತ ಹೇಳೀಕೊಂಡ್ರು" ಒಂದಷ್ಟು ಬೇಸರವಿತ್ತು ಅವರ ಸ್ವರದಲ್ಲಿ.

ಊಟ ಮುಗಿಸಿ ಬಂದು ಹಾಲ್‌ನಲ್ಲಿ ಕೂಡುವ ಹೊತ್ತಿಗೆ ಹೊರಗೆ ಬಂದ ನಿಹಾರಿಕನ ನೋಡಿ "ನಿಹಾರಿಕ ಸ್ವಲ್ಪ ಬಾ" ಎಂದು ಕರೆದವರು "ಬಹುಶಃ ವಿವಾಹವಾಗಿ ಈ ಮನೆಗೆ ಒಂದು ಎಂಟು ತಿಂಗ್ಳು ಕಳ್ದು ಹೋಯ್ತು. ಒಂದು ದಿನವು ಒಟ್ಟಿಗೆ ಕೂತು ನಮ್ಮ ಜೊತೆ ಊಟ ಮಾಡ್ಲಿಲ್ಲ. ಅದ್ರಿಂದ ನಾವೆಷ್ಟು ಕಳ್ದುಕೊಂಡ್ಡಿದ್ವಿ, ನೀನು ಅದರ ಎರಡರಷ್ಟು ಕಳ್ಕೊತೀಯಾ. ಇದನ್ನೆಲ್ಲ ಅರ್ಥ ಮಾಡ್ಕೋ" ಎಂದು ಬುದ್ಧಿ ಹೇಳಿದರು. ಅವಳು ಮಾತಾಡದೇ ರೂಮಿಗೆ ಹೋದಳು. ಅವಳ ಮಿದುಳು ಭುಸುಗುಟ್ಟುತ್ತಿತ್ತು. ಅಪ್ಪ, ಅಮ್ಮನೊಂದಿಗೆ ಪ್ರತಿಯೊಂದಕ್ಕೂ ಜಗಳ ಆಡಿ ಅವಳಿಗೆ ಅಭ್ಯಾಸವಿತ್ತು. ಶಾಂಭವಿ, ಈಶ್ವರ್‌ಗೆ ಅವಳೆಂದು ವಿಧೇಯ ಮಗಳಾಗಿರಲಿಲ್ಲ.

ಸಂತೋಷ್, ಆನಂದ್ ಪೇಪರ್ ನೋಡುತ್ತಾ ಸುಮ್ಮನೆ ಕೂತರು.

"ನಂಗೇನು ನಿಹಾರಿಕ ಅರ್ಥವಾಗ್ತಿಲ್ಲ ಸಂತೋಷ್. ಈಗಿನ ಅವಳ ನಡತೆಗೆ ಬಹುಶಃ ಅವಳ ಬೆಳವಣಿಗೆ ಕಾರಣವಿರಬಹುದು. ಇಲ್ಲ ನಾನೊಂದು ಕೋರ್ಸ್ ಮಾಡಿದ್ರೂ. ಕೆಲಸ ಸಿಗಲಿಲ್ಲಾ ಅನ್ನೋ ನಿರಾಸೆಗೆ ಈ ರೀತಿ ಆಡ್ತಿದ್ದಾಳೇನೋ?" ಅನ್ನೋ ಅನುಮಾನ ಕೂಡ ಸೇರಿಸಿದರು.

"ಎರಡು ಹೆಸರಾಂತ ಕಂಪನಿಗಳ ಆಫರ್ ಲೆಟರ್ ಇದ್ಯಂತ ಅಂದ್ಲು. ಮೊದಲು ಆಫರ್ ಲೆಟರ್‌ಗೂ, ಜಾಯ್ನಿಂಗ್ ಡೇಟಿಗೂ ಆರು ತಿಂಗಳ ಅಂತರ ಇರೋದು. ಈಗ ಆ ರೀತಿ ಇಲ್ಲ. ಐಟಿ, ಎಲೆಕ್ಟ್ರಾನಿಕ್ಸ್ ಮತ್ತು ಕಂಪ್ಯೂಟರ್ ಸೈನ್ಸ್‌ನಲ್ಲಿ ಎಂಜಿನಿಯರಿಂಗ್ ಪಡೆದ ಯುವಕ ಯುವತಿಯರು ಒಂದು ರೀತಿಯ ಅಭದ್ರ ಸ್ಥಿತಿಯಲ್ಲಿ. ಅದಕ್ಕೆ ಹಲವಾರು ಕಾರಣಗಳು ಅದನ್ನೇ ನೆಚ್ಚಿಕೊಂಡು ಬ್ಯಾಂಕ್‌ಗಳಿಂದ ಸಾಲ ಪಡೆದವರ ಸ್ಥಿತಿ ಅಯೋಮಯ. ಇಲ್ಲಿ ನಿಹಾರಿಕ ಅಂಥ

ಸ್ಥಿತಿಯಲ್ಲೇನು ಇಲ್ಲ. ತೀರಾ ಬೇಸರವೆನಿಸಿದರೆ, ಕಂಪನಿಗೆ ಬಂದು ಕೂಡ್ಲೀ" ಇಂಥ ಮಾತೊಂದನ್ನು ಆನಂದ್ ಹೇಳಿದ.

ರೂಮಿಗೆ ಬಂದಾಗ ನಿಹಾರಿಕ ಒಂದು ದೃಢ ನಿರ್ಧಾರಕ್ಕೆ ಬಂದಂತೆ "ನಂಗೆ ಇಂದೇ ಜಾಯ್ನಿಂಗ್ ಲೆಟರ್ ಸಿಗ್ಬೇಕು. ಸಿಇಓ ಪೋಸ್ಟ್ ನಂಗೆ ಕೊಡ್ಬೇಕು. ಎಲ್ಲರಿಂತ ಹೆಚ್ಚಿನ ಸ್ಯಾಲರಿ ನನ್ನದಾಗಬೇಕು" ಎಂದ ಕೂಡಲೇ ರೂಮು ಕಂಪಿಸಿದಂತಾಯಿತು. ಇದು ತಮಾಷೆಗಾ ಎಂದು ಅವಳ ಮುಖವನ್ನು ದಿಟ್ಟಿಸಿದ ಅಲ್ಲವೆನಿಸಿತು. "ಸಾರಿ, ಮೇಡಮ್ ನಮ್ಮಲ್ಲಿ ಸಿಇಓ ಮಾತ್ರವಲ್ಲ ಯಾವ್ದೇ ಪೋಸ್ಟ್ ಖಾಲಿ ಇಲ್ಲ. ನಮ್ಮ ಇವೆಂಟ್‌ನಲ್ಲಿ ಸಾಫ್ಟ್‌ವೇರ್‌ನವರಿಗೆ ಜಾಗ ಇಲ್ಲ" ಎಂದವ ಉಡುಪು ಧರಿಸಿ "ಓಕೆ....... ಡಾರ್ಲಿಂಗ್" ಹೊರ ಬಂದ. ನಿಹಾರಿಕ ಮಾತಿನಿಂದ ಅವನಲ್ಲಿ ಕಂಪನವುಂಟಾಗಿತ್ತು. ಹೆತ್ತವರ ಮೇಲೆ ಯುದ್ಧಕ್ಕೆ ನಿಂತ ಮಗಳು, ಅತ್ತೆ ಮನೆಯವರ ಮೇಲೆ ಯುದ್ಧ ಸಾರುವುದಿಲ್ಲವೆನ್ನುವುದಕ್ಕೆ ಅಂಥ ದೊಡ್ಡ ಕಾರಣ ಕಂಡಿರಲಿಲ್ಲ.

ಹದಿನೈದು ದಿನ ಪೂರ್ತಿ ಡಿ.ಬಿ. ಆಚಾರ್ಯರ ಮಗಳ ವಿವಾಹದ ಸಿದ್ಧತೆಯಲ್ಲಿ ಮುಳುಗಿ ಬಿಟ್ಟ. ಅಂದು ಸಾಯಂಕಾಲ ಬಂದು "ಅತ್ತಿಗೆ, ನೀವೊಂದು ಸ್ವಲ್ಪ ನಮ್ಮ ಜೊತೆಯಲ್ಲಿ ಬನ್ನಿ, ಮಾಂಗಲ್ಯ ಪರ್ಚೇಸ್ ಮಾಡಲು ಇಂದು ಶುಭ ದಿನ ಅಂದಿದ್ದಾರೆ ಪುರೋಹಿತರು. ಅದಕ್ಕೊಂದು ಮುಹೂರ್ತ ಕೂಡ ಇಟ್ಟು ಕೊಟ್ಟಿದ್ಧಾರೆ" ಎಂದು ರೂಮಿಗೆ ಸಹ ಬರದೇ ಜಾಹ್ನವಿ ತನ್ನ ಜೊತೆಯಲ್ಲಿ ಕರೆದೊಯ್ದು. "ಅವ್ರು ಕಾಟೇಜ್‌ಗೆ ಹೋಗೋಣ. ಆಚಾರ್ಯ ಮಿಸಸ್ ಇಟಲಿಯವರಾದ್ರೂ ನಮ್ಮ ಸಂಪ್ರದಾಯ, ಪರಂಪರೆಯ ಬಗ್ಗೆ ಗೌರವಭಾವವಿರುವಂಥ ಹೆಣ್ಣು ಮಗಳು, ಪುರೋಹಿತರಿಂದಲು ಸಾಕಷ್ಟು ತಿಳಿದಿದ್ದಾರೆ. ಆದರೆ ಅದನ್ನು ಒಬ್ಬ ಹೆಣ್ಣಿನಿಂದಲೇ ತಿಳಿಯೋ ಕುತೂಹಲ" ಎಂದು ಹೇಳಿದಾಗ ಅವಳು ಎದೆಯ ಮೇಲೆ ಕೈಯಿಟ್ಟುಕೊಂಡು "ಮೈಗಾಡ್, ನಿಂಗೆ ಗೊತ್ತು ನಾನಂತು ಅಂಥ ಇಂಟಲಿಜೆಂಟ್ ಅಲ್ಲ. ಅವ್ರುಗಳನ್ನು ನೋಡಿದರೆ ಪೂರ್ತಿ ನರ್ವಸ್ ಆಗಿ ಬಿಡ್ತೀನೇನೋ".

ಒಂದು ಶ್ರೀಮಂತ ಕಾಟೇಜ್‌ಗೆ ಕರೆದೊಯ್ದ. ಇಟಲಿಯ ಹೆಣ್ಣು ಮಗಳು ಅತ್ಯಂತ ಪ್ರೀತಿಯಿಂದ ಒಳಕ್ಕೆ ಕರೆದೊಯ್ದಳು. ಆಕೆ ಸರಾಗವಾಗಿ ಇಂಗ್ಲಿಷ್‌ನಲ್ಲಿ ಸಂಭಾಷಿಸುತ್ತಿದ್ದಳು. ಜಾಹ್ನವಿ ಕತ್ತಿನಲ್ಲಿರೋ ಕರಿಮಣಿ ಸರದಲ್ಲಿ ರಾರಾಜಿಸುತ್ತಿದ್ದ ಮಾಂಗಲ್ಯ ಹಿಡಿದು ಮುಟ್ಟಿ ಕಣ್ಣಿಗೊತ್ತಿಕೊಂಡು ಸಂತೋಷ ಸೂಚಿಸಿದರು. ಅದರ ಬಗ್ಗೆ ತಾವು ತಿಳಿಯಬೇಕಾದ್ದುದ್ದನ್ನು ವ್ಯಕ್ತಪಡಿಸಿದರು.

"ಹಿಂದೂಗಳಲ್ಲಿ ವಿವಾಹದ ಸಮಯದಲ್ಲಿ ಕಟ್ಟುವ ಮಂಗಳಸೂತ್ರಕ್ಕೆ ಅತ್ಯಂತ ಗೌರವ ಪದವಿದೆ. ವಿವಾಹಿತ ಸ್ತ್ರೀಗೆ ಸದಾಕಾಲ ಮಂಗಳಮಯ ಪ್ರತೀಕ". ಆಗ ನೆನಪಾಗಿದ್ದು ವಾರಗಿತ್ತಿ ನಿಹಾರಿಕ. ಸದಾ ಅದನ್ನು ಧರಿಸುವ ಪ್ರವೃತ್ತಿ ಅವಳಲ್ಲಿರಲಿಲ್ಲ ಡ್ರೆಸ್‌ಗೆ ಅನುಗುಣವಾಗಿ ಅಲಂಕಾರ, ಆಭರಣ "ಏನೇನೋ ನೆನಪಾಯ್ತು. ಈಗ ಕೆಲವೊಂದು ಬದಲಾವಣೆಗಳು ಬಂದಿರಬಹುದು. ಆದರೆ ವಿವಾಹದ ಮಾಂಗಲ್ಯಧಾರಣೆ ಒಂದು ಪ್ರಮುಖವಾದದ್ದು. ಸಾಮಾನ್ಯವಾಗಿ ಎರಡು ಪುಟ್ಟ ವಟಗಳ ಸ್ವರೂಪದಲ್ಲಿ ಇದ್ದು ಸ್ತನ ಸಂಕೇತ ದಂತಿರುತ್ತದೆ. ಸ್ತನ ಮಾತೃತ್ವದ ಸಂಕೇತ ಅದನ್ನ ಚಿನ್ನದಲ್ಲಿ ಮಾಡಿಸಿ ಅರಿಸಿನ ದಪ್ಪ ದಾರಕ್ಕೆ ಏರಿಸಿರುತ್ತಾರೆ. ಇಲ್ಲಿ

ಹೆಚ್ಚು ಪ್ರಚಲಿತವಾಗಿರೋದು ಕರಿಮಣಿಯ ಸಮೇತ ಮಾಂಗಲ್ಯಧಾರಣೆ ಮಾಡುವುದು. ಅದಕ್ಕೆ ಹಲವಾರು ವಿನ್ಯಾಸಗಳು ಇವೆ. ಬಹಳಷ್ಟು ಹಿಂದೂಗಳು, ಲಕ್ಷ್ಮೀ ತಾಳಿ, ತೆಲುಗರು ರಾಮರ್ ಅಥವಾ ಪೊಟ್ಟತಾಳಿ, ಮಲಯಾಳಿಗಳು ವಾಲುತಾಳಿ, ತಮಿಳರು ಕ್ಷತ್ರಿಯರ ಕುಂಬ ತಾಳಿ, ಮಲಯಾಳಿ ಕ್ರಿಶ್ಚಿಯನ್ನರ ಮಿನ್ನ ತಾಲಿ ಇತ್ಯಾದಿ. ಇವೆಲ್ಲದರಲ್ಲೂ ಮಾತೃತ್ವದ ಸಂಕೇತವಾದ ಸ್ತನದ ರೂಪವನ್ನು ಗುರುತಿಸಬಹುದು" ಮಾಂಗಲ್ಯ ಪರಿಚಯ ಮಾಡಿಕೊಟ್ಟ ಜಾಹ್ನವಿಯನ್ನು ಸಿಸಿಲಿ ಆಲಂಗಿಸಿಕೊಂಡು ಬಿಟ್ಟರು.

ಮಾಂಗಲ್ಯದ ಜೊತೆ ಮಿಕ್ಕ ಒಡವೆಗಳನ್ನು ಖರೀದಿಸಿದ ನಂತರ ಕಂಪನಿಗೆ ಹೋಗಿ ನಂತರವೇ ಆನಂದ್ ಜೊತೆ ಜಾಹ್ನವಿ ಮನೆಗೆ ಹಿಂದಿರುಗಿದಾಗ ರಾತ್ರಿ ಹನ್ನೆರಡರ ಸುಮಾರು. ಆ ವೇಳೆಗೆ ನಿಶ್ಚಿತ ಸೋಫಾ ಮೇಲೆ ನಿದ್ರಿಸಿ ಬಿಟ್ಟಿದ್ದಳು. ಮಾಧವಿ ಪಕ್ಕದಲ್ಲಿ ಕೂತಿದ್ದರು. ಮನೆ ಪೂರ್ತಿ ನಿಶ್ಶಬ್ದ.

ನಿಹಾರಿಕಾಗೆ ಒಂದು ಹೆಸರಾಂತ ಕಂಪನಿಯಿಂದ ಜಾಯ್ನಿಂಗ್ ಲೆಟರ್ ಸಿಕ್ಕಾಗ ಅವಳಿಗೆ ಆಕಾಶಕ್ಕೆ ಲಗ್ಗೆ ಹಾಕಿದಷ್ಟು ಸಂತೋಷವಾಯಿತು. ಮೊದಲು ಆ ಸುದ್ದಿಯನ್ನು ಸ್ನೇಹಿತರಿಗೆ ರವಾನಿಸಿದ ನಂತರ ಸಂತೋಷ್‌ಗೆ ಮೆಸೇಜ್ ಕಳಿಸಿದಾಗ ಮಧ್ಯಾಹ್ನದ ಕಂಗ್ರಾಟ್ಸ್ ಪದದ ಮೆಸೆಜ್ ಬಂದಾಗ ಅವಳಿಗೆ ಮೊಬೈಲ್ ಎಸೆದು ಬಿಡುವಷ್ಟು ಕೋಪ ಬಂತು. ಅಷ್ಟರಲ್ಲಿ ಅವಳ ಮಮ್ಮಿ ಯಿಂದ ಕಾಲ್ ಬಂತು. ಆಕೆ ತುಸು ಪುರಸತ್ತಾಗಿರೋದರಿಂದ ತಮ್ಮ ಬಿಜಿನೆಸ್ ಡೆವಲಪ್ ಬಗ್ಗೆ ಸಾಕಷ್ಟು ಕೊರೆದಾಗ ಕೆಲಸ ಸಿಕ್ಕ ಉತ್ಸಾಹ ಅವಳಲ್ಲಿ ಕಡಿಮೆಯಾಯಿತು. ಈಗಾಗಲೇ ಸೋಮಾರಿತನ ಅವಳನ್ನು ಆವರಿಸಿತ್ತು. ಮಮ್ಮಿ ಜೊತೆ ಸೇರಿ ತಾನು ಯಾಕೆ, ಬಿಸೆನೆಸ್‌ಗೆ ಕೈ ಹಾಕಬಾರದು? ಇಂಥದೊಂದು ಹುಳು ಅವಳ ಮಿದುಳು ಹೊಕ್ಕಿತು. ಅದು ಅಸಹನೆಗೆ ದಾರಿ ಮಾಡಿತು.

"ನಂಗೆ ಜಾಯ್ನಿಂಗ್ ಡೇಟ್ ಸಿಕ್ಕಿದೆ" ಉತ್ಸಾಹ ಕಳೆದುಕೊಂಡೇ ಹೇಳಿದ್ದು "ಅಯ್ಯೋ, ಮೈ ಸ್ವೀಟ್.... ಎಂಥ ಗುಡ್ ನ್ಯೂಸ್ ಹೇಳ್ದೀ. ಇನ್ಮುಂದೆ ನಿನ್ನ ಸಂಪಾದನೆ ಷುರುವಾಗುತ್ತೆ. ಹಣದ ವಿಚಾರದಲ್ಲಿ ಎಚ್ಚರಿಕೆ ಇರ್ಲಿ" ಇಂಥ ಮಾತುಗಳನ್ನು ಹೇಳುವುದನ್ನು ಮರೆಯಲಿಲ್ಲ ಶಾಂಭವಿ. ಆ ವೇಳೆಗೆ ಬಂದ ಅನೀಶ್ ಸನ್ನೆ ಮಾಡಿ ಅಮ್ಮನನ್ನು ಮಾತು ಮುಂದುವರಿಸದಂತೆ ಹೇಳಿದ. "ಒಂದು ನಿಮಿಷ...." ಎಂದು ಆಕೆ ಕಾಲ್‌ಕಟ್ ಮಾಡಿದ ನಂತರ. "ಹೇಗೂ ಅವ್ಳ ಮದ್ವೆ ಆಗಿದೆ. ನಿಹಾರಿಕ ಪೂರ್ತಿ ಜವಾಬ್ದಾರಿಯನ್ನು ಅವಳ ಗಂಡ ನೋಡ್ಕೋತಾನೆ. ಅವಳ ಜವಾಬ್ದಾರಿಯನ್ನು ಅವ್ಳ ಗಂಡ ನೋಡ್ಕೋತಾನೆ. ಅವಳ ಓದಿಗೆ ಸುಮಾರು ಖರ್ಚಾಗಿದೆ. ಮದ್ವೆ ಮಾಡಿದ್ದೀವಿ. *25* ಲಕ್ಷ ಅವಳ ಹೆಸರಿನಲ್ಲಿ ಬ್ಯಾಂಕ್‌ನಲ್ಲಿ ಇರಿಸಿದ್ದೀನಿ. ಹೆಚ್ಚೊಬೇಡ. ಸ್ವಂತ ಅಮ್ಮ, ಅಪ್ಪ ಅನ್ನೋದು ಬಿಟ್ಟು ದೊಡ್ಡದಾಗಿ ಜಗಳ ಕಾದ್ಲು. ಅವಳಿಗೆ ಹೇಳ್ದೇ.... ಕೇಳ್ದೇ.... ಪ್ಲಾಟ್ ಮಾರ್ಕೊಂಡ್ ಇಲ್ಲಿನ ಖರ್ಚಿಗಾಯ್ತು. ಬಿ ಕೇರ್.... ಫುಲ್" ಎಂದು ಎಚ್ಚರಿಸಿದ. ತಂಗಿ ತೀರಾ ಕಮರ್ಷಿಯಲೆಂದು ಅವನಿಗೆ ಗೊತ್ತು.

ಶಾಂಭವಿಗೆ ಅದು ಸರಿಯೆನಿಸಿತು. ಆದರೆ ಈಶ್ವರ್‌ಗೆ ಅಂಥ ಫ್ರೆಂಡ್ ಸರ್ಕಲ್ ಸೃಷ್ಟಿಯಾಗಿರಲಿಲ್ಲ. ಆದ್ದರಿಂದ ಯಾರ ವಿಷಯವೇ ಆಗಲಿ ಯಾವುದೇ ಬಿಜಿನೆಸ್

ವಿಷಯದಲ್ಲಾಗಲಿ ಇಂಟರೆಸ್ಟ್ ಇರಲಿಲ್ಲ. ಆಗಾಗ ಒಂದೆರಡು ಪೆಗ್ ಹಾಕಿ ಅಮಲಿನಲ್ಲಿರುತ್ತಿದ್ದರು.

ಆಮೇಲೆ ಅನೀಶ್ "ಪದೇ.... ಪದೇ ಅವಳ ಕಾಲ್‌ನ ರೀಸೀವ್ ಮಾಡ್ಕೋಬೇಡ. ಗಂಟೆಗಟ್ಟಲೆ ಮಾತಾಡ್ತಾ ಕೂಡಬೇಡ ನೀವುಗಳು ಪ್ಲಾಟ್ ಮಾರಿದಾಗ ನೇರವಾಗಿ ನಂಗೆ ಧಮಕಿ ಹಾಕಿದ್ಲು. ಆ ಲೆವೆಲ್‌ಗೆ ಬೆಳೆದಿದ್ದಾಳೆ. ಅಂಥಾ ಬೆಳೆಸಿದ್ದೀರಾ" ಎಂದು ಬುದ್ಧಿ ಹೇಳಿ ಎದ್ದು ಹೋದ. ಅವನು ಕೆಲವು ತೊಂದರೆಗಳಲ್ಲಿ ಸಿಕ್ಕಿ ಹಾಕಿ ಕೊಂಡಿದ್ದ. ಅದನ್ನ ಬಿಡಿಸಿಕೊಂಡರೆ ಅವನಿಗೆ ಸಾಕಿತ್ತು. ತಂಗಿಯ ಬಗ್ಗೆ ಪ್ರಸನ್ನತೆ ಏನಿಲ್ಲ. ಆಮೇಲೆ ಮಗಳಿಂದ ಫೋನ್ ಬಂದರು ಶಾಂಭವಿ ಎತ್ತಲಿಲ್ಲ. ಮೂರು ನಾಲ್ಕು ಸಲ ಮಾಡಿ ಸೋತವಳು ಅಲ್ಲಿ ಎಸೆದು ಕೂತಳು. ಹೊಸ ಟೆಕ್ನಾಲಜಿಯ ಎಲ್ಲಾ ಮೊಬೈಲುಗಳನ್ನು ಖರೀದಿಸಿ ಇಟ್ಟುಕೊಂಡಿದ್ದಳು. ಕೆಲವು ಗೆಳೆಯರ ಗಿಫ್ಟ್. ಮಿಕ್ಕಿದ್ದು ಖರೀದಿಸಿ ತುಂಬಿಕೊಂಡಿದ್ದು, ಹಣಕಾಸಿನ ವಿಷಯದಲ್ಲಿ ಧಾರಾಳವಾಗಿದ್ದ ಹೆತ್ತವರು ಅದರಿಂದ ಕಡಿವಾಣವಿಲ್ಲದ ಕುದುರೆಯಂತಾಗಿದ್ದಳು.

ಆಮೇಲೆ ಸಂತೋಷ್‌ನಿಂದ ಫೋನ್ ಬಂದಾಗಲೆ ಸಮಾಧಾನವಾಗಿದ್ದು. ಮಾತಾಡಿಸಿ ಸಂತೋಷ ವ್ಯಕ್ತಪಡಿಸಿ "ಇದ್ನ ಯಾರು ಯಾರ್ಗೆ ಹೇಳ್ದೇ?" ವಿಚಾರಿಸಿದ "ಫಸ್ಟ್ ನಿಮ್ಗೆ.... ನನ್ನೆಲ್ಲ ಫ್ರೆಂಡ್ ಸರ್ಕಲ್‌ಗೆ ತಿಳಿಸ್ದೆ. ಮುಖ್ಯವಾಗಿ ನಯನತಾರ ಮಗ್ಳಿಗೆ. ಮಮ್ಮಿ, ಡ್ಯಾಡಿ, ಅಣ್ಣ...." ಎಲ್ಲಾ ಹೇಳಿ ಮುಗಿಸಿದ ನಂತರ "ನಿಂಗೆ ಇಷ್ಟೇ ಜನನಾ ಇರೋದು? ನನ್ನವರಿಗೆ ನೀನು ವಿಷ್ಯ ತಿಳಿಸ್ಲಿಲ್ಲ. ಅಮ್ಮ, ಅಪ್ಪ, ಅಣ್ಣ, ಅತ್ತಿಗೆಗೆ.... ತಿಳ್ಸು" ಎಂದು ಕಾಲ್‌ಕಟ್ ಮಾಡಿದ. ಅವರಲ್ಲಿ ಕನಿಷ್ಠ ಸ್ನೇಹವನ್ನೇ ಬೆಳೆಸಿಕೊಳ್ಳದ ನಿಹಾರಿಕ ಇರುಸು ಮುರುಸುನಿಂದಲೇ ಕಿಚನ್‌ನಲ್ಲಿದ್ದ ಮಾಧವಿ, ಜಾಹ್ನವಿಗೆ ತಿಳಿಸಿದಾಗ ಸಂತೋಷದಿಂದ ಅವರ ಮುಖಗಳು ಅರಳಿದವು "ಗುಡ್, ಒಳ್ಳೆಯದಾಯ್ತು. ನಿಂಗೆ ಇದ್ದ ಬೇಜಾರು ತೊಡೆದು ಹೋಯಿತಲ್ಲ. ಅತ್ತೆ ಜೊತೆ ದೇವಸ್ಥಾನಕ್ಕೆ ಹೋಗಿ ಪೂಜೆ ಮಾಡ್ಸಿಕೊಂಡ್ಬಾ. ಎಲ್ಲದಕ್ಕೂ ತಿರುಪತಿ ವೆಂಕಟೇಶನನ್ನು ನೆಚ್ಚಿಕೊಂಡ ಕುಟುಂಬ "ಕೈ ಹಿಡಿದು ಸಂತೋಷ ವ್ಯಕ್ತ ಪಡಿಸಿದ ಜಾಹ್ನವಿ "ಏನಾದ್ರೂ ವಿಶೇಷವಾದ ಸ್ವೀಟ್ಸ್ ಮಾಡ್ತೀನಿ. ಈ ಸಂತೋಷದ ಸೆಲಬ್ರೇಟ್ ಮಾಡೋಣ" ಅಂದಳು. ಮುಕ್ತ ಮನದಿಂದ, ಪ್ರತಿಕ್ರಿಯಿಸದೇ ರೂಮಿಗೆ ಹೋದಳು.

"ಅದೆಷ್ಟು ದುರಹಂಕಾರ ನೋಡು! ನೀನು ಹೇಳಿದಕ್ಕೆ ಇನ್ನೊಂದು ಮಾತು ಬೇಡ್ವಾ?" ಮಾಧವಿ ಬೇಸರ ವ್ಯಕ್ತಪಡಿಸಿದರು. "ಯಾಕೆ, ಈ ಹುಡ್ಗೀ ಈ ತರಹ ಆಡ್ತಾಳೆ? ನಮ್ಮ ಮನೆಗೆ ಬಂದ್ಮೇಲೆ ನಮ್ಮ ಮಗುನೆ ತಾನೇ? ನಂಗೆ ಹೆಣ್ಣು ಮಕ್ಳು ಇಲ್ಲದಿದ್ದರೇನಾಯ್ತು? ನೀನು, ನಿಹಾರಿಕಾ ಮಗಳು ತರಹಾನೇ" ಆಕೆ ನೊಂದುಕೊಂಡರು. ಇದು ಸತ್ಯವೇ, ಅಂಥ ಮನಸ್ಸಿತ್ತು ಆಕೆಗೆ. ಆದರೆ ಅದನ್ನ ಛಿದ್ರ ಮಾಡೋಕೆ ಹೊರಟಿದ್ದಳು ನಿಹಾರಿಕ.

ಆ ತರಹ ಏನಿಲ್ಲ! ಕಾಲೇಜು, ಓದು, ಕೆರಿಯರ್, ಅಂತ ಓಡಾಡಿಕೊಂಡಿದ್ದವಳು. ಈಗ ಅಪಾಯಿಂಟ್‌ಮೆಂಟ್ ಯೋಚ್ನೆ. ಮಧ್ಯದಲ್ಲಿ ಅವಳಮ್ಮ, ಅಪ್ಪ ದುಬೈಗೆ ಹೋದ್ರು. ಸ್ವಲ್ಪ ಡಿಸ್ಟರ್ಬ್ ಆಗಿದ್ದಾಳೆ. ಕೆಲಸ ಸಿಕ್ಮೇಲೆ ಫುಲ್ ಬಿಜಿಯಾಗಿ ಬಿಡ್ತಾಳೆ" ಜಾಹ್ನವಿ ಸಮಾಧಾನ ಹೇಳಿದಳು. ಅದು ಅವಳಿಗೂ ನಿಜವೆನಿಸಲಿಲ್ಲ.

ಮಾಧವಿಗೆ ಇದು ಪೂರ್ತಿ ಸರಿಯೆನಿಸಲಿಲ್ಲ. ಗಂಡ ಹೇಳಿದ ರೀತಿಯಲ್ಲಿ ಪ್ರಯತ್ನ ಮಾಡಿ

ಸೋತಿದ್ದರು. ಇವರು ಹೇಳಿದಕ್ಕೆ ಹರಶಿವ ಎನ್ನುತ್ತಿರಲಿಲ್ಲ. ಜೊತೆಗೆ ಇವೆಲ್ಲ ಮಾಡಿ ನಂಗೆ ಅಭ್ಯಾಸವಿಲ್ಲ. ನಮ್ಮ ಮನೆಯಲ್ಲಿ ಸರ್ವೆಂಟ್ಸ್ ಇದ್ರು ಎಂದ ಮೇಲೆ ಆಕೆ ತೆಪ್ಪಗಾಗಿದ್ದರು. ಮುಖಕ್ಕೆ ರಾಚಿದಂತೆ ಮಾತಾಡುವ ನಿಹಾರಿಕ ಎಂದರೆ ಭಯವೇ.

ಮಾಮೂಲಿಗಿಂತ ಅರ್ಧಗಂಟೆ ತಡವಾಗಿ ಆನಂದ ಪಾರ್ಥಸಾರಥಿ ಬಂದ ನಂತರವೇ ಲಂಚ್‌ಗೆ ಬಂದಿದ್ದು ಸಂತೋಷ್ ಜಾಯ್ನಿಂಗ್ ಡೇಟ್ ಸಿಕ್ಕಿದೆ ಎಂದದ್ದು ಅವನಿಗೇನು ಅಂಥ ಸಂತೋಷದ ವಿಷಯವಾಗಿರಲಿಲ್ಲ. ಈಗಾಗಲೇ ಒಂದು ಮಟ್ಟದ ಬೇಸರ ಷುರುವಾಗಿತ್ತು. ಅವಳ ನಿರೀಕ್ಷೆಗಳು ಬಹಳವಾಗಿತ್ತು. ನಿರೀಕ್ಷೆ ಸಫಲವಾದಾಗಲು ತೃಪ್ತಿಗೊಳ್ಳುತ್ತಿರಲಿಲ್ಲ. ಅಂತು ಈ ಅತೃಪ್ತಿಯ ಹೆಣ್ಣನ್ನು ಸಮಾಳಿಸುವುದು ಕಷ್ಟವೆನಿಸಿತ್ತು.

"ಹಾಯ್.... ಅತ್ತಿಗೆ" ಎಂದು ಅಲ್ಲೇ ಕೂತವ ತಾನು ತಂದ ಆರ್ಕಿಡ್ಸ್ ಬಂಚ್‌ನ ಕೊಟ್ಟು. "ಮೌನ ಭರ್ಜರಿಯಾಗಿ ತರ್ಸಿಕೊಂಡಿದ್ದಳಂಥೆ. ಅವ್ರ ಕಾರಿನ ಡ್ರೈವರ್ ತಂದುಕೊಟ್ಟು ಹೋದ. "ಆರ್ಕಿಡ್ಸ್ ಡೆಕೊರೇಷನ್ ಅವುಗಳು ಮರ್ತೇ ಇಲ್ಲ. ತುಂಬಾ ಫೆಂಟಾಸ್ಟಿಕ್ ನಂಗು ಮೆಮರಬಲ್" ಅಂದಿನದೆಲ್ಲ ನೆನಸಿಕೊಂಡು ಹೊಗಳಿದ. ಅದರಲ್ಲಿ ಹೆಚ್ಚಿನ ಪಾಲು ಜಾಹ್ನವಿಯದಿತ್ತು. ಅಲ್ಲಿ ನಿಂತು ತಾನೇ ಡೆಕೋರೇಷನ್ ಮಾಡಿಸಿದ್ದಳು ಜಾಹ್ನವಿ.

ರೂಮಿಗೆ ಹೋದಾಗ ಎಲ್ಲೆಡೆ ಘಮಘಮಿಸುತ್ತಿತ್ತು ನಿಹಾರಿಕ ಸೆಂಟ್ ಬಹಳ ಉಪಯೋಗಿಸುತ್ತಾಳೆಂದು ಅವನಿಗೆ ಗೊತ್ತಾಗಿದ್ದು ವಿವಾಹದ ನಂತರವೇ. ಇದು ಅವನಿಗೆ ಅಷ್ಟೇನೂ ಹಿತವಲ್ಲ.

"ಹಾಯ್.... ನಿಹಾರಿಕ" ಅಂದ. ಬಂದವಳು ಅವನಿಗೆ ಜೋತು ಬಿದ್ದು "ನಂಗೆ ಹರ್ಟ್ ಮಾಡಿದ್ರೀ. ನೀವು ನನ್ನ ಸ್ವಂತ ಸಂತೋಷವನ್ನು ಸೆಲಬ್ರೇಟ್ ಮಾಡೋಕೆ ಹಾರಿಕೊಂಡು.... ಬರ್ತೀರಿ ಅಂದ್ಕೊಂಡಿದ್ದೆ" ಲಿಪ್‌ಸ್ಟಿಕ್ ಹಚ್ಚಿದ ತುಟಿಗಳು ಅವನ ಕೆನ್ನೆಯ ಮೇಲೆ ಮುದ್ರೆಯೊತ್ತಿತ್ತು. ಕರ್ಚಿಫ್‌ನಿಂದ ತೊಡೆದುಕೊಂಡ.

"ಹೆಸರಾಂತ ಸ್ಟಾರ್‌ನ ಆಡಿಯೋ ರೀಲೀಜ್ ಫಂಕ್ಷನ್ ಇದೆ. ಅದಕ್ಕೆ ಬರೋ ಜನ ಡಿಫರೆಂಟ್. ಪ್ರತಿಯೊಂದರಲ್ಲು ಅದ್ದೂರಿತನ ಬಯಸ್ತಾರೆ. ನಾನು ಅಲ್ಲಿದ್ದೆ. ಅವ್ರ ಅನಿಸಿಕೆ, ಅಭಿಪ್ರಾಯಗಳ ಜೊತೆ ಕನಸುಗಳ ನನಸು ಮಾಡುವುದೇ ಇವೆಂಟ್ ಮ್ಯಾನೇಜ್‌ಮೆಂಟ್. ಸ್ವಲ್ಪ ನನ್ನೊತೆ ಓಡಾಡು. ಆಗ ನಿಂಗೆ ಅರ್ಥವಾಗುತ್ತೆ" ಎಂದ ಮೃದುವಾಗಿಯೇ.

ಹಿಂದಕ್ಕೆ ಸರಿದ ಅವಳು "ನೀನೊಬ್ಬ ಸಾಫ್ಟ್‌ವೇರ್ ಇಂಜಿನಿಯರ್. ಆ ಪ್ರೊಫೆಶನ್ ಕಡೆಗೇ ಗಮನ ಹರಿಸಬೇಕಿತ್ತು. ಈ ದುಡಿಮೆಗೆ ನಿಮಗೆಷ್ಟು ಹಣ ಸಿಗುತ್ತೆ?" ಸ್ವಲ್ಪ ಕೋಪದಿಂದಲೇ ಕೇಳಿದಾಗ ತಣ್ಣಗೆ ಉಸುರಿದ "ವಿವಾಹಕ್ಕೆ ಮುನ್ನವೆ ನಾನು ಸಾಫ್ಟ್‌ವೇರ್ ಕಡೆ ಬರೋಲ್ಲಂತ ನಿಂಗೆ ಹೇಳಿದ್ದೆ. ನಮ್ಮ ಸಾರಥಿ ಇವೆಂಟ್ ಬಿಟ್ಟು ಕೆಲಸಕ್ಕಾಗಿ ಅತ್ತಿತ್ತ ದೃಷ್ಟಿ ಹರಿಸೋಲ್ಲಾಂತ ಹೇಳಿದ್ದೆ. ಅದು ನಿಜವೂ ಕೂಡ. ನನ್ನದಾದ ಸಂಸ್ಥೆಯೊಂದಿದೆ. ಆಸಕ್ತಿಯ ಜೊತೆ ಅನುಭವವು ಸಿಕ್ಕಿದೆ. ದಟ್ಸ್.... ಆಲ್...." ಎಂದು ಬಟ್ಟೆ ಬದಲಾಯಿಸಿದ.

ಬಂದ ಕೂಡಲೆ ಜಾಹ್ನವಿ "ನಮ್ದು ಲಂಚ್ ಮುಗಿದಿದೆ. ಅಡಿಗೆಯೆಲ್ಲ ಜೋಡಿಸಿದ್ದೀನಿ,

ಶ್ರೀಮತಿಯವರು ಬಡುಸ್ತಾರೆ. ತಾವು ಛೇಡಿಸ್ಕೊಂಡ್..... ಊಟದ ರುಚಿ ಹೆಚ್ಚಿಸ್ಕೊಂಡ್ ಊಟ ಮಾಡಿ.... ಸಂತೋಷ್‌ಜೀ" ಹಂಗಿಸಿದಳು. ಆರ್ಕಿಡ್ ಹೂಗಳ ಗೊಂಚಲನ್ನು ಹಿಡಿದು "ಇವತ್ತು ನಿನ್ನ ಕೈನ ಊಟ.... ಬಾ.... ಬಾ ಎಂದ. ನಿಹಾರಿಕ ಅಲ್ಲಾಡಲಿಲ್ಲ. ಆಮೇಲೆ ಏನು ಅನ್ನಿಸಿತೋ ಹೊರಗೆ ಹೋಗಿ ಡೈನಿಂಗ್ ಟೇಬಲ್‌ನ ಮುಂದೆ ಕೂತು ಫ್ರಿಜ್‌ನಲ್ಲಿರೋ ಫ್ರೂಟ್ ಸಲಾಡ್ ಕಪ್‌ನ ತಗೊಂಡು ಚಪ್ಪರಿಸಿಕೊಂಡು ತಿನ್ನತೊಡಗಿದಳು. ಬೇರೆಯವರಿಗೆ ಸರ್ವ ಮಾಡುವುದು ಅವಳಿಗೆ ಹಿತವಲ್ಲ.

ಸಂತೋಷ್ ಬಂದಾಗ ತನ್ನ ಪಾಡಿಗೆ ತಾನು ತಿನ್ನುತ್ತ ಕೂತ ಅವಳನ್ನು ನೋಡಿ ನಸುನಕ್ಕು "ನಿನ್ನ ಕೈನ ರುಚಿ ನೋಡೋ ಅದೃಷ್ಟ ಅಂದ್ಕೊಂಡೆ" ಅನ್ನುತ್ತ ತಟ್ಟೆಗೆ ತಾನೇ ಬಡಿಸಿಕೊಂಡು "ಪತಿ ಪತ್ನಿಯರ ಮಧ್ಯೆ ಇರಬೇಕಾದ್ದು ಆಪ್ತತೆಯ ವಿನಃ ಚಾಲೆಂಜಿಂಗ್ ಅಲ್ಲ. ಇಂಥ ಮನಃಸ್ಥಿತಿಯಿಂದ ನಾನು ಮಾತ್ರವಲ್ಲ. ನೀನು ಕಳೆದುಕೊಳ್ತೀಯಾ" ತುಸು ಗಂಭೀರವಾಗಿಯೇ ಹೇಳಿ ಊಟ ಮಾಡತೊಡಗಿದ. ಈ ಮನೆಯಲ್ಲಿ ಒಂಟೊಂಟಿಯಾಗಿ ಊಟ ಮಾಡುವುದು ಅಪರೂಪ. ಎಲ್ಲರೂ ಊಟ, ತಿಂಡಿಯ ಸಮಯದಲ್ಲಿ ಡೈನಿಂಗ್ ಟೇಬಲ್ ಮುಂದೆ ಸೇರಿ ಬಿಡುತ್ತಿದ್ದರು. ಎಲ್ಲರಿಗೂ ಅದು ಇಷ್ಟ.

ಸೇರಿದಷ್ಟು ಊಟ ಮಾಡಿ ಮೇಲೆದ್ದವ "ನಿನ್ನ ಮಮ್ಮಿ ಒಂದ್ಮಾತು ಹೇಳಿದ್ರು. ಈಗ್ಲೂ ನಮ್ಮಗಳಿಗೆ ನಾನೇ ಕೈ ತುತ್ತು ಹಾಕ್ಬೇಕು. ಚಿಕ್ಕ ಮಗು ತರಹ! ಅವ್ಳು ಮನೆಯಲ್ಲಿ ಇದ್ದರಂತು ಸರ್ವೆಂಟ್ಸ್‌ಗೆ ರಜೆ. ತಾನೇ ಏಪ್ರಾನ್ ಹಾಕ್ಕೊಂಡ್ ಅಡಿಗೆ ಮನೆಗೆ ಸೇರ್‌ತಾಳೆ. ನಮ್ಮಗ್ಳಂತ ಅಲ್ಲ....ಅದ್ಭುತವಾದ ಅಡ್ಗೆ ಮಾಡ್ತಾಳೆ. ಬಡಿಸೋಕೆ ನಿಂತರೆ ಸಾಕ್ಷಾತ್ ಅನ್ನಪೂರ್ಣೆಯೇ ಅಂತ. ನಿನ್ನಂಥ ಹುಡ್ಗೀಗೆ ಇಷ್ಟೆಲ್ಲ ಸುಳ್ಳು ಹೇಳಿ ವಿವಾಹ ಮಾಡಬೇಕಿತ್ತಾ? ಅಂಥ ಅನಿವಾರ್ಯತೆ ಏನಿತ್ತು? ಒಬ್ಬ ಬಿಗ್ ಇಂಡಸ್ಟ್ರಿಯಸ್ಟ್‌ನ ವಿವಾಹವಾಗಬಹುದು. ವಗೈರ.... ವಗೈರ.... ನೀನೇನು ನಿರೀಕ್ಷೆಗಳನ್ನು ಇಟ್ಕೊಂಡ್ ನನ್ನ ವಿವಾಹವಾದೆಯೋ, ಅವೆಲ್ಲ ಸಫಲವಾಗೋ ಸಾಧ್ಯತೆಗಳು ಇಲ್ಲ" ಅತ್ಯಂತ ಸ್ಪಷ್ಟವಾಗಿಯೇ ಹೇಳಿದ.

ಆದರೆ ಅಂಥದನ್ನು ಬೇಗ ಮರೆಯುವ, ಎಲ್ಲಾ ಮರೆತಂತೆ ನಟಿಸುವ ಅಭ್ಯಾಸ ಅವಳಿಗಿತ್ತು.

ರೆಸ್ಟ್‌ನಲ್ಲಿದ್ದ ತಂದೆಯನ್ನ ಡಿಸ್ಟರ್ಬ್ ಮಾಡದೆ ಅಣ್ಣನ ರೂಮಿಗೆ ಹೊರಟಾಗ ಅವನು ಸಿದ್ಧವಾಗಿದ್ದ "ನಿಹಾರಿಕಾಗೆ ಜಾಯ್ನಿಂಗ್ ಡೇಟ್ ಸಿಕ್ಕಿದೆ. ತುಂಬಾ ಖುಷಿಯಾಗಿದ್ದಾಳೆ. ಸಂಜೆನ ಆರಾಮಾಗಿ ಕಳೀ" ತಮ್ಮನ ಭುಜದ ಮೇಲೆ ಕೈಯಿಟ್ಟು ಕಣ್ಣೊಡೆದ. "ನೋ ಸರ್, ಆಡಿಯೋ ರೀಲೀಸಿಂಗ್ ಫಂಕ್ಷನ್‌ಗೆ ಬೇಕಾದ ಒಂದಿಷ್ಟು ಟಚಪ್ ಇದೆ. ವಾಸು ಜೊತೆ ಗಿರಿ ರೇಖಾ ಕೂಡ ಅಲ್ಲೇ ಇದ್ದಾರೆ. ಅಲ್ಲಿ ನನ್ನ ಅನಿವಾರ್ಯತೆ ಇದೆ. ಸದ್ಯಕ್ಕೆ ಸಂಜೆ ಸುತ್ತಾಟವಿಲ್ಲ. ಇನ್ನ ಸಮಯವಿದೆ ಅದ್ನ ನಿಹಾರಿಕಾಗೆ ಹೇಳಿದ್ದೀನಿ. ನಾಳೆ ನಿನ್ನ ಚೆಕ್‌ಅಪ್‌ನ ಕಾರ್ಯಕ್ರಮ. ಇಂದು ಡಾ॥ ಡಿಸೋಜಾ ಜೊತೆ ಮಾತಾಡ್ದೇ. ಅದ್ನ ತಿಳಿಸೋ ಸಲುವಾಗಿ ಬಂದಿದ್ದು" ಎಂದು ಉಸುರಿ ಹಿಂದಿರುಗಿದಾಗ ಆನಂದ ಮಡದಿಯ ಕಡೆ ನೋಡಿ ಕೂತ. ಅವನ ಮುಖ ಮಂಕಾಯಿತು.

"ನಿಹಾರಿಕಾ ಮುಖದಲ್ಲಿ ಅಸಹನೆ, ಅತೃಪ್ತಿ ಕಾಣ್ತಾ ಇದೆ" ಆನಂದ್ ಹೇಳಿದಾಗ ಜಾಹ್ನವಿ ನಿರಾಕರಿಸಿದಳು "ಅಂಥದೇನಿಲ್ಲ ಅವರಿಬ್ರೂ ಅನ್ಯೋನ್ಯವಾಗಿಯೇ ಇದ್ದಾರೆ. ನಿಮ್ಮ ತಮ್ಮ ಸದಾ

ಬಿಜಿ ಅವಳು ವರ್ಷ ಪೂರ್ತಿ ಹನಿಮೂನ್ ಬೇಕೆನ್ನುವ ಹುಡ್ಗೀ. ವಿವಾಹವಾದ ಹೊಸದರಲ್ಲಿ ಇವೆಲ್ಲಾ ಮಾಮೂಲಿ, ಪೂರ್ತಿಯಾಗಿ ಬದಲಾದ ಜೀವನ ಶೈಲಿಗೆ ಹೊಂದಿಕೊಂಡಂಥ ಹೆಣ್ಣು. ಕುಟುಂಬವೆಂದರೆ ತಾನು, ತನ್ನ ಗಂಡ ಮಾತ್ರವೆನ್ನುವ ಹುಡ್ಗೀ. ಇದೆಲ್ಲಾ ತೀರಾ ಮಾಮೂಲು" ಬದಲಾದ ಸಾಮಾಜಿಕ ಧೋರಣೆಯನ್ನು ವಿವರಿಸಿದ ನಂತರ ಒಂದು ಪ್ರಶ್ನೆಯನ್ನು ಅವನ ಮುಂದಿಟ್ಟಳು.

"ಎಲ್ಲೂ ನಡೆಯದ ಸೀರಿಯಸ್ ಮ್ಯಾಟರ್ ಅಲ್ಲ. ನಿಹಾರಿಕಾಗೆ ತನ್ನ ಸಂಪಾದನೆ ಕೈಗೆ ಬಂದ್ಮೇಲೆ ಇನ್ನಷ್ಟು ಬದಲಾವಣೆ ಕಾಣಬಹುದು. ಇಂದಿಗೂ, ವಿವಾಹವಾಗಿ ಎಂಟು ತಿಂಗಳ ನಂತರವು ಅವಳು ನಮ್ಮನ್ನ ತಮ್ಮವರೆಂದು ಒಪ್ಪಿಕೊಂಡಿಲ್ಲ. ಅಂಥದರಲ್ಲಿ ತನ್ನದೆನ್ನುವ ಮನೆ ಬೇಕೆನ್ನುವ ನಿರ್ಧಾರ ತೆಗೆದುಕೊಳ್ಳಬಹುದು" ಬಹಳ ಸಮಾಧಾನವಾಗಿಯೆ ವಿವರಿಸಿದಾಗ ಅವನ ತುಟಿಯಂಚಿನಲ್ಲಿ ತೆಳುವಾದ ಪುಟ್ಟ ನಗುವೊಂದು ತೇಲಿತು.

"ವೈನಾಟ್, ಈಗಿನ ಬಹುಪಾಲು ಯುವತಿಯರ ಕನಸು. ಅವ್ರು ಬಾಳು ಸಾಮರಸ್ಯಮಯವಾಗಿತ್ತೆಂದರೆ 'ಯಸ್' ಎಂದು ಬಿಡೋದೇ, ಇದ್ಕೆ ಅಪ್ಪ, ಅಮ್ಮನ ವಿರೋಧವಿರೋಲ್ಲ. ಸದಾ ಕಾಲ ಮಕ್ಕಳ ಹಿತ ಬಯಸಿದ ತಂದೆ, ತಾಯಿಗಳು. ಮಕ್ಕಳ ವಿಚಾರದಲ್ಲಿ ಅವರಿಗೆ 'ಅಹಂ' ಇಲ್ಲ" ಶಾಂತವಾಗಿಯೇ ಹೇಳಿದ. ಅಂದರೆ ನಿಹಾರಿಕ ನಡವಳಿಕೆಯಿಂದ ಅಂಥದೊಂದು ನಿರ್ಧಾರಕ್ಕೆ ಬಂದಿರಬಹುದೇ? ಅವಳಲ್ಲಿ ಪ್ರಶ್ನೆ ಮೂಡಿತು. ಇದು ಅವಳಿಗೆ ಇಷ್ಟವಿಲ್ಲ. ಕುಟುಂಬ ಪ್ರೇಮಿ ಅವಳು.

ಕಣ್ಣಿಂದ ಇಣುಕಿದ ಕಂಬನಿಯನ್ನು ತೊಡೆದುಕೊಳ್ಳಲು ಪಕ್ಕಕ್ಕೆ ತಿರುಗಿದಳು. ಇತ್ತೀಚೆಗೆ ಇಂಥದೊಂದು ಭಯ ಇಣುಕಿದರು, ಅದು ಜಾಹ್ನವಿಗೆ ಇಷ್ಟವಿಲ್ಲ. ಯಾರಲ್ಲಿ ತೋಡಿಕೊಳ್ಳಲು ಹಿಂಜರಿಕೆ. ನಿಹಾರಿಕ ಮುಂದೆ ತನ್ನ ಬೇಡಿಕೆ ಇಟ್ಟರೆ?

"ಏಯ್ ಜಾಹ್ನವಿ...." ಎಂದ ಆನಂದ್. ಅವನತ್ತ ತಿರುಗಿದವಳೇ ಅವನೆದೆಯಲ್ಲಿ ಮುಖವಿಟ್ಟು "ನಂಗೆ ಇಷ್ಟವಾಗೋಲ್ಲ. ನಿಶ್ಚಿತ ಒಂದೇ ಒಂದು ದಿನ ಚಿಕ್ಕಪ್ಪನ್ನ ಬಿಟ್ಟಿರೋಲ್ಲ. ನಮ್ಗಿಂತ ಹೆಚ್ಚಾಗಿ ಸಂತೋಷ್‌ನ ಹಚ್ಚಿಕೊಂಡಿದ್ದಾಳೆ. ಹೇಗೆ.... ಸಾಧ್ಯ?" ಅತ್ತೆ ಬಿಟ್ಟಳು. ಆನಂದನ ಎದೆ ಭಾರವಾಯಿತು.

ಆನಂದ್ ಕೆನ್ನೆಯ ಮೇಲೆ ಉರುಳಿದ ಕಂಬನಿಯನ್ನು ತೊಡೆದು "ಎಲ್ಲವನ್ನು ಸಾಧ್ಯವಾಗಿಸ್ಕೋಬೇಕು. ನಾವು ಅವರಿಬ್ಬರ ಕಂಫರ್ಟ್ ಮುಖ್ಯವೆಂದುಕೊಂಡರೆ ಕಷ್ಟವಾಗೋಲ್ಲ. ಅಂಥ ದಿನ ಬರದೇ ಇರಲೀಂತ ದೇವರನ್ನ ಪ್ರಾರ್ಥಿಸೋಣ. ಆದರೆ ಅಂಥ ಸಂದರ್ಭ ಬಂದಾಗ ಸಾಮಾನ್ಯ ಎನ್ನುವಂತೆ ಫೇಸ್ ಮಾಡೋಣ" ಕೆನ್ನೆ ತಟ್ಟಿ ಧೈರ್ಯ ತುಂಬಿದ.

ಅರ್ಧ ದಾರಿಗೆ ಹೋದವನು ಸಂತೋಷ್ ಹಿಂದಿರುಗಿ ಬಂದ. ಮೊಬೈಲ್‌ನ ಮರೆತಿದ್ದ. ಮೊದಲು ಅಕಸ್ಮಾತ್ ಏನಾದರೂ ಮರೆತರೆ ಜಾಹ್ನವಿ ಜ್ಞಾಪಿಸುತ್ತಿದ್ದಳು. ಈಗ ಅದನ್ನ ನಿಹಾರಿಕಾಗೆ ಒಪ್ಪಿಸಿದ್ದಳು. ಆದರೆ ಅದು ತನ್ನ ಕೆಲಸವೆಂದು ಅಂದುಕೊಳ್ಳಲಿಲ್ಲ.

ಇವನು ರೂಮಿಗೆ ಬಂದಾಗ ಯಾರೊಂದಿಗೂ ಮೊಬೈಲ್‌ನಲ್ಲಿ ಮಾತಾಡುತ್ತಿದ್ದ ಅವಳು

ಸಂಜೆ ಪಾರ್ಟಿಯನ್ನು ಅರೇಂಜ್ ಮಾಡುತ್ತಿದ್ದುದ್ದು ಅರ್ಥವಾಯಿತು. ಫೋನ್ ಕಟ್ ಮಾಡುವವರೆಗೂ ಕಾದವ ಹೇಳಿದ.

“ನಿನ್ನ ಫ್ರೆಂಡ್ಸ್ ಪಾರ್ಟಿ ಕೊಡಬೇಕೆನಿಸಿದರೆ, ಆ ಪ್ರೋಗ್ರಾಂನ ನಾಳೆ ಫಿಕ್ಸ್ ಮಾಡಿಕೊಳ್ಳೋಣ. ಇಂದು ನಾನೆಲ್ಲೂ ಬರೋದಿಕ್ಕಾಗಲ್ಲ” ಅನುನಯಿಸುವ ದನಿಯಲ್ಲೇ ಹೇಳಿದ.

“ನೋ, ಸಂತೋಷ್ ನಿನ್ನ ಸಲುವಾಗಿ ಕೆಲವನ್ನುಕಳೆದುಕೊಳ್ಳೋಕೆ ಇಷ್ಟಪಡೋಲ್ಲ. ನಾನು ಪಾರ್ಟಿಯ ಬಗ್ಗೆ ತೀರ್ಮಾನ ಮಾಡಿ ಆಯ್ತು. ನಿಂಗೆ ಭಾಗವಹಿಸೋ ಇಚ್ಛೆ ಇದ್ದರೆ ಮಾತ್ರ ಬರಬಹುದು” ಎಂದೇ ಬಿಟ್ಟಳು. ಈ ರೀತಿ ಮಾತಾಡಿ ಅವಳಿಗೆ ಅಭ್ಯಾಸನೇ. ಅಮ್ಮ, ಅಪ್ಪನ ಎದುರು ತಿರುಗಿ ಬಿದ್ದು ಜಗಳವಾಡುವುದು ಅವಳಿಗೆ ಅಭ್ಯಾಸವಾಗಿತ್ತು. ಇಲ್ಲೂ ಕೂಡ ಅದೇ ಪ್ರಸಕ್ತಿ.

ಸಂತೋಷ್ ಹೊರಗೆ ಬಂದ. ಆನಂದ, ಜಾಹ್ನವಿ ಮಾತ್ರವಲ್ಲ ಮಾಧವಿಯ ಮಾತುಗಳು. ನಗು ಅವನಿಗೆ ಕೇಳಿಸಿತು. ಇಂಥ ಆರಾಮದ ಸಂತೋಷದ ದಿನಗಳು ನಿಹಾರಿಕಾಗೆ ಬೇಡ. ಅವಳು ಆಶಿಸುವ ಬದುಕಿನಲ್ಲಿ ಸುಖ ಕಾಣಲಾರ.

“ಹೇಗೂ ನಿಹಾರಿಕಗೆ ಕೆಲಸ ಸಿಕ್ಕಿದೆ ಒಂದು ಅಭಿಷೇಕ ಇಟ್ಟುಕೊಳ್ಳೋಣ. ಸಾಕಷ್ಟು ಸಲ ನಾವು ನಾವ್ ಮಾಡ್ಸಿಕೊಂಡು ಬಂದಿದಾಯ್ತು. ಈ ಸಲ ಸಂತೋಷ್ ನಿಹಾರಿಕಾನ ಕರ್ಕೊಂಡ್ ಹೋಗೋಣ. ಅವ್ಳ ಜಾಯ್ನಿಂಗ್ ಡೇಟ್‌ಗೆ ಇನ್ನ ಐದು ದಿನ ಇದೆ. ಅವಳ್ನೇ ಕೇಳಿ ಒಂದು ದಿನ ಫಿಕ್ಸ್ ಮಾಡ್ಕೋ” ಸೊಸೆಗೆ ಹೇಳಿದರು. ಜಾಹ್ನವಿ ಎದ್ದು ಸಂತೋಷ್ ರೂಮಿಗೆ ಬಂದಾಗ ಲ್ಯಾಪ್‌ಟಾಪ್ ತೆಗೆದಿಟ್ಟುಕೊಂಡು ಕೂತಿದ್ದಳು. ಅವಳನ್ನು ಡಿಸ್ಟರ್ಬ್ ಮಾಡಲು ಇಷ್ಟಪಡದೆ ಒಂದು ಚೀಟಿಯಲ್ಲಿ ವಿಷಯ ಬರೆದು, ಅವಳ ಮೊಬೈಲ್ ಕೆಳಗಿಟ್ಟು ಹೊರಗೆ ಬಂದು ವಿಷಯನ ಮೆಸೇಜ್ ಕೂಡ ಮಾಡಿದ ನಂತರವೇ ರೂಮಿಗೆ ಬಂದಿದ್ದು.

“ನಿಹಾರಿಕ ಮಮ್ಮಿ, ಡ್ಯಾಡಿ ಹತ್ರ ಮಾತಾಡ್ತಾ ಇರ್ಬೇಕು. ಚೀಟಿ ಬರೆದು ಇಡೋದರ ಜೊತೆಗೆ ಅವಳ ಮೊಬೈಲ್‌ಗೆ ಮೆಸೇಜ್ ಮಾಡಿ ವಿಷಯ ತಿಳಿಸಿದ್ದೀನಿ” ಅಂದು ಮಾಧವಿ ಪಕ್ಕ ಕೂತು “ಅತ್ತೆ, ನಮ್ಮ ಮನೆಯಲ್ಲಿ ನಿಹಾರಿಕ, ಸಂತೋಷ್‌ನ ಕೂಡಿಸಿ ಸತ್ಯನಾರಾಯಣ ಪೂಜೆ ಮಾಡಿಸಿದರೆ........ ಹೇಗೆ?” ಕೇಳಿದಳು.

“ಆ ರಿಸ್ಕ್ ಬೇಡ, ಆ ಸಮಯದಲ್ಲಿ ನಾವುಗಳು ಸೀರೆ ಉಡು ಅನ್ನೋದು, ಆಗ ನನ್ನ ಡ್ರೆಸ್‌ಕೋಡ್ ಬಗ್ಗೆ ಆಕ್ಷೇಪಣೆ ಮಾಡ್ತಾರೇಂತ.... ಕೋರ್ಟು.... ಛಾನಲ್.... ಬೇಡವೇ ಬೇಡ. ತಿಂಗಳ ಹಿಂದೆ ಡಾ॥ ಸುಶೀಲ ಮನೆಯಲ್ಲಿ ಲಕ್ಷ್ಮೀ ಪೂಜೆ ಇಟ್ಕೊಂಡ್ ಇದ್ದೀವೀಂತ ಕರ್‍ದು ಹೋಗಿದ್ರು. ನೀನು ಇರ್ಲಿಲ್ಲ. ನಾನು ನಿಹಾರಿಕಾನ ಬಾ.... ಅಂದೆ ಆರಾಮಾಗಿ ತೊಟ್ಟ ಜೀನ್ಸ್ ಪ್ಯಾಂಟ್, ಟೀಷರ್ಟ್‌ನಲ್ಲೇ ಬಂದ್ಲು. ನಾನು ಎರಡು ಸಲ ಹೇಳಿ ಸೋತು ಕಡೆಗೆ ಏನೋ ಕಾರಣ ಹೇಳಿ ಒಬ್ಳೇ ಹೋಗ್ಬಂದೇ. ಯಾಕೋ ಒಂದು ತರಹ ಭಯ” ಎಂದರು. ಮಾಧವಿ ನಿಜವಾಗಿಯೂ ಅಂಥ ಭಯ ಅವರಲ್ಲಿತ್ತು. ತೋರಿಕೆ ಮಾತಲ್ಲ.

“ಒಳ್ಳೇ ಕತೆ ಆಯಿತಲ್ಲ. ಅತ್ತೇನ ಕಂಡರೆ ಸೊಸೆ ಹೆದ್ರಬೇಕು. ಈಗ ಉಲ್ಟಾ ಆಗಿದೆ. ತಾವೇ

ಹೆದರೋಕೆ ಶುರು ಮಾಡಿದ್ದೀರಲ್ಲ" ಅಂದಳು ನಗುತ್ತಾ. ಆಕೆ ಮುಖ ಮತ್ತಷ್ಟು ಮಂಕಾಯಿತು" "ಹ್ಞೂಂ ಕಣೆ! ಸಣ್ಣ ಪುಟ್ಟ ವಿಚಾರಗಳ್ನ ತಗೊಂಡ್ ಡೈವೋರ್ಸ್‌ವರ್‌ಗೂ ಹೋಗಿ ಬಿಡ್ತಾರಲ್ಲ. ಅದೇ ಉಪ್ಪಿನಕಾಯಿ ಮೀನಾಕ್ಷಮ್ಮನ ಇಡೀ ಕುಟುಂಬ ಜೈಲಿನಲ್ಲಿ ಕೊಳೆಯೊಂಗೆ ಆಯಿತಲ್ಲ. ಅವ್ರು ಎಂಥ ಒಳ್ಳೆ ಜನ" ಆಕೆಯ ಕಣ್ಣಲ್ಲಿ ಕಂಬನಿ ಜಿನುಗಿತು. ಜಾಹ್ನವಿಗೆ ಗಾಬರಿ ಇಂಥ ಭಾವನೆ ಉತ್ಪಾದನೆ ಆಗಿದ್ದು ಹೇಗೆ?

ತಟ್ಟನೆ ಅವರ ಕೈ ಹಿಡಿದು "ಏನೇನೋ ಯೋಚ್ಸಬೇಡಿ. ಎಲ್ಲೋ ಒಂದ್ಕಡೆ ಏನೋ ನಡೆಯಿತೆಂದರೆ, ಅದನ್ನೆಲ್ಲ ಊಹಿಸಿಕೊಂಡು ನಡಗೋದಾ? ಛೇ. ನಿಹಾರಿಕಾ ಆ ಪೈಕಿಯಲ್ಲ. ಹೇಗೂ, ಅಪಾಯಿಂಟ್‌ಮೆಂಟ್ ಸಿಕ್ಕ ಕೂಡ್ಲೇ ಬಿಜಿಯಾಗಿಬಿಡ್ತಾಳೆ. ಆಮೇಲೆ ಹೇಗೆ ಹೊಂದ್ಕೋತಾಳೂಂತ ನೋಡಿ. ಹೊಂದಿಕೆಗೆ ಸಮಯಬೇಕಷ್ಟೇ. ಅಷ್ಟಕ್ಕೂ ಡಿಮ್ಯಾಂಡ್ ಮಾಡಬಹುದೂಂದರೆ ಬೇರೆ.... ಸಂಸಾರ! ಈಚೆಗೆ ಯುವತಿಯರು ಜಾಯಿಂಟ್ ಫ್ಯಾಮಿಲಿ ಒಪ್ತಾ ಇಲ್ಲ. ತಮ್ಮದೇ ಸ್ವತಂತ್ರ ಬದಕು ಕಟ್ಟಿಕೊಳ್ಳ ಬಯಸ್ತಾರೆ. ಇದೊಂದು ಸಣ್ಣ ಬದಲಾವಣೆ ಅಷ್ಟೇ. ಬಹುಶಃ ಅಂಥ ಸಮಯ ಬಂತೆಂದರೆ ಹ್ಞೂಂ ಎಂದು ಬಿಡೋಣ." ಅಂದೇ ಬಿಟ್ಟಳು ಕನ್ವಿಯಸ್ ಮಾಡೋದು ಅವಳ ಉದ್ದೇಶ.

ಆಕೆಯ ಮುಖ ತೀರಾ ಬಣ್ಣಗೆಟ್ಟರೆ ನಿಧಾನವಾಗಿ ಚೇತರಿಸಿಕೊಂಡಿತು. ತೀರಾ ಬುದ್ಧಿವಂತರೆಲ್ಲ ವಿದೇಶಕ್ಕೆ ಹಾರಿದರೆ ಇಲ್ಲಿ ಒಂಟಿಯಾಗಿ ಉಳಿಯುವುದು ಪೇರೆಂಟ್ಸ್. ವೃದ್ಧಾಪ್ಯವನ್ನು ಶಪಿಸುತ್ತ ಬದುಕುತ್ತಿರುವ ಎಷ್ಟೋ ಕುಟುಂಬಗಳನ್ನು ಕಂಡು ಮರುಗಿದ್ದರು. ಅಂಥದ್ದರಲ್ಲಿ ಬೇರೆ ಸಂಸಾರ ಹೂಡಿದರೂ ಕಣ್ಣ ಮುಂದೆಯ ಇರುತ್ತಾರಲ್ಲ ಎನ್ನುವ ಭಾವ ಮೂಡಿದ ಕೂಡಲೆ ಚೇತರಿಸಿಕೊಂಡರು.

"ಆಯ್ತು ಬಿಡು, ಒಬ್ಬರನೊಬ್ಬರು ಅರ್ಥಮಾಡಿಕೊಂಡು ಚೆನ್ನಾಗಿದ್ದರೆ ಸಾಕು" ಎಂದರು. ಸಣ್ಣನೆಯ ದನಿಯಲ್ಲಿ. "ಇದೆಲ್ಲಾ ಬರೀ ಊಹೆ ಅತ್ತೆ. ನಿಹಾರಿಕ ಅಂಥ ಸ್ವಾರ್ಥದ ಹುಡ್ಗಿಯಲ್ಲ" ಸರ್ಮರ್ಥಿಸಿಕೊಂಡಳು. ಒಂದಿಷ್ಟು ಆರಾಮವಾದ ಮಿಂಚು.

ಆನಂದನ ಬೀಳ್ಕೊಡಲು ಹೊರ ಬಂದು ಜಾಹ್ನವಿ ಹೊರಗೆ ಅಡ್ಡಾಡುತ್ತಿದ್ದ ನಿಹಾರಿಕ ಬಳಿಗೆ ಬಂದು "ನಿನ್ನ ರೂಮಿಗೆ ಬಂದಿದ್ದೆ. ನಿನ್ನ ಮಮ್ಮಿ, ಡ್ಯಾಡಿ ಜೊತೆ ಮಾತಾಡ್ತಾ ಇದ್ದೆ. ವಿಷಯನ ಚೀಟಿಯಲ್ಲಿ ಬರೆದಿಡೋದರ ಜೊತೆಗೆ ಮೊಬೈಲ್ ಮೆಸೇಜ್ ಮಾಡಿದ್ದೆ. ಹತ್ತಿರದಲ್ಲೇ ಇರೋ ವಿಜಯ ಗಣಪತಿ ದೇವಸ್ಥಾನದಲ್ಲಿ ನಿಂಗೆ ಕೆಲಸ ಸಿಕ್ಕಿದಕ್ಕೆ ಅಭಿಷೇಕ ಇಟ್ಟುಕೊಳ್ಳೋಣಾಂತ. ಅದಕ್ಕೆ ದಿನ ನಿಗದಿ ಆಗ್ಬೇಕಲ್ಲ" ಹೇಳಿದಳು. ಅವಳು ನಾಲ್ಕು ಸಲ ಅಡ್ಡಾಡಿದ ನಂತರವೇ ಬಾಯಿ ತೆರೆದಿದ್ದು.

"ನಿಯಾಸ್‌ನಲ್ಲಿರೋ ಗಣಪತಿಯನ್ನು ಪೂಜಿಸೇ ನಂಗೆ ಅಭ್ಯಾಸ. ನಾನು ಅಲ್ಲೇ ಪೂಜೆ ಮಾಡ್ಕೊಂಡ್ ಬರ್ತೀನಿ."

ಇನ್ನೇನು ಮಾತಾಡದೆ ಜಾಹ್ನವಿ ಒಳಗೆ ಬಂದವಳು ತುಟಿ ಕಚ್ಚಿ ಕಿಟಕಿಯ ಬಳಿ ಸುಮಾರು ಹೊತ್ತು ನಿಂತವಳ ಕಣ್ಮುಂದೆ ಕಂಬನಿ ತೊಟ್ಟಿಕ್ಕಿತು. ನಿಹಾರಿಕ ನಮ್ಮಲ್ಲಿ ಹೊಂದಿಕೊಳ್ಳಲು ಸಾಧ್ಯವೇ ಇಲ್ಲವೆನಿಸಿತು ವಿವಾಹಕ್ಕೆ ಮುನ್ನ ಸೀರೆಯುಟ್ಟು ನಮ್ರತೆಯನ್ನು ಪ್ರದರ್ಶಿಸಿದ ಹೆಣ್ಣು

ಇವಳೇನಾ? ತಾಳಿ ಕಟ್ಟಿಸಿಕೊಂಡ ಕೂಡಲೇ ಸಂತೋಷ್ ಮೇಲೆ ಪೂರ್ಣವಾಗಿ ಅಧಿಪತ್ಯ ಪಡೆದುಕೊಂಡಳಾ? ಇದರ ಅರಿವು ಅವನಿಗಿಲ್ಲವೇ? ಇದನ್ನು ಮನಃಪೂರ್ವಕವಾಗಿ ಸಹಿಸಿಕೊಳ್ಳುತ್ತಿದ್ದಾನೆ? ಬರಿ ಅವಳ ತಲೆ ಕೆಟ್ಟಿತು.

ಮಾಧವಿಗೆ ಒಂದು ಹಸಿ ಸುಳ್ಳು ಹೇಳಿದಳು. "ಅವಳಿಗೆ ಪೀರಿಯಡ್ಸ್ ಅಂತೇ. ನಾವೇ ಹೋಗಿ ಮಾಡ್ಸಿಕೊಂಡು ಬರೋಣ. ನಿಹಾರಿಕಾಗೆ ಕೆಲಸ ಸಿಕ್ಕಿರೋದು ಎಲ್ಲರಿಗೂ ಸಂತೋಷ ತಾನೇ?" ಆಕೆಗೂ ಅದು ಸರಿಯೆನಿಸಿತು. "ಹಾಗಾದರೆ ಫೋನ್ ಮಾಡಿ ದೀಕ್ಷಿತರಿಗೆ ಅಭಿಷೇಕದ ವಿಷ್ಯ ತಿಳ್ಸಿ ಬಿಡು" ಅಂದರು. ಆದರೆ ಅವರಾಗಿ ನಿಹಾರಿಕಾನ ಪ್ರಶ್ನಿಸಲು ಹೋಗರು.

ಬೆಳಿಗ್ಗೆ.... ಬೆಳಿಗ್ಗೆ ಅಭಿಷೇಕವಾದುದ್ದರಿಂದ ಎಲ್ಲರು ಹೊರಟರು. ಸಂತೊಷ್ ಮಡದಿಯ ಕಡೆ ನೋಡಿ "ನಿಂಗೆ ಕೆಲ್ಸ ಸಿಕ್ಕಿದಕ್ಕೆ ಗಣಪತಿಗೆ ಅಭಿಷೇಕ" ಅವಳ ಮೂಗು ಹಿಂಡಿ "ನಿನ್ನ ತಯಾರಿ ನಡ್ದೇ ಇಲ್ಲ" ಕೇಳಿದ. "ವೈ, ನಾನು ನಿಯಾನ್ಸ್‌ನಲ್ಲಿರೋ ಗಣಪತಿನ ಹೋಗಿ ಪೂಜೆ ಮಾಡ್ಕೊಂಡ್ ಬರ್ತೀನೀಂಥ ಹೇಳ್ದೇ ಜಾಹ್ನವಿಗೆ" ಕೈಯಾಡಿಸಿ ಬಿಟ್ಟಳು. ಮೊದಲು ಅವನ ಕಣ್ಣುಗಳು ಕೆಂಪಗಾದರೂ ಪತಿ-ಪತ್ನಿಯರ ಸಖ್ಯದಲ್ಲಿ ಆಪ್ತಕೆ ಇರಬೇಕೆಂದು ಬಯಸುವವನು ರೋಜಿಗೆ ಬೇಡವೆನಿಸಿತು. "ಈಗೇನಾಯ್ತು, ಇಲ್ಲಿ ಮಾಡ್ಸಿದ ಮೇಲೆ ಅಲ್ಲಿ ಹೋಗಿ ಪೂಜೆ ಮಾಡ್ಕೊಂಡು ಬರೋಣ. ಗಣೇಶ ಸರ್ವಾಂತರ್ಯಾಮಿ ಈಗ ಬೇಗ ರೆಡಿಯಾಗು" ಎಂದ ಸಹನೆಯಿಂದ.

"ಈಗ ಆಗೋಲ್ಲ, ಬಿಡಿ, ನನ್ನ ತಯಾರಿ ಮುಗಿಯೋಕೆ ಒಂದೆರಡು ಗಂಟೆಗಳಾದ್ರೂ.... ಬೇಕಾಗುತ್ತೆ. ಅವ್ರು ಬೇಕಾದರೆ ಹೋಗ್ಲಿ ಬಿಡಿ. ನಾವು ಆಮೇಲೆ ಹೋಗೋಣ" ಅಂದವಳತ್ತ ನೋಡಿದ. ಇವಳ ಸಲುವಾಗಿ ಗಣಪತಿಗೆ ಸಂತೋಷದಿಂದ ಅಭಿಷೇಕ ಇಟ್ಟುಕೊಂಡು ರಾತ್ರೀನೇ ತಿಳಿಸಿ ಮನೆಯವರೆಲ್ಲ ಹೊರಟು ನಿಂತಾಗ ಇಂಥದೊಂದು ಅಪಸ್ವರ "ಪ್ಲೀಸ್.... ಐ ಲವ್ ಯು" ಅವನೆದೆಯ ಮೇಲೆ ತಲೆ ಇಟ್ಟಾಗ "ಸಾರಿ.... ಹೊತ್ತಾಯ್ತು! ಸದ್ಯಕ್ಕೆ ನಿಯಾಸ್‌ನಲ್ಲಿರೋ ಗಣಪತಿಯ ಪೂಜೆಗೆ ಇನ್ನೊಂದು ಡೇಟ್ ಫಿಕ್ಸ್ ಮಾಡ್ಕೋ. ಆಗ ಎಲ್ಲಾರೂ ಹೋಗೋಣ. ಹನಿಮೂನ್‌ಗಾದರೆ ಇಬ್ರೂ. ದೇವಸ್ಥಾನಕ್ಕಾದರೆ ಇಡೀ ಕುಟುಂಬ" ಅಂದವ ಹೊರಟ.

ಮನೆಯವರಿಗೆಲ್ಲ ಬೇಸರವೇ. ಈಗಾಗಲೇ ಅರ್ಚಕರು ಅಭಿಷೇಕಕ್ಕೆ ರೆಡಿ ಮಾಡಿಕೊಂಡು ಕಾಯುತ್ತಿದ್ದರಿಂದ ಅನಗತ್ಯ ಪೇಚಾಟಗಳು ಬೇಕಿರಲಿಲ್ಲ.

ಕಾರು ಹತ್ತುವ ಮುನ್ನ ಪಾರ್ಥಸಾರಥಿ "ನಿಹಾರಿಕಾನು ಬಂದಿದ್ದರೆ, ಚೆನ್ನಾಗಿತ್ತು" ಎಂದರು ಅದಕ್ಕೆ ಯಾರೂ ಪ್ರತಿಕ್ರಿಯಿಸಲ್ಲಿಲ್ಲ. ಮೌನ ಕೆಲವೊಮ್ಮೆ ಆಗಬೇಕಾದ ಅನಾಹುತಗಳನ್ನು ಕಮ್ಮಿ ಮಾಡುತ್ತೆ.

ಅಭಿಷೇಕ, ಪೂಜೆ ಮುಗಿಸಿಕೊಂಡು ಸಂತೋಷ್ ಜೊತೆ ಜಾಹ್ನವಿ, ಮಾಧವಿ ಮನೆಗೆ ಬಂದಾಗ ಆಗ ತಾನೇ ರೆಡಿಯಾಗಿ ಬಂದು ಕಾರು ತೆಗೆಯುತ್ತಿದ್ದ ನಿಹಾರಿಕ ಹೊರಟಿದ್ದು ಬ್ಯೂಟಿ ಪಾರ್ಲ್‌ರ್‌ಗೆ ಬೈ ಎಂದು ಕೈ ಬೀಸಿ ಹೊರಟೇ ಬಿಟ್ಟಳು. ಸಂತೋಷ್ ಅವುಡು ಬಿಗಿ ಆಯಿತು.

"ಅಯ್ಯೋ ಹೊರಟೇ ಬಿಟ್ಲು. ಪ್ರಸಾದ ತಗೊಂಡ್ ಹೋಗಬಹುದಿತ್ತು" ಮಾಧವಿ ನೊಂದು

ಕೊಂಡರು. "ನಿಹಾರಿಕ ಪ್ರಸಾದನು ಸಂತೋಷ್ ತೆಗೊಂಡಿದ್ದಾನೆ. ಇಬ್ಬರಲ್ಲಿ ಒಬ್ರೂ.... ತಗೊಂಡರು ಇಬ್ಬರಿಗೂ ಸಂದಾಯವಾದಂತೆಯೇ" ಎಂದು ನಕ್ಕಳು ಜಾಹ್ನವಿ.

ಸಂತೋಷ್ ಬರೀ ನಸುನಕ್ಕ. ಅಂಥ ಭಾವವೊಂದು ದಂಪತಿಗಳಲ್ಲಿ ಇರಬೇಕೆಂಬುದೇ ಪರಂಪರೆಯ ಔನತ್ಯ, ಆದರೆ ಈಗೇನಾಗುತ್ತಿದೆ? 'ಅಹಂ' ಮತ್ತು ಸ್ವಾರ್ಥದಲ್ಲಿ ಎಲ್ಲಾ ಚೆಲ್ಲಾಪಿಲ್ಲಿ.

"ಅತ್ತಿಗೆ.... ಒಂದ್ನಿಮಿಷ" ಎಂದು ಹೊರಗೆ ಕರೆಯೊಯ್ದು "ನೀವು ಯಾವಾಗ ಸುಳ್ಳು ಹೇಳೋದು ಕಲಿತೀರೀ? ಮೈ ಗಾಡ್ ನೀವು ಹೇಳಿದ್ದೆಲ್ಲ ನಂಬಿ ಬಿಡ್ತಾ ಇದ್ದೆ" ಎಂದ ನಗುತ್ತಲೇ.

ಜಾಹ್ನವಿಗೆ ಸುಲಭವಾಗಿ ಅರ್ಥವಾಯಿತು. "ಸಾರಿ ಸಂತೋಷ್. ಒಂದು ಸುಳ್ಳು ಹಲವರಿಗೆ ನೆಮ್ದಿ ನೀಡುತ್ತದೆಯೆಂದರೆ ಯಾಕೆ ಹೇಳ್ಬಾರ್ದು? ನಾನು ನಿಹಾರಿಕಾ ವಿಚಾರದಲ್ಲಿ ಹಾಗೆ ಹೇಳದಿದ್ದರೇ ಅತ್ತೆ, ಮಾವ ಎಲ್ಲಾ ನೊಂದುಕೊಳ್ಳೋರು. ಈಗೇನಾಯ್ತು ಅವಳು ಮೊದಲೆ ತಿಳಿಸಿದ್ದರೆ ನಿಯಾಸ್‌ನಲ್ಲಿರೋ ಗಣಪತಿ ದೇವಸ್ಥಾನಕ್ಕೆ ಹೋಗ ಬಹುದಿತ್ತು. ಅನಗತ್ಯ ಅಹಂನಿಂದ ಕೌಟುಂಬಿಕ ಸಂತೋಷ, ನೆಮ್ದೀ ಹಾಳಾಗುತ್ತೆ ಅದು ಬೇಕಾ? ಈಗ್ಲೇ ಅತ್ತೆ ಏನೇನೋ ಆಲೋಚಿಸೋಕೆ ಶುರು ಮಾಡಿದ್ದಾರೆ." ಎಂದಳು. ನಿಹಾರಿಕ ಮನಸ್ಸಿನಲ್ಲಿ ಏನಿದೆಯೆಂದು ಅರ್ಥವಾಗಿತ್ತು. ಹೊಂದಿಕೊಳ್ಳುವ ಒಂದು ಸಣ್ಣ ಪ್ರಯತ್ನದತ್ತ ಅವಳ ಸಂಪಾದನೆ, ಸಮಯಕ್ಕೆ ತಾನು ಹಕ್ಕುದಾರಳೆಂದು ವರ್ತಿಸುವುದು ಅವನ ಗಮನಕ್ಕೆ ಬಂದಿತ್ತು.

"ಥ್ಯಾಂಕ್ಸ್ ಅತ್ತಿಗೆ! ನಿಜ್ವಾಗ್ಲೂ ಆನಂದ್ ಮಾತ್ರವಲ್ಲ ನಾವೆಲ್ಲಾ ಲಕ್ಕಿಗಳು" ಎಂದು ಜಾಹ್ನವಿ ಕೈಗಳನ್ನು ಕಣ್ಣಿಗೊತ್ತಿಕೊಂಡ.

ಅಪಾಯಿಂಟ್‌ಮೆಂಟ್‌ಗೆ ಜಾಯಿನ್ ಆದ ಮೇಲಂತು ಮತ್ತಷ್ಟು ಬದಲಾವಣೆ ಬಂತು. ಅವಳಿಗೆ ಬೇಕಾದ ತಿಂಡಿ, ಊಟವನ್ನು ಹೇಳುತ್ತಿದ್ದಳು. "ರಾತ್ರಿ ಹೊತ್ತು ನಂಗೆ ಚಪಾತಿ ಇರಲೇಬೇಕು. ಪ್ರತಿ ದಿನ ಒಂದೇ ತರಕಾರಿಯ ಪಲ್ಯ ತಿನ್ನೋಕ್ಕಾಗೋಲ್ಲ. "ನೇರವಾಗಿ ಜಾಹ್ನವಿಗೆ ಹೇಳುತ್ತಿದ್ದಳು. ಪ್ರೆಗ್ನೆಂಟ್. ಕೆಲವೊಮ್ಮೆ ಏನೂ ಮಾಡದೆ ಮಲಗಿ ಬಿಡಬೇಕೆನಿಸುತ್ತಿತ್ತು. ಅದರಿಂದ ಮಧ್ಯಾಹ್ನನೇ ಚಪಾತಿ ಮಾಡಿ ಹಾಟ್ ಬಾಕ್ಸ್‌ಗೆ ಹಾಕಿಡಲು ಪ್ರಾರಂಭಿಸಿದಳು.

ಅಂದು ನಿಹಾರಿಕಾ ಮನೆಗೆ ಬಂದಾಗ ಹತ್ತರ ಸುಮಾರು ಈಚೆಗೆ ಇವಳ ಸ್ವಭಾವ ಗಮನಿಸಿ ಮಾಧವಿ ಮಾತಾಡಿಸುವುದನ್ನು ಕಮ್ಮಿ ಮಾಡಿದ್ದಳು.

"ಐಯಾಮ್ ಟಯರ್ಡ್.... ನನ್ನ ಡಿನ್ನರ್‌ನ ರೂಮಿಗೆ ಕಳ್ಸಿ ಬಿಡಿ" ಎಂದು ರೂಮಿಗೆ ಹೊರಟಳು. ಟಿ. ವಿ ನೋಡುತ್ತಿದ್ದ ಜಾಹ್ನವಿ ಎದ್ದಾಗ "ಸಾಕು ಕೂತ್ಕೋ, ಈ ಸಂಪತ್ತಿಗೆ ಯಾಕೆ ಕೆಲಸಕ್ಕೆ ಹೋಗ್ಬೇಕು? ನೀನೇನು ಅವ್ಳ ಕೆಲ್ಸದವಳಲ್ಲ" ಗದರಿಕೊಂಡರು. "ಬಿಡಿ ಅತ್ತೆ, ಆರಂಭದಲ್ಲಿ ಕೆಲ್ಸದಲ್ಲಿ ಟೆನ್‌ಷನ್ ಇರುತ್ತೆ. ಹೇಗೂ, ಎಲ್ಲ, ಡೈನಿಂಗ್ ಟೇಬಲ್ ಮೇಲಿದೆ. ತಗೊಂಡ್ಹೋಗಿ.... ಕೊಟ್ಟರೇನಾಗುತ್ತೆ?" ಸಮಾಜಾಯಿಸಿ ನೀಡುವ ಪ್ರಯತ್ನ ಮಾಡಿದಳು. ಆಕೆಗೆ ಸಮ್ಮತವಿಲ್ಲ.

ಅಷ್ಟರಲ್ಲಿ ಸಾಫ್ಟ್‌ವೇರ್ ಕಂಪನಿ ಪ್ರಾರಂಭೋತ್ಸವದ ಪಂಕ್ಷನ್ ಆಯೋಜನೆಗೆ ಹೋಗಿದ್ದ ಆನಂದ್, ಸಂತೋಷ್ ಇಬ್ಬರು ಒಟ್ಟಿಗೆ ಬಂದವರೇ ಅಲ್ಲೇ ಕೂತರು. ಒಂದು ರೀತಿಯ ಪ್ರಭಾವ ಅವರಲ್ಲಿ.

"ದೊಡ್ಡ ರೀತಿಯಲ್ಲಿ ಕಂಪನಿಯ ಪ್ರಾರಂಭೋತ್ಸವ. ಇಂಡಸ್ಟ್ರೀಯಲ್ ಮಿನಿಸ್ಟರ್ ಅವ್ರ ನೆಂಟರಂತೆ. ಸರ್ಕಾರದ ಮೂಲಕ ಸಿಗಬಹುದಾದ ಸವಲತ್ತುಗಳು ತಾನಾಗಿ ಸಿಗುತ್ತೆ. ನಮ್ಮ ನಿಹಾರಿಕ ಹೋಗೋ ಕಂಪನಿ ಇಪ್ಪತ್ತು ಕಿಲೋಮೀಟರ್ ದೂರ." ಎನ್ನುತ್ತ ಸಾಫ್ಟ್‌ವೇರ್ ಕಂಪನಿಗಳ ವಿಷಯ ಮಾತಾಡಲು ಶುರು ಮಾಡಿದರು. "ಒಂದು ರೀತಿಯಲ್ಲಿ ಐಟಿ-ಬಿಪಿಓ ಕಂಪನಿಗಳು ಭಾರತದಲ್ಲಿ ಮತ್ತು ಜಾಗತಿಕವಾಗಿ ಸಂಕಷ್ಟ ಎದುರಿಸುತ್ತಿರುವುದು ಸ್ಪಷ್ಟ. ಸೂರ್ಯಸ್ ಅಂಥ ದೊಡ್ಡ ಕಂಪನಿಯ *800* ಜನರನ್ನು ನೇಮಕ ಮಾಡಿಕೊಳ್ಳೋದೂಂತ ತೀರ್ಮಾನಿಸಿ ಆ ಸಂಖ್ಯೆ *300*ರಕ್ಕೆ ಇಳಿದು ಕಡೆಗೆ ಆಫರ್ ಲೆಟರ್ ಕಳಿಸಿದ್ದು *112* ಮಂದಿಗೆ ಮಾತ್ರ. ಅವಶ್ಯಕತೆಗಿಂತ ನಾಲ್ಕೈದು ಪಟ್ಟು ಎಂಜಿನಿಯರ್ ಪದವೀಧರರು ಹೊರ ಬೀಳುತ್ತಿದ್ದಾರೆ. ಇದೊಂದು ದೊಡ್ಡ ಸಮಸ್ಯೆಯಾಗಿ ಪರಿಣಮಿಸಿದೆ. ಕಂಪನಿಗಳ ನಿರೀಕ್ಷೆಗಿಂತ ಕಡಿಮೆ ಸಾಮರ್ಥ್ಯ ಪ್ರದರ್ಶಿಸಿದರೆ ಉದ್ಯೋಗದ ಗ್ಯಾರಂಟಿ ಇಲ್ಲಾಂತ ಮೊದಲೇ ಎಚ್ಚರಿಕೆ ನೀಡುತ್ತಾರೆ. ನಿಹಾರಿಕ ಅಪ್‌ಸೆಟ್ ಆಗೋದ್ಬೇಡ." ವಿವೇಕದಿಂದ ಹೇಳಿದರು.

ಮುಖಾಮುಖಿಯಾದರೂ ನಿಹಾರಿಕ ಪಾರ್ಥಸಾರಥಿಯವರೊಂದಿಗೆ ಮಾತಾಡುವುದು ಇರಲಿ ಆತ್ಮೀಯ ಭಾವದ ಒಂದು ಸಣ್ಣ ನಗುವನ್ನ ಬೀರುತ್ತಿರಲಿಲ್ಲ. ಹಿಂದೆ ತಮ್ಮ ಆಫೀಸ್‌ಗೆ ಸಾಕಷ್ಟು ಸಲ ಬಂದದ್ದರ ಜೊತೆಗೆ ಹೆತ್ತವರೊಂದಿಗೆ ಮುಚ್ಚಟೆಯಾಗಿ ಸೀರೆಯುಟ್ಟು ಬಂದವಳು ನಿಹಾರಿಕಾನ ಎನ್ನುವಷ್ಟರ ಮಟ್ಟಿನ ಅನುಮಾನ ಅವರಲ್ಲಿ ಮೂಡಿತ್ತು.

"ಜಾಹ್ನವಿ...." ರೂಮಿನಿಂದ ದನಿ ಹರಿದು ಬಂದಾಗ ಎಲ್ಲರು ಬೆಚ್ಚಿ ಬಿದ್ದರು. ಏಳಲು ಹೋದ ಸೊಸೆಯನ್ನು ಕೂಡುವಂತೆ ಸನ್ನೆ ಮಾಡಿ "ನೀನು ಆಯಾಸ ಮಾಡ್ಕೋಬೇಡ. ನಿಹಾರಿಕಾನೆ ಹೊರ್ಗೆ ಬರಲೀ" ಎಂದವರು "ಅದೇನೋ ನೋಡು ಸಂತೋಷ್. ಮಾಧವಿ ಊಟಕ್ಕೆ ರೆಡಿ ಮಾಡು" ಎಂದು ಬಟ್ಟೆ ಬದಲಾಯಿಸಲು ರೂಮಿಗೆ ಹೋದರು. ಪಾರ್ಥಸಾರಥಿ ಕುದಿಯುತ್ತಿದ್ದರು.

ಸಂತೋಷ್ ಅವುಡುಕಚ್ಚಿ ರೂಮಿಗೆ ಬಂದಾಗ ಮ್ಯಾಕ್ಸಿಯಲ್ಲಿ ಕೂತಿದ್ದವಳು "ಡಿನ್ನರ್ ರೂಮಿಗೆ ತನ್ನಿಂತ ಹೇಳ್ದೆ. ತಲೆ ಸಿಡಿದು ಹೋಗ್ತಾ ಇದೆ." ಹಣೆಗೆ ಕೈಯೊತ್ತಿ ನೋವು ನಟಿಸಿದಾಗ "ಹೆಚ್ಚು ತಲೆ ನೋವಿದ್ದಾಗ ಊಟ ಮಾಡಿದ್ದಕ್ಕೆ ವಾಂತಿಯಾಗಿ ಬಿಡುತ್ತೆ. ಒಂದಿಷ್ಟು ಬಾಮ್ ಹಚ್ಕೊಂಡ್ ಮಲಗು" ತಣ್ಣನೆ ಹೇಳಿ ಬಟ್ಟೆ ಬದಲಾಯಿಸಿಕೊಂಡು ಊಟಕ್ಕೆ ಡೈನಿಂಗ್ ಹಾಲ್‌ಗೆ ಬಂದ. ಪಕ್ಕದಲ್ಲಿದ್ದ ತಟ್ಟೆಯತ್ತ ನೋಡಿ "ನಿಹಾರಿಕ ಊಟ ಮಾಡೋಲ್ಲ, ಮಧ್ಯಾಹ್ನ ಲಂಚ್ ಬ್ರೇಕ್‌ನಲ್ಲಿ ತಿಂದಿರೋ ಫುಡ್ ಅರಗಿಲ್ವಂತೆ" ಎಂದು ತನ್ನ ಪಾಡಿಗೆ ತಾನು ಕೂತವನು ಆರಾಮಾಗಿ ಇವೆಂಟ್‌ಗೆ ಸಂಬಂಧಿಸಿದ ಎಷ್ಟೋ ವಿಚಾರಗಳನ್ನು ಮಾತಾಡಿದರು. ನಿಹಾರಿಕ ಸುದ್ದಿ ಅಪ್ಪಿ ತಪ್ಪಿ ಬರಲಿಲ್ಲ.

ಮಲಗುವುದಕ್ಕೆ ಹೋಗುವ ಮುನ್ನ ಜಾಹ್ನವಿಯನ್ನ ಹೊರಗೆ ಕರೆದೊಯ್ದು "ಅತ್ತಿಗೆ.... ಹೇಗಿದ್ದೀರಾ?" ಕೇಳಿದ ಕೂಡಲೇ ಅವಳಿಗೆ ಗಾಬರಿಯ ಜೊತೆ ನಗು ಕೂಡ "ಎದುರಿಗೆ ಇದ್ದೀನಲ್ಲ. ಐ ಯಾಮ್ ಫೈನ್. ನೀನು ಹೇಗಿದ್ದೀ? ನಿಮ್ಮಗಳ ದಾಂಪತ್ಯ ಸೊಗಸಾಗಿದೆಯಾ? ಸ್ವಾರಸ್ಯಕರವಾಗಿದ್ಯಾಂತ ನಾನೇ ಕೇಳ್ಬೇಕು" ಎಂದಳು ತಮಾಷೆಯಾಗಿ.

ಸಂತೋಷ್ ಜೋರಾಗಿ ನಕ್ಕು "ಬಹಳ ತಡವಾಗಿ ಕೇಳ್ತಾ ಇದ್ದೀರಾ ? ಸೊಗಸು, ಸಂಭ್ರಮ

ಯಾವುದಕ್ಕೂ ಕೊರತೆ ಇಲ್ಲ. ನಿಮ್ಮ ಒಳ್ಳೆತನ ದುರುಪಯೋಗವಾಗೋದು ನಂಗಿಷ್ಟವಿಲ್ಲ. ನೀವು ನಿಹಾರಿಕಾ ಸಲುವಾಗಿ ಲಂಚ್, ಬ್ರೇಕ್‌ಫಾಸ್ಟ್‌ನ ರೂಮಿಗೆ ಒಯ್ದು ಕೊಡೋ ಹಾಗಿಲ್ಲ. ಅದು ನಂಗೆ ಇಷ್ಟವಿಲ್ಲ. ಅಷ್ಟನ್ನು ನೆನಪಿನಲ್ಲಿ ಇಟ್ಕೊಳ್ಳಿ" ಸ್ವಲ್ಪ ಕಠಿಣವಾಗಿಯೆ ಹೇಳಿ ಹೋದವನತ್ತ ನೋಡಿ ಭಾರವಾದ ಉಸಿರು ದಬ್ಬಿದಳು. ಇದನ್ನು ಮಾಧವಿ ಖಾರವಾಗಿ ಹೇಳಿದ್ದರು. ಆನಂದ್ ನಯವಾಗಿ ಹೇಳಿದ್ದ. ಇವನು ಹೇಳಿದ್ದು ಯಾವ ತರಹ ಎನಿಸಿತು.

ನಿಶ್ಚಿತ ತುಂಬಾ ಮುದ್ದಾದ ಪೋರಿ. ಹಾಲಿನ ಬಿಳುಪಿನ ಈ ಕಂದನನ್ನು ಎತ್ತಿ ಮುದ್ದಾಡಿದವರಿಲ್ಲ. ಆದರೆ ನಿಹಾರಿಕ ಅಪ್ಪಿ ತಪ್ಪಿ ಅವಳನ್ನು ಮಾತಾಡಿಸುತ್ತಿರಲಿಲ್ಲ. ಮಗು ಹೋದರೆ ರೂಮಿನಿಂದ ಹೊರಗೆ ದೂಡಿ ಬಾಗಿಲು ಹಾಕಿಕೊಳ್ಳುತ್ತಿದ್ದದನ್ನು ಕಣ್ಣಾರೆ ಕಂಡಿದ್ದರು. ತೆಪ್ಪಗಿದ್ದುದ್ದು ಮನೆಯ ನೆಮ್ಮದಿಯ ಸಲುವಾಗಿ. ಸಂತೋಷ್‌ಗೆ ನಿಶ್ಚಿತ ಎಂದರೆ ಪ್ರಾಣ. ಕೆಲವೊಮ್ಮೆ ಹಿಂದೆ ರಾತ್ರಿಗಳಲ್ಲು ಕೂಡ ಅವನೊಂದಿಗೆ ಮಲಗಿ ನಿದ್ರಿಸಿದ್ದುದುಂಟು.

ಸುಮ್ಮನೆ ಅಡ್ಡಾಡುತ್ತಿದ್ದ ಅವಳನ್ನು ಸಂತೋಷ್ ಬಂದು ಕರೆದೊಯ್ದಿದ್ದು "ಪ್ಲೀಸ್, ಅತ್ತಿಗೆ .... ಇಲ್ಲದೆಲ್ಲ ಯೋಚ್ಸಬೇಡಿ. ನಂಗೆ ಮಿದುಳು ಜೊತೆ ಹೃದಯನು ಕೊಟ್ಟ ದೇವರು ತರ್ಕಿಸೋ ಮನಸ್ಸನ್ನ ಕೂಡ ಧಾರಾಳವಾಗಿ ಕೊಟ್ಟಿದ್ದಾನೆ. ಡೋಂಟ್ ವರಿ ಮೈ ಜಾಹ್ನವಿ ಅತ್ತಿಗೆ" ಹಾಸ್ಯ ಮಾಡಿಯೇ ಹೋಗಿದ್ದು. ಜಾಹ್ನವಿಗೆ ಕಣ್ತುಂಬಿ ಬಂತು. ಹಣೆಯ ತುಂಬಾ ಬಾಮ್ ಸವರಿಕೊಂಡು ಲ್ಯಾಪ್‌ಟಾಪ್ ತೆರೆದಿಟ್ಟುಕೊಂಡು ಕೂತವಳನ್ನು ಪ್ರಶ್ನಿಸದೆ ಮೈನ್ ಲೈಟ್ ಆರಿಸಿ ಮಲಗಿದ. ಒಮ್ಮೆ ಅವಳೇ "ಡೋಂಟ್ ಡಿಸ್ಟರ್ಬ್ ಮಿ" ಅಂದಿದ್ದು ನೆನಪಿತ್ತು. ಆರಾಮಾಗಿ ಮಲಗಿದ. ಹೆಣ್ಣು ಮಾನಸಿಕವಾಗಿ ಹೇಗೆ ನೋಯಿಸಬಹುದೆನ್ನುವ ಅರಿವು ಅವನಲ್ಲಿ ಮೂಡ ತೊಡಗಿತು. ಸ್ವಲ್ಪ ದಣಿದಿದ್ದರಿಂದ ಆರಾಮಾಗಿ ಮಲಗಿದ. ಅವನ ನೂರು ಲೆಕ್ಕಗಳನ್ನು ನಿಹಾರಿಕಾ ಸುಳ್ಳು ಮಾಡುತ್ತಿದ್ದಳು.

ನಿಜವಾಗಿಯೂ ನಿಹಾರಿಕಾಗೆ ನಿರಾಸೆಯಾಯಿತು. ತನ್ನನ್ನು ಓಲೈಸಬಹುದು. ಮುದ್ದಿಸಬಹುದು, ತಾನೇ ಬಂದು ಊಟವಿಡಿದು ಬಂದು ತಿನ್ನಿಸಬಹುದು. ಇಂಥ ಕಲ್ಪನೆ ಠುಸ್ ಎನಿಸಿತು. ಅವಳ ಮಮ್ಮಿ ಮುನಿಸಿಕೊಂಡಾಗ, ಜೋರು ಮಾಡಿದಾಗ ಅವಳ ಡ್ಯಾಡಿಯ ರಸವತ್ತಾದ ನಾಟಕಗಳನ್ನು ನೋಡಿದ್ದಳು. ರಮಿಸುವಲ್ಲಿ ಮುದ್ದಿಸುವಲ್ಲಿ ಯಾವ ನುರಿತ ನಟನಿಗಿಂತ ಕಮ್ಮಿ ಇರಲಿಲ್ಲ. ಇದನ್ನೆಲ್ಲ ನೋಡಿಯೇ ಬೆಳೆದಿದ್ದವಳು. ಸಂತೋಷ್‌ನಲ್ಲಿ ಇವೆಲ್ಲ ಅಪೇಕ್ಷಿಸುವುದು ತಪ್ಪಾಗಿತಷ್ಟೇ. ಅವನು ಕೆಲವಕ್ಕೆ ಬಗ್ಗೋಲ್ಲ.

ನಿಜವಾಗಿಯೂ ಅವಳಿಗೆ ಹಸಿವಾಗಿತ್ತು. ಸಂತೋಷ್‌ನ ಅಲುಗಾಡಿಸಿ "ಸಂತೋಷ್, ಐಯಾಮ್.... ಹಂಗ್ರಿ" ನಿಧಾನವಾಗಿ ಅವಳ ಕೈಯನ್ನು ಪಕ್ಕಕ್ಕೆ ಸರಿಸಿ "ಹೋಗಿ ಊಟ ಮಾಡು, ಡೋಂಟ್ ಡಿಸ್ಟರ್ಬ್ ಮಿ" ಕಣ್ಣು ತೆರೆಯದೆಯೇ ಹೇಳಿದ. ಹಲ್ಲು ಮುಡಿಕಚ್ಚಿಕೊಂಡೇ ಹೊರಗೆ ಬಂದಳು. ಮನೆ ಪೂರ್ತಿ ನಿಶ್ಯಬ್ದವಾಗಿತ್ತು.

ಡೈನಿಂಗ್ ಹಾಲ್‌ಗೆ ಬಂದು ಲೈಟು ಹಾಕಿದಳು. ಕಿಚನ್ ಪರಿಚಯ ಸ್ವಲ್ಪವೇ. ಅಡಿಗೆಯನ್ನು ಹಾಟ್ ಬಾಕ್ಸ್‌ಗಳಿಗೆ ಹಾಕಿ ಮುಚ್ಚಿಟ್ಟಿದ್ದರು. ತಾನೇ ತಟ್ಟೆ ಇಟ್ಟುಕೊಂಡು ಎಲ್ಲಾ ತೆರೆದು ನೋಡಿದಳು. ಪಲ್ಯ, ಹುಳಿ, ಅನ್ನ ಎಲ್ಲಾ ಇತ್ತು. ಚಪಾತಿ ಬಾಕ್ಸ್ ಮಾತ್ರ ಖಾಲಿ ಇತ್ತು. ಅದಕ್ಕೇ

ಕಾರಣ ಸಂತೋಷ್. ಆಗ ತಾನೇ ಬಿಸಿಯಾಗಿ ಮಾಡಿದ ಚಪಾತಿಗಳನ್ನು ತಾನು ಹಾಕಿಕೊಂಡ.

"ಅತ್ತಿಗೆ, ಇನ್ನ ನಿಹಾರಿಕ ಊಟ ಮಾಡೋಲ್ಲ. ನಿನ್ನ ಕೈನ ಅದ್ಭುತವಾದ ಚಪಾತಿಯನ್ನು ನಾನು ತಿಂದು ಮುಗಿಸ್ತೀನಿ" ಎಂದು ಖಾಲಿ ಮಾಡಿದ್ದ. ಎಷ್ಟೇ ಕೆಲಸವಿದ್ದರೂ ಜಾಹ್ನವಿ ಅವಳಿಗಾಗಿ ಬಿಸಿಯಾಗಿ ಚಪಾತಿ, ಪರೋಟ ಅಂಥದನ್ನು ಮಾಡುತ್ತಿದ್ದಳು.

"ಮೊದ್ಲೇ ಮಾಡಿಟ್ಟರೆ ತಿನ್ನೋಕ್ಕಾಗೋಲ್ಲ. ಬಂದಾಗ ಬಿಸಿಯಾಗಿ ಮಾಡ್ಕೊಡಿ. ನಂಗೆ ತಣ್ಣಗಿರೋದು, ಹಾಟ್‌ಬಾಕ್ಸ್‌ಗೆ ಹಾಕಿರೋದು ಸೇರೋಲ್ಲ" ಇಂಥದೊಂದು ಹುಕುಂ ನಿಹಾರಿಕ ಹೊರಡಿಸಿದಾಗ ಜಾಹ್ನವಿ ಪಾಲಿಸಲು ಮುಂದಾದಾಗ ಮಾಧವಿಗೆ ಚುರುಕ್ ಎಂದಿತು. "ಏಯ್ ಸಂತೋಷ್ ಸ್ವಲ್ಪ ಕೇಳು. ಹೊರ್ಗೆ ಕೆಲಸಕ್ಕೆ ಹೋಗೋ ನಿಹಾರಿಕಾಗೆ ಸಾಕಷ್ಟು ಟೆನ್‌ಷನ್ ಇರುತ್ತೆ. ಅದು ನಿಮ್ಗೂ ಅರ್ಥವಾಗುತ್ತೆ. ಆದರೆ ಜಾಹ್ನವಿ ಕೂಡ ಈ ಮನೆಗೆ ಸೊಸೆ. ಜೊತೆಗೆ ಬಸುರಿ, ಈಗ ಅವ್ಳಿಗೆ ರೆಸ್ಟ್ ಬೇಕು. ಅಂಥದ್ದರಲ್ಲಿ ಅವ್ಳಿಗೆ ಆರ್ಡ್‌ರ್ ಮಾಡ್ತಾಳೆ. ಇದೆಷ್ಟು ಸರಿ.... ಅಂತೀನಿ? ಅವಳ ಮೇಲೆ ಚಾಡಿ ಹೇಳ್ತಾಳೇಂತ ಅಂದ್ಕೊಬೇಡ. ಆನಂದ್, ನೀನು.... ಹೇಗೋ ಹಾಗೇನೇ, ಜಾಹ್ನವಿ-ನಿಹಾರಿಕ ಕೂಡ" ಎಂದು ನೊಂದು ಕೊಂಡಿದ್ದರು. ಅದು ಅವನ ಮನಸ್ಸಿನಲ್ಲಿ ಕೊರೆಯುತ್ತಿತ್ತು ಚಪಾತಿಗಳನ್ನು ತಿಂದಿದಕ್ಕೂ ಅದೇ ಕಾರಣ.

ಆದ್ದರಿಂದಲೇ ಜಾಹ್ನವಿ ಮಾಡಿಟ್ಟ ಚಪಾತಿಗಳನ್ನು ತಿಂದು ಮುಗಿಸಿದ್ದ. ನಿಹಾರಿಕೆಯಿಂದ ಮನೆಯಲ್ಲಿನ ಅಮ್ಮ, ಅತ್ತಿಗೆ ಎಷ್ಟು ನೋಯುತ್ತಿದ್ದಾರೆಂದು ಅವನಿಗೆ ಗೊತ್ತುಂಟು.

"ಅವಳು ಅನ್ನ ತಿನ್ನಲ್ಲ, ಚಪಾತಿ, ಪರೋಟ, ಅಂಥದು ಬೇಕು ಅಂತಾಳೆ" ಅಂದಾಗ ಜಾಹ್ನವಿಯತ್ತ ನೋಡಿ ಸುಮ್ಮನೆ ಎದ್ದು ಹೋಗಿದ್ದ.

ಡೈನಿಂಗ್ ಹಾಲ್‌ನಲ್ಲಿದ್ದ ಸದ್ದು ಕೇಳಿ ಅತ್ತೆ, ಸೊಸೆ ಇಬ್ಬರು ರೂಮುಗಳಿಂದ ಹೊರ ಬಂದರು. ಚಪಾತಿ ಖಾಲಿಯಾಗಿದ್ದು ಜಾಹ್ನವಿಗೆ ಗೊತ್ತಿದ್ದರಿಂದ ಮಾಡಿ ಕೊಡಲು ಮುಂದಾದಾಗ ಕಣ್ಣಲ್ಲಿಯೇ ಹೋಗುವಂತೆ ಸನ್ನೆ ಮಾಡಿದ ಮಾಧವಿ ಹಿಂದಕ್ಕೆ ಕಳಿಸಿದರು.

"ಇದೇನು ಈ ಸಮಯದಲ್ಲಿ ಊಟ ಮಾಡ್ತಾ ಇದ್ದೀಯ. ಊಟಕ್ಕೆ ಕೂತಾಗ ಒಬ್ಬರಾದ ಮೇಲೊಬ್ಬರು ಎಲ್ಲರೂ ಕರೆದಾಗ ನಿರಾಕರಿಸಿದ್ದೇ. ಈಗ ಒಬ್ಳೆ ಕೂತು ಊಟ ಮಾಡ್ತಾ ಇದ್ದೀಯಾ" ಅಂದರು ಮೆಲ್ಲಗೆ. ನಿಷ್ಠೂರವೇನು ಮಾಡಲಿಲ್ಲ. "ನಂಗೆ ಹೇಳ್ಸಿ ಕೊಳ್ಳೋಕೆ ಇಷ್ಟವಿಲ್ಲ. ಇಂಥ ಆಕ್ಷೇಪಣೆಗಳನ್ನು ನಾನು ಕೇರ್ ಮಾಡೋಲ್ಲ" ಅಂದ ನಿಹಾರಿಕಾ ತಟ್ಟೆ ಪಾತ್ರೆಗಳನ್ನೇ ಎಸೆದಾಡಿ ಕೈ ತೊಳೆದು ರೂಮಿಗೆ ಹೋದಳು.

ಮಾಧವಿ ಸದ್ದಿಲ್ಲದೆ ನಿಂತರು. ಪಾತ್ರೆಗಳಲ್ಲಿನ ಪದಾರ್ಥಗಳ ಜೊತೆಗೆ, ತಟ್ಟೆ ನೀರಿನ ಲೋಟ ಮಾರು ದೂರದಲ್ಲಿ ಬಿದ್ದಿತ್ತು. ಅವರ ಕಣ್ಣಲ್ಲಿ ನೀರಾಡಿತು.

ಆ ವೇಳೆಗೆ ಬಂದ ಪಾರ್ಥಸಾರಥಿ ಷಾಕಾದರು. ಪದಾರ್ಥಗಳ ಬಾಕ್ಸ್‌ಗಳ ಜೊತೆ ತಟ್ಟೆ ತಳ್ಳಿದ ರಭಸಕ್ಕೆ ಚೆಲ್ಲಾಡಿದ ಪದಾರ್ಥಗಳನ್ನು ನೋಡಿ ಅವರೆದೆ ದಢಕ್ಕೆಂದಿತು. ರೂಮಿನಿಂದ ಹೊರಗೆ ಬಂದಾಗ ಸೊಸೆ ಆಡಿದ ಮಾತುಗಳು ಅಸ್ಪಷ್ಟವಾಗಿ ಕೇಳಿಸಿದ್ದು ಗ್ರಹಿಸಿದ್ದರು. ವಿಪರೀತಕ್ಕೆ ಕೊಂಡೊಯ್ಯುವುದು ಬೇಡವೆನಿಸಿತು.

ಹೆಂಡತಿಯ ಭುಜದ ಮೇಲೆ ಕೈ ಇಟ್ಟಾಗ, ಆಕೆಯ ಕಣ್ಣುಗಳಲ್ಲಿ ಕಂಬನಿ ಇತ್ತು "ಇಷ್ಟಕ್ಕೆ ಅಪ್‌ಸೆಟ್ ಆದ್ಯಾ? ಈಗಿನ ಹೆಣ್ಣು ಮಕ್ಕು ಭ್ರಮೆಯಲ್ಲಿ ಬದುಕ್ತಾರೆ. ಅಂಥ ಒಂದು ಭ್ರಮೆಯಿಂದ ಹೊರ ಬರುವುದು ಅವ್ರಿಗೆ ಇಷ್ಟವಿಲ್ಲ. ಸಂತೋಷ್ ನೊಂದ್ಕೋಬಾರ್ದು" ಅನ್ನುವ ವೇಳೆಗೆ ಸಂತೋಷ್ ರೂಮಿನಿಂದ ಹೊರ ಬಂದಿದ್ದ.

ಪಾರ್ಥಸಾರಥಿ ತಾವೆ ತೆರೆದಿಟ್ಟ ಪದಾರ್ಥಗಳನ್ನು ಮುಚ್ಚಿಟ್ಟರು. ಚೆಲ್ಲಿದ ಅನ್ನ, ಪದಾರ್ಥಗಳನ್ನು ಎತ್ತಿ ಡೈನಿಂಗ್ ಟೇಬಲ್ ಸ್ವಚ್ಛ ಮಾಡುವಾಗ ತಾವು ಒಂದಿಷ್ಟು ಸಹಾಯ ಮಾಡಿದ ನಂತರ ಅತ್ತಿತ್ತ ನೋಟ ಹರಿಸುವ ವೇಳೆಗೆ ಸಂತೋಷ್ ರೂಮಿನೊಳಕ್ಕೆ ಅಡಿಯಿಟ್ಟವನು ಹಿಂದಕ್ಕೆಳೆದುಕೊಂಡು ಬಂದು ತಂದೆಯ ಮುಂದೆ ನಿಂತ.

"ಬಾ ಕೂತ್ಕೊಂಡ್ ನಿಮ್ಮಮ್ಮನ ಕೈಯಲ್ಲಿ ಬದಾಮಿ ಹಾಲು ಕುಡಿಯೋಣ" ಎಂದು ಮಗನ ಭುಜದ ಮೇಲೆ ಕೈ ಹಾಕಿದರು. ಇಬ್ಬರು ಸೋಫಾ ಮೇಲೆ ಆಸೀನರಾದ ನಂತರ "ವೈ, ತುಂಬಾ ಡಿಸ್ಟರ್ಬ್ ಆದಂಗೆ ಕಾಣಿಸ್ತೀ? ನೋ.... ನೋ.... ಸಮಸ್ಯೆಗಳು ಒಂದಲ್ಲ ಒಂದು ಇರುವಂಥದ್ದೆ ಅಪ್ಪ, ಅಮ್ಮನ ಮುದ್ದಿನ ಮಗ್ಳು, ಜೊತೆಗೆ ಸಾಕಷ್ಟು ಸ್ವತಂತ್ರ ಕೊಟ್ಟು ಆರ್ಥಿಕ ಮುಗ್ಗಟ್ಟು ತಲೆದೋರದಂತೆ ಬೆಳೆಸಿದ್ರು. ಸಂಸ್ಕಾರ ಬರೀ ಪ್ರದರ್ಶನವಾಗಿತ್ತೆ ವಿನಹಃ ಸಂಸ್ಕಾರವನ್ನು ತಮ್ಮ ದಿನಚರಿಯಲ್ಲಿ, ಸ್ವಭಾವದಲ್ಲಿ ಅಳವಡಿಸಿಕೊಳ್ಳಲಾಗದ ಸಂಭಾವಿತರು. ಇಲ್ಲಿಗೆ ಹೊಂದಿಕೊಳ್ಳಲು ಸಮಯಬೇಕು. ದಾಂಪತ್ಯದ ಪ್ರೀತಿ ಸಖ್ಯ ಎಲ್ಲವನ್ನು ಬದಲಾಯಿಸುತ್ತೆ. ಆಫೀಸ್ ಬಾಯ್ ಕೇಶವನಿಗೆ ಒಂದು ಪುಟ್ಟ ತಂಗಿ ಇದ್ದಾಳಂತೆ. ಸದ್ಯಕ್ಕೆ ನಾಳೆಯಿಂದ ಇಲ್ಲಿಗೆ ಬರ್ತಾಳೆ. ಜಾಹ್ನವಿಗೆ ರೆಸ್ಟ್ ಬೇಕು ಈ ಸಮಯದಲ್ಲಿ" ಎಂದರು.

ಆ ವೇಳೆಗೆ ಬಾದಾಮಿಹಾಲು ಹಿಡಿದು ಬಂದ ಮಾಧವಿ ಅಲ್ಲೆ ಕೂತರು. "ನಾಳೆಯಿಂದ ನಮ್ಮ ಆಫೀಸ್ ಕೇಶವನ ತಂಗಿ ಕೆಲಸಕ್ಕೆ ಬರ್ತಾಳೆ, ಅಂಥ ಚುರುಕು ಇಲ್ಲಾಂದ, ಸದ್ಯಕ್ಕೆ ನಿಹಾರಿಕಾಗೆ ಅಸಿಸ್ಟೆಂಟ್" ಎಂದು ನಕ್ಕ. ಆದರೆ ಸಂತೋಷ್, ಮಾಧವಿ ನಗಲಿಲ್ಲ.

ಸದ್ಯಕ್ಕೆ ನಿಹಾರಿಕಾ ಕೆಲಸಗಳ ಸಲುವಾಗಿ ಚಂದನ ಬಂದ ಮೇಲೆ, ಆಗಾಗ ಕಿಚನ್‌ಗೆ ಬರುತ್ತಿದ್ದ ನಿಹಾರಿಕ ಪೂರ್ತಿ ನಿಲ್ಲಿಸಿದಳು. ನೀರು, ತಿಂಡಿಯಿಂದ ಹಿಡಿದು ಎಲ್ಲವನ್ನು ರೂಮಿಗೆ ತರಿಸಿಕೊಳ್ಳುತ್ತಿದ್ದಳು. ಮನೆಯವರಿಗೆ ಅವಳ ಮುಖದರ್ಶನವೇ ಅಪರೂಪವಾಯಿತು. ಅಂತು ಇದ್ದು ಇಲ್ಲದಂಗೆ.... ನಿಹಾರಿಕ!

ಅಂದು ಇಂಜೆಕ್ಷನ್ ಸಲುವಾಗಿ ಜಾಹ್ನವಿಯನ್ನು ನರ್ಸಿಂಗ್ ಹೋಂಗೆ ಕರೆದೊಯ್ಯಬೇಕಿತ್ತು. ಎರಡೂ ವೆಹಿಕಲ್ ಇರಲಿಲ್ಲ. ವೀಕೆಂಡ್ ಆಗಿದ್ದರಿಂದ ನಿಹಾರಿಕ ಮನೆಯಲ್ಲಿ ಇದ್ದಳು.

"ಹೇಗೂ, ಫ್ರೀಯಾಗಿದ್ದಾಳೆ. ನಿಹಾರಿಕಾನು ನಮ್ಜೊತೆ ಬರಲಿ? ಅವ್ಳು ಮನೆಯಲ್ಲಿ ಇದ್ದಾಳೆ, ಇಲ್ವಾ ಎನ್ನುವ ಅನುಮಾನ ಷುರುವಾಗಿದೆ. ನಾವೇ ಒಂದಿಷ್ಟು ಸುಧಾರಿಸಿಕೊಂಡ್ಹೋಗೋಣ" ಎಂದರು ಮಾಧವಿ. "ಅವ್ಳು ಬೇರೆ ಯಾವುದಾದ್ರೂ ಕೆಲ್ಸದಲ್ಲಿ ಫಿಕ್ಸ್ ಆಗಿದ್ರೆ.... ಟ್ಯಾಕ್ಸಿಗೆ ಫೋನ್ ಮಾಡ್ತೀನಿ" ಜಾಹ್ನವಿ ಮಾತಿಗೆ "ಸ್ವಲ್ಪ ಇರು, ನಮ್ಮ ಪ್ರಯತ್ನ ನಾವು ಮಾಡೋಣ" ಅಂದವರು ರೂಮಿನ ಬಳಿಗೆ ಬಂದು "ನಿಹಾರಿಕ, ಸ್ವಲ್ಪ ಬಾ ನಮ್ಮ ವೆಹಿಕಲ್ಸ ಹೊರ್ಗಡೆ ಇದೆ. ಜಾಹ್ನವಿಗೆ ಇಂಜಕ್ಷನ್ ಕೊಡ್ಸಬೇಕು" ಎನ್ನುತ್ತ ರೂಮಿನ ಬಾಗಿಲು ತಳ್ಳಿದಾಗ ಹಾಸಿಗೆಯ ಮೇಲೆ ಬೋರಲು

ಮಲಗಿ ಮ್ಯಾಗಝಿನ್ ನೋಡುತ್ತಿದ್ದವಳು ಕನಿಷ್ಠ ನೋಟ ಕೂಡ ಈ ಕಡೆ ತಿರುಗಿಸದೆ "ನನ್ನ ಟೈಮ್ ಎಂಗೇಜ್ ಆಗಿದೆ. ಬ್ಯೂಟಿ ಪಾರ್ಲ್‌ರ್‌ಗೆ ಹೋಗ್ಬೇಕು". ಅತ್ಯಂತ ಸ್ಪಷ್ಟವಾಗಿ ಉಸುರಿದಾಗ ಆಕೆಗೆ ಕಪಾಲಕ್ಕೆ ಬಾರಿಸಿ ಬಿಡಬೇಕೆನಿಸಿತು. ಇನ್ನೊಂದು ಮಾತಾಡದೆ ಕೆಲಸದ ಹುಡುಗಿಗೆ ಹೇಳಿ ಹೊರ ಬಂದವರು "ಟ್ಯಾಕ್ಸಿಗೆ ಫೋನ್ ಮಾಡು" ಅಂದರು.

ಇದು ಜಾಹ್ನವಿಗೆ ನಿರೀಕ್ಷಿತವೇ. ಆ ವೇಳೆಗೆ ಸಂತೋಷ್‌ನಿಂದ ಫೋನ್ ಬಂತು "ಇನ್ನ ಐದು ನಿಮಿಷ ವೆಯಿಟ್ ಮಾಡಿ. ನಾನು ಬರ್‍ತಾ ಇದ್ದೀನಿ"ಇಂಥದೊಂದು ಸಂದೇಶ ಕೊಟ್ಟು ಕಾಲ್ ಕಟ್ ಮಾಡಿದ "ಸಂತೋಷ್ ಬರ್‍ತಾ ಇದ್ದಾರೆ' ಎಂದಳು ಜಾಹ್ನವಿ. ಮಾಧವಿಯ ಕಣ್ಣಿಂದ ಕಂಬನಿ ಫಳಕ್ಕೆಂದಿತು "ಇಂಥ ಮಗನ್ನ ನಮ್ಮಿಂದ ಎಲ್ಲಿ ದೂರ ಮಾಡಿ ಬಿಡ್ತಾಳೋ, ಜಾಹ್ನವಿ" ಎಂದು ಗದ್ಗದರಾದಾಗ ಬೆಚ್ಚಿದ್ದಳು.

"ಹಾಗೇನು ಆಗೋಲ್ಲ. ಕುಟುಂಬದ ಅನ್ಯೋನ್ಯತೆ, ಸಂಬಂಧಗಳ ಮಹತ್ವ ತಿಳಿಯಲು ನಿಹಾರಿಕಾಗೆ ಸಮಯ ಬೇಕು. ನಂಗಿಂತ ನಿಮಗೆ ಅಚ್ಚುಮೆಚ್ಚಿನ ಸೊಸೆಯಾಗಿ ಬಿಡ್ತಾಳೆ" ಹಾಸ್ಯ ಮಾಡಿದಳು. ಅವರು ಮಾತಾಡಲಿಲ್ಲ. ಹೌದು ಹತ್ತು ನಿಮಿಷದಲ್ಲಿ ಸಂತೋಷ್ ಬಂದ. ಅವನೊಂದಿಗೆ ನರ್ಸಿಂಗ್ ಹೋಂಗೆ ಹೋದರು.

ನಿಹಾರಿಕಾ ರೆಡಿಯಾಗಿ ಹೊರಗೆ ಬಂದಾಗ ಕೂತಿದ್ದ ಚಂದನ ಮೇಲೆದ್ದಳು. ನಿಶ್ಚಿತ ಬಟ್ಟೆಗಳನ್ನ ಐರನ್ ಮಾಡಲು ಗುಡ್ಡೆ ಹಾಕಿಕೊಂಡಿದ್ದನ್ನು ನೋಡಿ ಅವಳ ಹುಬ್ಬೇರಿತು "ಏನು ಇದೆಲ್ಲ ನನ್ನ ಎಷ್ಟೋ ಬಟ್ಟೆಗಳನ್ನ ಒಗೆದೇ ಇಲ್ಲ. ಮೊದ್ಲು ಅದ್ನ ಮಾಡು" ಆಜ್ಞಾಪಿಸಿದನಿಹಾರಿಕಾ "ಎಷ್ಟೊತ್ತು ಆಯ್ತು, ಅವರುಗಳು ಹೋಗಿ?" ಅವಳಿಗೆ ಇಂಟರೆಸ್ಟ್ ಇಲ್ಲದ ವಿಚಾರ, ಆದರೂ ಕೇಳಿದಳು "ಟ್ಯಾಕ್ಸಿಯಲ್ಲಿ, ಅಲ್ಲ, ಚಿಕ್ಕ ಸಾರ್ ಬಂದು ಕರ್ಕೊಂಡ್ಹೋದ್ರು" ಚೊಕ್ಕವಾಗಿ ಹೇಳಿದಾಗ ನಿಹಾರಿಕಾ ಮೈ ಉರಿಯಿತು. "ವೀಕೆಂಡ್ ದಿನಗಳ ನನಗಾಗಿ ಮುಡುಪಾಗಿರಬೇಕು" ಇವಳ ರಿಕ್ವೆಸ್ಟ್‌ಗೆ ಸಂತೋಷ್ ನಕ್ಕಿದ. "ನೋ ಮೇಡಮ್, ನಮ್ಗೆ, ಅಂಥ ಸೌಲಭ್ಯಗಳು ಇಲ್ಲ. ವೀಕೆಂಡ್‌ನಲ್ಲಿ ಹೆಚ್ಚಿನ ಕೆಲ್ಸ. ನಿಂಗೆ ಮೊದ್ಲು ಕೂಡ ಇದ್ನ ತಿಳಿಸಿದ್ದೆ. ಈಗ್ಲೂ ಅಷ್ಟೇ. ಬದಲಾವಣೆಯೇನಿಲ್ಲ. ಸಮಯ ಸಿಕ್ಕಾಗಲೆಲ್ಲ ವೀಕೆಂಡ್ ಆಚರಿಸಿದರಾಯ್ತು" ಎಂದು ಸುಲಭದಲ್ಲಿ ಜಾರಿಕೊಂಡಿದ್ದ. ಆಗ ನೋಯುವುದು ತಾನೊಬ್ಬನಲ್ಲ. ಇಡೀ ಕುಟುಂಬ ಎಂದು ಅವನಿಗೆ ಗೊತ್ತುಂಟು.

ಬ್ಯೂಟಿ ಪಾರ್ಲರ್‌ಗೆ ಹೊರಟವಳು ಅಪಾಯಿಂಟ್‌ಮೆಂಟ್ ಕ್ಯಾನ್ಸಲ್ ಮಾಡಿ ಧುಮಗುಟ್ಟುತ್ತ ರೂಮಿಗೆ ಹೋದವಳು ದೊಪ್ಪೆಂದು ಕುಸಿದು ಕೂತಳು. ತನಗಿಂತ ಬೇರೆಯುವರಿಗೆ ಹೆಚ್ಚಿನ ಪ್ರಿಫರೆನ್ಸ್ ಕೊಡುವುದು ಅವಳಿಗೆ ಇಷ್ಟವಾಗದು. ತಾಳಿ ಕಟ್ಟಿದ ಸಂತೋಷ್ ತನ್ನ ಸೊತ್ತು. ಮಿಕ್ಕವರ ಪ್ರವೇಶ ಅವಳಿಗೆ ಇಷ್ಟವಾಗದು.

ಸಂತೋಷ್ ನಂತರ ಹೋಟೆಲ್‌ಗೆ ಕರೆದೊಯ್ದು ಜಾಹ್ನವಿಯ ಇಷ್ಟದ ಸ್ವೀಟ್ಸ್ ಕೊಡಿಸಿ ದಾರಿಯಲ್ಲಿ ಫ್ಲವರ್ ಮಾರ್ಕೆಟ್‌ಗೆ ಕರೆದೊಯ್ದು ನಾನಾ ವಿಧದ ಆರ್ಕಿಡ್ಸ್ ಕೊಡಿಸಿಕೊಂಡು ಬರುವ ವೇಳೆಗೆ ಸಾಯಂಕಾಲವಾಗಿತ್ತು. ಆ ವೇಳೆಗೆ ಸಿಟ್ಟಿನಲ್ಲಿ ಬೆಂದು ಹೋಗಿದ್ದಳು ನಿಹಾರಿಕ. ಅಸಹನೆ ಅವಳನ್ನು ನಿರೂಪಗೊಳಿಸಿತ್ತು.

ಹಾಲ್‌ನಲ್ಲಿ ಕೂತಿದ್ದ ನಿಹಾರಿಕ ಇವರುಗಳನ್ನು ನೋಡಿ ರೂಮಿಗೆ ಹೋದಳು. ಅದನ್ನು

ಗಮನಿಸಿದ ಸಂತೋಷ್ "ನಂಗೆ ಅರ್ಜೆಂಟ್ ಕೆಲ್ಸವಿದೆ" ಹೊರಟು ನಿಂತ ಮಗನಿಗೆ ಮಾಧವಿ ಹೇಳಿದರು "ನಿಹಾರಿಕಾ ಇದ್ದಾಳೆ. ಮಾತಾಡ್ಸು, ಇಲ್ಲ.... ಎಲ್ಲಾದ್ರೂ ಸುತ್ತಿ ಬನ್ನಿ" ಎಂದು ಹೇಳಿದಾಗ ನಯವಾಗಿ ನಿರಾಕರಿಸಿದ "ನಿಹಾರಿಕಾಗೆ ಹೇಳಿದ್ದಿನಿ. ಸದ್ಯಕ್ಕೆ ಅರ್ಜೆಂಟಾಗಿ ಯಾರನ್ನೋ ಮೀಟ್ ಮಾಡೋದಿದೆ" ಹೊರಟೇ ಬಿಟ್ಟ.

ಸಂತೋಷ್ ರೂಮಿಗೆ ಬರುತ್ತಾನೆ. ಅವನನ್ನು ತರಾಟೆಗೆ ತಗೋಬಹುದೆಂದುಕೊಂಡಿದ್ದ ನಿಹಾರಿಕಾಗೆ ಮೈ ಪರಚಿಕೊಳ್ಳುವಂತಾಯಿತು. ಅವಳ ಜಗಳ ಕಾಯುವ ಹುಮ್ಮಸ್ಸಿಗೆ ಉಪಾಯವಾಗಿ ತಣ್ಣೀರೆರೆಚಿ ಬಿಡುತ್ತಿದ್ದ. ಆಗ ಪ್ರೀತಿಯನ್ನು ಪಕ್ಕಕ್ಕಿಡುತ್ತಿದ್ದ.

ಇಂದು ಮಾತ್ರ ಅವಳಿಗೆ ಸಹಿಸಲಾಗಲಿಲ್ಲ. ಜೋರಾಗಿ ಕೂಗಾಡಬೇಕೆನಿಸಿತು. ಅಳು ನುಗ್ಗಿ ಬಂತು. ಮೊಬೈಲ್‌ನಲ್ಲಿ ಮಮ್ಮಿ ನ ಕಂಟ್ಯಾಕ್ಟ್ ಮಾಡಿ "ಮಾಮ್, ನೋಡಿದ್ಯಾ ನನ್ನ ಹಣೆಬರಹಾನಾ? ಎಷ್ಟು ನಿರ್ಲಕ್ಷಿಸುತ್ತಾನೆ ನೋಡು ಸಂತೋಷ್ ನನ್ನ ಎಲ್ಲಾ.... ನನ್ನಿಂದಲೇ. ನೀನು ನಿಯಾಸ್‌ನ ಫ್ಲಾಟ್ ಮಾರದಿದ್ದರೆ, ನಾನು ಅಲ್ಲೇ ಸೆಟ್ಲು ಆಗ್ತಾ ಇದ್ದೆ. ಬಾಯಿ ಮುಚ್ಕೊಂಡ್ ತೆಪ್ಪಗೆ ಬಂದು ಬಿದ್ದಿರುತ್ತಿದ್ದ" ಜೋರಿನ ಜೊತೆ ತಾಯಿಯ ತಪ್ಪನ್ನು ಎತ್ತಿ ತೋರಿಸಿದಳು.

ಶಾಂಭವಿ ತಲೆ ಕೆಡಿಸಿಕೊಂಡಿದ್ದರು "ತೆಪ್ಪಗಿರು, ಬೇರೆ ಗಂಡಿನ ನೋಡ್ತೀನೀಂದ್ರೆ ನನ್ನ ಮಾತು ಕೇಳಿದ್ಯಾ? ನನ್ನ ಜಗತ್ತೆಲ್ಲ ಸಂತೋಷ್ ಅಂದೆ. ಅದಕ್ಕಾಗಿ ನಾನು ಸಾಕಷ್ಟು ಸುಳ್ಳು ಹೇಳಿದ್ದೀನಿ. ಇದೆಲ್ಲ....ಇದ್ದಿದ್ದೇ! ಅವ್ನಿಗೆ ಫ್ಯಾಮಿಲಿ ಸಿಕ್. ಇದೆಲ್ಲ ನಾಲ್ಕು ದಿನದ ಅಮಲು. ತಾನಾಗಿ ಸರಿ ಹೋಗ್ತಾನೆ. ನಿಂಗೆ ಕೆಲ್ಸ ಇದೆ, ದುಡಿಮೆ ಇದೆ. ಆದರೆ ನಿನ್ನ ಖರ್ಚೆಲ್ಲ ಅವನೇ ನೋಡ್ಕೊಳ್ಳೋ ರೀತಿಯಲ್ಲಿ ಇರಲಿ. ಹಣ ಕೈಯಲ್ಲಿದ್ದರೆ ಎಲ್ಲರನ್ನು ಕುಣಿಸಬಹುದು. ಆ ಫ್ಲಾಟ್ ನಿಂಗೆ ಅಷ್ಟೊಂದು ಅಚ್ಚುಮೆಚ್ಚಿನದಾದರೇ, ನಿನ್ನ ಸಂತೋಷನ ಸ್ಯಾಲರಿ ಮೇಲೆ ಬ್ಯಾಂಕ್‌ನಲ್ಲಿ ಸಾಲ ತೆಗೀರಿ. ಈಗ 'ಹೋಂ ಲೋನ್' ಬಹಳ ಈಸೀಯಾಗಿ ಸಿಕ್ಕುತ್ತೆ" ಇಂಥದೊಂದು ಹುಳವನ್ನು ಮಗಳ ತಲೆಯಲ್ಲಿ ಬಿಟ್ಟರು. ಸದ್ಯಕ್ಕೆ ಅವಳು ಸಮಾಧಾನವಾಗುವುದು ಬೇಕಿತ್ತು. ಆಮೇಲೆ ಗಂಡನಿಗೆ "ಈಶ್ವರ್, ಸದ್ಯದಲ್ಲಿ ನಿಂಗೆ ಕಾಲ್ ಬಂದರೆ ತೆಗೀಬೇಡ. ಆರಾಮಾಗಿ ಫ್ಲಾಟ್ ಹೊಡ್ಕೋ ಸಂಚು ಅವಳದಿತ್ತು. ಬ್ಲಡಿ ಏನೇನು ಕಮ್ಮಿ ಯಿಲ್ಲ" ಮಗಳನ್ನು ಬಯ್ದುಕೊಂಡರು.

ರೂಮಿನಿಂದ ಹಾಲ್‌ಗೆ ಬಂದಳು ನಿಹಾರಿಕ. "ಸಂತೋಷ್ ಬಂದಿದ್ರಾ?" ಕೇಳಿದಳು ಸ್ವಲ್ಪ ಒರಟಾಗಿಯೇ. ನಿಶ್ಚಿತಾನ ಮಲಗಿಸುತ್ತಿದ್ದ ಮಾಧವಿ "ಹೌದು.... ಸ್ವಲ್ಪ ಕೂಡ ನಿಂಗೆ ಕಲ್ಚರ್ ಇಲ್ಲ. ಅವ್ನ ನನ್ಮ ಗ. ತಾಳಿ ಕಟ್ಟಿಕೊಂಡ ಕೂಡಲೇ ಎಲ್ಲಾ ಆಧಿಕಾರ ನಂದೇ ಅನ್ನೋ ರೀತಿಯಲ್ಲಿ ಮಾತಾಡ್ತೀಯಲ್ಲ ನಂಗೆ ಇದೆಲ್ಲ ಸ್ವಲ್ಪ ಕೂಡ ಇಷ್ಟವಾಗೋಲ್ಲ" ಎಂದರು ಮಾಧವಿ. ಸಹನೆ ಕಳೆದುಕೊಂಡು ಕಪಾಳಕ್ಕೆ ಬಾರಿಸುವಷ್ಟು ಕೋಪ.

"ಹೌದು, ಅಥ್ವಾ ಇಲ್ಲ ಅನ್ನಬೇಕಿತ್ತು. ಅವ್ರು ನನ್ನ ಗಂಡ. ನನ್ಮೇಲೆ ಅಧಿಕಾರ ತೋರಿಸೋಕೆ ಬರ್ಬೇಡಿ" ಅಂದವಳು ಕಾಲು ಅಪ್ಪಳಿಸುತ್ತಾ ರೂಮಿಗೆ ಹೋಗಿ ಬಾಗಿಲು ಹಾಕಿಕೊಂಡಾಗ ಮಾಧವಿ ಆಳೋಕೆ ಶುರು ಮಾಡಿದರು. "ಏನೇ ಇದು ಜಾಹ್ನವಿ? ನಾವು ಉಭಶುಭ ಅನ್ನೋಲ್ಲ. ಏನೆಲ್ಲಾ ಮಾತಾಡ್ತಾಳೆ, ನೋಡು ನನ್ನ ಮಗ್ನ ನಾನು ಮಾರಿಕೊಂಡಿದ್ದೀನಾ"? ಕಣ್ಣೀರು ಶುರು ಆಯಿತು.

ಹೇಗೆ ಅವರನ್ನು ಸಂತೈಸುವುದೋ ಜಾಹ್ನವಿಗೆ ಗೊತ್ತಾಗಲಿಲ್ಲ. ಮಾಧವಿ ಒಳ್ಳೆ ಮನಸ್ಸಿನ ಹೆಂಗಸೆಂದು ಗೊತ್ತು. ಈ ಹೊಡೆತ ಅವರ ಮಾತೃತ್ವಕ್ಕೆ ಬಿದ್ದಿತ್ತು ಸಹಿಸಲಾರರು.

"ಅತ್ತೆ, ಪ್ಲೀಸ್ ಸುಮ್ನೆ ಇರೀ. ನಿಮ್ಮ ಕಣ್ಣಲ್ಲಿ ಕಂಬನಿ ಕಂಡರೆ, ಮಾವನವರು ಮಾತ್ರವಲ್ಲ, ನಿಮ್ಮ ಮಕ್ಳು ಕೂಡ ಭೂಮಿಗೆ ಇಳ್ದು ಹೊಗ್ತಾರೆ. ಪ್ಲೀಸ್ ಸಮಾಧಾನ ಮಾಡ್ಕೊಳ್ಳಿ. ಅವ್ಳ ಮಾನಸಿಕ ಸ್ಥಿತಿನೇ ಬೆಳೆದಿಲ್ಲ. ಸ್ವಲ್ಪ ಸಮಯ ಬೇಕಾಗುತ್ತೆ" ಎಂದು ರೂಮಿಗೆ ಕರೆದೊಯ್ದು ಸಂತೈಸಿದರು, ಅವರೇನೋ ಸಮಾಧಾನಗೊಳ್ಳಲಿಲ್ಲ. ಅಪಸ್ವರ ದನಿ ಕೇಳಿಸ ತೊಡಗಿತ್ತು "ಜಾಹ್ನವಿ ಮುಂದೇನು ಅಗ್ಬಹ್ದು?" ಕೇಳಿದಾಗ ಅಲ್ಲಿನ ಭಯ ಜಾಹ್ನವಿಗೆ ಅರ್ಥವಾಯಿತು. "ಬದಲಾವಣೆಯ ಬದುಕು, ಅಂಥದೇನಾಗುತ್ತೆ? ಸಹಜವಾದ, ಸ್ವಾಭಾವಿಕ ಬದಲಾವಣೆಗೆ ನಾವು ಒಗ್ಗಿಕೊಳ್ಳಬೇಕು" ಎಂದಳು. ಸೂಕ್ಷ್ಮವಾಗಿ "ಸ್ವಲ್ಪ ಮಲಗುತೀನಿ.... ಜಾಹ್ನವಿ" ಅಲ್ಲಿಯೇ ಮಲಗಿ ಬಿಟ್ಟರು.

ಪೈಂಟಿಂಗ್ ಮಾಡುತ್ತಾ ಕೂತಿದ್ದ ನಿಶ್ಚಿತ ನಿಧಾನವಾಗಿ ತಲೆಯೆತ್ತಿದಾಗ ಅವಳನ್ನು ಕರೆದುಕೊಂಡು ಹೊರಗೆ ಬಂದಳು. ಮಗುವಿನ ಮುಂದೆ ಸಣ್ಣ ಪುಟ್ಟ ರಾದ್ಧಾಂತಗಳು ಕೂಡ ನಡೆದಿರಲಿಲ್ಲ.

"ನಿಂದು ಪೈಂಟಿಂಗ್ ಕೆಲ್ಸ ಮುಗೀತಾ? ನಮ್ಮ ಪುಟ್ಟ ದೊಡ್ಡ ಕಲಾವಿದೆಯಾಗಿ ಬಿಡ್ತಾಳೆ." ಅವಳು ಮಾಡುತ್ತಿದ್ದ ಪೈಂಟಿಂಗ್‌ನ ತೆಗೆದಿಟ್ಟು. "ಮುಖ ತೊಳೆಸ್ತೀನಿ, ಡ್ರೆಸ್ ಛೇಂಜ್ ಮಾಡ್ಕೊಂಡ್ ಜೋಸೆಫ್ ಅಂಕಲ್ ಮನೆಗೆ ಹೋಗ್ಬಾ" ಅವಳನ್ನು ಬಾತ್‌ರೂಂಗೆ ಕಳೆದೊಯ್ದಳು. ಮೊದಲಿನ ಹಾಗೆ ತುಂಬು ಚಟುವಟಿಕೆ ಜಾಹ್ನವಿಗೆ ಸಾಧ್ಯವಾಗುತ್ತಿರಲಿಲ್ಲ. ಹೊರಗಿನ ಕೆಲಸಕ್ಕೆ ಒಬ್ಬರು ಇದ್ದರು. ಕಿಚನ್ ಕೆಲಸವೆಲ್ಲ ಅತ್ತೆ ಸೊಸೆ ಮಾಡಿಕೊಳ್ಳುತ್ತಿದ್ದರು. ಕನಿಷ್ಠ ಸಹಾಯವು ನಿಹಾರಿಕಯಿಂದ ನಿರೀಕ್ಷಿಸುವ ಹಾಗಿರಲಿಲ್ಲ. ಅವಳ ಪ್ರಪಂಚವನ್ನು ತೀರಾ ಕಿರಿದಾಗಿಸಿಕೊಂಡವಳ ನಿರೀಕ್ಷೆಗಳು ಮಾತ್ರ ಅಪಾರ. ಅದನ್ನೆಲ್ಲ ಸಾಧಿಸಬೇಕೆಂಬ ಛಲ.

ಜೋಸೆಫ್ ಮನೆಗೆ ಹೋಗಿದ್ದ ನಿಶ್ಚಿತ ಹಿಂದಿರುಗಿದ್ದು ರಾತ್ರಿ ಹತ್ತರ ಸುಮಾರಿಗೆ. ಆ ಮನೆಯಲ್ಲಿ ಇದ್ದಿದ್ದು ವಯಸ್ಸಾದ ದಂಪತಿಗಳು ಮಾತ್ರ. ಇವಳೆಂದರೆ ಮಾತ್ರವಲ್ಲ ಈ ಮನೆಯವರೆಂದರೆ ಅಚ್ಚುಮೆಚ್ಚು.

ಆ ವೇಳೆಗೆ ಸಂತೋಷ್ ಕೂಡ ಬಂದಿದ್ದರಿಂದ ನಿದ್ದೆಯ ಮಂಪರಿನಲ್ಲಿದ್ದ ಅವಳನ್ನ ಅಣ್ಣನ ರೂಮಿನಲ್ಲಿ ಮಲಗಿಸಿ ಹೋದ. ವಿವಾಹಕ್ಕೆ ಮುನ್ನ ಹೆಚ್ಚು ಮಲಗುತ್ತಿದ್ದುದ್ದು ಚಿಕ್ಕಪ್ಪನ ಬಳಿಯಲ್ಲಿಯೇ "ನಿನ್ನತ್ರ ಮಲ್ಗಿ ಕೊಂಡರೆ ಚಿಕ್ಕಮ್ಮ ಬೈಯ್ತಾಳಾ?" ಮಂಪರಿನಲ್ಲಿ ಪ್ರಶ್ನಿಸಿದಾಗ "ಛೀ, ಇಲ್ಲ.... ಕಂದ! ಚಿಕ್ಕಮ್ಮನ ಜೋರು ದನಿಯಲ್ಲಿ ಗೊರಕೆ ಹಾಕ್ತಾಳೆ. ನಿನ್ನ ನಿದ್ದೆಗೆ ಡಿಸ್ಟರ್ಬ್ ಆಗುತ್ತಲ್ವಾ?" ರಮಿಸಿ ಮಲಗಿಸುವಾಗ "ಚಿಕ್ಕಪ್ಪ ಅಜ್ಜಿನ ಚಿಕ್ಕಮ್ಮ ಬೈಯ್ದು. ಅಜ್ಜಿ ಅಳ್ತಾ ಇದ್ರೂ" ಎಂದು ಒಂದು ಸತ್ಯನ ಬಿಡಿಸಿಟ್ಟಳು. ಅವನಿಗೆ ಷಾಕ್ ಆಯಿತು. ಅತ್ಯಂತ ಒಳ್ಳೆಯ ಮನಸ್ಸಿನ ಸಹನಾ ಶೀಲೆಯಾದ ಹೆಂಡತಿಯನ್ನು ಪಾರ್ಥಸಾರಥಿ ಪ್ರೀತಿಯಿಂದ ಮಾತ್ರವಲ್ಲ ಗೌರವದಿಂದ ಕೂಡ ನಡೆಸಿಕೊಳ್ಳುತ್ತಿದ್ದರು. ಅವನ ಮೈ ಬಿಸಿಯಾಯಿತು. ಪ್ರೀತಿಯನ್ನು ಕಲಿಸಿದ ಮೊದಲ ಹೆಣ್ಣು ತಾಯಿ.

ಮಲಗಿಸಿ ಹೊರಗೆ ಬಂದವನು ಹೋಗಿ ಬಾಲ್ಕನಿಯಲ್ಲಿ ನಿಂತ. ಡೈನಿಂಗ್ ಟೇಬಲ್ ಬಳಿ

ಬಂದ ಅನಂದ್ "ತುಂಬ ಹಸಿವು ಅಂದವ ಎಲ್ಲಿ ಹೋದ? ಸಿಕ್ಕ ಮೌನ ತುಂಬಾನೆ ತಲೆ ತಿಂದ್ಲು" ಎಂದ. ಬಡಿಸಲು ಬಂದ ಮಡದಿಗೆ "ಅರೇ, ರೂಮು ಕಡೆ ಹೋಗಲೇ ಇಲ್ಲ. ನೋಡ್ತೀನಿ...." ಎಂದು ಅರಸಿಕೊಂಡು ಬಂದ ಜಾಹ್ನವಿ ಮೌನವಾಗಿ ನಿಂತ ಸಂತೋಷ್‌ನ ನೋಡಿ "ಅದೇನು ಇಲ್ಬಂದ್.... ನಿಂತೆ? ಯಾವುದಾದ್ರೂ ಕಾಲ್ ಸಲುವಾಗಿ ಕಾಯ್ತಾ ಇದ್ಯಾ?" ಕೇಳಿದಾಗ ಜಾಹ್ನವಿಯತ್ತ ತಿರುಗಿ "ಐ ವಾಂಟ್ ಟ್ರೂತ್, ನಂಗೆ ಸತ್ಯ ಬೇಕು. ಮಕ್ಳು ಸುಳ್ಳು ಹೇಳೋಲ್ಲ. ಅದ್ರೂ-ನಮ್ಮ ಪುಟ್ಟಿ ಹೇಳಿದ್ದು ಸುಳ್ಳಲ್ಲ ಅಮ್ಮ ಅತ್ತರಾ?" ಕೇಳಿದ ಕೂಡಲೆ ಜಾಹ್ನವಿ ತಬ್ಬಿಬ್ಬಾದಳು ತಡಬಡಿಕೆ ಅರ್ಥವಾಯಿತು.

"ಪ್ಲೀಸ್, ಹೇಳಿ...." ಎಂದ ಮತ್ತೊಮ್ಮೆ.

"ಅದು ತುಂಬಾ ಸಣ್ಣ ವಿಚಾರನೇ, ಅತ್ತೆಗೆ ಮಕ್ಳೂಂದ್ರೆ ತುಂಬ ಪ್ರೀತಿನೇ. ಅವ್ರ ಮೇಲೆ ಯಾರೇ ಅಧಿಕಾರ ಚಲಾಯಿಸಿದರು ಇಷ್ಟವಾಗೋಲ್ಲ. ಹಾಗಂತ ಸೊಸೆಗೆ ಹೇಳೋಕ್ಕಾಗುತ್ತ? ತಾಳಿ ಕಟ್ಟಿಸಿ ಕೊಂಡವಳಿಗೆ ಕೆಲವು ಅಧಿಕಾರಗಳು ಸಿಕ್ಕೇ ಸಿಗುತ್ತೆ. ಅದು ಸ್ವಲ್ಪ ಒರಟಾದರೆ ಒಂದಿಷ್ಟು ನೋವು ಅಷ್ಟೇ" ಸಮರ್ಥನೆ ನೀಡಿದಾಗ ತಳ್ಳಿ ಹಾಕಿದ "ಪ್ಲೀಸ್ ಅತ್ಗೆ.... ಆ ಪೂರ್ತಿ ಚಾಪ್ಟರ್ ನನ್ನ ಮುಂದಿಡಿ ಮಗನಾಗಿ ನಾನು ಅರ್ಥೈಸಿಕೊಳ್ತೀನಿ. ಕೆಲವಕ್ಕೆ ನನ್ನಲ್ಲಿ ಖಂಡಿತ ಕ್ಷಮೆ ಇಲ್ಲ" ಕಠಿಣವಾಗಿತ್ತು ಅವನ ಧ್ವನಿ.

ಸಣ್ಣ ಧ್ವನಿಯಲ್ಲಿ ವಿವರಿಸಿ ಹೇಳುವಾಗ ಅತ್ತಿತ್ತ ಭಯದ ನೋಟ ಹರಿಸುತ್ತಿದ್ದುದ್ದು ಸಂತೋಷ್ ಗಮನಕ್ಕೆ ಬಂತು.

ಎಲ್ಲಾ ಕೇಳಿದ ಮೇಲೆ "ಬನ್ನಿ ಅತ್ತಿಗೆ, ಹಸಿವಾಗ್ತಾ ಇದೆ. ಆನಂದಣ್ಣ ಕೈಗೆ ಕೋಲು ತಗೊಂಡ್ ಬಿಡ್ತಾನೆ" ಹಾಸ್ಯ ಮಾಡುತ್ತ ನಡೆದಾಗ ಅವಳಿಗೆ ಒಂದು ರೀತಿಯ ನಿಶ್ಚಿಂತೆ. ಮೈ ಗಾಡ್ ಏನು ನಡೆಯೋದು ಬೇಡ ಎಂದು ಎದೆಯ ಮೇಲೆ ಕೈಯಿಟ್ಟುಕೊಂಡಳು. ಅವಳು ಒಳ್ಳೆಯ ಹೆಣ್ಣು ಮಗಳು.

ಬಟ್ಟೆ ಬದಲಾಯಿಸಲು ಸಂತೋಷ್ ರೂಮಿಗೆ ಬಂದಾಗ ಮೊಬೈಲ್‌ನಲ್ಲಿ ಮಾತಾಡುತ್ತಿದ್ದ ನಿಹಾರಿಕ ತನ್ನ ಮಾತುಕತೆಯನ್ನು ಮುಂದುವರಿಸಿದಾಗ ಅವನು ಬಟ್ಟೆ ಬದಲಾಯಿಸಿ ಬಾತ್‌ರೂಂಗೆ ಹೋಗಿ ಬಂದವನು "ಊಟಕ್ಕೆ ಬಾ.... ನಿಹಾರಿಕ" ಹೇಳಿ ತನ್ನ ಪಾಡಿಗೆ ತಾನು ಹೋದ. ಅಹಂಕಾರಕ್ಕೆ ಉದಾಸೀನ ಮದ್ದು ಎನಿಸಿತು.

"ಅತ್ತಿಗೆ, ಈ ತಟ್ಟೆಗೇನು ಬಡಿಸ್ಬೇಡ. ನಿಹಾರಿಕ ಬಂದ್ಮೇಲೆ ಏನು ಬೇಕೋ ಅದ್ನ ಬಡ್ಸಿಕೊಳ್ಲಿ" ಅಂದವ ತನ್ನ ಪಾಡಿಗೆ ತಾನು ಹರಟುತ್ತ ಊಟ ಮಾಡತೊಡಗಿದಾಗ ಪಾರ್ಥಸಾರಥಿಗೆ ಅದು ಸರಿಯೆನಿಸಿತು. ಪ್ರತಿ ಚಿಕ್ಕ ವಿಚಾರಕ್ಕೆ ದೊಡ್ಡ ಪ್ಲಾಟ್‌ಫಾರಂ ಒದಗಿಸುವುದು ಬೇಡವಾಗಿತ್ತು. "ಮಾತುಕತೆ ಬಂದ್. ಹೋಗಿ....ಮಲ್ಗೀ" ಪಾರ್ಥಸಾರಥಿ ಎಂದನಂತೆ ವರಾಂಡದಲ್ಲಿ ಕೂಡ ಕೂಡದೇ ರೂಮಿಗೆ ಹೋಗಿ ಬಿಟ್ಟರು.

"ಅಪ್ಪ, ಹೇಳಿದ್ದು ಗೊತ್ತಾಯಿತಲ್ಲ. ಹೋಗಿ ಮಲ್ಗೀ ಡಿಯರ್ ಬ್ರದರ್. ಅತ್ತಿಗೆ ಈಗ ಇಬ್ಬರ ಊಟ ಇಬ್ಬರ ನಿದ್ದೆ ಕೂಡ ಮಾಡಬೇಕಂತೆ. ನಿಮ್ಮ ಪೂರ್ತಿ ಕೋಪರೇಶನ್ ಇಲ್ದೇ

ಅದು ಸಾಧ್ಯವಾಗೋಲ್ಲ" ಹಾಸ್ಯ ಮಾಡಿಯೇ ಹೇಳಿದ್ದು. ಆನಂದ್‌ಗೂ ಕೂಡ ಒಂದು ರೀತಿಯ ಆತಂಕ. ಬದಲಾವಣೆಯ ಜಗತ್ತಿನಲ್ಲಿ ಓಲಾಡುತ್ತಿರುವ ಯುವತಿಯರ ಮನೋಭಾವ ಅರ್ಥವಾಗಿದ್ದರಿಂದ ನಿಹಾರಿಕಾನ ತಪ್ಪಿತಸ್ಥಳನ್ನಾಗಿ ಮಾಡುವುದು ಇಷ್ಟವಿರಲಿಲ್ಲ. ಆದರೆ ಪದೇ ಪದೇ ಅದೇ ಮಾತುಗಳು ಕೂಡ ಬೇಡವಾಗಿತ್ತು.

"ಮೈದನನ ಫುಲ್ ಸಪೋರ್ಟ್ ನಿನ್ನ ಕಡೆಗೆ" ಎಂದು ಮಡದಿಯ ಕಡೆಗೆ ಪ್ರಸನ್ನತೆಯ ನೋಟ ಬೀರಿದ ಆನಂದ್ "ನಿಮ್ಗೇನು.... ಜಲಸ್ಸಾ?" ಅನ್ನುತ್ತಲೇ ಹೋದಳು.

ಸಂತೋಷ್ ರೂಮಿಗೆ ಹೋದಾಗ ಅವಳಿನ್ನು ಎದ್ದೇ ಇದ್ದಳು. "ಯಾಕೆ ಡಿನ್ನರ್‌ಗೆ ಬರ್ಲಿಲ್ಲ? ಕೆಲವು ದಿನಗಳ ಹಿಂದೆ ತುತ್ತು ಎತ್ತುತ್ತಿರಲಿಲ್ಲ. ಈಗ ಅಂಥ ಪ್ರಾಬ್ಲಮ್ ಏನಿಲ್ಲ. ಎಲ್ಲರು ನಿನ್ನ ಸ್ವಭಾವಕ್ಕೆ ಹೊಂದಿಕೊಂಡು ಬಿಟ್ಟಿದ್ದೀವಿ" ಎಂದು ಅವಳ ಪಕ್ಕ ಕೂತು ಮುಖವನ್ನು ತಿರುಗಿಸಿಕೊಳ್ಳುವಾಗ ಕೈ ತಳ್ಳಿದ ನಂತರ ಅವಳೇ ಗಾಬರಿಯಾಗಿ "ಸಾರಿ... ಸಾರಿ...." ಎಂದಳು. ಒಂದೆರಡು ತಿಂಗಳ ಹಿಂದೆ ಇಂಥದ್ದೇ ಒಂದು ಘಟನೆ ನಡೆದಾಗ ಒಂದು ತಿಂಗಳು ಅವಳನ್ನು ಟಚ್ ಮಾಡಿರಲಿಲ್ಲ. ಎಲ್ಲಕ್ಕಿಂತ ಹೆಚ್ಚಾಗಿ ಅವನಲ್ಲಿ ಈ ಸುಖವನ್ನರಸಿಕೊಂಡೆ ಪಟ್ಟುಹಿಡಿದು ವಿವಾಹವಾದವಳು.

ನೈಟ್‌ಡ್ರೆಸ್ ತೊಟ್ಟವನು ಮಂಚದ ಮೇಲೆ ಉರುಳಿಕೊಂಡು ಕ್ಯಾಂಡಲ್ ದೀಪದ ಸ್ವಿಚ್ ಹಾಕಿ ದೊಡ್ಡ ಲೈಟು ಆರಿಸಿದ. ನಿಹಾರಿಕ ಪ್ರತಿ ಸಲವು ಅವನ ಸ್ವಭಾವ, ವ್ಯಕ್ತಿತ್ವಕ್ಕೆ ಸವಾಲೊಡುತ್ತಿದ್ದಳು. ಯಾವುದು ಹೊಸದಲ್ಲವೆನಿಸಿತು.

"ಐ ಲವ್ ಯು ಸಂತೋಷ್, ನೀನು ಸುಮ್ನೇ ನನ್ನ ಹರ್ಟ್ ಮಾಡ್ತೀಯಾ" ಎಂದಳು ಸ್ವಲ್ಪ ಜೋರು ದನಿಯಲ್ಲಿ. "ಡೌಂಟ್ ಶೌಟ್, ನಿಶ್ಯಬ್ಧವಾದ ಇಂಥ ವಾತಾವರಣದಲ್ಲಿ ಪಿಸು ಮಾತು ಮಾತ್ರ" ಅಂದು ಎದ್ದು ಕೂತವನು "ಈಗ್ಹೇಳು" ಸಿರೀಯಸ್ಸಾಗಿ ಕೇಳಿದ.

"ಷ್ಯೂರ್, ಮಧ್ಯಾಹ್ನ ನೀವು ಮನೆಗೆ ಬಂದಿದ್ರಿ" ಅಪಾದನೆಯ ರೂಪದಲ್ಲಿ ಹೇಳಿದಾಗ "ಹೌದು ಬಂದಿದ್ದೆ ಅತ್ತಿಗೆಗೆ ಇವತ್ತು ಇಂಜಕ್ಷನ್ ಮಾಡ್ಸಬೇಕಿತ್ತು. ಆಕೆ ಸ್ವಲ್ಪ ವೀಕ್. ಇಂಥ ಸ್ಥಿತಿಯಲ್ಲಿ ನಾವೆಲ್ಲ ಆಕೆಯನ್ನು ಜಾಗ್ರತೆಯಿಂದ ನೋಡ್ಕೋಬೇಕು. ಇವತ್ತು ಆ ಕೆಲ್ಸ ನಿಂಗೆ ಒದಗಿ ಬಂದಿತ್ತು" ಮಾತು ಕಟುವಾಗಿದ್ದರು ಅವನ ಸ್ವರ ಏರಲಿಲ್ಲ. ಆದರೂ ತೀಕ್ಷ್ಣತೆ ಇತ್ತು.

"ನೋ, ನಾನು ಸರ್ವ್ ಮಾಡೋ ಸೆಂಟರ್ ತೆಗೆದಿರಲಿಲ್ಲ. ನಾನು ಒಂದು ರಿಕ್ವೆಸ್ಟ್ ನಿಮ್ಮ ಮುಂದಿಟ್ಟಿದ್ದೆ. ಆದರೆ.... ನಂಗಿಂತ ನಿಮ್ಗೇ ಜಾಹ್ನವಿ ಹೆಚ್ಚಾದ್ರು" ಎಂದು ಸಿಡಿದಾಗ ಸಂತೋಷ್ ನಕ್ಕು ಬಿಟ್ಟ. "ನಿಂಗಿಂತ ಒಂದು ಪಟ್ಟೇನು ಸಾವಿರ ಪಟ್ಟು ಜಾಹ್ನವಿ ಅತ್ತಿಗೆ ಹೆಚ್ಚು. ಅಮ್ಮನ ಸಾಲಿನಲ್ಲಿ ನಿಲ್ಲಬೇಕಾದವ್ರು ಅವ್ರು. ಗುಡ್ ನೈಟ್" ಮಲಗಿಯೇ ಬಿಟ್ಟ.

ಕೋಪ ಮಾಡಿಕೊಂಡು ಕೂತಳು, ಒಂದಿಷ್ಟು ಬಿಕ್ಕಿ ಬಿಕ್ಕಿ ಅತ್ತನಂತರ ಕಣ್ಣೀರು ಸುರಿಸಿದವಳು ಬಾತ್ ರೂಂಗೆ ಹೋಗಿ ಮುಖ ತೊಳೆದು ಒಂದಿಷ್ಟು ಕ್ರೀಮ್ ಹಚ್ಚಿಕೊಂಡು ಮಂಚದ ಮೇಲೆ ಉರುಳಿದಳು. ಅವನ ಪಕ್ಕಕ್ಕೆ ಸರಿದು ತಬ್ಬಿಕೊಂಡಳು, ಮುಖ ಎಲ್ಲ ಮುತ್ತಿನ ಮಳೆಗರೆದು ಅವನ ತುಟಿಗೆ ತುಟಿ ಹಚ್ಚಿದಾಗ ನಿರ್ದಾಕ್ಷಿಣ್ಯವಾಗಿ ಪಕ್ಕಕ್ಕೆ ಸರಿಸಿ "ನಾವು ಪಶು, ಪ್ರಾಣಿಗಳು ಅಲ್ಲ.

ಭಾವ ಸ್ಪಂದನವಿಲ್ಲದ ಕ್ರಿಯೆ ಸುಖ ಕೊಡೋಲ್ಲ. ಗುಡ್ ನೈಟ್" ಒಂದಿಷ್ಟು ಸರಿದು ಕಣ್ಮುಚ್ಚಿದವನು ಆರಾಮಾಗಿ ನಿದ್ರಿಸಿದ. ಅವನ ಈ ಕ್ಯಾರೆಕ್ಟರ್‌ಗೆ ಅವಳು ಹೆದರುತ್ತಿದ್ದಳು. ಹೆಣ್ಣನ್ನು ಕಂಡ ಕೂಡಲೆ ಗಂಡು ಪಶುವಾಗಿ ಎರಗುತ್ತಾನೆ! ಎಷ್ಟೋ ರೋಮ್ಯಾಂಟಿಕ್ ಪುಸ್ತಕಗಳನ್ನು ಓದಿ ತಿಳಿದವಳು ಸಂತೋಷ್‌ನ್ನ ಒಲಿಸಿಕೊಳ್ಳುವುದರಲ್ಲಿ ವಿಫಲವಾಗಿ ಬಿಡುತ್ತಿದ್ದಳು. ಅನುಭವಕ್ಕೆ ಅವನು ಪುರುಷ ಸಿಂಹನೇ. ಆದರೆ ಕೆಲವಕ್ಕೆ ಬಗ್ಗಿಕೊಳ್ಳುವುದು ಕಷ್ಟ. ಅದಕ್ಕೆ ಒಂದೇ ಉಪಾಯವೆನಿಸಿತು. ಈ ಬಂಧನದಿಂದ ಅವನನ್ನು ಬಿಡಿಸಿ ದೂರ ಕರೆದೊಯ್ಯಬೇಕು. ಅದಕ್ಕೆ ಒಂದಿಷ್ಟು ಸಹನೆ ಬೇಕೆನಿಸಿತು, ನಿದ್ದೆ ಇಲ್ಲದೆ ಹೊರಳಾಡಿದಳು. ಸಾಕಷ್ಟು ಸಮಯ. ಕರೆದೊಯ್ಯಲು ಬೆಳಗಿನ ಐದು ಗಂಟೆಗೆ ಕ್ಯಾಬ್ ಬರುತ್ತಿತ್ತು. ಆ ವೇಳೆಗೆ ರೆಡಿಯಾಗಿ ಇರಬೇಕಿತ್ತು. ಮೊದಲು ಕೆಲವು ದಿನ ಮನೆಯವರೆಲ್ಲ ಕೂಡಿ ಬೀಳ್ಕೊಡುವಾಗ ಇವಳು ಮುಖ ತಿರುಗಿಸುವುದನ್ನು ಅಭ್ಯಾಸ ಮಾಡಿಕೊಂಡಾಗ ತಟಸ್ಥರಾದರು. ಇವಳ ಸಹಾಯಕ್ಕೆ ಒಂದು ಹುಡುಗಿಯನ್ನು ನೇಮಿಸಿದ ನಂತರ ಎಲ್ಲರು ತಲೆಕೆಡಿಸಿಕೊಳ್ಳುವುದನ್ನು ಬಿಟ್ಟರು.

ಆ ಹುಡುಗಿ ಚಂದನ ಕರೆದಿದಕ್ಕೆ ಓಗೊಡುತ್ತಿದ್ದಳು.

* * *

ಅಂದು ಭಾನುವಾರ, ಹಿಂದಿನ ದಿನ ಎರಡು ಪ್ರೋಗ್ರಾಂಗಳ ಆಯೋಜನೆ ಇತ್ತು. ಅದರಲ್ಲಿ ಬಿಜಿಯಾದವರು ಇಂದು ಮನೆಯಲ್ಲೆ ಉಳಿದಿದ್ದರು ಎಲ್ಲರು. ವೀಕೆಂಡ್ ಪಾರ್ಟಿಗೆ ಹೋದ ನಿಹಾರಿಕ ಬಂದಿದ್ದು ರಾತ್ರಿ ನಂತರ. ಅವಳ ಕೊಲೀಗ್ಸ್ ಬಂದು ಡ್ರಾಪ್ ಮಾಡಿ ಹೋಗಿದ್ದರು. ಮನೆಯವರಿಗೆ ಇದೆಲ್ಲ ಇಷ್ಟವಿಲ್ಲ. ಆದರೂ ಬದಲಾವಣೆಯನ್ನು ಒಪ್ಪಿಕೊಳ್ಳಬೇಕಿತ್ತು. ಹತ್ತರ ಸುಮಾರಿಗೆ ಎಲ್ಲರು ಡೈನಿಂಗ್ ಟೇಬಲ್ ಮುಂದೆ ಬಂದರು.

ಎಂದಿನಂತೆ ಪಾರ್ಥಸಾರಥಿ ಸಂತೋಷ್‌ನತ್ತ ತಿರುಗಿ "ಶಿಫ್ಟ್‌ಗಳಲ್ಲಿ ಕೆಲ್ಸ ಮಾಡಬೇಕಿದೆ. ಆಹಾರದಲ್ಲಿ ಏರುಪೇರು, ನಿದ್ದೆಯಲ್ಲಿ ಏರುಪೇರು, ಇದೆಲ್ಲ ದೇಹದ ಮೇಲೆ ಮಾತ್ರವಲ್ಲ, ಮನಸ್ಸಿನ ಮೇಲೂ ಪರಿಣಾಮ ಬೀರುತ್ತೆ. ಈಚೆಗಂತು ನಿಹಾರಿಕ ತುಂಬ ಡಿಪ್ರೆಸ್ ಆಗಿ ಕಾಣಿಸ್ತಾಳೆ. ಅದಕ್ಕೆ ಇಷ್ಟವಿಲ್ಲಾಂದರೆ ಕೆಲ್ಸ ಬಿಟ್ಟು ಮನೆಯಲ್ಲೆ ಇರಲಿ" ಇಂಥದೊಂದು ಸಜೆಷನ್ ಕೊಟ್ಟರು.

ಸಂತೋಷ್ ಆರಾಮಾಗಿ ನಕ್ಕು ಬಿಟ್ಟ. ಮಡದಿಯ ಅಸಹನೆ ಅವನ ಮೇಲೂ ಪರಿಣಾಮ ಬೀರಿತ್ತು. ವಿವಾಹಕ್ಕೆ ಮುನ್ನ ಇದನ್ನೆಲ್ಲ ಯಾಕೆ ಯೋಚಿರಲಿಲ್ಲ? ಆ ಬಗ್ಗೆ ಹೆಚ್ಚು ತಲೆ ಕೆಡಿಸಿಕೊಳ್ಳಲಾರ.

"ಕೆಲ್ಸ ಬಿಡೋ ಬಗ್ಗೆ ನಿಹಾರಿಕ ಯೋಚ್ಸೋಲ್ಲ. ಕ್ಯಾಂಪಸ್ ಸೆಲೆಕ್ಷನ್‌ನಲ್ಲಿ ಆಯ್ಕೆಯಾದ ಅವಳ ಎಷ್ಟೋ ಸಹಪಾಠಿಗಳಿಗೆ ಕೆಲ್ಸ ಸಿಕ್ಲಿಲ್ವಂತೆ. ಖುಷಿ.... ಖುಷಿಯಾಗಿ ಹೊರಟವಳು ಡಲ್ಲಾಗಿದ್ದಾಳೆ. ಕೆಲ್ಸದ ಮೇಲೆ ಪ್ರೀತಿ ಬೆಳ್ಸಿಕೊಂಡರೆ ಡಿಪ್ರೆಷನ್ ನಿಲ್. ತಾನಾಗಿ ಸರಿಹೋಗ್ತಾಳೆ. ತಲೆ ಕೆಡ್ಸಿಕೊಳ್ಳೋಂತದ್ದು ಏನಿಲ್ಲ" ಜಾರಿಸಿ ಬಿಟ್ಟ. ಮನೆಯವರೆಲ್ಲ ತಲೆ ಕೆಡ್ಸಿಕೊಳ್ಳೋಂಥದ್ದು ಬೇಕಿರಲಿಲ್ಲ. ಸಾಮರಸ್ಯ ಉಳಿದಾಗಲೆ ಸಮಾಧಾನ, ಸುಖವೆಂದು ಮನೆಯವರಿಗೆಲ್ಲ ಗೊತ್ತಿದೆ. ಎಲ್ಲರ ಪ್ರಯತ್ನಗಳು.... ಬರೀ ಪ್ರಯತ್ನಗಳಾಗಿತಷ್ಟೆ.

ಮನದಲ್ಲಿ ಸ್ವಲ್ಪ ಇರುಸು ಮುರುಸು ಇದ್ದರೂ ನಗು ನಗುತ್ತ ಊಟ ಮಾಡಿ ಮೇಲೇಳುವಾಗ ಪಾರ್ಥಸಾರಥಿ "ನಿನ್ನ ಸೊಸೆಗೆ ರೆಸ್ಟ್ ಬೇಕು. ಹೆಚ್ಚು ಕೆಲ್ಸವಾಗೋಲ್ಲ. ಒಬ್ಬ ಅಡ್ಗೆಯವರನ್ನು ನೇಮಿಸಿಕೊಳ್ಳೋಣವಾ?" ಕೇಳಿದಾಗ ಮಾಧವಿ "ಈಗ ಹೊರ್ಗಿನ ಕೆಲ್ಸಕ್ಕೆ ಕೆಲ್ಸದೋಳು ಇದ್ದಾಳೆ. ಜಾಹ್ನವಿ ಸುಮ್ನೇ ಕೂಡೋ ಪೈಕಿಯಲ್ಲ. ಹೆಚ್ಚು ಕೂತರೆ ಹೆರಿಗೆ ತ್ರಾಸದಾಯಕವಾಗುತ್ತೆ. ಆಮೇಲೆ..... ಸಿಸೇರಿಯನ್ ಅಂತಾರೆ. ನಾನು ತಾನೇ ಏನ್ಮಾಡ್ಲೀ? ನಂಗೆ ಮೂರ್‌ಹೊತ್ತು ಟಿ.ವಿ. ನೋಡೋ ಅಭ್ಯಾಸವಿಲ್ಲ. ಅಷ್ಟೋ ಇಷ್ಟೋ ಒದ್ಕೊಂಡ್ ಅಡ್ಗೇ ಮಾಡ್ಕೋತೀವಿ. ಇನ್ನ ಜಾಹ್ನವಿ ಸುದ್ದಿ ಬಿಡಿ" ಎಂದು ನಿರಾಕರಿಸಿದರು. ಅಷ್ಟಕ್ಕೆ ಸುಮ್ಮನಾದರು ಪಾರ್ಥಸಾರಥಿ.

ಸಂತೋಷ್ ರೂಮಿಗೆ ಹೋದಾಗ ಒಳ್ಳೆ ನಿದ್ದೆಯಲ್ಲಿದ್ದಳು. ಡಿಸ್ಟರ್ಬ್ ಮಾಡಬೇಕೆನಿಸಲಿಲ್ಲ. ವಿದ್ಯಾವಂತ ಯುವತಿಯರಲ್ಲಿ ಬಂದ ಬದಲಾವಣೆಗಳನ್ನು ಒಪ್ಪಿಕೊಂಡಿದ್ದರು. ಅತಿಯಾಟಗಳು ಇಷ್ಟವಾಗದು. ಹಿಂದೆ ಈ ವಿಷಯಗಳನ್ನು ಶಾಂಭವಿ, ಈಶ್ವರ್‌ನಲ್ಲಿ ಚರ್ಚಿಸಿದಾಗ ಅವರು ಮಗಳ ಸ್ವಭಾವ, ನಡವಳಿಕೆಯನ್ನು ಮನಃಪೂರ್ತಿಯಾಗಿ ಹೊಗಳಿಕೊಂಡಿದ್ದರು. ಆದರೆ ಈಗ ಕಾಣುತ್ತಿರುವ ನಿಹಾರಿಕ ಭಿನ್ನ ಸ್ವಭಾವ.

ಕಿಟಕಿಯ ಕಾರ್ಟನ್ ಸರಿಸಿ ಕಿಟಕಿಯ ಬಾಗಿಲನ್ನು ತೆರೆದಿಟ್ಟು ತಂಗಾಳಿಗೆ ಮುಖವನ್ನೊಡ್ಡಿದ. ಪಾರ್ಥಸಾರಥಿ ಬಿಸಿನೆಸ್‌ನಲ್ಲಿ ಮೋಸ ಹೋದಾಗ ದಿಕ್ಕೆಟ್ಟರೂ ಮಡದಿ, ಮಕ್ಕಳು ಅವರ ಪರ ನಿಂತಿದ್ದರು. ಇಂಥ ಒಂದು ವಾತಾವರಣ ಕಷ್ಟ, ಸುಖದ ದಿನಗಳಲ್ಲಿ ಬೇಕಾಗಿತ್ತು.

"ಸಂತೋಷ್ ಹೊರ್ಗಡೆ ಸಾವಿರ ಶತ್ರುಗಳು ಇದರೂ ಎದುರಿಸಬಹುದು. ಆದರೆ ಮನೆಯಲ್ಲಿನ ಶತ್ರುತ್ವ ಇಡೀ ಫ್ಯಾಮಿಲಿಯನ್ನೇ ಛಿದ್ರ ಮಾಡಿಬಿಡುತ್ತೆ. ನಿಹಾರಿಕಾಗೆ ಬುದ್ಧಿ ಬರೋವರ್ಗೂ... ಅತ್ಯಂತ ಸಮಾಧಾನದಿಂದ ವರ್ತಿಸು. ಬದಲಾಗ್ತಾಳೆ. ಆದ್ರೆ ಸಮಯ ಬೇಕಾಗುತ್ತೆ. ಮನೆಯವರೆಲ್ಲ ಒಂದಿಷ್ಟು ಸಹನೆ ವಹಿಸೋಣ" ಎಂದು ಮಗನಿಗೆ ಬುದ್ಧಿ ಹೇಳಿದ್ದರು ಪಾರ್ಥಸಾರಥಿ. ಸಂತೋಷ್ ಹ್ಞೂಗುಟ್ಟಿದ್ದ. ಅದನ್ನು ಕಾಯ್ದುಕೊಬೇಕಿತ್ತು.

ನಿಂತು ಸಾಕಾಗಿ ಹಾಸಿಗೆ ಬಳಿಗೆ ಬಂದ. ಅತಿಯಾದ ಮೇಕಪ್ ಅವಳ ಸುರದ್ರೂಪವನ್ನು ಕುರೂಪಗೊಳಿಸಿತ್ತು. ಅಸ್ತವ್ಯಸ್ತ ಕೂದಲನ್ನು ಸರಿ ಮಾಡಿ ಮಲಗಿದ. ಅವನಿಗೆ ನಿದ್ರಿಸಲಾಗಲಿಲ್ಲ. ಅವನ ಹಿಂದೆ ಬಿದ್ದಾಗ ಅತಿರೇಕದ ಅಲಂಕಾರಗಳು ಇರಲಿಲ್ಲ. ಈಗ ಅವಳು ತೊಡುವ ಡ್ರೆಸ್‌ನಲ್ಲಿ ಅದ್ಭುತವಾದ ಬದಲಾವಣೆ. ಹಿಂದೆ ಕೆಲವೊಮ್ಮೆ ಸೀರೆಯುಟ್ಟು ಆಫೀಸ್‌ಗೆ ಬರುತ್ತಿದ್ದವಳು. ಇಂದು ಹಬ್ಬ, ಸಂಪ್ರದಾಯಿಕ ದಿನಗಳಲ್ಲೂ ಸೀರೆಯುಡುತ್ತಿರಲಿಲ್ಲ. ಟೋಟಲ್ ಮನೆಯವರ ಮೇಲೆ ಛಾಲೆಂಜ್ ಯಾಕೆ? ಅದಕ್ಕೆ ಕಾರಣ ಅವಳಿಗೆ ಮಾತ್ರ ಗೊತ್ತಿರಬಹುದು.

ನಿಹಾರಿಕ ಹೊರಳಾಟ ನೋಡಿ ತೆಪ್ಪಗೆ ಕಣ್ಮುಚ್ಚಿ ನಿದ್ರಿಸಲು ಪ್ರಯತ್ನಿಸಿದ. ಎದ್ದು ಕೂತವಳು "ನಾನೀ... ನಾನೀ...." ಎಂದು ಕೂಗಿದಳು... ನಿಶ್ಶಬ್ದ! ಆಗ ಅವಳಿಗೆ ರಾತ್ರಿಯೆಂದು ಅರಿವಾದಾಗ 'ಮೈ ಗಾಡ್.... ಎಂದುಕೊಂಡು ಮಲಗಿದ್ದ ಸಂತೋಷ್ ಕಡೆ ನೋಡಿದಳು.. ಅವರಿಬ್ಬರಲ್ಲಿ ಒಂದು ಸಣ್ಣ ಅಗ್ರಿಮೆಂಟ್ ಆಗಿತ್ತು. 'ರಾತ್ರಿ ಹನ್ನೊಂದರ ನಿದ್ದೆಯಲ್ಲಿದ್ದವರನ್ನ ಪರಸ್ಪರ ಡಿಸ್ಟರ್ಬ್ ಮಾಡಬಾರದು' ಅದನ್ನು ಚಾಚು ತಪ್ಪದೇ ಸಂತೋಷ್ ಪಾಲಿಸುತ್ತಿದ್ದ. ಇವಳು ಕೂಡ ಪಾಲಿಸಬೇಕಿತ್ತು. ಚಂದನನ 'ನಾನೀ" ಎಂದು ಕರೆಯುತ್ತಿದ್ದಳು.

ಎದ್ದು ರೂಮಿನ ಬಾಗಿಲು ತೆರೆದು ಹೊರಗೆ ಅಡಿಯಿಟ್ಟಳು. ಮನೆ ಪೂರ್ತಿ ನಿಶ್ಯಬ್ದ. ಕೆಲಸದ ಹುಡ್ಗೀ ಚಂದನ ರಾತ್ರಿ ಎಂಟಕ್ಕೆ ಊಟ ಮುಗಿಸಿಕೊಂಡು ಮನೆಗೆ ಹೋಗಿ ಬಿಡುತ್ತಿದ್ದಳು. ಹೋಗುವ ಮುನ್ನ ಇವಳ ಎಲ್ಲಾ ಕೆಲಸಗಳನ್ನು ಮುಗಿಸಿ ಹೋಗಬೇಕಿತ್ತು. ಕೆಲವೊಮ್ಮೆ ಇವಳ ಜೋರಿಗೆ ಅವಳ ಪ್ರತಿಕ್ರಿಯೆ ಬೇರೆಯದಾಗಿರುತ್ತಿತ್ತು.

ಇಡೀ ದಿನ ಎಲ್ಲಾ ರೀತಿಯ ತಿಂಡಿ ತಿನುಸುಗಳನ್ನು ತಿಂದು ಮೋಜುಮಸ್ತಿ ಮಾಡಿದ್ದರು. ಅವರದೇ ಒಂದು ಗುಂಪು ಇತ್ತು. ಕಾಲೇಜು ದಿನಗಳಿಂದ ಅವಳು ಸದಸ್ಯಳೇ! ಮಧ್ಯೆ ಕೆಲವು ತಿಂಗಳು ಬ್ರೇಕ್ ಆಗಿತ್ತು. ಕೆಲಸಕ್ಕೆ ಸೇರಿದ ಮೇಲಂತೂ ಪೂರ್ತಿ ಸ್ವತಂತ್ರಳಂತೆ ಆ ಹಿಂಡಿನ ಸದಸ್ಯಳಾಗಿದ್ದಳು! ಆದರೆ ಎಲ್ಲೋ ಒಂದು ಕಡೆ ಭಯ ಅವಳನ್ನು ಕಾಡುತ್ತಿತ್ತು. ಸಂತೋಷ್ ಇಂಥದನ್ನ ಪ್ರೋತ್ಸಾಹಿಸಲು ಸಾಧ್ಯವಿಲ್ಲವೆಂದು ಅವಳಿಗೆ ಮನದಟ್ಟಾಗಿತ್ತು. ಆದರೂ ಅದನ್ನು ಕಳೆದುಕೊಳ್ಳಲಾರಳು.

ಹಾಟ್ ಬಾಕ್ಸ್‌ಗಳನ್ನು ತೆರೆದು ನೋಡಿದಳು. ಅಷ್ಟಿಷ್ಟು ಇತ್ತು ಎಲ್ಲ ಪದಾರ್ಥಗಳು. ತಟ್ಟೆ ತೆಗೆದಿಟ್ಟುಕೊಂಡು ಎಲ್ಲಾ ಪದಾರ್ಥಗಳನ್ನು ಬಡಿಸಿಕೊಂಡು ಬೇಕಿದಷ್ಟು ತಿಂದು, ಒಂದು ಲೋಟ ಹಾಲು ಕುಡಿದು ಎಲ್ಲಾವನ್ನು ಹಾಗೆಯೇ ಬಿಟ್ಟು ಹೋಗಿ ಮಲಗಿಬಿಟ್ಟಳು.

ಮೊದಲು ವಾಕ್ ಸಲುವಾಗಿ ಎದ್ದ ಆನಂದ್, ಪಾರ್ಥಸಾರಥಿ ದಿಗ್ಭ್ರಾಂತರಾದರು. ಊಟ ಮಾಡಿದ ತಟ್ಟೆ ಅಷ್ಟಿಷ್ಟು ಬಿಟ್ಟ ಪದಾರ್ಥಗಳೊಂದಿಗೆ ರಾರಾಜಿಸುತ್ತಿತ್ತು. ಪದಾರ್ಥಗಳಿದ್ದ ಹಾಟ್ ಬಾಕ್ಸ್‌ಗಳು ತೆರೆದು ಬಿದ್ದಿತ್ತು. ಈ ದೃಶ್ಯ ನೋಡಲಾರದೆ ಹೊರಗೆ ಹೋಗಿ ವರಾಂಡದಲ್ಲಿ ಕೂತರು. ಇದು ಎರಡನೆ ಸಲ.

ಆ ವೇಳೆಗೆ ನಿಹಾರಿಕ ಟೈಮ್ ನೋಡುತ್ತ ಬಂದವಳ ಮೈಯಿಂದ ಫರ್‌ಫ್ಯೂಮ್ ಘಮಲು ಎಲ್ಲೆಡೆ ಹರಡಿದಾಗ ಆನಂದ್ ರೂಮಿಗೆ ಹೋದ. ಆ ವೇಳೆಗೆ ಜಾಹ್ನವಿ ಸ್ನಾನಕ್ಕೆ ಹೋಗಿದ್ದಳು. ಸುಮ್ಮನೆ ಕೂತಳು. ತಂದೆಯ ಸ್ವಭಾವ ಆನಂದ್‌ಗೆ ಗೊತ್ತಿತ್ತು. ಕೆಲವನ್ನು ಸಹಿಸರು.

ಸ್ಲಿಪರ್ ಹಾಕಿಕೊಳ್ಳುತ್ತಿದ್ದ ನಿಹಾರಿಕಾಗೆ "ಹೋಗಿ, ಡೈನಿಂಗ್ ಟೇಬಲ್ ಕ್ಲೀನ್ ಮಾಡು" ಎಂದರು. ದನಿಯೇನು ಜೋರಾಗಿರಲಿಲ್ಲ. ಸಮರ್ಥವಾಗಿ ನಿಭಾಯಿಸುವ ಸ್ವಭಾವ "ನೋ.... ನೋ... ನಂಗೆ ಅದೆಲ್ಲ ಅಭ್ಯಾಸವಿಲ್ಲ. ಐಯಾಮ್ ಸಾಫ್ಟ್‌ವೇರ್ ಇಂಜಿನಿಯರ್, ವರ್ಕಿಂಗ್ ವುಮೆನ್" ಎಂದವಳೆ ಹೊರಟೇ ಬಿಟ್ಟಳು. ಅದನ್ನು ಸಂತೋಷ್ ಕೂಡ ಕೇಳಿಸಿಕೊಂಡ 'ವಿದ್ಯಾವಂತ ಹೆಣ್ಣಾದ ಮಾತ್ರಕ್ಕೆ ಮನೆ ಕೆಲಸ ಮಾಡಬಾರದು' ಅನ್ನೋ ಒಂದು ನಿರ್ಭಂದನೆ ಜಾರಿಗೆ ಬಂದರೆ, ಬಹುಶಃ ದೊಡ್ಡ ವಿಪ್ಲವವಾಗಿ ಬಿಡಬಹುದು. ತೀರಾ ಮುಖ ತಗ್ಗಿಸುವಂತಾಯಿತು ಸಂತೋಷ್‌ಗೆ.

"ಸಾರಿ ಡ್ಯಾಡ್..." ಎಂದ ಹತ್ತಿರಕ್ಕೆ ಬಂದು ಇದ್ರಲ್ಲಿ ನಿನ್ನ ತಪ್ಪೇನಿದೆ. ಇದು ಲವ್ ಮ್ಯಾರೇಜಲ್ಲ, ಮನೆಯವರೆಲ್ಲ ಒಪ್ಪಿಯೆ ಮದ್ವೆ ಮಾಡಿದ್ದು, ಈಗ ಎಲ್ಲರು ಕೂಡಿಯೆ ಅನುಭವಿಸಿದ್ದು ಕ್ಯಾಬ್ ಮಿಸ್ ಮಾಡಿಕೊಂಡರೆ...." ಎಂದು ಸುಮ್ಮನೆ ಒಳಗೆ ಹೋದರು.

ಆ ವೇಳೆಗೆ ಮನೆಕೆಲಸದವಳು ಬಂದಿದ್ದವರಿಂದ ಎಲ್ಲಾ ಅಚ್ಚುಕಟ್ಟು ಮಾಡಿದ್ದು ದೊಡ್ಡ

ವಿಷಯವಲ್ಲದಿದ್ದರೂ ಸಂತೋಷ್ ಒಂದು ನಿರ್ಧಾರಕ್ಕೆ ಬಂದಾಗಿತ್ತು.

"ಅಪ್ಪ... ಕರೀತಾರೆ" ಮಾಧವಿ ಹೇಳಿ ಹೋದರು. ವಿಷಯ ಇದೆಯೆದು ಮನವರಿಕೆಯಾಗಿತ್ತು. "ಹಲೋ..." ಎಂದು ಬಂದು ಅವರೆದುರು ಕೂತ. ತಂದೆಯೆಂದರೆ ಸ್ನೇಹ, ಸಲಿಗೆ ಕೂಡ ಇತ್ತು" ನಿಹಾರಿಕಾಳ ಈ ಅಸಹನೆ ಪಾತ್ರಕ್ಕೆ ಏನಾದ್ರೂ ಅತ್ಯಂತ ಪ್ರಬಲವಾದ ಕಾರಣವುಂಟಾ?" ಕೇಳಿದರು. ಅವನು ನಕ್ಕು ಬಿಟ್ಟ. "ಇದೊಂದು ರೀತಿಯ ಕಾಯಿಲೆ. ಅಪರೂಪದೇನಲ್ಲ! ಹೆಚ್ಚಿನ ಸಂಖ್ಯೆಯ ಯುವತಿಯರಲ್ಲಿ ಕಾಣುತ್ತಿರುವ ವ್ಯಾಧಿ" ಎನ್ನುವ ವೇಳೆಗೆ ಅವನ ದನಿ ಕಟುವಾಗಿತ್ತು. "ಬದ್ಕನ್ನು ಅವ್ರುಗಳು ಅರ್ಥೈಯಿಸಿಕೊಳ್ಳುವ ರೀತಿಯೆ ಬೇರೆ. ಸ್ವಾರ್ಥ ಲೇಪಿತ ಆಸೆಗಳು ಆಕಾಶದೆತ್ತರ ಅವ್ರ ಅಪೇಕ್ಷೆ ಇನ್‌ಸ್ಟಂಟ್ ಮಜಾ. ಅವ್ರು ನಿರ್ಮಿಸಿಕೊಂಡಿರೋ ಪರಿಧಿಯಲ್ಲಿ ಯಾರ್ಗೂ ಪ್ರವೇಶವಿಲ್ಲ. ಅಲ್ಲಿ ಅವರದೇ ಆಳ್ವಿಕೆ ಇರ್ಬೇಕು. ಅವಳೊಂದು ಕುರಿಯಲ್ಲ ಮದ್ವೆ ಆಗಿರೋದು. ಬುದ್ಧಿ, ಹೃದಯ, ಮನಸ್ಸು ಜೊತೆ ಸಂಸ್ಕಾರ ಇರೋ ಗಂಡನ್ನ. ನೀವೇನು ತಲೆಕೆಡಿಸ್ಕೋ ಬೇಡಿ" ಎಂದು ತಂದೆಗೆ ಆಶ್ವಾಸನೆ ಕೊಟ್ಟು ಹೊರ ಹೋದ.

ಎಲ್ಲರು ಅವರವರ ಕೆಲಸಗಳಲ್ಲಿ ತಲೀನರಾಗಿದ್ದರು. ಬ್ರೇಕ್‌ಫಾಸ್ಟ್ ಆದ ಕೂಡಲೇ ನಿಶ್ಚಿತನ ನರ್ಸರಿಗೆ ಬಿಟ್ಟು ಬಂದವ "ಅಪ್ಪ, ನೀವು ಆಫೀಸ್‌ಗೆ ಹೋಗಿ. ನಾನು ಆನಂದ್ ಅಣ್ಣನ್ನ ಚೆಕ್ ಆಫ್‌ಗೆ ಕರೆದೊಯ್ದು ಹಾಗೇನೆ ಬರ್ತೀನಿ. ಅದೇ ರೇಖಾ ಭಟ್ ತಮ್ಮ ಗಿರಿ ನಾಲ್ಕಾರು ಸಲ ಫೋನ್ ಮಾಡ್ದ. ನಿಮ್ಮನ್ನ ನೋಡೋದಿಕ್ಕೆ ಹೇಳಿದ್ದೀನಿ" ಅಂದು ಸಂತೋಷ್ ಹೊರಟೇ ಬಿಟ್ಟ. ಅತ್ತಲೆ ನೋಡಿದರು ಪಾರ್ಥಸಾರಥಿ. ಆನಂದ್‌ಗೆ ಹಾರ್ಟ್‌ಅಟ್ಯಾಕ್ ಆದಾಗ ಕುಸಿದಿದ್ದರು. ಆದರೆ ಒಳ್ಳೆ ಸ್ಯಾಲರಿ ಕೊಡೋ ಹೆಸರಾಂತ ಕಂಪನಿಯಲ್ಲಿ ಜಾಬ್ ಪ್ರಾರಂಭಿಸಿದ್ದವ ಬಿಟ್ಟು ಬಂದು ಸಾರಥಿ ಇವೆಂಟ್‌ಗೆ ಹೆಗಲು ಕೊಟ್ಟಿದ್ದ. ಬೆಳೆಸಿದ್ದ. ಮನೆಯ, ಆಫೀಸ್‌ನ ಸಮಸ್ತ ಕಾರುಬಾರನ್ನು ಹೆಗಲ ಮೇಲೆ ಹಾಕಿಕೊಂಡು ಓಡಾಡುತ್ತಿದ್ದ. ಮಗ ತಟ್ಟನೆ ಮಡದಿಯ ಮಾತಿಗೆ ಮಣಿದು ದೂರ ಹೋದರೆ? ಆ ಕಲ್ಪನೆಯ ಬೇರೊಂದು ಚಿತ್ರವನ್ನು ಸೃಷ್ಟಿ ಮಾಡುತ್ತಿತ್ತು.

ವರಾಂಡಗೆ ಬಂದವರು "ಮಾಧವಿ..." ಎಂದು ಕೂಗಿದವರು ಬಂದ ಜಾಹ್ನವಿಯನ್ನು "ಒಂದ್ನಿಮಿಷ ಇರು.. ಮಾಧವಿನು ಬರಲಿ" ಎಂದರು. ಆಮೇಲೆ ಒಂದಿಷ್ಟು ಅಡ್ಡಾಡಿ ಕೂತರು.

"ಒಂದಿಷ್ಟು ಮಾತಾಡೋದಿವೆ" ಎಂದರು ಖಿನ್ನತೆಯಿಂದ. ಈಗಾಗಲೇ ಮಾಧವಿಗೆ, ಜಾಹ್ನವಿಗೆ ಅರ್ಥವಾಗಿತ್ತು. ಅವರುಗಳ ಸಹನೆಗೆ ಸವಾಲಾಗಿದ್ದಳು ನಿಹಾರಿಕ. ಅವಳಿದ್ದರೆ ಮನೆಯಲ್ಲಿ ಉಸಿರುಗಟ್ಟುವ ವಾತಾವರಣ, ಯಾರಲ್ಲೂ ಉತ್ಸಾಹವಿರುತ್ತಿರಲಿಲ್ಲ.

"ನಿಹಾರಿಕಾ ತಲೆಯಲ್ಲಿ ಮತ್ತೇನೋ ಇದೆ. ಅವಳಿಗೆ ಕೆಲವರನ್ನು ಅರಗಿಸಿಕೊಳ್ಳೋದು ಸಾಧ್ಯವಿಲ್ಲ. ಅವ್ಳಿಗೆ ಸಂತೋಷ್ ಬಿಟ್ಟು ಬೇರೊಂದು ಸಂಬಂಧ ಬೇಕಿಲ್ಲ. ಬಹಳ ದಿನ ಇದು ನಡೆಯೋದಿಲ್ಲ ಅನ್ನಿಸುತ್ತೆ. ಸಂತೋಷ್‌ನ ದಾಂಪತ್ಯ ಕೋಲಾಹಲ! ಇದು ನಮ್ಗೆ ಬೇಕಿಲ್ಲ. ಅವರಿಬ್ಬರೇ, ಬೇರೆಡೆ ವಾಸಿಸಲೀ" ಅಷ್ಟು ಅಂದ ಕೂಡಲೇ ಮಾಧವಿ ತುಟಿ ಕಚ್ಚಿ ಅಳು ನುಂಗಿದರು. ಕಣ್ಣಲ್ಲಿನ ಕಂಬನಿ ಕೆನ್ನೆಯ ಮೇಲೆ ಇಣುಕಿತು" ಅವೆಲ್ಲ ಈಗ ಅಪರೂಪವಲ್ಲ. ಇರಲೀ...ಬಿಡಿ" ಎಂದು ಎದ್ದು ಹೋದರು. ಆ ಮಾತೃ ಹೃದಯ ರೋಧಿಸುತಿತ್ತು. ಆದರೂ ಬದಲಾವಣೆಗೆ ಒಗ್ಗಿಕೊಳ್ಳಬೇಕಿತ್ತು.

"ಜಾಹ್ನವಿ... ನಿನ್ನ ಅಭಿಪ್ರಾಯ!" ಸೊಸೆಯನ್ನು ಕೇಳಿದರು. "ಅವ್ರು ಚಿಕ್ಕೋಳು. ಹೊಂದಿಕೊಳ್ಳೋಕೆ ಸಮಯ ಬೇಕೂಂತ ಕಾಣುತ್ತೆ. ನಮ್ಮ ದಕ್ಕಿಂತ ವಿಭಿನ್ನವಾದ ವಾತಾವರಣದಲ್ಲಿ ಬೆಳೆದಿದ್ದರಿಂದ.... ಪೂರ್ತಿ ಮಾಡಲಿಲ್ಲ. ಜಾಹ್ನವಿ ಕೂಡ. ಸಂತೋಷ್, ನಿಹಾರಿಕಾ ಬೇರೆ ಸಂಸಾರ ಹೂಡುವುದು ಬೇಕಿರಲಿಲ್ಲ. ಅನಿವಾರ್ಯವೆಸಿದರೆ, ಒಪ್ಪಿಕೊಳ್ಳಬೇಕಿತ್ತು. ಅದಕ್ಕೆ ಕಾರಣ ಸಂತೋಷ್, ನಿಹಾರಿಕ ದಾಂಪತ್ಯ ಉಳಿಯಬೇಕಿತ್ತು "ನೋಡೋಣ" ಎಂದರು.

ಪಾರ್ಥಸಾರಥಿ ಹೊರಟ ಮೇಲೆ ಮಾಧವಿ "ಇಲೇನು ಕಮ್ಮಿಯಾಗಿದೆ. ಅವಳಿಗೆ? ಅವಳಮ್ಮ ಹೇಗೆ ಮಾತಾಡಿದ್ಲು! ಇಷ್ಟೊಂದು ಮೋಸನಾ?" ಎಂದು ಗೋಳಾಡಿಯೆ ಬಿಟ್ಟರು. ಜಾಹ್ನವಿ ಸಾಕಷ್ಟು ಸಮಯ ಮೌನವಹಿಸಿದ ನಂತರ" ದೊಡ್ಡ ಅನಾಹುತಾಂತ ಯಾಕೆ ಅಂದ್ಕೋತೀರಿ? ಕೆಲವು ಹೆಣ್ಣು ಮಕ್ಕಳಿಗೆ ತಮ್ಮ ದೇ ಸ್ವಂತಿಕೆ ಬೇಕೆನ್ನುವ ಹಾರಾಟ. ಉದಾಹರಣೆಗೆ ಈ ಮನೇನ ನಿಮ್ಮ ಅಭಿರುಚಿಗಳಿಗೆ ಅನಿವಾರ್ಯಕ್ಕೆ ಕಟ್ಟಿಕೊಂಡಿದ್ದೀರಾ! ಮನೆ ಬಗ್ಗೆ ಅವರದೇ ಕನಸು ಇರೋದ್ರಿಂದ ಇದು ಒಗ್ಗೋಲ್ಲ. ನಿಹಾರಿಕ ಇಲ್ಲಿಗೆ ಬಂದ್ಮೇಲೆ ರೂಮಿನಲ್ಲಿರೋ ಎಲ್ಲಾ ವಸ್ತುಗಳನ್ನು ಬದಲಾಯ್ಸಿದ್ದಾಳೆ. ಟೀಪಾಯಿಯಿಂದ ಹಿಡಿದು ಕನ್ನಡಿ, ಡ್ರೆಸ್ಸಿಂಗ್ ಟೇಬಲ್‌ವರ್‌ಗೂ ಬದಲಾಯ್ತು. ಮಂಚ ಬದಲಾಯಿಸುವ ಇರಾದೆ ಕೂಡ ಇತ್ತು. ಅಂದು ಸಂತೋಷ್ ಮನೆಯಲ್ಲಿದ್ದ. ದೊಡ್ಡ ವಿರೋಧ ವ್ಯಕ್ತವಾದುದ್ದರಿಂದ ಮೇಲ್ಮುಖಿಕ್ಕೆ ತೆಪ್ಪಗಾದ್ಲು. ಆಗ ಅಪಾಯಿಂಟ್‌ನಲ್ಲಿ ಇರಲಿಲ್ಲ. ಈಗ ದುಡಿಮೆ ಕೈ ಸೇರ್ತಾ ಇದೆ. ತಾವು ಅಪಾರ್ಟ್‌ಮೆಂಟ್‌ಗೆ ಶಿಫ್ಟ್ ಆಗ್ಬಿಡ್ತೀವಿಂತ ನಯನತಾರ ಮಗ್ಳು ಮೌನಗೆ ಹೇಳಿದ್ದಂತೆ. ಅವಳೇ ಮೊಬೈಲ್‌ನಲ್ಲಿ ತಿಳಿಸಿದ್ಲು. ಅದಕ್ಕೆ ಮುನ್ನಿನ ಹಾರಾಟವಿರಬಹುದು ಅತ್ತೆ. ಇಬ್ಬದಿಯಲ್ಲಿ ಸಿಕ್ಕಿ ಸಂತೋಷ್ ನರಳೋದು ಬೇಡ. ಹೋದ್ರೂ... ಸಾವಿರಾರು ಕಿಲೋ ಮೀಟರ್ ಆಚೆ ಹೋಗೋಲ್ಲ. ಅಕಸ್ಮಾತ್ ಇವೆಂಟ್ ಬಿಟ್ಟು ಸಾಫ್ಟ್‌ವೇರ್ ಕಂಪನಿಗೆ ಸೇರ್‌ಕೊಂಡ್ರು... ಅದು ಆಮೇಲಿನ ಮಾತು" ಜಾಹ್ನವಿ ಕಂಠ ಗದ್ಗದವಾಯಿತು. ಆನಂದ್‌ಗೆ ಹಾರ್ಟ್ ಅಟ್ಯಾಕ್ ಆದಾಗ ಎಷ್ಟು ವಿಧವಾಗಿ ಧೈರ್ಯ ತುಂಬಿದ್ದ. ಆ ಕ್ಷಣದಲ್ಲಿ ದೈವಿಕ ಸಂಬಂಧವೆನಿಸಿತ್ತು. ಇಂದಿಗೂ ಮಗಳು ನಿಶ್ಚಿತಗಿಂತ ಒಂದು ಗುಲಗಂಜಿಯಷ್ಟು ಅಕ್ಕರತೆ, ವಾತ್ಸಲ್ಯ ಸಂತೋಷ್ ಮೇಲೆ ಅನ್ನಿಸಿ ಬಿಟ್ಟಿತ್ತು. ಸ್ವಲ್ಪ ಬರುವುದು ನಿಧಾನವಾದರು ಚಡಪಡಿಸುವುದನ್ನು ನೋಡಿ" ಆನಂದ್ ಹಾಸ್ಯ ಮಾಡುತ್ತಿದ್ದರು.

"ಅಂತೂ ಮಗ, ಸೊಸೆ ಬೇರೆ ಹೋಗೋಕೆ ಅಸ್ತು ಅನ್ನಬೇಕು. ಇದು ನಾವು ಕೇಳ್ಕೊಂಡ್... ಬಂದಿದ್ದು" ಎಂದು ಎದ್ದು ಹೋದರು. ಮಲಗಿಬಿಟ್ಟರು.

ನಾಲ್ಕು ತಿಂಗಳು ತುಂಬಿದ ಜಾಹ್ನವಿಗೆ ಬಯಕೆ ಸಂಕಟ ಅನುಭವಿಸದಿದ್ದರೂ, ಮೈ ತುಸು ಭಾರವೆನಿಸುತ್ತಿತ್ತು. ಮೊದಲಿನ ಚಟುವಟಿಕೆ ಸಾಧ್ಯವಿರಲಿಲ್ಲ. ಆದರೂ ಸೋಮಾರಿಯಲ್ಲ.

ಮೂರು ದಿನಗಳನಂತರ ಮನೆಯಲ್ಲೇ ಇದ್ದ ನಿಹಾರಿಕ ಸಂತೋಷ್‌ಗೆ ಫೋನ್ ಮಾಡಿ "ಪ್ಲೀಸ್, ನನ್ನ ಸಲುವಾಗಿ ಮಧ್ಯಾಹ್ನ ಪುರಸೊತ್ತು ಮಾಡ್ಕೊಳ್ಳಿ" ಪ್ರೀತಿಯ ರಿಕ್ವೆಸ್ ತಕರಾರುಗಳಿಲ್ಲದೆ ಬದುಕು ಸಾಗಬೇಕೆಂದರೆ ಕಂಪ್ರಾಮೈಸ್ ಅನಿವಾರ್ಯ "ಓಕೆ".... ಎಂದ.... ತಕ್ಷಣ ನಿಹಾರಿಕ" ಲಂಚ್ ಹೊರಗಡೆನೆ, ನಾನು ಅನಿಲ್ ರೆಸ್ಟೋರೆಂಟ್ ಹತ್ರ ಕಾಯ್ತ ಇರ್ತೀನಿ" ಮುತ್ತುಗಳನ್ನು ಉದುರಿಸಿದಳು ಒಂದು ಬರ್ತ್‌ಡೇ ಇವೆಂಟ್ ಇದೆ. ನಾನು ಅಲ್ಲಿ ಇರಲೇಬೇಕು.

ಅದೇನದು ಅಂಥದ್ದು ಫೋನ್‌ನಲ್ಲೇ ಹೇಳು" ಎಂದು ತನ್ನ ನಿರ್ಧಾರ ಬದಲಾಯಿಸಿದ.

"ಇಂಪಾಜಿಬಲ್, ನೀವು ಬರಲೇಬೇಕು" ಕಡೆಗೆ ನಿಹಾರಿಕ ಮಾತಿಗೆ ಸಂತೋಷ್ ಒಪ್ಪಿಕೊಳ್ಳಬೇಕಿತ್ತು. "ನೀನು ಮನೆಯಿಂದ ಹೊರಡೋವಾಗ ರಿಂಗ್ ಮಾಡು, ಅಥ್ವಾ ಮೆಸೆಜ್.." ಅಂತ ಹೇಳಿ ಕಾಲ್ ಕಟ್ ಮಾಡಿದ. ಅಂತು ಅವನ ಸಹನೆಗೆ ಸವಾಲ್.

ಮೀಟಿಂಗ್‌ನಲ್ಲಿದ್ದುದ್ದರಿಂದ ಮೊಬೈಲ್‌ನ ಆಫ್ ಮಾಡಿಕೊಂಡ. ಆಮೇಲೆ ಆನ್ ಮಾಡುವುದನ್ನು ಮರೆತ. ನೇರವಾಗಿ ಆನಂದ್ ಜೊತೆ ಮನೆಗೆ ಬಂದ. ಆಮೇಲೆ ಅವನಿಗೆ ನೆನಪಾಗಿದ್ದು 'ಮೈಗಾಡ್....' ಎಂದುಕೊಂಡು ಮೊಬೈಲ್ ಆನ್ ಮಾಡಿ ಮೆಸೆಜ್ ಚೆಕ್ ಮಾಡಿದ. ನಂತರ ಅವಳ ಮೊಬೈಲ್‌ಗೆ ಕಾಲ್ ಮಾಡಿದಾಗ ಚಕ್ ಎಂದು ಕಟ್ ಮಾಡಿದಳು. ಒಂದಲ್ಲ ನಾಲ್ಕು ಸಲ. ಆಮೇಲೆ ಆ ವಿಚಾರವನ್ನು ಪಕ್ಕಕ್ಕೆ ಸರಿಸಿದ, ನಂತರ ಊಟಕ್ಕೆ ಕೂತ. ಮಧ್ಯೆ ನಾಲ್ಕು ಸಲ ಕಾಲ್ ಬಂದರೂ ಲಂಚ್ ಮುಗಿಯುವರೆಗೂ ಎತ್ತಲಿಲ್ಲ. ಆಮೇಲೆ ಎದ್ದು ನಂತರವೆ ಮೊಬೈಲ್‌ನಲ್ಲಿ ನಿಹಾರಿಕಾನ ಕ್ಯಾಂಟ್ಯಾಕ್ಟ್ ಮಾಡಿದ್ದು. ಕೆಲವೊಮ್ಮೆ ಹೃದಯಕ್ಕಿಂತ ಮಿದುಳಿಗೆ ಒತ್ತುಕೊಡಬೇಕಿತ್ತು.

"ಹಾಯ್, ಡಾರ್ಲಿಂಗ್, ಕಾದು.... ಕಾದು.... ಸೋತು ಹೋದೆ. ಪ್ಲೀಸ್ ಬನ್ನಿ! ನಾನಿನ್ನು ಲಂಚ್ ತಗೊಂಡಿಲ್ಲ" ಪ್ರೇಮದ ಉಲಿತಕ್ಕೆ ಬೆಚ್ಚಿ ಬೀಳಲಿಲ್ಲ ಚಲಿಸಲಿಲ. "ಮುಂದೇನು ಪ್ಲಾನ್ ಇಲ್ಲದಿದ್ದರೆ ಮನೆಗೆ ಬಂದ್ಬಿಡು" ಎಂದ. ಅದಕ್ಕೆ ಅವಳು ರೆಡಿ ಇರಲಿಲ್ಲ. ಮಮ್ಮಿಯಿಂದ ಒಂದಿಷ್ಟು ಉಪದೇಶ ಸಿಕ್ಕಿತ್ತು "ನಿಮಗೊಂದು ಸರ್‌ಪ್ರೈಜ್.... ಪ್ಲೀಸ್ ಬನ್ನಿ" ಸಣ್ಣ ರಿಕ್ವೆಸ್ಟ್ ಎಂದಾಗವ, "ಅಮ್ಮ, ನಿಹಾರಿಕ ಕಾಲ್ ಮಾಡ್ತಾ ಇದ್ದಾಳೆ. ಏನೋ ಹೋಗಿದ್ದು ಬರ್ತೀನಿ" ತಿಳಿಸಿಯೇ ಹೊರಟವ ದಾರಿಯಲ್ಲಿ ಆನಂದ್‌ಗೆ ಮೆಸೆಜ್ ಮಾಡಿದ. ಐ ವಿಲ್ ಕಮ್ ಸೂನ್ ಕಟ್ಟಿಕೊಂಡವಳು ಯಾವ ಯಾವ ರೀತಿಯಲ್ಲಿ ಕಾಡಬಹುದೆಂದು ಅವನ ಅನುಭವಕ್ಕೆ ಬರತೊಡಗಿತ್ತು. ಈ ಗಂಡಿಗೆ ಕಾನೂನಿನ ಸಹಾಯ ಸಿಗದು, ಸಮಾಜದ ಸಹಾನೂಭೂತಿಗೆ ಮಾರು ದೂರ' ಅವನಿಗೆ ನಗು ಬಂತು.

ಅನಿಲ್ ರೆಸ್ಟೋರೆಂಟ್ ಬಳಿಗೆ ಬಂದಾಗ ಪಾರ್ಕಿಂಗ್ ಜಾಗದಲ್ಲಿ ಅವಳ ಸ್ವಿಫ್ಟ್ ಕಾರು ಇತ್ತು. ಒಂದು ರೀತಿಯಲ್ಲಿ ಇವನ ಹೆಲ್ಪ್‌ಗೆ ನಿಂತಂತೆ ಕಂಡಿತು. ಕಾರು ಪಾರ್ಕ್ ಮಾಡಿ ಒಳಗೆ ಪ್ರವೇಶಿಸಿದ. ಚಡಪಡಿಸುತ್ತ ಪೈನಾಪಲ್ ಜ್ಯೂಸ್ ಹೀರುತ್ತ ಕೂತವಳತ್ತ ದೃಷ್ಟಿ ಹೊರಳಿಸಿ ಓಡಾಡುತ್ತಿದ್ದ ಬೇರರ್‌ನ ಕರೆದು ಕೇಳಿದ.

"ನಂದು ಲೇಟಾಯ್ತು. ಮೇಡಮ್ ಬಂದು ತುಂಬಾ ಸಮಯವಾಯ್ತು"? ವಿಚಾರಿಸಿದಕ್ಕೆ "ಒಂದತ್ತು ನಿಮಿಷ ಆಯಿತಷ್ಟೆ. ಅಯ್ಯೋ? ಬಿಡಿ, ಇಡೀ ದಿನ ಕಾಯ್ತರೆ ಬಾಯ್ ಫ್ರೆಂಡ್‌ಗಳಿಗಾಗಿ, ಅವ್ರನ್ನ ಆರಾಮಾಗಿ ಬೋಳಿಸಿ ಬಿಡೋಕೆ" ಎಂದು ಗೊಣಗುತ್ತ ಹೋದ. ಹಲವರು ಇಂಥ ಅಡಿಕ್ಷನ್‌ಗೆ ಒಳಗಾಗಿರಬಹುದು. ಆದರೆ ಎಲ್ಲರೂ ಅಲ್ಲ. ಒಂದಿಷ್ಟು ಬೇಸರವೆನಿಸಿತು. ನಾನಾ ಆರ್ಥಿಕ ತೊಂದರೆಗಳಿಂದ ನರಳುತ್ತಿದ್ದ ರೇಖಾಭಟ್ "ಸಾರಿ, ಸರ್... ಬೇರೆಯವ್ರ ಹಣದಲ್ಲಿ ಒಂದು ಕಪ್ ಟೀ ಕೂಡ ಕುಡ್ಯೋಕೆ ಇಷ್ಟಪಡೋಲ್ಲ. ಸ್ವಾಭಿಮಾನ ಅನ್ನೋದು ಹೆಣ್ಣಿನಲ್ಲಿರಬೇಕಾದ ಮುಖ್ಯವಾದ ಗುಣ" ಎನ್ನುತ್ತಿದ್ದಳು. ನಗುವ ಮುಖವಾಡ

ಹೊದ್ದರೂ ಮನೆಯಲ್ಲಿ ನಾನಾ ಸಮಸ್ಯೆಗಳು. ನೆನಪಿಸಿಕೊಳ್ಳುತ್ತಲೇ ಅತ್ತ ನಡೆದ. ಗ್ಲಾಸ್‌ನಲ್ಲಿದ್ದ ಫೈನಾಪಲ್ ಜ್ಯೂಸ್ ಅರ್ಧ ಖಾಲಿಯಾಗಿತ್ತು. "ಹಾಯ್...." ಎನ್ನುತ್ತ ಅವಳೆದುರು ಕೂತ. ಹರ್ಷದಿಂದ ಮೇಲೆದ್ದವಳು ಕೈಹಿಡಿದು ತುಟಿಗೊತ್ತಿಕೊಂಡಾಗ "ಕಂಟ್ರೋಲ್ ಯುವರ್ ಸೆಲ್ಫ್. ಪ್ರೀತಿ, ಪ್ರೇಮ, ಪ್ರಣಯ ನಮ್ಮ ಅನುಭವಕ್ಕೆ ಸುಖಕ್ಕೆ ಮಾತ್ರ ಅನ್ನೋದು ನನ್ನ ಭಾವನೆ. ರಂಜಿಸೋಕೆ ಮೂವೀಗಳು... ಬೇಕು... ಬೇಕಾದಿದ್ದೆ. ಇಲ್ಲಿ ನಾವು ರಂಜಿಸೋ ಅಗತ್ಯವಿಲ್ಲ. ಐ ಡೋಂಟ್ ಲೈಕ್" ಎಂದ ಮೆಲ್ಲಗೆ. ಅನಗತ್ಯ ಸೀನ್ ಕ್ರಿಯೇಟ್ ಆಗುವುದು ಅವನಿಗೆ ಬೇಕಿರಲಿಲ್ಲ. ಕಪಾಲಕ್ಕೆ ಬಾರಿಸಿದಂತಾಯಿತು. ಅವಳು ಸಹನೆಯನ್ನು ಪಣಕ್ಕಿಟ್ಟು ಸಂತೋಷ್ ವಿವಾಹವಾಗಿದ್ದಳು. ಆದರೆ ಇಂದಿಗೂ ಹಿಡಿಯಾಗಿ ಅವನನ್ನು ಪಡೆದುಕೊಳ್ಳುವುದು ಸಾಧ್ಯವಿರಲಿಲ್ಲ.

"ಸಾರಿ, ಕಾದು... ಕಾದು ಸಾಕಾಯ್ತು! ನಿಂಗೊಂದು ಸರ್‌ಫೈಜ್ ಕೊಡ್ಬೇಕೂಂತಲೇ ನಿನ್ನ ಕರ್‍ಸಿಕೊಂಡಿದ್ದು" ಎಂದಳು ಮೆಲ್ಲಗೆ. ಅವಳ ಮಿನುಗುವ ಕಣ್ಣುಗಳಲ್ಲಿ ಪ್ರೇಮದ ಹೂಬಾಣಗಳು ಇತ್ತು. ಬೊಲ್ಡ್ ಆಗಬೇಕಾದ್ದೇ. ಮಡದಿಯ ಸ್ವಭಾವ ಅರಿತ ಮೇಲೆ ದೃಢತೆ ಕಾಪಾಡಿಕೊಂಡಿದ್ದ. "ಓಕೇ, ಹೇಳು" ಕೇಳಿದವ "ನಿನ್ನ ಲಂಚ್ ಆಯ್ತಾ?" ಎಂದು ಬೇರರ್‌ನ ಕೂಗಿದಾಗ "ಆಯ್ತು, ಇನ್ನೇನು ಬೇಡ, ಜ್ಯೂಸ್ ಕುಡಿದರೇ ಸಾಕು... ನಿಂಗೆ..." ಅಂದವಳು ತಿದ್ದಿಕೊಂಡು "ನಾನು ಪ್ರೀತಿಯಿಂದ ಇಷ್ಟಬಂದ ರೀತಿಯಲ್ಲಿ ಸಂಬೋಧಿಸೋಕು ನಿರ್ಬಂಧನೆ" ಇಂಥದೊಂದು ಆಕ್ಷೇಪಣೆಗೆ ಅವನು ಪ್ರತಿಕ್ರಿಯಿಸಲಿಲ್ಲ.

ಆಮೇಲೆ ಐಸ್‌ಕ್ರೀಮ್ ತರಿಸಿ ತಿಂದಳು. ಅದರಲ್ಲಿ ಒಂದು ಸ್ಪೂನ್ ಮಾತ್ರ ತಿಂದ ಫಾರ್ಮಾಲೀಟೀಸ್‌ಗೋಸ್ಕರ. ಬಿಲ್‌ಪೇ ಮಾಡಿ ಮೇಲೆದ್ದ ಸಂತೋಷ್.

ಎರಡು ಕಾರುಗಳು ಪಾರ್ಕಿಂಗ್ ಜಾಗದಲ್ಲಿತ್ತು. ಇಬ್ಬರ ನೋಟಗಳು ಕಾರುಗಳತ್ತ ಹರಿದಾಡಿ ನಿಂತಿತು. "ಈಗೇನ್ಮಾಡೋದು?" ಕಣ್ಣಲ್ಲಿಯೆ ಪ್ರಶ್ನಿಸಿದ. "ನನ್ನ ಕಾರ್‌ನಲ್ಲೇ ಹೋಗೋಣ" ಎಂದಳು ಬಿಡುಬೀಸಾಗಿ. "ಹೋಗ್ಬಹುದು, ನನ್ನ ಕಾರು... ಸ್ಟಾಫ್ ಬಳಕೆಗೆ. ಇದು ಅಪ್ಪ, ಆನಂದ್ ಜೊತೆ ಫ್ಯಾಮಿಲಿಯ ಉಪಯೋಗಕ್ಕೆ ನನ್ನ ಓಡಾಟ ಹೆಚ್ಚು ಮೋಟಾರ್ ಬೈಕ್‌ನಲ್ಲೆ. ಈಗ ಅಪ್ಪ... ನಮ್ಮ ಓಡಾಟಕ್ಕೆ ಕಾರು ಬುಕ್ ಮಾಡಿದ್ದಾರೆ." ಎಂದ. ಗೊಂದಲಕ್ಕೆ ಬಿದ್ದಂತೆ ನಟಿಸಿದರೂ "ನೀವು ಆ ಕಾರಿನಲ್ಲಿ ಬನ್ನಿ.. ನಾನು ನನ್ನ ಕಾರ್‌ನಲ್ಲಿ ಬರ್ತೀನಿ. ಅದೇ, ನನ್ನ ಮಮ್ಮಿ, ಡ್ಯಾಡಿ ವಾಸವಾಗಿದ್ದ ನಿಯಾಸ್ ಹತ್ತಿರಕ್ಕೆ" ಎಂದಳು. ಅವಡು ಬಿಗಿದು ಕೋಪ ನುಂಗಿದ.

ಅಲ್ಲೊಂದು ಸೀನ್ ಕ್ರಿಯೆಟ್ ಆಗುವುದು ಬೇಕಿರಲಿಲ್ಲ. ಅಗಾಧವಾದ ಪ್ರೇಕ್ಷಕ ಸಮೂಹ ನೆರೆಯುತ್ತೆ. ಯಾರೋ ಸುಳ್ಳು ಸುದ್ದಿಕೊಟ್ಟಾಗ ಮಾಧ್ಯಮದವರು ಹಾಜರಾಗಿ ಬಿಡುತ್ತಾರೆ. ಅದೆಲ್ಲ ಅವನಿಗೆ ಬೇಕಿರಲಿಲ್ಲ. ತಲೆದೂಗಿ ತನ್ನ ಕಾರ್‌ನತ್ತ ನಡೆದ. ಯಾಕೆ ಈ ರೀತಿ ವರ್ತಿಸುತ್ತಾಳೆ, ನಿಹಾರಿಕ? ಅದಕ್ಕೆ ಸರಳವಾದ ಕಾರಣಗಳನ್ನು ಹುಡುಕಿಕೊಳ್ಳಬಹುದು. ಅಷ್ಟೇನಾ ಅನ್ನುವ ಪ್ರಶ್ನೆ.

'ನಿಯಾಸ್' ಬಳಿಗೆ ಬರುವ ವೇಳೆಗೆ ಒಂದು ಗಂಟೆ, ಇಪ್ಪತ್ತು ನಿಮಿಷಗಳಾಯಿತು. ಆಮೇಲೆ ಹತ್ತು ನಿಮಿಷಕ್ಕೆ ನಿಹಾರಿಕ ಕಾರು ಬಂತು. ಪಾರ್ಕಿಂಗ್ ಜಾಗದಲ್ಲಿಯೆ ನಿಂತಿದ್ದ. ಬಂದವಳಲ್ಲಿ ಸಂತೋಷ, ಸಂಭ್ರಮಗಳು ಇತ್ತು.

"ಇವತ್ತು ಬರೀ ಕಾಯೋದೆ ಆಯ್ತು.. ಬನ್ನಿ... ಬನ್ನಿ" ಇವನ ಕೈ ಹಿಡಿದು ಲಿಫ್ಟ್ ಕಡೆ ಧಾವಿಸಿ "ಎಂಥ ಸರ್‌ಫ್ರೈಜ್ ನೋಡ್ತಾ ಇರೀ. ನನ್ನ ಒಂದೊಂದೇ ಕನಸನ್ನ ನನಸು ಮಾಡಿಕೊಳ್ಳೋವರ್ಗೂ ಬಿಡೋಲ್ಲ... ನಾನು ನಿಮ್ಮ ಪ್ರೀತಿಯ ನೀಹಾ ಆಗಿರೋದರಿಂದ ನಿಮ್ಮ ಕೋಪರೇಷನ್ ಇದ್ದೇ ಇರುತ್ತೆ. ನನಗೋಸ್ಕರ ನೀವು ಏನಾದ್ರೂ ಮಾಡ್ತೀರಾ!" ಇವಳ ಬಡಬಡಿಕೆ ನಿಲ್ಲೋ ವೇಳೆಗೆ ಐದನೆ ಅಂತಸ್ತು ತಲುಪಿ ಆಗಿತ್ತು. ನಿಹಾರಿಕ ಮಾತುಗಳಿಗೆ ಅರ್ಥಹುಡುಕಬೇಕೆನಿಸಲಿಲ್ಲ.

ಅತ್ಯಂತ ವಿಶಾಲವಾದ ಬಾಲ್ಕನಿ. ಕಾರಿಡಾರ್‌ನುದ್ದಕ್ಕೂ ಅದ್ಭುತವಾಗಿ ಸಿಂಗರಿಸಿದ್ದರು. ಅತ್ಯಂತ ಶ್ರೀಮಂತರು, ಪ್ರಮುಖರು ವಾಸ ಮಾಡುವಂಥ ಆಧುನಿಕ ಪ್ಲಾಟ್‌ಗಳ ಸಮೂಹ.

'ನಿಯಾಸ್' ಅಪಾರ್ಟ್‌ಮೆಂಟ್ಸ್ ಅಂದ ಕೂಡಲೆ ಅತ್ತ ಸಾಮಾನ್ಯ ಜನ, ಮಧ್ಯಮ ವರ್ಗದವರು ಸುಳಿಯುತ್ತಿರಲಿಲ್ಲ. ಅದು ಸಂತೋಷ್‌ಗೂ ಗೊತ್ತಿದ್ದು, ನಿಹಾರಿಕಾ ಪೇರೆಂಟ್ಸ್ ಇದ್ದಾಗ ಇಲ್ಲಿಗೆ ಬಂದಿದ್ದುಂಟು. ನಂತರ 'ನಿಯಾಸ್' ನೆನಪು ಅವನಿಂದ ಮರೆಯಾಗಿತ್ತು. ಈಗ ಇಲ್ಲಿಗೆ ಬರಲು ಕಾರಣ ಏನು ಎನ್ನುವುದೇ ಪ್ರಶ್ನೆಯಾಗಿತ್ತು.

*309*ನೇ ಪ್ಲಾಟ್‌ನಲ್ಲಿ ನಿಹಾರಿಕ ಹೆತ್ತವರು ಇದ್ದರು! *312*ನೇ ಪ್ಲಾಟ್‌ಗೆ ಕರೆದೊಯ್ದಳು. ಬಹುಶಃ ಅಲ್ಲೇ ಇದ್ದ ಒಬ್ಬರು ಬಂದು ಬಾಗಿಲು ತೆಗೆದರು. ಗಾಳಿಯಲ್ಲಿ ತೇಲಿದಂತೆ ಒಳಗಡಿ ಇಟ್ಟವಳ ಮುಖದಲ್ಲಿ ಸಂತೋಷವಿತ್ತು. ಕುಣಿದಾಡುವಂಥ ಸಂಭ್ರಮ.

"ಬನ್ನಿ... ಸಂತೋಷ್! ಪೂರ್ತಿ ಪರ್ನೀಶ್ ಮಾಡಿದ್ದಾರೆ" ಎಲ್ಲೆಡೆ ಹರಿದಾಡಿ, ನೋಡಿ ಬಂದು ಸೋಫಾ ಮೇಲೆ ಕೂತು. "ನಾವು ಇದ್ದ ಪ್ಲಾಟ್‌ಗಿಂತ ಇದು ಬ್ಯೂಟಿಫುಲ್. ನಮ್ಮಿಬ್ಬರ ಸ್ವಾಗತಕ್ಕೆ ಸಿದ್ಧವಾಗಿದೆ" ಮೌನವಾಗಿ ಕೇಳಿದ. ಮೂರು ರೂಮುಗಳ ಅತ್ಯಾಧುನಿಕ, ಸುಂದರವಾದ ಪ್ಲಾಟ್ ಅಂದ, ಚೆಂದ, ಅನುಕೂಲ ಎಲ್ಲಾ ಇತ್ತು. ಹಾಗಂತ ಅವನೇನು ಕಣ್ಣರಳಿಸಲಿಲ್ಲ.

"ಹೇಗಿದೆ, ಸಂತೋಷ್?" ಕೇಳಿದಳು.

"ಚೆನ್ನಾಗಿದೆ" ಸಿಂಪಲ್ಲಾಗಿ ಹೇಳಿದ.

"ನಾವಿಬ್ರೂ, ನಮ್ಮ ದಾಂಪತ್ಯದ ಸೊಬಗನ್ನ ಸವಿಯುತ್ತ...." ಹೇಳತೊಡಗುವ ವೇಳೆಗೆ, ಬಾಗಿಲು ತೆಗೆದ ವ್ಯಕ್ತಿ ಮುಂದು ಬಂದು ನಿಂತು "ನಿಮ್ಮ ಕಾಮೆಂಟ್ಸ್..." ಕೇಳಿದ. ಸಂತೋಷ್ ಎದ್ದು ನಿಂತಾಗ "ಟೀ... ಕಾಫೀ... ಜ್ಯೂಸ್... ವಗೈರಾ" ಎಂದಾಗ "ನೋ, ನಿಹಾರಿಕಾ,,, ಆಯ್ತು? ನಂಗೆ ಇಂಪಾರ್ಟೆಟೆಂಟ್ ಕೆಲ್ಸ ಇದೆ" ಸಂಬಂಧವೆ ಇಲ್ಲವೆನ್ನುವಂತ ಹೊರಗೆ ಹೋಗಿ ನಿಂತ. ಏನು ಇವಳ ಉದ್ದೇಶ? ಇವಳ ಸಾಮಾನುಗಳನ್ನು ಪ್ಯಾಕ್ ಮಾಡಿ ಕೆಳಗಿನ ಸೆಲ್ಯೂಲರ್‌ನಲ್ಲಿ ಇರಿಸಿ ಪ್ಲಾಟ್ ವೆಕೆಂಟ್ ಮಾಡಿಕೊಟ್ಟು ಹೋಗಿದ್ದರು ಅವಳ ಹೆತ್ತವರು.

ತೀರಾ ಕಾರಿಡಾರ್‌ರವರೆಗೂ ನಡೆದು ಹೋಗಿ ನಿಂತ "ಇನ್ನು ಐದು ನಿಮಿಷದಲ್ಲಿ ಬರದೇ ಇದ್ದರೆ ಹೊರಡ್ತೀನಿ" ತಿಳಿಸಿದ. ಅವಳು ಅಲುಗಾಡುವ ಗಿರಾಕಿ ಅಲ್ಲವೆಂದು ಗೊತ್ತಿತ್ತು. ತಾನೆ ಹೋಗಿ "ನಿಹಾರಿಕ ನಂಗೆ ಅರ್ಜೆಂಟ್ ಕೆಲ್ಸವಿದೆ" ಅಷ್ಟು ತಿಳಿಸಿ ನಡೆದ. ಅವಳ ಚಿಲ್ಲರೆ ಆಟಗಳಿಗೆ ಮಣಿಯುತ್ತ ಹೋದರೆ ತಾನೆಲ್ಲಿ ಹೋಗಿ ನಿಲ್ಲಬೇಕಾಗುತ್ತೆ, ಅಂತ ಚಿಂತಿಸಿದ. ಸಂಬಂಧಗಳ

ನಿರ್ನಾಮ ಮಾತ್ರವಲ್ಲ ತನ್ನ ವ್ಯಕ್ತಿತ್ವ ಪೂರ್ತಿ ನಾಶವಾಗುವುದರ ಜೊತೆಗೆ ವಿನಾಶದ ಅಂಚಿನಲ್ಲಿ ಹೋಗಿ ನಿಲ್ಲಬೇಕಾಗುತ್ತೆ. ಆದರೆ ನಡೆಯಬಹುದಾದ ದುರಂತವನ್ನು ತಡೆಯದಿದ್ದರೆ, ಸ್ಯಾಡ್ ಎಂಡಿಂಗ್.

ಸಂತೋಷ್ ತನ್ನ ಪಾಡಿಗೆ ತಾನು ನಡೆದ. ಇಲ್ಲದಿದ್ದರೆ ಪ್ರತಿ ಹಂತದಲ್ಲೂ ಮುಗ್ಗರಿಸಬೇಕಾಗುತ್ತದೆಯೆನ್ನುವುದು ಮನದಟ್ಟಾಗಿತ್ತು.

* * *

ಅನಗತ್ಯವಾಗಿ ಪಾರ್ಥಸಾರಥಿ ಮಕ್ಕಳನ್ನು ಯಾವುದೇ ವಿಚಾರದಲ್ಲೂ ಪ್ರಶ್ನಿಸರು. ಅವರು ಪ್ರಬುದ್ಧರು ಮಾತ್ರವಲ್ಲ, ವಿವೇಕಿಗಳೆನ್ನುವುದು ಅವರ ನಂಬಿಕೆ, ಜೊತೆಗೆ ಅಭಿಮಾನ ಕೂಡ. ಅದರಿಂದಲೇ ತಂದೆ, ಮಕ್ಕಳ ಸಂಬಂಧ ತುಂಬಾ ಚೆನ್ನಾಗಿತ್ತು.

ಛೇಂಬರ್‌ನೊಳಕ್ಕೆ ಬಂದ ಮಗನಿಗೆ "ಕೂತ್ಕೋ, ಇವರ ಮಗನ ಮಗುವಿನ ಬರ್ಥ್‌ಡೇನಂತೆ. ವಿದೇಶದಲ್ಲಿ ಹುಟ್ಟಿದ ಮೊಮ್ಮಗನಿಗೆ ಸರಿಯಾದ ರೀತಿಯಲ್ಲಿ ನಾಮಕರಣ ನಡೆದಿಲ್ಲವೆನ್ನುವುದು ಇವ್ರ ಪೇಚಾಟ. ಈಗ ಅವ್ರ ಸಂಸಾರ ಇಲ್ಲಿಗೆ ಬಂದಿದೆ. ವರ್ಷ ತುಂಬಲ್ಲಿರುವ ಬರ್ಥ್‌ಡೇಯನ್ನು ಭರ್ಜರಿಯಾಗಿ ಮಾಡಬೇಕನ್ನೋ ಅಭಿಲಾಷೆ" ತಿಳಿಸಿದರು. ಈಗಾಗಲೇ ಸಾಕಷ್ಟು "ಬರ್ಥ್‌ಡೇ" ನೇಮಿಂಗ್ ಸೆರಿಮನಿ ಅಂಥದೆಲ್ಲ ಮಾಡಿರೋದರಿಂದ ಅತಿಶಯವೆನಿಸಲಿಲ್ಲ. ಒಂದೇ ಅದರೂ ಆಚರಣೆಗಳಿಂದ ಹಿಡಿದು ಎಲ್ಲವು ಬೇರೆ... ಬೇರೆಯಾಗುತ್ತಿದ್ದವು.

ಮ್ಯಾನೇಜರ್ ಈಗಾಗಲೇ ಆ ಬಗ್ಗೆ ಪೂರ್ತಿ ಡಿಟೈಲ್ಸ್ ಪ್ರಿಂಟ್ ಔಟ್ ಹಿಡಿದು ಬರುವ ವೇಳೆಗೆ ಆ ವ್ಯಕ್ತಿ ರಂಗಸ್ವಾಮಯ್ಯ ಬಂದರು.

"ಸೊಸೆ ಕಡೆಯ ನೆಂಟರಿಷ್ಟರೆಲ್ಲ ವಿದೇಶಗಳಲ್ಲಿ ಇದ್ದಾರೆ. ನಾವು ಗ್ರಾಮಾಂತರ ಜನ. ಆದರೂ ನಾವು ವೈಭವವಾಗಿ ಆಚರಿಸುವ ಹುಟ್ಟಿದ ಹಬ್ಬನ ಅವರೆಲ್ಲ ನೋಡಿ ಹೊಟ್ಟೆ ಉರಿದುಕೊಳ್ಳಬೇಕು" ತಿಳಿಸಿದರು. ಅವರ ಮನಸ್ಸು ಅರ್ಥವಾಯಿತು. ಆನಂದ್ ತುಟಿಯಂಚಿನಲ್ಲಿ ಮುಗುಳು ನಗು ಅರಳಿತು.

"ನೋ ಪ್ರಾಬ್ಲಮ್, ಹಾಜರಾಗಲು ಸಾಧ್ಯವಾಗದಿದ್ದರೆ ಅಲ್ಲಿನ ಬಂಧುಗಳು ಟ್ಯಾಬ್ಲೆಟ್‌ನಲ್ಲೋ, ಲ್ಯಾಪ್‌ಟಾಪ್‌ನಲ್ಲೋ ಬರ್ಥ್‌ಡೇ ಫಂಕ್ಷನ್‌ನ ನೋಡಿ ಸಂತೋಷಪಡಬಹುದು. ನಮ್ಮ ವೆಬ್‌ಸೈಟ್‌ನಲ್ಲಿ ತಾವು ಏರ್ಪಡಿಸಿರುವ ಹುಟ್ಟಿದ ಹಬ್ಬದ ಪ್ರತಿಯೊಂದು ಹಂತವನ್ನು ಯೂಟ್ಯೂಬ್‌ನಲ್ಲಿ ಅಪ್‌ಲೋಡ್ ಮಾಡ್ತೀವಿ. ಅದೇ ಸಮಯದಲ್ಲಿ ಅಲ್ಲಿನವರು ಬರ್ಥ್‌ಡೇ ಸಂಭ್ರಮದಲ್ಲಿ ನಿಮ್ಮ ಮೊಮ್ಮಗುವಿನ ಬರ್ಥ್‌ಡೇಯಲ್ಲಿ ಪಾಲ್ಗೊಂಡ ಅನುಭವ ಅವರುಗಳದಾಗುತ್ತೆ. ಒಂದು ರೀತಿಯಲ್ಲಿ ಲೈವ್!" ವಿವರಿಸಿದರು.

ಆ ವೇಳೆಗೆ ಬಂದ ರೇಖಾಭಟ್ "ನಿಹಾರಿಕ ಮೇಡಮ್ ಬಂದಿದ್ದಾರೆ. ಮೀಟಿಂಗ್‌ನಲ್ಲಿರೋ ವಿಷ್ಯ ತಿಳಿಸ್ದೇ. ಅರ್ಜೆಂಟ್ ಅಂದ್ರು" ಸಂತೋಷ್‌ಗೆ ಹೇಳಿದಾಗ ಹೋಗುವಂತೆ ಸನ್ನೆ ಮಾಡಿ ಸಣ್ಣದಾಗಿ ಒಂದು ಮೆಸೇಜ್ ಕಳಿಸಿದ. "ಡೋಂಟ್ ಡಿಸ್ಟರ್ಬ್ ಮೀ! ಆದರೆ

ಪಾರ್ಥಸಾರಥಿಯವರು "ಅದೇನೋ, ನೋಡು... ಸಂತೋಷ್" ಕಳಿಸಿದರು. ಸಾಮರಸ್ಯ ಅವರ ಧೋರಣೆ.

ಸಂತೋಷ್ ರೂಮಿಗೆ ಬಂದಾಗ ಕಣ್ಣುಗಳಲ್ಲಿ ಸಿಡಿಮಿಡಿ ಕಂಡರೂ ವ್ಯಕ್ತಪಡಿಸದೆ ಮುಗಳ್ನಗೆ ಬೀರಿದ "ಸಾರಿ, ಸಂತೋಷ್.. ನಿನ್ನ ಡಿಸ್ಟರ್ಬ್ ಮಾಡಬೇಕಾಯ್ತು. ಒಂದತ್ತು ನಿಮಿಷ" ಅಂದಾಗ ತನ್ನ ಸೀಟುಗೆ ಹೋಗದೆ ಅವಳ ಪಕ್ಕದಲ್ಲಿ ಕೂತು. "ಏನು ಮೇಡಮ್... ಅರ್ಡರ್ ಮಾಡಿ" ಎಂದ.

"ಹೇಗಿದೆ ಅಪಾರ್ಟ್‌ಮೆಂಟ್ ?" ಕೇಳಿದಳು.

"ಚೆನ್ನಾಗಿದೆ" ಎಂದ ಸಿಂಪಲ್ಲಾಗಿ.

"ನಮ್ಮ ಬೆಡ್‌ರೂಂ ನೋಡಿದ್ರಾ? ಎಂಥ ಕಾಸ್ಟ್ಲಿ ಪೇಯಿಟಿಂಗ್ ಹಾಕ್ಸಿದ್ದಾರೆ. ಡ್ಯಾಡಿ, ಮಮ್ಮಿ ಬೆಡ್‌ರೂಂಗಿಂತ ಹೆಚ್ಚು ಡೆಕೋರೇಟಿವ್ ಆಗಿದೆ. ನಂಗಂತು ತುಂಬ ಲೈಕ್ ಆಯ್ತು" ಎಂದಳು ಕೆನ್ನೆಗಳನ್ನು ಕೈಗಳಿಂದ ಒತ್ತಿಕೊಳ್ಳುತ್ತ "ಅದೆಲ್ಲ ಇಷ್ಟ ಆಗಿರಬಹುದು. ಅದ್ಹೇಗೆ, ನಮ್ಮ ಬೆಡ್‌ರೂಂ ಆಗುತ್ತೆ? ಏನೇನು ಅರ್ಥವಾಗ್ತ ಇಲ್ಲ" ಎಂದ ಸ್ವಲ್ಪ ಬೇಸರದಿಂದಲೇ. ಈ ಮನೋಭಾವ ನಿಹಾರಿಕಳಲ್ಲಿ ಬೆಳೆಯುವುದು ಬೇಡವಾಗಿತ್ತು.

"ಲಂಚ್‌ಗೆ ಹೊರ್ಗೆ ಹೋಗೋಣ. ಈ ಸಂತೋಷಾನ ಸೆಲೆಬ್ರೇಟ್ ಮಾಡ್ಬೇಕು" ಎಂದಳು. ಸಂತೋಷ್ ಹಸ್ತದಲ್ಲಿ ತನ್ನ ಕೈ ಬೆರಳುಗಳನ್ನು ಸೇರಿಸಿ "ಮೊದ್ಲು ವಿಷ್ಯ ತಿಳ್ಸು" ಎಂದ ಗಂಭೀರವಾಗಿ.

"ಆ ಅಪಾರ್ಟ್‌ಮೆಂಟ್‌ನ ನಾನು ತಗೊಳ್ಳೋ ನಿಶ್ಚಯ ಮಾಡ್ದೆ. ನಮ್ಗೆ ತುಂಬಾ ಪ್ರೈವಸಿಬೇಕು" ತನ್ನ ಕೈಯನ್ನು ಹಿಂದಕ್ಕೆಳೆದುಕೊಂಡು "ಅದು ನಿನ್ನ ನಿಶ್ಚಯ!" ಸ್ವಲ್ಪ ಸಿರಿಯಸ್ಸಾದ.

"ಆ ಅಪಾರ್ಟ್‌ಮೆಂಟ್‌ನ ನೀವು ನನ್ನ ಬರ್ಥ್‌ಡೇಗೆ ಗಿಫ್ಟಾಗಿ ಕೊಡ್ಬೇಕು. ನಿಮ್ಮ ಸೇವಿಂಗ್ಸ್ ಎಷ್ಟಿದೆ?" ನಿಹಾರಿಕ ಕೇಳಿದಾಗ ಅವನ ಮೈ ಉರಿದು ಹೋಯಿತು. "ನಮ್ಮ ಫೈನಾಷಿಯಲ್ ಸ್ಟೇಟಸ್ ಬಗ್ಗೆ ನಿನ್ನ, ನಿನ್ನ ಹೆತ್ತವರಿಗೆ ವಿವಾಹಕ್ಕೆ ಮುನ್ನನೇ ತಿಳಿಸ್ದೇ. ನಂಗೆ ನಿಮ್ಮನ್ನು ಬಿಟ್ಟು ಏನು ಬೇಡ್ವೇಂದೆ. ತೀರಾ ಸಾಧಾರಣ ಜೀವನಕ್ಕೆ ನಾನು ಸಿದ್ಧ. ನಿಮ್ಮ ಹೃದಯದಲ್ಲಿ ಒಂದಿಷ್ಟು ಜಾಗ, ನಿಮ್ಮ ಕುಟುಂಬದಲ್ಲಿ ನನಗೊಂದು ಎಂಟ್ರಿ ಎಂದೇ. ಈಗ ಇಂಥ ಒಂದು ದೊಡ್ಡ ಗಿಫ್ಟ್‌ನ ಇಷ್ಟು ಕಡಿಮೆ ಸಮಯದಲ್ಲಿ ನಿರೀಕ್ಷಿಸಿದ್ದು ಹೇಗೆ? ಸೋ... ಪನ್ನಿ" ಎಂದು ಎದ್ದವನು ಹೊರಗೆ ಬರುವ ವೇಳೆಗೆ ವಾಸು ಕಾದಿದ್ದ "ಹಾಯ್...." ಎಂದವನೆ ತಂದೆಯ ಛೇಂಬರ್‌ಗೆ ಹೋಗಿ ಏನೋ ತಿಳಿಸಿ ಹೊರ ಬಂದವ ವಾಸು ಜೊತೆ ಬ್ಯಾಂಕ್‌ಗೆ ಹೋದ. ಒಂದು ರೀತಿಯಲ್ಲಿ ನಿರ್ಲಕ್ಷಿಸಿದ.

ಆಮೇಲೆ ಅರ್ಧಗಂಟೆಯ ಮೇಲೆ ಹೊರಗೆದ್ದು ಬಂದ ನಿಹಾರಿಕ ಅತ್ತಿತ್ತ ನೋಟ ಹರಿಸಿದಾಗ ರೇಖಾಭಟ್ ಬಂದ ಕ್ಲೈಂಟ್‌ಗೆ ಏನೋ ವಿವರಿಸುತ್ತಿದ್ದವಳು ಗಮನಿಸದಂತೆ ನಟಿಸಿದ್ದು ಇವಳಿಗೆ ಗೊತ್ತಾಯಿತು. ಮೈ ಉರಿಯಿತು.

"ಏಯ್..... ರೇಖಾ" ಕೂಗಿದಳು. ಈ ಕೂಗಿಗೆ ಅವಳೇನು ವಿಮುಖಳಾಗಿ ಎದ್ದು ಬರಲಿಲ್ಲ "ಏಯ್.. ರೇಖಾ" ಅಂದ ತಕ್ಷಣ ಬಂದವಳು "ನಾನು ಯಾವ್ದೋ ಆಯೋಜನೆಗೆ ಬಂದಿರೋ ಜನರಿಂದ ಪ್ರಥಮ ಹಂತದ ಮಾತುಕತೆಯಲ್ಲಿ ಇದ್ದೀನಿ. ಡೋಂಟ್... ಡಿಸ್ಟರ್ಬ್‌ಮಿ" ಸ್ಪಷ್ಟವಾಗಿಯೆ ಹೇಳಿ ಹೋದಳು. ಹಾರಿದ ಅವಳ ಸೆರಗು ಮಂಗಳಾರತಿ ಎತ್ತಿದಂತಾಯಿತು. "ಸ್ಟುಪಿಡ್....." ಎಂದು ಗೊಣಗಿಕೊಂಡು ಹೊರಟವಳತ್ತ ತಿರುಗಿ ನೋಡಲಿಲ್ಲ. ಬಹಳಷ್ಟು ಸಹಾಯ ಮಾಡಿದ ಜನ ಪಾರ್ಥಸಾರಥಿ ಮನೆಯವರು. ಅವಳ ಕುಟುಂಬ ಇನ್ನೂ ಬದುಕಿ ಉಳಿದಿದ್ದಾರೆಂದರೆ ಇವರೇ ಕಾರಣ. ಆ ಇಡೀ ಕುಟುಂಬದ ಬಗ್ಗೆ ಕೃತಜ್ಞತೆಗಳು!

"ಆ ಕುಟುಂಬಕ್ಕೆ ನಿಹಾರಿಕ ಒಳ್ಳೆ ಸೊಸೆಯಲ್ಲ. ಸಂತೋಷ್‌ಗೆ ಒಳ್ಳೆ ಲೈಫ್ ಪಾರ್ಟನರ್ ಆಗೋಕೆ ಸಾಧ್ಯವಿಲ್ಲ. ಎಲ್ಲಿ ಅವರನ್ನೆಲ್ಲ ಹುರಿದು ಮುಕ್ಕಿ ಬಿಡ್ತಾಳೋ?" ತಂದೆಯ ಮುಂದೆ ಇದನ್ನು ಆಡಿದ್ದಳು ಕೂಡ. ಯಾಕೋ ಏನೋ ನಿಹಾರಿಕ ಇಷ್ಟವಾಗಿರಲಿಲ್ಲ ರೇಖಾಭಟ್‌ಗೆ.

ನಿಹಾರಿಕ ಆ ಮಾರ್ವಾಡಿ ದಳ್ಳಾಳಿಗೆ 5 ಲಕ್ಷದ ಚೆಕ್‌ನ ಅಡ್ವಾನ್ಸ್ ಆಗಿ ಕೊಟ್ಟು ಬಂದಿದ್ದವಳು, ಶತಾಯಃ ಗತಾಯಃ ಸಾಧಿಸಬೇಕೆನ್ನುವ ಹುನ್ನಾರ. ಇಂದು ಬಹಳ ಪ್ರಯಾಸದಿಂದ ರಜೆ ಪಡೆದು ಮನೆಯಲ್ಲಿ ಉಳಿದಿದ್ದು ದೊಡ್ಡ ಸಾಹಸದಿಂದ, ಲ್ಯಾಪ್‌ಟಾಪ್, ಮೊಬೈಲ್‌ನಲ್ಲೆ ಕಾಲ ಕಳೆದಳು. ಒಂದು ಹುಡುಗಿ ಅವಳ ಕೆಲಸಕ್ಕೆ ಇದ್ದುದ್ದರಿಂದ ಈಗ ಮನೆಯವರಾರು ಮಾತಾಡಿಸೋಕೆ ಹೋಗುತ್ತ ಇರಲಿಲ್ಲ.

ಕೆಲಸದ ಹುಡುಗಿ ಚಂದನ ಬಂದವಳೆ "ನಂಗೆ ಅರ್ಧ ದಿನ ರಜ ಬೇಕು. ನಾಳೆ ಬರೋದೇನು ಗ್ಯಾರಂಟಿ ಇಲ್ಲ. ನಿಮ್ಮ ರೂಮಿನ ಕೆಲ್ಸನೇ ತುಂಬಾ ಆಗತ್ತೆ. ಅಯ್ಯೋ ನಿಮ್ಗೆ ನೀಟಾಗಿ ಇಟ್ಟುಕೊಳ್ಳೋದೇ ಗೊತ್ತಿಲ್ಲ. ಜಾಹ್ನವಿ ಅಕ್ಕನ ರೂಮು ನೋಡ್ಹೋಗಿ. ಎಲ್ಲಾ ಅವ್ರೇ ಮಾಡ್ಕೋತ್ತಾರೆ. ದೊಡ್ಡ ಅಮ್ಮಾವರ ರೂಮು ನೋಡ್ಹೋಗಿ. ಎಲ್ಲಾ ಅವ್ರೇ ಮಾಡ್ಕೋತ್ತಾರೆ. ದೊಡ್ಡ ಅಮ್ಮಾವರ ರೂಮು ಕೂಡ ಅವ್ರೇ ಕ್ಲೀನ್ ಮಾಡ್ತಾರೆ" ಅಂದ ಕೂಡಲೇ ಅವಳ ಕೆನ್ನೆಗೆ ರಪ್ ಎಂದು ಬಾರಿಸಿದವಳು ಏದುಸಿರು ಬಿಡ್ತಾ "ಯೂ ಸ್ಕೌಂಡ್ರಲ್, ಏನೇನೋ ಮಾತಾಡ್ತೀಯಾ. ನೀನು ಕಳ್ಳೀಂತ ಜೈಲುಗೆ ಹಾಕ್ಸಿ ಬಿಡ್ತೀನಿ" ಕೈಗೆ ಸಿಕ್ಕ ವ್ಯಾನಿಟಿ ಬ್ಯಾಗ್‌ನಿಂದ ಬಾರಿಸತೊಡಗಿದಾಗ ಅವಳ ರಂಪಾಟ, ಚೀರಾಟಕ್ಕೆ ಬಟ್ಟೆ ಒಗೆಯುತ್ತಿದ್ದ ಚಿನ್ನಿ ದಢ ದಢ ಬಂದವಳೆ ಅವಳನ್ನು ಎಳೆದುಕೊಂಡು ಬ್ಯಾಗ್ ಕಿತ್ತು ಅಷ್ಟು ದೂರಕ್ಕೆ ಎಸೆಯೋ ವೇಳೆಗೆ ಕಿಚನ್‌ನಲ್ಲಿದ್ದ ಜಾಹ್ನವಿ, ರೂಮಿನಲ್ಲಿದ್ದ ಮಾಧವಿ ಗಾಬರಿಯಿಂದ ಬಂದವರು "ಏನಾಯ್ತು ಏನಾಯ್ತು?" ಎಂದು ನಿಂತರು. ಅವರೆದೆ ಢವ ಢವ.

"ನನ್ನ ಚಿನ್ನದ ಸರ ಕದ್ದಿದ್ದಾಳೆ" ನಿಹಾರಿಕ ಭುಸುಗುಟ್ಟಿದ್ದಳು. ನೀಟಾಗಿ, ನಾಗರಿಕಳಾಗಿ ಕಾಣುವ ವಿದ್ಯಾವಂತೆ ಸೊಸೆಯಿಂದ ಇಂಥ ಆರೋಪ. ಮಾಧವಿ ನಂಬಲು ಸಿದ್ಧವಿಲ್ಲ. "ಯಾವಾಗ ತೆಗೆದ್ಲು?" ಅಂದ ಕೂಡಲೇ ನಿಹಾರಿಕ ರೂಮಿನೊಳಕ್ಕೆ ಹೋದಳು.

ಆ ಚಂದನ ಅಳುತ್ತ ನಡೆದದ್ದನ್ನು ವಿವರಿಸಿ "ನಾನೇನು ಕದ್ದಿಲ್ಲ, ದೊಡ್ಡಮ್ಮವರೇ" ಅವಳ ಮಾತು ನಿಜವೆನಿಸಿತು. ಅವಳು ಬರೀ ಅಮಾಯಕಳೆಂದು ಗೊತ್ತಿತ್ತು "ಎದ್ಹೋಗಿ, ಮುಖ ತೊಳ್ಕೊಂಡ್ ಬಾ" ಅವಳನ್ನು ಬಲವಂತದಿಂದ ಕಳಿಸಿದಾಗ ಕೆಲಸದ ಚಿನ್ನಿ "ಇದೆಲ್ಲ ಶುದ್ಧ ಸುಳ್ಳು.

ನನ್ನನ್ನೇ ಎಷ್ಟೋ ಸಲ ನಿಮ್ಮ ಸೊಸೆ ಹೆದರಿಸಿದ್ದಾರೆ. ತೆಗೀರಿ.... ತೆಗೀರಿ!" ಅಂದುಕೊಂಡು ತನ್ನ ಕೆಲಸಕ್ಕೆ ತಾನು ಹೋದಳು. ಅವಳು ಸ್ವಲ್ಪ ಬಜಾರಿಯೇ.

ಚಂದನ ನಮ್ಮ ಇವೆಂಟ್ ಮ್ಯಾನೇಜರ್ ಕಡೆಯವಳು. ಬೇಡದಿದ್ದರೆ, ವಾಪಸ್ಸು ಕಳಿಸೋಣ ಹೊಡೆದು, ಬಡಿದು ಮಾಡಿದರೆ ತಪ್ಪಾಗುತ್ತೆ. ಸ್ವಲ್ಪ ನೋಡು ಜಾಹ್ನವಿ "ಸೊಸೆಯನ್ನು ಕಳಿಸಿ ಮಗನ ರೂಮಿಗೆ ಬಂದವರು ಮಂಚದ ಮೇಲೆ ಕೂತು "ನಿಹಾರಿಕ ಏನಿದೆಲ್ಲ" ಕೇಳಿದರು.

"ಅವ್ವ, ಚಿನ್ನದ ಸರ ಕದ್ದಿದ್ದಾಳೆ. ಪೊಲೀಸ್‌ಗೆ ಫೋನ್ ಮಾಡ್ತಾ ಇದ್ದೀನಿ" ಅಂದಾಗ "ಸ್ವಲ್ಪ ಇರು, ಮನೆಗೆ ದೊಡ್ಡವರೂಂತ ಇದ್ದಾರೆ. ಅವ್ರು ಬರದೇ ಪೊಲೀಸ್ ಅಂಥದೆಲ್ಲ ಬೇಡ. ಅವಳಿನ್ನು ಪುಟ್ಟ ಹುಡ್ಗೀ, ಸ್ವಲ್ಪ ನಾವೇ ವಿಚಾರಿಸೋಣ. ತೆಗೆದಿದ್ದರೆ.... ಕೊಡ್ತಾಳೆ" ಸಮಾಧಾನ ಹೇಳಿದ್ದಕ್ಕೆ ಸುಮ್ಮನಾದಳು. ಅಷ್ಟಿಷ್ಟು ಸಂತೋಷ್ ಅರ್ಥವಾಗಿದ್ದ. ಅವನಲ್ಲಿ ಮಾಧವಿ ಬಗ್ಗೆ ವಿಪರೀತ ಅಂತಃಕರಣದ ಜೊತೆ ಗೌರವಿಸುತ್ತಿದ್ದ. ಈಗ ಅಪಾರ್ಟ್‌ಮೆಂಟ್‌ಗಾಗಿ ಐದು ಲಕ್ಷವನ್ನು ಅಡ್ವಾನ್ಸಾಗಿ ಕೊಟ್ಟಿದ್ದರಿಂದ ಒಂದಿಷ್ಟು ಕಾಂಪ್ರಮೇಜ್ ಆಗುವ ಅಗತ್ಯವಿತ್ತು. ಅದರಿಂದ ನಿಹಾರಿಕ ತಣ್ಣಗಾಗಿದ್ದು.

"ಯಾವ ಸರ ಕದ್ದಿದ್ದು? ಯಾವಾಗ ಕದ್ದಿದ್ದು?" ಮತ್ತೆ ಕೇಳಿದರು ಮಾಧವಿ "ಅದ್ನ ಅವಳ ಹತ್ರ ಕೇಳಿ. ಯಾವಾಗ ಕದ್ದು ಕೊಂಡ್ಹೋದ್ಲೋ ನಾನು ನೋಡಿಕೊಂಡಿದ್ದು ಬೆಳಿಗ್ಗೆ" ಎಂದಳು. ಮಾಧವಿ ಎದ್ದು ಹೊರ ಬಂದರು. "ಇವಳಿಗೇನಾಗಿದೆ, ಇವಳ ಗಂಡನನ್ನು ಹೆತ್ತವಳು, ಅನ್ನೋ ಪ್ರೀತಿ, ವಾತ್ಸಲ್ಯ, ಒಂದ್ನೂರು ಗೌರವವೂ ಇಲ್ಲ" ಎಂದು ಗೊಣಗಿಕೊಂಡರು. ನಿಹಾರಿಕ ಅಂದರೇನೆ ತಲೆನೋವು.

ಜಾಹ್ನವಿ ವಿಚಾರಿಸುತ್ತ ಚಂದನಾಗೆ ಬಿದ್ದ ಪೆಟ್ಟುಗಳಿಗೆಲ್ಲ ಆಯಿಂಟ್‌ಮೆಂಟ್ ಹಚ್ಚುತ್ತಿದ್ದಳು. ಅವಳು ಬಿಕ್ಕುತ್ತ ಸತ್ಯವನ್ನೇ ಹೇಳಿದ್ದು ಅಂಥ ಸುಳ್ಳಿನ ಹುಡುಗಿಯಾಗಿ ಕಾಣಲಿಲ್ಲ. ನಿಹಾರಿಕಾ ತನ್ನ ಚಪ್ಪಲಿಯೊರೆಸುವುದರಿಂದ ಪ್ರತಿಯೊಂದು ಕೆಲಸವನ್ನು ಅವಳಿಂದಲೇ ಮಾಡಿಸುತ್ತಿದ್ದಳು. ಅವಳು ಮನೆಯಲ್ಲಿದ್ದರೆ ಅತ್ತಿತ್ತ ನೋಡುವಂತಿರಲಿಲ್ಲ. ಅವಳು ಹೇಳಿದಷ್ಟೇ ಮಾಡಬೇಕೆನ್ನುವ ನಿಯಮ! ಅಂತು ಹುರಿದು ಮುಕ್ಕಿ ಬಿಟ್ಟಿದ್ದಳು.

ಬ್ಯಾಗ್‌ನಿಂದ ಬಾರಿಸಿದ್ದರಿಂದ ಜಿಪ್‌ನ ಕೊಂಡಿಗಳು ಬಾರಿಸಿದ ಕಡೆಯಲ್ಲೆಲ್ಲಾ ಹರಿದಾಡಿ ಅಲ್ಲಲ್ಲಿ ಚರ್ಮ ಕಿತ್ತು ಹೋಗಿತ್ತು. ಆಗ ಬಂದು ನಿಂತ ಚಿನ್ನಿ "ಎಂಗೆ ಬಡಿದಿದ್ದಾಳೆ, ನೋಡಿ! ಆ ಬ್ಯಾಗ್ ಹಿಡಿದು ನಾಲ್ಕು ಅವ್ರಿಗೆ ಬಾರ್ಸಿ ಬಿಡ್ತಾ ಇದ್ದೆ. ಅದಿನ್ನು.... ಮಗು! ಸರ ಕದ್ದಳಂತೆ.... ಸರ! ಪೊಲೀಸರನ್ನು ಕರೆಸ್ಲಿ.... ನಾನು ಅದಕ್ಕಾಗಿಯೇ ಕಾಯ್ತಾ ಇದ್ದೀನಿ" ಬಾಯಿ ಮಾಡಿದಾಗ ಮೃದುವಾಗಿ ರೇಗಿಕೊಂಡ ಜಾಹ್ನವಿ "ಸುಮ್ನೆ ಇರು ಚಿನ್ನದ ಸರ ಹೋಗಿದೆಯಂತೆ. ಅವಳ ರೂಮು, ಅವಳ ಎಲ್ಲಾ ಕೆಲಸ ಮಾಡೋದು ಚಂದನ ತಾನೇ? ಅದಕ್ಕೆ ಕೇಳಿದ್ದಾಳೆ. ಅವ್ಳಿಗೆ ಕೋಪ ಜಾಸ್ತಿ ಸಣ್ಣ, ಪುಟ್ಟ ವಿಷ್ಯಗಳಿಗೆ ಕೋರ್ಟು, ಪೊಲೀಸ್ ಅಂತ ಹೋಗೋಕ್ಕಾಗುತ್ತಾ? ನಾನು ಕೇಳ್ದೆ, ಇವಳಂತೂ ತೆಗೆದಿಲ್ವಂತೆ. ಎಲ್ಲೋ ಇಟ್ಟು ಮರೆತಿದ್ದಾಳೂ". ಮಾತು ಪೂರ್ತಿ ಮುಗಿಸೋ ಮುನ್ನವೇ ಸಂತೋಷ್ ಬಂದು ನಿಂತ.

ಚಿನ್ನಿ ಹೊರಗೆ ಬಂದು ತನ್ನ ಕೆಲಸಕ್ಕೆ ಹೋದಳು. ಚಂದನ ಹೊರಟಾಗ "ಏನಾಯಿತಮ್ಮ?"

ಕೇಳಿದ ಕೂಡಲೆ ಅವನ ಕಾಲಿಗೆ ಬಿದ್ದಳು. "ನಿಜ್ವಾಗ್ಲೂ ನಾನಾ ಸರ ಕದ್ದಿಲ್ಲ. ಜಾಸ್ತಿ ಕೆಲ್ಸ ನಂಗೆ ಮಾಡೋಕ್ಕಾಗೋಲ್ಲಾಂತ ಅಂದೆ. ಅದ್ಕೆ ಹೊಡೆದಿದ್ದಾರೆ" ತೋಳಿನ ಮೇಲೆ ಬಿದ್ದ ಕೆಂಪಾದ ಬಾಸುಂಡೆಗಳನ್ನು ತೋರಿಸಿದಳು. ಪಾರ್ಥಸಾರಥಿ ಫೋನ್ ಮಾಡಿ "ಸಂತೋಷ್ ನೀನು ಮನೆಗೆ ಹೋಗು. ನಿಹಾರಿಕಾ ಆ ಹುಡ್ಗೀನ ಹೊಡೆದು ಪೊಲೀಸ್‌ಗೆ ಕೊಡ್ತೀನೀಂತ ಕೂಗಾಡ್ತಾ ಇದ್ದಾಳಂತೆ. ಆ ಹುಡ್ಗೀ ಮ್ಯಾನೇಜರ್‌ಗೆ ಫೋನ್ ಮಾಡಿದ್ಲು. ಹೇಗೂ ಲೀನಾ ಹೋಟೆಲ್ ಹತ್ರ ಇದ್ದೀಯಾ. ಮನೆಗೆ ನಿಯರ್ ಒಂದಿಷ್ಟು ಹೋಗ್" ಎಂದು ತಿಳಿಸಿದ್ದರು. ಅದಕ್ಕೇ ನೇರವಾಗಿ ಮನೆಗೆ ಬಂದಿದ್ದ.

"ಸ್ವಲ್ಪ ನೀರು ಕುಡ್ದು.... ಸುಧಾರಿಸ್ಕೋ!" ಅವಳನ್ನು ಕಳಿಸಿ ಜಾಹ್ನವಿಯತ್ತ ನೋಟ ಹರಿಸಿದ. "ನಂಗೇನು ಗೊತ್ತಿಲ್ಲ. ನಾನು ಗಲಾಟೆ, ಅಳು ನೋಡಿಯೇ ಹೋಗಿದ್ದು. ನಿಹಾರಿಕಾ ಸರ ಕದ್ದಿದ್ದಳೇಂತ ಹಾರಾಡಿದ್ಲು. ಇವ್ರು ಇಲ್ಲಂತಾಳೆ ಎಲ್ಲೋ ಇಟ್ಟು ಮರೆತಿರಬಹುದು. ಒಂದಿಷ್ಟು ಮ್ಯಾನೇಜ್ ಮಾಡು" ಹೇಳಿದಳು. ಸಂತೋಷ್ ನಕ್ಕು ಬಿಟ್ಟ.

ತಲೆಯ ಮೇಲೆ ಕೈಹೊತ್ತು ಕೂತ ಮಾಧವಿಯನ್ನು ನೋಡಿ "ಎಲ್ಲ ಜಾಹ್ನವಿ ಆಗೋಕೆ ಸಾಧ್ಯವಿಲ್ಲ. ಇದು ಡಿಫರೆಂಟ್ ಕೇಸ್. ಸಾಫ್ಟ್‌ವೇರ್ ಇಂಜಿನಿಯರ್ ಗಳಿಕೆಯ ಜೊತೆ ನೂರಾರು ಕನಸುಗಳನೊತ್ತ ನಿಹಾರಿಕ. ಇಂಥ ಯಡವಟ್ಟುಗಳು ಸಾಮಾನ್ಯ, ನಾನು ವಿಚಾರಿಸ್ತೀನಿ" ಹೇಳಿ ರೂಮಿಗೆ ಬಂದ.

ಇಯರ್ ಫೋನ್ ಹಾಕಿಕೊಂಡು ಮ್ಯೂಜಿಕ್ ಆಲಿಸುತ್ತಿದ್ದಳು. ತಟ್ಟನೆ ತೆಗೆದು "ಸರ್‌ಪ್ರೈಸ್ ಇನ್ ಫಾರ್‌ಮೇಷನ್ ಕೊಟ್ಟು ಕರ್ಸಿ ಕೊಂಡ್ರಾ?" ಕೇಳಿದ್ದಕ್ಕೆ ಅತ್ತಿತ್ತ ತಲೆಯಾಡಿಸಿ "ಇಲ್ಲ ಡಿಯರ್ ಪೊಲೀಸ್ ಸ್ಟೇಷನ್‌ನ ಇನ್ಸ್‌ಪೆಕ್ಟರ್ ಯಾವ್ದೋ ಪಂಕ್ಷನ್‌ನಲ್ಲಿ ಪರಿಚಯವಾದವ್ರು. ಫೋನ್ ಮಾಡಿ ತಿಳಿಸಿದ್ರು. ನೀನು ಚಂದನಾನ ಹೊಡೆದ ವಿಚಾರನ" ಎಂದು ಕೂತ. "ಅವ್ಳು ಪೊಲೀಸ್ ಸ್ಟೇಷನ್‌ಗೆ ಫೋನ್ ಮಾಡಿದ್ದಾಳ. ನೀನು ಸುಳ್ಳು, ಸುಳ್ಳು ಆರೋಪ ಮಾಡಿ ಅವಳನ್ನ ಹೊಡೆದೆಯಂತೆ, ಅದ್ಕೆ ಸತ್ಯಾಂಶ ವಿಚಾರ್ಸಿಕೊಂಡು ನಾನೇ, ನಿನ್ನ, ಅವಳ ಪೊಲೀಸ್ ಸ್ಟೇಷನ್‌ಗೆ ಕರ್ಕೊಂಡ್ ಬರ್ತೀನೀಂತ ಹೇಳಿದ್ದೀನಿ" ಅತ್ಯಂತ ಶಾಂತವಾಗಿ ಹೇಳಿದರೂ, ದುರುಗುಟ್ಟಿ ಕೊಂಡು ನೋಡಿದ.

"ಹೌದು, ಅವಳು ನನ್ನ ಸರ ಕದ್ದಿದ್ದಾಳೆ. ಬಂದು ಕರ್ಕೊಂಡ್ಹೋಗೋಕ್ಹೇಳಿ. ಈಡಿಯಟ್, ಸ್ಕೌಂಡ್ರಲ್..... ಎಷ್ಟು ಧಿಮಾಕ್ ನಮ್ಮ ಮನೆಯಲ್ಲಿ ನಾಲ್ಕು ಜನ ಸರ್ವೆಂಟ್ಸ್ ಇದ್ರೂ ಯಾರು ನನ್ಮುಂದೆ ಬಂದು ನಿಲ್ತಾ ಇರ್ಲಿಲ್ಲ" ಎಂದಳು. ನೇರವಾಗಿ ಅವಳನ್ನು ನೋಡಿದ. ಹೊರಗೆ ಶಾಂತವಾಗಿ ಕಂಡರೂ ಅವನ ಕಣ್ಣುಗಳಲ್ಲಿನ ಬೆಂಕಿಗೆ ಬೆಚ್ಚಿದಳು. "ನಿನ್ನ ಸರ ಕದ್ದಿರೋದು ನಿಜಾನಾ?" ಕೇಳಿದ ತೀಕ್ಷ್ಣವಾಗಿ. ಒಂದಿಷ್ಟು ಚಲಿಸಿ ಹೋದಳು. ತುಟಿಗಳು ನಡುಗಿದವು. "ಪ್ಲೀಸ್, ಟೆಲ್ ಮಿ" ದನಿಯೇರಿಸಿದ. ಅನಗತ್ಯವಾಗಿ ಆ ಹುಡುಗಿಯನ್ನು ಹೊಡೆದಿದ್ದು ಅವನ ಪ್ರಕಾರ ಅಪರಾಧ.

ಆ ವೇಳೆಗೆ ಚಿನ್ನಿ ದನಿ ಕೇಳಿಸಿತು. "ಬರೀ ಸುಳ್ಳೇ! ನಂಗೂ ಒಂದೆರಡು ಸಲ ಹೆದರಿಸಿದ್ದಾರೆ. ನಾನು ರೆಕಾರ್ಡ್ ಮಾಡಿ ಇಟ್ಕೊಂಡಿದ್ದೀನಿ. ಅದ್ನೇ ಪೊಲೀಸ್ಗೆ ಕೊಡ್ತೀನಿ."

ಸಂತೋಷ್ ನಿಹಾರಿಕಾ ಅತ್ತ ತೀಕ್ಷ್ಣವಾದ ನೋಟ ಹರಿಸಿ "ಹತ್ತು ನಿಮಿಷ ಸಮಯವಿದೆ. ಚಂದನ ಸರ ಕದ್ದಿರೋದು ನಿಜವಾದರೆ, ಇನ್ಸ್‌ಪೆಕ್ಟರ್‌ಗೆ ಫೋನ್ ಮಾಡ್ತೀನಿ. ಒಂದೆರಡು ಸಲ ನಾವು ಹೋಗಿ ಇನ್‌ವೆಸ್ಟಿಗೇಷನ್ ಸಹಕರಿಸಬೇಕಾಗುತ್ತೆ" ಎಂದು ಹೇಳಿ ಹೊರ ಬಂದ.

ಚಂದನಾನ ಕೂಡಿಸಿಕೊಂಡು ಕೂತಿದ್ದ ಚಿನ್ನಿ ಗೌರವದಿಂದ ಮೇಲೆದ್ದು "ಇದು ಕದಿಯೋಂತ ಹುಡ್ಗಿಯಲ್ಲ. ಪಾಪದ ಹುಡ್ಗೀ. ಮಲತಾಯಿ ಕೈಯಲ್ಲಿ ತುಂಬ ನೋವು ಅನುಭವಿದ್ದಾಳಂತೆ. ಬಡತನವಿರಬಹುದ್ದು. ಆದರೆ ನಿಯತ್ತು ಇದೆ. ಸಿಕ್ಕಿದೆಲ್ಲ ಕದಿಯೋಂತ ಚಟವಿಲ್ಲ. ನಂಗೂ ಚಿಕ್ಕಮ್ಮಾ ವ್ರು ಧಮಕಿ ಹಾಕಿದ್ರೂ. ಸಮಯಕ್ಕೆ ಇರಲೀಂಥ ರೆಕಾರ್ಡ್ ಮಾಡಿ ಇಟ್ಕೊಂಡಿದ್ದೀನಿ" ಕುತ್ತಿಗೆಗೆ ಹಾಕಿಕೊಂಡಿದ್ದ ಮೊಬೈಲ್‌ನ ತೆಗೆದು ಸ್ವಿಚ್ ಆನ್ ಮಾಡಿದಳು. ನಿಹಾರಿಕ ಮಾತುಗಳು ಸ್ಪಷ್ಟವಾಗಿತ್ತು.

ಸಂತೋಷ್ ಜೋರಾಗಿಯೇ ನಕ್ಕು ಬಿಟ್ಟ.

"ಅಂತೂ ಚಿನ್ನಮ್ಮ ಈಗ ಯಾರನ್ನು ನಂಬೋ ಹಾಗಿಲ್ಲ. ಎಷ್ಟು ಚುರುಕಾಗಿದ್ದೀ. ಗುಡ್, ಪ್ರತಿಯೊಬ್ರು, ತಮ್ಮ ತಮ್ಮ ರಕ್ಷಣೆಗೆ ಏನು ಬೇಕೋ ಅದ್ನ ಮಾಡ್ಕೋಬೇಕು." ಎಂದು ಸುಮ್ಮನಾದ. ಚಿನ್ನಮ್ಮ ಕೆಲಸ ಮುಗಿಸಿ ಹೋಗುವವರೆಗೂ ಕಾದು ನಂತರ ರೂಮಿಗೆ ಹೋದವ, ತನ್ನ ಮೊಬೈಲ್‌ನಲ್ಲಿ ರೆಕಾರ್ಡ್ ಮಾಡಿಟ್ಕೊಂಡಿದ್ದಾಳೆ ತನ್ನ ಸೇಫ್ಟಿಗೆ ಪ್ರಯೋಜನಕ್ಕೆ. ಈಗ ನಿನ್ನ ಅಭಿಪ್ರಾಯ ಹೇಳು. ಪೊಲೀಸ್ ಸ್ಟೇಷನ್‌ಗೆ ಫೋನ್ ಮಾಡ್ಲಾ? ಸೀರಿಯಸ್ಸಾಗಿತ್ತು ಅವನ ಧ್ವನಿ ಮಾತೇ ಇಲ್ಲ.

ಆ ವೇಳೆಗೆ ನಿಶ್ಚಿತ ಬಂದಿದ್ದರಿಂದ ಅವನ ಮಾತುಗಳೆಲ್ಲ ಅವಳಲ್ಲಿಯೇ. ಮುದ್ದು ಮಾಡಿದ. ಅವಳು ಹೇಳಿದೆಲ್ಲ ಕೇಳಿದ. ಎತ್ತಿಕೊಂಡು ಓಡಾಡಿದ. ರೂಮು ಕಡೆ ತಲೆ ಹಾಕಲಿಲ್ಲ.

ಬಂದ ಪಾರ್ಥಸಾರಥಿ ಏನೂ ವಿಚಾರಿಸಲಿಲ್ಲ. ಮಗನ ಸ್ವಭಾವ ಬಲ್ಲವರು. ತಾನಾಗಿ ಹೇಳೋವರೆಗೂ ಕೇಳರು. ಮ್ಯಾನೇಜ್ ಮಾಡಿರುತ್ತಾನೆ ಎಂದುಕೊಂಡರಷ್ಟೇ.

ಶಾಂಭವಿ, ಈಶ್ವರಯ್ಯ ಒಂದು ಮಧ್ಯಾಹ್ನ ಟ್ಯಾಕ್ಸಿಯಲ್ಲಿ ಬಂದು ಇಳಿದಾಗ ಮಾಧವಿಗೆ ಅಚ್ಚರಿ. ತಾನೇ ಒಂದೆರಡು ಸಲ ಫೋನ್ ಮಾಡಿ ನಯವಾಗಿ ಸಣ್ಣ ಪುಟ್ಟ ದೂರುಗಳನ್ನು ಹೇಳಿ ನಿಹಾರಿಕಾಗೆ ಬುದ್ಧಿ ಹೇಳುವಂತೆ ಹೇಳಿದಾಗ "ಅವ್ರು ಚಿಕ್ಕವಳು, ತನ್ನದೇ ಒಂದು ಸ್ವಂತ ಬದ್ಕನ್ನು ಕಟ್ಟಿಕೊಳ್ಳಬೇಕೆಂದು ಯೋಚಿಸೋದು ತಪ್ಪಾ? ನಿಮ್ಮ ಮಗನಿಗೂ ಅಂಥ ಆಸೆ ಇದ್ದೇ ಇರುತ್ತೆ. ಹೆತ್ತವರು ಮಕ್ಕಳ ಸಂತೋಷ ಬಯಸಬೇಕೂ" ಅಂತ ಬುದ್ಧಿ ಹೇಳಿದ್ದರು. ಅಂದರೆ ಮಗಳ ಸ್ವಭಾವವನ್ನು ಸಮರ್ಥಿಸಿ ಕೊಂಡಿದ್ದರು. ಅವರೊಂದಿಗೆ ಜಗಳ ಬೇಕಿರಲಿಲ್ಲ.

"ಬನ್ನಿ.... ಬನ್ನಿ...." ಎಂದು ಸ್ವಾಗತಿಸಿ ಕ್ಷೇಮ ಸಮಾಚಾರ ವಿಚಾರಿಸಿದ ನಂತರ "ನೀವು ಬಂದಿರೋದು ನಿಹಾರಿಕಾಗೆ ಗೊತ್ತಾ?" ಕೇಳಿದರು. ಆಕೆಯ ಕೂದಲು ಬಾಬ್ ಆಗಿತ್ತು. ಅದನ್ನೇ ಸರಿಪಡಿಸಿಕೊಳ್ಳುತ್ತಾ "ಗೊತ್ತು.... ಗೊತ್ತು.... ಬಂದು ಮೂರು ದಿನವಾಯ್ತು" ಆಕೆ ಉತ್ತರ ಹೇಳಿದಾಗ ಏನು ಕೇಳಬೇಕೇನಿಸಲಿಲ್ಲ.

"ಕೂತ್ಕೊಳ್ಳಿ...." ನೀರು ತಂದಿತ್ತು "ಈಗ ಸದ್ಯಕ್ಕೆ ಏನು ತಗೋತೀರಾ?" ವಿಚಾರಿಸಿದಾಗ

"ಏನು.... ಬೇಡ. ಸ್ವಲ್ಪ ಕೂತ್ಕೊಳ್ಳಿ. ಒಂದಿಷ್ಟು ಮಾತಾಡೋದಿತ್ತು" ಎಂದರು ವೈಯಾರವಾಗಿ ಶಾಂಭವಿ, ಸಾಕಷ್ಟು ಬದಲಾಗಿದ್ದರು.

"ಅತ್ತೆ...." ಎಂದು ಕೂಗಿಕೊಂಡ ಜಾಹ್ನವಿ "ನೀವೇನು ಮಾತಾಡೋದು ಬೇಡ. ನಾವು ಆಕೆಯಷ್ಟು ಬುದ್ಧಿವಂತರು ಅಲ್ಲ. ಸುಳ್ಳು ಹೇಳೋಕೆ.... ಬರೋಲ್ಲ. ಮಾವನೋರು.... ಸಂತೋಷ್ ಬರಲೀ.... ಒಂದಿಷ್ಟು ಜ್ಯೂಸ್ ತಗೊಂಡ್ಹೋಗಿ ಕೊಡ್ತೀನಿ. ಪೂರ್ತಿ ಅಡ್ಗೆ ಮುಗಿದಿದೆ. ಎಲ್ಲರೂ ಬೇಕಾದರೆ ಒಟ್ಟಾಗಿ ಊಟ ಮಾಡ್ಲೀ" ಕಳುಹಿಸಿ ತಾನು ಜ್ಯೂಸ್ ಒಯ್ದು ಕೊಟ್ಟು ಉಭಯಕುಶಲೋಪರಿ ವಿಚಾರಿಸಿದಾಗ "ಒಂದ್ಮಗು ಇದೆಯಲ್ಲ. ಮತ್ತೆ ಪ್ರೆಗ್‌ನೆಂಟ್" ಮೊಬೈಲ್ ಹಿಡಿದು ಎದ್ದು ಹೋದರು. ಆ ಮನುಷ್ಯ ಪಲಾಯನವಾದಿ.

"ಅರೇ, ಇದೆಂಥ.... ರಿಸ್ಕ್! ನಮ್ಮ ನಿಶ್ಚಿತಾಗೆ ಒಬ್ಬ ತಮ್ಮಾನೋ, ತಂಗಿನೋ ಬೇಕು. ಇಲ್ಲದಿದ್ದರೆ ಅವಳಿಗೆ ಲೋನ್ಲೀ ಅನ್ನಿಸಿ ಬಿಡುತ್ತೆ. ಇನ್ನೊಂದು ಮಗುನ ಸ್ವಾಗತಿಸೋಕೆ ಮನೆಯವರೆಲ್ಲ ಹ್ಯಾಪಿಯಾಗಿದ್ದಾರೆ. ಉದ್ಯೋಗದಲ್ಲಿರೋ ನಿಹಾರಿಕಾ ತಾಯ್ತನ ಮುಂದಕ್ಕೆ ಹಾಕಿರಬೇಕು. ಈಗ್ಬಂದೆ...." ಒಳಗೆ ಹೋದಳು. ಹಿಂದೆಯೇ ಬಂದು ಶಾಂಭವಿ ಡೈನಿಂಗ್ ಟೇಬಲ್‌ನ ಕುರ್ಚಿನ ಮೇಲೆ ಕೂತು. "ಇಲ್ಲಿ ಸರ್ವೆಂಟ್ಸ್ ಇಲ್ಲಂದ್ಲು ನಿಹಾರಿಕ. ಅವ್ಳಿಗೆ ತುಂಬಾನೆ ಕಷ್ಟವಾಗಿದೆ" ಅಂದರು. ಗ್ಯಾಸ್ ಹಚ್ಚಿದವಳು ಆಫ್ ಮಾಡಿ ಬಂದು ಕೂತು "ಅಂಥ ತೊಂದರೆ ಏನಿಲ್ಲವಲ್ಲ, ವಿವಾಹಕ್ಕೆ ಮುನ್ನ ನಿಹಾರಿಕ ಬಗ್ಗೆ ನೀವು ಹೇಳಿದೆಲ್ಲ ಹೆಚ್ಚು ಕಡ್ಮೆ ನಿಜವೇ! ಕಿಚನ್ ಇನ್‌ಛಾರ್ಜ್ ಅವಳದ್ದೆ, ನಿಹಾರಿಕಾ ಕೈ ರುಚಿಯೆ ಅದ್ಭುತ" ಜಾಹ್ನವಿ ಮೆಲ್ಲಗೆ ಉಸುರಿದಾಗ ಶಾಂಭವಿ "ಒಂದು ಕಾಲ್ಗೆ ವೇಯಿಟ್ ಮಾಡ್ತಾ ಇದ್ದೆ," ಜ್ಯೂಸ್ ಗ್ಲಾಸ್ ಹಿಡಿದು ಎದ್ದು ಹೋದರು, ಈ ಮಾತುಗಳನ್ನ ಹೇಳಿದ್ದು ಮಗಳ ವಿವಾಹಕ್ಕೆ ಮುನ್ನ ಆಕೆಯೆ 'ಛಿ" ಅನ್ನಿಸಿತು.

ಆಕೆಯಲ್ಲಿ ಬಂದು ರೀತಿಯ ಚಡಪಡಿಕೆಯೆ, ಬಂದಿದ್ದು ತಪ್ಪಾಯಿತೆಂದುಕೊಂಡರು 'ಥೂ, ಮಗಳನ್ನು ಮನಸ್ಸಿನಲ್ಲೆ ಬಯ್ದು ಕೊಂಡರು. ಇಂದು ಮೊದಲು ಬಂದಿದ್ದು ಪಾರ್ಥಸಾರಥಿ, ಈಶ್ವರ್ ಕೈ ಕುಲುಕಿ, ಶಾಂಭವಿನ ಮಾತಾಡಿಸಿ "ವಿವಾಹದನಂತರ ಬೀಗರು ನಮ್ಮ ಮನೆಗೆ ಮೊದಲ ಸಲ ಬರ್ತಾ ಇದ್ದೀರಾ, ತುಂಬಾ ಸಂತೋಷ ಬರ್ತಿನಿ "ರೂಮಿಗೆ ಹೋದರು, ಆ ಜನರ ಬಗ್ಗೆ ಗೌರವ ಭಾವವೇನು ಇರಲಿಲ್ಲ

ಶಾಂಭವಿ, ಈಶ್ವರ್ ಕಡೆ ನೋಡಿ ಏನು ಮಾತಾಡೋದು ಆ ಮನುಷ್ಯ ತನ್ನ ಸುಖ, ಸಂತೋಷಗಳನ್ನ ಬೇರೆಡೆಯಿಂದ ಪಡೆಯಲು ಯಾವಾಗ ಶುರು ಮಾಡಿದನೋ, ಅಂದಿನಿಂದ ಹೆಂಡತಿಯ ಮುಂದೆ ತನ್ನ ವ್ಯಕ್ತಿತ್ವವನ್ನು ಬದಲಾಯಿಸಿಕೊಂಡಿದ್ದು.

"ನೋಡು, ನಾನು ಸಜೆಷನ್ ಕೊಡೋದು ನಿಲ್ಸಿ ಬಹಳ ಕಾಲ ಆಯ್ತು, ಈಗ ಒಂದು ಸಜೆಷನ್ ಕೊಡ್ಬೇಕೂಂತ ಅನಿಸಿದೆ, ಬಂದಿದಾಯ್ತು ತೆಪ್ಪಗೆ, ಹೋಗೋದು ವಾಸಿ. ಸ್ವಲ್ಪ ಹೆಚ್ಚು ಕಮ್ಮಿಯಾದರೆ ನಿನ್ನ ಕೊರಳಿಗೆ ಉರುಳಾಗುತ್ತಾಳೆ, ಈಶ್ವರಿ, ಬಿ ಕೇರ್ ಫುಲ್. ಅವಳು ನಿನಗಿಂತ ಹೆಚ್ಚು ಕತರ್‌ನಾಕ್" ಎಂದರು ಅವರ ಮನದಲ್ಲಿದ್ದ ಮಾತು. ಆಕೆ ದುರದುರನೆ ಗಂಡನ ಕಡೆ ನೋಡಿದರು, "ನಿಮ್ಗೇನು ಕಮ್ಮಿಯಾಗಿದೆ! ಸ್ವಲ್ಪ ಎಚ್ಚರ ತಪ್ಪದ್ರೂ ಬೀದಿಯಲ್ಲಿ ನಿಲ್ಲಬೇಕಿತ್ತು, ಐದೂವರೆ ಕೋಟಿಗೆ ಮಾರಿದ ನಿಯಾಸ್ ಅಪಾರ್ಟ್‌ಮೆಂಟ್ ನಂಗೇ..ಬೇಕೆ..ಬೇಕೆಂದ್ಲು,

ಅಕಸ್ಮಾತ್ ಅವ್ರು ಸುಪರ್ದಿಗೆ ಬಿಟ್ ಹೋಗಿದ್ರೆ... ಮನೆ ಹೊಸಲು ಹತ್ತಿಸ್ತಾ ಇರ್ಲಿಲ್ಲಾ" ಎಂದು ಗುರ್ ಎಂದರು, ಈಶ್ವರ್ ಎದ್ದು ಹೋದರು. ಇಂಥ ಸಂದರ್ಭಗಳಲ್ಲಿ ಪಲಾಯನವಾದ ಅನುಸರಿಸುವುದನ್ನು ಕರಗತ ಮಾಡಿಕೊಂಡಿದ್ದರು. ಬುದ್ಧಿವಂತನೋ, ಹೆಡ್ಡನೋ?

ಪಾರ್ಥಸಾರಥಿ ಬಂದು ಆರಾಮಾಗಿ ಕೂತರು ದುಬೈನಲ್ಲಿನ ವ್ಯಾಪಾರ, ವಹಿವಾಟು ಬಗ್ಗೆ ವಿಚಾರಿಸಿದರು, "ಹೇಗೂ, ಬಂದಿದ್ದೀರಿ ಮಗಳ ಮನೆಯಲ್ಲಿ ಕೆಲವು ದಿನ ಇದ್ದು ಹೋಗಿ. ಬನ್ನಿ ಸ್ವಲ್ಪ ಲೇಟಾಯ್ತು. ಊಟದ ಕಾರ್ಯಕ್ರಮ ಮುಗ್ಸಿ ಬಿಡೋಣ" ಅಂದವರು "ಮಗಳೆ, ಜಾಹ್ನವಿ. . . ಸ್ವಲ್ಪ ಬಾಮ್ಮ. ನಿಹಾರಿಕಾ ಬರೋದು ರಾತ್ರಿಗೆ, ಸಂಕೋಚ ಇರುತ್ತೆ. ಸೊಸೆಯನ್ನು ಕೂಗಿ "ಇವ್ರು ನಿಮ್ಮ ಮಗಳು ತರಹಾನೇ, ನಿಮ್ಮ ಬೇಕು, ಬೇಡಗಳ್ನ ನೋಡ್ತಾಳೆ. ಸಂಕೋಚ ಅಂತದ್ದು ಬೇಡ" ಎಂದು ಡೈನಿಂಗ್ ಹಾಲ್‌ಗೆ ಹೋದರು. ಮನಸ್ಸೇನೂ ಮುಕ್ತವಾಗಿರಲಿಲ್ಲ.

ಬಹಳ ಒತ್ತಾಯದ ಮೇಲೆ ಊಟಕ್ಕೆ ಎದ್ದದ್ದು. ಆ ವೇಳೆಗೆ ಸಂತೋಷ್, ಅನಂದ್ ಇಬ್ಬರು ಬಂದರು. ಸಂತೋಷ್‌ಗಿಂತ ಅವರ ಬಳಿ ನಾಲ್ಕು ಮಾತು ಆಡಿದ್ದು ಆನಂದೇ. ನಿಹಾರಿಕಾ ಸ್ವಭಾವದಿಂದ ಅವಳ ಹೆತ್ತವರೆಂದರೆ ಅಸಹ್ಯವೇ.

ಊಟದನಂತರ ಹತ್ತು ನಿಮಿಷ ಅವರೊಂದಿಗೆ ಕೂತ ಪಾರ್ಥಸಾರಥಿ "ನಿಮ್ಗೆ ದುಬೈ ಇಷ್ಟವಾಗಿರಬೇಕು. ಮಗನ ಜೊತೆಯಲ್ಲಿ ನೆಮ್ಮದಿಯ ಬದ್ಕು, ಇಷ್ಟಕ್ಕಿಂತ ಇನ್ನೇನು ಬೇಕು? ಬಡಿಸಿದ ಎಷ್ಟು ಪದಾರ್ಥಗಳನ್ನ ತಿಂದೀವಿ ಅನೋಕ್ಕಿಂತ ಅಲ್ಲಿ ಹರಡಿದ ಸಂತೋಷ, ಸಂತೃಪ್ತಿಯನ್ನ ನಮ್ಮದಾಗಿಸಿ ಕೊಳ್ಳಬೇಕು. ನಗು.... ನಗುತ್ತಾ.... ಬದ್ಕೀ ಬಿಡ್ಬೇಕು, ದೇವರು ಕೆಲವು ಉದ್ದೇಶಗಳನ್ನೆ ಇಟ್ಕೊಂಡು ಭೂಮಿಗೆ ಕಳಿಸ್ತಾನೆ. ಹಸನುಗೊಳಿಸೋ ಪ್ರಯತ್ನ ನಮ್ಮದಾಗ ಬೇಕಷ್ಟೆ" ಇಷ್ಟನ್ನು ಹೇಳಿಯೆ ಎದ್ದು ಹೋಗಿದ್ದು.

ಗೆಸ್ಟ್‌ರೂಮಿಗೆ ಕರೆದೊಯ್ದು ಜಾಹ್ನವಿ "ಇಲ್ಲಿ ರೆಸ್ಟ್ ತಗೋಬಹ್ದು, ಇಲ್ಲಿನ ಯಾವ್ದೆ ವಸ್ತುಗಳ್ನ ಬೇಕಾದರೂ ಉಪಯೋಗಿಸಬಹುದು. ಎಂಟರ ಸುಮಾರಿಗೆ ನಿಹಾರಿಕ ಬರೋದು" ಹೇಳಿ ಹೋದಳು, ಹೆಚ್ಚು ಮಾತು ಬೇಡವೆನಿಸಿತ್ತು

ತಂದೆಯೊಂದಿಗೆ ಇವೆಂಟ್ ವಿಚಾರವಾಗಿ ಡಿಸ್‌ಕಸ್ ಮಾಡುತ್ತಿದ್ದ ಸಂತೋಷ್ ಎದ್ದಾಗ ನಿಹಾರಿಕ ಹೆತ್ತವರು ಬಂದಿದ್ದಾರೆ.

"ಒಂದಿಷ್ಟು ವಿಚಾರ್ಸು,"ಎಂದು, ಸಂತೋಷ್‌ಗೆ ಇಷ್ಟವಿಲ್ಲದಿದ್ದರೂ ಗೆಸ್ಟ್‌ರೂಂಗೆ ಬಂದ, ಆಡುತ್ತಿದ್ದ ಮಾತುಗಳು ನಿಂತವು, "ಬನ್ನಿ ಬನ್ನಿ.." ಎಂದರು ಶಾಂಭವಿ. ಆಕೆಯ ಮಾತುಗಳು ತೀರಾ ನಾಟಕೀಯವೆನಿಸಿತ್ತು. ಮಗಳೊಂದಿಗೆ ಆಗಾಗ ಜಗಳ ಮಾಡುವ ತಾಯಿ, ಮೊಬೈಲ್ನಲ್ಲಿ ಜಗಳ ಶುರುವಿಟ್ಟರೆ ಗಂಟೆ ಸಾಗುತಿತ್ತೆಂದು ಅವನಿಗೆ ಗೊತ್ತಿತ್ತು. ಗೌರವ, ಅಭಿಮಾನ ಅಂಥದೇನು ಇರಲಿಲ್ಲ.

"ಅಲ್ಲಿ, ಬಿಜಿನೆಸ್ ಹೆಚ್ಚಿನ ಮಟ್ಟದಲ್ಲಿ ಇಂಪ್ರೂ ಅಗ್ತಾ ಇದೆ. ಇವಳದು ಒಂದೇ ತಲೆಬಿಸಿ ಬನ್ನಿ.... ಬನ್ನೀಂತ.... ವರಾತ ಹಚ್ಚದಿದ್ದರೇ ಬರೋದಿಕ್ಕೆ ಸಾಧ್ಯವಾಗ್ತ ಇರಲಿಲ್ಲ. ನಾಲ್ಕು ದಿನ ಉಳಿಬೇಕಾಯ್ತು. ನಿಯಾಸ್‌ನಲ್ಲಿ ಫ್ಲಾಟ್‌ಗೆ ಅಡ್ವಾನ್ಸ್ ಕೊಟ್ಟಿದ್ದಾಳೆ. ಅದೇ ವಿಷಯಕ್ಕೆ ಬಂದಿದ್ದು"

ಎಂದರು ಶಾಂಭವಿ.

ಆ ವೇಳೆಗೆ ಅವನ ಮೊಬೈಲ್ ಸದ್ದು ಮಾಡಿದ್ದರಿಂದ ಎದ್ದು ಹೋಗಿದ್ದು. ಅವನಿಗೆ ಗೊತ್ತಿದ್ದ ವಿಚಾರವೆ, ನಿಹಾರಿಕ ಸ್ವತಂತ್ರವಹಿಸಿ ನಿರ್ಧಾರ ತಗೊಂಡಿದ್ದರಿಂದ ಅ ವಿಚಾರದಲ್ಲಿ ತಲೆಕೆಡಿಸಿ ಕೊಳ್ಳುವುದು ಬೇಡವೆಂದು ನಿಶ್ಚಯಿಸಿಕೊಂಡಿದ್ದ. ಆ ಮೇಲೆ ಅವನು ಮಾತಿಗೆ ಸಿಗದೆ ಹೊರಟು ಬಿಟ್ಟಿದ್ದ. ಕೈ ಹಿಡಿದವಳನ್ನು ನೋಯಿಸಬಾರದು. ಅವಳ ಕನಸುಗಳಿಗೆ ಸ್ಪಂದಿಸಬೇಕು. ಈ ವಿಚಾರದಲ್ಲಿ ಅವನ ಒಲವಿದ್ದರೂ, ಅದಕ್ಕಾಗಿ ಇನ್ನೊಂದು ಹೆಣ್ಣು ತಾಯಿ, ಅತ್ತಿಗೆ ಮುಂದೆ ದೊಡ್ಡ ಕಂದಕ ತೆಗೆಯುವುದಕ್ಕೆ ಸಿದ್ಧವಿಲ್ಲ. ಬದುಕಿನಲ್ಲಿ ನಿಹಾರಿಕ ಮುಖ್ಯವೇ ಇರಬಹುದು. ಅದಕ್ಕಿಂತ ಮುಖ್ಯವಾದವರು ಅವನ ಬದುಕಿನಲ್ಲಿ ಇದ್ದರು, ಅದಕ್ಕೆ ಅವನು ಬದ್ಧನೆ.

ಮತ್ತೆ ಅವರಿಗೆ ಸಿಗಲಿಲ್ಲ. ಅನಂದ್ ಜೊತೆಗೂಡಿ ಅಫೀಸ್‌ಗೆ ಹೋದ. ಪಾರ್ಥಸಾರಥಿ ಸಂಜೆ ತೀರಾ ಬೇಕಾದವರ ವಿವಾಹದ ರಿಸೆಪ್ಷನ್ ಇದ್ದರಿಂದ ಮನೆಯಲ್ಲಿ ಉಳಿದರು. ಒಂದೆರಡು ಗಂಟೆ ರೆಸ್ಟ್ ಬೇಕೂಂತ ಮೈ, ಮನಸ್ಸು ಹೇಳುತ್ತಿದ್ದರಿಂದ ರೂಮಿನಲ್ಲಿ ಮಲಗಿದರು. ನಿಶ್ಚಿತಾನ ಮಲಗಿಸುತ್ತ ಮಾಧವಿ ಕೂತಾಗ ಅವರೆದುರು ಬಂದು ಜಾಹ್ನವಿ ಕೂತಳು. ಒಂದಿಷ್ಟು ಗೊಂದಲವೆ.

"ಮಾವನೋರು ಸ್ವಲ್ಪ ಆಪ್‌ಸೆಟ್ ಅದಂಗೆ ಕಂಡರು" ಮಾತು ತೆಗೆದಳು. ಮನಸ್ಸಿನಲ್ಲಿ ಉತ್ಸಾಹವಿದ್ದರೂ ನಿಂಗೆ ವಯಸ್ಸಾಯ್ತುಂತ ದೇಹ ನೆನಪಿಸ್ತಾ ಇರುತ್ತೆ, ಸ್ವಲ್ಪ ಈ ಹುಡ್ಗಿನೇ ಸಮಸ್ಯೆಯಾಗಿದ್ದು. ಚಂದನ ಇಲ್ಲಿಗೆ ಕೆಲ್ಸಕ್ಕೆ ಬರೋಲ್ಲಾಂತ ಹೇಳಿದ್ಲಂತೆ, ಮ್ಯಾನೇಜರ್ ಫೋನ್ ಮಾಡಿ ಬೇಜಾರು ಮಾಡಿಕೊಂಡ್ರು. ಇನ್ನ ಚಿನ್ನಿ ಅಂತು ನಿಹಾರಿಕಾ ರೂಮಿಗೆ ಹೋಗೊಲ್ಲ. ಜೊತೆಗೆ ಅದೂ, ಇದೂ ಕ್ಲೀನಿಂಗ್ ಅಂತ ನೀನು ಹೋಗ್ಬಾರ್ದು ಸ್ವಲ್ಪ ಕಟುವಾಗಿಯೆ ಹೇಳಿದ್ದು ಎರಡು ಕಾರಣಕ್ಕೆ. "ಪ್ಲೀಸ್ ನೀವು ಹೇಳ್ದ ಮೇಲೆ ಮುಗ್ದೇ ಹೋಯ್ತು ಮಾವನೋರು ಅಗಾಗ ಹಂಗಿಸ್ತಾರಂತೆ, ಮಾಧವಿ ನೀರು ಕುಡಿಬೇಡಾಂತ ಹೇಳಿದ್ರು.... ನಿನ್ನ ಹೆಂಡ್ತಿ ಪಾಲಿಸಿ ಬಿಡ್ತಾಳೆಂತ. ಆಗಾಗ ಹಾಸ್ಯ ಮಾಡ್ತಾರೆ. ನನ್ನ ನಿಷ್ಠೆ ನಿಮ್ಮಲ್ಲಿ ಅಷ್ಟು" ಎಂದು ಜೋರಾಗಿ ನಕ್ಕಾಗ ಮಾಧವಿ ಕೂಡ ದನಿ ಕೂಡಿಸಿದರು, ಅತ್ತೆ, ಸೊಸೆಯ ಮಧ್ಯೆ ಅಷ್ಟೊಂದು ಅನ್ಯೋನ್ಯತೆ.

ಈ ನಗು ಈಶ್ವರ್ ಮತ್ತು ಶಾಂಭವಿಗೆ ಕೇಳಿಸಿತು. ಇದು ಹೇಗೆ ಸಾಧ್ಯ? ಅನಿಸಿದುಂಟು. ಅವರ ಮತ್ತು ನಿಹಾರಿಕಾದು ಹಾವು ಮುಂಗುಸಿಯ ಕಾದಾಟ, ಪ್ರತಿಯೊಂದಕ್ಕೂ. ಎಂದೂ ಸ್ನೇಹದಿಂದ ತಾಯಿ, ಮಗಳು ಕೂತು ನಗು ನಗುತ್ತ ಮಾತಾಡಿದ್ದು ಇತ್ತೀಚಿನ ವರ್ಷಗಳಲ್ಲಿ ಇರಲೇ ಇಲ್ಲ. ಹೆತ್ತವರ ಪ್ರೀತಿ, ವಾತ್ಸಲ್ಯ, ಜವಾಬ್ದಾರಿ. . . ಮಗಳು ಕೇಳಿದಕ್ಕೆಲ್ಲ ಹಣಕೊಟ್ಟು ಪೂರ್ಣವಾಗಿ ಸ್ವತಂತ್ರ ಒದಗಿಸಿ ಕೊಟ್ಟಿದಕ್ಕೆ ಮಮತೆ ಕೂಡ ಕೆಲವೊಮ್ಮೆ ನಟನೆ ಅನ್ನಿಸಿ ಬಿಡುತಿತ್ತು.

ಇನ್ನು ಆ ಯೋಚನಾಲಹರಿಯಿಂದ ಹೊರ ಬಂದಿರಲಿಲ್ಲ, ಬಿರುಗಾಳಿಯಂತೆ ನುಗ್ಗಿ ನಿಹಾರಿಕಾ ಬಂದಾಗ ಇಬ್ಬರು ಬೆಚ್ಚಿದಂತೆ ಎದ್ದು ಕೂತರು.

"ಮೈ ಗಾಡ್, ನೀವೆಲ್ಲ ಪ್ಲೈಟ್ ಹತ್ತಿ ಬಿಟ್ಟಿರುತ್ತಿರೋಂತ ಅಂದ್ಕೊಂಡೇ. ಇದೊಂದರಲ್ಲಾದರೂ ಹೇಳಿದಂತೆ ನಡ್ಕೊಂಡಿದ್ದೀರಾ" ಎಂದು ಎದುರು ಕೂತಳು. ಮಗಳತ್ತ ನೋಡಿದರು. ವಾತ್ಸಲ್ಯ ಉಕ್ಕಿ ಹರಿಯಲಿಲ್ಲ, ಭಯವೆನಿಸಿತಷ್ಟೆ, "ನಂಗೆ ಗೊತ್ತಿಲ್ಲದಂಗೆ ನಿಯಾಸ್

ಪ್ಲಾಟ್ ಮಾರಿದಾಗ ನಿಮ್ಮ ಮೇಲಿನ ನಂಬ್ಕೆ ಹೋಯ್ತು" ಅಂದಳು. ಇವರುಗಳು ಬಂದಾಗಿನಿಂದ ಆ ಪ್ಲಾಟ್ ಬಗ್ಗೆ ಪ್ರಸ್ತಾಪಿಸಿದ್ದು ಎಷ್ಟನೆ ಸಲವೊ, ಈಶ್ವರ್ ಮುಖ ಬೇರೆಡೆ ತಿರುಗಿಸಿದರು. ಪ್ರೇಕ್ಷಕರಾಗಿರುವುದನ್ನ ಅಭ್ಯಾಸ ಮಾಡಿಕೊಂಡಿದ್ದರು.

"ಅದ್ನ ಎಷ್ಟು ಸಲ ಹೇಳ್ತೀಯಾ? ನಾವು ಪೂರ್ತಿಯಾಗಿ ಎಲ್ಲಾ ನಿಂಗೆ ಒಪ್ಪಿಸಿ ಬರಿ ಕೈಯಲ್ಲಿ ದುಬೈಗೆ ಹೋಗಿದ್ದರೇ, ನಿನ್ನಣ್ಣನ ಮನೆ ಕೆಲ್ಸ ಮಾಡ್ಕೊಂಡ್ ಬಿದ್ದಿರಬೇಕಿತ್ತು. ಹೆತ್ತ ಮಕ್ಕಳು ನಮ್ಗೆ ಅಶ್ರಯ ನೀಡ್ತಾರೆಂತ ನಂಬೊ ಕಾಲವಲ್ಲ. ಈಗ್ಲೂ ನಮ್ಮ ಇಷ್ಟದಂಗೆ ಲಗ್ಜುರಿಯಾಗಿ ಜೀವಿಸ್ತಾ ಇದ್ದೀವಿ" ಆಕೆಯು ಹಿಂಜರಿಯದೇ ದಬಾಯಿಸಿದಾಗ ಸ್ವಲ್ಪ ಮೆತ್ತಗಾದಳು ಅದಕ್ಕೆ ಪ್ರಬಲವಾದ ಕಾರಣವಿತ್ತು, ಈಗಾಗಲೆ ನಿಯಾಸ್‌ನ ಅಪಾರ್ಟ್‌ಮೆಂಟ್‌ಗೆ ಅಡ್ವಾನ್ಸ್ ಕೊಟ್ಟು ಆಗಿತ್ತು, ಇನ್ನ ಮಿಕ್ಕಿದನ್ನ ಕೊಟ್ಟು ಅವಳ ಹೆಸರಿಗೆ ರಿಜಿಸ್ಟ್ರೇಷನ್ ಮಾಡಿಸಿಕೊಳ್ಳಬೇಕು, ಆಮೇಲೆ ತನ್ನ ಮತ್ತು ಸಂತೋಷ್‌ನ ವಾಸ ಅಲ್ಲಿಗೆ ಬದಲಾಗಬೇಕು ಇಷ್ಟು ಬರೀ ಆಸೆಯಲ್ಲ, ಯೋಜನೆ, ಅಭಿಲಾಷೆ. . .ಇಂಥದ್ದು ಏನಾದರೂ ಅಂದುಕೋಬೇಕು.

"ಸಾರಿ ಮಾಮ್. . ." ತಾಯಿಯ ಪಕ್ಕ ಹೋಗಿ ಕೂತು "ಮೈ ಲವ್ಲಿ ಮಾಮ್, ಐ ಜಲಸ್ ಯು. ಈಗ್ಲೂ ಎಷ್ಟೊಂದು ಯಂಗ್ ಆಗಿ ಕಾಣಿಸ್ತಿ, ಸಂತೋಷ್ ಕೂಡ ಎಷ್ಟೋ ಸಲ ಈ ಮಾತು ಹೇಳಿದ್ದಾರೆ" ಭುಜವನ್ನು ಬಳಸಿ ಶಾಂಭವಿ ಕೆನ್ನೆಗೆ ಮುತ್ತಿಟ್ಟಳು. ಒಂದು ರೀತಿಯ ಪರವಶತೆಯೆ! ಅದರೂ ಕೊನೆಯಲ್ಲಿ ಆಡಿದ ಮಾತು ಶುದ್ಧ ಸುಳ್ಳೆಂದು ಆಕೆಯ ಅಂದಾಜು.

"ಯೂ ನಾಟಿ ಗರ್ಲ್ ಸಂತೋಷ್ ಹೇಳಿದ್ದಾನೆ ಅನ್ನೋದು ನಾನು ನಂಬೋಲ್ಲ. ಐ ಡೋಂಟ್ ಬೀಲಿವ್! ಅವ್ನು ನಿನ್ನ ವಿವಾಹವಾಗೋಕ್ಕೆ ಒಪ್ಪಿದಾಗ ಸರ್‌ಪ್ರೈಜ್ ಅನ್ನಿಸ್ತು. ಇದು ದೈವ ನಿರ್ಣಯವೇನೋ?" ಮನದ ಮಾತನ್ನು ಆಡಿದರು. ಆ ಬಗ್ಗೆ ಈಗ ನಿಹಾರಿಕಾ ತಲೆ ಕೆಡಿಸಿಕೊಳ್ಳೋಲ್ಲ. ಸಂತೋಷ್‌ನ ಪಡೆದುಕೊಂಡಿದ್ದು ಆಗಿತ್ತು. ಆದರೆ ಪೂರ್ಣ ಪ್ರಮಾಣದಲ್ಲಿ ಅವನು ಅವಳಿಗೆ ಬೇಕೆಂಬುದೆ ಅವಳ ಇಚ್ಛೆ.

ಅಮ್ಮ, ಮಗಳು ಕೂತು ಒಂದು ಚಾರ್ಟ್ ತಯಾರಿಸಿದರು, "ನಾನು ಇನ್ನ ಇಪ್ಪತ್ತೈದು ಲಕ್ಷ ಕೊಡ್ತೀನಿ ನನ್ನ ಪ್ರೀತಿಯ ಮಗಳಿಗಾಗಿ" ಅಮ್ಮನ ಮಾತಿಗೆ ನಿಹಾರಿಕಾ ಪ್ರಸನ್ನಳಾಗಲ್ಲಿಲ್ಲ. "ಉಳಿದಿದ್ದು ಹೇಗೆ? ನಂಗೆ ನೀವು ಕೊಟ್ಟ ಇಪ್ಪತ್ತೈದರಲ್ಲಿ 5 ಲಕ್ಷ ಅಡ್ವಾನ್ಸಾಗಿ ಕೊಟ್ಟಿದ್ದೀನಿ. ಉಳಿದ ಹಣ ದೊಡ್ಡ ಅಮೌಂಟ್, ಅದ್ನ ಹೇಗೆ ಹೊಂದಿಸೋದು?" ಕೇಳಿದಾಗ ಆಕೆ ಮೇಲೆದ್ದಳು.

"ನೀನು ಈಗ ಈ ಮನೆಗೆ ಸೇರಿದೋಳು. ನಿನ್ನ ಆಸೆ ಅಕ್ಕರೆಗಳ್ನ ಪೂರೈಸಬೇಕಾದವ್ನು ಅವ್ನೆ. ಸುಮ್ನೆ ನಮ್ಮ ನ್ಯಾಕೆ ಗೋಳುಹೊಯ್ಕೊತ್ತೀಯಾ? ಐಯಮ್.. ಸಾರಿ. . . ಆಕೆ ಹೊರಟೇ ಬಿಟ್ಟರು, ಈಶ್ವರ್ ಹಿಂಬಾಲಿಸಿದರು "ಪ್ಲೀಸ್, ಮಾಮ್. . ಇರೀ" ನಿಹಾರಿಕಾ ರಿಕ್ವೆಸ್ಟ್ ಏನು ಕೆಲಸ ಮಾಡಲಿಲ್ಲ.

ಟ್ಯಾಕ್ಸಿ ಹೊರಟೇ ಬಿಟ್ಟಿತು. ಅವರಿಗೆ ಹೇಳಿ ಹೋಗುವ ಸೌಜನ್ಯ ಕೂಡ ಇರಲ್ಲಿಲ್ಲ! ಮಗಳಿಂದ ತಪ್ಪಿಸಿಕೊಳ್ಳುವುದು ಬೇಕಿತ್ತು.

ನಿಹಾರಿಕಾ ಬಂದವಳೇ ಕುಸಿದು ಕೂತಳು. ಅವಳ ಮಮ್ಮಿಯಿಂದ ಫೋನ್ "ಸಾರಿ,

ಮಗಳೇ! ನಮ್ಗೆ ಬೇರೆ ದಾರಿಗಳಿಲ್ಲ. ವಾಸ ಮಾಡೋರು ನೀನು, ಸಂತೋಷ್ ತಾನೇ? ಅವನನ್ನೆ.... ಹಿಡಿ, ಈಚೆಗೆ ಬರೋಕೆ ರೆಡಿಯಾದರೆ ಪಾಲು ಕೇಳೋಕೆ ಹೇಳು, ಇಲ್ಲದಿದ್ದರೇ...." ಇಬ್ರೂ ಸೇರಿ ಬ್ಯಾಂಕಿನಲ್ಲಿ ಸಾಲಕ್ಕಾಗಿ ಪ್ರಯತ್ನಿಸಿ. ನಿಧಾನವಾಗಿ ಇಬ್ರೂ ತೀರಿಸಬಹ್ದು, ಸಾರಥಿ ಇವೆಂಟ್‌ಗೆ ಒಳ್ಳೆ ಹೆಸರಿದೆ. ಜೊತೆಗೆ ಸ್ವಂತ ರೆಸಿಡೆನ್ಸ್, ಎರಡರ ಮೇಲೂ ಸಾಲ ತೆಗೆಯೋಕೆ ಹೇಳು. ಆಮೇಲೆ ಹೇಗೋ ತೀರಿಸ್ಕೋಬಹ್ದು. ಇಲ್ಲಿ ದುಬೈನಲ್ಲಿ ವ್ಯಾಪಾರದಲ್ಲಿ ಒಂದಿಷ್ಟು ಡೆವಲಪ್ ಅದಾಗ ನಿಂಗೆ ಫೈನಾನ್ಸಿಯಲಿ। ಸಹಾಯ ಮಾಡ್ತೀವಿ. ಈಗ. . . ಸಾರಿ" ಕಾಲ್ ಕಟ್ ಮಾಡಿದಾಗ ಮಂಚದ ಮೇಲೆ ಎಸೆದಳು. ಆಕೆಯ ಬುದ್ಧಿ ಗೊತ್ತಿತ್ತು. ಹೆತ್ತಾಕೆಯನ್ನ ನಂಬಳು!

ಈ ಸ್ವಂತ ಮನೆ ಇವೆಂಟ್ ಮೇಲೆ ಒಂದು ಐದು ಕೋಟಿ ಸಾಲ ಸಿಗಬಹುದೆ? ಅಂಥ ಒಂದು ಪ್ರಯತ್ನ ಮಾಡಿ ಯಶಸ್ವಿಯಾಗಬೇಕೆಂದು ನಿರ್ಧರಿಸಿದಳು. ಅವಳಿಗೆ ಇವೆಂಟ್‌ನ ಬಗ್ಗೆ ಏನೇನು ಗೊತ್ತಿರಲಿಲ್ಲ, ಇನ್ನುಮೇಲೆ ಎಲ್ಲಾ ತಿಳಿಯುವ ಪ್ರಯತ್ನ ಮಾಡಬೇಕು. ಇಂಥ ಒಂದು ಗಟ್ಟಿ ನಿರ್ಧಾರಕ್ಕೆ ಬಂದಾಗ ಹಾಯೆನಿಸಿತು. ಎಲ್ಲಿಂದ ಶುರು ಮಾಡುವುದು, ಹೇಗೆ? ಹಿಂಜರಿಕೆಯಂತು ಇರಲಿಲ್ಲ.

ಚಂದನ ಬರದಿದ್ದರಿಂದ ಅವಳ ರೂಮನ್ನ ಅವಳೇ ಅಚ್ಚುಗಟ್ಟು ಮಾಡಬೇಕಿತ್ತು. ಊಟ, ತಿಂಡಿಯನ್ನ ರೂಮಿಗೊಯ್ದು ತಿಂದು ಅದನ್ನೆಲ್ಲ ಕ್ಲೀನ್ ಮಾಡುವ ಕೆಲಸ ಅವಳೇ ಮಾಡಬೇಕಿತ್ತು ಜಾಹ್ನವಿ, ಮಾಧವಿ ಅತ್ತ ತಲೆ ಹಾಕುತ್ತಿರಲಿಲ್ಲ.

ಮಧ್ಯಾಹ್ನ ಊಟ ಮಾಡಿರಲಿಲ್ಲ. ಈಗ ಬಲವಂತ ಅಂಥದೇನು ಇರಲಿಲ್ಲ. ರೂಮಿನಿಂದ ಹೊರಗೆ ಬಂದಳು. ಈ ವೇಳೆಯಲ್ಲಿ ಎಂದೂ ಮನೆಯಲ್ಲಿ ಇರದ ಪಾರ್ಥಸಾರಥಿ ಅರಾಮಾಗಿ ಕೂತು ಟಿವಿಯಲ್ಲಿ ನ್ಯೂಸ್ ನೋಡುತ್ತಿದ್ದರು. ಮಾಧವಿ ಸಹ ಅಲ್ಲೆ ಕೂತಿದ್ದರು, ಅಳುಕು, ಸಂಕೋಚ ಅಂಥದೇನು ಇರದ ನಿಹಾರಿಕ ನೇರವಾಗಿ ಡೈನಿಂಗ್ ಹಾಲ್‌ಗೆ ಹೋದಳು.

"ಅರೇ, ನಿಹಾರಿಕಾ ಬಂದಿದ್ದಾಳೆ. ಎಂಟರ ಸುಮಾರಿಗೆ ಬರೋದು ಅಂದೆಯಲ್ಲ" ಎಂದರು ಹೆಂಡತಿಯನ್ನು ಉದ್ದೇಶಿಸಿ "ಅವ್ಳ ಪೇರೆಂಟ್ಸ್ ಬಂದಿದ್ದಾರಲ್ಲ, ಅದ್ಕೆ.... ಇರ್ಬಹ್ದು" ಎಂದರು ಚುಟುಕ್ಕಾಗಿ ಬೇರೇನು ಹೇಳಲು ಹೋಗಲಿಲ್ಲ.

ಅವಳದು ವಿಚಿತ್ರವಾದ ಊಟದ ಪದ್ಧತಿ, ಬ್ರೆಡ್, ಬಟರ್ನಿಂದ ಎಲ್ಲಾ ತರಹದ ಆಹಾರ ಪದಾರ್ಥಗಳನ್ನ ಬಡಿಸಿಕೊಳ್ಳುತ್ತಿದ್ದಳು ಕೆಲವು ಮಸಾಲೆ ಫ್ಲೇವರ್‌ಗಳನ್ನು ತನ್ನ ಸಲುವಾಗಿ ತಂದಿಟ್ಟುಕೊಂಡಿರುತ್ತಿದ್ದಳು. ಇದೆಲ್ಲ ವಿಚಿತ್ರವೆನಿಸಿದಾಗ ' ಈಗೆಲ್ಲ ಕಾಂಟಿನೆಂಟಲ್ ಫುಡ್ ಟ್ರೆಡ್, ನಂಗೆ ಅದೇ ಅಭ್ಯಾಸವಾಗಿದೆ' ಹೀಗೆಂದು ಹೇಳಿದ ಮೇಲೆ ಯಾರು ಅವಳ ಪ್ರಸಕ್ತಿಗೆ ಹೋಗುತ್ತಿರಲಿಲ್ಲ. ತೀರಾ ಡಿಫರೆಂಟಾದ ವ್ಯಂಜನಗಳು, ಆ ಬಗ್ಗೆ ಯಾರು ಮಾತಾಡುತ್ತಿರಲಿಲ್ಲ.

ಆ ವೇಳೆಗೆ ಜಾಹ್ನವಿ ಎದ್ದು ಬಂದಳು.

" ಮಾವ, ಕಾಫಿ.. ತರಲಾ? ನಿಹಾರಿಕಾ ಪೇರೆಂಟ್ಸ್ ಬಂದಿದ್ದಾರಲ್ವ ಏನಾದ್ರೂ ವಿಶೇಷವಾದ ಅಂದರೆ ಬೋಂಡ, ಬಜ್ಜಿ, ಪಕೋಡ ಅಂಥದ್ದು ಮಾಡ್ಲಾ?" ಕೇಳಿದಳು, ನೇರವಾಗಿ ಸೊಸೆಯನ್ನು ನೋಡಿ "ನೀನು ಮೊದ್ಲು ಕೂತ್ಕೋ, ನಿಹಾರಿಕಾ ಡೈನಿಂಗ್ ಹಾಲ್‌ಗೆ ಹೋದ್ಲು,

ಅವಳು ಬಂದ್ಮೇಲೆ ವಿಚಾರ್ಸು. ಅವ್ರಿಗೆ ಏನು ಪ್ರೆವರೇಟೋ ಅದ್ನೆ ಮಾಡ್ಬಹುದ್ದು" ಎಂದರು. ಜಾಹ್ನವಿ ಅವರ ಎದುರಿನಲ್ಲೆ ಕೂತಳು. ಮಗಳಂತೆ ನೋಡುವ ಅವರಿಗೆ ಮಗಳೇ.

"ಹೊರ್ಗಿನ ಗಡಿಬಿಡಿಯಲ್ಲಿ ನಿನ್ನ ಸರ್ಯಾಗಿ ವಿಚಾರ್ಸಿ ಕೊಳ್ಳೋಕೆ ಆಗ್ತಾ ಇಲ್ಲ, ಸಾರಿ, ಮಗಳೇ. . . ನಿಶ್ಚಿತ ಬಸುರಿನಲ್ಲಿ ನಮ್ಮ ಫೈನಾನ್ಸ್ ಸ್ಥಿತಿ ಸರಿ ಇರ್ಲಿಲ್ಲ. ಈಗ ಚೇತರ್ಸಿಕೊಂಡಿದ್ದೀವಿ, ನಿಂಗೇನ್ಬೇಕೊ ಧಾರಾಳವಾಗಿ ಕೇಳು," ಇಂಥ ಮಾತುಗಳನ್ನು ಅತ್ಯಂತ ವಾತ್ಸಲ್ಯದಿಂದ ಹೇಳಿದರು ಪಾರ್ಥಸಾರಥಿ. ಬದುಕನ್ನು ಅರ್ಥಪೂರ್ಣವಾಗಿಸಿಕೊಳ್ಳಬೇಕೆಂಬುದೇ ಅವರ ಇಂಗಿತ. ನಾವೇನು ಕೊಡುತೀರ್ವೊ, ಅದೇ ನಮಗೆ ಸಿಗುತ್ತದೆಯೆನ್ನುವ ಮನುಷ್ಯ.

"ಅಯ್ಯೋ, ಅದೆಲ್ಲ ಏನು ಬೇಡ. ನಂಗೇನು ಕಡ್ಮೆಯಾಗಿದೆ?" ಸಂಕೋಚದ ಮುದ್ದೆಯಾದ ಸೊಸೆಯ ಪಕ್ಕ ನಿಹಾರಿಕ ಕೂಡ ಇರಬೇಕೆನಿಸಿತು.

ಆ ವೇಳೆಗೆ ಹೊರ ಬಂದ ನಿಹಾರಿಕ ಡೈನಿಂಗ್ ಹಾಲ್‌ನಿಂದ ಗಮನಿಸಿದರು ಗಮನಿಸಿದಂತೆ ತನ್ನ ರೂಮಿಗೆ ಹೋಗಿದ್ದು ಪಾರ್ಥಸಾರಥಿಗೆ ತುಂಬಾ ಇರುಸು ಮುರುಸೆನಿಸಿತು. ಒಂದೆರಡು ಮಾತು ಸಾಕಿತ್ತು.

"ಸ್ವಲ್ಪ ಕರೀತೀಯ" ಹೇಳಿದ್ದು ನಿಶ್ಚಿತಾಗೆ, ಅವಳೆದ್ದು ಹೋದಳು, ಯಾರಾದರೂ ಮುದ್ದಾಡಿ ಬಿಡುವಂಥ ಕಂದಮ್ಮ, ಅಷ್ಟು ಸ್ಮೂತ್, ಅವಳ ಮಾತುಗಳು ಮುತ್ತುಗಳಂತೆ, ನೆಲಕ್ಕೆ ಬಿದ್ದರೆ ಆಯ್ದುಕೊಂಡು ಬಿಡಬೇಕೆನಿಸಿತ್ತು "ಚಿಕ್ಕಮ್ಮಾ," ಮುಚ್ಚಿದ ರೂಮಿನ ಬಾಗಿಲನ್ನು ತಳ್ಳಿಕೊಂಡು ಒಳ ಹೋದವಳು, ಮಂಚದ ಮೇಲೆ ಹರಡಿದ್ದ ಬಟ್ಟೆಗಳನ್ನು ನೋಡಿ "ನಾನು ಹೆಲ್ಪ್ ಮಾಡ್ಲಾ? ನಂಗೂ ಮಡಚೋದು ಗೊತ್ತು, ನಾನೆಲ್ಲ ಸರಿ ಮಾಡ್ತೀನಿ, 'ನೀವ್ಹೋಗಿ ತಾತ ಕರೀತಾರೆ" ಅದ್ಭುತವಾದ ಮಾತುಗಳ ಸಿಂಚನ. ಅಂಥದೇನು ನಿಹಾರಿಕಾಗೆ ಸೇರದು.

"ನನ್ನ ಚಿಕ್ಕಮ್ಮ ಅಂತ ಕರೀಬೇಡ" ಎಂದಳು ಸ್ವಲ್ಪ ಕಟುವಾಗಿ "ನೀವು ಚಿಕ್ಕಮ್ಮನೇ, ಸಂತೋಷ ಚಿಕ್ಕಪ್ಪ, ಅಂಟಿ ಅಂತ ಕರೀಬಾರ್ದು, ಕೆಲಸದ ಅಂಟಿ ತರಕಾರಿ ಅಂಟಿ, ಹೂಮಾರೋ ಅಂಟಿ, ಕಸ ತಗೊಂಡ್ಹೋಗೋ ಅಂಟಿ, ಅಂಟೀರು ಬೇಕಾದಷ್ಟು ಜನ ಇರ್ತಾರೆ. ನೀವು ಮಾತ್ರ ನನ್ನ ಲವ್ಲಿ ಚಿಕ್ಕಮ್ಮ, ಐ ಲವ್ ಯು ಚಿಕ್ಕಮ್ಮ," ಎಂದವಳನ್ನು ಅವಳಿಗೂ ಆ ಕ್ಷಣ ಎತ್ತಿಕೊಂಡು ಮುದ್ದಾಡಿ ಬಿಡಬೇಕೆನಿಸಿತು. ಆದರೆ. . . ಕೈ ಮುಂದಾಗಲಿಲ್ಲ

"ಬರ್ತೀನಿ. . . ನಡಿ!" ಎಂದಿದ್ದು ಚುಟುಕ್ಕಾಗಿ. ಅವಳ ಮನಸ್ಸು ಪೂರ್ತಿ ಸರಿ ಇರಲಿಲ್ಲ, "ನಾವು ಬಂದು ಅವ್ರನ್ನ ಕನ್ವಿನ್ಸಿಸ್ ಮಾಡ್ತೀವಿ. ಮತ್ತೆ ಒಂದೆರಡು ತಿಂಗ್ಳು ಕಾಲಾವಕಾಶ ಬೇಕೆಂದು ಬಂದಿತ್ತು ಅಡ್ವಾನ್ಸ್ ಕೊಟ್ಟು ಹೋಗ್ತೀನಿ" ಅಂದಿದ್ದ ಅವಳ ಮಮ್ಮಿ ಮನಸ್ಸು ಬದಲಾಯಿಸಿ ಹೊರಟಿದ್ದರು. ಬಹುಶಃ ಈ ವೇಳೆಗೆ ಲಾಡ್ಜ್ ರೂಂನ ಕೂಡ ವೆಕೆಂಟ್ ಮಾಡಿ ಹೋಗಿರುತ್ತಾಳೆಂದು ಅವಳಿಗೆ ಗೊತ್ತು.

ರೂಮಿನಿಂದ ನಿಹಾರಿಕಾ ಹೊರಗೆ ಬಂದಾಗ "ಬಾ ನಿಹಾರಿಕಾ, ನಿನ್ನ ಪೇರೆಂಟ್ಸ್ ನಾಲ್ಕು ದಿನ ನಮ್ಮಲ್ಲೇ ಉಳಿಯಲಿ. ಅವ್ರ ಫೆವರೇಟ್ ತಿಂಡಿ, ತಿನಿಸುಗಳ ಲಿಸ್ಟ್ ಹೇಳು. ಜಾಹ್ನವಿ ಕೈನ ಬೋಂಡ, ವಡೆ, ಬಜ್ಜೀ, ಪಕೋಡ ರುಚಿ ನೋಡಿದರೆ ಮತ್ತೆ ನಾಲ್ಕು ದಿನ ಇಲ್ಲೇ ಉಳೀತಾರೆ"

ನಗುವಿನಲ್ಲಿಯೆ ಹೇಳಿದರು, "ಅವ್ರು, ಆಗ್ಲೆ ಹೊರಟ್ರು, ಏರ್ ಪೋರ್ಟ್ ಹಾದಿಯಲ್ಲಿದ್ದರೂ ಹೆಚ್ಚಲ್ಲ" ಹೇಳಿ ರೂಮಿಗೆ ಹೋದಾಗ ಗರ ಬಡಿದಂತಾದರು, ಎಂಥ ಅನಾಗರಿಕ ಜನ ಬಹುಶಃ ಹೇಳಿ ಹೋಗುವ ಪ್ರಜ್ಞೆ ಬೇಡವೇ? ಅಂದುಕೊಂಡರು ಬಾಯಿ ಬಿಟ್ಟು ಏನು ಹೇಳಲಿಲ್ಲ, ಅವರಿಂದ ನಿಹಾರಿಕಾಗೆ ಬುದ್ಧಿ ಹೇಳಿಸಬೇಕೆನ್ನುವುದು ನೆನೆಗುದಿಗೆ ಬಿತ್ತು.

"ನಿಂಗೆ ಮಾಡೋ ರಿಸ್ಕ್ ಇಲ್ಲ. ಮಾಧವಿ ನೀನು ಕಾಫೀ ತರೋ ಹೊತ್ಗೆ ರೆಡಿಯಾಗಿ ಬರ್ತಿನಿ." ಹೇಳಿ ರೂಮಿಗೆ ಹೋದರು. ಅವರಿಗೆ ನಿಜವಾಗಿ ಬೇಸರವಾಗಿತ್ತು. ಮಗಳನ್ನು ಕೊಟ್ಟು ವಿವಾಹ ಮಾಡುವ ಮುನ್ನಿನ ಮಾತು, ನಡತೆ, ಎಲ್ಲಾ ಬರಿ ನಟನೆಯೆನಿಸಿತ್ತು 'ಇಂಥ ನಿಹಾರಿಕಾ ಹೇಗೆ ಸಂತೋಷ್‌ಗೆ ಸಾಂಗತ್ಯ ಒದಗಿಸಿ ಕೊಡಬಲ್ಲಳು?' ತುಂಬಾ ಆಪ್‌ಸೆಟ್ ಆದರು.

ನಿಶ್ಚಿತಾನ ಎತ್ತಿಕೊಂಡು ಹೊರಗೆ ನಿಂತರು. ನಾಲ್ಕರ ಸಮಯ ಒಂದಿಷ್ಟು ಅನ್ಯೋನ್ಯತೆ ಬೆಳೆಯಲಿ। ನಿಹಾರಿಕಾ ಹೆತ್ತವರೊಂದಿಗೆ ಎಂದೇ ಮನೆಯಲ್ಲಿ ಉಳಿದಿದ್ದರು, ಆದರೆ.. 'ತುಂಬಾ ಬೇಸರವೇನಿಸಿತು. ಜಾಹ್ನವಿಯನ್ನು ಈ ಮನೆಗೆ ತಂದುಕೊಂಡಾಗ ಯಾವುದೇ ಸಮಸ್ಯೆ ಅವರನ್ನು ಕಾಡಿರಲಿಲ್ಲ. ಈಗ. . ನಿಹಾರಿಕಾ. . ಸವಾಲ್ ಆಗಿದ್ದಳು. ಮಣಿಸಬೇಕೆಂಬ ಅಲೋಚನೆ ಅವರದಲ್ಲ. ಮಾನವೀಯತೆ, ಯಾವುದೇ ವ್ಯಕ್ತಿಯ ವ್ಯಕ್ತಿತ್ವದ ಹಿಂದೆ ಯೋಚಿಸುವಂಥ ಕಾರುಣ್ಯ ಭಾವ ಅವರಲ್ಲಿತ್ತು. ಒಳ್ಳೆಯತನಕ್ಕೆ ಅವರೊಂದು ಹೆಸರು.

"ಆಫೀಸ್‌ಗೆ ಹೋಗ್ತಾ ಇದ್ದೀರಾ? ಮಾಧವಿ ಕೇಳಿದರು ಒಂದಿಷ್ಟು ಕೆಲ್ಸ ಇದೆ, ನಮ್ಮ. ಇವೆಂಟ್ ಕ್ರಿಯಾಶೀಲತೆ, ಎಲ್ಲಕ್ಕಿಂತ ಹೆಚ್ಚಿನ ರಿಸ್ಕ್ ತಗೊಳ್ಳೋ ಸಂತೋಷ್ ಮಾತುಗಾರಿಕೆ, ಅದರ ಹಿಂದಿನ ಆಲೋಚನಾ ಕ್ರಮ ಜನರಿಗೆ ಇಷ್ಟವಾಗಿದೆ. ಒಂದು ಸಮಾರಂಭದ ಆಯೋಜನೆಗೆ ಬಂದ ಜನರಲ್ಲಿ ಒಬ್ಬಿಬ್ಬರಾದರೂ ಹುಡ್ಕಿಕೊಂಡು ಬರ್ತಾರೆ. ಒಂದು ಸಮಾರಂಭಕ್ಕೂ ಅಷ್ಟೆ ಆಸ್ಥೆಯಿಂದ ಕೆಲ್ಸ ನಿರ್ವಹಿಸೊ ನಿಟ್ಟಿನಲ್ಲಿ ನಮ್ಮ ಕೆಲ್ಸಗಾರರನ್ನ ತಯಾರು ಮಾಡ್ತಾ ಇದ್ದಾನೆ. ಇದೆಲ್ಲ ಖುಷಿ ಕೊಡೋಂಥ ವಿಚಾರ, ಅನಂದ್‌ನಂತು ಅವ್ನ ಕೆಲ್ಸ, ಅಭಿಪ್ರಾಯದ ಬಗ್ಗೆನೋ ಕಾಮೆಂಟ್. ಇನ್ನ ಬರ್ತಿನಿ, ನಿಶ್ಚಿತಾನ, ಜಾಹ್ನವಿ ಎತ್ತಿಕೊಳ್ಳೋದು ಬೇಡ. ಸ್ವಲ್ಪ ತೂಕ ಜಾಸ್ತಿಯಾಗಿದೆ ನಮ್ಮ ತುಂಟ ಮರೀ" ಎಂದು ಮೊಮ್ಮಗಳನ್ನು ಕೊಟ್ಟು ಕಾರಿನತ್ತ ನಡೆದರು. ಪಕ್ಕದಲ್ಲಿ ನಿಂತಿದ್ದ ನಿಹಾರಿಕಾ ಕಾರಿನತ್ತ ನೋಡಿದರು, ಅದು ಬರೀ ಅವಳ ಉಪಯೋಗಕ್ಕೆ ಮಾತ್ರ ಈತ್ತೀಚೆಗೆ ಸಂತೋಷ್ ಕೂಡ ಆ ಕಾರು ಹತ್ತಿದಂತೆ ಕಾಣಲಿಲ್ಲ.

ತಾತನಿಗೆ ಕೈಯಾಡಿಸಿದ ನಿಶ್ಚಿತ "ಅಜ್ಜಿ, ನಾನು ರೂಮಿಗೆ ಹೋಗಿ ಚಿಕ್ಕಮ್ಮನಿಗೆ ಕೆಲ್ಸ ಮಾಡಿಕೊಡ್ಲಾ? ಅಲ್ಲಿ ಚಿನ್ನಿ ಕೆಲ್ಸ ಮಾಡೋಲ್ವಂತೆ ಮುತ್ತಿಟ್ಟು ಇಳಿಸಿ ಹೋಗಿ.. ಮಾಡಿ ಕೊಡು" ಎಂದರು, ಇಂಥ ಪ್ರಯತ್ನಗಳು ಮಾಡುತ್ತಿದ್ದರು. ಮನೆಯ ಯಾರೊಂದಿಗಾದರೂ ಅನ್ಯೋನ್ಯತೆ ಬೆಳೆಯಲಿ ಎನ್ನುವುದು ಆಕೆಯ ಇರಾದೆ. ಅಲ್ಲಿ ಕಾಣುತ್ತಿದ್ದುದ್ದು ವಿಫಲತೆಯೆ.

ಆ ಮೇಲೆ ಹೊರಗೆ ಹೋದ ನಿಹಾರಿಕಾ ನೇರವಾಗಿ ಹೋಗಿದ್ದು 'ನಯನತಾರಾ'ಗೆ. ಮೌನ ಇಲ್ಲಿಯೆ ಇದ್ದಳು. ಅವಳಿಂದ ಅಲ್ಪ ಸಲ್ಪ ಸಹಾಯವಾಗಬಹುದಾ? ಸಾವಿರಗಳೆನ್ನ ಕೇಳಬಹುದು. ನಂತರ ಒಂದೆರಡು ಲಕ್ಷಗಳಿಗೆ ಸೀಮಿತಗೊಳಿಸಬಹುದು, ಆದರೆ ಕೋಟಿಗಟ್ಟಲೇ....

ಸಾಧ್ಯವಿಲ್ಲವೆನಿಸಿತು. ಅವಳಪ್ಪ ದೊಡ್ಡ ಬಿಲ್ಡರ್ಸ್, ರೆಡ್ಡಿಯವರಿಗೆ ಎಷ್ಟು ಆಸ್ತಿ ಇದೆಯೆಂದು ಲೆಕ್ಕ ಹಾಕರು. ನಾಯಿಗಳ ಜೊತೆ ಆಡುತ್ತ ಕಂಪೌಂಡ್‌ನಲ್ಲಿ ಇದ್ದ ಮೌನ ಗೇಟಿನತ್ತ ನೋಟ ಹರಿಸಿದವಳೇ "ಹಾಯ್.... ನಿಹಾರಿಕಾ ಅಲ್ಲೇ ಇರು, ಇನ್ನೆರಡು ಹೊಸ ನಾಯಿಗಳು ಬಂದಿವೆ. ನಿನ್ನ ಪರಿಚಯ ಅವಕ್ಕಿಲ್ಲ" ಎಂದವಳು ಆಳುಗಳನ್ನು ಕೂಗಿ ಅವನ್ನೆಲ್ಲ ಕಟ್ಟಿ ಹಾಕುವಂತೆ ಹೇಳಿದಳು. ಆ ವೇಳೆಗೆ ವಾಚ್‌ಮೆನ್ ಓಡಿ ಹೋಗಿ ಲಾಕ್ ಆಗಿದ್ದ ಗೇಟು ತೆಗೆದ ಊಟಕ್ಕೆ ಹೋಗಿದ್ದೆ ಮೇಡಮ್, ಕಾರು ಇಲ್ಲೇ ಬರಲಿ ಬಿಡಿ ಎಂದ. ವಿಶಾಲವಾದ ಕಂಪೌಂಡ್‌ನಲ್ಲಿ ಕಾರುಗಳ ಉದ್ದ ಸಾಲಿತ್ತು. ಅವಳಪ್ಪ, ತಮ್ಮನಿಗೆ ಮಾತ್ರವಲ್ಲ ಅವಳ ಪತಿದೇವರಿಗೂ ಕಾರಿನ ಕ್ರೇಜ್. ಹೊಸದು ಬಂದಾಗಲೆಲ್ಲ ಖರೀದಿಗೆ ಮುಂದಾಗುತ್ತಿದ್ದರು.

ತೀರಾ ವಿಶಾಲವಾದ ಕಂಪೌಂಡ್. ಗಿಡ ಮರಗಳು ಎಲ್ಲೆಡೆ ಹಬ್ಬಿಕೊಂಡಿದ್ದರಿಂದ ಫಾರಂ ಹೌಸ್‌ನಂತೆ ಕಾಣುತ್ತಿತ್ತು.

"ಇದೇನಿದು. . ಸರ್‌ಪ್ರೈಜ್! ಇವತ್ತು ಹೇಗೆ ರಜಸಿಕ್ತು?" ಎಂದು ಅವಳ ಕೈ ಹಿಡಿದು, "ಸಂತೋಷ್‌ಗೆ ಫೋನ್ ಮಾಡಿದ್ದೆ. ಬಿಜಿಯಲ್ಲಿದ್ರು, ತುಂಬಾ ಅದಾಯನು ಇರ್ಬಹುದ್ದು" ಇಷ್ಟನ್ನು ಹೇಳಿದ ನಂತರವೆ ಅವಳನ್ನು ಸ್ವಾಗತಿಸಿ ಕರೆದುಕೊಂಡು ಹೋದಳು ಒಳಕ್ಕೆ ಅಲ್ಲಿ ಡೆಕೋರೇಷನ್‌ಗೆ ಬಳಸಿದ ಪ್ರತಿಯೊಂದು ಸಣ್ಣ ಪುಟ್ಟ ವಸ್ತುಗಳು ಕೂಡ ಕಾಸ್ಟ್ಲಿಯೆ.

" ಸೋಫಾ ಬದಲಾಯಿಸಿದ್ದಾರೆ!" ಅವಳ ಮೊದಲ ಕಾಮೆಂಟ್ "ಬಿಡೇ, ಅದೆಲ್ಲಿ! ಹೇಗಿದೆ. . ಜಾಬ್? ಇದೇನು ಸರ್‌ಪ್ರೈಜ್ ಆಗಿ ಪ್ರತ್ಯಕ್ಷವಾದೆ. ನಾನು ಈಗ ಸಂತೋಷ್ ಹತ್ರ ಮಾತಾಡ್ದೆ. ರಿಯಲಿ, ಫೆಂಟಾಸ್ಟಿಕ್ ಮನುಷ್ಯ. ಯು ಆರ್ ಲಕ್ಕಿ" ಮೆಚ್ಚುಗೆ ವ್ಯಕ್ತಪಡಿಸುತ್ತಲೇ ತನ್ನ ರೂಮಿಗೆ ಕರೆದೊಯ್ದಳು. ನಯನತಾರದಲ್ಲಿ ಮೇಲು ಅಂತಸ್ತು ಪೂರ್ತಿ ಇವಳ ಸುಪರ್ದಿನಲ್ಲೇ ಇತ್ತು. ಇದ್ದ ನಾಲ್ಕು ರೂಮುಗಳು, ಬಾಲ್ಕನೀ.. ಗಾರ್ಡನ್ ಎಲ್ಲಾ ಇವಳದೇ. ಗಂಡನನ್ನು ಬಿಟ್ಟು ಬೇರೆಯವರು ಇಲ್ಲಿಗೆ ಬರಬೇಕಾದರೆ ಪರ್ಮಿಷನ್ ಬೇಕಿತ್ತು. ಅವಳಪ್ಪ ಮೇಲೆ ಥರ್ಡ್ ಫ್ಲೋರ್‌ನಲ್ಲಿ ಒಂದು ಸೋಫಿಟಿಕೇಟೆಡ್ ಬಾರ್ ಓಪನ್ ಮಾಡಿಕೊಂಡಿದ್ದರು. ಎಂದಾದರು ಗೆಳೆಯರಿಗೆ ಪಾರ್ಟಿ ಕೊಡಬೇಕಾದರೆ ಮಗಳು ಪರ್ಮೀಷನ್ ತಗೋತಾ ಇದ್ದರು! ಅಂತು ನಯನತಾರದ ರಾಜಕುಮಾರಿ!

ಕೈ ಹಿಡಿದು ಕೂಡಿಸಿಕೊಂಡು "ಏನು..ವಿಶೇಷ? ನಂಗಂತೂ ಬೋರಿಡಿದು ಹೋಗಿದೆ. ಲೈಫ್‌ನಲ್ಲಿ ಏನೇನೂ ಇಲ್ಲಕಣೇ" ಮೌನ ಮಾತಾಡಿದ ರೀತಿಗೆ ಬೆಚ್ಚಿ ಬಿದ್ದಳು. ಗಾಬರಿಯಿಂದ ನೋಡಿದ್ದು.

ಅದು, ಇದು ತಿಂದಾಯಿತು, ಜ್ಯೂಸ್ ಕುಡಿದದ್ದು ನಾಲ್ಕು ಜನ. ಇವಳಿಗಾಗಿಯೆ ಮೂರು ಜನ ಸರ್ವೆಂಟ್ಸ್ ಇದ್ದುದ್ದರಿಂದ ಮೌನಳದು ಬರೀ ಆದೇಶ "ಬೋರೆನಿಸಿದಾಗ ಷಾಪಿಂಗ್ ಮಾಡ್ತೆ. ತರೋವಾಗ ಇರೋ ಇಂಟರೆಸ್ಟ್ ಆಮೇಲಿಲ್ಲ. ಸಿಂಗಾಪೂರ್, ಹಾಂಕಾಂಗ್ ಎಲ್ಲಾ ಸುತ್ತಾಡಿ ಆಯ್ತು," ತೀರಾ ಬೇಸರದಿಂದ ನುಡಿದಳು. ಆದರೆ ನಿಹಾರಿಕಾಗೆ ಅತ್ತ ಗಮನವಿಲ್ಲ; ಅವಳ ಮನದಲ್ಲಿ ಇದ್ದಿದ್ದು 'ನಿಯಾಸ್'ನ ಅಪಾರ್ಟ್‌ಮೆಂಟ್.

"ಎನೀ ವೇ, ಯು ಆರ್ ಲಕ್ಕಿ! ನಿನ್ನ ಪೇರೆಂಟ್ಸ್ ನಿನ್ನ ತುಂಬ ಪ್ರೀತಿಸ್ತಾರೆ," ಏನಾದರೂ

ಹೇಳುವವಳಿದ್ದಾಳೇನೋ, ಆ ವೇಳೆಗೆ ಅವಳ ಪತಿದೇವರ ಆಗಮನವಾಯಿತು, “ಒಂದು ಅರ್ಜೆಂಟ್ ಮೀಟಿಂಗ್ ಸಲುವಾಗಿ ಹೈದರಬಾದ್ ಹೋಗ್ತಾ ಇದ್ದೀನಿ, ನಿನ್ನ ಟಿಕೆಟ್ ಕೂಡ ಬುಕ್ ಆಗಿದೆ,” ಅವಸರಿಸಿದ ಚಂದ್ರಶೇಖರ್.

“ಅಯ್ಯೋ, ನಂಗೆ ಬೋರ್ ಹೈದರಬಾದ್‌ನಲ್ಲಿ ವೈರೆಟಿ ಮುತ್ತುಗಳು ಸಿಗುತ್ತೆ, ನೋಡೋ ಸಲುವಾಗಿ ಬರ್ತಿನಿ” ಹೊರಟಾಗ ನಿಹಾರಿಕ ಮೇಲೆದ್ದು “ಬರ್ತಿನಿ, ನಿನ್ಹತ್ರ ಒಂದು ಇಂಪಾರ್ಟೆಂಟ್ ವಿಚಾರ ಮಾತಾಡ್ಬೇಕೂಂತ ಬಂದೇ, ಫೋನ್‌ನಲ್ಲಿ ಹೇಳ್ತೀನಿ ಬಿಡು” ಸಪ್ಪೆ ಮುಖದಿಂದ ಹೊರಟಳು. ಮೌನಾಳ ಶ್ರೀಮಂತಿಕೆಯ ಬಗ್ಗೆ ಅಸೂಯೆಯೆ. ಅವಳ ಅದೃಷ್ಟ ನೋಡಿ ಕಣ್ಣೀರಿಡುವಂತಾಯಿತು. ಅವಳು ಆಸೆಪಡುತ್ತಿರುವುದು ಶ್ರೀಮಂತ, ಅದ್ಭುತವಾದ ಸ್ವತಂತ್ರ ಜೀವನಕ್ಕಾಗಿ. ಪ್ರಣಯ ಪಕ್ಷಿಗಳಾಗಿ ತಾನು, ಸಂತೋಷ್ ವಿಹರಿಸಬೇಕು, ಅವನು ಪೂರ್ತಿ ತನ್ನವನೇ ಆಗಬೇಕು, ಯಾರ ಹಿಡಿತವು ಅವನನ್ನು ಸೋಕಬಾರದು.

* * *

ಅಂದು ಶನಿವಾರ ನಿಹಾರಿಕಾ ಕೂಡ ಮನೆಯಲ್ಲೆ ಇದ್ದಳು. ಅಪ್ಪ, ಮಕ್ಕಳು ಹೊರಟಾಗ ಮಾಧವಿ ಬಂದು “ಜಾಹ್ನವಿನ ಚೆಕ್ ಅಪ್‌ಗೆ ಕರ್ಕೊಂಡು ಹೋಗ್ಬೇಕಿತ್ತು, ನಿಶ್ಚಿತ ಒಂದ್ಗಂಟೆಗೆಲ್ಲ ಬಂದು ಬಿಡ್ತಾಳೆ, ಈಗೇನ್ಮಾಡೋದು? ಜಾಹ್ನವಿ ನಾನೇ ಹೋಗ್ಬರ್ತಿನಿ ಅಂತಾಳೆ. ನಂಗೆ ಇಷ್ಟವಾಗೋಲ್ಲ ಗಂಡನ ಮುಂದಿಟ್ಟರು,

ಮೂರು ಗಂಟೆಗೆ ಹೆಸರಾಂತ ನಟನ ಆಡಿಯೋ ಬಿಡುಗಡೆ ಸಮಾರಂಭವಿತ್ತು, ಈಗಾಗಲೇ' ಪಾರ್ಥಸಾರಥಿ ಇವೆಂಟ್' ನ ಟೀಂ ಅಲ್ಲಿಗೆ ಹೋಗಿತ್ತು. ಈಗ ಅನಂದ್, ಸಂತೋಷ್ ಅಲ್ಲಿಗೆ ಹೋಗಲೇ ಬೇಕಿತ್ತು, “ನೀನ್ಹೋಗು, ಹೇಗೂ ನಿಹಾರಿಕಾ ಮನೆಯಲ್ಲೆ ಇದ್ದಾಳೆ. ಅವಳನ್ನ ಕರ್ಕೊತಾಳೆ. ಅದೇನು ಗಲಾಟೆ ಮಾಡೋ ಪೈಕಿಯಲ್ಲ ನಿಹಾರಿಕಾಗೆ ಹೇಳಿ ಹೋಗಿ” ಎಂದರು ಸ್ವಲ್ಪ ಅರೆ ಮನಸ್ಸಿನಿಂದಲೇ ಪಾರ್ಥಸಾರಥಿ.

“ಅಯ್ತು..ಬಿಡಿ, ನಾವು ಅದಷ್ಟು ಬೇಗ ಹೋಗ್ಬರ್ತಿವಿ, ಜಾಹ್ನವಿಗೆ ಇಂಜಕ್ಷನ್ ಕೊಡ್ಬೇಕಾದ ಡೇಟ್,”ಎಂದರು. “ನೋಡು, ನಿಹಾರಿಕಾಗೆ ಎಲ್ಲಾಂದ್ರೂ ಹೋಗೋದು ಇದ್ಯಾಂತ ವಿಚಾರಿಸ್ಕೋ” ಸಂತೋಷ್‌ಗೆ ಹೇಳಿದರು: ಆದು ಅವನಿಗೆ ಸರಿಯೆನಿಸಿತು.

ಹೊರಟ ಸಂತೋಷ್ ರೂಮಿಗೆ ಹೋಗಿ “ನಿಹಾರಿಕಾ ಎಲ್ಲಾದ್ರೂ.. ಹೋಗೋದು ಇದ್ಯಾ? ಅಮ್ಮ, ಅತ್ತಿಗೆ ನರ್ಸಿಂಗ್ ಹೋಂಗೆ ಹೊರಟಿದ್ದಾರೆ,” ಕೇಳಿದ, ಕೂದಲು ಬ್ರಷ್ ಮಾಡುತ್ತಿದ್ದು “ ಎಲ್ಲೂ ಹೋಗೋ ಮನಸಿಲ್ಲ. ನಿಮ್ಹತ್ರ ಒಂದು ಇಂಪಾರ್ಟೆಂಟ್ ವಿಚಾರ ಮಾತಾಡೋದಿತ್ತು, ಸಂಜೆ ನಿಮ್ಜೊತೆನೇ ಅವನ ಎದೆಗೊರಗಿದವಳ ಹಣೆ ಚುಂಬಿಸಿ ಸಾರಿ ಡಾರ್ಲಿಂಗ್, ನಾಳೆ.. ನಿಂದೇ ಬಿಡು, ಒಂದರಿಂದ ಒಂದೂವರೆಯೊಳಗೆ ನಿಶ್ಚಿತಾ ಬರ್ತಾಳೆ. ನೀನು ಹೊರ್ಗೇ ಇದ್ದು ನಿಶ್ಚಿತಾನಾ ಕರ್ಕೊ. ಆ ವೇಳೆಗೆ ಅಮ್ಮ, ಅತ್ತಿಗೆ.. ಬರ್ತಾರೆ” ಹೇಳಿದ, ಖುಷಿ ಖುಷಿಯಿಂದ ಹ್ಹೂಗುಟ್ಟಿ “ಓಕೆ, ನಾಳೆ ಪೂರಾ ನನ್ಜೊತೆ” ಅವಳ ಕಣ್ಣುಗಳು ಮಿನುಗಿತು, ನಿಯಾಸ್ ಅಪಾರ್ಟ್‌ಮೆಂಟ್‌ನ ಬಗ್ಗೆ ನಿಖರವಾಗಿ ಮಾತುಕತೆಯಾಗಿರಲಿಲ್ಲ. ಅವಳಿಗೆ ಅದೇ ಯೋಚನೆ ಆಗಿತ್ತು.

ಹೊರಡುವುದಕ್ಕೆ ಮುನ್ನ "ಅಪ್ಪ, ನೀನು ಅವ್ರನ್ನ ನರ್ಸಿಂಗ್ ಹೋಂ ತಲುಪಿಸು, ನಾವ್ಹೋಗಿ ಗಿರಿ ಜೊತೆ ಕಾರುನ್ನ ಕಳುಸ್ತೀನಿ. ಅಮ್ಮನ್ನ, ಅತ್ತಿಗೆನ ಕರ್ಕೊಂಡ್ ಮನೆಗೆ ಬರ್ತಾನೆ. ನೀವು ನರ್ಸಿಂಗ್ ಹೋಂ ತಲುಪಿಸಿ ಆಫೀಸ್‌ಗೆ ಹೋಗ್ಬಹುದ್ದು" ಎಂದು ಅವರುಗಳನ್ನು ಕಳಿಸಿಯೆ ಅಣ್ಣ, ತಮ್ಮ ಹೊರಟಿದ್ದ.

ಒಟ್ಟು ಇದ್ದ ಮೂರು ವೆಹಿಕಲ್ ಒಂದು ಆಫೀಸ್ ಸ್ಟಾಫ್‌ಗೆ. ಇನ್ನೆರಡು ತಮ್ಮಗಳ ಉಪಯೋಗಕ್ಕೆ. ಬೈಕ್‌ನ ಹೆಚ್ಚಿಗೆ ಉಪಯೋಗಿಸುತ್ತಿದ್ದುದ್ದು ಸಂತೋಷ್ ಮಾತ್ರ.

ಮತ್ತೆ ಮತ್ತೆ ಒಬ್ಬರಲ್ಲ ಒಬ್ಬರು ನಿಶ್ಚಿತಾ ಬಗ್ಗೆ ಹೇಳಿಯೆ ಹೊರಟಿದ್ದು. ಆದರೆ ಮುಂದಿನ ಅನಾಹುತದ ಬಗ್ಗೆ ಯಾರಿಗೂ ಅರಿವು ಇರಲಿಲ್ಲ.

ಏನೋ ಪೂಜೆಯೆಂದು ಡಾಕ್ಟರ್ ತಡವಾಗಿ ಬಂದಿದ್ದರಿಂದ ಒಂದೆರಡು ಗಂಟೆ ಅವರು ತಡವಾಗಿಯೆ ಮನೆಗೆ ಬಂದಿದ್ದು. ಗೇಟು ತೆರೆದುಕೊಂಡು ಒಳಗೆ ಕಾಲಿಟ್ಟ ಮಾಧವಿ "ಎಲ್ಲೋ ನಿಶ್ಚಿತಾ ಮಲ್ಗೀ ಬಿಟ್ಟಿರಬೇಕು. ಅದಾಗಿ ಆದು ಏನು ತಿನ್ನದು, ನಿಹಾರಿಕಾಗೆ ನಿಶ್ಚಿತಾಗೂ ಹೇಳಿದ್ದೀನಿ, ಹಾಟ್ ಬಾಕ್ಸ್‌ನಲ್ಲಿ ಹಾಕಿ ಇಟ್ಟಿರೋ ಇಡ್ಲೀನ ತಗೋಂತ. ಇಂದೇ ಲೇಟು ಒಂದಲ್ಲ, ನಾಲ್ಕು ಸಲ, ಅವಳೆದೆಯ ಬಡಿತ ಸಣ್ಣಗೆ ಹಾರಿತು. ಹಣೆಯಂಚಿನಲ್ಲಿ ಬೆವರು ಮೂಡಿತು "ಅತ್ತೆ, ರೆಸ್ಪಾನ್ಸ್ ಇಲ್ಲ" ಅಲ್ಲೇ ಸುಸ್ತಾದವಳಂತೆ ಕೂತಳು.

"ನಿಹಾರಿಕಾಗೂ, ಜೋರು ನಿದ್ದೆ, ಎಲ್ಲೋ ಆರಾಮಾಗಿ ಮಲ್ಗೀ ಬಿಟ್ಟಿರಬಹುದು, ಶಿಫ್ಟ್‌ನಲ್ಲಿ ಕೆಲ್ಸ ಮಾಡೋರಿಗೆ ನಿದ್ದೆಗೆ ಒಂದು ಸಮಯ ಇರೋಲ್ಲ ಗೊಣಗಿ ಅವರು ಒಂದಲ್ಲ ನಾಲ್ಕು ಸಲ ಕಾಲಿಂಗ್ ಬೆಲ್ ಒತ್ತಿ "ಜಾಹ್ನವಿ ಬೀಗ ಹಾಕ್ದಂಗೆ ಇದೆ, ನಿಶ್ಚಿತಾನ ಒಳ್ಗೇ ಬಿಟ್ಟು ಬೀಗ ಹಾಕ್ಕೊಂಡು ಹೋದ್ಲಾ? ಇಲ್ಲ ಜೊತೆಯಲ್ಲಿ ಕರ್ಕೊಂಡ್ ಹೋದ್ಲಾ? ನಂಗ್ಯಾಕೋ. . ಗಾಬ್ರಿ"

ಕೂತಿದ್ದ ಜಾಹ್ನವಿ ಗಾಬರಿಯಿಂದ ಮೇಲೆದ್ದು "ಮನೆಯಲ್ಲಿ ಇಲ್ವಾ? ಬೆಳಗ್ಗೆನೂ ಏನು ತಿಂದಿಲ್ಲ, ನನ್ನ ಕಂದ" ಜಾಹ್ನವಿ ಕಣ್ಣಿಂದ ಕಂಬನಿ ಹರಿಯಿತು. ಇಬ್ಬರೂ ಒಬ್ಬರಾದ ಮೇಲೊಬ್ಬರು ಬೆಲ್ ಮಾಡಿ ಸೋತರು. "ಅತ್ತೆ, ಹ್ಯಾಂಡ್ ಬ್ಯಾಗ್‌ನಲ್ಲಿ ಒಂದು ಸೆಟ್ ಕೀ ಇದೆ ನೊಡ್ತೀನಿ" ಬ್ಯಾಗ್‌ನಲ್ಲಿ ಹುಡುಕಾಡಿದಾಗ ಕೀ ಸಿಕ್ಕಿತು. ಗಾಬರಿಯಿಂದಲೇ ಕೀ ತೆಗೆದು ಹುಡುಕಾಡಿದರು, ಎಲ್ಲೆಡೆ ನಿರ್ಜನ. ಡೈನಿಂಗ್ ಟೇಬಲ್ ಮೇಲೆ ನಿಶ್ಚಿತಾಗಾಗಿ ಇಟ್ಟ ತಿಂಡಿ, ಹಾಲು ಹಾಗೆಯೆ ಇತ್ತು, ಅಂದರೆ ನಿಶ್ಚಿತಾ ಬಂದೇ ಇಲ್ಲವಾ? ಜಾಹ್ನವಿ ಎದೆ ಢಮಗುಟ್ಟಿತು.

"ನಿಹಾರಿಕಾ ಎಲ್ಲೋ ಕರ್ಕೊಂಡ್ ಹೋಗಿರುತ್ತಾಳೆ, ಅವಳ ಕಾರು ಇಲ್ಲದ್ದು ಗಮನಿಸಲೇ ಇಲ್ಲ" ಮಾಧವಿ ನಿಶ್ಚಿಂತೆಯ ಉಸಿರು ಬಿಟ್ಟರು. ಆದರೆ ಜಾಹ್ನವಿ ಒಂದು ಕಡೆ ಕೂತು "ಅತ್ತೆ ನಂಗ್ಯಾಕೋ ಭಯವಾಗುತ್ತೆ. ಎಂದೂ ಮಗುನ ಹತ್ತಿರ ಕರೆದು ನಿಹಾರಿಕಾ ಮಾತಾಡಿಸಿದ್ದೆ ಇಲ್ಲ" ಅಳೋದಕ್ಕೆ ಶುರು ಮಾಡಿದಾಗ ಮಾಧವಿಗೆ ದಿಕ್ಕು ತೋಚಲಿಲ್ಲ.

"ಫೋನ್ ಮಾಡ್ತೀನಿ ಇರು" ನಿಹಾರಿಕಾನ ಸಂಪರ್ಕಿಸಲು ಪ್ರಯತ್ನಿಸಿದರು "ನಾಟ್..ರಿಚಬಲ್..ಎಲ್ಲಿ ಹೋಗಿದ್ದಾಳೆ ಇವಳು. ಮಗುನ ಆಫೀಸ್‌ಗೆ ಕರ್ಕೊಂಡ್

ಹೋಗಿದ್ದಾಳ?" ಎಂದವರೇ ಆಫೀಸ್‌ನ ಲ್ಯಾಂಡ್‌ಲೈನ್‌ನಲ್ಲಿ ಸಂಪಕಿಸಿ "ರೇಖಾ ನಿಹಾರಿಕ ಬಂದಿದ್ದಾಳ?" ಕೇಳಿದರು. "ಇಲ್ಲ ಅಮ್ಮ, ಅವ್ರು ಎಲ್ಲಾದ್ರೂ ವೀಕೆಂಡ್ ಪಾರ್ಟಿಗೆ ಹೋಗಿರ್ತಾರೆ. ಇಲ್ಲಿಗೆಲ್ಲ..ಬರೋಲ್ಲ" ಎಂದಳು "ಅವ್ರಿಗೆ ಕನೆಕ್ಟ್ ಮಾಡು" ಎನ್ನುವ ವೇಳೆಗೆ ಅವರ ಗಂಟಲು ಕಟ್ಟಿತು. ಆ ಕಡೆಯಿಂದ "ಹೇಳು ಮಾಧವಿ , ಗಿರಿ ನಿಮ್ಮನ್ನ ಮನೆ ತಲುಪಿಸಿದ್ನಾ? ಜಾಹ್ನವಿನ ಚೆಕ್‌ಅಪ್ ಮಾಡಿದ್ರಾ?" ರೆಗ್ಯೂಲರ್ ಆಗಿ ಕೇಳಿದರು.

"ಅದೆಲ್ಲಾ ಸರಿ, ಮನೆಗೆ.. ಬಂದ್ವಿ.. ಇಲ್ಲಿ ನಿಹಾರಿಕಾನು ಇಲ್ಲ, ನಿಶ್ಚಿತಾನು ಇಲ್ಲ. ನಮಗ್ಯಾಕೋ.. ಗಾಬ್ರಿ,ಕಾಲ್ ಮಾಡಿದ್ರೆ ಅವ್ಳಿಗೆ ರೀಚ್ ಆಗ್ತಾ ಇಲ್ಲ" ಎಂದು ಅತ್ತೇ ಬಿಟ್ಟರು.

"ಏಯ್, ಯಾಕೆ..ಗಾಬ್ರಿ ಆಗ್ತೀಯಾ? ನಾನು ಹೊರಟೆ ನಾನು ನಿಹಾರಿಕಾನ ಮೊಬೈಲ್‌ನಲ್ಲಿ ಸಂಪರ್ಕಿಸೋಕೆ ಪ್ರಯತ್ನಿಸ್ತೀನಿ. ನಿಶ್ಚಿತಾಗೆ ಅವ್ಳು ಚಿಕ್ಕಮ್ಮ. ನೀನ್ಯಾಕೆ ಗಾಬ್ರಿ ಆಗ್ತೀಯಾ? ಅವಳಿಗೂ ಮಗು ಬಗ್ಗೆ ಜವಾಬ್ದಾರಿ ಇರುತ್ತೆ, ಹೇಳಿಯೆ ಕಾಲ್ ಕಟ್ ಮಾಡಿದ್ದು, ಅಮೇಲೆ ಮತ್ತೆ ಫೋನ್ ಮಾಡಿ ಅನಂದ್, ಸಂತೋಷ್... ಒಂದು ಆಡಿಯೋ ಪಂಕ್ಷನ್‌ನ ಆಯೋಜನೆಯಲ್ಲಿ ಇದ್ದಾರೆ, ಅವ್ರಿಗೇನು ಫೋನ್ ಮಾಡಿ ಗಾಬ್ರಿ.. ಮಾಡ್ಬೇಡ, ನಾನು ಈಗ ಹೊರಡ್ತಾ ಇದ್ದೀನಿ" ಎಂದವರು ನಿಹಾರಿಕಾನ ಸಂಪರ್ಕಿಸಿಲು ಪ್ರಯತ್ನಿಸಿದರು 'ಸ್ವಿಚ್ ಅಪ್' ಆಗಿತ್ತು, ಅವರು ಕೂಡ ಗಾಬರಿಯಿಂದ ಬೆವೆತು ಬಿಟ್ಟರು. ಕೆಟ್ಟದ್ದು ಮನದಲ್ಲಿ ಸುಳಿದು ಹೆದರಿಸಿತು.

"ಜಾಹ್ನವಿ, ಒಂದ್ತುತ್ತು ಊಟ ಮಾಡೇಳು, ಬಸುರಿ ತೀರಾ ಹಸಿದುಕೊಂಡು ಇರಬಾರದು" ಎಂದು ಎಷ್ಟು ಪ್ರಯತ್ನಿಸಿದರೂ "ನಿಶ್ಚಿತಾನ ನೋಡದ ಹೋರ್‍ತು ನೀರು ಕೂಡ ಕುಡಿಯೋಕ್ಕಾಗೋಲ್ಲ" ಎಂದು ಕಣ್ಣೀರು ಸುರಿಸಿದಾಗ ಹೋಗಿ ದೇವರ ಮುಂದೆ ಕೂತು ಬಿಟ್ಟರು, ಒಂದೇ ಸಮ ತಮಗೆ ಬಂದ ಮಂತ್ರಗಳನ್ನೆಲ್ಲ ಪಠಿಸತೊಡಗಿದರು, ಮಾನವನಿಗೆ ಭರವಸೆಯ ಬೆಳಕು ದೇವರು ಮಾತ್ರ,

ಮೊದಲು ಗಿರಿ ಬಂದು ಒಂದು ಕಡೆ ನಿಂತವನು "ಅಕ್ಕ ದೊಡ್ಡ ಯಜಮಾನ್ರು ಕಳಿಸಿದ್ರು, ಹಿಂದಿನಿಂದ ಅವ್ರು ಬರ್ತಾ ಇದ್ದಾರೆ. ಮೇಡಮ್ ಅವ್ರು ಲೇನ್‌ನಲ್ಲಿ ಸಿಕ್ರಾ ನಾನು ಸುಮಾರು ಸಲ ಪ್ರಯತ್ನಿಸಿದೆ" ಎಂದ, ನಿಹಾರಿಕಾ 'ಮೇಡಮ್' ಎಂದು ಕರೆಯಬೇಕೆಂದು ತಾಕೀತು ಮಾಡಿದ್ದರಿಂದ ಸ್ವಲ್ಪ ಭಯವೇ

ಜಾಹ್ನವಿಗೆ ಮೇಲೆಳಲಾಗಲಿಲ್ಲ. ಆ ವೇಳೆಗೆ ಮಾಧವಿ ದೇವರ ಮನೆಯಿಂದ ಹೊರಗೆ ಬಂದರು "ದೊಡ್ಡ ಸಾರ್.. ಕಳ್ಸಿದ್ರು, ಹಿಂದಿನಿಂದ ಬರ್ತಾ ಇದ್ದಾರೆ, ನೀವೇನು ಗಾಬ್ರಿ ಆಗ್ಬಾರ್ದಂತೆ" ಎಂದ ಉಗುಳು ನುಂಗುತ್ತ. ಮಾತಾಡದೆ ಸೋಫಾ ಮೇಲೆ ಕುಸಿದು ಕೂತರು. ನಿಹಾರಿಕಾ ಮೊಬೈಲ್‌ನಲ್ಲಿ ಸಂಪರ್ಕಿಸಲು ಪ್ರಯತ್ನಿಸಿದರು, ಸೇಮ್ ಥಿಂಗ್..ಸ್ವೀಚ್ ಆಫ್! ಅವರಿಗೇನು ಮಾಡಬೇಕೊ ತೋಚಲಿಲ್ಲ, ನಿಧಾನವಾಗಿ ಬೆವೆತರು.

ಗಿರಿ ಮಂಕಾಗಿ ಕೂತು ಬಿಟ್ಟ, ಇಲ್ಲಿಗೆ ಬಂದಾಗಲ್ಲೆಲ್ಲ ನಿಶ್ಚಿತ ಮುದ್ದು ಮಾತುಗಳನ್ನು ಕೇಳಿ ಆಟವಾಡಿದ್ದ. ಮಾಧ್ಯಮಗಳು ಬಿತ್ತರಿಸುವ ಅತ್ಯಂತ ಕ್ರೂರ, ಅನಾಗರಿಕ ದೃಶ್ಯಗಳು ಯಾರನ್ನಾದರೂ ಬೆಚ್ಚಿ ಬೀಳಿಸುತ್ತಿತ್ತು, ಇಂಥದ್ದೆ ಯೋಚನೆಗಳು ಎಲ್ಲರ ಮನಗಳಲ್ಲೂ ಸುಳಿಯುತ್ತಿದ್ದುದ್ದು, ಹೆದರಿ..ಹೆದರಿ..ಕಂಗೆಟ್ಟರು.

ಬಂದ ಪಾರ್ಥಸಾರಥಿ ಎಲ್ಲರೆಡೆಗೆ ನೋಟ ಹರಿಸಿದರು ಅತ್ತೆ, ಸೊಸೆಯ ಮಡುವುಗಟ್ಟಿದ ದುಃಖ, ಆತಂಕ ಕಣ್ಣೀರಿನ ರೂಪದಲ್ಲಿ ಚಿಮ್ಮಿದಾಗ "ಇದೇನಿದು ಮಾಧವಿ, ನೀನು ಜಾಹ್ನವಿಗೆ ಧೈರ್ಯ ಹೇಳೋದು ಬಿಟ್ಟು ಕಣ್ಣೀರು ಹಾಕ್ತಾ ಕೂತಿದ್ದೀಯ? ನಾವು ನಿಹಾರಿಕಾಗೆ ಹೇಳಿ ತಾನೇ ಹೋಗಿದ್ದು? ಅವ್ಳು ಎಲ್ಲಾದ್ರೂ ಕರ್ಕೊಂಡ್ ಹೋಗಿರಬಹುದು, ಬರ್ತಾಳೆ, ಬಿಡು. ಅವ್ಳಿಗೂ ಜವಾಬ್ದಾರಿ ಇದೆ" ಸಮಾಧಾನಿಸುವ ಪ್ರಯತ್ನ ಮಾಡಿದರೂ, ಅವರು ಹೆದರಿಕೆಯಿಂದ ಮುಕ್ತರಾಗಿರಲಿಲ್ಲ,

"ನಂಗ್ಯಾಕೋ ಭಯ ಆಗುತ್ತೆ. ಇವ್ಳು ಬಸುರಿ, ಊಟ ಕೂಡ ಬೇಡಾಂತ ಕೂತಿದ್ದಾಳೆ. ಸ್ಕೂಲು ಬಸ್ಸು ಬರೋದು ಒಂದ್ಗಂಟೆಗೆ ಈಗಾಗ್ಲೆ ನಾಲ್ಕು ಗಂಟೆ ಆಗಿ ಹೋಗಿದೆ. ನಾವು ಎರಡರ ಸುಮಾರಿಗೆ ಮನೆಗೆ ಬಂದ್ವಿ. ಈಗಾಗ್ಲೆ ಬಂದು ಎರಡು ಗಂಟೆಯಿಂದ ನಿಹಾರಿಕಾ ಮೊಬೈಲ್‌ಗೆ ಕಾಲ್ ಮಾಡ್ತಾ ಇದ್ದೀವಿ. ಒಂದು ಸಲ ಸ್ವಿಚ್ ಆಫ್ 'ಇನ್ನೊಂದು ಸಲ ನಾಟ್‌ರಿಚಬಲ್' ನಾವು ಈ ಪರಿಸ್ಥಿತಿಯಲ್ಲಿ ಏನು ಮಾಡ್ಬೇಕು?" ಎಂದರು ಮಾಧವಿ. ಪರಿಸ್ಥಿತಿಯ ಅರಿವಾಯಿತು ಪಾರ್ಥಸಾರಥಿಗೆ.

'ಜನನೀ ಸ್ಕೂಲ್‌ಗೆ' ಫೋನ್ ಮಾಡಿ ವಿಚಾರಿಸಿದರು. ಅವರು ಸರಿಯಾದ ವೇಳೆಗೆ, ಸರಿಯಾದ ಸಮಯಕ್ಕೆ ಸ್ಕೂಲ್ ವ್ಯಾನ್ ಅವಳನ್ನು ಮುಟ್ಟಿಸಿದೆ ಎನ್ನುವ ಇನ್‌ಫಾರೇಷನ್ ಸಿಕ್ಕಾಗ ಅವರ ತಲೇನೂ ಬಿಸಿಯಾಯಿತು. ಮತ್ತೇ.... ಮತ್ತೇ.... ನಿಹಾರಿಕಾ ಫೋನ್‌ಗೆ ಕಾದು ತಾವು ಕಾಲ್ ಮಾಡಿ ದಣಿದವರು ಇನ್ನ ತಡ ಮಾಡುವುದು ಬೇಡವೆಂದು ಸಂತೋಷ್‌ನ ಸಂಪರ್ಕಿಸಿ ಸರಳವಾಗಿ ವಿಷಯ ತಿಳಿಸಿ. "ನಿಹಾರಿಕಾಗೆ ತೀರಾ ಕ್ಲೋಸ್ ಫ್ರೆಂಡ್ಸ್, ಬಂಧುಗಳು ಯಾರಾದ್ರೂ ಇದ್ದಾರ?" ಕೇಳಿದಾಗ ಸ್ವಲ್ಪ ನಾನೇ ಮಾತಾಡ್ತೀನಿ "ಹೊರಗೆ ಬಂದ ವ್ಯವಸ್ಥೆಯೆಲ್ಲ ಮುಗಿದಿತ್ತು. ಕ್ಯಾಸೆಟ್ ಬಿಡುಗಡೆಯ ನಂತರ ಪಾರ್ಟಿಯ ಅರೆಂಜ್‌ಮೆಂಟ್ಸ್ ಇತ್ತು, ಅವರವರು ವಹಿಸಿ ಕೊಂಡಿದ್ದರಿಂದ ಒಮ್ಮೆ ಪರಿಶೀಲಿಸಿ ಹೊರ ಬಂದಾಗ ಅನಂದ್ ಯಾರೊಂದಿಗೋ ಮಾತಾಡುತ್ತಿದ್ದವನು ಅವರನ್ನ ಪರೀಶೀಲಿಸಿದ "ಬೆಸಿಕಲಿ, ಸಾಫ್ಟ್‌ವೇರ್ ಇಂಜಿನಿಯರಿಂಗ್. ಅದ್ನ ಬಿಟ್ಟು ಮ್ಯಾಜಿಕ್ ಫೀಲ್ಡ್‌ನಲ್ಲಿ ಏನಾದ್ರೂ ಸಾಧನೆ ಮಾಡ್ಬೇಕೂಂತ ಯೋಚಿಸ್ತಾ ಇದ್ದಾರಂತೆ" ಕೈ ಕುಲುಕಿ "ಇನ್ನೊಂದು ದಿನ ಸಿಗೋಣ" ಅಫೀಸ್‌ಗೆ ಬನ್ನಿಂತ ಕಾರ್ಡ್ ಕೊಟ್ಟು ಬಂದು ಕಾರು ಹತ್ತಿದ, ಕೂತ ಅನಂದ್ "ಪೂರ್ತಿ ಅರೆಂಜ್‌ಮೆಂಟ್ಸ್ ನಮ್ದೇ. ಯೋಗಿಸ್ ಚಾದರಿ ಮೆಚ್ಚಿಗೆ ವ್ಯಕ್ತಪಡಿಸಿದ್ರು" ಹೇಳಿದ ಸಂತೋಷ್ ಪ್ರತಿಕ್ರಿಯಿಸುವ ಮನಸ್ಥಿತಿಯಲ್ಲಿಲ್ಲ, ನಿಹಾರಿಕಾ, ನಿಶ್ಚಿತಾ ಎಲ್ಲಿ ಹೋಗಿರಬಹುದು?

"ಆಫೀಸ್‌ಗೆ ಹೋಗ್ಬೇಕಲ್ಲ ರತ್ನಾಕರ್ ಗೋಯಲ್ ಮಾತಾಡ ಬೇಕೂಂದಿದ್ರು" ಎಂದ ಅನಂದ್ "ಅಪ್ಪ, ಮನೆಯಲ್ಲಿ ಇದ್ದಾರೆ, ಅಲ್ಲಿಗೆ ಬರೋದಿಕ್ಕೆ ಹೇಳಿದ್ರು. ನಿಹಾರಿಕ ಮನೆಯಲ್ಲಿ ಇಲ್ವಂತೆ, ಅವ್ಳ ಮೊಬೈಲ್ ಸ್ವಿಚ್ ಅಫ್ ಅಗಿದೆಯಂತೆ" ಎಂದ ಸ್ಟೀರಿಂಗ್ ವಿಲ್ ತಿರುಗಿಸುತ್ತ.

"ಅರೇ, ಅದೇನು ಅಂಥ ವಿಶೇಷ! ಅವ್ಳಿಗೆ ಹೇಳಿ ಹೋಗೋ ಅಭ್ಯಾಸವಿಲ್ಲ, ಮುಕ್ತವಾದ ವಾತಾವರಣದಲ್ಲಿ ಧೈರ್ಯವಾಗಿ ಬೆಳೆದಂಥ ಹುಡ್ಗಿ, ಷಿಪ್ಟ್‌ಗಳಲ್ಲಿ ಕೆಲ್ಸ ಮಾಡೋ ಹುಡ್ಗೀರು ಎಂಥ ಪರಿಸ್ಥಿತಿಯನಾದ್ರೂ.. ನಿಭಾಯಿಸ್ತಾರೆ. ಅಪ್ಪನೆ ಈ ಮಾತು ನನ್ನತ್ರ ಹೇಳಿದ್ರು" ಎಂದ

ಅನಂದ್. ಆದರೆ ಪರಿಸ್ಥಿತಿಯನ್ನು ವಿವರಿಸಲು ಹೋಗಲಿಲ್ಲ ಬಹುಶಃ, ನಿಹಾರಿಕಾ ಓಡಾಟ, ಮೊಬೈಲ್ ಸ್ವಿಚ್ ಆಫ್ ಮಾಡಿ ಪಾರ್ಟಿಗಳಲ್ಲಿ ಭಾಗವಹಿಸೋದು ಅವನಿಗೆ ಗೊತ್ತಿತ್ತು. ಅಷ್ಟೇ ಆಗಿದ್ದರೆ ತಲೆ ಕೆಡಿಸಿಕೊಳ್ಳುತ್ತಿರಲಿಲ್ಲ.

ಮನೆಯ ಬಳಿಗೆ ಬಂದಾಗ ಇಡೀ ವಾತಾವರಣ ನಿಶ್ಯಬ್ಧವಾಗಿತ್ತು, ಸಂತೋಷ್ ಎದೆ ಧಸ್ಸಕ್ಕೆಂದಿತು, ನಿಶ್ಚಿತ ಕಣ್ಣುಂದೆ ತೇಲಿದಾಗ ಇಡೀ ಜಗತ್ತು ಸಿಡಿದು ಹೋದಂತಾಯಿತು. ಮಕ್ಕಳ ವಿಚಾರದಲ್ಲಿ, ಅದು ಎಳೆಯ ಹೆಣ್ಣು ಮಕ್ಕಳ ವಿಚಾರದಲ್ಲಿ ನಡೆಯುತ್ತಿರುವ ದುರಂತದ ಸರಮಾಲೆಗೆ ನಾಗರಿಕ ಸಮಾಜ ಬೆಚ್ಚಿ ಬಿದ್ದಿತ್ತು.

ನಿಧಾನವಾಗಿ ಇಳಿದಾಗ ಮೊದಲು ಎದುರಾಗಿದ್ದು ಗಿರಿ, ಮುಖ ಸಪ್ಪಗಿತ್ತು, ತಲೆ ತಗ್ಗಿಸಿದ, ಆನಂದ್‌ನ ಸ್ವಲ್ಪ ಪಕ್ಷಕ್ಕೆ ಕರೆದೊಯ್ದು ವಿಷಯನ ನೇರವಾಗಿ ಅವನ ಮುಂದಿಟ್ಟ "ನಿಹಾರಿಕಾ ನಿಶ್ಚಿತಾನ ಎಲ್ಲಿಗೋ ಕರ್ಕೊಂಡ್ ಹೋಗಿದ್ದಾಳೆ ಅದ್ಕೆ ಮನೆಯವರೆಲ್ಲ ಗಾಬ್ರಿ ಆಗಿದ್ದಾರೆ, ಅವ್ಳ ಪೋನ್ ಸ್ವಿಚ್ ಆಫ್ ಆಗಿದೆ, ಪ್ಲೀಸ್, ನೀನು ಗಾಬ್ರಿಯಾಗ್ಬೇಡ. ಆಗಾಗ ಮೌನ ಮನೆಗೆ ಹೋಗ್ತಾಳೆ, ಅಲ್ಲಿ ವಿಚಾರಿಸ್ತೀನಿ" ಎಂದು ಮೊಬೈಲ್ ಅನ್ ಮಾಡಿ 'ನಯನತಾರ' ಮನೆಗೆ ರಿಂಗ್ ಮಾಡಿದ. ತಾಯಿ, ಮಗಳು ಯಾವುದೋ ಪಂಕ್ಷನ್‌ನಲ್ಲಿ ಇದ್ರು "ವೆರಿ ಹ್ಯಾಪಿ, ನಿಮ್ಮಿಂದ ಫೋನೆಂದರೇ ಸರ್‌ಪ್ರೈಜ್, ವೀಕೆಂಡ್ ಪಾರ್ಟಿಗೆ, ನನ್ನ ಇನ್ವಿಟ್ ಮಾಡಲೇ ಇಲ್ಲ": ಪ್ರೀತಿಯ ಆರೋಪ.

"ಸಾರಿ, ಆಮೇಲೆ ಮಾತಾಡ್ತೀನಿ" ಫೋನ್ ಕಟ್ ಮಾಡಿದ. ಅಲ್ಲಿಗೆ ಹೋಗಿಲ್ಲವೆಂದು ತಲೆಯಾಡಿಸಿದ ನಂತರ ಮುಂದೇನು? ಆದರೆ ನಿಹಾರಿಕಾ ಬರುವವರೆಗೂ ಕಾಯಬೇಕಿತ್ತು, ಕ್ಷಣಗಳನ್ನ ಕಳೆಯುವುದು ಕಠಿಣವೆನಿಸಿತು. ಇಬ್ಬರನ್ನ ಯಾರಾದರೂ ಕಿಡ್‌ನ್ಯಾಪ್ ಮಾಡಿದ್ದಾರ? ಎಲ್ಲರ ಮಿದುಳಿಗೂ ಈ ವಿಚಾರ ಹೊಕ್ಕಾಗ ತಲ್ಲಣಗೊಂಡರು.

"ಮಾಧವಿ, ನಿಹಾರಿಕ ಮತ್ತು ನಿಶ್ಚಿತ ಪೋಟೊಗಳ್ನ ತಗೊಂಡ್ಬಾ, ಶಾಲೆಯ ಸಿ.ಸಿ.ಟಿವಿಯಲ್ಲಿ ನಿಶ್ಚಿತ ಸ್ಕೂಲು ಬಸ್ಸು ಹತ್ತಿದ್ದು ದಾಖಲಾಗಿದೆ. ಅಲ್ಲಿ ಹತ್ತಿದ್ದ ಮಕ್ಕಳೆಲ್ಲ ಅವರವ್ರ ಮನೆಗಳನ್ನು ತಲುಪಿದ್ದಾರೆ. ಆದರೆ..ನಿಶ್ಚಿತ.. ಜೊತೆಗೆ ನಿಹಾರಿಕ.. ತಡ ಮಾಡೋದ್ಬೇಡ. ಈ ವ್ಯಾಪ್ತಿಯ ಪೊಲೀಸ್ ಸ್ಟೇಷನ್‌ಗೆ ಹೋಗ್ಬರ್ತೀನಿ" ಎಂದರು ಪಾರ್ಥ ಸಾರಥಿ. ಎಲ್ಲಾ ಸ್ತಬ್ಧರಾದರು. ಸಾರಥಿ ಇವೆಂಟ್ ಸ್ಟಾಫ್ ಪೂರ್ತಿ ಬಂದು ಮೊಕ್ಕಾಂ ಹೂಡಿತ್ತು, ಯಜಮಾನ ತನ್ನ ಮಿತಿಯಲ್ಲಿ ಅವರನ್ನೆಲ್ಲ ಚೆನ್ನಾಗಿ ನೋಡಿಕೊಂಡಿದ್ದರಿಂದ ಈ ಕುಟುಂಬಕ್ಕಾಗಿ ಮಿಡಿಯುತಿತ್ತು, ಕಷ್ಟ ಸುಖಗಳಲ್ಲಿ ಒಬ್ಬರಿಗೊಬ್ಬರು ಭಾಗಿ.

ಆ ವೇಳೆಗೆ ಬಂದ ಕೆಲಸದ ಚೆನ್ನಮ್ಮ "ಅಮ್ಮ, ಮಗು ಮಧ್ಯಾಹ್ನ ಒಂಟಿಯಾಗಿ ಹಿಂದಿನ ರೋಡಿನಲ್ಲಿ ಹೋಗ್ತಾ ಇತ್ತಂತೆ, ನನ್ಮಗ ಈಗ ಹೇಳ್ದ. ಅದಕ್ಕೆ ಓಡ್ಬಂದೆ" ಅವಳ ಮಾತು ಕೇಳಿದಾಗ ಎಲ್ಲಾ ಸುಸ್ತಾದರು. ಅಂದರೆ ನಿಹಾರಿಕ ಅವಳನ್ನು ಕರೆದೊಯ್ದಿಲ್ಲ-ಅಂಥ ವಿಚಾರ ಮೈಂಡ್‌ಗೆ ಬಂದ ಕೂಡಲೆ "ಮಾಧವಿ, ಒಂದಿಷ್ಟು ನೀರು ಕೊಡು" ಎಂದು ಕೂತರು. ಅಂದರೆ ಕ್ಷಣ ಕಣ್ಮುಚ್ಚಿ ಸುಧಾರಿಸಿಕೊಂಡರು, ದಿಕ್ಕು ತೋಚದಂತಾಗಿತ್ತು.

ಚೆನ್ನಮ್ಮ ಕೂಡ ಮಾತಾಡದೆ ಮೂಲೆಗೆ ಹೋಗಿ ಕೂತಳು, 'ನಡೆಯ ಬಾರದ್ದು ಏನೋ

ನಡೆದಿದೆ' ಎನ್ನುವ ಭಾವ ಅವಳಲ್ಲಿ ಮೂಡಿದಾಗ ಮಾತಿಲ್ಲದೆ ಕಣ್ಣೀರು ಸುರಿಸತೊಡಗಿದಳು. ಆ ಪುಟ್ಟ ನಿಶ್ಚಿತ ಅಂದರೆ ಅವಳಿಗೆ ಪ್ರೀತಿ. "ಸಂತೋಷ್, ನೀನು ನಡೀ. ಅನಂದ್ ನೀನು ಇಲ್ಲೇ ಇರು. ನಿಹಾರಿಕ ಮೊಬೈಲ್‌ಗೆ ಟ್ರೈ ಮಾಡ್ತಾ ಇರು. ಏನೂ ಆಗ್ಬಾರ್ದು ಆಗೋಲ್ಲ, ದೇವರಲ್ಲಿ ನಂಬ್ಕೇ ಇಡಿ. ನಾವಿಬ್ರೂ ಸ್ಟೇಷನ್‌ಗೆ ಹೋಗ್ಬರ್ತೀವಿ. ಜೊತೆಗೆ ನಿಹಾರಿಕ ಹೋಗಿರೋದು ಕಾರ್‌ನಲ್ಲಿ, ಹುಡುಕೋಕೆ ಅದು ಸಹಾಯ ಮಾಡುತ್ತೆ. ಒಮ್ಮೆ ಶಾಂಭವಿಯವರನ್ನ ಕಾಂಟ್ಯಾಕ್ಟ್ ಮಾಡು" ಹೇಳಿ ಹೊರ ಬರುವ ವೇಳೆಗೆ ಕಾರು ಬಂದು ಗೇಟ್‌ನ ಮುಂದೆ ನಿಂತಿತು, ಇಳಿದ ನಿಹಾರಿಕ ಗೇಟು ತೆರೆದು ಕಾರಿನಿಂದ ಇಳಿದಿದ್ದು ನೋಡಿದಾಗ ಎಲ್ಲರು ಹಗುರವಾಗಿ ಉಸಿರಾಡಿದರು.

"ಮೇಡಮ್.. ಬಂದ್ರು" ಗಿರಿ ಮಾತಿಗೆ ಮಾಧವಿ, ಅನಂದ್ ಮತ್ತು ಜಾಹ್ನವಿ ಹೊರಗೆ ಬಂದರು. ಬಂದ ಕಾರಿನ ಲೈಟುಗಳು ಬಾಲ್ಕನಿಯಲ್ಲಿ ಆರಿತು, ನಿಹಾರಿಕ ಇಳಿದು ಕಾರಿನ ಲಾಕ್ ಮಾಡಿ ಇತ್ತ ಬಂದಾಗ ಅವರುಗಳ ಎದೆಯಲ್ಲಿ ಹತ್ತಿ ಕೊಂಡಿದ್ದ ದೀಪಗಳೆಲ್ಲ ಆರಿತು "ನಿಹಾ, ನಿಶ್ಚಿತ.. ಎಲ್ಲಿ?" ಕೇಳಿದ ಸಂತೋಷ್

"ನಂಗೇನು ಗೊತ್ತು? ನಿಯಾಸ್‌ನ ಬಿಲ್ಡರ್ಸ್ ಮೀಟಿಂಗ್ ಕರೆದಿದ್ರು, ಅದಕ್ಕೆ ಅರ್ಜೆಂಟಾಗಿ ಅಲ್ಲಿಗೆ ಹೋದೆ." ನಿಶ್ಚಿಂತೆಯಿಂದ ಹೇಳಿ ರೂಮಿಗೆ ಹೋದಾಗ, ಅವಳನ್ನ ಹಿಂಬಾಲಿಸಿದ ಮಗನನ್ನ ಪಾರ್ಥಸಾರಥಿ "ಬೇಡ, ಈಗ ಇರೋ ಸಮಸ್ಯೆನ ಫೇಸ್ ಮಾಡೋಣ ಬರೀ ನಿಶ್ಚಿತಾ ಬಗ್ಗೆ ಮಾತ್ರ ವಿಚಾರ್ಸು"ಎಂದರು ಸಮಾಧಾನದಿಂದ. ಸಣ್ಣ ಸಣ್ಣ ಸಮಸ್ಯೆಗಳಿಗೂ ಪರಿಹಾರ ಕಂಡುಕೊಳ್ಳದೇ ಪೊಲೀಸ್ ಸ್ಟೇಷನ್ ಮೆಟ್ಟಿಲು ತುಳಿಯುವುದರ ಜೊತೆಗೆ ಮಾಧ್ಯಮಗಳಲ್ಲಿ ಕೂತು ಸುಳ್ಳು ಸುಳ್ಳನ್ನ ಬಣ್ಣಿಸುವ ಒಂದು ಹೆಣ್ಣಿನ ವರ್ಗವೆ ಸೃಷ್ಟಿಯಾಗಿತ್ತು!

ತಂದೆಯ ಮಾತಿಗೆ ತಲೆದೂಗಿ ರೂಮಿಗೆ ಬಂದ, ಅವಳು ಕೂಡ ಒಂದು ರೀತಿಯ ಟೆನ್ಷನ್‌ನಲ್ಲಿ ಇದ್ದಳು "ನಿಶ್ಚಿತಾ..ಎಲ್ಲಿ?" ಚುಟುಕಾಗಿ ಕೇಳಿದ. "ನಂಗೇನು ಗೊತ್ತು?" ಅಷ್ಟೇ ರಭಸದಿಂದ ಪ್ರಶ್ನಿಸಿದಾಗ ಅವನು ಬೆವತ. ಪ್ರಶ್ನೆಗಳಲ್ಲ, ನಿಶ್ಚಿತ ಬಗ್ಗೆ ಇವಳಿಗೇನು ಗೊತ್ತಿಲ್ಲವೆಂದು ಮನನವಾಗಿತ್ತು "ಅತ್ತಿಗೇನಾ ನರ್ಸಿಂಗ್‌ಹೋಂಗೆ ಕರ್ಕೊಂಡ್ ಹೋಗೋವಾಗ ಶಾಲೆಯಿಂದ ಒಂದು ಗಂಟೆಯ ಸುಮಾರಿಗೆ ಬರೋ ನಿಶ್ಚಿತ ಬಗ್ಗೆ ಹೇಳಿದ್ದೆ, ಬಹುಶಃ ಎಲ್ಲರು ಒಂದೊಂದು ಸಲ ನಿಂಗೆ ಹೇಳಿದ್ರು. ಈಗ ಮಗು ಎಲ್ಲಿ?" ಕೊನೆಯಲ್ಲಿ ಪ್ರಶ್ನಿಸುವ ವೇಳೆಗೆ ಅವನ ದನಿ ಏರಿತು ಆ ವೇಗ ತಡೆಯದಾದ.

ನಿಯಾಸ್‌ನ ಬಿಲ್ಡರ್ಸ್ ಅರ್ಜೆಂಟಾಗಿ ಮಾತಾಡೋದಿದೆ ಅಂದ್ರು. ಈಗಾಗ್ಲೇ, ನಾನು ಐದು ಲಕ್ಷ ಅಡ್ವಾನ್ಸ್ ಆಗಿ ಕೊಟ್ಟಿದ್ದೀನಿ, ನನ್ನ ಮಮ್ಮಿ ಕೂಡ ಒಂದೈದು ಕೊಟ್ಟಿದ್ದಾರೆ. ಕ್ರೂಕ್.. ಚೀಟ್ ಮಾಡೋಕೆ ಏನೇನು ಕಂಡೀಷನ್ ಹಾಕ್ತಾನೆ," ಒದರಾಡಿದಳು.

"ಎಷ್ಟು ಹೊತ್ಗೋ ಹೋಗಿದ್ದು?" ಕೇಳಿದ.

"ನಾನು ಆ ಸಮಯದಲ್ಲಿ ಟೈಮ್‌ನ ಗಮನಿಸಲಿಲ್ಲ. ತಲೆ ಚಿಟ್ಟು ಹಿಡಿದ್ದು ಹೋಗಿದೆ" ಎರಡು ಕೈಯಲ್ಲಿ ತಲೆ ಹಿಡಿದುಕೊ "ನಿಶ್ಚಿತಾ ಮನೆಗೆ ಬರೋ ಮುನ್ನವೆ ನಿಹಾರಿಕ ಹೊರಟು ಬಿಟ್ಟಿದ್ದಾಳೆ, ಅವ್ಳಿಗೆ ಮಗುವಿನ ಬಗ್ಗೆ ಏನೇನು.. ಗೊತ್ತಿಲ್ಲ" ಎಂದವನ ಎದೆಯ ನೆತ್ತರು

ಬಿಸಿಯಾಗಿತ್ತು, ಆ ಮಗು ಈ ಮನೆಯ ಕಣ್ಣಾಗಿತ್ತು, ಎಲ್ಲರಿಗಿಂತ ಹೆಚ್ಚು ಹಚ್ಚಿಕೊಂಡಿದ್ದು ಚಿಕ್ಕಪ್ಪನನ್ನ,'ನಿಶ್ಚಿತಾ' ಅವನ ಹೃದಯದ ದನಿ ಅವಳಿಗೆ ಕೇಳಿಸದೇನೋ "ಈಗೇನು.. ಮಾಡೋಣ?" ಕೇಳಿದವನ ಕಣ್ಣಿಂದ ಕಂಬನಿ ಹರಿದಾಗ ಆನಂದ್ "ಏಯ್... ಇದೇನಿದು? ಒಂದಿಷ್ಟು ವಿಚಾರಿಸೋಣ. ಪೊಲೀಸ್ ಸ್ಟೇಷನ್‌ಗೆ ಹೋಗ್ಬರೋಣ, ಗಿರಿ ನೀನು ನಡಿಯೋ" ಹೇಳಿ ನಿಂತಿದ್ದ ರೇಖಾಭಟ್‌ಗೆ "ಒಂದಿಷ್ಟು ಅಮ್ಮನ್ನ, ಜಾಹ್ನವಿನ ಜೋಪಾನ ಮಾಡು" ಹೇಳಿ ಹೊರ ನಡೆದಾಗ ರಾತ್ರಿ ಹನ್ನೆರಡರ ಸುಮಾರು, ಮಗು ಕಳೆದು ಗಂಟೆಗಳು ಉರುಳಿ ಹೋಗಿತ್ತು.

ಪಾರ್ಥಸಾರಥಿ, ಆನಂದ್ ನಿಶ್ಚಿತಾ ಫೋಟೋಗಳನ್ನ ತಗೊಂಡ್ ಪೊಲೀಸ್ ಸ್ಟೇಷನ್‌ಗೆ ಹೋದರೆ, ಗಿರಿ ಮತ್ತು ಸಂತೋಷ್ ಬೈಕಿನಲ್ಲಿ ಹೊರಟಿದ್ದು ಶಾಲೆಯ ಮುಖ್ಯಸ್ಥರ ಮನೆಗೆ. ಅವರು ಶಾಲೆಯ ಮೈನ್ ಗೇಟ್ ಓಪನ್ ಮಾಡಿಸಿ ಸಿಸಿ ಟಿವಿಯಲ್ಲಿ ನಿಶ್ಚಿತಾ ಶಾಲೆಯ ಬಸ್ಸನ್ನು ಹತ್ತಿದ್ದು ದೃಢಪಡಿಸಿಕೊಂಡ ನಂತರ ವೆಹಿಕಲ್ ಡ್ರೈವರ್, ಆಯನ ಕೂಡ ಕರೆಸಿ ವಿಚಾರಿಸಿದರು. ಒಂದು ಗಂಟೆ ಐದು ನಿಮಿಷಕ್ಕೆ ಅವರ ಮನೆಯ ಮುಂದೆ ನಿಶ್ಚಿತಾ ಡ್ರಾಪ್ ಆಗಿದ್ದಾಳೆ.

"ಗೇಟು ತೆಗೆದಿತ್ತು ಅದ್ಕೆ ಇಳಿಸಿದ್ವಿ. ನಿಶ್ಚಿತ ಗೇಟು ಒಳಗೆ ಹೋಗಿ ಟಾಟಾ ಮಾಡಿದನಂತರವೇ ವೆಹಿಕಲ್ ಹೊರಟಿದ್ದು" ಡ್ರೈವರ್ ಮತ್ತು ಆಯ ಅದನ್ನೆ ಹೇಳಿದರು. ಅವರೆದೆ ಬಡಿತ ನಿಂತಂತಾಯಿತು.

ಮನೆಯ ಸುತ್ತಮುತ್ತಿನ ಹೆದ್ದಾರಿಗಳಲ್ಲಿನ ಸಿಸಿ ಟಿವಿಯಲ್ಲಿ ಹುಡುಕಾಡಿದರು, ಮಧ್ಯರಾತ್ರಿ ದಾಟಿತು, ಪೊಲೀಸ್ ಇನ್ಸಪೆಕ್ಟರ್ ಭರವಸೆ ಕೊಟ್ಟು ಕಳುಹಿಸಿದರು.

ಹತ್ತಿರದ ಪಾರ್ಕ್, ಹೆದ್ದಾರಿಗಳನ್ನ ಜಾಲಾಡಿ ಬಿಟ್ಟರು. ಎಲ್ಲರು ಕೂತ ಕಡೆಯಿಂದ ಅಲ್ಲಾಡಲಿಲ್ಲ. ನಿಹಾರಿಕಾಗೆ ತನ್ನ ತಪ್ಪಿನ ಅರಿವಾದರು, ತಳ್ಳಿ ಹಾಕಿ ಅದು ತಪ್ಪೇ ಅಲ್ಲವೆನ್ನುವಂತೆ ಸಮರ್ಥಿಸಿಕೊಳ್ಳುತ್ತಿದ್ದಳು. ಅವರಿಗೂ, ಇವರಿಗೂ ಫೋನ್ ಹಚ್ಚುತ್ತಿದ್ದರು, ಎಷ್ಟರ ಮಟ್ಟಿಗೆ ಮನೆಯವರು ಭಯಗ್ರಸ್ತರಾದರೆಂದರೆ, ತಮಗೆ ನಿಶ್ಚಿತಾ ಸಿಗುವುದೇ ಇಲ್ಲ! ಕೆಲವು ಭಯಂಕರವಾದ ಘಟನೆಗಳು ಅವರನ್ನು ಹೆದರಿಸುತ್ತಿತ್ತು, ಮುಂದೇನು? ಸಮಸ್ತವು ನಾಶವಾದಂತೆ ಕಂಪಿಸಿದರು.

'ಪಾರ್ಥಸರಥಿ ಇವೆಂಟ್' ನ ಸ್ಟಾಫ್ ಓಡಾಡಿ, ಹುಡುಕಾಡಿ ಬೆಳಗಿನ ಜಾವ ಹೊತ್ತಿಗೆ ಒಬ್ಬೊಬ್ಬರಾಗಿ ಬಂದರು. ಪಾರ್ಕ್, ಕೊಳ, ಚರಂಡಿ, ಮ್ಯಾನ್‌ಹೋಲ್, ಪೊದೆಗಳು, ಕಸದರಾಶಿ, ಒಂದೊಂದೇ ಒಂದು ಅವರ ಮುಂದೆ ನಿಂತು ಯಾವುದೇ ಕೃತ್ಯಕ್ಕೆ ಸಾಕ್ಷಿಯಾದಂತೆ ಕಾಣುತ್ತಿತ್ತು. ಮುಂದೇನು? ನಿಶ್ಚಿತಾ ಸಿಗಬಹುದಾ?

ಐದುಗಂಟೆ, ಮೂವತ್ತೈದು ನಿಮಿಷಕ್ಕೆ ಸಂತೋಷ್ ಮೊಬೈಲ್‌ಗೆ ಒಂದು ಕಾಲ್ ಬಂತು "ಚಿಕ್ಕಪ್ಪ, ನಾನು ಇಲ್ಲಿದ್ದೀನಿ" ಸ್ವರ ಕೇಳಿದ ಕೂಡಲೆ ಉದ್ವಿಗ್ನನಾದ "ಎಲ್ಲಿದ್ದೀಯ ಕಂದ? ಎಲ್ಲಿದ್ದೀಯ. . ಪುಟ್ಟಿ" ಅವನ ದನಿ ನಡುಗಿತು. "ಏನು ಗಾಬ್ರಿಯಾಗ್ಬೇಡ, ಗಾಂಧಿ ಚೌಕದ 'ಪಾರ್ಥಸಾರಥಿ ಇವೆಂಟ್'ನ ಬಲ ಮಗ್ಗುಲಿನಲ್ಲಿರುವ ಮೈನ್ ರೋಡ್‌ನ ಹನ್ನೊಂದನೆ ಕ್ರಾಸ್‌ನಲ್ಲಿರುವ 'ಭಗವತಿ ನಾರಾಯಣಿ' ದೇವಸ್ಥಾನದಲ್ಲಿದ್ದಾಳೆ. ಏನು ಹೆದರ್ಕೊಬೇಡಿ, ಬಂದು ಕರ್ಕೊಂಡ್ ಹೋಗಿ" ವಯಸ್ಸಾದವರೊಬ್ಬರು ಮಾಹಿತಿ ಕೊಟ್ಟಾಗ "ಅಪ್ಪ, ನಿಶ್ಚಿತಾ ಸೇಫಾಗಿ ಇದ್ದಾಳೆ. ನಾನ್ಹೋಗಿ ಕರ್ಕೊಂಡ್ ಬರ್ತೀನಿ" ಅಂದಾಗ ರೇಖಾಭಟ್ ಕುಡಿಯಲು ಎಲ್ಲರಿಗೂ

ನೀರು ತಂದು ಕೊಟ್ಟಳು.

"ಅಪ್ಪ, ಪೊಲೀಸ್ ಸ್ಟೇಷನ್‌ಗೆ ಒಂದಿಷ್ಟು ಇನ್‌ಫಾರ್‌ಮೇಷನ್ ಕೊಡಿ, ನಾನು, ಗಿರಿ.. ಹೋಗ್ತೀನಿ" ಎಂದು ಸಂತೋಷ್ ಹೊರಟ, ನಿಶ್ಚಿತಾ, ಮಗುವನ್ನ ನೋಡುವವರೆಗೂ ಯಾರಲ್ಲೂ ಚಲನೆ ಮೂಡಲು ಸಾಧ್ಯವಿಲ್ಲ.

ಪಾರ್ಥಸಾರಥಿ ಕೊಟ್ಟ ಮಾಹಿತಿಯನ್ನ ಮುಂದಿಟ್ಟುಕೊಂಡು ಸಬ್ ಇನ್ಸ್‌ಸ್ಪೆಕ್ಟರ್ ಜೀಪ್‌ನಲ್ಲಿ ಹೊರಟರು. ಇಬ್ಬರೂ 'ಭಗವತಿ ನಾರಾಯಣಿ' ಟೆಂಪಲ್‌ನ ಹೆಚ್ಚು ಕಡಿಮೆ ಒಂದೇ ಸಮಯಕ್ಕೆ ತಲುಪಿದರು. ಮಂಕಾಗಿ ಕೂತಿದ್ದ ನಿಶ್ಚಿತ ಓಡಿ ಬಂದು ಅವರ ಚಿಕ್ಕಪ್ಪನನ್ನು ಅಪ್ಪಿಕೊಂಡು ಬಿಕ್ಕಳಿಸಿದಳು. ಇಡೀ ವಿಶ್ವವನ್ನೆ ಗೆದ್ದ ಸಂತೋಷ ಅವನದು, "ಬೇಡ ಕಣೋ..." ಮುದ್ದಾಡಿದ. ವಯಸ್ಸಾದ ಅರ್ಚಕರು "ಮಗು ಯಾವ ಸಮಯದಲ್ಲಿ ಬಂತೋ ದೇವಸ್ಥಾನಕ್ಕೆ. ಹಿಂಭಾಗದಲ್ಲಿ ಹೋಗಿ ಕೂತ್ಕೊಂಡ್ ಬಿಟ್ಟಿದೆ. ನಾನು ಬಂದು ಬೀಗ ತೆಗೆದಾಗ ನಡುಗುತ್ತ ಇತ್ತು. ಸ್ವಲ್ಪ ಸಮಾಧಾನವಾದ ಮೇಲೆ ನಿಮ್ಮ ಮೊಬೈಲ್ ನಂಬರ್ ಹೇಳಿದಳು. ಏನೇನೋ ನಡ್ದು ಹೋಗೋ ಕಾಲದಲ್ಲಿ ತಾಯಿನೇ ಕಾಪಾಡಿದ್ದಾಳೆ" ಎಂದರು. ಸಾತ್ವಿಕ ತೇಜಸ್ಸಿನ ಮನುಷ್ಯ ದೇವರಂತೆ ಕಂಡ.

ಇನ್ಸ್‌ಸ್ಪೆಕ್ಟರ್ ಇನ್ನಷ್ಟು ವಿಚಾರಿಸಿ ಮಾಹಿತಿ ಪಡೆದರು.

ಸಂತೋಷ್ ಮಗುವನ್ನ ಸಾರಥಿ ನಿಲಯಕ್ಕೆ ಕರೆತಂದಾಗ ಎಲ್ಲರ ಮುಖಗಳಲ್ಲಿ ಬೆಳಕು ಮೂಡಿತು. ಅಪ್ಪಿ ಮುದ್ದಾಡಿ ಬಿಟ್ಟರು.. ಲಕ್ಷ.. ಲಕ್ಷಗಳು ಸಿಕ್ಕಿದ್ದರು ಇಂಥ ಸಂತೋಷ ಅವರದಾಗುತ್ತಿರಲಿಲ್ಲ. "ಜಾಹ್ನವಿ ರೂಮಿಗೆ ಕರ್ಕೊಂಡ್ಹೋಗು, ಎಂದರು. ಪಾರ್ಥಸಾರಥಿ ಪೊಲೀಸ್ ಇನ್ಸ್‌ಸ್ಪೆಕ್ಟರ್‌ಗೆ ಧನ್ಯವಾದ ಅರ್ಪಿಸಿ ತಮ್ಮ ಜೊತೆ ನಿಂತ ಸಾರಥಿ ಇವೆಂಟ್‌ನ ಎಲ್ಲರಿಗೂ ವಂದಿಸಿ "ಗಿರಿ ಎಲ್ಲರನ್ನು ಅವರವ್ರ ಮನೆಗೆ ತಲುಪಿಸು" ಎಂದು ಆಫೀಸ್ ಸ್ಟಾಫ್ ಓಡಾಟಕ್ಕೆ ಇದ್ದ ಇನೋವಾದಲ್ಲಿ ಎಲ್ಲರನ್ನು ಕಳುಹಿಸಿ ಬಂದವರೇ ಸೋಫಾಕ್ಕೆ ಒರಗಿ ಕಣ್ಮುಚ್ಚಿದರು. ದೊಡ್ಡ ಆಂದೋಲನದಿಂದ ಮುಕ್ತವಾದ ಸಂಭ್ರಮದಲ್ಲಿ ಇದ್ದರು. ನಿಹಾರಿಕ ಪ್ರಶ್ನೆಯಾಗಿ ಮಾತ್ರವಲ್ಲ ಭೂತವಾಗಿ ಅವರನ್ನು ಹೆದರಿಸುತ್ತಿದ್ದಳು. ಮುಂದೇನು? ಅವಳ ದೃಷ್ಟಿಯಲ್ಲಿ ಈ ಮನೆ ಇಲ್ಲಿ ವಾಸಿಸುವ ಜನ ಏನು? ತನ್ನವರೆಂದು ಯೋಚಿಸಲಾರಳು? ಕನಿಷ್ಠ ಮಗುವಿನ ಬಗ್ಗೆ ಒಂದಿಷ್ಟು ಕಾಳಜಿ ಇಲ್ಲವಾ? ಸಂಬಳಕ್ಕೆ ಕೆಲಸ ಮಾಡುವ ಇವೆಂಟ್‌ನ ಸ್ಟಾಫ್ ತಮ್ಮ ಮಗು ಕಳೆದು ಹೋಗಿದೆಯೆನ್ನುವ ಧಾವಂತದಿಂದ ವರ್ತಿಸಿದರಲ್ಲ. ಆದರೆ ತುಂಬ ಡಿಫರೆಂಟಾಗಿ ಕಂಡಳು ನಿಹಾರಿಕ. ಅವಳು ರೂಮು ಬಿಟ್ಟು ಹೊರಗೆ ಬರಲೇ ಇಲ್ಲ! ಅಂದರೆ ಯಾವುದು ಅವಳಿಗೆ ಸಂಬಂಧಿಸಿದಲ್ಲ "ಸ್ವಲ್ಪ ಕಾಫಿ ತಗೊಳ್ಳಿ" ಮಾಧವಿ ದನಿ ಕೇಳಿ ಕಣ್ಣು ಬಿಟ್ಟು "ಅಮ್ಮ, ಮಗ್ಳು ಒಂದಿಷ್ಟು ಸುಧಾರ್ಸಿಕೊಳ್ಳಲೀ. ಆ ಮಹಾ ತಾಯಿಗೆ ಪೂಜೆ ಸಲ್ಲಿಸಿ ಅರ್ಚಕರಿಗೆ ಒಂದಿಷ್ಟು ಕೃತಜ್ಞತೆ ಸಲ್ಲಿಸಿ ಬರೋಣ" ಎಂದರು ಕಾಫಿಯ ಲೋಟ ತೆಗೆದುಕೊಳ್ಳುತ್ತ. "ಆಯ್ತು, ಏನೋ ಆಗಿ ಹೋಗಿದೇಂತ ಹೆದರಿದ್ವಿ, ಆ ಮಹಾತಾಯಿ ಕ್ಷೇಮವಾಗಿ ಮಗುನ ತಂದು ನಮ್ಮ ಮಡಲಿಗೆ ಹಾಕಿದ್ದಾಳೆ" ಎನ್ನುವ ವೇಳೆಗೆ ಸಂತೋಷ್ ಕೂಡ ಬಂದು ಅಲ್ಲೇ ಕೂತ "ನಿಂಗೂ... ಕಾಫಿ ತರ್ತಿನಿ" ಮಾಧವಿ ಏಳುವ ವೇಳೆಗೆ ಜಾಹ್ನವಿ ಕಾಫಿ ಹಿಡಿದು ಬಂದು "ಅಪ್ಪ, ಮಗಳು

ನಿದ್ದೆ ಮಾಡ್ತಾ ಇದ್ದಾರೆ. ಅತ್ತೆ ನಿಮ್ಮಗಳ ಜೊತೆ ನಾನು ದೇವಸ್ಥಾನಕ್ಕೆ ಬರ್ತಿನಿ, ನಂದು ಸ್ನಾನ ಆಗಿದೆ" ಎಂದಳು.

"ಅಪ್ಪ, ನೀವು ರೆಸ್ಟ್ ತಗೊಳ್ಳಿ. ನಾವು ಬೇಕಾದರೆ ಸಂಜೆ ಹೋಗ್ಬರೋಣ. ಈಗ ಅಮ್ಮ, ಅತ್ತಿಗೇನಾ ನಾನು ಕರ್ಕೊಂಡ್ಹೋಗಿ ಬರ್ತೀನಿ" ಎಂದು ಅವರನ್ನು ತಡೆದು ಕಾಫಿ ಕುಡಿದು ಮೇಲೆದ್ದು "ಅತ್ತಿಗೆ, ಹೇಗಿದ್ದಾಳೆ ನಿಶ್ಚಿತಾ?" ಕೇಳಿದ ಮೆಲ್ಲಗೆ,

"ಆರಾಮಾಗಿದ್ದಾಳೆ, ಬಟ್ಟೆ ಬದಲಾಯ್ಸಿ ನೀರು ಕುಡ್ಸಿ ಮಲಗಿಸ್ದೆ, ಭಯಕ್ಕೆ ಒಂದಿಷ್ಟು ಮೈ ಬೆಚ್ಚಗಾಗಿದೆ," ಸೊಸೆಯ ಮಾತಿನಿಂದ ಸಮಾಧಾನಗೊಂಡ ಪಾರ್ಥಸಾರಥಿ ಭಾರವಾದ ಉಸಿರು ದಬ್ಬಿದರು, ತೀರಾ ಸುಸ್ತೆನಿಸಿತು ಹೋಗಿ ಮಲಗಿ ಬಿಟ್ಟರು, ನಿಶ್ಚಿತಾ ಬೆಲೆ ಕಟ್ಟಲಾರದಷ್ಟು ಅಮೂಲ್ಯ.

"ನಿಹಾರಿಕ ಎದ್ದಿದ್ದರೆ ಕರೀ. ಹೇಗೂ ಸಂಡೆ ಹಾಲಿಡೇ ಅಲ್ವಾ?" ಮಾಧವಿ ಹೊರಡುವಾಗ ಹೇಳಿದಾಗ ಸಂತೋಷ್ ಮಾತಾಡಲೇ ಇಲ್ಲ. ಅವನ ಪಾಲಿಗೆ ಅವಳೊಂದು ಸಮಸ್ಯೆಯಾಗಿದ್ದಳು. ಸ್ವಲ್ಪ ಎಚ್ಚರ ತಪ್ಪಿ ವರ್ತಿಸಿದರೆ ಇಡೀ ಕುಟುಂಬ ಬೀದಿಗೆ, ಮೌನವಾಗಿ ಹೊರ ನಡೆದ. ಏನೆಂದು ಹೇಳುವುದು? ಕಟ್ಟಿಕೊಂಡ ಪತಿ ಅಷ್ಟನ್ನು ಪತ್ನಿಗೆ ಹೇಳಲಾರದೆ ಹೋಗುವುದು ಹೇಡಿತನ, ಆದರೆ ಪರಿಸ್ಥಿತಿ ಕೈ ಮೀರಿ ಹೋಗುವುದು ಅವನಿಗೆ ಇಷ್ಟವಿಲ್ಲ. ಕುಟುಂಬದ ರಕ್ಷಣೆ ಅವನ ಕೆಲಸ.

ಇವರುಗಳು ದೇವಸ್ಥಾನಕ್ಕೆ ಹೋದಾಗ ಅರ್ಚಕರು ಇದ್ದರು. ಸಂತೋಷ್ ಎಲ್ಲರನ್ನು ಪರಿಚಯಿಸಿದ "ನಿಮ್ಗೆ। ಹೇಗೆ ಕೃತಜ್ಞತೆ ತಿಳಿಸಬೇಕೊ ಗೊತ್ತಿಲ್ಲ?" ಎಂದರು. ಅವರು ಹಸನ್ಮುಖರಾಗಿ ಗರ್ಭಗುಡಿಯಲಿದ್ದ ಭಗವತಿಯ ಕಡೆ ನೋಡಿ "ಮೊಬೈಲ್ ಕಾಲ್ ಮಾಡಿ, ಅವರು ಬಂದು ಕರ್ಕೊಂಡ್ ಹೋಗ್ತಾರಂತ ನಂಬರ್‌ಗಳನ್ನ ಅವಳೇ ಹೇಳಿದ್ಲು ಚುರುಕಾದ ಹುಡ್ಗೀ" ನಿಶ್ಚಿತಾನ ಹೊಗಳಿದರು.

ಆಮೇಲೆ ಅರ್ಚನೆ ಮಾಡಿ ಮಂಗಳಾರತಿ ಕೊಟ್ಟಾಗ ಸಾವಿರದ ರೂಪಾಯಿನ ನೋಟು ಹಾಕಿ ಮಂಗಳಾರತಿಯನ್ನು ಕಣ್ಣಿಗೊತ್ತಿಕೊಂಡ ಪಾರ್ಥಸಾರಥಿ "ಏನು ತಿಳ್ಕೋಬೇಡಿ ಎಲ್ಲಾ ಆ ತಾಯಿಯ ಕೃಪೆಯೆ. ನಾವು ಮಾಡಬಹುದಾದನ್ನ ಕೇಳಿ ದಯವಿಟ್ಟು ಸಂಕೋಚ ಬೇಡ" ಎಂದರು. ಅವರ ಮುಖ ಮಂಕಾಯಿತು ಅನುಮಾನಿಸುತ್ತಲೇ ಕೇಳಿದರು "ನನ್ನ ಮಗನಿಗೊಂದು ಕೆಲ್ಸ ಕೊಡಿ, ಕಲಿತಿದ್ದು ಹೈಸ್ಕೂಲ್‌ವರ್‌ಗೂ, ವಿದ್ಯೆ ತಲೆಗೆ ಹತ್ತಲಿಲ್ಲ, ಅಷ್ಟೇನು ಬುದ್ಧಿವಂತನಲ್ಲ, ಸ್ವಲ್ಪ ಬೆಳವಣಿಗೆ ಕೂಡ ಕಮ್ಮಿ. ಆದರೆ ಪ್ರಾಮಾಣಿಕ ನೀವು ಹೇಳಿದ ಕೆಲ್ಸನ ನಿಷ್ಠೆಯಿಂದ ಮಾಡ್ತಾನೆ" ಇಂಥದೊಂದು ಬೇಡಿಕೆಯನ್ನು ಮುಂದಿಟ್ಟರು.

ಮಗನ ಕಡೆ ನೋಟ ಹರಿಸಿದ ಪಾರ್ಥಸಾರಥಿ ಈ ವಿಳಾಸಕ್ಕೆ ಕಳ್ಸಿ ಕೊಡಿ ಇವೆಂಟ್‌ನ ವಿಳಾಸದ ಕಾರ್ಡ್‌ನ್ನು ಅವರಿಗೆ ಕೊಟ್ಟರು, ಪ್ರದಕ್ಷಿಣೆ, ನಮಸ್ಕಾರದ ನಂತರ ತೀರ್ಥಪ್ರಸಾದ ಪಡೆದು ಎಲ್ಲರೂ ಹೊರಗೆ ಬಂದರು.

"ನಿಹಾರಿಕ ಬೇಜವಾಬ್ದಾರಿಯ ಬೆಳವಣಿಗೆಗೆ ಕಾರಣ ಇದರಲ್ಲಿ ಅವ್ರ ಪೋಷಕರ ಪಾಲೂ ಇದೆ. ಅವ್ಳಿಗೆ ತನ್ನ ತಪ್ಪಿನ ಅರಿವಾಗಿದ್ದರೆ ಮುಂದೆ ತಿದ್ದಿ ಕೊಳ್ತಾಳೆ" ಎಂದರು. ಸಂತೋಷ್‌ಗೆ ಹಾಗೇನು ಅನ್ನಿಸಲಿಲ್ಲ, ಅವಳು ವಸ್ತುಗಳಿಗೆ ಕೊಟ್ಟಷ್ಟು ಪ್ರಾಮುಖ್ಯತೆ ಮನುಷ್ಯರಿಗೆ,

ಸಂಬಂಧಗಳಿಗೆ ಕೊಡೋಲ್ಲಾಂತವೆನಿಸಿತ್ತು. ಅವನ ಮಟ್ಟಿಗೆ ಇದೊಂದು ದುರಂತದ ಕ್ಯಾರೆಕ್ಟರ್.

ಮಗನ ಮೌನ ಸಾಕಷ್ಟು ವಿಷಯಗಳನ್ನು ಹೇಳಿತು. ಮಾತಿಗಿಂತ ಮೌನ ಕೆಲವನ್ನ ಅತ್ಯಂತ ಸ್ಪಷ್ಟವಾಗಿ ಹೇಳಬಲ್ಲದು. ಪಾರ್ಥಸಾರಥಿ ಒಬ್ಬ ಉತ್ತಮವಾದ ತಂದೆ. ಆದರೆ ಸಂತೋಷ್ ವಿಷಯದಲ್ಲಿ ಎಡವಿದೆಲ್ಲಿ? ಬುದ್ಧಿ ಕೂಡ ಆರಾಮಾಗಿ ಎಡವಬಲ್ಲದು. ಬಹುಶಃ ಅದಕ್ಕೆ ಕಾರಣ ದೈವ ನಿರ್ಣಯ, ಅದನ್ನ ಯಾರು ಮೀರಲು ಸಾಧ್ಯ?

ಇವರುಗಳು ಮನೆಗೆ ಬರುವ ವೇಳೆಗೆ ಎದುರು ಮನೆಯ ಜೋಸೆಫ್ ದಂಪತಿಗಳು ವಿಷಯ ತಿಳಿದು ಬಂದು ಕೂತಿದ್ದರು. ಅನಂದ್ ಜೊತೆ ಮಾತಾಡುತ್ತ, ಹೆಚ್ಚು ಕಡಿಮೆ ಲಂಡನ್‌ನಲ್ಲಿರೋ ಮಗನ ಮನೆಗೆ ಹೋದವರು ಬೆಳಗಿನ ಜಾವ ಹಿಂದಿರುಗಿದ ಕೂಡಲೇ ಕೆಲಸದವಳಿಂದ ವಿಷಯ ತಿಳಿದು ಇಲ್ಲಿಗೆ ಬಂದು ಕೂತಿದ್ದರು.

"ಗಾಡ್ ಈಸ್ ಗ್ರೇಟ್, ನಿಮ್ಮ ಮೊಮ್ಮಗಳನ್ನ ದೇವರು ನಿಮ್ಗೆ ದೊರಕಿಸಿ ಕೊಟ್ಟ. ನೀವು ತುಂಬ ಒಳ್ಳೆಯ ಜನ, ಒಳ್ಳೆಯದನ್ನ ಮಾಡ್ತಾನೆ" ಎಂದು ಕೈ ಕುಲುಕಿ ತಮ್ಮ ಸಂತೋಷ ವ್ಯಕ್ತಪಡಿಸಿದರು.

ಜಾಹ್ನವಿ ಅವರ ಮುಂದೆ ಕುಂಕುಮ ಪ್ರಸಾದ ಹಿಡಿದಾಗ "ನೀನೇ ಹಚ್ಚು ಮಗಳೇ, ಬಂದವರೆ ನೇರವಾಗಿ ಇಲ್ಲಿಗೆ ಬಂದಿದ್ದು" ಅಂದವರ ಹಣೆಗೆ ಕುಂಕುಮ ಹಚ್ಚಿ ಜಾಸ್ಮಿನ್ ಹಣೆಗೂ ಹಚ್ಚಿ "ಕುತ್ಕೊಳ್ಳಿ, ಟೀ ತರ್ತಿನಿ ಹೊರಟಾಗ ಬೇಡ.. ಬೇಡ.. ನಿನ್ನು ಖದಲ್ಲಿ ತುಂಬಾ ಆಯಾಸಕಾಣ್ತಾ ಇದೆ. ಆಮೇಲೆ ನಿಶ್ಚಿತಾನ ನೋಡೋಕೆ ಬರ್ತಿವಿ" ದಂಪತಿಗಳು ಹೊರಟರು. ಎದುರುಗಡೆಯ ದೊಡ್ಡ ಬಂಗ್ಲೆಯಂಥ ಮನೆಗೆ ಇದ್ದಿದ್ದು ಇಬ್ಬರೇ. ಮೂರು ಜನ ಸರ್ವೆಂಟ್ಸ್, ಎಂಬತ್ತು ದಾಟಿದ ಜೋಸೆಫ್ ಆರೋಗ್ಯವಾಗಿದ್ದರು, ಮುಪ್ಪು ಹೊಸ ಹೊಸ ಉತ್ಸಾಹವೇನು ತುಂಬದು ಸವೆದ ದೇಹಕ್ಕೆ. ಆದರೆ ಜೀವನ ಪ್ರೀತಿ ಉತ್ಸಾಹವನ್ನ ಅಪ್ಪಿಕೊಳ್ಳಬೇಕಷ್ಟೆ. ಪ್ರತಿಯೊಬ್ಬರು ಎರಡು ಹಂತಗಳನ್ನು ದಾಟಿದ ನಂತರ ಮುಪ್ಪನ್ನು ಆಶ್ರಯಿಸಬೇಕು, ಹೆಚ್ಚು ಕಡಿಮೆ ಎಲ್ಲರು ಬಳಲಿದ್ದರು, ಸಂತೋಷ್ ರೂಮಿಗೆ ಬಂದ. ನಿಹಾರಿಕ ಮಲಗಿದ್ದಳು "ನಾನು ಬೆಳಿಗೆ ಐದಕ್ಕೆ ಎದ್ದು ಜಾಗ್ಗಿಂಗ್ ಮುಗ್ಸಿ ಯೋಗ, ಧ್ಯಾನ ನಂತರವೇ ಮಿಕ್ಕಿದ್ದು. ಎಷ್ಟೋ ಸಲ ಮಮ್ಮಿ, ಡ್ಯಾಡಿಗೆ ಬ್ರೇಕ್ ಫಾಸ್ಟ್ ತಯಾರ್ಸಿ ಕೊಡ್ತೀನಿ ರಜ ದಿನಗಳಲ್ಲಿ." ಅವಳ ಬಗ್ಗೆ ಹೇಳಿಕೊಂಡಿದರಲ್ಲಿ ಇವು ಸ್ಯಾಂಪಲ್ ಅಷ್ಟೇ, ಇಷ್ಟೊಂದು ಸುಳ್ಳು! ಅಂಥ ಅಗತ್ಯ ಅವರಿಗೇನಿತ್ತು? ಉಳ್ಳವರ ಮನೆಯ ಒಬ್ಬಳೇ ಮಗಳು, ಕಲಿತ ಹುಡ್ಗೀ, ಸಾಫ್ಟ್‌ವೇರ್ ಇಂಜಿನಿಯರಿಂಗ್ ಚೆಲುವೆ ಆ ಬಗ್ಗೆ ಇನ್ನೊಂದು ಮಾತು ಇರಲಿಲ್ಲ. ಅಂಥದ್ದರಲ್ಲಿ ತನ್ನ ಹಿಂದೆ ಬಿದ್ದಿದ್ದು ಯಾಕೆ? ಈ ಪ್ರಶ್ನೆಗೆ ಅವಳ ಪೊಲಿಷ್ ಉತ್ತರಗಳು.

ಬಟ್ಟೆ ಬದಲಾಯಿಸಿ ಹೊರಗೆ ಬಂದಾಗ ಪಾರ್ಥಸಾರಥಿ ಕೂಡ ಡೈನಿಂಗ್ ಹಾಲ್‌ನಲ್ಲಿ ತರಕಾರಿ ಬುಟ್ಟಿಯನ್ನು ಮುಂದಿಟ್ಟುಕೊಂಡು ಕೂತಿದ್ದರು. ಹೆಚ್ಚಲು ಸಹಾಯ ಮಾಡುತ್ತಿದ್ದ ಆನಂದ್, ಇವನು ಹೋಗಿ ಸೇರಿಕೊಂಡ ಅವರಿಬ್ಬರ ಮಧ್ಯೆ. ಸಹಕಾರದ ಬದುಕು ಸಾಮರಸ್ಯವನ್ನ ತರುತ್ತೆ.

ಕಾಫಿ ಹಿಡಿದು ಬಂದ ಜಾಹ್ನವಿ "ದಯವಿಟ್ಟು ಕಾಫಿ ಕುಡಿದು ಹೋಗಿ ಎಲ್ಲಾ ರೆಸ್ಟ್ ತಗೊಳ್ಳಿ, ಅರ್ಧಗಂಟೆಯಲ್ಲಿ ಬ್ರೆಕ್ ಫಾಸ್ಟ್ ರೆಡಿಯಾಗಿರುತ್ತೆ. ಪ್ಲೀಸ್.. . ರಿಕ್ವೆಸ್ಟ್" ಕಾಫಿ ಟ್ರೇ ಇಟ್ಟವಳು

ಕೈ ಜೋಡಿಸಿದಾಗ ಆ ಕೈಗಳನ್ನು ಹಿಡಿದ ಸಂತೋಷ್ "ನಿಮ್ಮಗಳ ಅಡ್ಗೆ, ಊಟಕ್ಕೆ ಬೇಸತ್ತು ಹೋಗಿದ್ದೀವಿ. ಇಂದು ನಮ್ಮ ತಯಾರಿಕೆ ಇರ್ಲಿ, ನೀವುಗಳು ಹೊರಗೆ ಹೋಗಿ ಅತ್ತೆ, ಸೊಸೆ, ಇದು ನಮ್ಮಗಳ ವಿನಂತಿ" ಅಂತು ಬಲವಂತವಾಗಿ ಅವರುಗಳನ್ನು ಕಳುಹಿಸಿದ ಮೇಲೆ "ಅಪ್ಪ, ನಿಮ್ಗೆ.. ಒಂದೆರಡು ಗಂಟೆ ರೆಸ್ಟ್ ಬೇಕು. ನಮ್ಗೇ ಅಡ್ಗೆ, ತಿಂಡಿ ಮಾಡಿ ಅಭ್ಯಾಸವಿದೆ," ಎಂದು ಪಾರ್ಥಸಾರಥಿಯವರನ್ನ ಕಳಿಸಿದ, ಇಂಥ ಪ್ರಯೋಗಗಳು ಆಗಾಗ ನಡೆಯುತ್ತಿತ್ತು.

ತುಂಬ ಈಸೀಯಾಗಿ ಕಂಡಿತು ತರಕಾರಿ ಪಲಾವ್ ಅದನ್ನ ಮಾಡಿ ಮುಗಿಸುವ ವೇಳೆಗೆ ಅರ್ಧ ಅಡಿಗೆ ಮನೆ ಗಲೀಜು ಆಯಿತು. ಅಂತು ಹತ್ತರ ಸುಮಾರಿಗೆ ಮುಗಿಯಿತು. ಜಾಹ್ನವಿ ಬಂದು ತಟ್ಟೆಗಳನ್ನು ಹಾಕಿದಾಗ ಅಣ್ಣ, ತಮ್ಮ ಬೇಡವೆನ್ನಲಿಲ್ಲ, ಅಂತು ರುಚಿಕಟ್ಟಾದ ಪಲಾವ್, ಎಲ್ಲಾ ತಿಂದು ಸಂತೃಪ್ತಿಯಿಂದ ಮೇಲೆದ್ದರು. ಮಿಕ್ಕ ಕೆಲಸಕ್ಕೆ ಚಿನ್ನಮ್ಮ ಇದ್ದಳು, ಅವಳಿಗೊಂದೊಷ್ಟು ತೆಗೆದಿಟ್ಟು ಹೊರಗೆ ಬಂದರು.

ಹನ್ನೊಂದರ ಸುಮಾರಿಗೆ ರೂಮಿನಿಂದ ಹೊರಗೆ ಬಂದಳು ನಿಹಾರಿಕ. ಅಣ್ಣ, ತಮ್ಮನನ್ನು ಹೊತ್ತ ಕಾರು ಹೋಗಿ ಆಗಿತ್ತು, ಅವಳ ಮುದ್ದು ಮುಖವನ್ನು ಸ್ಪರ್ಶಿಸಲು ಕೂಡ ಬೇಸರಗೊಂಡಿದ್ದ. ಅವನು ಮುಖ ತಿರುಗಿಸಿ ಕೊಂಡು ಹೋಗಿದ್ದು ಅವನಿಗೆ ಯಾವ ರೀತಿಯ ಕೋಪ ಬರುತ್ತಿತ್ತೆಂದರೆ ಚರ್ಮ ಸುಲಿದು ಬಿಡಬೇಕೆನಿಸುತ್ತಿತ್ತು, ಒಂದು ಹೆಣ್ಣಿನ ಮೇಲೆ ಆ ಮಟ್ಟದ ದೌರ್ಜನ್ಯವನ್ನು ಅವನ ಮನ ಒಪ್ಪದು.

ಹಿಂದೆ ಅವಳನ್ನ ಊಟ, ತಿಂಡಿ ಮಾಡಲು ಬಲವಂತ ಪಡಿಸಿದ್ದು ಈಗ ಮುಗಿದಿತ್ತು. ಸ್ನಾನ ಮುಗಿದಿತ್ತೇನೋ ಡೈನಿಂಗ್ ಹಾಲ್‌ಗೆ ಹೋದವಳು ಬಡಿಸಿಕೊಂಡು ತಿಂದವಳು ಗ್ರೀನ್ ಟೀ ಮಾಡಿಕೊಂಡು ಹೊರ ಬಂದವಳಿಗೆ ನೆಲ ಸಾರಿಸುತ್ತಿದ್ದ ಚಿನ್ನಮ್ಮನನ್ನು ನೋಡಿ ಒಂದು ತರಹ ಮುಖ ಮಾಡಿ ಹೇಳಿದಳು.

"ನನ್ನ ಬಟ್ಟೆಗಳನ್ನ ತಗೊಂಡ್ಹೋಗಿ ಲಾಂಡ್ರಿಗೆ ಹಾಕು ಒಂದಿಷ್ಟು ರೂಂ ಕ್ಲೀನ್ ಮಾಡು, ಬಾತ್ ರೂಂ ಕೂಡ ಗಲೀಜಾಗಿದೆ"

ಅವಳು'ಹರ,ಶಿವ' ಎನ್ನದೇ ತನ್ನ ಕೆಲಸವನ್ನ ಮುಗಿಸಿಕೊಂಡು ಹೊರ ಹೋದಳು, ಮೊದಲಿನಿಂದ ಕೆಲಸ ಮಾಡಿ ಅಭ್ಯಾಸವಿಲ್ಲ ಸಾಕಷ್ಟು ಸೋಮಾರಿತನ ಮೈಗೂಡಿಸಿಕೊಂಡು ಬೆಳೆದವಳು. ಚಂದನ ಅಂತು 'ಟಾ ಟಾ' ಹೇಳಿ ಆಗಿತ್ತು, ಇನ್ನೊಬ್ಬ ಕೆಲಸದ ಹುಡುಗಿಯನ್ನ ನೇಮಿಸಿಕೊಡೋ ಉಪಾಧಿಯನ್ನು ಯಾರು ತೆಗೆದುಕೊಂಡಿರಲಿಲ್ಲ.

"ಏಯ್ ಚಿನ್ನು ಹಾಲ್‌ಗೆ ಬಂದು ಕೂಗಿದಳು. ವರಾಂಡದಲ್ಲಿದ್ದವಳು ನೆರಿಗೆಗಳನ್ನೆತ್ತಿ ಸೊಂಟಕ್ಕೆ ಸಿಕ್ಕಿಸಿ ಕೊಂಡು" ನಾನು ನಿಮ್ಗಿಂತ ಎಷ್ಟೋ ವರ್ಷ ಹಿರಿಯಳು, ಸ್ವಲ್ಪ ಮಾರ್ಯಾದೆ ಕೊಟ್ಟು ಕರೆಯೋದ್ನ ಕಲ್ತುಕೊಳ್ಳಿ. ನೀವು ರಾತ್ರಿ ಅನ್ನದೇ ಹಗ್ಲು ಅನ್ನದೇ ಹೊರ್ಗೆ ಹೋಗಿ ದುಡೀತೀರಾ, ಅದು ಹೊಟ್ಟೆ ಪಾಡಿಗೆ ತಾನೇ? ಅದು ನಾನು ಗಂಡ, ಮನೆ, ಮಕ್ಳನ ಸರ್ರ್ಯಾಗಿ ನೋಡ್ಕೊಂಡೇ ಕೆಲ್ಸಕ್ಕೆ ಬರೋದು, ನಿಮ್ಮ ತರಹ ಅಲ್ಲ. ಅಂದೇ ಹೋಗಿದ್ದು ಎಷ್ಟೆಲ್ಲ ಮಾತಾಡಿದಳಲ್ಲ! ನಾಲ್ಕು ಬಾರಿಸಿ ಬಿಡಬೇಕೆನಿಸಿತು, ಆದರೆ ಹಿಂದಕ್ಕೆ ತಿರುಗಿ ಬಾರಿಸಿ ಬಿಡುವಂಥ ಗಟ್ಟಿಗಿತ್ತಿ. ಇನ್ನೊಂದು ಮಾತಾಡದೇ ಟೀ ಕಫ್ ಹಿಡಿದು ರೂಮಿಗೆ ಹೋದವಳು, ಎಲ್ಲೆಂದರಲ್ಲಿ

ಬಟ್ಟೆಗಳ ರಾಶಿ, ಬಾಡಿ ಲೋಷನ್ ಕೆಳಗೆ ಚೆಲ್ಲಿ ಹರಡಿಕೊಂಡಿದ್ದರಿಂದ ರೂಮೆಲ್ಲ ವಾಸನೆ ತುಂಬಿಕೊಂಡಿತ್ತು, ಯಾವುದು ಮಾಡೋದು? ಯಾವುದು ಬಿಡೋದು? ತಕ್ಷಣ ಅವಳಿಗೆ ನಿಶ್ಚಿತ ನೆನಪಾಯಿತು. ರಾತ್ರಿ ಮನೆಯವರೆಲ್ಲ ಟೆನ್‌ಷನ್‌ನಲ್ಲಿದ್ದರು. ನೆನಪಿಸಿಕೊಂಡು ಹಾಲ್‌ಗೆ ಬಂದವಳು ಸೋಫಾ ಮೇಲೆ ಕೂತು ಟಿವಿ ಅನ್ ಮಾಡಿದಳು. ಮಾತೇ ಇಲ್ಲದಿದ್ದರಿಂದ ಸಂಬೋಧನೆಯ ಪ್ರಕ್ರಿಯೆ ಇರಲಿಲ್ಲ ಯಾರೊಂದಿಗೂ. ಆದರೂ ನಿಶ್ಚಿತ ಬಗ್ಗೆ ವಿಚಾರಿಸಬೇಕೆನಿಸಿತು ಅವಳಿಗೆ.

"ಜಾಹ್ನವಿ...." ಎಂದಳು. ಆ ಕೂಗಿಗೆ ಹೊರ ಬಂದವರು ಮಾಧವಿ, ಅವರ ಮನಸ್ಸು ತೀರಾ ರೋಸಿ ಹೋಗಿತ್ತು, "ಏನು, ಜಾಹ್ನವಿ ನಿನ್ನ ಮಧ್ಯೆ ಒಂದು ಸಂಬಂಧ ಇದೆ, ನಿನ್ನ ಗಂಡನ ಅಣ್ಣನ ಹೆಂಡ್ತಿ ಅವಳು, ಈ ಮನೆಯ ಹಿರಿಯ ಸೊಸೆ. ನಿಂಗೆ ವಾರಗಿತ್ತಿ. ವಾರಿಗೆಯಲ್ಲಿ ಅಕ್ಕನಾಗಬೇಕು. ಅವಳ ಮಗಳು ನಿಶ್ಚಿತ ನಿಂಗೂ ಮಗಳೇ. ಅಷ್ಟು ಹೇಳಿ ಹೋಗಿದ್ದರು, ಯಾವ್ದೇ ಜವಾಬ್ದಾರಿ ಬೇಡ್ವಾ? ಆ ಮಗುಗೆ ಏನಾದ್ರೂ ಆಗಿದ್ದರೇ ನಾವ್ಯಾರು ಉಳೀತಾ ಇರ್‍ಲಿಲ್ಲ. ನಿಂಗೆ ಇಂಥ ವಿಷಯಗಳು ಗೊತ್ತಾಗೊಲ್ಲ, ನಿಹಾರಿಕ ಸಹಿಸಿ ಸಾಕಾಗಿದೆ. ನೀನು ಬಿತ್ತಿದ್ದೇ.... ನಿಂಗೆ ಬೆಳೆ ರೂಪದಲ್ಲಿ ಬರುತ್ತೆ. ಇದು ನಿನ್ಮನೆ, ಇಲ್ಲಿನವರೆಲ್ಲ ನಿನ್ನವರು, ಅವ್ರ ಕಷ್ಟಸುಖ ನಿನ್ನದಾಗ್ಬೇಕು, ನಿನ್ನ ಕಷ್ಟಸುಖ ಅವ್ರದಾಗಬೇಕು, ಆಗ್ಲೇ ಸಾಮರಸ್ಯಭಾವ ಮೂಡುತ್ತೆ. ಸ್ವಲ್ಪ ಅರ್ಥಮಾಡ್ಕೋ" ಸ್ವಲ್ಪ ದೀರ್ಘವಾಗಿಯೆ ಬುದ್ಧಿ ಹೇಳಿದರು.

"ನಂಗೆ ಸಂತೋಷ್ ಬಿಟ್ಟು ಯಾರು ಬೇಡಾ" ಅಂದು ರೂಮಿಗೆ ಹೋಗಿ ಬಾಗಿಲು ಹಾಕಿಕೊಂಡಳು. ಮಾಧವಿ ನಿಸ್ತೇಜಳಾದಳು, 'ಯಾರು.. ಬೇಡಾ।' ಮನದ ಮಾತನ್ನು ಅತ್ಯಂತ ಸ್ಪಷ್ಟವಾಗಿ ಹೇಳಿದ್ದಾಳೆ ಎಂದುಕೊಂಡರಷ್ಟೆ.

ನಿಹಾರಿಕ ಮಾತು ಜಾಹ್ನವಿಗೆ ಮಾತ್ರವಲ್ಲ, ಚಿನ್ನಮ್ಮನಿಗೂ ಕೇಳಿಸಿತು. ಆ ವೇಳೆಗೆ ಸಂತೋಷ್‌ನಿಂದ ಕಾಲ್ ಬಂತು, ಪ್ರಯಾಸದಿಂದಲೆ ಮೊಬೈಲ್ ಎತ್ತಿ "ಹಲೋ. . ." ಎಂದರು. "ಅಮ್ಮ, ನಿಶ್ಚಿತ ಚೇತರ್‍ಸಿಕೊಂಡಗೆ ಕಾಣ್ತಿಲ್ಲ, ಒಂಟಿತನ, ಭಯ, ಅಪರಿಚಿತ ಸ್ಥಳಕ್ಕೆ ಹೆದರಿ ಒಂದಿಷ್ಟು ಮೈ ಬೆಚ್ಚಗಾಗಿರಬೇಕು, ಡಾಕ್ಟ್ರುಗೆ ಫೋನ್ ಮಾಡಿದ್ದೀನಿ, ಬರ್‍ತಾ ಇದ್ದಾರೆ. ಬೇಗ್ನೆ ಬರ್‍ತೀನಿ" ಕಾಲ್ ಕಟ್ ಮಾಡಿದ 'ನಿಶ್ಚಿತಾ ಬಂದಿಲ್ಲ' ಅನ್ನೋ ಸಣ್ಣ ಕಾಳಜಿ ಕೂಡ ಇಲ್ಲದೇ ನಿದ್ರಿಸಿದ ನಿಹಾರಿಕಗೆ ಕನಿಷ್ಠ ಮನುಷ್ಯತ್ವ ಕೂಡ ಇಲ್ಲವೆನಿಸಿ ಕಣ್ಣಲ್ಲಿ ನೀರಾಡಿತು.

"ಅತ್ತೆ,,," ಎಂದು ಜಾಹ್ನವಿ ಅವರ ಭುಜದ ಮೇಲೆ ಕೈಯಿಟಾಗ ಸೊಸೆಯನ್ನು ತಬ್ಬಿಕೊಂಡು ಗೋಳೋ ಅಂದರು. "ನಾವು ಏನು ಅಲ್ವಾ? ಮುಲಾಜಿಲ್ಲದೆ ಬೇಡಾಂತ ಇದ್ದಾಳಲ್ಲ. ಅವಳಿಗೂ ತಕ್ಷಣಕ್ಕೆ ಏನು ಹೇಳಬೇಕೋ ಗೊತ್ತಾಗಲಿಲ್ಲ" ಸಮಾಧಾನ ಮಾಡ್ಕೊಳಿ ಏನೋ ಅಂದಿದ್ದಾಳೆ. ಈಗ ಸಾಫ್ಟ್‌ವೇರ್ ಜಾಬ್‌ಗಳೆಲ್ಲ ಟೆನ್‌ಷನ್ದೇ. ಸ್ವಲ್ಪ ಹೆಚ್ಚು ಕಡಿಮೆಯಾಯಿತೆಂದರೆ.. ಕೆಲಸದಿಂದ ತೆಗ್ದು ಬಿಡ್ತಾರೆ. ಇಂಥದೆಲ್ಲಿ ಏನೋನೋ ಇರುತ್ತೆ, ಪ್ಲೀಸ್ ತಲೆಗೆ ಹಚ್ಕೋಬೇಡಿ, ಮೊಮ್ಮಗು ನಿಮಗೋಸ್ಕರ ಹಂಬಲಿಸ್ತಾ ಇದ್ದಾಳೆ. ಮಾಧವಿಯನ್ನು ಎಬ್ಬಿಸಿ ಮೊಮ್ಮಗಳ ಬಳಿಗೆ ಕಳಿಸಿ ಕಿಚನ್‌ಗೆ ಹೋದವಳೇ ಗೋಡೆಗೊರಗಿ ನಿಂತಳು.

ಇದೊಂದು ಘಟಸ್ಫೋಟವಾಗಬಹುದಂಥ ಇನ್ಸಿಡೆಂಟೇ. ಆದರೆ ಮನೆಯವರೆಲ್ಲ ತುಂಬ

ತಾಳ್ಮೆ ವಹಿಸಿದ್ದರು. ಸಂತೋಷ್‌ಗೆ ಮಾತ್ರ ಅವಳೊಂದಿಗೆ ಮುಕ್ತವಾದ ವರ್ತನೆ ಸಾಧ್ಯವಿಲ್ಲದೇ ಹೋಯಿತು. ಬಹುಶಃ ಅಂಥ ಒಂದು ಸಣ್ಣ ಪ್ರಯತ್ನ ನಿಹಾರಿಕ ಮಾಡಿದ್ದರೂ ಹಂತ ಹಂತವಾಗಿ ಪತಿ-ಪತ್ನಿಯರ ಸಂಬಂಧ ಮೇಲ್ಮುಖವಾಗಿಯಾದರೂ ಸರಿ ಹೋಗುತ್ತಿತ್ತೇನೋ, ಆದರೆ ಅಂಥ ಒಂದು ಸಣ್ಣ ಪ್ರಯತ್ನ ಕೂಡ ಮಾಡಲಿಲ್ಲ. ಬಿಲ್ಡರ್ಸ್ ಎರಡು ತಿಂಗಳ ಸಮಯ ಮಾತ್ರ ಕೊಟ್ಟಿದ್ದರು, ಅಷ್ಟರಲ್ಲಿ ಪೂರ್ತಿ ಹಣ ಕೊಟ್ಟು ನಿಯಾಸ್‌ನ ಅಪಾರ್ಟ್‌ಮೆಂಟ್‌ನ ತನ್ನ ಹೆಸರಿಗೆ ಮಾಡಿಸಿಕೊಳ್ಳಬೇಕಿತ್ತು, ಹೇಗೆ? ಆ ಅಪಾರ್ಟ್‌ಮೆಂಟ್ ಮೇಲೆ ಬ್ಯಾಂಕ್‌ನಲ್ಲಿ ಸಾಲ ತೆಗೆದರೂ ಎರಡು ಕೋಟಿ ಸಿಗುತ್ತಿತ್ತು, ಮಿಕ್ಕ ಹಣಕ್ಕೇನು ಮಾಡುವುದು? ತಲೆ ನೋವಾಗಿ ಹೋಗಿತ್ತು, ಅದಕ್ಕಿಂತ ಯಾವುದೂ ದೊಡ್ಡದಲ್ಲವೆನಿಸಿತ್ತು.

ಅಂದು ರಾತ್ರಿ ತಲೆನೋವೆಂದು ನಿಹಾರಿಕ ಒದ್ದಾಡಿದಾಗ ಮಾತ್ರೆ ಕೊಟ್ಟು, ಬಾಮ್ ಹಚ್ಚಿ ಇಡೀ ರಾತ್ರಿ ತನ್ನ ತೋಳುಗಳ ನಡುವೆ ಮಲಗಿಸಿ ನಿದ್ದೆ ಮಾಡಿಸಿದ ಸಂತೋಷ್ ಬೆಳಿಗ್ಗೆ ಎದ್ದಾಗ ಅವನ ಕೈ ಹಿಡಿದುಕೊಂಡು ರಿಕ್ವೆಸ್ಟ್ ಮಾಡಿಕೊಂಡಳು.

"ನನ್ನ ತುಂಬ ಹರ್ಟ್ ಮಾಡ್ತೀರಾ! ನಂಗೆ ಸಮಯಾನೆ ಕೊಡೋಲ್ಲ. ನಿಮ್ಮ ಇವೆಂಟ್, ಮನೆಯವರೆಲ್ಲ ನಿಮ್ಗೆ ಮುಖ್ಯವೇ ನಾನು. . ."

ಸಂತೋಷ್ ಅವಳ ಕೈ ಹಿಡಿದು "ನಮ್ಮಗಳ ಪ್ರೇಮಕ್ಕೆ ಬೆಲೆ ಕಟ್ಟಲಾದೀತೆ? ಐರಿಷ್ ಕವಿ ವಿಲಿಯಂ ಬಟ್ಲರ್ ಏಟ್ಸ್ ತನ್ನ ಪ್ರಿಯತಮೆ ಮಾಡ್‌ಗಾನ್‌ಗೆ 'ಮೆಲ್ಲಗಡಿಯಿಡು ನೀನು ನಡೆವಾಗ ಒಲವೆ ನನ್ನ ಕನಸಿನ ಮೇಲೆಯೆ ನಡೆಯುತ್ತಿರುವೆ' ಎಂದಿದ್ದ. ಅದನ್ನು ಅನುಸರಿಸಿ ನೂರಾರು ಜನ ತಮ್ಮ ಪ್ರಿಯತಮೆಯರನ್ನು ಹೃದಯಗಳ ಮೇಲೆ ಮೆಲ್ಲಗೆ ನಡೆಯಲು ಬಿಟ್ಟರು. . . ಆ ವಿಷ್ಯ ಬಿಡು, ಈಗೇನು ನಿನ್ನ ಸಮಸ್ಯೆ? ರಾತ್ರಿಯೆಲ್ಲ ತಲೆನೋವು, ನಿನ್ನ ಡಾಕ್ಟ್ರು ಬಳಿ ಕರ್ಕೊಂಡ್ ಹೋಗ್ಬೇಕು, ಬೇಗ ಎದ್ದು ರೆಡಿಯಾಗು" ಕೆನ್ನೆ ತಟ್ಟಿ ಮೇಲೆದ್ದ,

"ನಂಗೋಸ್ಕರ ಒಂದೆರಡು ಗಂಟೆಗಳು. . ಬೇಕು" ಇಂತದೊಂದು ಬೇಡಿಕೆಗೆ ಹ್ಞೂಗುಟ್ಟಿದ. "ಒಂಬತ್ತುವರೆ ವೇಳೆಗೆ ರೆಡಿಯಾಗ್ಬೇಕು ಇಲ್ಲಾಂದ್ರೆ. . . ಹೊರಟು ಬಿಡ್ತೀನಿ" ಸ್ವಲ್ಪ ದೃಢವಾಗಿಯೆ ಹೇಳಿದ. ಸಂತೋಷ್ ತೀರಾ ಸಡಿಲ ಸ್ವಭಾವದ ವ್ಯಕ್ತಿಯಲ್ಲ, ದೃಢತ್ವ ಅವನದೆಂದು ತಿಳಿದಿತ್ತು "ಓಕೆ. . ." ಇವಳು ಮೇಲೇಳುವ ವೇಳೆಗೆ ಅವನು ರೂಮಿನಿಂದ ಹೊರಗೆ ಹೋಗಿದ್ದ.

ನಿಶ್ಚಿತ ಪೂರ್ತಿ ಚೇತರಿಸಿಕೊಂಡ ಮೇಲೆ ಮನೆಯಲ್ಲಿ ಸಮಾಧಾನದ ಉಸಿರು ತಂಗಾಳಿಯಂತೆ ತೀಡುತಿತ್ತು, ವಾತಾವರಣ ಮಾಮೂಲಾಗಿತ್ತು, ಆದರೆ ಆ ಘಟನೆ, ನೋವನ್ನ ಯಾರೂ ಮರೆಯುವಂತಿರಲಿಲ್ಲ, ನಿಹಾರಿಕ ಬಗ್ಗೆ ಭರವಸೆಯನ್ನಂತು ಕಳೆದುಕೊಂಡಿದ್ದರು. ಅವಳಾಗಿ ಮಾತಾಡುತ್ತಿರಲಿಲ್ಲ, ಇವರುಗಳು ಕೂಡ ಅದನ್ನೆ ಅನುಸರಿಸುತ್ತಿದ್ದರು, ಆದರೆ ಅಷ್ಟೊಂದು ಕಠಿಣವಾಗಿ ವರ್ತಿಸುವುದು ಸಾಧ್ಯವಾಗುತ್ತಿರಲಿಲ್ಲ. ಅವಳೇನು ಇಷ್ಟಪಡುತ್ತಿದ್ದಳೋ ಅದನ್ನೆ ಮಾಡಿಡುತ್ತಿದ್ದರು ಕೆಲವೊಮ್ಮೆ ಒಬ್ಬರಲ್ಲ ಒಬ್ಬರು ಹೇಳುತ್ತಿದ್ದರು. ಬಡಿಸಲು ಮುಂದಾಗುತ್ತಿದ್ದರು. ಎಲ್ಲಾ ಯಾಂತ್ರಿಕೃತವೆನಿಸುತಿತ್ತು, ಆದರೆ ಸಂತೋಷ್ ನಿಹಾರಿಕ ಸಂಬಂಧ ಚೆನ್ನಾಗಿದ್ದರೆ ಸಾಕೆಂದು ಹಂಬಲಿಸುತ್ತಿದ್ದರು. ಅದಕ್ಕೆ ಅವರ ಬಗ್ಗೆ ಪ್ರೀತಿ ಒಂದಿಷ್ಟು ಸಂತೋಷ್ ಫ್ರೀಯಾಗಿ ಸಿಕ್ಕಾಗ ಮಾಧವಿ "ಯಾಕೋ ಕೇಳ್ಬೆಕೂಂತ ಅನ್ನಿಸುತ್ತೆ, ನಮ್ಮ ಜೊತೆಯಲ್ಲಿ ಬಿಡು,

ನಿನ್ನೊಂದಿಗೆ ಹೇಗಿದ್ದಾಳೆ?" ಸಂತೋಷ್‌ನ ಕೇಳಿದಾಗ ನಕ್ಕು ಬಿಟ್ಟ "ಹೇಗೆಂದರೇ, ನಾನೇನು, , , ಹೇಳ್ಲಿ? ಜಗಳ ಆಡಿದ್ದು ಕೇಳಿಸಿದ್ಯಾ? ಹಾಗಿದ್ಮೇಲೆ ಸೈಲೆಂಟಾಗಿ ಸಾಗಿ ಹೋಗ್ತಾ ಇದ್ದಾರೇಂತ ಅಂದ್ಕೊಬೇಕು, ಯಾವ್ದು ಅಷ್ಟೆ. ಇದೇಂದರೇ ಇರುತ್ತೇ, ಇಲ್ಲಾಂದರೆ ಇರೋಲ್ಲ. ಇದು ಎಲ್ಲಕ್ಕೂ ಅನ್ವಯಿಸುತ್ತೇ. . . ಪ್ರಾಬ್ಲಮ್। ಮುಸುಕಿನಲ್ಲಿ ದಂಪತಿಗಳು ಗುದ್ದಾಡುವ ಕಾಲವಲ್ಲನೋ, ರಾಜರೋಷವಾಗಿ ಬಹಿರಂಗವಾಗಿ ಕದನಕ್ಕೆ ನಿಲ್ತಾರೆ" ಎಂದು ಜಾರಿಸಿ ಬಿಟ್ಟಿದ್ದ. ಹೌದು, ನಿಹಾರಿಕ, ಸಂತೋಷ್ ಜಗಳವಾಡಿದ್ದು ಅವರುಗಳಿಗೆ ಕೇಳಿಸಿರಲಿಲ್ಲ, ಇಲ್ಲ ತಾವು ಕೇಳಿಸಿಕೊಂಡಿಲ್ಲವಾ? ದ್ವಂದ್ವದಲ್ಲಿ ಬಿದ್ದರು.

ಆಕೆಗೆ ಎಷ್ಟು ಅರ್ಥವಾಯಿತೋ, ಬಿಟ್ಟಿತೋ।. . . ಮಗನ ತೋಳಿಡಿದು "ಅಂದು ನಡೆದಿದ್ದನ್ನು ಮರ್ತ್ತು ಬಿಡೋಣ. ನಮ್ಮ ಮಗು ನಮ್ಗೆ ಸಿಕ್ತು. ಅಷ್ಟು ಸಾಕು, ನೀನು ಆ ಕಹಿಯನ್ನು ಮನದಲ್ಲಿ ಉಳಿಸ್ಕೋಬೇಡ" ಎಂದರು, ಸಂತೋಷ್ ನಸುನಕ್ಕ ಅಷ್ಟೇ.

* * *

ರೂಮಿಗೆ ಬಂದಾಗ ಡ್ರೆಸ್‌ಗಳನ್ನೆಲ್ಲ ತೆಗೆದು ಹರಡಿಕೊಂಡು ಕೂತಿದ್ದಳು "ನಂಗೆ ಒಬ್ಬ ಸರ್ವೆಂಟ್ ಬೇಕು, ಎಲ್ಲಾ ನಾನೇ ಮಾಡಿಕೊಳ್ಳೋಕೆ ಆಗೋಲ್ಲ" ಎಂದು ದೂರಿದ ನಿಹಾರಿಕ ಅವನ ಕುತ್ತಿಗೆಗೆ ಜೋತು ಬಿದ್ದು ನಿಂಗೆ ನನ್ಮೇಲೆ ಪ್ರೇಮವೇ ಇಲ್ಲ, ಇವೆಂಟ್, ಮನೆಯಲ್ಲಿರುವ ಮಿಕ್ಕವರ ಬಗ್ಗೆ ತೋರೋ ಕಾಳಜಿಯಲ್ಲಿ ಟೆನ್ ಪರ್ಸೆಂಟ್ ನನ್ಮೇಲೆ ತೋರ್‍ತಿಲ್ಲ ನೇರವಾಗಿ ನಿಷ್ಠೂರ ಮಾಡಿದಳು, ನಮ್ಮ ಕವಿ ಕೆ.ಎಸ್.ನರಸಿಂಹ ಸ್ವಾಮಿಯವರು 'ನಿನ್ನ ಪ್ರೇಮದ ಪರಿಯ ನಾನರಿಯೆ ಕನಕಾಂಗಿ, ನಿನ್ನೆಳಿದೆ ನನ್ನ ಮನಸು' ಎಂದಾಗ ಎಷ್ಟೋ ತಲ್ಲಣಗೊಂಡರಂತೆ. ನಂಗೆ ಪ್ರೇಮ ಅನ್ನೋದರ ಬಗ್ಗೆಯೆ ಕನ್‌ಫ್ಯೂಷನ್, ಅಪ್ಪಂಗೆ ರಾಷ್ಟ್ರಕವಿ ಕುವೆಂಪು ಅವರೆಂದರೆ ತುಂಬ ಅಚ್ಚುಮೆಚ್ಚು. ಬರೀ ಅವರ ಕವನಗಳನ್ನು ಗುನುಗೋದು ಮಾತ್ರವಲ್ಲ, ಹಾಡೋರು. ಒಮ್ಮೆ ಅಮ್ಮನಿಗೆ 'ನಾ ನಿನಗೆ ನೀ ನನಗೆ ಜೇನಾಗುವಾ, ರಸರೂಪಿ ಭಗವತಿಗೆ ಮುಡಿಪಾಗುವ' ಹಾಡಿದನ್ನ ನಾವು ಕೇಳಿದ್ವೀ. ಚಪ್ಪಾಳೆ ತಟ್ಟಿ ಮೆಚ್ಚಿಗೆ ಸೂಚಿಸಿದ್ವಿ. ದಾಂಪತ್ಯದ ಪ್ರೇಮದಲ್ಲಿ ತುಂಬು ಅನ್ಯೋನ್ಯ ಕಂಡವರು. ಆದರೆ 'ನಿನ್ನ ಪ್ರೇಮದ ಪರಿಯ ನಾನರಿಯೆ ಕನಕಾಂಗಿ, ನಿನ್ನೊಳಿದೆ ನನ್ನ ಮನಸ್ಸು' ಇಷ್ಟು ಮಾತ್ರ ಹೇಳಬಲ್ಲೆ ಕೆನ್ನೆ ಸವರಿದ, ಕೈ ಹಿಡಿದು ಅಯ್ಯೋ, ನಂಗೆ ಅದೆಲ್ಲ ಅರ್ಥವಾಗ್ತಿಲ್ಲ, ನಂಗೆ ನಿಮ್ಮ ಹೆಲ್ಪ್ ಬೇಕು, ಚುಂಬಿಸಿದಳು, ಅವಳ ನಿರೀಕ್ಷೆಗಳು ಬಹಳ ಈಗಾಗಲೇ ಅವಳ ಪ್ರೇಮದ ಪರಿ ಅರ್ಥವಾಗಿತ್ತು.

"ಅದೇನು. . . ಹೇಳು?" ಕೇಳಿದ ಸ್ವಲ್ಪ ಸೀರಿಯಸ್ಸಾಗಿಯೆ, "ಇವತ್ತು ಲಂಚ್‌ಗೆ ಹೊರ್ಗೆ ಹೋಗೋಣ" ಇಂಥದೊಂದು ಬೇಡಿಕೆ. ಇದೇನು ಹೊಸತಲ್ಲ, ಸುತ್ತಾಟ, ಮಾಲು, ಷಾಪಿಂಗ್, ಗಿಫ್ಟ್‌ಗಳು, ಇಂಥ ಸರಮಾಲೆಯ ಮಧ್ಯೆ ಪ್ರೇಮ ಎಲ್ಲೋ ಸವಕಲಾಗಿ ಬಿಟ್ಟಿದೆಯೆನಿಸಿತು, ಅವಳ ಪ್ರೇಮದ ಅರ್ಥೈಯಿಸುವಿಕೆ ಬೇರೆಯೆನಿಸಿತು.

ಅಂತು ಮಧ್ಯಾಹ್ನ ಊರಾಚೆಯ ಗಾರ್ಡನ್ ರೆಸ್ಟೋರೆಂಟ್‌ಗೆ ಹೋದರು ಊಟಕ್ಕೆ. ಅವಳು ಹೆಚ್ಚು ಇಷ್ಟಪಡುವುದು ಕಾಂಟಿನೆಂಟಲ್ ಫುಡ್. ಇತ್ತೀಚಿಗೆ ಫ್ಯಾಷನ್‌ಗಾಗಿಯೋ, ಇಲ್ಲ ಮತ್ಯಾವುದೋ ಕಾರಣಕ್ಕೊ ಇಂಥ ಟ್ರೆಂಡ್ ಬೆಳೆಸಿಕೊಂಡಿದ್ದರು ಯುವ ಜನಾಂಗ. ಇಂಥನ್ನ

'ಗೋಬಲ್ ಫುಡ್' ಎಂದು ಹಾಸ್ಯ ಮಾಡುತ್ತಿದ್ದರು ಪಾರ್ಥಸಾರಥಿ.

ಮೆನುವನ್ನ ಅವಳತ್ತ ತಳ್ಳಿದ, ಅವಳು ಆರ್ಡರ್ ಮಾಡಿದ್ದು ಕಾಂಟಿನೆಂಟಲ್ ಫುಡ್‌ಗಾಗಿಯೆ, ಕೆಲವು ಸಮಾರಂಭಗಳಲ್ಲಿ ಇಂಥದ್ದೇ ಫುಡ್ ಬೇಕೆಂದು ಹೆಸರಿಸುತ್ತಿದ್ದರು. ಹೊರಟ ಬೇರರ್ ಕರೆದು ದಕ್ಷಿಣ ಭಾರತದ ಒಂದು ತಾಲಿಗೆ ಆರ್ಡರ್ ಮಾಡಿದ. ಇಲ್ಲೂ ಅವರಿಬ್ಬರ ನಡುವೆ ಸಮನ್ವಯ ಇರಲಿಲ್ಲ.

"ಬ್ರೇಕ್‌ಫಾಸ್ಟ್, ಲಂಚ್, ಡಿನ್ನರ್‌ನಲ್ಲೂ ವೈರೆಟಿ ಇರೋಲ್ಲ, ನೀವು ಒಗ್ಗಿ ಕೊಂಡಿದ್ದೀರಿ, ನಂಗಂತು ಆಗೋಲ್ಲ, ನಮ್ಮ ಫ್ಲಾಟ್‌ಗೆ ಹೋದ್ಮೇಲೆ ನಿಮ್ಮನ್ನ ಪೂರ್ತಿಯಾಗಿ ಬದಲಾಯ್ಸಿ ಬಿಡ್ತೀನಿ. ನೋಡ್ತಾ ಇರೀ, ಒಬ್ಬ ಕುಕ್, ಇಬ್ರು ಸರ್ವೆಂಟ್ಸ್. . . ಹೇಳುತ್ತ ಹೋದಳು. ಬ್ರಿಟನ್, ಆಸ್ಟ್ರೇಲಿಯಾ, ನ್ಯೂಜಿಲೆಂಡ್ ಮತ್ತು ಅಮೆರಿಕಾದ ಜನ ಬಳಸುವ ಆಹಾರವನ್ನು ಕಾಂಟಿನೇಟಲ್ ಫುಡ್ ಎನ್ನುತ್ತಾರೆ, ಈಗ ಅಂಥ ಒಂದು ಟ್ರೆಂಡ್ ಭಾರತದಲ್ಲಿ ಸೃಷ್ಟಿಯಾಗಿತ್ತು.

"ನಂಗೆ ಕಾಂಟಿನೆಂಟಲ್ ಫುಡ್ ಕ್ರೇಜ್ ಇಲ್ಲ ಆ ಆಹಾರದ ರುಚಿಯೇ ಬೇರೆ. ಅದಕ್ಕೆ ಬಳಸುವ ಫ್ಲೇವರ್, ಮಸಾಲೆಗಳು ಡಿಫರೆಂಟ್, ಇಲ್ಲಿನ ಹವಾಮಾನ, ಭೌಗೋಳಿಕ ಸನ್ನಿವೇಶಗಳಿಗೆ ಹೊಂದೋಲ್ಲ. ನಮ್ಮ ದವಸ, ಧಾನ್ಯ ಸಾಂಬಾರ ಪದಾರ್ಥಗಳ ಬಳಕೆ ಅದರಲ್ಲಿ ಇರೋಲ್ಲ. ಕೊಬ್ಬಿನಂಶ, ಕೊಲೆಸ್ಟ್ರಾಲ್ ಹೆಚ್ಚಿಗಿರುತ್ತೆ, ನಾರಿನಾಂಶ ಕಡ್ಮೆ ಆಹಾರದಲ್ಲಿ ಕ್ಯಾಲರಿ ಜೊತೆಗೆ ಕಾರ್ಬೋ ಹೈಡ್ರೇಟ್ ಜಾಸ್ತಿ ಇರುತ್ತೆ, ಅದಕ್ಕೆ ನಂಗೆ ಕಾಂಟಿನೆಂಟಲ್ ಡಿಷಸ್ ಇಷ್ಟವಾಗೋಲ್ಲ, ನಿನ್ನ ಹೆಲ್ತ್ ಸಲುವಾಗಿಯಾದ್ರೂ ಕಾಂಟಿನೆಂಟಲ್ ಫುಡ್ ಕಡ್ಮೆ ಮಾಡ್ಕೋ" ಸಜೆಷನ್ ಕೊಟ್ಟ, ಅದಕ್ಕೆ ಅವಳು ಪ್ರಕ್ರಿಯಿಸಲಿಲ್ಲ, ಅವಳು ಬೇರೊಂದು ಲೋಕದಲ್ಲಿದ್ದಳು

"ಮಮ್ಮಿ, ಈಗ್ಲೂ ಮೋಸ ಮಾಡಿದ್ರು, ಇಪ್ಪತ್ತೈದು ಲಕ್ಷ ಕೊಡ್ತೀನಿಂತ ಬಂದವರು ಬರೀ ಐದು ಲಕ್ಷ ಕೊಟ್ಟು ಹೋದ್ರು" ಈಗಾಗಲೇ ಒಂದೆರಡು ಸಲ ಈ ವಿಚಾರ ಪ್ರಸ್ತಾಪಿಸಿದ್ದಳು. "ಸ್ಟಾಪ್ ಇಟ್, ಯಾಕೆ ಅವ್ರಿಂದ ಹಣ ನಿರೀಕ್ಷಿಸ್ತೀಯಾ? ಆರಾಮಾಗಿ ಇರಲಿಕ್ಕೆ ಬಿಡು, ನಿಂಗೆ ಹಣದ ಅಗತ್ಯ ತಾನೇ, ಏನಿದೆ?" ಒಂದಿಷ್ಟು ಬೇಸರದಿಂದಲೇ ಹೇಳಿದ.

"ನನ್ನ ಕನಸುಗಳು ನನಸಾಗೋಕೆ ಹಣದ ಅಗತ್ಯವಿದೆ" ಎಂದಾಗ ಸಂತೋಷ್‌ಗೆ ಮಾತನಾಡಲು ಇಷ್ಟವಾಗಲಿಲ್ಲ. ಲಂಚ್ ಮುಗಿಯೋ ಒಳಗೆ ನಿಯಾಸ್ ಬಿಲ್ಡರ್ಸ್ ಕೊಟ್ಟ ಅವಧಿ ತಿಳಿಸಿದಾಗ ಕಪಾಳಕ್ಕೆ ಬಾರಿಸಿ ಬಿಡಬೇಕೆನಿಸಿತು.

ಅವನಿಗೆ ಯಾವ ಪದಾರ್ಥಗಳು ರುಚಿಸಲಿಲ್ಲ. ಆಸ್ವಾದಿಸುತ್ತ ತರಿಸಿದನ್ನೆಲ್ಲ ತಿಂದಳು ನಿಹಾರಿಕ. ತನ್ನೊಬ್ಬಳನ್ನ ಬಿಟ್ಟು ಬೇರೆಯವರನ್ನು ತಲೆಗೆ ಹಚ್ಚಿಕೊಳ್ಳುವ ಸ್ವಭಾವ ಅವಳದಲ್ಲ. 'ಸಮಾಜದ ಮಧ್ಯೆ ಇರಲು ಲಾಯಕ್ಕಿಲ್ಲ' ಎಂದುಕೊಂಡ.

ಹೊರಗೆದ್ದು ಬಂದಾಗ ಅವಳೊಂದಿಗೆ ಒಂದಿಷ್ಟು ಮಾತಾಡುವುದು ಒಳ್ಳೆದೆನಿಸಿತು, "ನಂಗೆ ಗಿಡ, ಹೂ, ಮರ ಇಷ್ಟ ವಿವಾಹಕ್ಕೆ ಮುನ್ನ ಆ ವಿಷಯ ಬಂದಿರಲಿಲ್ಲ, ಅಲ್ಲಿಗೆ ಹೋಗಿ ತಂಪಾದ ವಾತಾವರಣದಲ್ಲಿ ಮುಂದಿನ ಡಿಸ್‌ಕಷನ್ ಮುಗಿಸೋಣ, ನಂಗೂ ನಿನಗೊಂದಿಷ್ಟು ಹೇಳಬಹುದೆನಿಸಿದೆ" ಎಂದು ಹೋಂಡಾ ಸಿಟಿ ಕಾರಿನತ್ತ ನಡೆದ.

ಉದ್ಯಾನದಲ್ಲಿ ಪುಷ್ಪಗಳನ್ನು ವೀಕ್ಷಿಸಿ ಒಂದು ಕಡೆ ಬಂದು ಕೂತರು. ಐದು ನಿಮಿಷ ಮೌನದಿಂದ ಯೋಚಿಸಿದ.

"ಮಾಟ್ರಿಮೋನಿಯಲ್ ವೆಬ್‌ಸೈಟಿಗೆ ಪ್ರೊಫೈಲ್ ಅಪ್ ಲೋಡ್ ಆದ ಮದ್ವೆ ನಮ್ಮದಲ್ಲ, ಹಿರಿಯರು ಒಪ್ಪಿದನಂತರವೇ ಆದ ವಿವಾಹ, ಬಹುಶಃ ನನ್ನ ಹೆತ್ತವರು ಒಪ್ಪದಿದ್ದರೇ, ನೀನು ಇನ್ನ ಹತ್ತು ವರ್ಷ ಹಿಂದೆ ಬಿದ್ದಿದ್ದರೂ ನಾನು ನಿನ್ನ ಕುತ್ತಿಗೆಗೆ ತಾಳಿ ಕಟ್ತಾ ಇರ್ಲಿಲ್ಲ. ನನ್ನ ಮನೆಯ ಫೈನಾನ್ಷಿಯಲ್ ಸ್ಟೇಟಸ್ ಮಾತ್ರವಲ್ಲ ಪ್ರತಿಯೊಂದು ವಿಚಾರವನ್ನು ನಿನಗೆ ಹೇಳಿದ್ದೆ. ದೀರ್ಘಕಾಲ ಜೊತೆಯಲ್ಲಿ ಬಾಳಲು ಬರುವ ಸಂಗಾತಿಗೆ ಸುಳ್ಳುಗಳನ್ನು ಹೇಳುವ ಅಗತ್ಯವಿರಲಿಲ್ಲ, ಜೊತೆಗೆ ವಿದೇಶಿ ವ್ಯಾಮೋಹಿ ನಾನಲ್ಲ, ನಾನೇನೇ ಮಾಡಿದರೂ. . ನನ್ನ ದೇಶದಲ್ಲೇ ಎಂದಿದ್ದೆ ಅದಕ್ಕೆಲ್ಲ ಸಮ್ಮತಿಸಿದ್ದೆ. ಅದನ್ನೆಲ್ಲ ನೆನಪಿನಲ್ಲಿ ಇಟ್ಕೋ. ಯು ಆರ್ ಬ್ಯೂಟಿ ಐ ಆಕ್ಸೆಪ್ಟ್ ಇಟ್, 'ಸೌಂದರ್ಯವೆಂಬುದು ಹೆಣ್ಣಿನ ತುತ್ತಲ್ಲ! ಕಣ್ಣಿಗು ಕಣ್ಣಾಗಿ ಒಳಗಿಹುದು' ಇದು ನಮ್ಮ ಬೇಂದ್ರೆಯವರ ಕವನದ ಸಾಲು, ಮೊದ ಮೊದಲು ಬೇಸರವೆನಿಸಿದರು, ಆಮೇಲೆ ಇಷ್ಟವಾದೆ. ಇಷ್ಟನ್ನು ನನ್ನ ತಂದೆ ಆಫೀಸ್‌ದಲ್ಲಿ ಕೂಡ್ಸಿಕೊಂಡು ನಿಂಗೆ ಹೇಳಿದ್ದಾರೆ, ನಿನ್ನ ಹೆತ್ತವರೊಂದಿಗೆ ನೀನು ಬಂದಾಗ ಅಮ್ಮ, ಅತ್ತಿಗೆ ಎಲ್ಲಾ ನಿಮ್ಮಗಳ ಮುಂದಿಟ್ಟಿದ್ದಾರೆ. ಆಗ ಖುಷಿ.... ಖುಷಿಯಾಗಿ ಒಪ್ಪಿಕೊಂಡೇ, ನಿನ್ನ ಹೆತ್ತವರು ನನ್ನ ಮಗಳ ಅದೃಷ್ಟವೆಂದರು. ಆದರೆ ನಿನ್ನಮ್ಮ ನಿನ್ನ ಬಗ್ಗೆ ಹೇಳಿದೆಲ್ಲ ಸುಳ್ಳು ಅನಿಸಿದೆ. ಇಂಥ ಸುಳ್ಳುಗಳು ಹೇಳುವ ಅಗತ್ಯವಿರಲಿಲ್ಲ, ನಿನ್ನ ಸ್ವಭಾವಕ್ಕೆ ನಿನ್ನ ಕನಸುಗಳನ್ನ ನನಸು ಮಾಡುವಂಥ ಗಂಡು ಸಿಗಬಹುದಿತ್ತು, ನಿನ್ನೆಲ್ಲ ಆಸೆ ಕನಸುಗಳನ್ನು ಮ್ಯಾಟ್ರಿಮೋನಿ ವೆಬ್‌ಸೈಟ್‌ನಲ್ಲಿ ಅಪ್‌ಲೋಡ್ ಮಾಡಬಹುದಿತ್ತು, ಎನಿ ಹೌ.... ನಾವುಗಳು ಹೇಳಿದ್ದೆಲ್ಲ ಸತ್ಯ. ಅದಕ್ಕೆ ಬದ್ಧರಾಗಿ ಇರ್ತಿವಿ, ನಾನು ಹೇಳಿದ್ದು ಮುಗೀತು, ನೀನೇನೋ ಮಾತಾಡಬೇಕು ಅಂದೆಯಲ್ಲ, ಈಗ ಹೇಳು, ನಾನೇನು ನಿನ್ನನ್ನ ಹರ್ಟ್ ಮಾಡಿದ್ದೀನಿ?" ಕೇಳಿದ ಕೊನೆಯಲ್ಲಿ.

ಅವನು ಹೇಳಿದನ್ನೆಲ್ಲ ಕೇಳಿಸಿಕೊಳ್ಳಲೇ ಇಲ್ಲವೆನ್ನುವಂತೆ "ನಾನು ನಿಯಾಸ್‌ನ ಒಂದು ಅಪಾರ್ಟ್‌ಮೆಂಟ್‌ಗೆ ಐದು ಲಕ್ಷ ಅಡ್ವಾನ್ಸ್ ಕೊಟ್ಟಿದ್ದೀನಿ, ನಂಗೆ ಈಗ ಆ ಅಪಾರ್ಟ್‌ಮೆಂಟ್‌ನ ಕೊಳ್ಳಬೇಕು, ಮಮ್ಮಿ ಹತ್ರ ತಂಬಾ ಟ್ರೈ ಮಾಡ್ದೆ, ಇಪ್ಪತ್ತೈದು ಲಕ್ಷ ಕೊಡ್ತಿನಿಂತ ಅಂದವಳು ಬರೀ ಐದು ಲಕ್ಷ ಕೊಟ್ಟು ಹೋಗಿದ್ದಾಳೆ" ಮತ್ತೆ ಅದೇ ಪ್ರವರ.

"ಅದು ಹೇಳಿದ್ದೀಯ, ಈಗೇನು?" ಸ್ವಲ್ಪ ಸೀರಿಯಸ್ಸಾಗಿಯೆ ಕೇಳಿದ, ಇವನನ್ನೆ ನೇರವಾಗಿ ನೋಡುತ್ತ ಅದ್ನ ಕೊಳ್ಳಲೇ ಬೇಕು. ನನ್ನ ಜೊತೆ ನೀವು ನಿಲ್ಲಬೇಕು, ನಿಮ್ಮ ಸೇವಿಂಗ್ಸ್. . . ಎಷ್ಟಿದೆ? ಕೇಳಿದಕ್ಕೆ ಅವನ ಮೈ ಉರಿದು ಹೋಯಿತು. ನಿಂಗೂ ಅದ್ನ ವಿವಾಹಕ್ಕೆ ಮುನ್ನ ಹೇಳಿದ್ದೆ, ನಮ್ಗೆ ಇರೋ ಸಾಲ ತೀರ್ಸಿಕೊಂಡು. . . ಇವೆಂಟ್‌ನ ಒಂದು ಲೆವೆಲ್‌ಗೆ ತರಲು ಸಾಕಷ್ಟು ಪ್ರಯತ್ನ ಮಾಡ್ತಾ ಇದ್ದೀವಿ, ಅದ್ನ ನನ್ನ ತಂದೆ ನಿನ್ನ ಹೆತ್ತವರಿಗೆ ಮಾತ್ರವಲ್ಲ ನಿಂಗೂ ಬಿಡ್ಸಿ ಹೇಳಿದ್ದಾರೆ, ನಿಂಗೆ ಕೋಟಿಗಟ್ಟಲೆ ಸುರಿದು ಅಪಾರ್ಟ್‌ಮೆಂಟ್‌ನ ಕೊಂಡು ಕೊಡುವ ಸ್ಥಿತಿಯಲ್ಲಿ ನಾವಿಲ್ಲ, ಆ ವಿಚಾರ ಬಿಡು, ಇನ್ನ ಹೋಗೋಣ. ನಾಲ್ಕು ಹೆಜ್ಜೆ ಮುಂದೆ ಹೋದವನನ್ನು ತಡೆದು ನಿಲ್ಲಿಸಿ ಎಷ್ಟೋ ಜನ ತಮ್ಮ ಮಡದಿಯರಿಗಾಗಿ. . . ಅವಳು ಮಾತನ್ನು ಮುಂದುವರಿಸದಂತೆ "ಷಟಪ್, ಏನೇನೋ ಹೇಳ್ಬೇಡ, ಇಷ್ಟು ಹೇಳಿದನಂತರವು ಈ ಮಾತು ಮುಂದುವರಿಸ್ತಾ ಇರೋದು ನಿನ್ನ ತಪ್ಪು, ನೀನು ಅಡ್ವಾನ್ಸ್ ಕೊಡೋಕೆ ಮೊದ್ಲು ವಿಚಾರನ ಪ್ರಸ್ತಾಪಿಸ ಬೇಕಿತ್ತು,

ಒಂಟಿಯಾಗಿ ತಗೊಂಡ ನಿರ್ಣಯ. . . ಒಂಟಿಯಾಗಿಯೇ ಫೇಸ್ ಮಾಡು ಈಗ ಸಾಧ್ಯವಿಲ್ಲಾಂತ ಬಿಲ್ಡರ್ಸ್‌ಗೆ ಹೇಳು. ಅಕಸ್ಮಾತ್ ನೀನು ಕೊಟ್ಟ ಅಡ್ವಾನ್ಸ್‌ನಲ್ಲಿ ಫಿಫ್ಟಿ ಪರ್ಸೆಂಟ್ ಹಿಂದಿರುಗಿಸಬಹುದು, ನಾನು ಬೇಕಾದರೆ, ನಿನ್ನೊಜತೆ ಬರ್ತಿನಿ. ತಡ ಮಾಡಿದ್ರೆ ಸಮಸ್ಯೆ ಹೆಚ್ಚಾಗುತ್ತೆ" ಎಂದು ತಾಳ್ಮೆ ಕಳೆದು ಕೊಳ್ಳದೇ ಬುದ್ದಿ ಹೇಳಿದ, ಅವಳ ಮಮ್ಮಿ ಎರಡು ದಿನದ ಹಿಂದೆ ಯಾಕೆ ಹೆದರುತೀಯ ? ಇವೆಂಟ್‌ಗೆ ಹೆಸರಿದೆ. ಲಕ್ಷಾಂತರ ಸಂಪಾದನೆ ಇದೆ, ಅವುಗಳ ಮೇಲೆ ಸಾಲ ಮಾಡ್ಬಹುದು, ಅದು ನಿನ್ನ ಹಕ್ಕು ಇಂಥದನ್ನ ಅವಳ ತಲೆಯಲ್ಲಿ ತುಂಬಿಸಿದ್ದರು, ಅದು ಅವಳ ಮುಂದಿನ ಹೆಜ್ಜೆ ಇವೆಂಟ್ ಬಿಲ್ಡಿಂಗ್ ಸ್ವಂತದ್ದಾ?

"ಹೇಗೂ ನಂಗೆ ಕೆಲ್ಸ ಇದೆ, ಸಾಲಕ್ಕೆ ಟ್ರೈ ಮಾಡೋದು" ಇಂಥ ಮಾತಿಗೆ ಪ್ರತಿಕ್ರಿಯಿಸದೆ ಮುಂದಕ್ಕೆ ನಡೆದ, ಹಿಂಬಾಲಿಸುವುದು ಅನಿವಾರ್ಯ, ಕಾರಿನಲ್ಲಿ ಕೂತು ಕಾಯ್ತಿದ್ದವ "ಬೇಗ ಹತ್ತು" ಹೇಳಿದ. ಕೂತನಂತರ "ನಮ್ಮ ನವಿರಾದ ಸಂತೋಷದ ಕ್ಷಣಗಳನ್ನ ಹಾಳು ಮಾಡಿಕೊಳ್ಳೋದು ಬೇಡ, ಅತಿಯಾದ ಆಸೆಗಳು ದುಃಖಕ್ಕೆ ಕೇಂದ್ರವಾಗುತ್ತೆ, ಬೇಡ," ಎಂದವ ಅವಳ ಭುಜವನ್ನು ನವಿರಾಗಿ ತಡವಿ ಕಾರು ಸ್ಟಾರ್ಟ್ ಮಾಡಿದ.

"ಬೇರೆ ಎಲ್ಲಾದ್ರೂ ಹೋಗೋದು ಇದ್ಯಾ ?" ಕೇಳಿದ. "ಒಂದಿಷ್ಟು ಷಾಪಿಂಗ್ ಇದೆ" ಎಂದಳು. ಮಾಲ್‌ನಲ್ಲಿ ಒಂದು ಮೂರು ಗಂಟೆ ಕಳೆದಿದ್ದು ಅಲ್ಲದೆ ಬೇಕಿರೋದು, ಬೇಡದ್ದು ಒಂದು ಇಪ್ಪತ್ತು ಸಾವಿರವರೆಗೂ ಪರ್ಚೇಸ್ ಮಾಡಿದಾಗ ಮಾತಾಡದೆ ಹಣ ತೆತ್ತ. ಅನಗತ್ಯ ವಸ್ತುಗಳನ್ನು ಕೊಂಡು ತುಂಬಿಕೊಳ್ಳುವುದು ಅವನಿಗೆ ಇಷ್ಟವಿಲ್ಲದ ವಿಚಾರ, ಸಾಕಷ್ಟು ಯೋಚಿಸಿದ್ದ. 'ತಾಳಿ ಕಟ್ಟಿದ ಗಂಡನೆಂದರೆ ತನ್ನ ಸಮಸ್ತ ಆಸೆ, ಬಯಕೆಗಳನ್ನ ಪೂರೈಸುವ ಒಂದು ಮಾನವ ಜೀವಿ' ಎಂದು ತಿಳಿದಿರಬೇಕು ನಿಹಾರಿಕ. ಇಂಥವರ ಸಂಖ್ಯೆ ಎಷ್ಟಿರಬಹುದು ?

ಮನೆಯ ಮುಂದೆ ಕಾರು ನಿಲ್ಲಿಸಿ ಇಳಿಯುವಾಗ "ನಮ್ಗೆ ಪೂರ್ತಿ ಹಣ ಕೊಟ್ಟು ಕೊಳ್ಳಲಾಗದಿದ್ದರೇ, ಆ ಪ್ರಸಕ್ತಿಯನ್ನು ಅಲ್ಲಿಗೆ ನಿಲ್ಲಿಸಿ ಬಿಡಬೇಕು, ಅದು ಮಾತಿನಲ್ಲಿ ಇದ್ದರೇ ಅಡ್ವಾನ್ಸ್ ಆಗಿ ಕೊಟ್ಟ ಹಣದಲ್ಲಿ ಅಷ್ಟಿಷ್ಟು ಪಡೆದುಕೊಳ್ಳಬಹುದಷ್ಟೆ, ಎಚ್ಚರಿಕೆ....ಇರಲಿ...." ಎಂದು ಹೇಳಿಯೆ ಇಳಿದಿದ್ದು, ನಿಹಾರಿಕ ಅದಕೆಷ್ಟು ಬದ್ಧಳೋ, ಗೊತ್ತಿಲ್ಲ.

ಇವೆಲ್ಲ ಸಂತೋಷ್ ಮನಸ್ಸಿಗೆ ಬೇಸರವನ್ನು ತರಿಸಿತ್ತು. ಒಂದು ಮಧ್ಯಾಹ್ನದ ಸುಮಾರಿಗೆ ನಿಹಾರಿಕ 'ಸಾರಥಿ ಇವೆಂಟ್'ಗೆ ಬಂದಳು. ಕಾಲೇಜಿನ ವಾರ್ಷಿಕೋತ್ಸವದ ಸೆಲಿಬ್ರೇಷನ್‌ನ ಏರ್ಪಾಡಿಗಾಗಿ ಆಫೀಸ್‌ನ ಅರ್ಧಜನ ಖಾಲಿಯಾಗಿದ್ದರು.

ನಿಹಾರಿಕ ಬಂದಿದ್ದನ್ನು ನೋಡಿದರೂ ಗಮನಿಸದಂತೆ ಮುಂದೆ ಕೂತಿದ್ದ ಕ್ಲೇಟ್ಸ್‌ಗೆ ಕೆಲವು ಸಮಾರಂಭಗಳ ಕ್ಲಿಪಿಂಗ್ ತೋರಿಸುತ್ತಿದ್ದಳು ರೇಖಾಭಟ್. ಸಂತೋಷ್ ಛೇಂಬರ್‌ಗೆ ಹೋದಳು, ಅದು ಖಾಲಿಯಾಗಿತ್ತು. ಸೀದಾ ಪಾರ್ಥಸಾರಥಿಯ ಛೇಂಬರ್‌ಗೆ ಬಂದಾಗ ಇದ್ದಿದ್ದು ಅವರೊಬ್ಬರೇ ಕೆಲಸದಲ್ಲಿ ಮಗ್ನರಾಗಿದ್ದರು.

"ಹಲೋ. . ." ದನಿಗೆ ತಲೆಯೆತ್ತಿದವರು "ಯೆಸ್ ಮಗಳೇ। ಇದೇನು ಸರ್‌ಪ್ರೈಸ್ ಆಗಿ ಬಂದಿದ್ದೀ ವೀಕೆಂಡ್ ದಿನವು ಅಲ್ಲ. ಬಾ. . ಕುತ್ಕೋ" ಅಂದರು. ಅವಳೊಂದಿಗೆ ಮಾತಾಡಿಯೆ ಎಷ್ಟೊ ದಿನಗಳಾಗಿತ್ತು, "ಏನು. . .ವಿಷ್ಯ ?" ಕೂತನಂತರ ಕೇಳಿದರು.

"ನಾನು ಸಂತೋಷ್ ಹೆಂಡ್ತಿ ಆಗಿರೋದರಿಂದ ಕೆಲವು ಹಕ್ಕುಗಳು ನಂಗಿವೆ," ಎಂದಳು. ಗಾಬರಿಯಾಯಿತು. "ಓಕೇ ಹೇಳು" ಎಂದರು. ಸ್ವಲ್ಪ ಸಿರಿಯಸ್ಸಾದ ವಿಚಾರವಾದುದ್ದರಿಂದ ಸ್ವಲ್ಪ ಎಚ್ಚರದಿಂದ ಹ್ಯಾಂಡಲ್ ಮಾಡಬೇಕೆನಿಸಿತು. ಅವರ ಮುಂದೆ ಪೂರ್ತಿ ವಿಷಯವನ್ನು ಬಿಡಿಸಿಟ್ಟ ನಂತರ ವಿಚಾರ ಸ್ಪಷ್ಟವಾಗಿ ಅವರ ಅರಿವಿಗೆ ಬಂತು." ನಿಯಾಸ್ ಅಪಾರ್ಟ್‌ಮೆಂಟ್ ರಿಜಿಸ್ಟ್ರೇಷನ್ ಆದ ಮರುದಿನವೆ ನಾನು, ಸಂತೋಷ್ ಅಲ್ಲಿಗೆ ಶಿಫ್ಟ್ ಆಗ್ಬಿಡ್ತೀವಿ, ಈಗ ನಿಮ್ಮ ಕಡೆಯಿಂದ ಎಷ್ಟು ಹಣ ಕೊಡೋಕೆ ಸಾಧ್ಯ?, ಕೇಳೋದು ನನ್ನ ಹಕ್ಕು, ಕೊಡ್ಬೇಕಾದುದ್ದು ನಿಮ್ಮ ಕರ್ತವ್ಯ" ಎಂದಳು ನೇರವಾಗಿಯೆ. ಸೊಸೆಯಾಗಿ ಹಕ್ಕು ಚಲಾಯಿಸಲು ಬಂದಿದ್ದಳು.

ಅಲ್ಲಲ್ಲಿ ಇಂಥ ವಿಚಾರಗಳನ್ನು ಕೇಳಿದ್ದರು. ಅವರು ಎಂದೂ ಹೆಣ್ಣಿನ ಪರ ವಕಾಲತ್ತು ವಹಿಸುವರು. ಮೃಷ್ಟಾನ್ನವೆನಿಸಿದ್ದರಲ್ಲಿ ಒಂದು ಸತ್ತ ನೊಣ ಬಿದ್ದ ಮೇಲೆ ಹೇಗೆ ರುಚಿಸಿತು ಊಟ? ಪಾರ್ಥಸಾರಥಿ ಬೇರೆ ವಿಷಯಗಳಲ್ಲಾಗಲೀ ಸಹನೆಗೆಡರು. ಅದರಿಂದ ಅನಾಹುತ ಹೆಚ್ಚೆಂದು ಅನುಭವಗಳಿಂದ ಕಲಿತಿದ್ದರು.

"ಇದು ನಿನ್ನೊಬ್ಬಳ ಮಾತಾ? ಅಥ್ವಾ ಸಂತೋಷ್ ಕೂಡ ಒಪ್ಗೇ ಸೂಚಿಸಿದ್ದಾನಾ?" ಬಹಳ ಸರಳವಾಗಿ ಹೇಳಿದರು. "ನಿರ್ಧಾರ ನಂದೇ ಸಂತೋಷ್‌ಗೂ ಕೂಡ ತಿಳಿಸಿದ್ದೀನಿ, ಒಪ್ಪಿಕೊಳ್ಳಲೇ ಬೇಕು" ಕಡ್ಡಿ ಮುರಿದಂತೆ ಹೇಳಿದಳು. ತಾನು ತಿಳಿದಿದ್ದಕ್ಕಿಂತ ಹೆಚ್ಚು ಧೈರ್ಯಸ್ಥೆ" ಎಂದುಕೊಂಡರು. ಅಂದರೆ ಅವ್ನ ಒಪ್ಗೇ ನಿಂಗೆ ಇನ್ನು ಸಿಕ್ಕಿಲ್ಲ.

"ನೋ, ಒಪ್ಪಿಗೆಗೇ. . ಏನಿದೇ? ಇಬ್ಬರಿಗೂ ಪ್ರೈವೆಸ್ಸಿ ಬೇಕಾಗಿದೆ, ಅವ್ರು ಬಾಯ್ಬಿಟ್ಟ ಹೇಳ್ದೇ ಇರ್ಬಹ್ದು, ನನ್ಮಾತನ್ನ ತಳ್ಳಿ ಹಾಕಲಾರರು ಅನ್ನೋ ಭರವಸೆ ಇದೆ," ಎಂದಳು ಮುಲಾಜಿಲ್ಲದೆ.

"ಇದು ಮನೆಗೆ ಸಂಬಂಧಪಟ್ಟದ್ದು, ಸಂಬಂಧಗಳ ನಡ್ವೆ ತೆಗೆದುಕೊಳ್ಳಬಹುದಾದ ನಿರ್ಣಯ. ನಿನ್ನ ಮೊದಲು ಮತ್ತು ಎರಡನೆಯದರಲ್ಲಿ ಯಾವುದಕ್ಕೆ ಮೊದ್ಲು ಪ್ರಾಮುಖ್ಯತೆ ಕೊಡ್ಬೇಕನ್ನೊ ವಿಚಾರ ನಾನೊಬ್ಬ ತೀರ್ಮಾನ ಮಾಡೋಕ್ಕಾಗೋಲ್ಲ, ಇಲ್ಲಿ ಮುಖ್ಯವಾಗೋದು ಸಂತೋಷ್ ಮಾತ್ರವಲ್ಲ ಎಲ್ಲರೂ. ನಿಮ್ದು ಆನ್‌ಲೈನ್ ವಿವಾಹವಲ್ಲ ವೆಬ್‌ಸೈಟ್‌ನಲ್ಲಿ ನೀವಿಬ್ಬರೂ ಹಂಚಿಕೊಂಡು ಒಂದುಗೂಡಿದವರಲ್ಲ. ಯೋಚಿಸೋಕೆ ಸಮಯ ಬೇಕು, ಕುಟುಂಬದಲ್ಲಿ ನಾನೊಬ್ಬ ವ್ಯಕ್ತಿ ಮಾತ್ರ, ಎಲ್ಲರಿಗಿರುವಷ್ಟೇ ಹಕ್ಕು, ಅಧಿಕಾರ, ಕರ್ತವ್ಯ! ಸಮಯಬೇಕು" ಎಂದರು. ಶಾಂತವಾಗಿ ಬುದ್ಧಿವಂತಿಕೆಯಿಂದ, ಸಿಡಿಲಿನ ಅಂದಾಜಿನ ಲೆಕ್ಕ ಹಾಕಬೇಕಿತ್ತು, ಸುನಾಮಿಯಾಗಿ ಕನ್‌ವರ್ಟ್ ಆಗುವ ಅಪಾಯದ ಮುನ್ಸೂಚನೆಯು ಕಂಡಿತು, ತೀರಾ ಎಚ್ಚರ ಬೇಕೆನಿಸಿತು.

"ಕುಡಿಯಲಿಕ್ಕೆ ಏನಾದ್ರೂ. . ಬೇಕಾ?" ವಿಚಾರಿಸಿದರು. ನಂತರ ಲ್ಯಾಪ್‌ಟಾಪ್ ತೆರೆದಿಟ್ಟುಕೊಂಡು ತಮ್ಮ ಕೆಲಸದಲ್ಲಿ ನಿರತರಾಗುವ ಮುನ್ನ "ಇನ್ನ ನೀನು ಹೋಗು ನಿಹಾರಿಕ" ಎಂದರು. ಅವರ ದನಿಯಲ್ಲಿನ ದೃಢತೆಗೆ ಕ್ಷಣ ಬೆಚ್ಚುವಂತಾಯಿತು. ತಂದೆ ಈಶ್ವರ ಸ್ವರ ಅಷ್ಟು ಗಟ್ಟಿಯಾಗಿದ್ದುದ್ದನ್ನು ಕೇಳಿಯೆ ಇರಲಿಲ್ಲ, ಪಾರ್ಥಸಾರಥಿ ಈಶ್ವರ್ ಅಲ್ಲವಲ್ಲ.

ಗಿರಿ ಗೇಟಿನಲ್ಲಿ ಎದುರಾದವ ವಿಶ್ ಮಾಡಿದಾಗ ಮುಖ ತಿರುಗಿಕೊಂಡು ಹೋದಾಗ

ಎಷ್ಟು ಧಿಮಾಕ್ ನೋಡು. ಸಾಫ್ಟ್‌ವೇರ್ ನೆಗೆದು ಬಿದ್ದರೆ, ಗೊತ್ತಾಗುತ್ತೆ 'ಮನಸ್ಸಿಗೆ ಬಂದುದನ್ನು ಅಂದುಕೊಂಡ. ಪ್ರತಿ ಸಲ ಗೌರವ ತೋರಿಸಿದಾಗಲೆಲ್ಲ ಬಹಳ ಉದಾಸೀನವಾಗಿ ಮಾತ್ರವಲ್ಲ ಅವಮಾನಿಸುವುದು ಅವನ ಅರಿವಿಗೆ ಬಂದಿತ್ತು, ನಿಹಾರಿಕ ಅಂದರೆ ಅಷ್ಟಕಷ್ಟೆ.

"ರೇಖಾ, ಆಯಮ್ಮನಿಗೆ ಅಷ್ಟೇಕೆ ಧಿಮಾಕ್? ದೊಡ್ಡ ಸಾರ್, ಎರಡನೆ ಸಾರ್, ಕಡೆಯವರಂತು ದೇವರಂಥವರು, ಈ ಸಾಫ್ಟ್‌ವೇರ್ ಎಲ್ಲಿಂದ ಗಂಟು ಬಿತ್ತು?" ರೇಖಾಭಟ್ ಬಳಿ ಬಂದಾಗ ಪಿಸು ದನಿಯಲ್ಲಿ ಅಂದೇ ಬಿಟ್ಟ "ಶೂ. . ಸುಮ್ನೇ ಇರು, ಆಯಮ್ಮ ನಿನ್ನ ಬೆಂಡ್ ಎತ್ತಿ ಬಿಡ್ತಾಳೆ, ಮೊದ್ಲು ಸಂತೋಷ್ ಸಾರ್‌ನ ಮದ್ವೆ ಆಗೋಕೆ ಮೊದ್ಲು ಹೇಗಿದ್ಲೂ ಗೊತ್ತಾ? ಹಿಂದೆ. . ಹಿಂದೆ. .ಸುತ್ತಿ ಮದ್ವೆಯಾಗಿತ್ತು, ಅದಷ್ಟು ನೆಟ್ಟಗಿತ್ತು, ನಮ್ಮ ಸಂತೋಷ್ ಸರ್ ಮುಂದೆ ನಿವಾಳಿಸಿ ಎಸೀಬೇಕು, ಹೋಗ್, ಅದೇನೋ ಕೆಲ್ಸ ನೋಡು" ಕಳುಹಿಸಿ ತೆಪ್ಪಗೆ ಕೂತಳು ತನ್ನ ಸೀಟ್‌ನಲ್ಲಿ .

ಗಿರಿಗೆ ಸಮಯ ಅಂತಿರಲಿಲ್ಲ, ಇಂಥದ್ದೇ ಕೆಲಸ ಅನ್ನೋದೇನಿರಲಿಲ್ಲ, ಬಿಡುವಿದ್ದಾಗಲೆಲ್ಲ ಇವೆಂಟ್ ಕೆಲಸಕ್ಕೆ ಬಂದು ನಿಲ್ಲುತ್ತಿದ್ದ, ಸಂತೋಷ್ ಡ್ರೈವಿಂಗ್ ಲೈಸೆನ್ಸ್ ಕೊಡಿಸಿದ್ದ. ಇದ್ದ ಮೂರು ವೆಹಿಕಲ್‌ಗಳಲ್ಲಿ, ಯಾವುದನ್ನಾದರೂ ನಡೆಸುವ ಪರಿಣತಿ ಪಡೆದಿದ್ದ. 'ಬೆಸ್ಟ್ ಡ್ರೈವರ್' ಸಂತೋಷ್ ಸರ್ಟಿಫಿಕೇಟ್ ಕೊಟ್ಟಿದ್ದ.

ಮ್ಯಾನೇಜರ್‌ಗೆ ಯಾವುದೇ ಮಾಹಿತಿ ತಲುಪಿಸಿ ಪಾರ್ಥಸಾರಥಿ ಛೇಂಬರ್‌ಗೆ ಬಂದು ನಿಂತ, ಇವನಿಗಾಗಿಯೇ ಕಾದಿದ್ದರಂತೆ "ಬಾ. . ಬಾ. . . ಹೇಗೆ ನಡೀತಾ ಇದೆ ಅನಿಮೇಷನ್ ವ್ಯಾಸಂಗ? ನಿನ್ನಪ್ಪ ಫೋನ್ ಮಾಡಿ ವಿಚಾರಿಸ್ದ, ಸುಮ್ನೇ ಸಮಯ ಹಾಳು ಮಾಡಿಕೊಳ್ಳೊದ್ಬೇಡ, ಇಷ್ಟವಿಟ್ಟುಕೊಂಡ ಕಲಿಕೆ ಮಾತ್ರ ಸಕ್ಸಸ್ ಆಗುತ್ತೆ" ವಿಚಾರಿಸಿದರು.

"ಇಷ್ಟವಾಗಿದೆ ಕಲಿಕೆ ನಿಧಾನವಾಗಿರೋದಿಕ್ಕೆ ನಂಗೆ ಸ್ವಲ್ಪ ಬುದ್ಧಿ ಕಮ್ಮಿ" ಬಹಳ ನಿಧಾನವಾಗಿ ಸಂಕೋಚದಿಂದ ನುಡಿದಾಗ ಪಾರ್ಥಸಾರಥಿ ನಕ್ಕು ಬಿಟ್ಟರು "ಯೂ ಈಡಿಯಟ್। ನಿಂಗ್ಯಾರು ಬುದ್ಧಿ ಕಮ್ಮಿಂತ ಹೇಳಿದೋರು? ಎಷ್ಟು ಫರ್‌ಫೆಟ್ ಡ್ರೈವರ್ ಗೊತ್ತಾ। ಆ ವಿಚಾರ ಬಿಡು ನಿಧಾನವಾಗಿಯೇ ಕಲಿ, ಅನಿಮೇಷನ್ ಈತ್ತೀಚಿಗೆ ಲಾಭದಾಯಕ ಹುದ್ದೆ, ನಮ್ಮ ಇವೆಂಟ್‌ನಲ್ಲಿ ಕೆಲ್ಸ ಮಾಡೋಕೆ ಶುರು ಮಾಡಿ ತಿಂಗಳಾಯ್ತು, ಮ್ಯಾನೇಜರ್ ಸಂಬಳದ ಚೆಕ್ ಕೊಡ್ತಾರೆ, ತಗೊಂಡ್ಹೋಗಿ ನಿಮ್ಮಪ್ಪನಿಗೆ ಕೊಡು, ಮಗ ದುಡೀತಾ ಇದ್ದಾನೇಂತ ಸಂತೋಷ ಪಡ್ತಾನೆ," ಎಂದರು. ಆ ಕುಟುಂಬದ ಬಗ್ಗೆ ವಿಪರೀತ ಕಾಳಜಿ.

ಗಿರಿಯ ತಲೆ ತಗ್ಗಿತು "ಸಂಬಳ ಬೇಡ ಸಾರ್ ಸಂತೋಷ್ ಸಾರ್, ನನ್ನ ಅನಿಮೇಷನ್ ಕಲಿಕೆಗೆ ಫೀಜು ಕಟ್ಟಿ ಜಾಯಿನ್ ಮಾಡಿದ್ದಾರೆ" ಎಂದವನ ಕಂಠ ಭಾರವಾಗಿತ್ತು.

"ಅದ್ನ ಹಿಂದಕ್ಕೆ ಪಡೀಬೇಕನ್ನೋ ಉದ್ದೇಶದಲ್ಲಿ ನಿಂಗೆ ಅಂದು ಹಣ ಕಟ್ಟಿಲ್ಲ, ನೀನು ಸಮಾಜಕ್ಕೆ, ಕುಟುಂಬಕ್ಕೆ ಪ್ರಯೋಜಕನಾದರೆ ಸಾಕು, ಹೋಗಿ ಸಂಬಳದ ಚೆಕ್ ಇಸ್ಕೋ" ಎಂದು ತಮ್ಮ ಕೆಲಸದಲ್ಲಿ ನಿರತರಾದರು.

ಗಿರಿ ಛೇಂಬರ್‍ನಿಂದ ಹೊರ ಬರುವ ವೇಳೆಗೆ ಬಂದಿದ್ದ ಸಂತೋಷ್ ರೇಖಾಭಟ್‌ಗೆ ಏನೋ

ಹೇಳುತ್ತಿದ್ದ, ಸಂತೋಷ್‌ನ ನಿಲುವು, ದೃಢವಾದ ವ್ಯಕ್ತಿತ್ವ, ಮಾತಾಡುವ ಶೈಲಿ ಯಾರಿಗಾದರೂ ಇಷ್ಟವಾಗಿ ಬಿಡುತಿತ್ತು. 'ಚಿಕ್ಕಬಾಸ್' ಎಂದರೇ ತುಂಬಾ ಮೆಚ್ಚಿಗೆ ಅವನಿಗೆ. ವಿಷ್ ಮಾಡಿ ಸರಿದುನಿಂತ ಗಿರಿಯನ್ನು ನೋಡಿ "ಸಾರ್ ಹೇಳಿದ್ನ ಮುಗ್ಸಿ, ಅಮೇಲೆ ನನ್ನ ಛೇಂಬರ್‌ಗೆ ಬಾ" ಇಂಥದೊಂದು ಸಲಹೆ ಕೊಟ್ಟು ತನ್ನ ಛೇಂಬರ್‌ಗೆ ಹೋದ. ಈಗಾಗಲೇ ರೇಖಾಭಟ್ "ಮೇಡಮ್ ಬಂದಿದ್ರು" ಅನ್ನೋ ವಿಚಾರ ಮುಟ್ಟಿಸಿ ಆಗಿತ್ತು.

ಅವನ ಸ್ಯಾಲರಿ ಬಗ್ಗೆ ಮಕ್ಕಳೊಂದಿಗೆ ಪಾರ್ಥಸಾರಥಿ ಡಿಸ್ಕಷನ್ ಮಾಡಿದ್ದರು, ಪ್ರತಿಯೊಂದು ವಿಚಾರವನ್ನು ಮಕ್ಕಳೊಂದಿಗೆ ಚರ್ಚಿಸುವುದು ಅವರ ಉತ್ತಮ ಅಭ್ಯಾಸ, ಆ ಮನುಷ್ಯ ಒಬ್ಬ ಸಮಾಜಮುಖಿ. ದುಡಿದಿದ್ದನ್ನೆಲ್ಲ ಕಾಯ್ದಿಡಬೇಕೆನ್ನೊ ಉದ್ದೇಶವಿರಲಿಲ್ಲ, ಆದರೆ ತಮ್ಮ ಸಂಸ್ಥೆಯಿಂದ ಸಾಕಷ್ಟು ಜನರಿಗೆ ಕೆಲಸ ಒದಗಿಸಿ ಅವರ ಬದುಕಿಗೆ ಒಂದು ದಾರಿ ಮಾಡಬೇಕೆನ್ನುವ ಸದುದ್ದೇಶವಿತ್ತು. ಅದಕ್ಕೆ ಮಕ್ಕಳು ಕೂಡ ಬದ್ಧರೆ.

"ಬಾ.... ಬಾ.... ಕುತ್ಕೋ, "ಮಗನನ್ನು ಸ್ವಾಗತಿಸಿದವರು, ಅಂದು ಮೂರು ಕಡೆ ಸಮಾರಂಭದ ಆ ಯೋಜನೆಯನ್ನ ಇವೆಂಟ್‌ಗೆ ಒಪ್ಪಿಕೊಂಡಿದ್ದರಿಂದ ಒಂದಿಷ್ಟು ಬಿಜಿಯೆ" ಕಾಲೇಜು ಡೇ. . ಪಂಕ್ಷನ್ ಬಳಿ ಹೋಗಿದ್ಯಾ? ಪ್ರಿನ್ಸಿಪಾಲರು ಒಂದತ್ತು ಸಲವಾದ್ರೂ. . .ಫೋನ್ ಮಾಡಿದ್ರು ಮೆನುನ ಸಾಕಷ್ಟು ಬದಲಾಯಿಸಿದ್ರು, ಆ ವಿಚಾರ ಬಿಡು ಸ್ವಲ್ಪ ಸಮಯಕ್ಕೆ ಮುನ್ನ ನಿಹಾರಿಕ ಬಂದಿದ್ಲು" ಎಂದರು.

ಸಂತೋಷ್ ಹ್ಞೂಂಗುಟ್ಟಿದ, ಬಹುಶಃ ನಿಯಾಸ್‌ನಲ್ಲಿನ ಪ್ಲಾಟ್‌ಗೆ ಸಂಬಂಧಪಟ್ಟ ಹಗರಣಗಳ ವಿಚಾರವನ್ನು ಹೇಳಲು ಬಂದಿರಬಹುದು ಬಹುಶಃ ಪೂರ್ತಿ ಹಣ ಒದಗಿ ಬಂದಿದ್ದರೇ ವಿಚಾರವನ್ನು ಇಲ್ಲಿಯವರೆಗೆ ತರುತ್ತಿರಲಿಲ್ಲ, ಸ್ವಾರ್ಥಕ್ಕೆ ಇನ್ನೊಂದು ಹೆಸರು ನಿಹಾರಿಕ.

"ನಂಗೂ ಗೊತ್ತಿದೆ, ಸಲ್ಯೂಷನ್ ನಮ್ಹತ್ರ ಇಲ್ಲ. ಅಕಸ್ಮಾತ್ ಅಡ್ವಾನ್ಸ್ ಹಿಂದಕ್ಕೆ ಕೊಡ್ಬಹ್ದು, ಇಲ್ಲ ಅನ್ನಬಹ್ದು ಕೂಡ, ಮಾತುಕತೆ, ಪತ್ರ ವ್ಯವಹಾರ ಯಾವ ರೀತಿ ನಡೆದಿದ್ಯೋ ನಮ್ಗೆ ಗೊತ್ತಿಲ್ಲ. ಮುಕ್ತವಾಗಿ, ಪೂರ್ತಿ ಸ್ವತಂತ್ರ ಕೊಟ್ಟು ಬೆಳೆಸಿದ್ದಾರೆ, ನಿರ್ಣಯಗಳು, ತೀರ್ಮಾನಗಳು ಅವಳದ್ದೇ ನಮ್ಗೆ ಇದೆಲ್ಲ ಗೊತ್ತಿಲ್ಲ ಅಷ್ಟೆ. ಒಂದೋ, ಎರಡೋ ಸುಳ್ಳು ಹೇಳಿ ಮದ್ವೆ ಮಾಡೋದು ತಪ್ಪಿಲ್ಲ ಅನ್ನೋದು ಕೇಳಿದ್ದೆ, ಅವುಗಳು ಹೇಳಿದೆಲ್ಲ ಪೂರ್ತಿ ಸುಳ್ಳು. ಇವಳೊಬ್ಬ ಸಾಫ್ಟ್‌ವೇರ್ ಇಂಜಿನಿಯರ್ ಅನ್ನೋದು ಮಾತ್ರ ನಿಜ," ಪ್ರಾಂಕಾಗಿ ಹೇಳಿದ. ಅದರಿಂದ ವಿಚಲಿತನಾದಂತೆ ಹೇಳಲಿಲ್ಲ, ಏನಾದರೂ ನಿಭಾಯಿಸಬಲ್ಲನೆಂಬ ಭರವಸೆ ಅವನ ಕಣ್ಣುಗಳಲ್ಲಿ ಕಂಡು ಒಂದಿಷ್ಟು ಗಾಬರಿಯಾದರು. ಸ್ವಲ್ಪ ಎಚ್ಚರ ತಪ್ಪಿದರೂ ಅನಾಹುತವೇ.

"ಹೊರ್ಗಿನ ಸಾವಿರ ಸಮಸ್ಯೆಗಳನ್ನು ನಿಭಾಯಿಸಬಹುದು. ಹೊರಗೆ ಬೆಂಕಿ ಹತ್ತಿಕೊಂಡರೇ ಫೈರ್ ಇಂಜಿನ್‌ನ ಕರ್ಸಬಹ್ದು ಸಪೋರ್ಟ್‌ಗೆ ಪಬ್ಲಿಕ್ ನಿಲ್ಲುತ್ತೆ, ಸರ್ಕಾರ ನಾನಾ ರೂಪದಲ್ಲಿ ಸಹಾಯ ನೀಡುತ್ತೆ. ಇದು ಮನೆಯ ಬೆಂಕಿ" ಪೂರ್ತಿ ಮಾಡಲಾರದೆ ನರಳಿದರು "ಐದು ಕೋಟಿ ಅಷ್ಟು ದೊಡ್ಡ ಅಮೌಂಟ್ ಎಲ್ಲಿಂದ ತರೋದು? ಇವೆಂಟ್ ಸಲುವಾಗಿ ಕೊಂಡ ಇನೋವಾ ಕಾರು ಸಾಲವೇ ಇನ್ನು ಪೂರ್ತಿ ತೀರಿಲ್ಲ. ನಿಹಾರಿಕ ಹೆತ್ತವರಿಗೆ ನಮ್ಮ ಫೈನಾಷಿಯಲ್ ಸ್ಟೇಟಸ್ ಬಗ್ಗೆ ಒತ್ತಿ ಹೇಳಿದ್ದೆ."

ತಂದೆ ಹೇಳಿದನ್ನೆಲ್ಲಾ ಮೌನವಾಗಿ ಕೇಳಿದ ನಂತರ "ಅವಳೇ ಅರ್ಥಮಾಡ್ಕೋತಾಳೆ, ಒಂದಿಷ್ಟು ಸಮಯ ಬೇಕಾಗಬಹುದು, ನಾವು ಆ ನಿಯಾಸ್ ಅಪಾರ್ಟ್‌ಮೆಂಟ್‌ನ ಬಗ್ಗೆ ತಲೆಕೆಡ್ಸಿಕೊಳ್ಳೋದ್ಬೇಡ" ಅತ್ಯಂತ ಸ್ಪಷ್ಟವಾಗಿಯೆ ಹೇಳಿ ಮೇಲೆದ್ದವ" ಅಣ್ಣನ್ನ ಮನೆಗೆ ಕಳಿಸ್ದೆ, ನಮ್ಮಗಳ ಲಂಚ್ ಡಬ್ಬಿ ಬಂದಿದೆ, ಮೊದ್ಲು ಊಟ ಮುಗ್ಸೋಣ" ಎಂದ.

ಪಾರ್ಥಸಾರಥಿಯ ಛೇಂಬರ್‌ನಲ್ಲಿ ಒಂದಿಷ್ಟು ಪಾರ್ಟಿಷಿಯನ್. ಅದನ್ನೆ ರೆಸ್ಟ್‌ರೂಂ ಆಗಿ ಕನ್ವರ್ಟ್ ಮಾಡಿದ್ದರು, ಕೆಲವೊಮ್ಮೆ ಇಲ್ಲೆ ಲಂಚ್, ರೆಸ್ಟ್, ಕೆಲವೊಮ್ಮೆ ಡಿಸ್ಕಷನ್. ರೇಖಾಭಟ್ ಕ್ಯಾರಿಯರ್ ಜೊತೆ ನೀರು, ಪ್ಲೇಟ್‌ಗಳನ್ನು ಅಣಿ ಮಾಡಿಟ್ಟು ಹೋಗಿದ್ದಳು.

ಅದೂ ಇದೂ ಮಾತಾಡುತ್ತ ಒಬ್ಬರಿಗೊಬ್ಬರು ಬಡಿಸಿಕೊಳ್ಳುತ್ತ ಊಟ ಮಾಡತೊಡಗಿದರು. ತಂದೆಯೆನ್ನುವ ಅಹಂಕಾರ, ಅಧಿಕಾರಕ್ಕಿಂತ ಸ್ನೇಹಿತನಂತೆ ವರ್ತಿಸುವ ಪಾರ್ಥಸಾರಥಿಯನ್ನು ಕಂಡರೆ ಆನಂದ್, ಸಂತೋಷ್ ಇಷ್ಟಪಡುತ್ತಿದ್ದರು. ಜೊತೆಗೆ ಅಷ್ಟೆ ಗೌರವ ಅವರ ಬಗ್ಗೆ, ಅವರ ತೀರ್ಮಾನಕ್ಕೆ ಬದ್ಧರಾಗಿರುತ್ತಿದ್ದರು.

"ಗಿರಿಗೆ ಸಂಬಳ ತಗೋಳೋಕೆ, , ಹೇಳ್ದೇ, ಬೇಡ, ನಂಗೆ ಅನಿಮೇಷನ್ ಕಲಿಯೋಕೆ ಸೇರಿಸಿದ್ದು ಸಾರ್, ಈಗ ಫೀಜು ಕೂಡ ಅವ್ರೆ ಕೊಡ್ತಾ ಇದ್ದಾರೆ ಬಿಡುವಿನ ಹೊತ್ತಿನಲ್ಲಿ ಬಂದು ಕೆಲ್ಸ ಮಾಡ್ತಾ ಇದ್ದೀನಿ, ಸ್ವಲ್ಪ ಮೆತ್ತಗಾಗಿದ್ದಾನೆ" ಎಂದರು ಮೊಸರು ಬಡಿಸಿಕೊಳ್ಳುತ್ತ. "ನಂಗೂ ಬದಲಾಗಿದ್ದಾನೇಂತ ಅನ್ಸಿತ್ತು. ರೆಗ್ಯೂಲರ್ ಆಗಿ ಅಟೆಂಡ್ ಆಗ್ತಾ ಇದ್ದಾನೆಂತ ಗೊತ್ತಾಯ್ತು, ಕಲಿಕೆಯಲ್ಲಿ ಇಂಟರೆಸ್ಟ್ ತೋರಿಸ್ತಾ ಇದ್ದಾನೆಂತ ಅವ್ರ ಪ್ರಿನ್ಸಿಪಾಲರು ಹೇಳಿದ್ರು, ವೆರಿ ಇಂಟರೆಸ್ಟಿಂಗ್" ಎನ್ನುತ್ತ ಹೋಗಿ ಸಿಂಕ್‌ನಲ್ಲಿ ಕೈ ತೊಳೆದ. ಮಿಕ್ಕದನ್ನೆಲ್ಲ ಅಟೆಂಡರ್ ಬಸಪ್ಪ ಮಾಡುತ್ತಿದ್ದರು.

ಆಮೇಲೆ ಬಂದು ಇಬ್ಬರು ಛೇಂಬರ್‌ನಲ್ಲಿ ಕೂತರು. "ಗಿರಿ ಕೆರಿಯರ್‌ಗೆ ಇದು ಸೂಕ್ತ ಅನ್ಸಿತ್ತು, 'ಡಿಪ್ಲೊಮಾ ಇನ್ ಅನಿಮೇಶನ್ ಇಂಜಿನಿಯರಿಂಗ್ ಡಿ ಎ ಇ ಅತಿ ಹೆಚ್ಚು ಶಿಫಾರಸ್ಸು ಮಾಡೋ ಕೋರ್ಸ್, ಡಿ ಎ ಇ ಕಾರ್ಯಕ್ರಮ 2ಡಿ ಹಾಗೂ 3ಡಿ ಅನಿಮೇಶನ್‌ನಲ್ಲಿ ಆಳವಾದ ಜ್ಞಾನ ನೀಡುತ್ತೆ, ಅನಿಮೇಶನ್ ಎಂದರೆ 'ಜೀವ ಕೊಡುವುದು' ಒಬ್ಬ ಅನಿಮೇಟರ್‌ನ ಕೆಲಸವೆಂದರೆ ಸ್ಥಿರ ಚಿತ್ರಕ್ಕೆ ಅಥವಾ ವಸ್ತುವೊಂದನ್ನು ತೆಗೆದುಕೊಂಡು ಅದಕ್ಕೆ ಚಲನೆ ಮತ್ತು ವ್ಯಕ್ತಿತ್ವವನ್ನು ಕೊಟ್ಟು ತಾತ್ವಿಕವಾಗಿ ಜೀವ ಕೊಡುವುದು, ಕಾರ್ಟೂನ್ ಕೂಡ ಅನಿಮೇಶನ್‌ನ ಒಂದು ಅಂಗ, ಈ ಕೋರ್ಸ್‌ನಂತರ ಅನಿಮೇಶನರ್ ಆಗಿ ಕೆಲ್ಸ ಮಾಡ್ಬಹುದ್ದು" ಅಷ್ಟು ಹೇಳುವ ವೇಳೆಗೆ ಅವನ ಮೊಬೈಲ್ ಸದ್ದು ಮಾಡಿತು, ಲೈಫ್ ಪಾರ್ಟ್‌ನರ್ ನಿಹಾರಿಕ "ಹಲೊ. . ಎಂದ.

"ನೀವ್ಯಾಕೆ ಲಂಚ್‌ಗೆ ಬಂದಿಲ್ಲ? ಆನಂದ್ ಬಂದವರು ಲಂಚ್ ಮುಗ್ಸಿ ರೆಸ್ಟ್ ತಗೋತ್ತಾ ಇದ್ದಾರೆ, ನಾನು ಮನೆಯಲ್ಲಿದ್ದು ಯಾಕೆ. . ಬರ್ಲಿಲ್ಲ"? ನಿಷ್ಠೂರ ಇತ್ತು ಅವಳ ದನಿಯಲ್ಲಿ.

"ಆಗಿಲ್ಲ। ಸಂಜೆ ಮೀಟ್ ಮಾಡೋಣ" ಲೈನ್ ಕಟ್ ಮಾಡಿದ "ನಿಹಾರಿಕಗೆ ಯಾಕೆ ಲಂಚ್‌ಗೆ ಬರ್ಲಿಲ್ಲ ಅನ್ನೋ ಪ್ರಶ್ನೆ" ಎಂದ ನಗುತ್ತ "ಹೌದು, ನೀನು ಹೋಗಬೇಕಿತ್ತು, ನೀನು ಅವಳ್ನ ನೆಗ್ಲೆಕ್ಟ್ ಮಾಡ್ಬಾರ್ದು" ಅವನು ಮತ್ತಷ್ಟು ನಕ್ಕು ಎದ್ದು ಹೋದ. ಈಗಾಗಲೇ ತಂದೆಯ

ಮನದಲ್ಲಿ ಮೂಡಿದ ಪ್ರಶ್ನೆಗಳಿಗೆ ಇನ್ನಷ್ಟು ಪ್ರಶ್ನೆಗಳು ಸೇರಿಕೊಂಡು ಸಮಸ್ಯೆ ಮತ್ತಷ್ಟು ಜಟಿಲವಾಗಿ ಕಾಣಬಾರದೆಂಬುದು ಅವನ ಉದ್ದೇಶ. ಆದರೂ ನಿಹಾರಿಕ ಬಗ್ಗೆ ಎಲ್ಲರಿಗೂ ಗೊಂದಲವೆ, ಒಂದು ವಾರದಲ್ಲಿ ಮೂರು ಸಲ ಡೈರೆಕ್ಟಾಗಿ ಪಾರ್ಥಸಾರಥಿಯವರಿಗೆ ಕಾಲ್ ಮಾಡಿ "ನಿಯಾಸ್ ಬಿಲ್ಡರ್ಸ್ ಒಂದ್ಮೂರು ಸಲ ಕಾಲ್ ಮಾಡಿದ್ರು. ತೀರಾ ಒರಟು ಜನ, ಒಂದು ತರಹ ಮಾತಾಡ್ತಾರೆ ಆದಷ್ಟು ಬೆಗ ರಿಜಿಸ್ಟ್ರೇಷನ್ ಮಾಡಿಸ್ಕೋಬೇಕು. ದಿನ ಕಳೆದಂತೆ ನನ್ನದೆ ಢವಗುಟ್ಟ ತೊಡಗಿದೆ" ಆಗ ಬರೀ ಹ್ಹೂಗುಟ್ಟಿದವರು ಎಲ್ಲರ ಮುಂದೆ ಈ ವಿಚಾರ ಇಟ್ಟ ಅಭಿಪ್ರಾಯ ಕೇಳಬೇಕೆಂದುಕೊಂಡು ಅದಕ್ಕೊಂದು ಸಮಯ ನಿಗದಿಗೊಳಿಸಿದ್ದರು, ಮೊದಲು ಪ್ರತ್ಯೇಕವಾಗಿ ಅವರವರ ಅಭಿಪ್ರಾಯ ಪಡೆದು ನಂತರ ಕೂಡಿಸಿ ಕೇಳುವುದು ಎಂದುಕೊಂಡು ಕಡೆಗೆ ಬೇಡವೆಂದು ನಿಹಾರಿಕಾನ ಬಿಟ್ಟು ಮಿಕ್ಕವರನ್ನೆಲ್ಲ ಒಂದು ಮಧ್ಯಾಹ್ನ ಕೂಡಿಸಿಕೊಂಡರು.

"ಜಾಹ್ನವಿ, ನಿಶ್ಚಿತಾನ ಮಲಗ್ಸಿ ಬಾ" ಸೊಸೆಯನ್ನು ಕಳುಹಿಸಿ ಆನಂದ್ ಕಡೆ ತಿರುಗಿ "ಟೆನ್‌ಷನ್ ಮಾಡಿಕೊಳ್ಳೊಂಥ ವಿಚಾರವಲ್ಲ, ಹೊರ್‍ಗಿನದಾದರೇ ಹೇಗಾದ್ರೂ ಫೇಸ್ ಮಾಡಬಹುದ್ದು ಇದು ಮನೆಯೊಳಗಿನ ಬೆಂಕಿ ಒಳಗೊಳಗೆ ಸುಡೋಕೆ ಷುರು ಮಾಡುತ್ತೆ ಇಷ್ಟೆಲ್ಲ ಪೀಠಿಕೆ ಹಾಕಿದರು, ಪರಿಸ್ಥಿತಿ ಕೈ ಮೀರಬಾರದು. ಆದರೆ ಇದುವರೆಗೆ ಹೆಚ್ಚು ಕಡಿಮೆ ಮನೆಯವರಿಗೆ ವಿಚಾರ ಅಷ್ಟಿಷ್ಟು ಅವಗತವಾಗಿತ್ತು, ಮೌನ ಬಂದಾಗ ಅಷ್ಟಿಷ್ಟು ಹೇಳಿದ್ದಳು.

ವಿಷಯಾನ ಪೂರ್ತಿಯಾಗಿ ಎಲ್ಲರ ಮುಂದಿಟ್ಟರು. ಮಾಧವಿ ಕಣ್ಣಂಚಿನಲ್ಲಿ ಕಂಬನಿ ತೇಲಾಡಿತು, ಮನದ ಆವೇಗ ತಡೆಯಲಾರದೆ "ಒಟ್ಟಿನಲ್ಲಿ ನಿಹಾರಿಕಾಗೆ ಬೇರೆ ಸಂಸಾರ ಹೂಡಬೇಕನ್ನೊ ಹಟ, ಇಲ್ಲಿ ಅವ್ಳಿಗೆ ಏನು ಕಮ್ಮಿಯಾಗಿದೆ? ಪೂರ್ತಿ ಸ್ವತಂತ್ರ, ಅವ್ಳು ಎಲ್ಲಿಗೆ ಹೋಗ್ತಾಳೆ, ಯಾವಾಗ ಬರ್ತಾಳೆ ಅನ್ನೋ ಜೊತೆಗೆ ಅವಳು ಮನೆಯಲ್ಲಿ ಊಟ, ತಿಂಡಿ ಮಾಡ್ತಾಳಾ, ಇಲ್ಲ ಹೊರ್‍ಗೆ ತಿಂದು. . .ಬರ್ತಾಳ? ಏನೇನು ಗೊತ್ತಿಲ್ಲ, ಮಾನಸಿಕವಾಗಿ ಒಂದು ರೀತಿಯಲ್ಲಿ ಚಿತ್ರಹಿಂಸೆ. ದಿನಕ್ಕೆ ಬೇಡ, ವಾರಕ್ಕೆ ಒಂದೆರಡು ಮಾತುಗಳು ಇಲ್ಲ. ಈಗ ನಾವುಗಳು ಪೂರ್ತಿ ಮೌನವಹಿಸಿದ್ದೀವಿ, ನನ್ನ ಮಗನ ಸಲುವಾಗಿ, ಎಲ್ಲಿ ಅವಳು ನನ್ನ ಮಗನಿಂದ ನನ್ನ ದೂರ ಮಾಡ್ತಾಳೋ, ಅನ್ನೋ ಭಯ" ಅಂದವರೆ ಜೋರಾಗಿ ಅಳತೊಡಗಿದಾಗ ಪಾರ್ಥಸಾರಥಿ ಸ್ವಲ್ಪ ಜೋರಾಗಿಯೆ ನಕ್ಕು "ಇದೇನು, ಆಕಸ್ಮಿಕವಾ? ಅಪರೂಪದ ವಿಚಾರಾನಾ ಆಸೆ ಪಡೋದರಲ್ಲಿ ಅಂಥ ತಪ್ಪೇನಿಲ್ಲ" ಎಂದರು. ಸಂತೋಷ್ ಎದ್ದು ಹೋಗಿ ತಾಯಿಯ ಪಕ್ಕ ಕೂತು "ಹಾಗೇನಾಗೋಲ್ಲ"। ಅಂದು ತಾಯಿಯ ಕೈ ಹಿಡಿದುಕೊಂಡ "ಅಷ್ಟೇ ಆಗಿದ್ದರೇ, ದೊಡ್ಡದಾಗಿ ಯೋಚಿಸುವಂತಿರಲಿಲ್ಲ" ಎಂದು ಪೂರ್ತಿ ವಿಷಯವನ್ನ ಅವರುಗಳ ಮುಂದಿಟ್ಟರು. "ನಿಹಾರಿಕ ಅಡ್ವಾನ್ಸ್ ಕೊಟ್ಟ ಅಪಾರ್ಟ್‌ಮೆಂಟ್ ಅವಳ ಮತ್ತು ಸಂತೋಷ್‌ನ ವಾಸಕ್ಕೆ ಬೇಕು, ಅದಕ್ಕೆ ಕೋಟಿಗಟ್ಟಲೇ ಹಣ ಬೇಕು, ಆ ಒತ್ತಡವನ್ನು ನಮ್ಮ ಮೇಲೆ ಹಾಕಿದ್ದಾಳೆ, ನಮ್ಮ ಫೈನಾನ್ಷಿಯಲ್ ಸ್ಟೇಟಸ್ ಆ ಮಟ್ಟದಲ್ಲಿಲ್ಲ, ನಾವು ಇರೋ ಮನೆ, ಇವೆಂಟ್ ಎಲ್ಲದರ ಮೇಲೂ ಬ್ಯಾಂಕ್‌ನಲ್ಲಿ ಸಾಲ ತೆಗೆದರೆ ಎರಡೂವರೆ ಕೋಟಿ ಸಿಗಬಹುದು ಅದಕ್ಕೆ ನಿಮ್ಮಗಳ ಅಭಿಪ್ರಾಯ" ಕೇಳಿದರು.

"ಆಗೋಲ್ಲಪ್ಪ, ಇವೆಂಟ್ ಮೇಲೆ ಸಾಲ ಸಾಧ್ಯವಿಲ್ಲ, ಇರೋ ವಾಸದ ಮನೆ.... ನೋ....

ನೋ.... ಸದ್ಯಕ್ಕಂತು ಸಾಧ್ಯವಿಲ್ಲ" ಮೊದಲ ವಿರೋಧ ಸಂತೋಷ್‌ನಿಂದಲೇ "ಆಗೋಲ್ಲ, ಒಮ್ಮೆ ತೆಗೆದ ಸಾಲ ತೀರಿಸೋಕೆ ಎಷ್ಟೊಂದು ಪಾಡು ಪಟ್ಟಿದ್ದೀವಿ, ಅಂಥದೇನು ಆಗೋಲ್ಲ" ಮನೆ ಓನರ್ ಮಾಧವಿ ಒಪ್ಪಲು ಸಾಧ್ಯವಿಲ್ಲವೆಂದು ಎದ್ದು ಹೋದರು.

"ಸಾರಿ ಅಪ್ಪ, ಸದ್ಯಕ್ಕೆ ಇದು ದೊಡ್ಡ ರಿಸ್ಕ್ ಆಗಿ ಬಿಡುತ್ತೆ, ಈಗಿರೋ ಕಾಂಪಿಟೇಷನ್‌ನಲ್ಲಿ ಕ್ಲೈಂಟ್ಸ್ ಫುಲ್‌ಫಿಲ್ ಮಾಡೋದೆ ಕಷ್ಟ. ಕೆಲವೊಮ್ಮೆ ಅಂದಾಜುಗಿಂತ ಹೆಚ್ಚು ಖರ್ಚಾಗಿ ಲಾಭಕ್ಕಿಂತ ನಷ್ಟವೇ ಎದ್ದು ಕಾಣುತ್ತೆ, ಆದ್ರೂ, ಅದೇನು ದೊಡ್ಡ ಸಮಸ್ಯೆಯಾಗೋಲ್ಲ ಇನ್ನಷ್ಟು ಪ್ರಚಾರ ಬೇಕಾಗಿದೆ. ಬಲವಾಗಿ ನಮ್ಮ 'ಪಾರ್ಥ' ಸಾರಥಿ ಇವೆಂಟ್ ಇನ್ನಷ್ಟು ನಿಲ್ಲೋಕೆ ಸಾಧ್ಯವಿದೆ, ಹೆಚ್ಚು ವೈವಿಧ್ಯತೆ, ಕ್ರಿಯೇಟಿವಿಟಿ ಜೊತೆ ಶ್ರಮ ಕೂಡ ಬೇಕಾಗುತ್ತೆ, ಸಂತೋಷ್ ಒಬ್ಬ ಸಾಕು, ಫೆಂಟಾಸ್ಟಿಕ್. . ಅವ್ನ ಕಲ್ಪನೆಗಳೇ ಅದ್ಭುತ, ನಯನತಾರ ಮಗಳ ಮದ್ವೆ ಸಮಾರಂಭದ ಅಲಂಕಾರ, ಸಂಜೆ ರಿಸೆಪ್ಷನ್‌ನಲ್ಲಿನ. .ವಾಹ್. . . ಬಂದವರೆಲ್ಲ ಎಲ್ಲಾಬಿಟ್ಟು ಅರ್ಕಿಡ್ಸ್‌ಗಳ ವೈಭವದ ಅಲಂಕಾರ ನೋಡಿ ದಂಗಾಗಿದ್ರು, ಅಂದು ಬಂದಿದ್ದ ಸೆಲೆಬ್ರೆಟಿಗಳು ಅವರ ಸಮಾರಂಭಗಳ ಆಯೋಜನೆಗೆ ನಮ್ಮನ್ನ ಹುಡ್ಕಿಕೊಂಡು ಬಂದಿದ್ರು. ಅದೆಷ್ಟು ಪ್ರಚಾರ ಪಡೆಯಿತೆಂದರೆ, ಮಿಕ್ಕ ಇವೆಂಟ್‌ಗಳವ್ರು ಕಣ್ಣರಳಿಸಿ ನೋಡುವಂತಾಯಿತು. ಸಂತೋಷ್ ಬಂದ್ಮೇಲೆ ನಮ್ಮ 'ಇವೆಂಟ್'ಗೆ ಒಂದು ಐಡೆಂಟಿಟಿ ಸಿಕ್ಕಂತಾಯಿತು "ತಮ್ಮನನ್ನು ಹೊಗಳಿದ ಆನಂದ್.

"ಏಯ್. .ಏಯ್. .ತೊಂಬತ್ತು ಪರ್ಸೆಂಟ್ ಕ್ರೆಡಿಟ್ ಅತ್ತಿಗೆಗೆ ಸಿಕ್ಕಬೇಕು, ನಮ್ಮ 'ಇವೆಂಟ್'ಗೆ ಒಬ್ಬ ಗುಡ್ ಅಡ್ವೈಸರ್" ಎಂದು ಜಾಹ್ನವಿ ಕಡೆ ನೋಡಿದ. ಅವಳ ಮುಖವೇನು ಅರಳಲಿಲ್ಲ 'ನಿಯಾಸ್ ಅಪಾರ್ಟ್‌ಮೆಂಟ್' ವಿಚಾರ ಬೆಚ್ಚಿ ಬೀಳುವಂತೆ ಮಾಡಿತ್ತು.

ಆಮೇಲೆ ಪಾರ್ಥಸಾರಥಿ ಜಾಹ್ನವಿ ಕಡೆ ನೋಡಿದರು "ಮಾವ, ನಾನು ತುಂಬ ಚಿಕ್ಕವಳು, ಇಂಥ ವಿಚಾರಗಳನ್ನು ಯೋಚ್ಸೋ ಅಷ್ಟು ಸಮರ್ಥಳಲ್ಲ ಕೋಟಿಗಟ್ಟಲೇ ಸಾಲ ಮಾಡಿ. . .ಭಯವಾಗುತ್ತೆ, ನಿಮ್ಮ ತೀರ್ಮಾನನೇ ಕಡೆಯದು" ಹೇಳಿ ಎದ್ದು ಹೋಗುವ ಮುನ್ನ "ಅತ್ತೆ, ಈ ಮನೆ ಮೇಲೆ ಸಾಲ ತೆಗೆಯೋಕೆ ಒಪ್ಪಿಲ್ಲ" ಕೆಲಸ ಮುಗಿಯಿತು ಅನ್ನುವಂತೆ ಎದ್ದು ಹೋದಳು ಜಾಹ್ನವಿ. ಐದು ತಿಂಗಳ ಗರ್ಭಿಣಿ ಗರ್ಭದಲ್ಲಿ ಮಗು ಬೆಳೆದು ಮೈ ತೂಕ ಹೆಚ್ಚಿದ್ದರಿಂದ ಚಟುವಟಿಕೆ ಕಡಿಮೆಯಾಗಿತ್ತು, ಏಳಲು, ಕೂಡಲು ಆಯಾಸ. ಅದರಲ್ಲಿ ಒಂದು ರೀತಿಯ ಗಾಂಭೀರ್ಯ ಇತ್ತು.

ಆಮೇಲೆ ಅರ್ಧಗಂಟೆ ಮಾತಾಡಿದರು. ಇವೆಂಟ್ ಸಲುವಾಗಿ ಖರೀದಿಸಿದ್ದ ಇನೋವಾ ಕಾರಿನ ಲೋನ್ ತೀರಿರಲಿಲ್ಲ, ಜೊತೆಗೆ 'ಸಾರಥಿ ಇವೆಂಟ್'ನ ನವೀಕರಣಕ್ಕಾಗಿ ಬ್ಯಾಂಕ್‌ನಿಂದ ತೆಗೆದಿದ್ದ ಸಾಲದ ಪ್ರಮಾಣ ಉಳಿದಿತ್ತು, ಪ್ರತಿ ತಿಂಗಳು ಕಂತು ಪಾವತಿಯಾಗಬೇಕಿತ್ತು.

"ನಾನು ನಿಹಾರಿಕ ಹತ್ರ ಮಾತಾಡ್ತೀನಿ" ಎಂದರು ಪಾರ್ಥಸಾರಥಿ. ಎದ್ದ ಸಂತೋಷ್ ಆನಂದ್ ಭುಜದ ಮೇಲೆ ಕೈ ಹಾಕಿ "ಅತ್ತಿಗೆದು ಒಂದು ಕಂಪ್ಲೇಟ್" ಎಂದು ಕಣ್ಣೊಡೆದು ಹೋದ, "ಇವ್ನ ಸಪೋರ್ಟ್ ನಂಗಿರಬೇಕಿತ್ತು, ಇವ್ನು ಪೂರ್ತಿ ಜಾಹ್ನವಿಯ ಕಡೆನೇ" ಎಂದು ಹೇಳಿದ ಆನಂದ್ ಅತ್ತಿಗೆ, ಮೈದುನನ ಮಧ್ಯದ ಅನ್ಯೋನ್ಯತೆ ಮನೆಯವರೆಲ್ಲ ಮೆಚ್ಚುತ್ತಿದ್ದರು, ಅದು

ನಿಹಾರಿಕಳಲ್ಲಿ ಕೂಡ ಕಾಣಬೇಕೆಂಬ ಹಂಬಲ. ಆದರೆ ಅದು ಸ್ವಾರ್ಥವೇನೋ?

ಮತ್ತೆ ನಿಹಾರಿಕಳಿಂದ ಕಾಲ್ ಬರುವ ಮುನ್ನ ಅವಳನ್ನ ಕರೆಸಿ ಮಾತಾಡಬೇಕೆನಿಸಿತ್ತು, ವೀಕೆಂಡ್ ಶನಿವಾರದವರೆಗೂ ಕಾಯಬೇಕಿತ್ತು. ಶನಿವಾರ ಅವಳು ಮೇಲಕ್ಕೇಳುವುದು ಬೆಳಗಿನ ಹನ್ನೊಂದರ ನಂತರವೆ. ಆ ಬಗ್ಗೆ ಮೊದಮೊದಲು ಎಲ್ಲರು ತಿದ್ದಲು ಹೋಗಿ ಸೋತಿದ್ದರು, ಸಂತೋಷ್ ಕೂಡ ತಾಳ್ಮೆಯಿಂದ ಪ್ರಯತ್ನ ಮಾಡಿದ್ದ ಪ್ರಯೋಜನವಾಗಲಿಲ್ಲ.

ಶುಕ್ರವಾರವೇ ನಿಹಾರಿಕಾಗೆ ಕಾಲ್ ಮಾಡಿ ಶನಿವಾರ ಮಧ್ಯಾಹ್ನ ಲಂಚ್‌ಗೆ 'ಸಾರಥಿ ಇವೆಂಟ್'ಗೆ ಬರಲು ಸೂಚಿಸಿದ್ದರು. ಆನಂದ್ ಮತ್ತು ಸಂತೋಷ್ ಪ್ರತಿಷ್ಠಿತ ರಾಜಕೀಯದವರ ಕುಟುಂಬದ ಮಗಳ ವಿವಾಹದ ಆಯೋಜನೆ ಬಗ್ಗೆ 'ರಿಯಾ ವೆಡ್ಡಿಂಗ್ ಲಾಂಚ್‌ನ ಕ್ರಿಯೇಟರ್ ಮಾನಸಿಯವರೊಂದಿಗೆ ಚರ್ಚಿಸಲು ಹೋಗುವ ಸಮಯ ಮೊದಲೇ ನಿಗದಿಯಾಗಿತ್ತು' ಮಗನ ಬದುಕಿನಲ್ಲಿ ಬಿರುಗಾಳಿ ಏಳುವುದು ಬೇಕಿಲ್ಲದಿದ್ದರಿಂದ' ಸಂಯಮದಿಂದ ವರ್ತಿಸಲು ತೀರ್ಮಾನಿಸಿದ್ದರು.

ಹೌದು ನಿಹಾರಿಕ ಒಂದರ ಸುಮಾರಿಗೆ ಪಾರ್ಥಸಾರಥಿಯ ಛೇಂಬರ್‌ಗೆ ಬಂದಳು "ಬಾ.... ಮಗಳೇ....ಬಾ" ಎಂದು ಆತ್ಮೀಯವಾಗಿ ಸ್ವಾಗತಿಸಿದರು, ತನ್ನ ಮಾತಿಗೆ, ಬೇಡಿಕೆಗೆ ಪುರಸ್ಕಾರ ಸಿಕ್ಕೇ ಸಿಗುತ್ತದೆಯೆನ್ನುವ ನಂಬಿಕೆಯಿಂದ ಬಂದಿದ್ದಳು.

"ಪ್ಲೀಸ್ ಕಮ್ ದಿ ಪಾಯಿಂಟ್, ನಾನು ತುಂಬಾ ಟೆನ್ಷನ್‌ನಲ್ಲಿ ಇದ್ದೀನಿ, ಆ ಬಿಲ್ಡರ್ಸ್ ಬೆಳಿಗ್ಗೆ ಕೂಡ ಫೋನ್ ಮಾಡಿ ಎಚ್ಚರಿಸಿದ್ದಾರೆ. ಯಾರೋ ಎನ್‌ಆರ್‌ಐ ನವರು ಅಪಾರ್ಟ್‌ಮೆಂಟ್‌ನ ಪರ್ಚೆಸ್ ಮಾಡಲು ತುದಿಗಾಲಿನಲ್ಲಿ ನಿಂತಿದ್ದಾರಂತೆ, ಇನ್ನ ಐವತ್ತು ಲಕ್ಷ ಹೆಚ್ಚಿಗೆ ಸಿಕ್ಕುತ್ತೆಂತ ಒಂದು ತರಹ ಧಮಕಿ ಹಾಕಿದ್ರು "ಬಡಬಡ ಎಲ್ಲಾ ಒದರಿದಳು. ಈ ಮಾತುಕತೆ ಸಕ್ಸಸ್ ಆಗುವುದಿಲ್ಲವೆನಿಸಿತು" ಮೊದ್ಲು, ಕೂತ್ಕೊಂಡ್ ಸುಧಾರಿಸ್ಕೋ. ಹೆಚ್ಚಿಗೆ ಐವತ್ತು ಲಕ್ಷ ಸಿಗೋದಾದರೇ, ನಿನ್ನ ಅಡ್ವಾನ್ಸ್ ಹಿಂದಿರುಗಿಸಿ... ಮಾರಿ ಕೊಳ್ಳಲಿ ಬಿಡು" ಸರಳವಾಗಿ ಹೇಳಿದರು ಆದರೆ ಅವಳಿಗೆ ಒಂದು ತರಹ ಆಯಿತು.

"ನೋ ನಂಗೆ ಅಡ್ವಾನ್ಸ್ ಬೇಕಿಲ್ಲ. ನಿಯಾಸ್ ಅಪಾರ್ಟ್‌ಮೆಂಟ್ ನನ್ನ ವಾಸಕ್ಕೆ ಬೇಕು" ಗಟ್ಟಿಯಾಗಿ ಹೇಳಿದಳು, ಆದರೆ ಪಾರ್ಥಸಾರಥಿ ತಮ್ಮ ಸಿಟ್ಟನ್ನು ಸಮಾಧಾನಪಡಿಸಿಕೊಂಡು ಅತ್ಯಂತ ತಾಳ್ಮೆಯಿಂದ "ಡೌಂಟ್ ಎಕ್ಸೆಟ್. ಶ್ರೀಮತಿ ನಿಹಾರಿಕ ಸಂತೋಷ್, ಆಸೆಗಳು ಇರಬೇಕು ಅದನ್ನ ಮಿತಿಯಲ್ಲಿ ಇಟ್ಕೋಬೇಕು, ಸದ್ಯಕ್ಕೆ ನಾವು ಕೋಟಿಗಟ್ಟಲೆ ಸುರಿದು ನಿಯಾಸ್ ಅಪಾರ್ಟ್‌ಮೆಂಟ್ ಕೊಳ್ಳುವ ಸ್ಥಿತಿಯಲಿಲ್ಲ ಸಾಲದ ಬಗ್ಗೆ ಯಾರ್ಗೂ ಒಲವಿಲ್ಲ" ಇಡೀ ಚಿತ್ರಣವನ್ನು ಸಮಾಧಾನದಿಂದ ಅವಳ ಮುಂದಿಟ್ಟರು, ಆದು ಅವಳಿಗೆ ಸಮ್ಮತವಲ್ಲ.

"ನಾನು ನಿಮ್ಮ ನೆಗೆ ಬಂದ ಸೊಸೆ, ನನ್ನ ಬೇಕು, ಬೇಡಗಳನ್ನು ನೀವು ಗಮನಿಸಬೇಕು ಹೇಗೂ ನಾನು ಜಾಹ್ನವಿಯ ಹಾಗೇ ಹೌಸ್‌ವೈಫ್ ಅಲ್ಲ, ನಾನೊಬ್ಬ ಸಾಫ್ಟ್‌ವೇರ್ ಇಂಜಿನಿಯರ್ ನನ್ನ ಸ್ಯಾಲರಿ ಚೆನ್ನಾಗಿದೆ, ಆ ಸಾಲನ ನಾನು ತಿರಿಸ್ತೀನಿ" ಇಂಥದೊಂದು ದನಿತೆಗೆದಳು.

"ಓಕೇ, ನಿನ್ನ ನಿಯಾಸ್ ಅಪಾರ್ಟ್‌ಮೆಂಟ್‌ನ ಮೇಲೆ ಸಾಲ ತೆಗೀಬಹುದು ಅಂಥದೊಂದು

ಪ್ರಯತ್ನ ಮಾಡೋಣ" ಎಂದರು ಮೆಲ್ಲಗೆ. ಕ್ಷಣಕಾಲ ಮೌನವಾಗಿದ್ದಳು "ಅಷ್ಟು ದೊಡ್ಡ ಲೆಕ್ಕದಲ್ಲಿ ತೆಗೀಯೋಕ್ಕಾಗೊಲ್ಲ, ಏಕೆಂದರೆ ನಾನು ಅದ್ನ ಬಾಡಿಗೆಗೆ ಕೊಡೋಲ್ಲ, ಅಲ್ಲೇ ನಮ್ಮ ವಾಸ ಹೆಚ್ಚು ಸಾಲ ಮಾಡಿದರೇ ತೀರಿಸೋಕ್ಕಾಗೋಲ್ಲ. ಆ ಬಗ್ಗೆ ಬಿಲ್ಡರ್ಸ್ ಬಳಿ ಮಾತಾಡ್ಬೇಕು, ಸಂತೋಷ್ ಸೇವಿಂಗ್ಸ್ ಎಷ್ಟಿದೆ?" ಕೇಳಿದಳು. ಪಾರ್ಥಸಾರಥಿ ಮೈ ಕೋಪದಿಂದ ಉರಿದು ಹೋಯಿತು. ಕಪಾಳಕ್ಕೆ ತಟ್ಟಿಬಿಡಬೇಕೆನಿಸಿದರೂ ಸಮಾಧಾನ ಮಾಡಿಕೊಂಡರು "ವಿವಾಹಕ್ಕೆ ಮುನ್ನ ನಿಂಗೆ, ನಿನ್ನ ಪೇರೆಂಟ್ಸ್‌ಗೆ ಎಲ್ಲಾ ತಿಳಿಸಿದ್ದೀನಿ. ಯು ಕೇನ್ ಗೋ" ಎಂದರು ಸಿರಿಯಸ್ಸಾಗಿ. ಸಹನೆಗೆಡುವ ಮುನ್ನ ನಿಹಾರಿಕ ಅಲ್ಲಿಂದ ಹೋಗ ಬೇಕಿತ್ತು ಅದನ್ನು ಅರಗಿಸಿಕೊಳ್ಳಲು ಅವರು ತುಂಬಾ ಪ್ರಯತ್ನಿಸಬೇಕಾಯಿತು, 'ಸಂತೋಷ್ ಸೇವಿಂಗ್ಸ್ ಎಷ್ಟಿದೆ?' ಎಂಥಾ ಪ್ರಶ್ನೆ ಮಾಧ್ಯಮಗಳಲ್ಲಿ ನೋಡಿದ್ದು ಕೇಳಿದ್ದು, ಕೆಲವು ಪ್ರಕರಣಗಳಲ್ಲಿ ಮಾತ್ರವಲ್ಲ ಎಲ್ಲಾ ಪ್ರಕರಣಗಳಲ್ಲೂ ಹೆಣ್ಣು ಗಂಡಿನ ದೌರ್ಜನ್ಯಕ್ಕೆ ಒಳಗಾಗುತ್ತಿದ್ದದ್ದು! ಇಡೀ ಗಂಡಿನ ಹೆತ್ತವರು, ಜೊತೆಯಲ್ಲಿ ಹುಟ್ಟಿದವರೆಲ್ಲ ಅಪರಾಧಿಗಳ ಸ್ಥಾನದಲ್ಲಿ ನಿಲ್ಲುತ್ತಿದ್ದರು, ಅದರಲ್ಲಿ ಅತ್ತೆ, ನಾದಿನಿ, ಓರಗಿತ್ತಿಯರೇ ಟಾರ್ಗೆಟ್.

ಇವನ್ನೆಲ್ಲ ನೆನಸಿಕೊಂಡು ತಮ್ಮಲ್ಲಿ ತಾವೇ ನಕ್ಕರು.

ಸಂಜೆ ಸಂತೋಷ್ ಛೇಂಬರ್‌ಗೆ ಬಂದಾಗ ವಿಷಯ ತಿಳಿಸಿ "ಹೌದು, ಇದುವರೆಗೂ ನಿನ್ನ ಸೇವಿಂಗ್ಸ್ ಎಂದು ಪ್ರತ್ಯೇಕಿಸಿರಲಿಲ್ಲ ಈಗ ಆ ಬಗ್ಗೆ ಕೇಳ್ತಾ ಇರೋದು ನಿನ್ನ ಧರ್ಮಪತ್ನಿ, ಅಡಿಟರ್‌ನ ಕರೆಸಿ ವಿಚಾರಿಸ ಬೇಕಿದೆ" ಎಂದರು ಮೆಲುನಗೆಯಿಂದ.

ಮೊದಲು ಷಾಕ್‌ಗೆ ಒಳಗಾದರು ನಂತರ ಇದನ್ನೆಲ್ಲ ನಿರೀಕ್ಷಿಸಿರುವಂತೆ" ಹೇಗೂ ಅಡಿಟ್ ಆಗಿಯೇ ಇದೆ, ನನ್ನ ಸ್ಯಾಲರಿ ಬಗ್ಗೆ ಗೊತ್ತೆ ಇದೆ, ಆದರೆ ಇನ್ನೊಂದು ಪ್ರಶ್ನೆ, ತಾಳಿಕಟ್ಟಿಸಿಕೊಂಡು ಬಂದ ಹೆಣ್ಣು, ಆ ಗಂಡಿನ ಸೇವಿಂಗ್ಸ್ ಬಗ್ಗೆ ಪೂರ್ಣಾಧಿಕಾರ ಹೊಂದಿರುವ ಬಗ್ಗೆ ಮನದಟ್ಟಾದ... ಅವ್ರು ಬೇರೆ...ಬೇರೆ ರೀತಿಯಲ್ಲಿ ಯೋಚ್ನೋಕೆ ಷುರು ಮಾಡಿರಬೇಕು, ಬಿಡಿ, ಆ ವಿಚಾರಾನಾ.." ಎಂದು ಹೊರಗೆ ಹೋದ, ಸ್ವಲ್ಪ ಆಘಾತಗೊಂಡರು, ಮರುಕ್ಷಣ ಚೇತರಿಸಿಕೊಂಡರು, ಮನೆಗೆ 'ಇವೆಂಟ್' ಯಜಮಾನಿಕೆಯಲ್ಲಿ ಪಾಲುದಾರ! ಅದ್ದರಿಂದ ಅವನಿಗೆ ಹಕ್ಕು, ಅಧಿಕಾರ ಎರಡು ಇದೆ, ಸಂಗಾತಿಯಾಗಿ ಬಂದವಳಿಗೆ ಸಹಭಾಗಿತ್ವವಿದೆ ಕೇಳುವಿಕೆಯಲ್ಲಿ ಖಂಡಿತ ತಪ್ಪಿಲ್ಲ ಆದರೆ ಇಲ್ಲಿ ಒಡೆದು ಹೋಗುವುದು ಮನಸ್ಸುಗಳು, ಬರೀ ಲೆಕ್ಕಚಾರದಲ್ಲಿ ಸಂಬಂಧಗಳು ಕಳೆದುಕೊಳ್ಳುವುದು ಬಹಳಷ್ಟನ್ನು, ಇದು ಅರ್ಥೈಸಿ ಕೊಂಡಿದ್ದರೇ, ಸಂತೃಪ್ತಿ, ಸಂತೋಷ ಎಲ್ಲರದಾಗಿ ಬಿಡುತ್ತಿತ್ತು.

ರಾತ್ರಿ ಸಂತೋಷ್ ತಾನಾಗಿಯೆ ಪ್ರಸ್ತಾಪಿಸಿದ "ನನ್ನ ಸೇವಿಂಗ್ಸ್‌ಗಿಂತ ಸಾಲನೇ ಹೆಚ್ಚಿಗಿದೆ ಹೇಗೂ ಪಾರ್ಟನರ್ ಆಗಿ ಬಂದಿರೋ ನಿಂಗೂ ಪಾಲು ಇರುತ್ತೆ, ಆ ಬಗ್ಗೆ ಅಡಿಟರ್ ನಿನಗೊಂದು ಕಾಫಿಕೊಡೋಕೆ ಹೇಳಿದ್ದೀನಿ" ಎಂದ ನಿಧಾನವಾಗಿ, ತಟ್ಟನೆ ಕೂದಲು ಬ್ರಷ್ ಮಾಡುತ್ತಿದ್ದವಳು ಗಾಬರಿಯಿಂದ ಹಿಂದಿರುಗಿ "ವಾಟ್, ನಿಮ್ಗೇ ಸಾಲ ಇದ್ಯಾ? ಹೇಗೆ?" ಕೇಳಿದಳು.

"ನಾಳೆ ಆಡಿಟರ್ ಸೋಮಶೇಖರ್ ಡಿಟೈಲ್ಸ್ ಕೊಡ್ತಾರೆ, ಹೋಗಿ ಕಲೆಕ್ಟ್ ಮಾಡ್ಕೋ. ವಿವಾಹಕ್ಕೆ ಮುನ್ನವೇ ತಿಳಿಸಿದ್ದೆ ಬೇಕಾದರೇ ನಿನ್ನ ಮಮ್ಮಿ, ಡ್ಯಾಡಿಗೆ ಫೋನ್ ಮಾಡಿ

ವಿಚಾರಿಸ್ಕೋ, ನಿನ್ನ ಊಟವಾಗದಿದ್ದರೇ ಡೈನಿಂಗ್ ಹಾಲ್‌ಗೆ ಬಾ. "ಅಂದವನೆ ಹೊರಗೆ ಬಂದ ಹೆಣ್ಣು ಮನೆಯನ್ನು ಮಾತ್ರವಲ್ಲ ಮನಸ್ಸುಗಳನ್ನು ಹೇಗೆ ವಿಭಾಗಿಸಬಲ್ಲಳು ಎನ್ನುವುದಕ್ಕೆ ಇದೊಂದು ಪುಟ್ಟ ಉದಾಹರಣೆ.

ಈಗಾಗಲೇ ಬ್ಯಾಂಕ್‌ಗಳ ಅಲೆದಾಟ ಶುರು ಮಾಡಿದ್ದಳು 'ಸಾರಥಿ ಇವೆಂಟ್' ಮತ್ತು 'ಸಾರಥಿ' ಪೂರ್ತಿ ಡ್ಯಾಕ್ಯೂಮೆಂಟ್ಸ್ ಮೇಲೆ ಎಷ್ಟು ಸಾಲ ಸಿಗಬಹುದೆಂದು ಕೇಳಿದ್ದಳು' ಪೂರ್ತಿ ಡಾಕ್ಯೂಮೆಂಟ್ಸ್ ತನ್ನಿ 'ಇವೆಂಟ್'ನ ಓನರ್ ಯಾರು? ಈಗಿನ ರೇಟು ಲೆಕ್ಕ ಹಾಕಬೇಕು ಜೊತೆಗೆ ಅದರ ವಹಿವಾಟಿನ ಪೂರ್ತಿ ಡಾಕ್ಯೂಮೆಂಟ್ಸ್ ಬೇಕು, ಈಗಾಗಲೇ ಅವೆರಡರ ಮೇಲೆ ಏನಾದರೂ ಸಾಲವಿದೆಯೆ? ಎಷ್ಟು ಸಾಲ, ಯಾವ ಬ್ಯಾಂಕ್? ಅದನ್ನು ಬಿಟ್ಟು ಬೇರೆಯ ಕಡೆಯಿಂದಲೇನಾದರೂ ಸಾಲ ಪಡೆದಿದ್ದಾರಾ? ಜೊತೆಗೆ ಅದರ ಮಾಲೀಕರು ಒಪ್ಪಬೇಕು, ಸಹಕರಿಸಬೇಕು, ಇನ್ನ ನೀವು ಕೊಳ್ಳುವ ನಿಯಾಸ್ ಅಪಾರ್ಟ್‌ಮೆಂಟ್ ಒತ್ತೆ ಇಟ್ಟರೇ, ಅದಕ್ಕೆ ನಿಯಾಸ್ ಅಪಾರ್ಟ್‌ಮೆಂಟ್‌ನ ಪೂರ್ತಿ ದಾಖಲೆಗಳು ಬೇಕು, ಅವರೆಲ್ಲದರ ಪರಿಶೀಲನೆಯ ನಂತರವೆ ಲೋನ್ ಬಗ್ಗೆ ಹೇಳಲಾಗುವುದೆಂದರು ಹೆಚ್ಚು ಲೋನ್ ಸಿಗಬಹುದಾದ ಬ್ಯಾಂಕ್‌ಗಳಿಗೆ ಸುತ್ತಾಡಿ ದಣಿದಳು, ಅಂದರೆ ಮನೆ 'ಸಾರಥಿ ಮತ್ತು ಸಾರಥಿ ಇವೆಂಟ್'ನ ಎಲ್ಲಾ ಸ್ಥಿರಚರಾಸ್ಥಿಯ ಪೂರ್ತಿ ಡಾಕ್ಯೂಮೆಂಟ್ಸ್ ಅಗತ್ಯವಿತ್ತು ಕೆಲಸಕ್ಕೆ ಸೇರಿ ನಾಲ್ಕು ತಿಂಗಳಾದ್ದರಿಂದ, ಆ ಸಂಬಳದ ಭರವಸೆಯ ಮೇಲೆ ಸಾಲ ನೀಡಲು ಸಿದ್ಧವಿರಲಿಲ್ಲ, 'ಸಾರಥಿ ಮತ್ತು ಸಾರಥಿ ಇವೆಂಟ್'ನ ಅಂದಾಜು ಪೂರ್ತಿಯಾಗಿ ಪಡೆದುಕೊಳ್ಳಲು ಮನೆಯವರ ಸಹಕಾರ ಬೇಕಿತ್ತು, ಆ ಬಗ್ಗೆ ಒಂದು ನಿರ್ಧಾರಕ್ಕೆ ಬಂದಳು.

ಯಾವುದೋ ಫಂಕ್ಷನ್‌ನ ಆಯೋಜನೆಯಲ್ಲಿ ಬಿಜಿಯಾಗಿದ್ದವನು ಬಂದಿದ್ದು ರಾತ್ರಿ ಹನ್ನೊಂದಕ್ಕೆ, ಇಂದು ನಿಶ್ಚಿತ ಕೂಡ ಎದ್ದಿದ್ದರಿಂದ ಅವಳೊಂದಿಗೆ ಆಟ, ಮಾತುಕತೆಯ ನಂತರವೆ ಸಂತೋಷ್ ರೂಮಿಗೆ ಬಂದಿದ್ದು.

"ಅಬ್ಬ ನಿಮಗೋಸ್ಕರ ವೈಟ್ ಮಾಡಿ ಸಾಕಾಯ್ತು, ಎರಡು ಸಲ ನಿಮ್ ಮೊಬೈಲ್‌ಗೆ ಕಾಲ್ ಮಾಡಿದ್ದೆ" ಇಂಥದೊಂದು ಅಕ್ಷೇಪಣೆ ಸಂತೋಷ್ ಜೋರಾಗಿ ನಕ್ಕ. "ನಮ್ಮ ಹಿಂದಿನ ಜನರೇಷನ್ ಹೆಣ್ಣುಮಕ್ಕಳು ಹೊರ್ಗೆ ದುಡಿದು ಬರೋ ಗಂಡನಿಗಾಗಿ ಕಾದು ಕೂತಿರುತ್ತಿದ್ದರಂತೆ, ಆಗ ಅವರಿಬ್ಬರ.... ಮಧ್ಯೆ.... "ನಿಹಾರಿಕಾನ ಬಳಸಿ ತನ್ನೆಡೆಗೆ ಎಳೆದುಕೊಂಡ" ಒಂದು ಇಂಪಾರ್ಟೆಂಟ್ ವಿಚಾರ ಮನೆ, ಇವೆಂಟ್ ಯಾರ ಹೆಸರಿನಲ್ಲಿದೆ? "ಬಳಸಿದ ಅವನ ಕೈ ಸಡಿಲವಾಯಿತು," ರಸ ನಿಮಿಷಗಳನ್ನು ಯಾಕೆ ಹಾಳು ಮಾಡ್ಕೋತೀಯ? ಬರೀ ಹಣ, ಅಸ್ತಿ, ಸವಲತ್ತು ಮಾತ್ರ ಸಂತೋಷ ಕೊಡೋದು ಅಂತ ಸೃಷ್ಟಿಕರ್ತ ತಿಳಿದಿದ್ದರೆ ಬೇರೇನೂ ಸೃಷ್ಟಿ ಮಾಡ್ತಾ ಇರ್ಲಿಲ್ಲ, "ಎಂದ ಗುಲಾಬಿಗಳ ಅದ್ಭುತ ಸೌಂದರ್ಯಕ್ಕೆ ಮಾರು ಹೋಗಿ ಒಂದು ಲಂಚ್ ತಂದಿದ್ದ, ನಾಲ್ಕು ಅಮ್ಮನಿಗೆ, ನಾಲ್ಕು ಅತ್ತಿಗೆಗೆ ಕೊಟ್ಟು ನಿಹಾರಿಕಾಗೆ ನಾಲ್ಕನ್ನ ತಂದಿದ್ದ, ಅದನ್ನು ನೋಡುವ, ಮೆಚ್ಚುವ, ಅಸ್ವಾದಿಸುವ ಮನಸ್ಸು ಅವಳಿಗಿಲ್ಲವೆಂದು ಗೊತ್ತಿತ್ತು ಅದರೂ ಅಂಥ ಪ್ರಯತ್ನ ಮಾಡಿದಾಗಲೆಲ್ಲ ಸೋಲೆ ನಿಶ್ಯಬ್ಧವಾಗಿ ಬಟ್ಟೆ ಬದಲಾಯಿಸಿ ಹೊರಗೆ ಹೋದ, ಡೈನಿಂಗ್ ಟೇಬಲ್ ಬಳಿ ಅಮ್ಮನ ಜೊತೆ ಅತ್ತಿಗೆ ಕೂಡ ಇದ್ದರು," ಅತ್ತಿಗೆ ಹನ್ನೊಂದಾಗಿದೆ, ನೀವು ಮಲ್ಗಿ ಬಿಡಬೇಕಿತ್ತು. ಅಮ್ಮ ಇದ್ದಾರೆ, ನಂಗೂ ಮದ್ವೆ ಆಗಿದೆ, ಈಗಿನ ಕನ್ಸೆಪ್ಟ್ ಬದಲಾಗಿದೆ" ಎಂದು

ನಗುತ್ತ ಕೂತವನ ಎದುರು ಕೂತು "ನಾನು ತುಂಬಾನೆ ಸ್ವಾರ್ಥಿ ಪಿ.ಯು.ಸಿಯಲ್ಲಿ ಫೇಲ್ ಹೊರಗಡೆಯ ಜಗತ್ತು, ಇತ್ತೀಚೆಗೆ ಸಮಾಜದಲ್ಲಿನ ಬದಲಾವಣೆಗಳು, ಮಾಹಿತಿ ಕ್ಷೇತ್ರದಲ್ಲಿನ ಆವಿಷ್ಕಾರಗಳು, ಅವನ್ನೆಲ್ಲ ನಿನ್ನ ಬಾಯಿಂದಲೇ ಕೇಳ್ಬೇಕು, ನಿಮ್ಮಣ್ಣನಲ್ಲಿ ಅಂಥ ಮಾತುಗಳಿಗೆ ಅವಕಾಶವಿಲ್ಲ, ನಿನ್ನಷ್ಟು ಶಾರ್ಪ್ ಮೈಂಡ್ ಇಲ್ಲ, ಸ್ವಲ್ಪ ಬುದ್ದನೇ" ಅಂದು ಅತ್ತಿತ್ತ ನೋಡುವ ವೇಳೆಗೆ ಮಾಧವಿ ಅವಳ ಕಿವಿ ಹಿಡಿದು" ನನ್ನ ಮಗನ್ನ ಬುದ್ದು ಅನ್ನೋಷ್ಟು ಧೈರ್ಯನ! ಅವ್ನು ರ್‍ಯಾಂಕ್ ಸ್ಟೂಡೆಂಟ್ ಗೊತ್ತಾ? ಗದರಿದರು. ಅಲ್ಲಿ ಪ್ರೀತಿ ಇತ್ತು.

"ಸಾರಿ... ಸಾರಿ... ಅತ್ತೆ! ಪಿಯುಸಿ ಫೇಲ್ ಆದ ನನ್ನ ಒಪ್ಕೊಂಡ್ ಮದ್ವೆಯಾದಾಗ್ಲೇ ಅಂದ್ಕೊಂಡೇ. ಈಗ ಯಾರಾದ್ರೂ ಅಷ್ಟೇನು ವರದಕ್ಷಿಣೆ ವರೋಪಚಾರ ತರದ, ಹೊರಗೆ ದುಡಿದು ಆರ್ಥಿಕವಾಗಿ ಮನೆಗೆ ಸಹಾಯ ಮಾಡದ ಹೆಣ್ಣು ಮಕ್ಕಳಿಗೆ ವಿವಾಹವಾಗೋದೇ ಕಷ್ಟ... ನಿಮ್ಮ... ಮಗ..." ಅನ್ನೋ ವೇಳೆಗೆ ಬಂದ ಆನಂದ್ "ಏನೋ ಷುರು ಮಾಡಿದ್ದಾಳೆ. ಅಮ್ಮ ನೀನು ಅತ್ತೆಯಾಗಿ ಸೊಸೆಯನ್ನು ಅಂಕೆಯಲ್ಲಿ ಇಟ್ಕೊಂಡಿಲ್ಲ. ಎಷ್ಟೆಲ್ಲ ಮಾತಾಡ್ತಾಳೆ" ಎಂದು ಡೈನಿಂಗ್ ಟೇಬಲ್‌ನ ಮುಂದಿದ್ದ ಇನೊಂದು ಛೇರ್ ಮೇಲೆ ಕೂತ.

ಆಮೇಲೆ ಅಣ್ಣ, ತಮ್ಮನ ಮಾತುಕತೆ ಶುರುವಾಯಿತು. "ಏನೋ ಅಷ್ಟೆಲ್ಲ ಹಣ್ಣು ತಂದಿದ್ದೀ? ನಿಮ್ಮ ಅಪ್ಪ ತಂದಿದ್ದೇ ಪೂರ್ತಿ ಖರ್ಚಾಗಿಲ್ಲ. ಹೋದ್ಸಲ ಜಾಹ್ನವಿ ಬಸುರಿಯಾದಾಗ ನಾವು ಸ್ವಲ್ಪ ಆರ್ಥಿಕ ಸಂಕಷ್ಟದಲ್ಲಿ ಇದ್ವಿ. ಸರ್‍ಯಾಗಿ ನೋಡಿಕೊಳ್ಳೀಲ್ಲಾಂತ ಆಗಾಗ ಬೇಜಾರು ಮಾಡ್ಕೋತಾರೆ. ಈ ಸಲ ಆ ತರಹ ಆಗಬಾರ್ದು ಅನ್ನೋದು ಅವರ ಇಷ್ಟ" ಎಂದರು ಮಾಧವಿ.

ಇಡೀ ವಾತಾವರಣ ಪ್ರೀತಿ, ಮಮತೆಗಳಿಂದ ತುಂಬಿ ಹೋಯಿತು. ಸಣ್ಣ ಸಣ್ಣ ದುರಾಸೆ; ಅಹಂಗಳಿಂದ ಕಳೆದುಕೊಳ್ಳುವುದು ಎಷ್ಟು? ಅದರ ಅರಿವಿದೆಯ ಯುವ ಜನಾಂಗಕ್ಕೆ?

ಇವನ ಊಟ ಮುಗಿಯುವ ವೇಳೆಗೆ ಹೊರ ಬಂದ ನಿಹಾರಿಕ "ಪಾರ್ಥಸಾರಥಿಯವರು ಎಲ್ಲಿ?" ಕೇಳಿದಾಗ ಡೈನಿಂಗ್ ಟೇಬಲ್ ಮುಂದೆ ಕೂತಿದ್ದವರೆಲ್ಲ ಅನಾಮತ್ತಾಗಿ ಎದ್ದು ನಿಂತರು. ಆನಂದ್ ಕೋಪದಿಂದ ಹಲ್ಮುಡಿ ಕಚ್ಚಿಡಿದ. ಸಂತೋಷ್‌ನ ಕೈ ಮುಷ್ಟಿ ಬಿಗಿಯಾಯಿತು. ಆ ಕ್ಷಣ ಅವನ ರಕ್ತ ಕುದಿಯುತಿತ್ತು, ಯಾರ ಬಗ್ಗೆ ನೀನು ಕೇಳ್ತಾ ಇರೋದು?" ಎಂದ ಸ್ವಲ್ಪ ಸಿರಿಯಸ್ಸಾಗಿ.

ವಾಟ್, ನಾನ್ಸೆನ್ಸ್. ಸಂತೋಷ್! ನಿನ್ನ ತಂದೆ ಬಗ್ಗೆ. ಇವೆಂಟ್ ಸಿಇಓ ಪಾರ್ಥಸಾರಥಿಯವರ ಬಗ್ಗೆ ತೀರಾ ಸರಳವಾಗಿಯೇ ಹೇಳಿದಳು. "ನಿಂಗೆ ಅಷ್ಟೊಂದು ಧಿಮಾಕಾ? ಅವ್ರು ಸಂತೋಷ್ ತಂದೆ. ಈ ಮನೆಗೆ ಯಜಮಾನ್ರು. ನಿಂಗೆ... ಮಾವ ಮಾರ್ಯಾದೆ ಕೊಡ್ಬೇಕನ್ನೋ ಬೇಸಿಕ್ ಜ್ಞಾನ ಕೂಡ ಇಲ್ವಾ?" ಮೊದಲ ಸಲ ದನಿ ಎತ್ತರಿಸಿ ಮಾತಾಡಿದ ಆನಂದ್ ಸಂತೋಷ್ ಭುಜದ ಮೇಲೆ ಕೈಇಟ್ಟು "ಡೋಂಟ್ ಮೈಂಡ್, ನಂಗೆ ತಡೆಯೋಕ್ಕಾಗೋಲ್ಲ. ಇವ್ಳ ಪೋಸ್ಟ್‌ಗೆ ಇನ್ನೊಬ್ಬಳನ್ನು ತರಬಹುದು. ಹೆತ್ತವರು ಅವರುಗಳೇ ಆಗ್ತಾರೆ. ಅವ್ರ ಪೋಸ್ಟ್‌ಗೆ ಬೇರೊಬ್ಬರನ್ನು ತರೋಕ್ಕಾಗೋಲ್ಲ. ಬೇಸರವಾಗಿದ್ದರೆ ಸಾರಿ, ಪಾರ್ಥಸಾರಥಿ ನಿನಗೊಬ್ಬರಿಗೆ ಮಾತ್ರ ತಂದೆಯಲ್ಲ, ನಂಗೂ... ತಂದೇನೇ" ಹೇಳಿ ರೂಮಿಗೆ ಹೋದ 'ಅಂಜಿಯೋಪ್ಲಾಸ್ಟಿ' ಮಾಡಿಸಿಕೊಂಡ ಮೇಲೆ ಮೊದಲ ಸಲ ದನಿಯೆತ್ತಿದ್ದ. ಅವನಿಗೆ

ನಿಜವಾಗಿಯೂ ಕೋಪ, ಬೇಸರ! ಜಾಹ್ನವಿ ಹಿಂದೆಯೆ ಹೋದಳು.

"ಪ್ಲೀಸ್, ಸಮಾಧಾನ ಮಾಡ್ಕೊಳ್ಳಿ. ಪಾರ್ಥಸಾರಥಿ ನಿಮ್ಗೆ ತಂದೆ. ಆ ಎಡವಟ್ಟು ನಿಹಾರಿಕಾ ಹೇಳಿದ್ದು ಸರ್ರ್ಯಾಗಿದೆ. ನೀವೇನು ವರೀ ಮಾಡ್ಕೋಬೇಕಿಲ್ಲ" ಗಂಡನ ಮಾತುಗಳನ್ನು ಸಮರ್ಥಿಸಿಕೊಂಡಾಗ, ಅವನಲ್ಲಿನ ಉದ್ವೇಗ ಸ್ವಲ್ಪ ಕಡಿಮೆಯಾಯಿತು. "ಅವ್ಳು ಸಂತೋಷ್ ಹೆಂಡ್ತಿ...." ಎಂದ ಮೆಲ್ಲಗೆ.

"ನೋ ಪ್ರಾಬ್ಲಮ್! ಏನಾಯ್ತು? ಸಂತೋಷ್ ನಿಮ್ಗೆ ತಮ್ಮ ಕೂಡ. ಕರ್ತವ್ಯಗಳನ್ನು ನಿಭಾಯಿಸೋರಿಗೆ ಹಕ್ಕುಗಳು ಇರುತ್ತೆ. ನಿಮ್ಮ ಮಾತುಗಳು ಯಾರ್ಗೂ ಬೇಸರ ತರೋಲ್ಲ. ತನ್ನ ಸ್ವಾರ್ಥಕ್ಕಾಗಿ ನಿಹಾರಿಕ ಕಳೆದುಕೊಳ್ತಾ ಇರೋದು ಎಷ್ಟು ಅನ್ನೋ ಅರಿವಿಲ್ಲ. ಅವಳೊಬ್ಬ ಪೂಲಿಷ್. ಅರ್ಥೈಯಿಸಿಕೊಳ್ಳೋಕೆ ಆಗದ ಮನಸ್ಥಿತಿ ನಿಹಾರಿಕಾದು, ನೀವು ಅಂದಿದಕ್ಕೆ ಪಶ್ಚಾತ್ತಾಪಪಡಬೇಕಿಲ್ಲ" ಆನಂದ್‌ನ ಸಮರ್ಥಿಸಿಕೊಂಡಳು. ಆನಂದ ಮೌನವಹಿಸಿದ.

ಮಾಧವಿ, ಸಂತೋಷ್ ಇಬ್ಬರು ರೂಮಿಗೆ ಬಂದರು. ಜಾಹ್ನವಿ ಮೇಲೆದ್ದಳು. ಅಣ್ಣನ ಭುಜದ ಮೇಲೆ ಕೈಯಿಟ್ಟು "ಯು ಆರ್ ಕರೆಕ್ಟ್, ಇಲ್ಲಿ ಹೃದಯಕ್ಕೆ ಬೆಲೆ ಇಲ್ಲ ಮಿದುಳಿನ ಉಪಯೋಗದ ಅಗತ್ಯವಿದೆ. ಇಡೀ ಕುಟುಂಬ ಬೀದಿಯ ಪಾಲಾಗುತ್ತೆ. ಅದಕ್ಕೆ ಎಚ್ಚರವಹಿಸಬೇಕಾಗುತ್ತೆ" ಅರ್ಥಗರ್ಭಿತವಾಗಿ ಹೇಳಿದ. ಆಮೇಲೆ ಆ ವಿಚಾರಕ್ಕೆ ಫುಲ್‌ಸ್ಟಾಪ್ ಇಟ್ಟ.

ಮೌನವಹಿಸಿದ. ಹೊರಟಾಗ ಅವರ ಕೈಹಿಡಿದುಕೊಂಡು ಸಂತೋಷ್ "ನಂಗೆ ಅರ್ಥವಾಗುತ್ತೆ. ಅಪ್ಪನ ಅವಮಾನಿಸಿದವರನ್ನು ಕೊಂದು ಹಾಕಿ ಬಿಡಬೇಕೆನಿಸುತ್ತೆ ಸ್ವಲ್ಪ ಎಚ್ಚರ ತಪ್ಪಿದರೂ ನಾಶವಾಗಿ ಬಿಡ್ಬೇಕಾಗುತ್ತೆ. ಪ್ಲೀಸ್, ಅಮ್ಮ... ಕ್ಷಮ್ಸು" ಎರಡು ಕೈಗಳನ್ನು ಕಣ್ಣಿಗೊತ್ತಿಕೊಂಡ. ಆಕೆ ಮಾತಾಡದೆ ಕಣ್ಮುಂಚಿ ಹೊರಗೆ ಹೋದರು.

ಆಮೇಲಿನ ಮಾತುಗಳೆಲ್ಲ ಇವೆಂಟ್‌ಗೆ ಸಂಬಂಧಪಟ್ಟದ್ದೇ "ಅತ್ತಿಗೆ, ನಿನ್ನ ಮೌನ ಅಮ್ಮ ನಯನತಾರ ವಿಚಾರಿಸಿದ್ರು ಆಗಾಗ ನೆನಪು ಮಾಡ್ಕೊಂಡ್ ಕಾಲ್ ಮಾಡ್ತಾರೆ. ಬುದ್ಧಿ ಇಲ್ಲದಿದ್ದರೂ... ಒಂದು ರೀತಿಯ ಪ್ರದರ್ಶನದ ಜಾಯಮಾನ. ಒಂದಿಷ್ಟು ಅಣ್ಣನಿಗೆ ನಿಮ್ಮ ಸಮಯ ಮೀಸಲಿಡಿ" ತಮಾಷೆ ಮಾಡಿ ಹೊರಗೆ ಬಂದ. ಅವನೆದೆ ದಾವಾನಲವಾಗಿತ್ತು. ಹೊರಗೆ ಮಾತ್ರ ತಣ್ಣಗಿನ ಪ್ರದರ್ಶನ.

ರೂಮಿಗೆ ಬಂದವ "ಮಿಸಸ್ ನಿಹಾರಿಕ ಸಂತೋಷ್, ನೀವು ಪಾರ್ಥಸಾರಥಿಯವ್ರನ್ನು ಬೇಕಾದರೆ 'ಸಾರಥಿ ಇವೆಂಟ್'ನಲ್ಲಿ ಭೇಟಿ ಮಾಡ್ಬಹುದು" ಎಂದವ ಎರಡು ನಿಮಿಷದ ಮೌನದ ನಂತರ "ನಿಹಾರಿಕ ನಿಂಗೇನಾಗಿದೆ. ನಿನ್ನಲ್ಲಿ ಸಂಬಂಧಗಳಿಗೆ ಬೆಲೆ ಇಲ್ವಾ? ಮಿದುಳು ಪಕ್ಕಕ್ಕೆ ಸರಿಸಿ ಹೃದಯಕ್ಕೆ ಬೆಲೆ ಕೊಡು. ನೀನು ಹಾಳು ಮಾಡಿಕೊಂಡ ಸಮಯ ಮತ್ತೆ ನಿನಗೆ ಸಿಕ್ಕೋಲ್ಲ. ಬೆಂಕಿ ಬೇರೆ ಕಡೆ ಆವರಸೋ ಮುನ್ನ ತನ್ನ ತಾನು ಸುಟ್ಟುಕೊಳ್ಳುತ್ತೆ. ನಂಗೆ ವಿದೇಶದ ಆಸೆ ಇಲ್ಲ. ಲೋಭದಿಂದ ಹೆಚ್ಚು ಹಣ, ಆಸ್ತಿ ಸಂಗ್ರಹಿಸುವ ಮನಸ್ಥಿತಿ ನನ್ನದಲ್ಲ. ಇದನ್ನೆಲ್ಲ ಡಿಟೈಲ್ಲಾಗಿ ನಿಂಗೆ, ನಿನ್ನ ಪೇರೆಂಟ್ಸ್‌ಗೆ ವಿವರಿಸಿದ್ದೆ. ನಮ್ಮ ಮನೆ 'ಸಾರಥಿ' ನಮ್ಗೇ ನಿಯಾಸ್ ಅಪಾರ್ಟ್‌ಮೆಂಟ್‌ನ ಅಗತ್ಯವಿಲ್ಲ. ನಾವು ಈಗ ಸಂತೋಷದಿಂದ ಇದ್ದೀವಿ. ಸಂತೃಪ್ತಿಯ ಬಾಳ್ವೆ ನಮ್ದು. ಪ್ರಾಣಕ್ಕಿಂತ

ಹೆಚ್ಚಾಗಿ ಪ್ರೀತಿಸೋ ಅಮ್ಮ ಇದ್ದಾಳೆ. ಅಕ್ಕಂತ ಕಾಳಜಿಯಿಂದ ಜೋಪಾನ ಮಾಡೋ ಅಪ್ಪ ಇದ್ದಾರೆ. ತೀರಾ ಆಪ್ತರಾದ ಅಣ್ಣ, ಅತ್ತಿಗೆ ಇದ್ದಾರೆ. ನಮ್ಮೆಲ್ಲರ ಬೆಳಕು ನಿಶ್ಚಿತ. ದೇವರು ಅತ್ಯಂತ ಮಧುರವಾದ ಬದ್ಕು ನಮ್ಗೇ ಕರುಣಿಸಿದ್ದಾನೆ. ನಿಯಾಸ್ ಸುದ್ದಿ ಮರ್ತು ಬಿಡು" ತೀರಾ ಸಂಯಮದಿಂದ ಬಿಡಿಸಿ ಹೇಳಿದ.

ಇಷ್ಟೆಲ್ಲ ಯೋಚನೆ ಮಾಡಳು. ಅವಳ ಕನಸ್ಸಿನ ಜಗತ್ತು ಬೇರೆಯಾಗಿತ್ತು.

"ನಂಗೆ ಇಷ್ಟೆಲ್ಲ ಅರ್ಥವಾಗೋಲ್ಲ. ಅದ್ರ ಅಗತ್ಯವು ಇಲ್ಲ. ವಾಹಿದೆ ಮುಗಿಸುವ ಮುನ್ನ ನಿಯಾಸ್ ಅಪಾರ್ಟ್‌ಮೆಂಟ್‌ನ ರಿಜಿಸ್ಟರ್ ಮಾಡಿಸ್ಕೊಳ್ಬೇಕು. ಅಲ್ಲಿಗೆ ಶಿಫ್ಟ್ ಆಗ್ಬೇಕು. ಇಷ್ಟೆ ನನ್ನ ಯೋಚ್ನೆ. ನಾನು ಮತ್ತೆ ಹತ್ತು ಲಕ್ಷ ಕೊಟ್ಟಿದ್ದೀನಿ. ಮಿಕ್ಕ ಹಣ ಅಡ್ಜೆಸ್ಟ್ ಮಾಡಿಕೊಳ್ಳದಿದ್ದರೆ, ನನ್ನ ಹಣ ಪೂರ್ತಿಯಾಗಿ ಹೋಗುತ್ತೆ. ನಂಗೆ ಮನೆ 'ಸಾರಥಿ ಇವೆಂಟ್'ನ ಎಲ್ಲ ದಸ್ತಾವೇಜುಗಳು ಓರಿಜಿನಲ್ಲಾಗಿ ಬೇಕು. ಮೊದ್ಲು ಅದ್ನ ಆರೆಂಜ್ ಮಾಡಿಕೊಡಿ" ಎಂದಳು. ಅರ್ಥವಾಯಿತು ಸಂತೋಷ್‌ಗೆ.

"ಮನೆ ಅಮ್ಮನಿಗೆ ತವರುಮನೆ ಬಳುವಳಿ. ಅದ್ರ ಮೇಲೆ ಯಾರ್ಗೂ ಹಕ್ಕಿಲ್ಲ. 'ಸಾರಥಿ ಇವೆಂಟ್' ಅಪ್ಪನದು. ಅದ್ರ ಸಿಇಓ ಅವರೆ. ಅದ್ರ ಮೇಲು ಒಂದಿಷ್ಟು ಸಾಲ ಇದೆ. ಆ ಎರಡರ ಡಾಕ್ಯುಮೆಂಟ್ಸ್‌ನಿಂದ ನಿಂಗೇನು ಪ್ರಯೋಜನವಾಗೋಲ್ಲ. ಸ್ವಲ್ಪ ಅರ್ಥಮಾಡ್ಕೋ" ಸ್ಪಷ್ಟವಾಗಿಯೆ ಹೇಳಿದ.

ನಿಹಾರಿಕ ವಿವೇಕ ಪೂರ್ತಿಯಾಗಿ ಸತ್ತಿತ್ತು.

"ನೋ, ನಂಗೆ ನೀನು ಮುಖ್ಯವಾಗಿದ್ದೆ. ನಿನ್ನನ್ನು ಪಡೆದುಕೊಳ್ಳೋಕೆ ನಾನು ತಲೆಯಾಡಿಸಿದಷ್ಟೆ. ಆಮೇಲೆ ಇವನ್ನೆಲ್ಲ ಪಡೆದುಕೊಳ್ಳೋದು ಸುಲಭವಾಗುತ್ತೆ ಅಂದುಕೊಂಡಿದ್ದೆ. ಕಂಫರ್ಟ್ ಅನ್ನಿಸದ ಯಾವ್ದೇ ಸಂಬಂಧಗಳು ನಂಗೆ ಬೇಡ. ವಿವಾಹ ಅನ್ನೋದು ಏಳೇಳು ಜನ್ಮಗಳ ಸಂಬಂಧ ಅಂದ್ಕೊಂಡಿಲ್ಲ. ನಾನು ಡೈವೋರ್ಸ್ ತಗೋಳೋಕು ರೆಡಿ" ಘೋಷಿಸಿದಕ್ಕೆ ಷಾಕಾದ.

ಮುಲಾಜಿಲ್ಲದ ಮಡದಿಯ ಬಡಬಡಿಕೆಗೆ ಚಕಿತನಾದ. ಈಚೆಗೆ ಡೈವೋರ್ಸ್ ಅನ್ನುವುದು ಮಾಮೂಲಾಗಿದ್ದರೂ, ಅವನೆಂದು ಆ ಬಗ್ಗೆ ಯೋಚಿಸಿರಲಿಲ್ಲ. ಸಾಮರಸ್ಯದ ತತ್ವದ ಮೇಲೆ ರೂಪುಗೊಳ್ಳೋದು ಮದುವೆ' ಎನ್ನುವುದು ಅವನ ಅಭಿಪ್ರಾಯವಾಗಿತ್ತು. ಅವನು ಇನ್ನೊಂದು ಮಾತಾಡದೆ ಹಾಸಿಗೆ ಸೇರಿದ. ಘಟಸ್ಫೋಟವಾಗಿತ್ತು ಅವನಲ್ಲಿ.

ಬಾಡಿಲೋಷನ್, ಸೆಂಟ್‌ನಿಂದ ಘಮ ಘಮಿಸುತ್ತ ಹಾಸಿಗೆಗೆ ಬಂದ ನಿಹಾರಿಕ ಆರಾಮಾಗಿ ವರ್ತಿಸಿದರೂ ಮಾಮೂಲಾಗಿ ಸ್ಪಂದಿಸಲು ಅವನಿಂದಾಗಲಿಲ್ಲ. ಅವನು ಮನುಷ್ಯ ವರ್ಗಕ್ಕೆ ಸೇರಿದವನು, ಪ್ರಾಣಿಯಲ್ಲ. "ಡೋಂಟ್ ಡಿಸ್ಟರ್ಬ್ ಮಿ" ಎಂದು ಸರಿದು ಮಲಗಿದ. ಅವಳಿಗೆ ಇಲ್ಲೇನು ಕಮ್ಮಿಯಾಗಿದೆ? ಅವಳ ನಿರೀಕ್ಷೆಗಳು ಅಪಾರ. ಅದರೆ ಅವಳಿಂದ ಏನು ನಿರೀಕ್ಷಿಸಬಾರದು! ಅವನಿಗೆ ಇಡೀ ರಾತ್ರಿ ನಿದ್ರಿಸಲಾಗಲಿಲ್ಲ. ಆದರೆ ನಿಹಾರಿಕ ಆರಾಮಾಗಿ ನಿದ್ರಿಸಿದಳು.

ಅಂದು ನಯನತಾರ ಮಗಳೊಂದಿಗೆ ಬಂದರು. 'ಸಾರಥಿ ಇವೆಂಟ್'ಗೆ ಆಕೆಯ ಧಾರಾಳತನದಿಂದ ಇಲ್ಲಿ ಕೆಲಸ ಮಾಡುವ ನೌಕರ ವರ್ಗ ಸಂತೃಪ್ತರಾಗಿದ್ದರಿಂದ, ಆಕೆ ಬಂದರೆ ಬೇರೆಯವರಿಗಿಂತ ದೊಡ್ಡ ರೀತಿಯ ಮಾರ್ಯಾದೆ ತೋರುತ್ತಿದ್ದರು.

"ಹೇಗಿದ್ದೀ ರೇಖಾ? ಬರಲೇ ಇಲ್ಲ ನಯನಾತಾರಾಗೆ?" ಎಂದು ಮಾತಾಡಿಸಿದಾಗ ಎದ್ದು ನಿಂತು ನಗು ಚೆಲ್ಲಿ "ಸರಿ ಮಾಮ್, ಈಚೆಗೆ ತುಂಬಾ ಬಿಜಿನೇ. ನಿಮ್ಮಲ್ಲಿ ನಡ್ಯೊ ಎಲ್ಲಾ ಫಂಕ್ಷನ್‌ಗಳ ಆಯೋಜನೆ ನಮ್ದೇ.... ಅಲ್ವಾ?" ಎಂದು ಮತ್ತಷ್ಟು ಪ್ರಸನ್ನತೆಯಿಂದ ಹೇಳಿದಳು. ಆಕೆಗೆ ಅಂಥ ಎಜುಕೇಷನ್ ಇಲ್ಲದಿದ್ದರೂ, ದೊಡ್ಡಮಟ್ಟದ ಶ್ರೀಮಂತಿಕೆ ಇದ್ದುದ್ದರಿಂದ ಸಮಾಜದಿಂದ ಗೌರವ ಸಿಗುತಿತ್ತು.

"ಸಾರಥಿಯವ್ರು... ಇದ್ದಾರಾ? ಸಂತೋಷ್‌ನ ಕೂಡ ನೋಡೋದಿದೆ. ನಮ್ಮ ಡಾಟರ್‌ನ ಮ್ಯಾರೇಜ್ ಅನಿವರ್ಸರಿ. ವಿವಾಹಕ್ಕಿಂತ ಅದ್ಧೂರಿಯಾಗಿ ನಡ್ಸಬೇಕಾನ್ನೋ ಆಸೆ ನಮ್ಮ ರೆಡ್ಡಿಯವರದು" ಎಂದರು. ಗಂಡನನ್ನು ಆಕೆ ಸಂಬೋಧಿಸುತ್ತಿದ್ದುದ್ದು 'ರೆಡ್ಡಿಯವರು' ಎಂದೆ. ರಿಯಲ್ ಎಸ್ಟೇಟ್‌ನಲ್ಲಿ ಆ ಮನುಷ್ಯ ಈಗ ದೊಡ್ಡ ಕುಳ. ಅಂಥ ದೊಡ್ಡ ಎಜುಕೇಷನ್ ಇಲ್ಲದಿದ್ದರೂ ವ್ಯವಹಾರದಲ್ಲಿ ಚತುರ.

ರೇಖಾ ಎದ್ದು ತಾಯಿ, ಮಗಳನ್ನು ಸಾರಥಿಯವರ ಛೇಂಬರ್‌ಗೆ ಕರೆದೊಯ್ದಾಗ, ಕೆಲಸದಲ್ಲಿ ಮಗ್ನರಾಗಿದ್ದವರು ನೋಟವೆತ್ತಿ "ಬನ್ನಿ... ಬನ್ನಿ...." ಆಹ್ವಾನಿಸಿದರು. ಆ ಕುಟುಂಬದಿಂದ ಸಾಕಷ್ಟು ಕಸ್ಟಮರ್ ಒದಗಿ ಬಂದು ಲಾಭದಾಯಕವಾಗಿತ್ತು. ಹಣಕಾಸಿನ ವಿಷಯದಲ್ಲಿ ರೆಡ್ಡಿಯವರು ತುಂಬಾ ಫರ್‌ಪೆಕ್ಟ್. ಹೊಗಳುವುದರಲ್ಲಿ ಹಿಂಜರಿಯುತ್ತಿರಲಿಲ್ಲ.

"ನಮ್ಮ ಮೌನ ಮ್ಯಾರೇಜ್ ಅನಿರ್ವಸರಿ. ಇನ್ನಷ್ಟು ಬಳಗ ಬೆಳೆದಿದೆ. ತುಂಬ ಸೆಲಬ್ರೆಟ್‌ಗಳು ಬರೋರು ಇದ್ದಾರೆ. ಆಗಸ್ಟ್ ಒಂಬತ್ತು. ಮತ್ತೆ ಯಾವ್ದೋ ವರ್ಕ್‌ನಲ್ಲಿ ಬಿಜಿಯಾಗಿ ಬಿಡ್ತೀರೋಂತ ರೆಡ್ಡಿಯವರು ಪೂರ್ತಿ ಜವಾಬ್ದಾರಿ ನಿಮ್ಗೇ ವಹಿಸಿ ಬಾ ಅಂದ್ರು" ಕೂತ ನಯನತಾರ ಒಂದೇ ಸಲಕ್ಕೆ ಹೇಳಿ ಮುಗಿಸಿದವರು 'ಬ್ಲಾಂಕ್ ಚೆಕ್' ಅವರ ಮುಂದಿಟ್ಟರು "ಇದೇನಿದು, ನಿಮ್ಮ ಯೋಚನೆಗಳು, ಕನಸುಗಳನ್ನು ನನಸು ಮಾಡೊದಷ್ಟೆ ನಮ್ಮ ಕೆಲ್ಸ. ನಾಲ್ಕಾರು ಕ್ರಾಸ್ಪಸ್ಟ್ ತಯಾರಿಸಿಕೊಡ್ತೀವಿ. ಅದಕ್ಕೆ ಅನುಗುಣವಾಗಿ ಬಡ್ಜೆಟ್" ಎಂದರು ಪಾರ್ಥಸಾರಥಿ. 'ನಿಮ್ಮ ಬಡ್ಜೆಟ್ ಎಷ್ಟು ಅಂತ ವಿಚಾರಿಸುವ ಅನಿವಾರ್ಯತೆ ಇರಲಿಲ್ಲ. ಎಷ್ಟು ಬೇಕಾದರೆ ಹಣ ವ್ಯಯಿಸಲು ಅವರು ಸಿದ್ಧರು ಎಂಬುದು ತಿಳಿದಿತ್ತು. ಅಂತು ತಕರಾರು ಇಲ್ಲದ ಜನ.

"ಇರ್ಲಿ, ಇಟ್ಕೊಳ್ಳಿ... ನಮ್ಮ ಮೌನ, ಶೇಖರ್ ಇಬ್ರೂ ಬಂದು ತಮ್ಮ ಮ್ಯಾರೇಜ್ ಅನಿವರ್ಸರಿ ಹೇಗಿರಬೇಕೆಂದು ವಿವರಿಸ್ತಾರೆ, ಈಗ ಸ್ವಲ್ಪ ಜನ ಜಾಸ್ತಿ ಬರ್ತಾರೆ. ಸಾಕಷ್ಟು ತಮ್ಮ ಸಾಮ್ರಾಜ್ಯವನ್ನು ರೆಡ್ಡಿಯವರು ವಿಸ್ತರಿಸಿಕೊಂಡಿದ್ದಾರೆ" ಅರ್ಟಿಫಿಷಿಯಲ್ ತುರುಬಿನ ಮೇಲೆ ಕೈಯಾಡಿಸುತ್ತ ನುಲಿದಂತೆ ಹೇಳಿದರು. "ಓಕೆ..." ಎಂದು ಚೆಕ್ ತೆಗೆದು ಡ್ರಾಯರ್‌ನೊಳಕ್ಕೆ ಹಾಕಿಕೊಳ್ಳುವ ವೇಳೆಗೆ ಕೂಲ್ ಡ್ರಿಂಕ್ಸ್ ಬಂತು. "ನೀನು ತಗೋ ಮಮ್ಮಿ... ನಂಗೆ ಬೇಡ. ಮ್ಯಾರೇಜ್ ಅನಿವರ್ಸರಿ ಸಮಾರಂಭಗಳ ಕ್ಲೀಪಿಂಗ್ ನೋಡ್ಕೊಂಡ್... ಬರ್ತೀನಿ. ಸಾರಿ..." ಎಂದು ಎದ್ದು ಹೋದಳು. ಛೇಂಬರ್ನಿಂದ ಈಚೆಗೆ ಬಹಳ ಬೇಗ ಸಹನೆ ಕಳೆದುಕೊಳ್ಳುತ್ತಿದ್ದಳು.

ನಯನತಾರ ಎ.ಸಿ. ಛೇಂಬರ್‌ನಲ್ಲಿ ಮೇಕಪ್ ಕೆಡದಂತೆ ತಮ್ಮ ಮುಖದ ಬೆವರೊತ್ತಿಕೊಂಡರು "ಹೇಗಿದ್ದಾಳೆ ನಿಹಾರಿಕಾ? ಜಾಬ್ ಸಿಕ್ಕ ಮೇಲಂತು ನಮ್ಮಕಡೆ ಬಂದೇ ಇಲ್ಲ" ವಿಚಾರಿಸಿದರು.

"ಚೆನ್ನಾಗಿದ್ದಾಳೆ. ಜಾಬ್ ಸಿಕ್ಮೇಲೆ ಸ್ವಲ್ಪ ಬಿಜಿನೆ" ಅಷ್ಟೆ ಅಂದಿದ್ದು. ಹೆಚ್ಚು ಮಾತು ಇಷ್ಟವಿರಲಿಲ್ಲ.

ಆಕೆ ನೆನಪಿಸಿಕೊಂಡಂಗೆ "ನಿಯಾಸ್ ಅಪಾರ್ಟ್‌ಮೆಂಟ್‌ಗೆ ಯಾವಾಗ ಶಿಪ್ಟ್ ಆಗ್ತಾರೆ ಮಗ, ಸೊಸೆ?" ಕೇಳಿದರು. ವಿಷಯ ಹೊಸದಲ್ಲದಿದ್ದರೂ ತಡಬಡಿಸಿದಂತಾಯಿತು. "ನೋಡ್ಬೇಕು..." ಎಂದರು ಚುಟುಕ್ಕಾಗಿ.

"ಅವ್ರ ಪೇರೆಂಟ್ಸ್ ಅಪಾರ್ಟ್‌ಮೆಂಟ್‌ನ ಮಾರಲೇಬಾರ್ದಿತ್ತು. ಮಗ್ಳಿಗೆ ಗಿಫ್ಟಾಗಿ ಕೊಡೋಕೆ, ಏನು... ಕಷ್ಟ? ಆಕೆನು ತುಂಬಾ ಸೆಲ್ಫಿಷ್ ಬಿಡಿ. ಶಾಂಭವಿ ತುಂಬ ಆಸೆಯ ಹೆಣ್ಣು, ಅಮ್ಮ, ಮಗ್ಳು ಕೆಲವೊಮ್ಮೆ ಪೈಪೋಟಿಗೆ ಬೀಳುತ್ತಿದ್ದರು" ಎಂದರು ನಯನತಾರ. ಮೌನ ಜೊತೆ ನಿಹಾರಿಕ ಫ್ರೆಂಡ್ ಶಿಫ್ ಬೆಳೆದ ಮೇಲಂತು ನಾಲ್ಕಾರು ಸಲ ಅವರ ಮನೆಗೆ ಬಂದಿದ್ದರು. ಎಷ್ಟೋ ಸಲ ಹುಮ್ಮಸ್ಸಿನಿಂದ ತಮ್ಮ ಮುಂದಿನ ಪ್ಲಾನ್‌ಗಳನ್ನು ಹೇಳಿ ಕಣ್ಣರಳಿಸಿದ್ದರು. ಸದಾ ದೊಡ್ಡ ಬಂಗ್ಲೆಯಲ್ಲಿ ವಾಸಿಸುವ, ಪ್ಲೈಟ್‌ನ ಓಡಾಟದ ಜೊತೆ ಹೆಲಿಕ್ಯಾಪ್ಟರ್ ಹತ್ತುವ ಹುಮ್ಮಸ್ಸು ಇತ್ತು ಆಕೆಗೆ. ಕೆಲವನ್ನು ಪಾರ್ಥಸಾರಥಿಯ ಮುಂದೆ ಹೇಳಿಯೇಬಿಟ್ಟರು.

ಆದಕ್ಕೆ ತಡೆಯಾಡಿದ್ದು ಪಾರ್ಥಸಾರಥಿ. ನಿಹಾರಿಕಾ ಅವರನ್ನು ಭಯಗ್ರಸ್ತರನ್ನಾಗಿ ಮಾಡಿದ್ದಳು. ಮುಂದೇನು? ಪರಿಸ್ಥಿತಿ ಅರ್ಥ ಮಾಡಿಕೊಂಡು ತನ್ನ ಹಟದಿಂದ ಹಿಂದೆ ಸರಿಯಬಲ್ಲಳಾ?

"ಮಮ್ಮಿ, ಅವ್ರು ತುಂಬ ಬಿಜಿ. ನೀನು ಮಾತಿಗೆ ಕೂತೆ ಬಿಟ್ಟೆ" ಎಂದು ಬಂದವಳು ರೇಗಿಸಿ "ನಂಗೆ ಹಿಡಿಸಿದ ಕ್ಲಿಪಿಂಗ್‌ನ ಮ್ಯಾನೇಜರ್‌ಗೆ ಹೇಳಿದ್ದೀನಿ. ಇನ್ನಷ್ಟು ಡಿಫರೆಂಟಾಗಿರಬೇಕು" ಹೇಳಿ ಹೊರಟರು. ಇವರು 'ಸಾರಥಿ ಇವೆಂಟ್'ನಿಂದ ಹೊರಗೆ ಬರುವ ವೇಳೆಗೆ ಬೈಕ್‌ನಿಂದ ಇಳಿದ ಸಂತೋಷ್ ಇವರತ್ತ ಬಂದ "ನಮಸ್ತೆ... ಹಲೋ... ಏನು ವಿಶೇಷ? ನಿಮ್ಮ ಮ್ಯಾರೇಜ್ ಅನಿವರ್ಸರಿಗೆ ಬೇರೊಂದು ಕಡೆ ಫಿಕ್ಸ್ ಆಗಿರಬಹುದು ಅಂದ್ಕೊಂಡೆ" ಎಂದ. ಆರಡಿಗಿಂತ ಎತ್ತರವಿದ್ದ ದೃಢ ಮೈಕಟ್ಟಿನ ಸಂತೋಷ್ ತುಂಬಾ ಹ್ಯಾಂಡ್‌ಸಮ್. ಆ ಬಗ್ಗೆ ಇನ್ನೊಂದು ಮಾತು ಇರಲಿಲ್ಲ. "ನನ್ನ ವಿವಾಹ ಫಿಕ್ಸ್ ಆಗೋಕೆ ಮೊದ್ಲು ಸಂತೋಷ್ ನನ್ನ ಕಣ್ಣಿಗೆ ಯಾಕೆ ಬಿದ್ದಿರಲಿಲ್ಲ? ನನ್ನಪ್ಪನ ಎಲ್ಲಾ ಆಸ್ತಿಯನ್ನು ಒತ್ತೆಯಿಟ್ಟಾದ್ರೂ... ಅವ್ರನ್ನ ಮದ್ವೆಯಾಗಿ ಬಿಡ್ತಾ ಇದ್ದೆ" ಎಷ್ಟೋಸಲ ಮೌನ, ನಿಹಾರಿಕ ಮುಂದೆ ಹೇಳಿದ್ದಳು ಕೂಡ.

ಸಂತೋಷ್ ಮಾತಿಗೆ ಮೊದಲು ಪ್ರತಿಕ್ರಿಯಿಸಿದ್ದ ನಯನತಾರ. ಬಂದಿದ್ದ ಸಂಗತಿಯನ್ನು ನಯನತಾರ ಸಂಕ್ಷಿಪ್ತವಾಗಿ ವಿವರಿಸಿ ರೇಖಾಗೆ ಏನೋ ಹೇಳಲು ಹೋದರು.

"ಒಂದು ರಿಕ್ವೆಸ್ಟ್, ನಿಮ್ಹತ್ರ ಮಾತಾಡೋದಿದೆ" ಎಂದಳು ಮೌನ. "ವೈ ನಾಟ್, ಈಗ್ಲೂ ಬಂದು ಮಾತಾಡಬಹ್ದು. ಪ್ಲೀಸ್ ಕಮ್" ಎಂದ. ಸ್ವಲ್ಪ ಸಪ್ಪಗಾದ ಮೌನ "ಈಗ್ಬೇಡ, ನಾನು

ರಿಂಗ್ ಮಾಡ್ತೀನಿ. ನಂಗೆ ಒಂದ್ಗಂಟೆ ಅಪಾಯಿಂಟ್‌ಮೆಂಟ್ ಕೊಡಿ. ನೀವೆಷ್ಟು ಛಾರ್ಜ್ ಮಾಡಿದ್ರು ಪರ್ವಾಗಿಲ್ಲ. ನಂಗೆ ಕೌನ್ಸಲಿಂಗ್ ಬೇಕು" ಎಂದಾಗ ನಕ್ಕುಬಿಟ್ಟ.

"ನಾನು, ಮೈ ಗಾಡ್! ನಾನೊಬ್ಬ ಸಾಫ್ಟ್‌ವೇರ್ ಇಂಜಿನಿಯರ್. ಕ್ರಿಯೆಟಿವ್ ಅತ್ತ ಮನ ಹೊರಳಿತು. ಅಪ್ಪನ ಕಂಪನಿಯಲ್ಲಿ ಬರೀ ಇವೆಂಟ್ ಮ್ಯಾನೇಜರ್. ಕೌನ್ಸ್‌ಲಿಂಗ್‌ಗೆ ಬೇಕಾದುದ್ದನ್ನ ನಾನೇನು ಓದಿಕೊಂಡಿಲ್ಲ. ಅಂಥ ಅನುಭವ ಕೂಡ ನಂಗಿಲ್ಲ".

"ಪ್ಲೀಸ್, ಸಂತೋಷ್.... ನಂಗೆ ಕೌನ್ಸಲಿಂಗ್ ಕೊಡದಿದ್ರೂ ಪರ್ವಾಗಿಲ್ಲ. ಒಬ್ಬ ಫ್ರೆಂಡ್ ಆಗಿ ನನ್ನ ಮನಸ್ಸಿನ ಮಾತುಗಳ್ನ ಕೇಳ್ಬೇಕು. ಇಲ್ಲದಿದ್ದರೆ ದೊಡ್ಡ ಅನಾಹುತವಾಗುತ್ತೆ" ಎಂದಳು ತಾಳ್ಮೆ ಕಳೆದುಕೊಂಡಂತೆ.

"ಓಕೇ, ಮೇಡಮ್! ಯಾವಾಗ, ಎಲ್ಲಿ ಮೀಟ್ ಮಾಡ್ಬೇಕೂಂತ ಹೇಳಿ. ನೀವು ನನ್ನ ಫ್ರೆಂಡ್ ಅಂತ ಆಕ್ಸೆಪ್ಟ್ ಮಾಡಿರೋದರಿಂದ ಖಂಡಿತ ನಿಮ್ಮ ಮಾತುಗಳ್ನ ಕೇಳ್ತೀನಿ" ಎಂದ ನಗುತ್ತ.

ಒಂದು ಐದು ನಿಮಿಷ ಮೌನವಹಿಸಿದವಳು "ಸಂಜೆ ನಯನತಾರಗೆ ಬನ್ನಿ. ಡಿಯರ್ ಫ್ರೆಂಡ್, ಇದ್ನ ರಿಕ್ವೆಸ್ಟ್ ಅಂತ ತಿಳ್ಕೊಳ್ಳಿ. ಐಯಾಮ್ ಫುಲ್ಲಿ ಅಪ್‌ಸೆಟ್. ಎಲ್ಲಿ ಡಿಪ್ರೆಷನ್‌ಗೆ ಹೋಗಿ ಬಿಡ್ತೀನೋಂತ ಭಯವಾಗ್ತ ಇದೆ" ಎಂದವಳ ಕಣ್ಣುಗಳಲ್ಲಿ ಕಂಬನಿ ನೋಡಿ ಷಾಕಾದ. "ಪ್ಲೀಸ್, ಸಮಾಧಾನ ಮಾಡ್ಕೊಳ್ಳಿ. ನನ್ನಿಂದ ನಿಮ್ಗೇ ಒಳ್ಳೆಯದಾಗೋದಾದರೆ, ತುಂಬ ಸಂತೋಷ ಸಂಜೆ ಖಂಡಿತ ನಯನತಾರಗೆ ಬರ್ತೀನಿ. ಹಂಡ್ರೆಡ್ ಪರ್ಸೆಂಟ್ ಷೂರ್...." ಎಂದ ಕಣ್ಣಲ್ಲಿಯೆ ಕಂಬನಿಯನ್ನು ತೊಡೆಯುತ್ತ.

ಆ ವೇಳೆಗೆ ನಯನತಾರ ಬಂದು ಜಾಯಿನ್ ಆದರು. "ನೋಡಿ ಸಂತೋಷ್, ಈಚೆಗೆ ತಲೆಯ ಮೇಲೆ ಬೆಟ್ಟಬಿದ್ದಂತೆ ಕೂತಿರುತ್ತಾಳೆ. ಏನಾಗಿದೆ, ಇವ್ಳಿಗೆ? ಷಾಪಿಂಗ್ ಮಾಡೂಂತ ಅವಳ ಡ್ಯಾಡ್ ಟೆನ್‌ಲ್ಯಾಕ್ಸ್ ಕೊಟ್ಟಿದ್ದಾರೆ" ಮಗಳನ್ನು ದೂರಿದರು. ಬರೀ ನಸು ನಗು ಬೀರಿದ.

"ಮಮ್ಮಿ, ಸಂತೋಷ್ ಮನೆಗೆ ಬರ್ತಾರೆ. ಮ್ಯಾರೇಜ್ ಅನಿವರ್ಸರಿ ಕಾನ್ಸೆಪ್ಟ್ ಹೇಳೋಕೆ ರೆಡಿಯಾಗು, ನಿಂಗೆ ಐದು ನಿಮಿಷ ಸಮಯ ನಂಗೆ ಅರ್ಧಗಂಟೆ ಬೇಕು. ಮಧ್ಯೆ ಬಂದು ಡಿಸ್ಟರ್ಬ್ ಮಾಡ್ಬಾರ್ದು" ಈಗಲೇ ಕರಾರು ಹಾಕಿದಳು. ಅದನ್ನು ಮೀರಲು ಸಾಧ್ಯವೇ? ರೆಡ್ಡಿಯವರ ಅದೃಷ್ಟದ ರಾಣಿ ಇರಬಹುದು. ರಾಜಕುಮಾರಿಯ ಮುಂದೆ ರಾಜ, ರಾಣಿಯವರದೇನು ನಡೆಯದು.

ಅವರುಗಳು ಹೊರಟ ಮೇಲೆ ಒಳಗೆ ಬಂದ. ರೇಖಾ ಎದ್ದು ನಿಂತು "ಸರ್, ನಯನತಾರ ಮಗಳ ಸಮೇತ ಬಂದಿದ್ರು. ಮಗಳ ಮ್ಯಾರೇಜ್ ಅನಿವರ್ಸರಿ ವಿವಾಹ ಸಂಭ್ರಮಕ್ಕಿಂತ ಹೆಚ್ಚು ಅದ್ಧೂರಿಯಾಗಿ ಇರಬೇಕಂತೆ. ಸುಮಾರು ಹೇಳಿದ್ದಾರೆ. ಸಾಕಷ್ಟು ಫೋಟೋ ಕ್ಲಿಪಿಂಗ್ ತೋರಿಸಿದೆ. ಸಾಕಷ್ಟು ಸಿ.ಡಿ.ಗಳನ್ನು ಒಯ್ದಿದ್ದಾರೆ" ಎಂದಳು. ತಲೆಯಾಡಿಸಿ ತಂದೆ ಛೇಂಬರ್‌ಗೆ ಹೋದ. "ಆನಂದಣ್ಣ".. ಅಣ್ಣನ ಛೇರ್‌ನತ್ತ ಹೋಯಿತು ಅವನ ಗಮನ. "ಜಾಹ್ನವಿ ಚೆಕ್‌ಅಪ್ ಹೋಗ್ಬೇಕಿತ್ತು. ನೀನು ಹೋಗೂಂದೆ. ಈ ಸಮಯದಲ್ಲಿ ಒಂದಿಷ್ಟು ಸಮಯವನ್ನು ಮಡದಿಗಾಗಿ ಆನಂದ್ ಎತ್ತಿಟ್ಕೋಬೇಕು" ಎಂದರು ನಸು ನಗು ಚೆಲ್ಲುತ್ತ.

"ಸ್ವಲ್ಪ ಸಿರಿಯಸ್ಸಾಗಿ ಕೇಳು. ಇದು ಪರ್ಸನಲ್. ಬದುಕ್ಕೆಂಬ ಪಯಣದಲ್ಲಿ ಪ್ರಕೃತಿ ಪುರುಷನ ಅಧೀನಳೆ, ಹಾಗಂದು ಅವ್ಳು ದೀನಳಲ್ಲ. ಹಾಗೆಯೆ ಪುರುಷನು ಪ್ರಕೃತಿಬದ್ಧನಾಗಿ ಇರ್ಬೇಕು. ದಾಂಪತ್ಯಕ್ಕೆ ನಮ್ಮ ಸಂಸ್ಕೃತಿಯಲ್ಲಿ ಅತ್ಯಂತ ಗೌರವವಿದೆ. ಇಡೀ ಜಗತ್ತು ಎದ್ದು ಕಣ್ಣರಳಿಸುವ ಸಂಸ್ಕೃತಿ ನಮ್ದು. ಕೆಲವು ಬದಲಾವಣೆಗಳು, ಗೊಂದಲಗಳು ಇದೆ. ಪೀಠಿಕೆ ಬೇಡ ಮುಖ್ಯವಾದ ವಿಚಾರಕ್ಕೆ ಬರ್ತೀನಿ. ನಿಯಾಸ್ ಅಪಾರ್ಟ್‌ಮೆಂಟ್‌ಗೆ ನೀನು, ನಿಹಾರಿಕಾ ಹೋಗುವುದನ್ನು ನಯನತಾರ ಮನೆಯಲ್ಲಿ ಪ್ರಸ್ತಾಪಿಸಿದ್ದಾಳೆ. ಅವಳ ಉದ್ದೇಶ ಅದೇ. ಆದರೆ ಅಷ್ಟೊಂದು ಹಣ ನಮ್ಮಿಂದ ಸಿಗಲು ಹೇಗೆ ಸಾಧ್ಯ? ಅವಳ ಆಸೆ ಪೂರೈಸದಿದ್ದರೆ ಮನೆಯಲ್ಲಿ ಕಿಡಿ ಏಳಬಹುದು. ಅದು ಪ್ರವಹಿಸುವ ರಭಸಕ್ಕೆ ಇಡೀ ಕುಟುಂಬ ಆಹುತಿಯಾಗಿ ಬಿಡಬಹುದು" ಮಗನ ಮುಂದೆ ಒಂದು ಚಿತ್ರವನ್ನಿಟ್ಟರು. ಅದು ಸತ್ಯವೇ. ವಾಸ್ತವಿಕತೆಗೆ ತೀರಾ ಹತ್ತಿರವೇ. ಒಂದು ಐದು ನಿಮಿಷ ಮೌನವಹಿಸಿದ.

ಮುಚ್ಚಿಡದೆ 'ಸಾರಥಿ ಇವೆಂಟ್ ಮತ್ತು ಮನೆಯ ಡಾಕ್ಯೂಮೆಂಟ್ಸ್ ಕೇಳಿದ್ದನ್ನು ಹೇಳಿದ ನಂತರ "ಪ್ರಯೋಜನ ಇಲ್ಲಾಂತ ಹೇಳಿದ್ದೀನಿ ಸಮಸ್ಯೆಯ ಹಿಂದೆಯೆ ಪರಿಹಾರ ಕೂಡ ಇರುತ್ತೆ. ಮನೆ ಮೇಲೆ ಲೋನ್ ಇದೆ. ಡಾಕ್ಯುಮೆಂಟ್ಸ್ ಸಿಗೋಲ್ಲ ಇರೋ ಇವೆಂಟ್ ಮೇಲೆ ಲೋನ್ ಇದೆ. ಡಾಕ್ಯೂಮೆಂಟ್ಸ್ ಸಿಗೋಲ್ಲ ಇರೂ ವಿಷ್ಯ ತಿಳಿಸಿದ್ದೀನಿ. ಅರ್ಥಮಾಡ್ಕೋತ್ತಾಳೆ" ಅಷ್ಟನ್ನು ಹೇಳಿದವ "ಪ್ಲೀಸ್ ತಲೆಕೆಡಿಸ್ಕೋಬೇಡಿ. ಡಿಸೋಜಾ ಮೋಸ ಮಾಡಿ ಓಡಿ ಹೋದಾಗ್ಲೇ ಕಂಗೆಡದೆ ಹೊಸದೊಂದು ಸಂಸ್ಥೆ ಕಟ್ಟಿದ್ರಿ. ಈಗ ನಾನು, ಅಣ್ಣ ನಿನ್ನೊತೆ ಇದ್ದೀವಿ. ಈ ಮಗ ನಿಮ್ಮನ್ನ ಬಿಟ್ಟು ಎಲ್ಲೂ ಹೋಗೋಲ್ಲ" ಅಂದವನ ದನಿಯಲ್ಲಿ ದೃಢತೆ ಇತ್ತು. ಪಾರ್ಥಸಾರಥಿ ಎದೆ ತುಂಬಿಬಂತು.

ಹೇಳಿದ ಪ್ರಕಾರ ಸಂತೋಷ್ 'ನಯನತಾರ'ಗೆ ಬಂದಾಗ ಐದು ಗಂಟೆಗೆ ಮೂರು ನಿಮಿಷವಿತ್ತು. ಮೌನ ಮಾತ್ರವಲ್ಲ ನಯನತಾರ ಕೂಡ ಇವನಿಗಾಗಿ ಕಾಯುತ್ತಿದ್ದರು.

ವಾಚ್‌ಮನ್ ಸೆಲ್ಯೂಟೊಡೆದು ಸಂತೋಷ್ ಬೈಕ್ ಕಂಡ ಕೂಡಲೆ ಗೇಟು ತೆಗೆದ "ರಂಡಿ ಸಾರ್, ಮಂಚಿ ಡೆಕೋರೇಷನ್ ಚೇಸಿಂದ್ರಿ. ಮಾ ಊರು ವರಂತ ಸ್ವರ್ಗ ಇಟ್ಲೇವುಂಟುಂದಿ ಅನುಕೊಂಡ್ರು" ಎಂದು ಎರಡೆರಡು ಸಲ ಸೆಲ್ಯೂಟೊಡೆದ. ಬರೀ ಮುಗಳ್ನಗು ಬೀರಿ ಬೈಕ್ ಒಳಗೆ ನಿಲ್ಲಿಸಿದವನು ಹಿಂದಕ್ಕೆ ಬಂದು ಆ ವಾಚ್‌ಮೆನ್ ಭುಜದ ಮೇಲೆ ಕೈ ಹಾಕಿ "ನಿಮ್ಗೆಲ್ಲ ಮೆಚ್ಚಿಗೆಯಾಗಿದೆ, ಅಷ್ಟು ಸಾಕು, ಬೇಕಾದರೆ, ನಿನ್ಮಗ, ನಿನ್ಮಗ್ಳು ಮದ್ವೆ ಅಯೋಜನೆ ನಮ್ದೇ ಇರಲೀ" ಎಂದಾಗ ಸಂಕೋಚದ ಮುದ್ದೆಯಾದ. ಸಂತೋಷ್‌ನ ಈ ಸ್ವಭಾವ ಎಲ್ಲ ಮೆಚ್ಚುತ್ತಿದ್ದರು. ಇದು ಅಪ್ಪನ ಬಳುವಳಿ. ಪಾರ್ಥಸಾರಥಿ ಸಾಮಾನ್ಯರಲ್ಲಿ ತೀರಾ ಸಾಮಾನ್ಯರಂತೆ ಬೆರೆತು ಹೋಗುತ್ತಿದ್ದರು. ಅದೊಂದು ದೈವದ ಕೊಡುಗೆಯೇನೋ?

"ಹಲೋ... ಬನ್ನಿ" ಎದುರು ಬಂದು ಸ್ವಾಗತಿಸಿ ಕರೆದೊಯ್ದರು. 'ನಯನತಾರ' ಮನೆಯಲ್ಲ, ದೊಡ್ಡ ಬಂಗ್ಲೇ. ರೆಡ್ಡಿಯ ಈ ಬಂಗ್ಲೆಯ ಕಾವಲಿಗೆ ನಾಲ್ಕು ನಾಯಿಗಳು ಇದ್ದವು. ಹಗಲ್ಲೆಲ್ಲ ಅವನ್ನ ಕಟ್ಟಿ ಹಾಕಿರುತ್ತಿದ್ದರು. ರಾತ್ರಿ ಮುಕ್ತ ಸಂಚಾರ. ಅಪರಿಚಿತರು ಗೇಟಿನೊಳಕ್ಕೆ ನುಸುಳುವಿಕೆಗೆ ಸಾಧ್ಯವಿರಲಿಲ್ಲ.

ದೊಡ್ಡ ಹಾಲ್‌ನಲ್ಲಿದ್ದ ಸೋಫಾ ಮೇಲೆ ಹೋಗಿ ಕೂತ. ಇಡೀ ಬಂಗ್ಲೆಯ ಒಳಭಾಗಕ್ಕೆ

ಮ್ಯೂಜಿಕ್ ಸಿಸ್ಟಮ್ ಅಳವಡಿಸಲಾಗಿತ್ತು. ಅದರ ಉಪಯೋಗ ಕಡಿಮೆಯೇ.

ಮೌನ ಇಂದು ಸೀರೆಯುಟ್ಟಿದ್ದಳು. ಸಾಧಾರಣ ಬಣ್ಣ, ಸಾಧಾರಣ ರೂಪು. ಆದರೆ ಅವಳ ಎತ್ತರದ ಮೈ ಮಾಟ, ಮುಖದ ಭಾವ ಆಕರ್ಷಣೀಯವಾಗಿತ್ತು. ತಾನೇ ಒಂದು ಟ್ರೈಹೊತ್ತು ತಂದು ಅವನ ಮುಂದಿಟ್ಟು "ಇವತ್ತು ಏನಾದ್ರೂ ತಿನ್ನಲೇಬೇಕು" ಇಂಥದೊಂದು ಒತ್ತಡವೇರಿಯೆ ಕೂತಿದ್ದು" ನೀವು ತಂದಿಟ್ಟಿರೋ ಐಟಂಗಳನ್ನೆಲ್ಲ ನೋಡಿದ ಕೂಡ್ಲೇ... ತಿಂದಷ್ಟೆ ತೃಪ್ತಿಯಾಗಿದೆ" ಎಂದ ಹಸನ್ಮುಖನಾಗಿ. ಬಲವಂತಕ್ಕೆ ಒಂದಿಷ್ಟು ತಿನ್ನಲೇಬೇಕಾಯಿತು. ತಿನ್ನುವುದಕ್ಕೆ ನಯನತಾರ ಮತ್ತು ಮೌನ ಜೊತೆಯಾದರು. ತಮಗೆ ಇಷ್ಟವೆನಿಸಿದ್ದೆಲ್ಲ ಫೋಟೋಗಳನ್ನು ತೋರಿಸಿ ಹೇಳಿದ ನಂತರ ನೋಡಿದ್ದ ಸಿ.ಡಿ.ಗಳಲ್ಲಿ ಕೆಲವು ಅಂಶಗಳ ಮೆಚ್ಚಿಗೆ ಸೂಚಿಸಿದ ನಂತರ ಅಮ್ಮನತ್ತ ನೋಡಿದಳು ಮೌನ.

"ಇನ್ನ, ನಿನ್ನ ಸಮಯ ಮುಗಿಯಿತು. ಇದು ನನ್ನ ಮ್ಯಾರೇಜ್ ಅನಿವರ್ಸರಿ, ಎಲ್ಲಾ ನನ್ನ ಪ್ರಕಾರ.. ತಾವಿನ್ನು ಹೋಗ್ಬಹುದು. ಎಂಟರ ಸುಮಾರಿಗೆ ಬಿ.ಪಿ. ಚೆಕ್ ಮಾಡಲು ಡಾಕ್ಟು ಬರ್ತಾರೆ. ಅಲ್ಲಿನವರ್ಗೂ ರೆಸ್ಟ್ ತಗೋ. ಇಲ್ಲೇ ಮಾತಾಡ್ತಾ ಕೂತಿದ್ದರೆ ಬಿ.ಪಿ. ಜಾಸ್ತಿಯಾಗುತ್ತೆ. ಆರಾಮಾಗಿ ನರ್ಸಿಂಗ್ ಹೋಂನಲ್ಲಿ ಆಡ್ಮಿಟ್ ಆಗ್ಬೇಕಾಗುತ್ತೆ" ಅಮ್ಮನನ್ನು ಕಳುಹಿಸಿದಳು. ಈ ಅರ್ಡರ್‌ನ ಆಕೆ ಓಕೆ ಮಾಡಲೇಬೇಕಿತ್ತು. "ನಾವು ಗಾರ್ಡನ್‌ನಲ್ಲಿ ಕೂತು ಮಾತಾಡೋಣ" ಮೇಲೆದ್ದು ಸರ್ವೆಂಟ್ಸ್‌ನ ಕರೆದು 'ಡಿಸ್ಟರ್ಬ್ ಮಾಡ್ಬೇಡಿ' ಎಂದು ಆಜ್ಞೆ ಮಾಡಿ ಸಂತೋಷ್‌ನೊಂದಿಗೆ ಹೆಜ್ಜೆ ಹಾಕಿದಳು.

ಅದ್ಭುತವಾದ ಗಾರ್ಡನ್. ವಿವಾಹದಲ್ಲಿ ರಿಸೆಪ್ಷನ್‌ನಲ್ಲಿ ಸಂಭ್ರಮಗೊಂಡ ಆರ್ಕಿಡ್ ಇಲ್ಲಿಗೆ ಅಲಂಕಾರ ಪ್ರಾಯವಾಗಿ ಬಂದಿತ್ತು. ನೋಟವರಿಸಿದವನ ಕಣ್ಣುಗಳಲ್ಲಿ ಆನಂದ ಅರಳಿತು "ಮೌನ, ನಿಮ್ಮ ಆರ್ಕಿಡ್ ಸಸ್ಯ ಉದ್ಯಾನದತ್ತ ನೋಟ ಹರಿಸಿ ಬರೋಣ. ಬ್ಯೂಟಿಫುಲ್, ಈ ಅರ್ಟಿಪಿಷಲ್ ಜಗತ್ತಿಗಿಂತ ನ್ಯಾಚುರಲ್ ಗಿಡ, ಹೂ ಕೊಡೋ ನೆಮ್ದಿ ಸಂತೋಷಾನೇ ಡಿಫರೆಂಟ್" ಎಂದ ಅತ್ತ ಹೆಜ್ಜೆ ಹಾಕುತ್ತ.

"ವೇದಗಳ ಕಾಲದಲ್ಲಿ ಆರ್ಕಿಡ್ ಹೂಗಳು ಇತ್ತು ಅನ್ನೋ ಸಂಶೋಧನೆ ನನ್ನ ಅತ್ತಿಗೆ ಜಾಹ್ನವಿಯದು. ರಾಮಾಯಣದ ಸೀತೆ ಕೂಡ ಈ ಹೂವನ್ನು ನೋಡಿ ಮೆಚ್ಚಿಕೊಂಡಿದ್ದಳಂತೆ. ಇದ್ನ ಹಿಂದೆ ಬೆಟ್ಟದ ಹೂವು ಅಥವಾ ಸೀತಾಳೆ ಹೂ ಅಂತ ಕರೀತಾ ಇದ್ದರಂತೆ. ನಿಮ್ಮ ವಿವಾಹದ ರಿಸೆಪ್ಷನಿಸ್‌ಗೆ ಈ ಹೂವುಗಳು ಅಲಂಕಾರಗೊಂಡವು. ಅಂದಿನಿಂದ ಈ ಸಸ್ಯ, ಹೂಗಳ ಬಗ್ಗೆ ಆಕೆಗೆ ಆಸಕ್ತಿ. ಅಂದಿನ ಕಲರ್‌ಫುಲ್ ಡೆಕೋರೇಷನ್ ಕ್ರೆಡಿಟ್ ನನ್ನ ಜಾಹ್ನವಿ ಅತ್ತಿಗೆಗೆ ಹೋಗ್ಬೇಕು. ತುಂಬ ಕ್ರಿಯೇಟಿವ್" ಅತ್ತಿಗೆಯನ್ನ ಹೊಗಳಿಕೊಂಡ ಅವ್ರ ಉತ್ಪೇಕ್ಷೆ ಮಾತುಗಳಾಗಿರಲಿಲ್ಲ.

ಇಬ್ಬರು ಅತ್ತ ಹೋದರು. ಬಟರ್‌ಫ್ಲೈ, ರೂಬಿ ಐಸ್ ಸೀಡ್ಲಿಂಗ್, ಲೇಡಿ ಸ್ಲಿಪರ್, ಕ್ಯಾಟ್ಲಿಯಾ ಮೋತ್, ಡ್ರಾಕುಲಾ ನಾನಾ ಜಾತಿಯ ಆರ್ಕಿಡ್ ಪ್ರಭೇದಗಳು ಇದ್ದವು. ಒಂದು ಅದ್ಭುತ ಸಂಗ್ರಹಣೆ, ಕಣ್ಣು ಅರಳಿಸುವಂತಿತ್ತು.

"ವಂಡರ್‌ಫುಲ್ ಮೌನ, ಗುಡ್ ಕಲೆಕ್ಷನ್... ನಯನತಾರ ಬಂಗ್ಲೆಗೆ ಇವು ಅಲಂಕಾರ ಪ್ರಾಯ. ಈಚೆಗೆ ಪಂಚತಾರ ಹೋಟೆಲ್, ಷೋರೂಮು, ಕಾರ್ಪೋರೇಟ್ ಆಫೀಸ್‌ಗಳಲ್ಲಿ

ಅಲಂಕಾರಿಕವಾಗಿ ಬಳಸ್ತಾರೆ. ಇದೊಂದು ಲಾಭ ತರುವ ಉದ್ಯಮವಾಗಿ ಪರಿಣಮಿಸಿದೆ" ಎಂದು ನುಡಿದ. ಎಲ್ಲೆಡೆ ಕಣ್ಣು ಹಾಯಿಸಿದ. ವಿವಿಧ ಮಾದರಿ ಹೂ, ಸಸ್ಯ ಸಮೂಹವೇ ಇಲ್ಲಿತ್ತು. "ನಯನತಾರ ಅವರಿಗೆ ಬೆಳಿಗ್ಗೆ, ಸಂಜೆ ಇಲ್ಲಿ ಬಂದು ಅಡ್ಡಾಡೋಕೆ, ಹೇಳಿ.... ನ್ಯಾಚುರಲ್ಲಾಗಿ ಬಿ.ಪಿ. ಕಡ್ಮೆಯಾಗಿ ಬಿಡುತ್ತೆ" ಎಂದ ಹಸನ್ಮುಖಿ.

"ನೋ ಇಂಟರೆಸ್ಟ್! ಬಂಗ್ಲೆ ಮುಂದಿನ ಗಾರ್ಡನ್‌ನಲ್ಲಿರೋ ಸಸ್ಯಗಳ ಬಗ್ಗೆ ಆಕೆಗೇನು ಗೊತ್ತಿಲ್ಲ. ನಮ್ಮ ಮಮ್ಮಿ ಹೈದರಾಬಾದ್‌ನ ರಂಗಾರೆಡ್ಡಿ ಹಳ್ಳಿಯವರು. ಅಂಥ ಎಜುಕೇಷನ್ ಏನಿಲ್ಲ. ನನ್ನ ಡ್ಯಾಡಿ ಕೂಡ ಅಂಥ ಎಜುಕೇಟೆಡ್ ಅಲ್ಲ. ಅಲ್ಲಿ ತೀರಾ ಸಾಮಾನ್ಯರಲ್ಲಿ.... ಸಾಮಾನ್ಯರಾಗಿದ್ದ ಜನ. ನನ್ನ ಮಮ್ಮಿ ಹೆಸರು ಮುತ್ತು ತಾಯಮ್ಮ . ತೀರಾ ಕಡಿಮೆ ನಾಲೆಜ್ಡ್‌ನ ಹೆಣ್ಣು. ಆಕೆಯನ್ನು ವಿವಾಹವಾದ ನಂತರವೇ, ಇಷ್ಟೆಲ್ಲ ಶ್ರೀಮಂತಿಕೆ ಬೆಳೆದಿದ್ದು. ಒಂದು ರೀತಿಯಲ್ಲಿ ನನ್ನ ಡ್ಯಾಡಿ ಪಾಲಿಗೆ ಅದೃಷ್ಟಲಕ್ಷ್ಮಿ. ಹೈ ಸೊಸೈಟಿಯ ಓಡಾಟದಲ್ಲಿ ನನ್ನ ಮಮ್ಮಿ ಮೇಲ್ಮುಖವಾಗಿ, ಒಂದಿಷ್ಟು ಬದಲಾಗಿದ್ದಾರೆ" ಎಂದು ಮುಕ್ತವಾಗಿ ಹೇಳಿಕೊಂಡಳು.

ಒಂದು ಕಡೆ ನೆರಳಿಗೆ ಕಮಾನುಗಳನ್ನು ನೆಟ್ಟು ಆಸನ ವ್ಯವಸ್ಥೆ ಮಾಡಿದ್ದರು. ಅಲ್ಲಿ ಬಂದು ಇಬ್ಬರು ಕೂತರು. ಕಲ್ಲಂಗಡಿ ಹಣ್ಣಿನ ಜ್ಯೂಸ್ ತಂದಿಟ್ಟು ಹೋದ ಸರ್ವೆಂಟ್.

"ತಗೊಳ್ಳಿ, ನನ್ನ ಸಲುವಾಗಿ ಸ್ವಲ್ಪ ಕುಡೀರಿ" ಎಂದು ಹಣ್ಣಿನ ರಸದ ಗ್ಲಾಸ್ ಎತ್ತಿಕೊಟ್ಟಳು. "ಓಕೆ, ಥ್ಯಾಂಕ್ಯೂ ನಿಮ್ಮ ಟ್ರೀಟ್‌ಮೆಂಟ್ ಜಾಸ್ತಿಯಾಯಿತು" ಎನ್ನುತ್ತಲೇ ಕುಡಿದಿಟ್ಟ ನಂತರ "ಇನ್ನು ಹೇಳಬಹುದಲ್ಲ!" ಕೇಳಿದ. ಮೌನ ಬಾಳಲ್ಲಿ ಯಾವ ಬಿರುಗಾಳಿಯು ಬರದೆ ಇರಲಿಯೆನ್ನುವುದು ಅವನ ಹಾರೈಕೆ.

"ನಂಗೆ ಹೇಗೆ ಶುರು ಮಾಡ್ಬೇಕು, ಹೇಗೆ ಮುಗ್ಸಬೇಕೂಂತ ತೋಚ್ತಾ ಇಲ್ಲ. ಮನಸ್ಸಿನಲ್ಲಿ ಚೆಲ್ಲಾಡಿದನ್ನ ನಿಮ್ಮ ಮುಂದೆ ಬಿಚ್ಚಿಡ್ತೀನಿ. ಹೇಗೆ, ಅರ್ಥೈಯಿಸಿಕೊಳ್ಳುತೀರೋ ಗೊತ್ತಿಲ್ಲ" ಹೇಳತೊಡಗಿದಳು. ಅಂಥ ದೊಡ್ಡ ಸಮಸ್ಯೆಗಳೇನು ಇರಲಿಲ್ಲ" ಚಂದ್ರು... ನನ್ನ ಸೋದರತ್ತೆಯ ಮಗ, ಇಲ್ಲೇ ತಂದಿಟ್ಕೊಂಡ್ ಬೆಳೆಸಿದ್ರು. ಕೆಲವೊಮ್ಮೆ ಕೋಪ ಬಂದಾಗ ಹೊಡೆದಿದ್ದಿದೆ. ಅವ್ನು ಮಾತ್ರ ಜೋರು ಮಾಡಿದ್ದದಿಲ್ಲ. ಅಲ್ಲಿ ಬಡತನ, ಇಲ್ಲಿ ಶ್ರೀಮಂತಿಕೆಯ ಜೀವನ, ಅವ್ನ ಹೆತ್ತವರು ಕರೆದರೂ ಊರಿನ ಕಡೆ ತಲೆ ಹಾಕಿದವನಲ್ಲ. ಅವನು ಪಿಯುಸಿ ದಾಟಿ ಇಂಜಿನಿಯರಿಂಗ್ ಸೇರ್ಕೊಂಡ್ಮೇಲೆ ಅಪ್ಪ ತನ್ನ ನಿರ್ಧಾರ ಪ್ರಕಟಿಸಿದರು. ನಂದು ದೊಡ್ಡ ರೀತಿಯ ಅನುಮೋದನೆಯಲ್ಲದಿದ್ದರೂ, ಬೇಡ ಎನ್ನುವುದಕ್ಕೆ ಕಾರಣವಿರಲಿಲ್ಲ. ಜೊತೆಗೆ ನನ್ನ ಡ್ಯಾಡಿನ ನಾನು ತುಂಬಾ ಪ್ರೀತಿಸ್ತೀನಿ. ಅವ್ರು ನನ್ನ ಸಲುವಾಗಿ ಪ್ರಾಣ ಕೋಡೋಕೆ ಕೂಡ ತಯಾರಾಗಿ ಬಿಡ್ತಾರೆ. ಬಹುಶಃ ನಾನು ಒಲ್ಲೆ ಅಂದು ಪಟ್ಟಾಗಿ ಕೂತಿದ್ದರೆ, ಅವ್ರು ಬಲವಂತ ಮಾಡಿದ್ದರೂ ನಿರಾಶರಾಗ್ತ ಇದ್ರು. ವಿವಾಹದ ನಂತರ ನನ್ನ ಹೊರ್ಗೆ ಕಳಿಸೋ ಇರಾದೆ ಅವ್ರಿಗೆ ಇರ್ಲಿಲ್ಲ. ಚಂದ್ರಶೇಖರ್ ಮನೆಯಲ್ಲೆ ಇರ್ತಾನೆ. ನನ್ನ ಕಾರುಬಾರುಗೂ ಅನ್ಕೂಲ ಅಂದ್ಕೊಂಡ್ರು. ನಂಗೂ ಸರಿ ಅನ್ನಿಸ್ತು. ಆದರೆ ದಾಂಪತ್ಯಕ್ಕೆ ಬೇಕಿರೋದು ಪ್ರೀತಿ, ಪ್ರೇಮವೇ ವಿನಃ ಅನುಕೂಲತೆ ಅಲ್ಲ ಅನ್ನಿಸಿದೆ. ನಮ್ಮಿಬ್ಬರ ನಡ್ವೆ ಎಲ್ಲಾ ಇದೆ, ಏನು ಇಲ್ಲ, ಬಹುಶಃ ನಾನು ಅವನನ್ನು ಪ್ರೀತಿಸಿರಲಿಲ್ಲ! ಈಗ ಮನಸ್ಸು ನಿರಾಕರಿಸ್ತ ಇದೆ! ಮುಖ ಕಂಡರೆ, ಸಿಡಿಮಿಡಿ ಗುಟ್ಬೋಂಗೆ ಆಗುತ್ತೆ.

ಇಂಥವನೊಂದಿಗೆ ಹೇಗೆ ಬಾಳ್ವೆ ಮಾಡೋದು? ಡೈವೋರ್ಸ್ ತಗೊಂಡ್.. ಬಿಡ್ಲಾ?" ಬೆಚ್ಚಿದ. ಅಂಥ ಸಮಸ್ಯೆ ಅವರಿಬ್ಬರ ನಡುವೆ ಏನಿದೆ? ಅವನ ಪ್ರಕಾರ ಏನು ಇರಲಿಲ್ಲ. ಆದರೆ ಒಂದಿಷ್ಟು ಬದಲಾವಣೆ ಬೇಕೆನಿಸಿತು ಅಷ್ಟೆ.

ಬಹಳ ಸಮಾಧಾನದಿಂದ ಎಲ್ಲವನ್ನು ಕೇಳಿದ್ದ "ಈಚೆಗೆ ಭೇಟಿಯಾದ ಒಬ್ಬ ವಕೀಲರು 'ಇತ್ತೀಚೆಗೆ ರಾಷ್ಟ್ರೀಯ ಮಟ್ಟದಲ್ಲಿ ನಡೆದ ಅಧ್ಯಯನದಲ್ಲಿ ಯುವತಿಯರೇ ವಿಚ್ಛೇದನಕ್ಕೆ ಅರ್ಜಿ ಸಲ್ಲಿಸುವ ಪ್ರಕರಣಗಳು ಹೆಚ್ಚಾಗಿದೆ. ಇದು ಬರೀ ಮೆಟ್ರೋನಗರಗಳಿಗೆ ಮಾತ್ರ ಸೀಮಿತವಾಗಿಲ್ಲ, ಸಣ್ಣ ಪುಟ್ಟ ನಗರಗಳಲ್ಲೂ ಈ ಟ್ರೆಂಡ್ ಹೆಚ್ಚಾಗಿದೆ ಎಂದರು. ಇದಕ್ಕೆ ದೊಡ್ಡ ಕಾರಣಗಳು ಇರಬಹುದು. ವಿಚ್ಛೇದನ ಬಿಟ್ಟು ಬೇರೆದಾರಿಯಿಲ್ಲ ಅನ್ನುವ ಹಂತಕ್ಕೆ ತಲುಪಿರೋದು ಬೆರಳೆಣಿಕೆಯಷ್ಟು ಮಾತ್ರ. ಮಿಕ್ಕಿದ್ದು... ಸಣ್ಣ ಪುಟ್ಟ ಕಾರಣಗಳಷ್ಟೆ. ಹೊಂದಾಣಿಕೆ ಮಾಡಿಕೊಳ್ಳಲಾರದಂಥವಲ್ಲ. ಆದರೂ ಡೈವೋರ್ಸ್‌ಗಾಗಿ ಕೋರ್ಟು ಮೆಟ್ಟಲೇರುತ್ತಾರೆ. ಇದರಿಂದ ಯಾರಿಗೆ ಸುಖ? ನಂತರವಾದರೂ ಸುಖಿಗಳಾಗಿರುತ್ತಾರಾ? ನೋ, ಅಲ್ಲಿ ಸಾಮರಸ್ಯದ ಕೊರತೆ. ಇಲ್ಲಿ ಕುಟುಂಬ ಕಲ್ಯಾಣಕ್ಕಿಂತ, ವೈಯಕ್ತಿಕ ಕಾರಣಗಳೇ ಅಧಿಕ, ನೀವು ಚಂದ್ರಶೇಖರ್‌ನ ಪ್ರೀತಿಸಿಲ್ಲ, ಪ್ರೀತಿಸ್ತಾ ಇಲ್ಲಾಂತ ಹೇಗೆ ಅಂದ್ಕೋತೀರಾ? ಕೆಲವು ದಿನ ಚಂದ್ರುಯಿಂದ ದೂರವಿದ್ದು... ಯೋಚ್ಸಿ... ಆಮೇಲೂ ಅವ್ನ ಜೊತೆ ಬಾಳ್ವೆ ಸಾಧ್ಯವಿಲ್ಲಾಂದರೆ, ರೆಡ್ಡಿಯವರು ಕುತ್ತಿಗೆ ಪಟ್ಟಿಹಿಡಿದು ಅಳಿಯನಿಂದ ಡೈವೋರ್ಸ್ ಕೊಡುಸ್ತಾರೆ" ಎಂದು ನಕ್ಕುಬಿಟ್ಟ. ಅದು ಸತ್ಯವೇ!

ಆಮೇಲೆ ಮತ್ತೆ ಇನ್ನೊಂದು ಗಂಟೆ ಮಾತಾಡಿದರು. ಚಂದ್ರಶೇಖರ್‌ನಲ್ಲಿ ಖಂಡಿತ ಯಾವುದೇ ನ್ಯೂನತೆ ಇರಲಿಲ್ಲ. ಮನೆಯಲ್ಲೇ ರೆಡ್ಡಿಯವರ ಕೃಪಾಶೀರ್ವಾದದಿಂದ ಬೆಳೆದವ. ತಾನು ಅವನಿಗಿಂತ ತೀರಾ ಎತ್ತರದಲ್ಲಿರುವವನೆಂಬ ಮನೋಭಾವ ಅವಳಲ್ಲಿ ಅಂತರಂಗಿಕವಾಗಿ ಬೆಳೆದಿತ್ತು. ಸಮನ್ವಯ ಸಾಧಿಸಲು ಇದೇ ಅಡ್ಡಿಯಾಗಿದ್ದು.

ಹೊರಡೋಕೆ ಮುನ್ನ ಅವಳಿಗೆ ಒಂದು ಮಾತು ಹೇಳಿದ "ಜೊತೆಯಲ್ಲಿ ಸುತ್ತಾಡುವಾಗ ಅರ್ಥವಾಗದ ಸಣ್ಣಪುಟ್ಟ ಗುಣಗಳು, ಮತ್ತು ಅದರಲ್ಲಿ ದೋಷ ಕಾಣದವು ವಿವಾಹದ ನಂತರ ಭೂತಗನ್ನಡಿ ಹಿಡಿದಂತೆ ದೊಡ್ಡದಾಗಿ ಕಾಣುತ್ತೆ. ಭಿನ್ನಾಭಿಪ್ರಾಯಗಳ ಜೊತೆಯಲ್ಲಿ ಶೈಕ್ಷಣಿಕ ಹಿನ್ನೆಲೆ, ಸೋಷಿಯಲ್ ಸ್ಟೇಟಸ್, ಆರ್ಥಿಕಮಟ್ಟ, ನಡವಳಿಕೆ, ಅಭಿರುಚಿಗಳು ತೀರಾ ಬೇರೆಯೆನಿಸಿ ಪ್ರೀತಿಯೆಂದುಕೊಂಡಿದ್ದು ಬೊಗಳೆಯೆನಿಸುತ್ತೆ. ಜೊತೆ ಜೊತೆಯಾಗಿ ಔಟ್ ಗೋಯಿಂಗ್, ಸಿನಿಮಾ, ಮಾಲ್, ಪ್ರವಾಸ ಎಲ್ಲಾ ಅರ್ಥಹೀನವಾಗುತ್ತೆ. ವೈರುಧ್ಯಗಳಿರುತ್ತೆ. ಆದರೆ ಪರಸ್ಪರ ಅರ್ಥಮಾಡಿಕೊಂಡು ಹೊಂದಾಣಿಕೆಯಲ್ಲಿ ಬಾಳುವುದರಲ್ಲಿಯೇ ವೈವಾಹಿಕ ಜೀವನದ ಯಶಸ್ಸು ಅಡಗಿದೆ" ಸೂಕ್ಷ್ಮತೆಗಳನ್ನು ವಿವರಿಸಿದ. ಹೊರಡುವಾಗ ಒಂದು ರೀತಿಯ ಭರವಸೆ ತುಂಬಿದ.

ಮೌನ ಸುಮ್ಮನೆ ಮೌನವಾಗಿ ಕೂತಳು. ಚಂದ್ರಶೇಖರ್‌ನೊಂದಿಗೆ ಸಾಕಷ್ಟು ಸುತ್ತಾಡಿದ್ದಳು. ಕಿತ್ತಾಡಿದ್ದಳು. ಪ್ರತಿ ಸಲವು ಅವಳದೇ ಮೇಲುಗೈ ಅವಳದೇ ತಪ್ಪಾದರೂ ತಾನು ನಿಶ್ಚಿಂತೆಯಿಂದ ಸೋಲೊಪ್ಪಿಕೊಂಡು ಬಿಡುವುದು ಅವನ ಅಭ್ಯಾಸವಾಗಿತ್ತು. ಅದಕ್ಕೆ ಕಾರಣಗಳು ಬೇಕಾದಷ್ಟು

ಇದ್ದವು.

"ಸಂತೋಷ್ ಹೊರಟ್ರಾ?" ನಯನತಾರ ಬಂದು ವಿಚಾರಿಸಿದರು. "ಹ್ಞಾ, ಹೋದ್ರು, ನಾನು ಎಲ್ಲಾ ಹೇಳಿ ಮುಗ್ಸಿದ್ದೀನಿ. ಮತ್ತೆ... ಮತ್ತೆ.. ಹೇಳಿ ತಲೆ ಬಿಸಿ ಮಾಡೋದು ಬೇಡ. ಇಲ್ಲಿ ಸ್ವಲ್ಪ ಕೂತ್ಕೋ" ಎಂದು ಅಮ್ಮನನ್ನು ಕೂಡಿಸಿಕೊಂಡು "ಡ್ಯಾಡಿನ ಕಂಡರೆ ಈಗ್ಲೂ ನಿಮ್ಗೇ ಪ್ರೀತಿ ಇದ್ಯಾ?" ಇವಳ ಕೇಳುವಿಕೆಗೆ ಆಕೆ ಬೆಚ್ಚಿ ಕೆನ್ನೆಗೆ ಹಾಕಿಕೊಂಡು "ಅದೇನು ಈ ತರಹ ಕೇಳ್ತೀಯಾ? ಒಬ್ಬರ ಮೇಲೊಬ್ಬರಿಗೆ ಪ್ರೀತಿ ಇಲ್ದೇ ಸಂಸಾರ ಮಾಡೋಕ್ಕಾಗುತ್ತ? ಏನೇನೋ ಮಾತಾಡ್ತೀ" ಕೆಂಪಗಾಗಿ ಎದ್ದು ಹೋದಾಗ ಕಣ್ಣರಳಿಸಿದಳು. ಅವಳೆಂದು ಈ ತರಹ ಯೋಚಿಸಿದವಳೇ ಅಲ್ಲ. ದಾಂಪತ್ಯಕ್ಕೆ ಬೇಕಾಗಿರೋದು ಪ್ರೀತಿ, ಗೌರವ.

* * *

ಆ ರಾತ್ರಿ ಡಿನ್ನರ್ ನಂತರ ಮೇಲಿನ ಬಾಲ್ಕನಿಗೆ ಸಂತೋಷ್‌ನನ್ನು ಕರೆದೊಯ್ದ ಪಾರ್ಥಸಾರಥಿ ಕೂತ್ಕೋ, ಸಮಸ್ಯೆ ಜಟಿಲವಾಗೋಕೆ ಮೊದ್ಲೇ ಪರಿಹರಿಸ್ಕೋಬೇಕು. ಮೊಬೈಲ್‌ನಲ್ಲಿ ನನ್ನೊಂದಿಗೆ ಪ್ರಸ್ತಾಪಿಸಿದ ನಿಹಾರಿಕ, ಮನೆ ಮತ್ತು 'ಸಾರಥಿ ಇವೆಂಟ್' ಪೂರ್ತಿ ಡ್ಯಾಕ್ಯುಮೆಂಟ್ಸ್ ತಗೊಂಡ್ಹೋಗಿ ಬ್ಯಾಂಕ್‌ನಲ್ಲಿ ತೋರ್‍ಸಿದ ನಂತರ ಒಂದು ಸಂಪೂರ್ಣ ಚಿತ್ರ ಸಿಗುತ್ತೆ. ಸಿಗಬಹುದಾದ ಹಣ ಬಿಟ್ಟು ಉಳಿದ ಅಮೌಂಟ್ ಹೇಗೆ ಹೊಂದಿಸಬೇಕೆಂದು ಯೋಚ್ಸಬಹ್ದು' ಅಂದಳು. ನಂಗೆ ತಕ್ಷಣಕ್ಕೆ ಏನು ಹೇಳೋಕ್ಕಾಗಿಲ್ಲ. ಬಿಜಿ ಇದ್ದೀನಿ ಅಂತ ಕಾಲ್ ಕಟ್ ಮಾಡ್ದೇ. ಬಹುಶಃ ರೂಮಿನಲ್ಲಿ ಹೊಯ್ದಾಡುತ್ತಿದ್ದ ಬೆಂಕಿ ಈಗ ಇವೆಂಟ್‌ನ ಛೇಂಬರ್‌ಗೂ ಬಂದಿದೆ. ನಂಗೇನು ತೋಚ್ತಾ ಇಲ್ಲ. ಹೇಗೆ ಇವಳ್ನ ಕನ್ವಿನ್ಸ್ ಮಾಡೋದು?" ತೀರಾ ರಿಸ್ಕ್‌ಗೆ ಸಿಕ್ಕಿಕೊಂಡಂತೆ ನುಡಿದರು. ಅವನಿಗೂ ಏನು ಹೇಳಬೇಕೆಂದು ತಿಳಿಯಲಿಲ್ಲ ಯೋಚಿಸುತ್ತ ಕೂತ. ಪಾರ್ಥಸಾರಥಿ ತೀರಾ ಎಮೋಷನ್‌ಗೆ ಒಳಗಾಗಿದ್ದರು.

"ಒಮ್ಮೆ ಶಾಂಭವಿ, ಈಶ್ವರ್‌ನ ಕನ್‌ಸಲ್ಟ್ ಮಾಡೋಣಾಂತ ಅಂದ್ಕೊಂಡಿದ್ದೀನಿ. ಅವ್ರಿಗೆ ಮೊದ್ಲೇ ಎಲ್ಲಾ ತಿಳಿಸಿದ್ವಿ. ಅವ್ರು ಒಪ್ಪೋದರ ಜೊತೆಗೆ ನಿಮ್ಮ ಸೊಸೆ ಆಗೋಕೆ ನಿಹಾರಿಕ ತುದಿಗಾಲಲ್ಲಿ ನಿಂತಿದ್ದಾಳೆ. ಅವ್ಳು ತೀರಾ ಆದರ್ಶ ಹಚ್ಕೊಂಡ ಹುಡ್ಗಿ. ನೀವೇನು ಯೋಚ್ನೇ ಬೇಡ. ಅವ್ಳು ಸಾಫ್ಟ್‌ವೇರ್ ಇಂಜಿನಿಯರ್ ಕೆಲ್ಸ ಸಿಕ್ಮೇಲೆ ನಿಮ್ಮ ಕುಟುಂಬಕ್ಕೆ ಫೈನ್ಯಾಷಿಯಲಾಗಿ ಸಪೋರ್ಟ್ ಮಾಡ್ತಾಳೆ" ಅಂದಿದ್ರು. ಈ ಬಗ್ಗೆ ಅವ್ರ ಅಭಿಪ್ರಾಯ ಕೇಳ್ಬೇಕು. ಮಗಳಿಗೆ ಬುದ್ಧಿ ಹೇಳ್ಬಹ್ದು" ಎಂದರು.

ಸಂತೋಷ್ ಚಡಪಡಿಸಿದ. ಡೈವೋರ್ಸ್ ಅನ್ನೋ ಪದ ಮಾಮೂಲಾಗಿದ್ದರು, ಆ ಬಗ್ಗೆ ಯೋಚಿಸಿರಲಿಲ್ಲ.

"ಅಪ್ಪ ನಾನು ನಿಹಾರಿಕ ಹತ್ರ ಒಂದ್ಸಲ ಮಾತಾಡ್ತೀನಿ. ಆಮೇಲೆ ಬೇಕಾದರೆ ಅವರೊಂದಿಗೆ ಮಾತಾಡಬಹುದು" ಎಂದವನ ದನಿಯಲ್ಲಿ ಉತ್ಸಾಹವೇನಿರಲಿಲ್ಲ "ಸದ್ಯಕ್ಕೆ ಅಮ್ಮನ ಹತ್ರ ವಿಷ್ಯದ ಪ್ರಸ್ತಾಪ ಬೇಡ. ಮನೆ ಮೇಲೆ ಲೋನ್ ತೆಗ್ಯೋ ಅಧಿಕಾರ ನಮ್ಗಿಲ್ಲ ಇನ್ನ ಇವೆಂಟ್ ಇಂಪಾಜಿಬಲ್... ಯೋಚ್ಸೋಕ್ಕಾಗೋಲ್ಲ. ಇನ್ನಷ್ಟು 'ಸಾರಥಿ ಇವೆಂಟ್'ನ ವಿಸ್ತರಿಸೋ ಯೋಜನೆ ಇದೆ. ಆಗ ಸಾಲ ಮಾಡೋದು ಅನಿವಾರ್ಯ. ನಿಯಾಸ್ ಅಪಾರ್ಟ್‌ಮೆಂಟ್

ಸದ್ಯಕ್ಕೆ ಅನಿವಾರ್ಯವಲ್ಲ. ಮತ್ತೆ ಏನಾದ್ರೂ ಪ್ರಸ್ತಾಪ ಮಾಡಿದರೆ, ಇದನ್ನೇ... ಹೇಳಿ" ಎಂದು ಮೇಲೆದ್ದಾಗ ಮಗನ ಭುಜದ ಮೇಲೆ ಕೈಯಿಟ್ಟ ಪಾರ್ಥಸಾರಥಿ "ದುಡುಕಬೇಡ.. ಇಡೀ ಜಗತ್ತೆ ಬೆಚ್ಚಿ ಬೆರಗಾಗುವ ಶ್ರೀಮಂತ ಸಂಸ್ಕೃತಿ ನಮ್ದು... ಅದರಲ್ಲಿ ವಿವಾಹ ಪದ್ಧತಿ, ನಂತರ ದಂಪತಿಗಳ ಅದ್ಭುತ ಸಾಂಗತ್ಯ. 'ನಾ ನಿನಗೆ ನಿ ನನಗೆ' ಎನ್ನುವ ಷರತ್ತುರಹಿತ ವಿವಾಹವೆನ್ನುವ ಸಾಮಾಜಿಕ ವ್ಯವಸ್ಥೆ ಬದುಕನ್ನು ಮಾತ್ರವಲ್ಲ ಸಮಾಜವನ್ನು ಕೂಡ ಸುಂದರಗೊಳಿಸಿದೆ. 'ಪತಿಯೇ ದೈವ' ಎನ್ನುವ ಭಾವವಿದ್ದರೂ ಇಂದು ಪರಸ್ಪರ ಗೌರವಿಸಲ್ಪಡಬೇಕು. ಸಾರಿ, ಇಷ್ಟೆಲ್ಲ ಹೇಳೋಕೆ ಬೇಸರವೆ. ನಿಮ್ಮಿಬ್ಬರಲ್ಲಿ ಸಾಮರಸ್ಯ, ಅನ್ಯೋನ್ಯತೆನ ಇಡೀ ಕುಟುಂಬ ಬಯಸುತ್ತೆ" ಎಂದರಷ್ಟೆ. ಆ ದನಿಯಲ್ಲಿ ಅಪಾರವಾದ ನೋವಿತ್ತು. ತುಟಿಯಂಚಿನಲ್ಲಿ ಮುಗಳ್ನಗು ಹರಿಸಿ ಕೆಳಗಿಳಿದು ಬಂದವನ ಎದುರಿಗೆ ಬಂದ ಜಾಹ್ನವಿ ತಟ್ಟನೆ ಅವನ ಕೈಹಿಡಿದುಕೊಂಡಳು.

"ಅತ್ತಿಗೆ ಏನಾಯ್ತು? ಎನಿ ಪ್ರಾಬ್ಲಮ್?" ಸ್ವಲ್ಪ ಗಾಬರಿಯಿಂದಲೇ ಕೇಳಿದ "ಪ್ಲೀಸ್, ಸ್ವಲ್ಪ ಬಾ "ಹೊರಗಿನ ಬಾಲ್ಕನಿಗೆ ಕರೆದೊಯ್ದು" ಅಣ್ಣ ನಾರ್ಮಲ್ ಆಗಿದ್ದಾನಾ?" ಗಾಬರಿಯಾದ.

ಜಾಹ್ನವಿ ಅಲ್ಲಿದ್ದ ಬೆತ್ತದ ಛೇರ ಮೇಲೆ ಕೂತನಂತರವಷ್ಟೆ ಸುಧಾರಿಸಿಕೊಂಡಿದ್ದು "ಏನು ತಿಳ್ಕೋಬೇಡ, ನನ್ನ ಸ್ವಾರ್ಥಿ ಅಂಥ ತಿಳ್ಕೊಂಡರೂ ಪರ್ವಾಗಿಲ್ಲ. ಹೊಸ ಜೋಡಿ ಹೊರ ಹೋಗಿ ತಮ್ಮ ಸಂಸಾರಗಳ್ನ ಕಟ್ಟಿಕೊಳ್ಳೋದು, ಬದ್ಕನ್ನು ರೂಪಿಸಿಕೊಳ್ಳೋದು ಹೊಸ ವಿಚಾರವಲ್ಲ. ಆದರೆ ಸಂತೋಷ್ ನೀನೇನಾದ್ರೂ ಹೊರ್ಗೆ ಹೋದರೆ, ಮನೆ ಪೂರ್ತಿ ಕತ್ತಲೆಮಯವಾಗಿ ಬಿಡುತ್ತೆ. ಕತ್ತಲೆಯ ನಡ್ವೆ ಹೇಗೆ ಬದುಕೋದು? ಅತ್ತೆ ಒಳಗೊಳಗೆ ಕೊರಗೋಕೆ ಶುರು ಮಾಡಿದ್ದಾರೆ. ನಿಮ್ಮಣ್ಣ ಅಂತರ್ಮುಖಿ ಆಗೋಕೆ ಶುರು ಮಾಡಿದ್ದಾರೆ" ಆಕೆಯ ಕಣ್ಣಂಚಿನಿಂದ ಕಂಬನಿ ಕೆನ್ನೆಯ ಮೇಲೆ ಇಳಿದಾಗ ಸಂತೋಷ್ ಪೂರ್ತಿ ಸುಸ್ತಾದ.

"ಅಬ್ಬಬ್ಬ.... ಏನೇನು ಕಲ್ಪನೆಗಳು! ಅಂಥದೇನು ಆಗೋಲ್ಲ. ಅದ್ನೇ ಸೂಕ್ತ ಸಮಯ ನೋಡಿ ಅಣ್ಣನಿಗೆ ಹೇಳಿ ಮೇಡಮ್" ಕೈಹಿಡಿದು ಎಬ್ಬಿಸಿ "ನೀವು ಇವೆಲ್ಲ ಬಿಟ್ಟು, ನಿಮ್ಮ ಆರೋಗ್ಯದ ಕಡೆ ಗಮನಹರಿಸಿ" ಎಂದು ಎಬ್ಬಿಸಿಕೊಂಡು ಬಂದ.

ರೂಮಿಗೆ ಬಂದಾಗ ನಿಹಾರಿಕ ಇನ್ನು ಎದ್ದೇ ಇದ್ದಳು. ಜಾಹ್ನವಿಯನ್ನು ಕಂಡರೆ ಅವಳಿಗೆ ಸಿಡುಕಬೇಕೆನಿಸುತಿತ್ತು. ಮನೆಯವರೆಲ್ಲರ ಪ್ರೀತಿಗೆ ಪಾತ್ರಳಾಗಿದ್ದವಳಲ್ಲಿ ಅಂಥದ್ದು ಏನಿದೆ?

"ನಾನು ಬಂದಿದ್ದೆ. ಏನೋ ಡಿಸ್‌ಕಷನ್ ನಡೀತಾ ಇತ್ತು. ನಮ್ಗೆ ಪ್ರವೇಸಿನೆ ಇಲ್ಲ" ಗೊಣಗಿದಳು. ಅದಕ್ಕೆ ಉತ್ತರ ಹೇಳಬೇಕೆನಿಸಲಿಲ್ಲ. "ನಿಯಾಸ್ ಬಿಲ್ಡರ್ ಕಾಲ್ ಮಾಡಿದ್ದ. ನೂರೆಂಟು ತರಲೆ ಮಾತಾಡ್ತಾನೆ. ಮೊದ್ಲು ಅವ್ನ ಹಣದ ಚುಕ್ತಾ ಮಾಡಿ ರಿಜಿಸ್ಟ್ರೇಷನ್ ಮಾಡ್ಸಿಕೊಳ್ಳಬೇಕು" ಎಂದಳು ಬಾಡಿಲೋಷನ್ ಹಚ್ಚಿಕೊಳ್ಳುತ್ತ. ಈ ಮಾತುಗಳಿಗೆ ಕೊನೆಯಾಡಬೇಕೆಂದೇ ತೀರ್ಮಾನಿಸಿಕೊಂಡಿದ್ದ ಸ್ವಲ್ಪ ತಾಳ್ಮೆವಹಿಸಿದ "ಅದಕ್ಕೊಂದು ಕೊನೆಯಾಡಲೇಬೇಕು. ರಮ್ಯವಾಗಬಹುದಾದ ರಾತ್ರಿಗಳೆಲ್ಲ... ಕಹಿಯಾಗತೊಡಗಿದೆ. ಒಂದತ್ತು ನಿಮಿಷ ಸಮಯ ಕೊಡು" ಬಟ್ಟೆ ಬದಲಾಯಿಸಿ ಬಂದವ ಅವಳ ಎದುರು ಕೂತ.

"ನಿಹಾರಿಕ ಅರ್ಥಮಾಡ್ಕೋ ನಮ್ಮಿಂದ ಹಣ ಹೊಂಚೋಕೆ ಸಾಧ್ಯವಿಲ್ಲ. ಇನ್ನ ಈ ಪ್ರಸಕ್ತಿಯನ್ನು ಎಳೆಯೋದ್ಬೇಡ. ಇಲ್ಲಿಗೆ ಕೈ ಬಿಡು. ಇನ್ನಷ್ಟು ಅನ್ಕೂಲ ಸ್ಥಿತಿಗೆ ಬಂದಾಗ ಪ್ಲಾಟ್

ಕೊಂಡ್ಕೋಬಹ್ದು. ನಿನ್ನ ಸಂಬಳದ ಹಣವನ್ನು ಬ್ಯಾಂಕ್‌ನಲ್ಲಿರಿಸಿ ಒಟ್ಟು ಮಾಡು" ಎಂದ ಬಹಳ ನಿಧಾನವಾಗಿ ಸಾಂತ್ವಾನಿಸುವಂತೆ. ಈಗಾಗಲೇ ಡೈವೋರ್ಸ್ ಅನ್ನೋ ಪದದ ಪ್ರಯೋಗವಾಗಿತ್ತು ಅವಳ ಬಾಯಿಂದ.

"ನೋ ಸಂತೋಷ್! ನನ್ನ ಪೇರೆಂಟ್ಸ್ ಆ ಪ್ಲಾಟ್ ಕೊಂಡು ಹನ್ನೊಂದು ವರ್ಷವಾಗಿತ್ತು. ಒಂದರ್ಥದಲ್ಲಿ ನನ್ನ ಬೆಳವಣಿಗೆಗೆ ಸೋಫಿಸಿಕ್ಕೆಂಟ್ ವಾತಾವರಣದಲ್ಲಿಯೆ. ನಾವಿಬ್ರೂ ಅಲ್ಲೇ ಇರ್ಬೇಕು. ನಿಮ್ಮಿಂದ ಅದು ಗಿಫ್ಟ್ ಆಗಿ ಬರಲೀ" ಹಟದಿಂದ ಹೇಳಿದಾಗ ಅವಳ ಮೂರ್ಖತನಕ್ಕೆ ರೋಸಿದ. ಈತ್ತೀಚೆಗೆ ನೇಣು ಹಾಕಿಕೊಂಡು ಬೇರೆ ಬೇರೆ ರೀತಿಯಲ್ಲಿ ಆತ್ಮಹತ್ಯೆ ಮಾಡಿಕೊಳ್ಳುತ್ತಿರುವ ವಿವಾಹಿತ ಹೆಣ್ಣುಗಳ ಮೂರ್ಖತನದ ಅನಾವರಣವಾಗುತ್ತಿತ್ತು ಮಾಧ್ಯಮಗಳಲ್ಲಿ ಯಾವುದೇ ಅನಾಹುತ ಬೇಡವೆನಿಸಿ" ಇಂಪಾಜಿಬಲ್, ಅಷ್ಟು ಬೆಲೆ ಬಾಳೋ ಗಿಫ್ಟ್ ಕೊಡೋಕೆ ಸಾಧ್ಯವಿಲ್ಲ ಎಂದು ತಿಳಿಸಿ ಹೇಳಿದ. ಅವಳು ಸಹನೆ ಕಳೆದುಕೊಂಡಳು.

ಮೊದಲ ಸಲ ರೂಮಿನಿಂದ ಹೊರಗಡೆಗೆ ಕೇಳಿಸುವಂತೆ ಕೂಗಾಡಿದಳು. ಎಲ್ಲಾ ಎಸೆದಾಡಿದ್ದು ರೋಷದಿಂದ ಹೇಗೆ ಸಂತೈಸುವುದೋ ಗೊತ್ತಾಗಲಿಲ್ಲ. ಮೌನ ಒಂದು ರೀತಿಯ ಹೇಡಿತನವೆನಿಸಿಕೊಳ್ಳಬಹುದು. ದೈಹಿಕವಾಗಿ ಹಿಂಸೆ ಅಲ್ಲದಿರಬಹುದು, ಮಾನಸಿಕವಾಗಿ ಕೊಡುತ್ತಿರುವ ಹಿಂಸೆ ಯಾವ ಹಿಂಸೆಗೂ ಕಡಿಮೆ ಇಲ್ಲವೆನಿಸಿತು.

ಗಂಡು ಇಂಥ ಸಮಯದಲ್ಲಿಯೆ ತಾಳ್ಮೆ ಕಳೆದುಕೊಂಡು ಅಪರಾಧಿಯಾಗುವುದು! ಕಟ್ಟಿಕೊಂಡವನನ್ನು ಮಾನಸಿಕವಾಗಿ ಚಿತ್ರಹಿಂಸೆ ಮಾಡೋ, ಒಂದು ವಿಧಾನದಲ್ಲಿ ಬಹುಶಃ ಮೊದಲನೆಯದು ಇರಬೇಕೆಂದುಕೊಂಡ! ಕೋಪದ ನಂತರ ಕಣ್ಣೀರು ಆ ವೇಳೆಗೆ ರೂಮಿನ ಬಾಗಿಲು ಬಡಿದಂತಾಯಿತು ಹೊರಗೆ ಬಂದ.

"ಜೋಸೆಫ್‌ಗೆ ಹಾರ್ಟ್ ಅಟ್ಯಾಕ್ ಆಗಿದೆ" ಎಂದ ಆನಂದ್. ಒಂದು ರೀತಿಯ ಬಿಡುಗಡೆಯ ಭಾವ. ಸಂತೋಷ್ ರೂಮಿನಿಂದ ಹೊರಗೆ ನಡೆದ "ಅಂಬ್ಯುಲೆನ್ಸ್‌ಗೆ ಫೋನ್ ಮಾಡಿದೆ ಅಪ್ಪ ಅಲ್ಲೇ ಇದ್ದಾರೆ" ಎಂದಾಗ ಇಬ್ರೂ ಕೂಡಿಯೆ ಹೊರ ಹೋಗಿದ್ದು. ಜಾಹ್ನವಿ ಮಾತ್ರ ಬಾಲ್ಕನಿಯಲ್ಲಿದ್ದ ಬೆತ್ತದ ಛೇರ್ ಮೇಲೆ ಕೂತಿದ್ದಳು. "ಹೋಗಿ ನಿಶ್ಚಿತಾನ ನೋಡು" ಎಂದ ಆನಂದ್. ಅಣ್ಣ, ತಮ್ಮ ಧಾವಿಸಿದರು ಎದುರು ಮನೆಗೆ. ವಯಸ್ಸಾದ ದಂಪತಿಗಳ ವಾಸ ಎರಡು ಮನೆಗಳ ನಡುವೆ ಸ್ನೇಹಪರ ಬಾಂಧವ್ಯ ಇತ್ತು. ಎಲ್ಲಕ್ಕಿಂತ ಹೆಚ್ಚಾಗಿ ಮಾನವೀಯತೆಗೆ ಮಿಡಿಯುವ ಹೃದಯ ಪಾರ್ಥಸಾರಥಿಯವರದು. ಯಾರದೇ ಕಷ್ಟಕ್ಕೂ ಸೈ ಎಂದು ಬಿಡುವಷ್ಟು ಧಾರಾಳ. ಅವರ ಪ್ರಕಾರ ಮಾನವೀಯತೆ ಶ್ರೇಷ್ಠ.

ಪ್ರಥಮ ಚಿಕಿತ್ಸೆ ನೀಡುತ್ತಿದ್ದ ಪಾರ್ಥಸಾರಥಿ "ಅಂಬ್ಯುಲೆನ್ಸ್ ಬಂದಂಗಿದೆ, ನೋಡಿ" ಎಂದರು. ಹತ್ತೇ ನಿಮಿಷದಲ್ಲಿ ಜೋಸೆಫ್‌ನ ಅಂಬ್ಯುಲೆನ್ಸ್‌ಗೆ ಸಾಗಿಸಿದ್ದಾಯಿತು.

"ಆನಂದ್, ಅವ್ರ ಮಕ್ಕಳಿಗೆ ವಿಷ್ಯ ತಿಳ್ಸು. ನಾನು, ಸಂತೋಷ್ ಜೊತೆಯಲ್ಲಿ ಹೋಗ್ತೀವಿ" ಎಂದು ಅಂಬ್ಯುಲೆನ್ಸ್ ಹತ್ತಿಕೊಂಡಾಗ ಅವರ ಮಿಸಸ್‌ನ ಅಲ್ಲೇ ಉಳಿಸಿಕೊಂಡರು. ಮಕ್ಕಳನ್ನು ಸಂಪರ್ಕಿಸಿ ಆನಂದ್ ವಿಷಯ ತಿಳಿಸಿದಾಗ "ನಾವು ಈಗ ಹೊಸ ಪ್ರಾಜೆಕ್ಟ್‌ನಲ್ಲಿ ಕೆಲ್ಸ ಮಾಡ್ತಾ ಇರೋದು. ರಜ ಸಿಗೋಲ್ಲ. ಹಣ ಕಳುಸ್ತೀವಿ. ಹೇಗಾದ್ರೂ ಮ್ಯಾನೇಜ್ ಮಾಡ್ಕೋ" ಇಬ್ಬರು

ಮಕ್ಕಳು ಸೊಸೆಯರದು ಇದೇ ಅಭಿಪ್ರಾಯ. ಜೋಸೆಫ್ ಮಿಸಸ್ ತುಟಿ ಕಚ್ಚಿ ಅಳು ನುಂಗಿದರು. ಆನಂದ್ ಸಮಾಧಾನ ಮಾಡಿ ಮನೆಗೆ ಕರೆತಂದ.

"ಜಾಹ್ನವಿ, ಆಂಟೀಗೆ ನೀರು ಕೊಡು. ಕುಡಿಯಲಿಕ್ಕೆ ಬಿಸಿಯಾಗಿ ಏನಾದ್ರೂ ಮಾಡಿಕೊಂಡು" ಎಂದು ರೂಮಿಗೆ ಹೋದ ಅವನ ಹೃದಯದ ಬಡಿತದಲ್ಲೂ ಏರುಪೇರಾಗಿತ್ತು" ಬೈಪಾಸ್ ಸರ್ಜರಿ ತಾತ್ಕಾಲಿಕ ಉಪಶಮನ. ಆಂಜಿಯೋಪ್ಲಾಸ್ಟಿಯು ಅಷ್ಟೆ. ಇದು ಅವನು ಆಂಜಿಯೋಪ್ಲಾಸ್ಟಿ ಮಾಡಿಸಿದಾಗಲೇ ಗೊತ್ತಾಗಿತ್ತು. ಆ ನಿರಾಸೆಯನ್ನು ಬದಲಾಯಿಸಿದ್ದು ಜಾಹ್ನವಿ" ಹೌದು, ಅದಕ್ಕೆ ಬೇಕಾಗಿರೋದು ನಮ್ಮ ಜೀವನ ಶೈಲಿ. ಯೋಗ ನಿಮ್ಮ ಆರೋಗ್ಯವನ್ನು ಸುಧಾರಿಸುತ್ತೆ, ಯೋಗ ಎಂದರೆ ಗೊಂದಲಮಯ ಮನಸ್ಸನ್ನು ತಿಳಿಗೊಳಿಸುವುದು, ಯೋಗ, ಯಮ, ನಿಯಮ, ಅಸನ, ಪ್ರಾಣಾಯಾಮ, ಪ್ರತ್ಯಾಹಾರಧಾರಣ, ಧಾನ್ಯ ಮತ್ತು ಸಮಾಧಿ ಪುರಾತನ ಸನಾತನ ಧರ್ಮದಿಂದ ಬದುಕುವ ಪರಿ. ಇದು ಅಂತರಂಗ ಬಹಿರಂಗ ಶುದ್ಧ ಮಾಡುತ್ತೆ. ಅಟೋಮ್ಯಾಟಿಕ್ ಆಗಿ ಡಿಪ್ರೆಶನ್, ಸ್ಟ್ರೆಸ್ ಎರಡನ್ನು ಕಮ್ಮಿ ಮಾಡೋದರಿಂದ ಆರೋಗ್ಯ ಸುಧಾರಿಸುತ್ತೆ. ಆಯಸ್ಸು ಹೆಚ್ಚಾಗುತ್ತೆ" ಎಂದು ಅವನಲ್ಲಿ ಚೈತನ್ಯ ತುಂಬಿ ಇಡೀ ಅವನ ಜೀವನ ಶೈಲಿಯನ್ನು ಬದಲಾಯಿಸಿದ ಮಡದಿಯನ್ನು ಕಂಡರೆ ಪ್ರೀತಿ ಮಾತ್ರವಲ್ಲ, ಗೌರವವು ಕೂಡ. ಅವರಿಬ್ಬರ ನಡುವೆ ಆಪ್ತತೆ ಇತ್ತು. ಅನ್ಯೋನ್ಯತೆ ಇತ್ತು.

ಗಿರಿ ಮಧ್ಯರಾತ್ರಿಯ ಸುಮಾರಿಗೆ ಬಂದವನೆ ಜೋಸೆಫ್ ಮಿಸಸ್ ಮತ್ತು ಮಾಧವಿಯನ್ನು ನರ್ಸಿಂಗ್ ಹೋಂಗೆ ಕರೆದೊಯ್ದ. ನಿಹಾರಿಕಾಗೆ ನಿದ್ರಿಸಲಾಗಲಿಲ್ಲ. ಷಿಫ್ಟ್‌ನಲ್ಲಿ ಅವಳ ವರ್ಕ್, ಬೆಳಿಗ್ಗೆ ಆರು ಗಂಟೆಗೆ ಕ್ಯಾಬ್ ಬರುತಿತ್ತು. ಇಡೀ ಮನೆಯವರ ಬಗ್ಗೆಯೇ ಬೇಸರ.

ರೂಮಿನಿಂದ ಹೊರಗೆದ್ದು ಬಂದ ನಿಹಾರಿಕ ಸಮಯ ನೋಡಿದಳು. ಐದು ಗಂಟೆಯ ಸುಮಾರು, ಈ ವೇಳೆಗೆ ಎದ್ದಿರುತ್ತಿದ್ದ ಮಾಧವಿ ಅಥವಾ ಜಾಹ್ನವಿ ಕಾಫಿ ಕೊಡುತ್ತಿದ್ದರು. ಅವಳಂತು ಏನು ಮಾಡೋಲ್ಲ!

ಆ ವೇಳೆಗೆ ಬಂದ ಸಂತೋಷ್ ಕಾಲಿಂಗ್ ಬೆಲ್ ಒತ್ತಿದ. ಇಂದು ದೊಡ್ಡ ಮನೆತನದ ಫ್ಯಾಮಿಲಿ ಪಂಕ್ಷನ್ ಇತ್ತು. ಆ ಕಡೆಯಲ್ಲಿ ಪೂರ್ತಿಯಾಗಿ ಗಮನ ಹರಿಸಬೇಕಿತ್ತು. ಅದಕ್ಕೆ ಈ ಸ್ಥಿತಿಯಲ್ಲೂ ತಂದೆಯನ್ನು ಅಲ್ಲೇ ಬಿಟ್ಟು ಬಂದಿದ್ದ. ಆ ಬಗ್ಗೆ ಬೇಸರವೆ ಆದರೆ ಅನಿವಾರ್ಯವಾಗಿತ್ತು.

ಆನಂದ್ ಬಂದು ತೆಗೆದಿದ್ದು "ಜೋಸೆಫ್ ಹೇಗಿದ್ದಾರೆ?" ವಿಚಾರಿಸಿದ. "ಡಾಕ್ಟ್ರು ಪರ್ವಾಗಿಲ್ಲ ಅಂದ್ರು. ಮಕ್ಳು ಬಗ್ಗೆ ಅವ್ರ ಹಂಬಲ, ನಾನು ಅವ್ರುಗಳಲ್ಲಿ ಮಾತಾಡೀ ವಿಷ್ಯ ತಿಳಿಸ್ದೇ. ಸದ್ಯಕ್ಕೆ ಬರೋ ಸಿಚ್ಯುವೇಷನ್‌ನಲ್ಲಿಲ್ಲ. ಅವ್ರ ತೊಂದರೆಗಳನ್ನು ಹೇಳ್ಕೊಂಡ್ರು. ವೆರಿಬ್ಯಾಡ್... ಅನ್ನಿಸ್ತು. ಅತ್ತಿಗೆ ನಿದ್ದೆ ಮಾಡಿದ್ದಾರೆ. ತಾನೇ? ಎನ್ನುತ್ತಲೇ ಬಂದು ಸೋಫಾ ಮೇಲೆ ಕೂತವ "ಅಣ್ಣ, ಹೋಗಿ ಸ್ವಲ್ಪ ಮಲ್ಗು" ಅನ್ನುವ ವೇಳೆಗೆ ಗಿರಿ ಒಳಗೆ ಬಂದ.

"ಗಿರಿ, ನಿಂಗೆ ಕಾಫಿ ಮಾಡೋದು ಬರುತ್ತಾ? ಹೋಗಿ ಎರಡು ಕಪ್ ಕಾಫಿ ಬೆರಸು" ಅಂತ ಹೇಳಿದ. ಈಗಾಗಲೇ ಸ್ನಾನ ಮುಗಿಸಿ ಬಂದ ನಿಹಾರಿಕ ನಂಗೆ ಒಂದು ಕಫ್. ಜಾಹ್ನವಿ ಜಾಹ್ನವಿ... ಎಲ್ಲಿ? ಕೇಳಿದ ಕೂಡಲೆ ಅವನಲ್ಲಿದ್ದ ಸಹನೆ ಸತ್ತು ಹೋಯಿತು. ರಟ್ಟೆ ಹಿಡಿದು ದಬ್ಬುವಂತೆ ತಳ್ಳಿಕೊಂಡು ನಡೆದಾಗ ಏಯ್, ಸಂತೋಷ್ ಯು ಹ್ಯಾವ್ ಪೆಷ್ಪನ್ಸ್" ಕೂಗಿ

ಹೇಳಿದವ ಕಿಚನ್ ಕಡೆ ಹೊರಟಾಗ "ದೊಡ್ಡಣ್ಣ, ನೀವು ಕುತ್ಕೊಳ್ಳಿ. ನಾನ್ಹೋಗಿ ಕಾಫಿ ಮಾಡ್ಕೊಂಡ್ ಬರ್ತೀನಿ. ಅಲ್ಪ ಸ್ವಲ್ಪ ಅಡ್ಗೇ, ತಿಂಡಿ ಅಂದದೆಲ್ಲ ಮಾಡೋದು ಗೊತ್ತು" ಎಂದವ ಬಾತ್ ರೂಂಗೆ ಹೋಗಿ ಕೈಕಾಲು ತೊಳೆದುಕೊಂಡು ಕಿಚನ್‌ಗೆ ಹೋದ ಗಿರಿ.

"ಏಯ್ ನಿಹಾರಿಕ, ನಿಂಗೆ ತಲೆ ಕೆಟ್ಟಿದ್ಯಾ? ಜಾಹ್ನವಿ ನಿನ್ನ ಕೆಲ್ಸದ ಸರ್ವೆಂಟ್ ಅಲ್ಲ. ಅವಳು ಈ ಮನೆ ದೊಡ್ಡ ಸೊಸೆ. ನಂಗೆ ಅತ್ತಿಗೆ. ಹೋಗಿ ನೀನೇ ಕಾಫಿ ಮಾಡ್ಕೋ. ಮನೆಯವರಿಗಾಗಿ ಏನು ಮಾಡದಿದ್ದರೂ ನಿಂಗೆ ಬೇಕಾದ್ದು, ನೀನು ಮಾಡಿಕೊಳ್ಳೋಕ್ಕಾಗೋಲ್ವಾ" ಸ್ವಲ್ಪ ದನಿಯೆತ್ತರಿಸಿದ. "ನೋ... ನೋ.. ಇಲ್ಲಿ ನಾನೇನು ಮಾಡೋಲ್ಲ. ಇದು ನನ್ಮನೆ ಅಲ್ಲ. ಇವರ್ ಯಾರು ನನ್ನವರಲ್ಲ. ನಂಗೆ, ನನ್ನದೆ ಆದ ಮನೆ ಬೇಕು ಅಲ್ಲಿ ನೀನು ನಾನು ಇಬ್ರೇ... ಬೇರೆಯವ್ರಿಗೆ ಅವಕಾಶ ಇಲ್ಲ" ಅಷ್ಟೆ ದೃಢವಾಗಿ ಹೇಳಿದಳು. ಒಮ್ಮೆ ರೋಷದಿಂದ ಅವಳತ್ತ ನೋಡಿ ಹೊರಗೆ ಬಂದ.

ಆನಂದ್ ಶತಃಪತಃ ಹಾಕುತ್ತಿದ್ದ . ಗಿರಿ ಕಾಫಿ ಹಿಡಿದು ಬಂದಾಗ ಇಬ್ಬರೂ ಕುಡಿದರು. "ಗಿರಿ, ನೀನು ಕುಡಿದು ಮಿಕ್ಕ ಕಾಫೀನ ಮುಚ್ಚಿಡು. ಮೇಡಮ್ ಬಂದು ಆಮೇಲೆ ಕುಡೀತಾರೆ. ಅತ್ತಿಗೆ ಒಮ್ಮೆ ಬಿಸಿಯಾದ ಕಾಫಿ ತಣ್ಣಗಾದರೆ ಆಮೇಲೆ ಬಿಸಿ ಮಾಡಿ ಕುಡಿಯೋಲ್ಲ. ನೀನು ವೆಹಿಕಲ್ ತಗೊಂಡ್ ನರ್ಸಿಂಗ್ ಹೋಂ ಹತ್ರ ಹೋಗ್. ಅಲ್ಲಿ ಅಪ್ಪ ಏನು ಹೇಳ್ತಾರೋ ಕೇಳ್ಕೊಂಡ್ ಅನಿಮೇಶ್‌ನ್ ಸೆಂಟರ್ ಹೋಗಿ ಆಮೇಲೆ ಆಫೀಸ್ ಹತ್ರ ಬಾ, ರೇಖಾನ ಒಂದ್ಗಂಟೆ ಮೊದ್ಲು' ಇವೆಂಟ್ ಗೆ ಹೋಗೋಕೆ ಹೇಳು" ಅವನನ್ನು ಕಳುಹಿಸಿದ.

ಉಳಿಸಿದ ಕಾಫಿಯನ್ನು ಸಿಂಕ್‌ಗೆ ಸುರಿದು ಸ್ನಾನಕ್ಕೆ ಹೋದ. ನಿಹಾರಿಕಾಳೊಂದಿಗೆ ಒಂದು ಮಾತು ಕೂಡ ಆಡದೇ ತನ್ನ ಕೆಲಸಗಳನ್ನು ಮುಗಿಸಿಕೊಂಡು ಹೊರಬಂದಾಗ, ನಿಂತಿದ್ದ ನಿಹಾರಿಕಾ. "ಸಂತೋಷ್ ನನ್ನ ಸ್ವಲ್ಪ ಡ್ರಾಪ್ ಮಾಡ್ತೀರಾ? ಕ್ಯಾಬ್ ಕೆಟ್ಟಿದೆಯಂತೆ, ಡ್ರೈವರ್ ಈಗ ಫೋನ್ ಮಾಡಿ ತಿಳಿಸ್ದ" ಎಂದಳು ಆತುರಾತುರವಾಗಿ. "ಈಗ ನಂಗೆ ಆಗೋಲ್ಲ. ಟಾಕ್ಸಿ ತರಿಸ್ಕೋ" ಸಮಾಧಾನದಿಂದ ಹೇಳುವ ವೇಳೆಗೆ ಕೆಲಸದ ಚಿನ್ನಮ್ಮ ಬಂದಳು.

"ಅತ್ತಿಗೆ ಎದ್ದಿಲ್ಲ... ನಿನ್ನ ಕೆಲ್ಸ ಮುಗಿಸ್ಕೋ" ಅಷ್ಟು ಹೇಳಿ ಅವನು ಹೊರಟೇಬಿಟ್ಟ. ತನ್ನ ಮೀರಿ ಸಂತೋಷ್ ಹೋಗಲಾರನೆಂದುಕೊಂಡಿದ್ದುದು ತಪ್ಪಾಯಿತು. ಹೆಣ್ತನಕ್ಕೆ ಸವಾಲ್ ಎಸೆದಿದ್ದ...

"ಏಯ್ ಚಿನ್ನಮ್ಮ ಕಾಫಿ ಮಾಡೋಕೆ ಬರುತ್ತಾ?" ಕೇಳಿದಳು. ಪೊರಕೆ ಹಿಡಿದು ಬಂದ ಚಿನ್ನಮ್ಮ ನೆರಿಗೆಗಳನ್ನು ಮೇಲಕ್ಕೆ ಸಿಕ್ಕಿಸಿಕೊಳ್ಳುತ್ತಾ "ಬರೋಲ್ಲ, ಅದು ನಾನು ಕಿಚನ್‌ಗೆ ಹೋಗಿ ಕಾಫಿ ಮಾಡೋದುಂಟಾ?" ಅಂದವಳು ತನ್ನ ಪಾಡಿಗೆ ತಾನು ಕೆಲಸದಲ್ಲಿ ತೊಡಗಿದಳು. ಆ ವೇಳೆಗೆ ನಿಯಾಸ್ ಅಪಾರ್ಟ್‌ಮೆಂಟ್‌ನ ಬಿಲ್ಡರ್ಸ್‌ನಿಂದ ಅವಳಿಗೆ ಫೋನ್ ಬಂತು "ಮೀಟಿಂಗ್ ಕರೆದಿದ್ದಾರೆ, ಬನ್ನಿ ಇಲ್ಲದಿದ್ದರೆ ನೀವು ಅಡ್ವಾನ್ಸ್ ಕೊಟ್ಟೇ ಇಲ್ಲಾಂತ ಬೇರೆಯವ್ರಿಗೆ ಕೊಟ್ಟು ಬಿಡ್ತೀವಿ" ಒಬ್ಬ ಕ್ಲರ್ಕ್ ಎಚ್ಚರಿಸಿದ್ದು, ಅವಳು ಪೂರ್ತಿ ಸಹನೆ ಕಳೆದುಕೊಂಡಳು. ಕೂತು ಅತ್ತು ಸಮಾಧಾನವಾದ ನಂತರ ನಿಯಾಸ್ ಬಳಿ ಹೋಗಲು ತೀರ್ಮಾನಿಸಿದಳು.

ಮೊದಲಿನಿಂದ ಅವಳದು ಹಟ, ಶಾಂಭವಿ ಮಗಳನ್ನು ಒಂದು ಗತ್ತಿನಲ್ಲಿ ಬೆಳೆಸಿದ್ದಳು. ತಮಗೆ

ಅನುಕೂಲವಾದರೆ ಖಂಡಿತ ಪಾಪ, ಪುಣ್ಯಗಳ ಲೆಕ್ಕಚಾರ ಹಾಕರು. ಇಂಥ ಜೀವನ ಶೈಲಿಯನ್ನು ಮೈಗೂಡಿಕೊಂಡಿದ್ದಳು...

* * *

ಅಂದು ನೇರವಾಗಿ ಆಫೀಸ್‌ಗೆ ಬಂದ ಸಂತೋಷ್ ತಂದೆಯ ಛೇಂಬರ್‌ಗೆ ಹೋದ. ಅವರು ಬಂದವರೊಂದಿಗೆ ಯಾವುದೋ ಡಿಸ್‌ಕಷನ್‌ನಲ್ಲಿ ಇದ್ದರು. ಅಜ್ಮೀರ್‌ನ ಒಂದು ಕುಟುಂಬ ಈಚೆಗೆ ಸಿಟಿಯಲ್ಲಿ ಬಂದು ಸೆಟಲ್ ಆಗಿದ್ದರು. ಮೊಮ್ಮಗು ಬರ್ಥ್‌ಡೇ ತಮ್ಮ ಕಡೆಯ ರೀತಿ, ರಿವಾಜಿನಲ್ಲಿ ನಡೆಯಬೇಕನ್ನೋ ಪರದಾಟ. ಅವರ ಎಡಬದಿಯಲ್ಲಿಯೆ ಕೂತಿದ್ದ ನಿಹಾರಿಕ ನೋಡಿ ಅಚ್ಚರಿಯ ಜೊತೆ ಗಾಬರಿ ಕೂಡ. ಫೋಟೋಶೂಟ್ ಮಾಡುವ ಸಂಸ್ಥೆಯ ಮೂರು ವಿಭಾಗದವರು ಅಲ್ಲೆ ಇದ್ದರು. ಅವರಲ್ಲಿ ಸ್ಟಿಲ್ ಮತ್ತು ವೀಡಿಯೋ ವಿಭಾಗದವರ ಜೊತೆ ವಧುವರರಿಗೆ ಗೊತ್ತಿಲ್ಲದಂತೆ ಅವರ ಫೋಟೋ ಶೂಟ್ ಮಾಡುವ (ಕ್ಯಾಂಡಿಡ್) ವಿಧಾನದ ಫೋಟೋಗ್ರಾಪರ್ ರಾಕೇಶ್ ಕೂಡ ಅಲ್ಲೇ ಇದ್ದರು. ನಿಹಾರಿಕ ಯಾಕೆ ಬಂದಿರಬಹುದೆನ್ನುವುದು ಅರಿವಿಗೆ ಬಂದಾಗ ಬೆಚ್ಚಿ ಬಿದ್ದ.

"ಅಪ್ಪ, ಏನೋ ಡಿಸ್‌ಕಷನ್‌ನಲ್ಲಿದ್ದಾರೆ. ನನ್ನ ಛೇಂಬರ್‌ನಲ್ಲಿ ಕೂತಿರು" ಹೇಳಿದ. "ನನ್ನತ್ರ ಡಿಸ್‌ಕಷನ್ ಕೂಡ ಅಷ್ಟೇ ಮುಖ್ಯ" ಒಂದೇ ಸೆಂಟೆನ್ಸ್‌ನಲ್ಲಿ ಹೇಳಿ ಮುಗಿಸಿದಳು.

"ಹೌದೌದು, ಆ ಮಾತುಕತೆನು ಮುಖ್ಯ! ಸಂತೋಷ್ ಇವ್ರನ್ನ ನಿನ್ನ ಛೇಂಬರ್‌ಗೆ ಕರ್ಕೊಂಡ್ಹೋಗು" ಎಂದರು. ಪಾರ್ಥಸಾರಥಿ ತಾಳ್ಮೆಯಿಂದ ಎಂಥ ಅವಮಾನ! ತಾಳ್ಮೆಯಿಂದ "ಪ್ಲೀಸ್... ಕಮ್...." ಎಂದು ಕರೆದೊಯ್ದ ಆಮೇಲೆ ಅವರೊಂದಿಗೆ ಮಾತುಕತೆಯಲ್ಲಿ ನಿರತನಾದರೂ, ನಿಹಾರಿಕಾನ ಹೇಗೆ ಎದುರಿಸುವುದು ಎನ್ನುವ ಸಮಸ್ಯೆಯಿಂದ ತೊಳಲಾಡಿದ. ಹೃದಯದ ಭಾಷೆ ಅವಳಿಗೆ ಅರ್ಥವಾಗದು. ಇಲ್ಲಿ ಬುದ್ಧಿಯ ಪ್ರಯೋಗ ಅಗತ್ಯವೆನಿಸಿತು.

ಅವರುಗಳನ್ನು ಮ್ಯಾನೇಜರ್ ಛೇಂಬರ್‌ಗೆ ಕಳಿಸಿ ನೇರವಾಗಿ ತಂದೆಯ ಛೇಂಬರ್‌ಗೆ ಬಂದ. ಅವಳು ಮುಖವನ್ನು ಗಡಿಗೆ ಗಾತ್ರ ಮಾಡಿಕೊಂಡು ಕೂತಿದ್ದಳು.

'ಮನೆ ಮತ್ತು ಸಾರಥಿ ಇವೆಂಟ್'ನ ಚಿರ ಚರಾ ವಸ್ತುಗಳ ಎಲ್ಲಾ ಡಾಕ್ಯೂಮೆಂಟ್ಸ್‌ನ ಜೆರಾಕ್ಸ್ ಕಾಪಿಗಳನ್ನು ಅವಳ ಮುಂದಿಟ್ಟ. ಮತ್ತು ಬ್ಯಾಂಕ್‌ಗಳಿಂದ ಪಡೆದ ಲೋನ್‌ನ ವಿವರ ಕೂಡ ಇತ್ತು.

"ಈಗಾಗ್ಲೇ ಇಷ್ಟು ಲೋನ್ ಇದೆ" ಹೇಳಿ ಎದ್ದವ "ಅಪ್ಪ, ಅಮ್ಮ ಫೋನ್ ಮಾಡಿದ್ರು ಅಂದು ನಮ್ಮ ನಿಶ್ಚಿತ ಸಿಕ್ಕಿದ ದೇವಸ್ಥಾನದ ಪುರೋಹಿತರು ಪ್ರಸಾದ ಕೊಡೋಕೆ ಬರ್ತಾ ಇದ್ದಾರಂತೆ" ಎಂದ. ಅಲ್ಲಿ ತನ್ನ ಅಗತ್ಯವಿಲ್ಲವೆನಿಸಿ ಪಾರ್ಥಸಾರಥಿ ಹೊರಬಂದರು. "ನಾನು ಸಂತೋಷ್ ಮಡದಿ. ನನ್ನ ಗಂಡ ಇಲ್ಲೇ ಕೆಲ್ಸ ಮಾಡ್ತಾ ಇದ್ದಾರೆ, ಅದ್ರಿಂದ ನಂಗೆ ಎಲ್ಲಾದರ ಮೇಲೂ ಹಕ್ಕಿದೆ. ಅದ್ನ ಪ್ರತಿಪಾದಿಸೋಕೆ ಕೋರ್ಟ್‌ಗೆ ಬೇಕಾದ್ರೂ... ಹೋಗ್ಬಲ್ಲೆ" ಇಂಥ ಮಾತುಗಳನ್ನಾಡಿ ಅವರು ಬೆಳೆಸಿಕೊಂಡು ಬಂದಿದ್ದ ಇಡೀ ವ್ಯಕ್ತಿತ್ವ ಛಿದ್ರ ಮಾಡಿದ್ದಳು. ಆ ನೋವು ಭಯಂಕರವಾಗಿ ಅವರನ್ನು ಕಿತ್ತು ತಿನ್ನುತ್ತಿತ್ತು. ಈ ತರಹ ಸವಾಲ್ ಎಸೆದವಳು ಸೊಸೆ.

ಎಲ್ಲವನ್ನು ನಿಹಾರಿಕಾಗೆ ವಿವರಿಸಿದ ಸಂತೋಷ್ ಇಲ್ಲಿ ಸಾಲನೇ ಜಾಸ್ತಿ ಇರೋದ್ರಿಂದ. ನಿಶ್ಚಿಂತೆಯಿಂದ ಅವಳಿಗೆ ಒಂದು ರೀತಿಯ ದಿಗ್ಭ್ರಮೆ "ನಂಗೆ ಷಾಕಿಂಗ್ ...." ಎಂದಳು.

ಸಂತೋಷ್ ಎದ್ದು ಹೊರಗೆ ಹೋದ. ಕಾರಿನಲ್ಲಿ ಬಂದಿದ್ದ ನಿಹಾರಿಕ ಆರಾಮಾಗಿ ಹೋಗಬಹುದೆಂದು ತಿಳಿದವನು, ತಂದೆಯನ್ನು ಕರೆದುಕೊಂಡು ಮನೆಗೆ ಹೊರಟ.

"ಯಾರೋ ಮೋಸ ಮಾಡಿದ್ರು, ಹೇಗೋ ಚೀತರ್ಸ್ಕೊಂಡ್ವಿ. ಮುಂದೇನು?" ಕೇಳಿದವರ ಮನ ನೋವಿನಿಂದ ಒದ್ದಾಡುತ್ತಿತ್ತು. "ಇಷ್ಟೊಂದು ಕುಸಿಯೋದು ಬೇಡ. ಒಳ್ಳೆಯತನ, ಪ್ರಾಮಾಣಿಕತೆ ಎಲ್ಲಾ ಸಮಯದಲ್ಲೂ ವರ್ಕ್‌ಔಟ್ ಆಗೋಲ್ಲ. ಒಮ್ಮೆ ನೀವು ಅವ್ರ ಪೇರೆಂಟ್ಸ್ ಹತ್ರ ಮಾತಾಡಿ. ನಮ್ಮದೇನೂ ಲವ್ ಮ್ಯಾರೇಜ್ ಅಲ್ಲ. ಅರೇಂಜ್ ಮ್ಯಾರೇಜ್. ಹಿರಿಯರಾಗಿ ಬುದ್ಧಿ ಹೇಳುವ ಅವಶ್ಯಕತೆ ಇದೆ. ಈಗಾಗಲೇ ಸುಮಾರು ಲೋನ್ ಇರೋದರಿಂದ, ನಮ್ಮ ಎರಡು ಪ್ರಾಪರ್ಟಿ ಮೇಲೆ ಯಾರು ಲೋನ್ ಕೊಡೋಲ್ಲ. ಅನ್ನೋದು ನಿಹಾರಿಕಾಗೆ ಮನದಟ್ಟಾಗಿದೆ. ಮುಂದಿನ ಹೆಜ್ಜೆ ಏನೋ.... ನೋಡ್ಬೇಕು" ಎಂದ ಕಂಗೆಟ್ಟವನಂತೆ. ಅವನೊಂದಿಷ್ಟು ಕುಸಿದರೆ ಮನೆಯ ಪರಿಸ್ಥಿತಿ ತೀರಾ ಬಿಗಡಾಯಿಸುತ್ತದೆಯೆಂದು ಅವನಿಗೆ ಗೊತ್ತು.

ಕಾರ್ಯೇಷು ದಾಸೀ ಕರುಣೇಷು ಮಂತ್ರೀ
ರೂಪೇಚ ಲಕ್ಷ್ಮೀ; ಕ್ಷಮಯಾಧರಿತ್ರೀ!
ಭೋಜ್ಯೇಷು ಮಾತಾ ಶಯನೇ ತು ರಂಭಾ
ಷಡ್ಧರ್ಮ ಯುಕ್ತಾ ಕುಲ ಧರ್ಮಪತ್ನಿ"

ಎಷ್ಟು ಅದ್ಭುತವಾದ ವರ್ಣನೆ. ಹೆಂಡತಿ ಪಾತ್ರ, ವ್ಯಕ್ತಿತ್ವ ವಿಚಾರದಲ್ಲಿ ಎಂಥ ಅರ್ಥಪೂರ್ಣತೆ ಇದೆ. ನಮ್ಮ ನಿಹಾರಿಕಾಗೆ ಏನಾಗಿದೆ? ಮದ್ವೆಯ ಅವಳ ಉದ್ದೇಶವೇನು?" ಎಂದರು ಪಾರ್ಥಸಾರಥಿ" ತುಂಬಾ... ಸಿಂಪಲ್ ಕಂಪರ್ಟ್.. ಕಂಪರ್ಟ್ ಕಂಪರ್ಟ್ ಅಷ್ಟೆ. ವಿವಾಹವಾಗಿದ್ದುಬರೀ ಅವಳ ಸುಖ, ಸಂತೋಷ, ಕಂಪರ್ಟ್ ಸಲುವಾಗಿ ಮಾತ್ರ. ನೋಡೋಣ. ಸದ್ಯಕ್ಕೆ ಈ ಹಟಬಿಟ್ಟು ಹೊಂದಿಕೊಂಡರೆ, ಸ್ವಲ್ಪ ನಿಧಾನವಾಗಿ ಹೊಂದಿಕೊಳ್ಳಬಹುದ್ದು" ಎಂದು ಸ್ಟೇರಿಂಗ್ ವಿಲ್ ತಿರುಗಿಸುತ್ತಾ' ಬದಲಾಗಬಹುದು. ಅನ್ನುವ ಆಶಾಭಾವ ಪಾರ್ಥಸಾರಥಿಯವರಲ್ಲಿ ಮೆಲ್ಲ ಮೆಲ್ಲಗೆ ಸಾಯತೊಡಗಿತ್ತು. ಆದರೆ ವ್ಯಕ್ತಪಡಿಸಲಾರರು. ಯಜಮಾನ ಅನ್ನಿಸಿಕೊಂಡ ವ್ಯಕ್ರಿ ಪ್ರತಿಯೊಂದು ಸಮಸ್ಯೆಗೂ ತನ್ನನ್ನು ಒಡ್ಡಿಕೊಂಡು ಮಿಕ್ಕವರಿಗೆ ಧೈರ್ಯ ಹೇಳುವಂತಿರಬೇಕು. ಅಂಥ ವ್ಯಕ್ತಿತ್ವಕ್ಕೆ ಮರ್ಯಾದೆಯುಂಟು.

ಅತ್ತೆ, ಸೊಸೆ ಮಾತಾಡುತ್ತ ಕೂತವರು ಎದ್ದರು.

"ಅಯ್ಯೋ, ನಿಹಾರಿಕಾ ಏನಾದ್ರೂ ಫೋನ್ ಮಾಡಿದ್ಲಾ? ನಿಯಾಸ್ ಬಿಲ್ಡರ್‌ನವರು ಯಾರನ್ನೋ ಕಳಿಸಿದ್ರು ಇವಳೇನದ್ರೂ... ಹೇಳಿ ಹೋಗ್ತಾಳಾ? ಯಾಕೋ ಭಯವಾಗುತ್ತೆ" ಮಾಧವಿ ಹೇಳಿದರು. "ನಾನು ಆಗ್ನಿಂದ ನಿಹಾರಿಕ ನಂಬರ್‌ಗೆ ಟ್ರೈ ಮಾಡ್ತಾ ಇದ್ದೀನಿ. ಅವ್ರು ಎತ್ತೋಲ್ಲ. ಅತ್ತೆ ಸುಮ್ನೆ ಟೆನ್‌ಷನ್ ಮಾಡ್ಕೊಂಡಿದ್ದಾರೆ "ತಮ್ಮ ಮಾತನ್ನು ಸೇರಿಸಿದಳು ಜಾಹ್ನವಿ.

"ಅಮ್ಮ, ನೀನು ಇನ್ನು ಯಾವ ಕಾಲದಲ್ಲಿ ಇದ್ದೀ? ಭಯ ಅನ್ನೋದು ಯಾಕೆ? ಆಫೀಸ್‌ಗೆ

ಬಂದಿದ್ಲು. ಅಪ್ಪನ ಜೊತೆ ಮಾತಾಡ್ತಾ ಕೂತಿದ್ಲು. ಆಮೇಲೆ ನನ್ನ ಜೊತೆ ಮಾತು! ಈಗೆಲ್ಲೋ ಫ್ರೆಂಡ್ಸ್ ಜೊತೆ ಲಂಚ್‌ಗೆ ಹೋಗಿರಬಹುದು. ಗಂಡು ಮಕ್ಳಿಗಿಂತ ಹೆಣ್ಣು ಮಕ್ಳು ಸ್ವತಂತ್ರ ಮನೋಭಾವ ಬೆಳ್ಸಿಕೊಳ್ತ ಇದ್ದಾರೆ. ಹಿರಿಯರಾದರೂ ಇದ್ನ ಒಪ್ಪಿಕೊಂಡು ಹೊಂದ್ಕೋಬೇಕು" ಎಂದ ನಗುತ್ತ ಜಾಹ್ನವಿ ಮೇಲೆದ್ದಳು.

"ನಾನು ಅಮ್ಮನಿಗೆ ಅಸಿಸ್ಟ್ ಮಾಡ್ತೀನಿ" ಎಂದು ಹೊರಟವನತ್ತ ನೋಡಿದರು" ಆ ಬಿಲ್ಡರ್ಸ್ ಕಡೆಯವ್ರು ಏನಾದ್ರೂ ಹೇಳಿದ್ರಾ?" ಪಾರ್ಥ ಸಾರಥಿ ಕೇಳಿದರು "ಇಲ್ಲ ಮಾವ! ನಿಹಾರಿಕಾ ಅವ್ರು ನಮ್ಮ ಫೋನ್‌ಗೆ ರೆಸ್ಪಾನ್ಸ್ ಮಾಡ್ತಾ ಇಲ್ಲ. ಇನ್ನೊಂದು ಡೇಟ್ ಕೊಡೋಲ್ಲಾಂತ ಹೇಳ್ಬಾಂದ್ರು, ಅಷ್ಟು ಹೇಳಿದ್ರು" ಅವನಿಗೆ ತಲೆ ಬಿಸಿಯಾಯಿತು. ಕೂತು ಮಾತಾಡಬೇಕು. ಇಲ್ಲದಿದ್ದರೆ ನಿಹಾರಿಕಗೆ ಒಂಟಿಯಾಗಿ ಫೇಸ್ ಮಾಡೋದು ಕಷ್ಟ ಎಂದುಕೊಂಡರು.

ಅಂದು ರಾತ್ರಿ ಶಾಂಭವಿಯವರಿಗೆ ಕಾಲ್ ಮಾಡಿ ವಿವರಿಸಿದ್ದು ಅಲ್ಪಸ್ವಲ್ಪವೇ "ಐದೂವರೆ ಕೋಟಿ ಕೊಟ್ಟು ಪ್ಲಾಟ್ ಕೊಳ್ಳೋಕೆ ನಮ್ಗೆ ಚೈತನ್ಯವಿಲ್ಲ. ಸಾಲ ಮಾಡಿ ಕೊಂಡರೂ ಏನು ಪ್ರಯೋಜನವಾಗೋಲ್ಲ. ಇದನ್ನೆಲ್ಲ ತಿಳ್ಸಿ... ಹೇಳಿ" ಎಂದರು ಪಾರ್ಥಸಾರಥಿ.

"ಅವ್ರು ನಮ್ಮ ಮಾತು ಕೇಳೋಲ್ಲ ಬಿಡಿ. ನೀವೇ ಏನೋ ಒಂದು ಮಾಡಿ. ಹೇಗೂ ಆಸ್ತಿಯಲ್ಲಿ ಸಂತೋಷ್‌ಗೂ ಪಾಲಿದೆ. ಇನ್ನು ನಾಲ್ಕಾರು ವರ್ಷಗಳಲ್ಲಿ ದುಪ್ಪಟ್ಟು ಬೆಲೆಯಾಗುತ್ತೆ. ಪಾಲು ಮಾಡಿಕೊಟ್ಟು ಕೈ ತೊಳೆದ್ಕೊಳ್ಳಿ" ಇಂಥದೊಂದು ಅಮೂಲ್ಯವಾದ ಸಜೆಷನ್ ಕೊಟ್ಟು ಕೈ ತೊಳೆದುಕೊಡರು ಶಾಂಭವಿ. ಈಗಾಗಲೇ ಕೊಡವಿಕೊಂಡು ಹೋದವರಿಗೆ ಆಕೆಗೆ ಬದುಕು ಮುಖ್ಯವಾಗಿತ್ತು. ತ್ಯಾಗ, ತಾಯ್ತನ, ಆದರ್ಶ, ಮಣ್ಣು, ಮಸಿ ಬಗ್ಗೆ ತಲೆಕೆಡಿಸಿಕೊಳ್ಳುವ ಹೆಣ್ಣಲ್ಲ. ಆಕೆಗೆ ಯಾರ ಬಗ್ಗೇನು ನಂಬಿಕೆ ಇರಲಿಲ್ಲ. ಧರ್ಮ, ದೇವರು ಅನ್ನೋದು ಬರೀ ಆಚರಣೆ ಅಷ್ಟೇ.

ಪಾರ್ಥಸಾರಥಿಯವರು ಇದನ್ನು ಸ್ವಲ್ಪ ಊಹಿಸಿದ್ದರು. ಆದರೆ ಇಷ್ಟೊಂದು ಸ್ಪಷ್ಟವಾಗಿ ಹೇಳಬಹುದೆಂದು ತಿಳಿದಿರಲಿಲ್ಲ. ಮುಂದೇನು? ವಿವಾಹವಾಗಿ ವರ್ಷ ತುಂಬುವ ಮುನ್ನವೆ ಗಂಡನ ಪಾಲಿನ ಮೇಲೆ ತನ್ನ ಹಕ್ಕನ್ನು ಸ್ಥಾಪಿಸಹೊರಟ ಹೆಣ್ಣು ಮಗಳು! 'ಶಭಾಷ್...' ಎನಿಸಿತು.

"ಏನು ನಡೀತಾ ಇದೆ? ನನ್ನಿಂದ ಎಲ್ಲಾ ಮುಚ್ಚಿಡ್ತಾ ಇದ್ದೀರ" ಹೆಂಡತಿ ಕೇಳಿದಾಗ "ನಿನ್ನಿಂದ ಮುಚ್ಚಿಡೋಂಥದ್ದು ಏನಿದೆ? ನಿನ್ನ ಮನಸ್ಸಿಗೆ ನೋವಾಗುವಂಥ ವಿಚಾರವೆ. ಬಹುಶಃ ನನ್ನಿಂದಲೇ ಸರಿ ಮಾಡಬಹುದಾ ಅನ್ನೋ ಸಣ್ಣ ಪ್ರಯತ್ನ ಬಹುಶಃ ಫೇಲ್!" ಎಂದು ಹೆಂಡತಿಗೆ ವಿವರಿಸಿದರು. ಜೊತೆಗೆ ಒಂದಿಷ್ಟು ಸಾಂತ್ವನ ಕೂಡ "ಇದೇನು ದೊಡ್ಡ ಷಾಕಿಂಗ್ ನ್ಯೂಸ್ ಅಲ್ಲ. ಇಂಟರ್ನೆಟ್, ಫೇಸ್ ಬುಕ್‌ನಲ್ಲಿ ಗಂಡು-ಹೆಣ್ಣುಗಳು ತಮ್ಮ ಸಂಗಾತಿಗಳ್ನ ಹುಡ್ಕಿಕೊಳ್ಳೋ ಕಾಲ. ಮ್ಯಾಟ್ರಿಮೋನಿ, ಶಾದಿಕಾಮ್, ಭಾರತ್ ಮ್ಯಾಟಿಮೋನಿಯ ನಂತರ ನೂರಾರು ವೆಬ್ ಸೈಟುಗಳು ಇವೆ. ಹಿರಿಯರ ಪ್ರಸಕ್ತಿ ಇಲ್ದೇ ವಿವಾಹಗಳ ಜೊತೆ ಡೈವೊರ್ಸ್‌ಗಳು ಕೂಡ ನಡೆದು ಹೋಗುತ್ತೆ. ಆದರೆ ಇಲ್ಲಿ ನಾವು ಹಿರಿಯರು ಕಲೆತು ಶಾಸ್ತ್ರೋಕ್ತವಾಗಿ ಮದ್ವೆ ಮಾಡಿ ಮನೆ ತುಂಬಿಸಿಕೊಂಡಿದ್ದೀವಿ. ಈಗ ಸೊಸೆಗೆ ಹಣದ ಅಗತ್ಯವಿರೋದರಿಂದ ತನ್ನ ಗಂಡನ ಪಾಲಿನ ಮೇಲೆ ಹಕ್ಕನ್ನು ಸ್ಥಾಪಿಸಲು ಯತ್ನಿಸುತ್ತಾಳೆ. ಅಂತು ನಮ್ಗೇ ಇರೋ ಎಲ್ಲಾ ಪ್ರಾಪರ್ಟಿ ಭಾಗವಾಗಬೇಕು" ಅತ್ಯಂತ ಸರಳವಾಗಿಯೆ ವಿವರಿಸಿದ್ದು. ಆಕೆಗೆ ಹೃದಯಕಿತ್ತು ಬಾಯಿಗೆ

ಬಂದಂತಾಯಿತು.

"ಇದೇನಿದು? ನಾವೇನು ತೊಂದರೆ ಮಾಡಿದ್ದೀವಿ? ನಿಹಾರಿಕ ಅಪ್ಪ, ಅಮ್ಮನಿಂದ ವರದಕ್ಷಿಣೆ ವರೋಪಚಾರ ಅಂಥದ್ದದೇನು ತಗೊಂಡಿಲ್ಲ. ಈಗ ಇಷ್ಟು, ಇಂಥ ತೊಂದರೆ" ಆಕೆಯ ಕಣ್ಣಲ್ಲಿ ನೀರಾಡಿತು. ವೇದನೆಯನ್ನು ಮುಚ್ಚಿಟ್ಟು ನಕ್ಕರು. ಪಾರ್ಥಸಾರಥಿ "ನಂಗೆ ಇದೇನು ಅತಿಶಯವೆನಿಸಲಿಲ್ಲ. ಸಂತೋಷ್‌ನ ಕೈ ಹಿಡಿದಾಗ್ಲೇ ಎಲ್ಲಾ ರೀತಿಯಲ್ಲೂ ಅವಳಿಗೆ ಹಕ್ಕಿದೆ. ಅದ್ನ ನಾವು ಒಪ್ಪಿಕೊಂಡಿದ್ದೇವೆ. ಈಗ ಹೇಗೆ ಪಾಲು ಮಾಡೋದು ಅನ್ನೋದೆ ಸಮಸ್ಯೆ" ಎಂದಾಗ ಮಾತ್ರ ವ್ಯಥಿತರಾಗಿದ್ದರು.

ಆ ವೇಳೆಗೆ ಸಂತೋಷ್ ತಾನು ಮೊಬೈಲ್‌ನಲ್ಲಿ ಶೂಟ್ ಮಾಡಿ ತಂದಿದ್ದ ಕ್ಲಿಪಿಂಗ್‌ನ ತೋರಿಸಲು ಬಂದಿದ್ದವನು "ಸಾರಿ, ಡಿಸ್ಟರ್ಬ್ ಮಾಡ್ದೇಂತ ಕಾಣುತ್ತೆ, ಗಹನವಾದ ನೆನಪುಗಳಲ್ಲಿದ್ದಂಗೆ ಕಂಡಿತು. ಬೆಳಿಗ್ಗೆ ಮಾತಾಡೋಣ" ಎಂದು ಹೊರಟವನನ್ನು ತಡೆದರು. "ನೆನಪುಗಳನ್ನು ಹರಡಿಕೊಂಡಿಲ್ಲ. ಈಗಿನ ಪರಿಸ್ಥಿತಿಯ ಸಿಂಹಾವಲೋಕನ, ನಡೀ ರೂಮಿಗೆ" ಎಂದು ಕರೆದೊಯ್ದರು.

ಇವರ ಡಿಸ್‌ಕಷನ್ ಶುರುವಾಗುವ ಮುನ್ನ ಜಾಹ್ನವಿ ಹಾಲಿಡಿದು ಬಂದಳು. ರಾತ್ರಿ ನಿದ್ದೆಗೆ ಮುನ್ನ ಎಲ್ಲರು ಹಾಲು ಕುಡಿಯುವುದು ಕಡ್ಡಾಯ. ಆ ಕೆಲಸ ಅತ್ತೆ ಅಥವಾ ಸೊಸೆ ಮಾಡುತ್ತಿದ್ದರು. ಅದಕ್ಕೆ ಇವರದು ಸಹಕಾರ ಅಷ್ಟೆ.

"ಕೂತ್ಕೋ.... ಮಗಳೇ" ಅಂದರು ಪಾರ್ಥಸಾರಥಿ. "ಇಲ್ಲ, ಬರ್ತೀನಿ" ಹಾಲು ಇಟ್ಟು ಹೊರಟವಳನ್ನು ನಿಲ್ಲಿಸಿದ್ದು ಸಂತೋಷ್ "ಸ್ವಲ್ಪ ವೀಕ್ ಅಂದ್ರು ಡಾಕ್ಟ್ರು, ನಾಳೆಯಿಂದ ತಾಯಿ ಮಗುಗೆ ಸೇರಿಸಿಯೆ ಹಾಲು ತಂದ್ಕೊಡ್ತೀನಿ. ಪ್ಲೀಸ್ ಕೂತ್ಕೊಳ್ಳಿ" ಎಂದು ಮಂಚದ ಮೇಲೆ ಬಲವಂತದಿಂದ ಕೂಡಿಸಿ ಇಡೀ ಲೋಟ ಹಾಲು ಕುಡಿಸಿಯೇ ಕಳಿಸಿದ್ದು. "ಗುಡ್ ನೈಟ್ ಅತ್ತಿಗೆ ಅಣ್ಣ, ನಿಮ್ಮಿಬ್ಬರ ಕನಸಿನಲ್ಲಿ ಬರೋ ಮಗುವಿರಲಿ, ಆದರೆ ಅದು ನಿಶ್ಚಿತಾಗೆ ಛಾಲೆಂಜ್ ಎಸೆಯೋ ಹಾಗೆ ಇರಬಾರದು" ಆ ಹಾಸ್ಯ ಜಾಹ್ನವಿಗೆ ಇಷ್ಟವೆ, ಮನದ ದುಗುಡವನ್ನು ಆದಷ್ಟು ಕಡಿಮೆ ಮಾಡುತ್ತಿತ್ತು.

ಅಲ್ಲೇ ಇರೋ ಸ್ಟೂಲು ಎಳೆದುಕೊಂಡು ಅಪ್ಪ, ಅಮ್ಮನ ಮುಂದೆ ಕೂತ. ಅವರು ನಿರಪರಾಧಿಗಳು. ಆದರೆ ಮಾನಸಿಕವಾಗಿ ಶಿಕ್ಷೆ ವಿಧಿಸುತ್ತಿರುವುದು ನಿಹಾರಿಕ. ಮಗನನ್ನು ಹೆತ್ತದ್ದಕ್ಕೋ, ಇಲ್ಲ ಸೊಸೆಯಾಗಿ ಮಾಡಿಕೊಂಡಿದ್ದಕ್ಕೋ? ಇಂಥ ಕುಟುಂಬಗಳು ಹೆಚ್ಚುತ್ತಿದೆ.

"ಮೊದ್ಲು ಹಾಲು ಕುಡೀರಿ" ಎಂದ. ಆಕೆ ಅತ್ತೇ ಬಿಟ್ಟರು "ನನ್ನ ಯಾವ ತಪ್ಪಿಗೆ ಶಿಕ್ಷೆ? ಏನೋ... ಇದು? ವಿವಾಹವಾಗಿ ವರ್ಷವಾಗಿಲ್ಲ. ನಮ್ಮೆಲ್ಲ ಪರಿಸ್ಥಿತಿಯನ್ನು ನಿಹಾರಿಕಾಗೆ ಮಾತ್ರವಲ್ಲ ಅವಳ ಹೆತ್ತವರಿಗೂ ತಿಳಿಸಿದಿದ್ದೆ, ಅಂಥದ್ದರಲ್ಲಿ ನಾವು ಬೇಡ. ಎಲ್ಲೋ ಅಡ್ವಾನ್ಸ್ ಕೊಟ್ಟು ಏನೋ ಮಾಡಿಕೊಂಡಿದಕ್ಕೆ ನಾವು ಹೊಣೆನಾ? ಈಗ ಭಾಗ ಕೇಳ್ತಾ ಇದ್ದಾಳೆ" ಕಣ್ಣೊರೆಸಿಕೊಂಡರು.

ಸಂತೋಷ್ ತುಟಿ ಕಚ್ಚಿದ. ಇಂಥ ಒಂದು ಸಿಚ್ಯುವೇಷನ್ ಅವನ ಕನಸ್ಸಿಗೆ ಮಾತ್ರವಲ್ಲ,

ಊಹೆಗೂ ನಿಲುಕದು. ಆದರೆ ಧೈರ್ಯದಿಂದ ಫೇಸ್ ಮಾಡಬೇಕಿತ್ತು. ಒಂದಿಷ್ಟು ದೌರ್ಬಲ್ಯಕ್ಕೆ ಇಣಿಕಿದರೂ ನಿಹಾರಿಕ ಅದನ್ನು ಬೇರೊಂದು ರೀತಿಯಲ್ಲಿ ಉಪಯೋಗಿಸಿಕೊಂಡು ಬಿಡಬಹುದೆನ್ನುವ ಸಾಮಾನ್ಯ ಹೆದರಿಕೆ ಅವನಿಗೂ ಇತ್ತು.

"ಅಕಸ್ಮಾತ್ ಭಾಗ ಕೇಳಿದ್ರೂ... ಏನು ಸಿಗೋಲ್ಲ ಬಿಡಿ. ಆಗ ನಿಮ್ಮ ಮಗನ್ನ ನಿಮ್ಮಲ್ಲೇ ಜೀತಕ್ಕೆ ಇಡಬೇಕಾಗುತ್ತೆ" ಎಂದ ಸ್ವರಕ್ಕೆ ನಗುವನ್ನು ಬೆರೆಸುತ್ತ "ಏಯ್ ಸಂತೋಷ್ ಏನೇನೋ ಮಾತಾಡಬೇಡ. ಈ ಮನೆ, 'ಸಾರಥಿ ಇವೆಂಟ್' ಎಲ್ಲಾ ಬೇಕಾದರೆ ನಿಹಾರಿಕ ಹೆಸರಿಗೆ ಮಾಡ್ಸಿ ಕೊಡೋಣ. ಆಮೇಲಾದ್ರೂ... ಸಾಮರಸ್ಯದಿಂದ ಬಾಳ್ವೆ ಮಾಡಿದರೆ ಸಾಕು" ಎಂದು. ಮಗನನ್ನು ಅಪ್ಪಿಕೊಂಡು ಕಣ್ಣೀರು ಸುರಿಸಿದರು ಮಾಧವಿ. "ಆಮೇಲೆ ನಿಮ್ಮಗಳಿಗೆ ಕಠಿಣ ಶಿಕ್ಷೆ, ಕಾರಾಗೃಹ ವಾಸ. ಅದು ಬದುಕಿರವರೆಗೂ ಅಷ್ಟೆಲ್ಲ ತಲೆಕೆಡಿಸ್ಕೋಬೇಡಿ. ಅವಳು ಹೃದಯ ಇರೋ ಹೆಣ್ಣಲ್ಲ. ಮಿದುಳಿನಿಂದಲೇ ಚಾಟಿ ಏಟು ಬೀಸಬೇಕು" ಎಂದು ಸಮಾಧಾನಿಸುವುದರ ಜೊತೆಗೆ "ಅಪ್ಪ, ಈ ಮನೆ ಮೇಲೆ ಹದಿನೇಳು ಲಕ್ಷ ಸಾಲ ಮಾಡಿದ್ದೀನಿ. ಹೊಸ ಇನೋವಾದ ಜೊತೆಗೆ 'ಸಾರಥಿ ಇವೆಂಟ್' ಸಲುವಾಗಿ ಒಂದಿಷ್ಟು ಪರ್ಚೆಸ್ ಮಾಡಲಾಗಿದೆ. ಸಾರಿ, ನಿಮ್ಮನ್ನ ಕೇಳ್ದೆ ಇಷ್ಟೆಲ್ಲ ಮಾಡಬೇಕಾಯ್ತು. ಗುಡ್‌ನೈಟ್ ಅವಳಿನ್ನು ಭಾಗದ ವಿಚಾರ ನಿಮ್ಮಲ್ಲಿ ಪ್ರಸ್ತಾಪಿಸೋಲ್ಲ" ಎಂದು ಹೇಳಿಯೇ ಹೋಗಿದ್ದು. ಇನೋವಾ ಹೊಸ ವೆಹಿಕಲ್ ಪರ್ಚೆಸ್ ಮಾಡಿದ್ದು ಅಮ್ಮ ಮಗನಲ್ಲಿಯೇ ಇತ್ತು. ಅದಕ್ಕಾಗಿ ಮನೆಯ ಮೇಲೆ ಲೋನ್ ತೆಗೆದಿದ್ದ ಸಂತೋಷ್ ಮುಂದಾಲೋಚನೆಯಿಂದ.

ರೂಮಿಗೆ ಬಂದ ನಿಹಾರಿಕಾಗೆ ತನ್ನ ಸೌಂದರ್ಯದ ಬಗ್ಗೆ ಕಾಳಜಿ ಇದ್ದುದ್ದರಿಂದ ಕೂದಲಿಗೆ ಎಣ್ಣೆ ಹಚ್ಚಿ ಮಸಾಜು ಮಾಡಿ ಬ್ರೆಷ್ ಮಾಡುತ್ತಿದ್ದವಳು ಅವನತ್ತ ತಿರುಗಿ ಒಂದು ಅರಿಕೆ ಮಾಡಿಕೊಂಡಳು.

"ನಂಗೆ ಒಬ್ಬ ಸರ್ವೆಂಟ್ ಬೇಕೇ, ಬೇಕು. ನಯನತಾರಗೆ ಹೇಳಿದ್ದೆ. ಅವರೇನೋ, ಒಬ್ಬ ಸರ್ವೆಂಟ್ ಕಳಿಸ್ತಾರಂತೆ. ಹೆಚ್ಚುಕಡ್ಮೇ ನನ್ನ ಸಂಬಳದಲ್ಲಿ ಅರ್ಧ ಸಂಬಳ ಕೊಡಬೇಕಾಗುತ್ತೆ. ಆದರೆ ನಾನೇನು ಕೊಡಬೇಕಿಲ್ಲ. ಅದ್ನ ಕೊಡೋರು ನೀವು ತಾನೆ?" ಎಂದಳು. ಕೂಂಬು ತೆಗೆದಿಡುತ್ತ, ಮೆಲ್ಲಗೆ ಅವಳತ್ತ ನೋಟ ಹರಿಸಿ "ಶಾಸ್ತ್ರ, ಸಂಪ್ರದಾಯಗಳ ಜೊತೆ ಒಂದು ಅಂಗ್ರಿಮೆಂಟ್ ಪೇಪರ್ ಕೂಡ ರೆಡಿ ಮಾಡ್ಸಬೇಕಾಗುತ್ತೆ ವಿವಾಹದ ಸಂದರ್ಭದಲ್ಲಿ. ಇಷ್ಟು ಲೆಕ್ಕಾಚಾರದ ಜೀವನದಲ್ಲಿ ಸಂತೋಷ, ಸುಖ, ನೆಮ್ದೀ ಸಿಗುತ್ತಾ? ಇವು ಯಾವು ಇಲ್ಲದ ನೀರಸ ಬದ್ಕು ಯಾಕೆ ಬೇಕು? ನಿನ್ನ ಚಿಂತನೆಗಳನ್ನು ಪಕ್ಕಕಟ್ಟು ಸ್ವಲ್ಪ ಬೇರೆ ರೀತಿಯಲ್ಲಿ ಯೋಚ್ಸು" ಎಂದವ ಮಂಚದ ಮೇಲೆ ಕುಸಿದಂತೆ ಕೂತ. ಅವಳ ಅದ್ಭುತ ಲೆಕ್ಕಾಚಾರಗಳಿಗೆ ಷಾಕಾಗಿದ್ದ.

"ನಿಹಾರಿಕ ನಮ್ಮ ನೆಚ್ಚಿನ ವರಕವಿ ಬೇಂದ್ರೆಯವರು ಜನುಮದ ಜಾತ್ರೆ ಕವನದಲ್ಲಿ ನಾಯಕಿಗೆ ಒಂದು ಮಾತು ಹೇಳುತ್ತಾರೆ "ಹುಬ್ಬು ಹಾರಿಸಿದಾಗ ಹಬ್ಬ ಎನಿಸಿತು ನನಗೆ. ಅಬ್ಬ ಎನಬೇಡ ನನ್ನ ಗೆಣತಿ, ಸಾವಿರಕ ಒಬ್ಬ ನೋಡವ್ವ ನಿನ್ನ ನಲ್ಲ' ಏನು ಅದ್ಭುತ ನೋಡು ಹುಬ್ಬು ಹಾರಿಸಿದಾಗ ಗಂಡಿಗೆ ಹಬ್ಬ ಅನಿಸುತ್ತೆ" ಎನ್ನುವ ವೇಳೆಗೆ ಅವನ ಕೈ ಹಿಡಿದುಕೊಂಡು "ಪ್ಲೀಸ್ ನಂಗೆ ಅದೆಲ್ಲ ಗೊತ್ತಾಗೋಲ್ಲ. ನಾನು ಓದಿದ್ದು ಕಾನ್ವೆಂಟ್‌ನಲ್ಲಿ. ಕವಿ ಸಾಹಿತಿ, ಬರಹಗಾರರ ಬಗ್ಗೆ ನಂಗೇನು ಗೊತ್ತಿಲ್ಲ. ಅದೇ ಬಿಲ್ಡರ್ಸ್, ಡೆವಲಪರ್... ಮನೆಯವರ್ರೂ ಬಂದಿದ್ದಾರೆ. ಪೂರ್ತಿ ಹಣ ಕೊಟ್ಟು

ರಿಜಿಸ್ಟ್ರೇಷನ್ ಮಾಡ್ಸಿಕೊಳ್ಳದಿದ್ದರೆ ಅಡ್ವಾನ್ಸ್ ವಾಪಸ್ಸು ಮಾಡೋಲ್ವಂತೆ. ಆ ಅಪಾರ್ಟ್‌ಮೆಂಟ್‌ನ ಬೇರೆಯವ್ರಿಗೆ ಕೊಡೋಕೆ ರೆಡಿಯಾಗ್ತ ಇದ್ದಾರೆ" ಅದೇ ವಿಷಯ. ನಿಹಾರಿಕ ಸ್ವಭಾವ, ನಡವಳಿಕೆಯಿಂದ ಬೇಸತ್ತು ಹೋಗಿದ್ದ. 'ನಾ ನಿನಗಾಗಿ, ನೀ ನನಗಾಗಿ' ಎನ್ನುವ ತತ್ವದ ಮೇಲಿರಲಿಲ್ಲ ಅವರ ದಾಂಪತ್ಯ.

"ನೀನು ನಂಗೆ ಪತ್ನಿಯಾಗಿದ್ದಕ್ಕೆ ನನ್ನ ಪಾಲಿನ ಹಕ್ಕುನ ಸ್ಥಾಪನೆ ಮಾಡಿ ಆಸ್ತಿಯಲ್ಲಿ ಪಾಲು ಕೇಳಿದೆಯಂತೆ ಅದಕ್ಕೆ ಎಲ್ಲಾ ಒಪ್ಗೇ ಸೂಚಿಸಿದ್ದಾರೆ. ಈ ಮನೆ ಅಮ್ಮನ ತವರಿನ ಬಳುವಳಿಯಾದರೂ ಮಗನ ಸಲುವಾಗಿ ಪಾಲು ಮಾಡಲು ನಿರ್ಧರಿಸಿದ್ದಾರೆ. ಅಡಿಟರ್‌ಗೆ ಹೇಳಿದ್ದೀನಿ, ಈ ಬಗ್ಗೆ ಪೇಪರ್ಸ್ ರೆಡಿ ಮಾಡೀಂತ. ಕೋಟಿಗಳಂತು ಇಲ್ಲ. ಸಿಕ್ಕರೆ ಲಕ್ಷಗಳಲ್ಲಿ ಸಿಗಬಹುದು. ಅದು ಎರಡು ಪ್ರಾಪರ್ಟಿಯ ಮೇಲಿನ ಸಾಲ ತೀರಿದ ನಂತರ. ಆದರೆ ಕೆಲವು ಲಕ್ಷಗಳಿಗಾಗಿ ನೀನು ಕಳೆದುಕೊಳ್ಳುವುದೆಷ್ಟು ಗೊತ್ತಾ? ಕುಟುಂಬದ ಪ್ರೇಮ, ಸ್ನೇಹ...ಅದ್ಬಿಡು. ನಿಂಗೆ ಲೆಕ್ಕಕ್ಕಿಲ್ಲ, ಈಗಾಗಲೇ ಎಲ್ಲರನ್ನು ಬೇಡವೆಂದು ಹೇಳಿ ಆಗಿದೆಯಲ್ಲ. ಹೆಣ್ಣು, ಗಂಡಿನ ಪ್ರಣಯ ಸಂಬಂಧ ಮಾತ್ರ ಪ್ರಧಾನಗೊಂಡು ಮಿಕ್ಕ ಸಂಬಂಧಗಳಿಗೆ ಪ್ರಾಧ್ಯಾನತೆ ಇಲ್ಲದೆ ಹೋಗಿರುವುದಕ್ಕೆ ಕಾರಣ ಕತೆ, ಕಾದಂಬರಿ, ಕವನಗಳೆ ಕಾರಣ. ಅಲ್ಲಿ ಹೆಣ್ಣು, ಗಂಡಿನ ಪ್ರಣಯ ಮಾತ್ರ ಪ್ರಭಾವಗೊಂಡು ಮಿಕ್ಕ ಸಂಬಂಧ ಇಲ್ಲವೇ ಇಲ್ಲ ಎನ್ನುವ ಮಟ್ಟಿಗೆ ರೂಪಿತವಾಗಿರುವುದು ಇಲ್ಲಿ ಸಮಸ್ಯೆಯಾಗಿದೆ. ಮನುಷ್ಯ ಜೀವನದಲ್ಲಿ ಎಲ್ಲಾ ಸಂಬಂಧಗಳು ಮುಖ್ಯವೇ. ಹೆಣ್ಣಿನ ಜೊತೆಗೂಡಿದ ಬಾಳುವೆಯಲ್ಲಿ ಪ್ರಣಯ ಒಂದು ಮುಖ್ಯವಾದ ವಿಷಯವಲ್ಲ. ಅದೊಂದು ಕಾರಣಗಳ ಸಲುವಾಗಿ ವಿವಾಹಗಳು ನಡೆಯಬೇಕಿಲ್ಲ".

"ಪ್ಲೀಸ್ ಸಂತೋಷ್, ನಂಗೆ ಏನೇನು ಅರ್ಥವಾಗೋಲ್ಲ" ಎರಡು ಕೈಯಲ್ಲಿ ತಲೆ ಹಿಡಿದುಕೊಂಡಳು. "ನಂಗೆ ನಿಯಾಸ್ ಅಪಾರ್ಟ್‌ಮೆಂಟ್ ಬೇಕೇ, ಬೇಕು. ನಾವಿಬ್ರು ಅಲ್ಲೇ ಇರ್ಬೇಕು. ಈ ಜನರ ಜೊತೆಗೆ ಸಾಧ್ಯವಿಲ್ಲ" ಕಿರುಚಿದಳು. ಬಹುಶಃ ಕೋಣೆ ಮಾತ್ರವಲ್ಲ, ಇಡೀ ಮನೆಯಲ್ಲಿ ಕಿರುಚುವಿಕೆ ಅಪ್ಪಳಿಸಿರಬೇಕು. ನಂತರ ಪೂರ್ತಿ ನಿಶ್ಯಬ್ದ. ಬಹಳ ಹೊತ್ತಿನ ಮೇಲೆ ನಿಶ್ಚಿತ ಅಳುತ್ತಿರುವುದು ಕೇಳಿಸಿತು. ಅದು ಒಂದು ರೀತಿಯ ಲಾಲಿ.

* * *

ಅಂದು ನಯನತಾರ ಅಳಿಯ ಮೌನ ಗಂಡ ಚಂದ್ರಶೇಖರ್ ಅಪಾಯಿಂಟ್‌ಮೆಂಟ್ ಪಡೆದೇ ಸಂತೋಷನ ನೋಡಲು ಬಂದಿದ್ದು. ಮ್ಯಾರೇಜ್ ಆನಿವರ್ಸರಿ ಸಂಭ್ರಮದ ಬಗ್ಗೆ ಒಂದಿಷ್ಟು ಡಿಟೈಲ್ ಕೊಡುವ ಸಲುವಾಗಿ ಬಂದಿದೆನ್ನುವುದು ಒಂದು ನೆಪ ಅಷ್ಟೆ. ಈಗಾಗಲೇ ತಾನು ಭೇಟಿಯಾಗಿ ಸಂತೋಷ್‌ನೊಡನೆ ಚರ್ಚಿಸಿದ ವಿಷಯವನ್ನು ಒಮ್ಮೆ ಕೋಪದಿಂದ, ಮತ್ತೊಮ್ಮೆ ಅಳುತ್ತಾ ಹೇಳಿ ಮುಗಿಸಿದ್ದಳು.

"ಮ್ಯಾರೇಜ್ ಅನಿವರ್ಸರಿ ಯಾಕೆ? ಈಗಾಗಲೇ ನಿನ್ಜೊತೆ ಬೇಸರವಾಗಿದೆ. ವಿವಾಹಕ್ಕೆ ಮುನ್ನ ನಂತರದಲ್ಲೂ ದೊಡ್ಡ ವ್ಯತ್ಯಾಸವೇನು ಆಗಿಲ್ಲ. ಒಂದೇ ರೂಮಿನಲ್ಲಿ ಮಲಗ್ತೀವಿ. ಪ್ರೇಮವೇಯೆನ್ನದ ಪ್ರಣಯದಾಟ. ನಂಗೆ ಬೋರ್ ಹೊಡೆದು ಹೋಗಿದೆ" ನಿಷ್ಠುರವಾಗಿ ಅವನೊಂದಿಗೆ ಮಾತಾಡಿದನ್ನ ಚಂದ್ರಶೇಖರ್ ಒಂದಿಷ್ಟು ವಿಸ್ತರಿಸಿ ಹೇಳಿದ. ಅಂಥ ಉದ್ದೇಶವನ್ನು

ಈಗಾಗಲೇ ಸಂತೋಷ್‌ಗೆ ಹೇಳಿದ್ದಳು ನಿಹಾರಿಕ.

"ನೋಡಿ ಸಂತೋಷ್ ನಂಗಂತು ಭಯವಾಗಿದೆ. "ಡೈವೋರ್ಸ್' ಪದವೆ ನನಗೆ ಭಯ ತರಿಸುತ್ತೆ. ನಾನು ಏನೇನು ಕೇಳಿಲ್ಲ. ನಮ್ಮ ರೆಡ್ಡಿ ಮಾವನದು ಮಗಳು ವಿಚಾರದಲ್ಲಿ ತುಂಬಾನೆ ಧಾರಾಳತನ. ಎಲ್ಲಾ ಕೊಟ್ಟಿದ್ದಾರೆ. ನನ್ನ ಹೆತ್ತವರಿಗೂ ಸಾಕಷ್ಟು ಹೆಲ್ಪ್ ಮಾಡಿದ್ದಾರೆ. ಅಂಥದ್ದರಲ್ಲಿ ಡೈವೋರ್ಸ್ 'ಅನ್ನೋದು ಎಷ್ಟು ಸರಿ?' ಚಂದ್ರಶೇಖರ್ ಅತ್ತೆ ಬಿಟ್ಟ. ಅವನು ಬೆಳೆದಿದ್ದು, ಓದಿದ್ದು ಎಲ್ಲಾ ರೆಡ್ಡಿಯವರ ಹಂಗಿನಲ್ಲಿ. ಅದರಿಂದ ಇನ್‌ಫೀಯರಿಟಿ ಇತ್ತು. ಸಹಜವಾಗಿ ವರ್ತನೆಗೆ ಅದು ಬ್ರೇಕ್ ಹಾಕುತಿತ್ತು. ಅದನ್ನು ಯಾರ ಮುಂದು ಹೇಳಿಕೊಳ್ಳುವಂತಿರಲಿಲ್ಲ. ಆದರೆ ಅದನ್ನ ಸಂತೋಷ್ ಮುಂದೆ ಹೇಳಿಕೊಂಡ ಮುಕ್ತವಾಗಿ.

"ಇಲ್ಲಿ ಸಮಸ್ಯೆ ಅಂಥದ್ದು ಏನಿಲ್ಲ. ವಿವಾಹ ಅನ್ನೋದು ಎರಡು ಕುಟುಂಬದ ಬಾಂಧವ್ಯ. ಅಂಥದ್ದರಲ್ಲಿ ಬರೀ ನಿಮ್ಮಿಬ್ಬರ ನಿರ್ಣಯದಿಂದ ಡೈವೋರ್ಸ್ ಸಾಧ್ಯವಿಲ್ಲ. ಮೊದ್ಲು ನಿಮ್ಮ ಸ್ವಭಾವದಲ್ಲಿ ಒಂದಿಷ್ಟು ಬದಲಾವಣೆ ಮಾಡ್ಕೊಳ್ಳಿ. ಈ ಬದುಕೆಂಬ ಅನಂತ ಪಯಣದಲ್ಲಿ ಎಲ್ಲಾ ಸಂಬಂಧಗಳು ಮುಖ್ಯವೇ. ಮಾತುಗಳು ಹಳೆಯದಾಗಬಹುದು ಸರ್ವಕಾಲಕ್ಕೂ ಸಲ್ಲುವಂಥದ್ದೇ. ನಮ್ಮಗಳ ದಾಂಪತ್ಯ ಜೀವನ, ಕೌಟುಂಬಿಕ ಸಾಮರಸ್ಯ ವಿಶ್ವಮಾನ್ಯ" ಎಂದು ಹಲವು ವಿಷಯಗಳನ್ನು ಮುಂದಿಟ್ಟನಂತರ ಪ್ರಶ್ನಿಸಲು ಶುರು ಮಾಡಿದ. ಅವನಿಗೆ ನಗು ಬಂತು. ಸಮಸ್ತವು ಇತ್ತು. ಆದರೆ ಏನು ಇಲ್ಲವೆನ್ನುವ ಚಡಪಡಿಕೆ".

"ನೀವು ಸ್ವಲ್ಪ ಬದಲಾಗ್ಬೇಕು. ನೀವು ರೆಡ್ಡಿ ಮನೆಯ ಸರ್ವೆಂಟ್‌ನಂತೆ ವರ್ತಿಸಿದರೆ ಅವಳಿಗೆ ಸಹನೀಯವಲ್ಲ. ನೀವು ಗಂಡನ ತರಹ ವರ್ತಿಸಬೇಕು. ಸಂಗಾತಿಯಂತೆ ಓಲೈಸಬೇಕು, ಕೆಲವೊಮ್ಮೆ ಅಧಿಕಾರ ಚಲಾಯಿಸಬೇಕು. ಮುನಿದವಳನ್ನು ಸಂತೈಯಿಸಬೇಕು. ಎಲ್ಲಾ ಬಿಟ್ಟು ಮೌನ 'ಹೂ' ಅಂದರೆ 'ಹ್ಞೂ...' ಉಹ್ಞೂ ಅಂದರೆ ಊಹ್ಞೂ ಅಂದರೆ ಹೇಗೆ? ನಿಮ್ಮಲ್ಲಿ ಮೌನ ಬಗ್ಗೆ ಪ್ರೀತಿ ಇದೆ, ಪ್ರೇಮವಿದೆ, ಬಯಕೆ ಇದೆಯೆಂದು ತೋರ್ಪಡಿಸದಿದ್ದರೆ ದಾಂಪತ್ಯಕ್ಕೆ ಹೇಗೆ ಶೋಭೆ ಬಂದೀತು?" ಎಂದ ಸಂತೋಷ್ ಅಪ್ತ ಸಲಹೆಗಾರನಂತೆ. ಆಮೇಲೆ ಸಾಕಷ್ಟು ಪ್ರಶ್ನೆ ಹಾಕಿದ. ಚಂದ್ರಶೇಖರ್ ಮುಕ್ತ ಮನಸ್ಸಿನಿಂದ ಹೇಳಿಕೊಂಡ. ಆಪ್ತ ಸಮಾಲೋಚನೆ! ಸಾಕಷ್ಟು ಟಿಪ್ಸ್ ಕೂಡ ಕೊಟ್ಟ.

ಇದರಲ್ಲಿ ಒಂದೆರಡು ಗಂಟೆಗಳು ಕಳೆದು ಹೋಗಿತ್ತು. "ವಿವಾಹವೆನ್ನುವ ಸಾಮಾಜಿಕ ವ್ಯವಸ್ಥೆ ಹೆಚ್ಚು ಸದೃಢವಾಗಬೇಕು. ಆಗ ಉತ್ತಮ ಸಮಾಜ ನಿರ್ಮಾಣ ಮಾತ್ರವಲ್ಲ ಅತ್ಯಂತ ಸುಂದರ ಬದ್ಕು ನಮ್ಮದಾಗುತ್ತೆ. ಒಬ್ಬ ಯಶಸ್ವಿ ವ್ಯಕ್ತಿಯ ಹಿಂದೆ ಸ್ತ್ರೀಯೊಬ್ಬಳು ಇರ್ತಾಳೆ ಅನ್ನೋದು ನಿಜವಾದರೂ ಇನ್ನು ಹಲವರ ಪಾತ್ರ ಇರುತ್ತೆ. ಬೆಸ್ಟ್ ಆಫ್ ಲಕ್, ನಿಮ್ಮ ವಿವಾಹದ ಅನಿವರ್ಸರಿಯನ್ನು ಅತ್ಯಂತ ವರ್ಣರಂಜಿತವಾಗಿ ಯೋಜಿಸೋಣ" ಎಂದು ಬೀಳ್ಕೊಟ್ಟ. ಅಲ್ಲಿ ಬರೀ ಹೊಂದಾಣಿಕೆ ಬರೀ ಸಣ್ಣಪುಟ್ಟ ಅಡೆತಡೆಗಳು ಆದರೆ ಇಲ್ಲಿ... ಅವಳು ಬೇಡುವ ಎಲ್ಲವನ್ನು ಪೂರೈಸಲಾಗದು. ಕೂಡದು ಕೂಡ. ಪತಿ-ಪತ್ನಿಯರ ಸಂಬಂಧ ಬರೀ ಪೂರೈಕೆಗಾಗಿ!

ಅಂದು ಸಂಜೆ ಮನೆಗೆ ಬಂದಾಗ ಅವನ ಮೊಬೈಲ್‌ಗೆ ಒಂದು ಮೆಸೆಜ್ ಬಂದಿತ್ತು "ನನ್ನ ಮಮ್ಮಿ, ಡ್ಯಾಡ್ ಬಂದಿದ್ದಾರೆ. ಹೋಟೆಲ್ ರಾಕ್‌ನಲ್ಲಿ ಉಳ್ದುಕೊಂಡಿದ್ದಾರೆ. ನಾನು ಅಲ್ಲೇ

ಇದ್ದೀನಿ" ಅದನ್ನು ನೋಡಿ ಹಲ್ಲುಗಳನ್ನು ಕಚ್ಚಿಡಿದ. ಎಷ್ಟೊಂದು ಅಹಂಕಾರ! ಈ ಅವಿಧೇಯತೆಯನ್ನು ಹೇಗೆ ಸಹಿಸುವುದು? ಹೋಗಿ ಮೇಲಿನ ಬಾಲ್ಕನಿಯಲ್ಲಿ ಸುಮ್ಮನೆ ಕೂಡುವ ಮುನ್ನ "ಅಮ್ಮ, ನಿಹಾರಿಕಾ ಪೇರೆಂಟ್ಸ್ ಬಂದಿದ್ದಾರಂತೆ. ಅವ್ರ ಜೊತೆಯಲ್ಲಿ ಹೋಟೆಲ್ ರಾಕ್‌ನಲ್ಲಿದ್ದಾಳಂತೆ" ಎಂದ ಆಕೆ ಏನಾದರೂ ಮಾತಾಡುವ ಮುನ್ನ ಮೊಬೈಲ್ ಕಟ್ ಮಾಡಿದ. ಇಂದು ನೋವಿನ ಜೊತೆ, ಅವಮಾನ ಕೂಡ. ಹೇಗೆ ಇವಳನ್ನು ಸುಧಾರಿಸುವುದು 'ಐ ಲವ್ ಯು' ಎಂದು ನೂರೆಂಟು ಸಲ ಮೆಸೆಜ್‌ಗಳನ್ನು ರವಾನೆ ಮಾಡಿದ್ದ ಹೆಣ್ಣಿಗೆ ಪ್ರೀತಿ, ಪ್ರೇಮದ ಅಕ್ಷರಾಭ್ಯಾಸವಿತ್ತಾ?

ಮಾಧವಿ ಬಂದು ಅವನ ಮುಂದೆ ಕೂತರು.

"ಯಾಕೆ, ಒಂದು ತರಹ ಇದ್ದೀಯಾ?" ಕೇಳಿದರು. ವಿಷಯ ಅವರಿಗೂ ಗೊತ್ತಿತ್ತು. ರೂಮಿನೊಳಗೆ ಅಡಗಿದ್ದ ಗುಮ್ಮ ಹೊರಗಡಿ ಇಟ್ಟಿತ್ತು ಹೆಜ್ಜೆ. ಅವಳಿಗೆ ಬೇಕಾಗಿರೋದನ್ನ ಧಿಮಾಕ್‌ನಿಂದ ಹೇಳುತ್ತಿದ್ದಳು. ಅದನ್ನು ಎಲ್ಲರೂ ಸಹಿಸಿಕೊಳ್ಳಬೇಕಿತ್ತು. ಸಹನೆಗೂ ಮಿತಿ ಇತ್ತು. ಘಟಾಸ್ಫೋಟದ ಸಾಧ್ಯತೆ ಇತ್ತು. "ಹೇಗೂ ಶಾಂಭವಿ, ಈಶ್ವರ್ ಬಂದಿದ್ದಾರಂತಲ್ಲ. ಹೋಗಿ ಮನೆಗೆ ಆಹ್ವಾನಿಸಿ ಬಾ. ಹಿರಿಯರು ನಿಶ್ಚಯಿಸಿದ ಮದ್ವೆ ತಾನೇ? ಎರಡು ಕಡೆಯವರು ಕೂಡಿಯೆ ಬುದ್ಧಿ ಹೇಳೋಣ" ಎಂದರು. ಅವನಿಗೇನು ಹೇಳಬೇಕೋ ಗೊತ್ತಾಗಲಿಲ್ಲ. ಹಿರಿಯರೆನಿಸಿಕೊಂಡವರಿಗೆ ಬೆಲೆ ಕೊಡುವ ಪೈಕಿಯಲ್ಲ ನಿಹಾರಿಕ "ಪ್ರಯೋಜನವಾಗೋಲ್ಲ. ಅದ್ರೂ, ಪ್ರಯತ್ನ ಅಂತ ಮಾಡಬೇಕಷ್ಟೆ" ಎಂದ ನಿರುತ್ಸಾಹದಿಂದ. ಅವನಲ್ಲಿನ ಮಡದಿ ಪ್ರೇಮ ಸತ್ತಿತ್ತು.

ಅವನ ಭುಜದ ಮೇಲೆ ಕೈಯಿಟ್ಟು "ಈಚೆಗೆ ಇದು ಯಾವ್ದೂ ಹೊಸದಲ್ಲ. ನಿಮ್ಗೇ ಬೇರೊಂದು ಪ್ಲಾಟ್ ಮಾಡಿಕೊಡೋ ತೀರ್ಮಾನ ಮಾಡಿದ್ದಾರೆ. ಅವ್ರ ಹಂಬಲದಂತೆ ಇರಲಿ ಬಿಡು. ನೀನು ಬೇರೆ ಊರು, ದೇಶದಲ್ಲಿ ಇದ್ದಿದ್ರೆ... ಹೊಂದಿಕೊಳ್ತಾ ಇರ್ಲಿಲ್ವೆ? ಈಗ್ಲೂ ಹಾಗೆ ತಿಳ್ಕೋಬಹ್ದು. ಈಗಿನ ವಯೋಮಾನದ ಹೆಣ್ಣು ಮಕ್ಳು ತುಂಬಾ ಕನಸುಗಳ್ನ ತುಂಬಿಕೊಳ್ತಾರೆ. ಅದರಲ್ಲಿ ತಾನು ಮತ್ತು ತನ್ನ ಗಂಡ ಅನ್ನೋದು ಬಿಟ್ಟು ಬೇರೊಂದು ಪ್ರಸಕ್ತಿ ಇರೋಲ್ಲ" ನೊಂದು ಆಕೆ ಇದನ್ನೆಲ್ಲ ಹೇಳಿದರೂ, ಆದಷ್ಟು ಅದು ವ್ಯಕ್ತವಾಗದಂತೆ ಎಚ್ಚರವಹಿಸಿದ್ದರು.

ದೀರ್ಘವಾಗಿ ತಾಯಿಯ ಕಡೆ ನೋಡಿ ಮುಗುಳ್ನಕ್ಕ.

"ಆಯ್ತು, ಪ್ಲಾಟ್ ಮಾಡಿ ಕೊಡ್ತೀರಾ. ಆದರೆ ಕೆಲ್ಸ, ಬೇರೆ ಕಡೆ ನೋಡಿಕೊಳ್ಳಲಾ?" ಕೇಳಿದ ಕೂಡಲೆ ಮಗನ ಕೈಹಿಡಿದುಕೊಂಡು "ಅಯ್ಯೋ ಏನೇನೋ ಮಾತಾಡ್ತಿ? ಇವತ್ತು ನಮ್ಮ 'ಸಾರಥಿ ಇವೆಂಟ್' ಇಷ್ಟೊಂದು ಫೇಮಸ್ ಆಗಿದೆಯೆಂದರೆ, ನಿನ್ನಿಂದಲೇ. "ನೀನು ಅಲ್ಲೆ ಕೆಲ್ಸ ಮಾಡ್ಬಹ್ದು. ಸಂಬಳನು ತಗೋಬಹ್ದು" ಎಂದರು ಕೆನ್ನೆಯ ಮೇಲೆ ಹರಿದ ಕಣ್ಣೀರುನ ತೊಡೆದುಕೊಳ್ಳುತ್ತ. ಈ ಪರಿಸ್ಥಿತಿ ಹೆತ್ತ ತಾಯಿಯವರಿಗೆ ಬರಬಾರದು.

"ಆಗ ಸಂಬಳ ಫಿಕ್ಸ್ ಮಾಡೋದು ನಿಹಾರಿಕ" ಎಂದವ "ಆಮೇಲೆ ನನ್ನ ಅಲ್ಲಿ ಕೆಲ್ಸ ಮಾಡ್ಬೇಡಾಂತ ಹೇಳಬಹುದು. ಏನಾದ್ರೂ .. ಇದ್ಯಾ?" ಕೇಳಿದ. ಆಕೆ ಏನು ತೋಚದಂತೆ "ಅಯ್ಯೋ, ಹೋಗಪ್ಪ ನಂಗೇನು ತೋಚೋಲ್ಲ. ನಿಮ್ಮಿಬ್ಬರ ಮಧ್ಯೆ ಗಲಾಟೆ ಬೇಡ. ಆರಾಮಾಗಿ

ಸಾಮರಸ್ಯದಿಂದ ನಗುನಗುತ್ತಾ ಸಂಸಾರ ಮಾಡಿದರೆ, ಅಷ್ಟು ಸಾಕು" ಮನಸ್ಸನ್ನು ಬಿಚ್ಚಿಟ್ಟರು. ಕಷ್ಟದಿಂದ ಅಮ್ಮನ ಮಾತುಗಳನ್ನು ಅರಗಿಸಿಕೊಂಡ. ಅವಳೊಂದಿಗಿನ ಸಂಬಂಧ ಅರ್ಥ ಕಳೆದುಕೊಂಡಿತ್ತು.

ಒಂದು ಹೆಣ್ಣಿನ ಪ್ರವೇಶದಿಂದ ಎಷ್ಟೊಂದು ನೋವು ಸಮಸ್ಯೆಗಳು.... ಮುಂದಿನ ಬದುಕಿನ ಚಿತ್ರ ಅವನ ಊಹೆಗೆ ನಿಲುಕಲಾರದೆ ಹೋಯಿತು. ಯಾವೊಂದು ಮಜಲನ್ನು ಸೃಷ್ಟಿ ಮಾಡಬಹುದು? ಸ್ವಲ್ಪ ಮನಸ್ಸು ಮಾಡಿದರೆ, ಮನೆಯನ್ನು ಸ್ವರ್ಗವಾಗಿಸುವ ಎಲ್ಲಾ ಅವಕಾಶಗಳು ಇತ್ತು ನಿಹಾರಿಕಗೆ. ಆದರೆ ಆ ಜಾಯಮಾನದ ಹೆಣ್ಣೊಂತ ಅನ್ನಿಸಲಿಲ್ಲ. ಈಗ ಛಿದ್ರ ಮಾಡಲು ಹೊರಟವಳಿಗೆ ಅದರ ಅರಿವು ಇಲ್ಲವಾ?

"ಆಯ್ತು, ಮುಂದೆ" ಎಂದ ಅಮ್ಮನ ಮುಖ ನೋಡುತ್ತ "ಸಾಕು ಸುಮ್ಮನಿರೋ, ಪೂಜೆ ಪುರಸ್ಕಾರ, ಹಬ್ಬ ಅಂತದಕ್ಕೆ ಬಂದ್ಹೋಗಿ, ಆಗ ನಿಹಾರಿಕ ನಮ್ಗೇ ನೇಮ್ದಿ ನಗುವನ್ನು ಹಂಚಿದರೆ ಸಾಕು" ಎಂದವರ ಕಣ್ಣಿಂದ ಕಂಬನಿ ಫಳಕ್ಕೆಂದಿತು "ಅಯ್ಯೋ, ಏನಮ್ಮ ಕಣ್ಣೀರು ಸುರಿಸ್ತೀಯ? ನಾನೇನಾದ್ರೂ ಡಾಲರ್ ಬಾಲ ಹಿಡಿದು ವಿದೇಶಕ್ಕೆ ಹಾರಿದ್ದರೆ, ವರ್ಷಾನುಗಟ್ಟಲೇ.... ಈಗ ಅಂಥದ್ದಿಲ್ಲ. ಎಷ್ಟೊಂದು ಇಂಪ್ರೂ ಆಗಿದೆಯೆಂದರೆ ಅನ್‌ಲೈನ್‌ನಲ್ಲೇ ಮದ್ವೆ ಆಗಬಹುದು. ಇಲ್ಲಿ ಇಂಟರ್ನೆಂಟ್ ಮಧ್ಯಸ್ಥಿಕೆ ವಹಿಸುತ್ತೆ, ಅಲ್ಲೆಲ್ಲ ಮೆಕ್ಯಾನಿಕಲ್, ಅಲ್ಲಿ ಭಾವನೆಗಳಿಗೆ ಜಾಗವಿರೋಲ್ಲ. ಈಗಿರೋ ತಂತ್ರಜ್ಞಾನದಲ್ಲಿ ವಿದೇಶದಲ್ಲಿದ್ದರು ಮಗನೊಂದಿಗೆ ಮುಖ ನೋಡ್ಕೊಂಡ್ ಬೇಕಾದರೂ ಮಾತಾಡಬಹುದು. ಆದರೆ ನಿನ್ಮಗನಿಗೆ ಪುರಸತ್ತು ಇರಬೇಕಲ್ಲ. ಆ ಛಾನ್ಸ್ ನಿಂಗಿಲ್ಲ ಬಿಡು. ಹೇಗೂ ಬೇರೊಂದು ಪ್ಲಾಟ್ ವಾಸಕ್ಕೆ. ಕನಿಷ್ಠ ವಾರಕೊಮ್ಮೆಯಾದ್ರೂ... ಭೇಟಿಯಾಗಬಹುದು" ಅಂದ. ಆಕೆ ಎದ್ದು ಹೋದರು. ಸಮಾಧಾನಿಸಲು ಹೋಗಲಿಲ್ಲ.

ಆ ಕ್ಷಣದಿಂದಲೇ ಪ್ಲಾಟ್ ಹುಡುಕಾಟ. ಶುರುಮಾಡಿದ್ದರು. 'ಸಾರಥಿ ಇವೆಂಟ್' ಜೊತೆ ಅವಳು ಕೆಲಸ ಮಾಡುವ ಆಫೀಸ್ ಎಲ್ಲಾ ಅಂದಾಜ್‌ನಲ್ಲಿಟ್ಟುಕೊಂಡೇ ಶುರು ಮಾಡಿದ್ದು ಪಾರ್ಥಸಾರಥಿ ನಿಹಾರಿಕ ಮನೆಯವರೊಂದಿಗೆ ಮಾತಾಡುವುದನ್ನು ಬಿಟ್ಟರೂ ಆಗಾಗ 'ನಂಗೆ ಕಾಫಿ ಬೇಕು, ಟೀ ಬೇಕು, ಬೆರ್ಸೀಕೊಡಿ ಬೆಲ್ ಮಾಡ್ಕೊಡಿ' ಇಂಥ ಬೇಡಿಕೆಗಳು ಆಜ್ಞೆಗಳ ರೂಪದಲ್ಲಿ ಹೊರ ಬೀಳುತ್ತಿತ್ತು. ಅಷ್ಟು ಮಟ್ಟಿಗಿನ ಸಂಬಂಧ.

ಮನೆಗೆ ಬಂದ ಪಾರ್ಥಸಾರಥಿ ಸೊಸೆಯನ್ನು ವಿಚಾರಿಸಿದಾಗ "ಅವ್ಳ ಪೇರೆಂಟ್ಸ್ ಬಂದಿದ್ದಾರಂತೆ. ಹೋಟೆಲ್ ರಾಕ್‌ನಲ್ಲಿ ಉಳಿದುಕೊಂಡಿದ್ದಾರಂತೆ. ನಾನು ಅಲ್ಲೇ ಇರ್ತೀನೀಂತ ಸಂತೋಷ್‌ಗೆ ಮೆಸೆಜ್ ಮಾಡಿದ್ದಾಳಂತೆ. ಹೇಗೂ, ಬರೋರು... ಬಂದಿದ್ದಾರೆ. ಒಂದಿಷ್ಟು ಕೂಡ್ಸಿಕೊಂಡು ಮಾತಾಡೋದು ಒಳ್ಳೆಯದಲ್ವಾ?" ಮಾಧವಿ ಕೇಳಿದರು. ಅದು ಒಳ್ಳೆಯದೇ ಆದರೂ ಪ್ರಯೋಜನವಿಲ್ಲವೆನಿಸಿತು "ಆಕೆ ಬಹಳ ಸ್ಪಷ್ಟವಾಗಿ ಹೇಳಿದ್ದಾರೆ. ಮತ್ತೆ ಹೇಳೋಕು, ಕೇಳೋಕು.. ಏನಿರುತ್ತೆ? ಹೇಗೂ ಬೀಗರು. ನಮ್ಮ ಮನೆಗೆ ಹೆಣ್ಣು ಕೊಟ್ಟು ಉದ್ಧಾರಕ್ಕೆ ನಿಂತ ಜನ. ಆಹ್ವಾನಿಸೋದರಿಂದ ತಪ್ಪೇನು ಇಲ್ಲ" ನಿರುತ್ಸಾಹದಿಂದ ಹೇಳಿದರು.

"ಆ ಕೆಲ್ಸ ಸಂತೋಷ್ ಮಾಡ್ಲಿ. ಆಕೆ ಮೊದ್ಲಿನ ಶಾಂಭವಿ ಅಲ್ಲ. ನಂಗ್ಯಾಕೋ ಭಯ

ಅನಿಸುತ್ತೆ. ಗಂಡನನ್ನು ಎಷ್ಟು ಹದ್ದುಬಸ್ತಿನಲ್ಲಿಟ್ಟಿದ್ದಾಳೆಂದರೆ ಆತ ತುಟಿಕ್‌ಪಿಟಿಕ್ ಅನ್ನೋಲ್ಲ. ಈಕೆ ಹೇಳಿದಕ್ಕೆ ಹ್ಞೂಗುಟ್ಟುತ್ತಾನಷ್ಟೆ."

ಹೆಂಡತಿಯ ಮಾತುಗಳಿಗೆ ಪಾರ್ಥಸಾರಥಿ ನಕ್ಕುಬಿಟ್ಟರು. "ಅದೇ ಶಿಕ್ಷಣ ಮಗಳಿಗೆ ಕೊಟ್ಟಿದ್ದಾರೆ. ಸಂತೋಷ್ ಪರಿಸ್ಥಿತಿ ನೆನಸ್ಕೋ" ಎಂದು ನಕ್ಕರು. ಅದು ಒರಿಜನಲ್ ನಗುವಲ್ಲ. ಮುಂದಿನ ಪರಿಸ್ಥಿತಿಯ ಬಗೆಗಿನ ವಿಷಾದ ಅಷ್ಟೆ.

ಎಲ್ಲರ ಬಲವಂತಕ್ಕೆ ಫೈವ್‌ಸ್ಟಾರ್ ಹೋಟೆಲ್ ರಾಕ್‌ಗೆ ಹೋಗಬೇಕಾಗಿತ್ತು. ವಿದ್ಯುದ್ದೀಪಗಳು ಝಗಝಗಿಸುತ್ತಿದ್ದವು. ಇವೆಲ್ಲ ಅವನಿಗೆ ಅಪರೂಪವಲ್ಲ. ಕೆಲವು ಫಂಕ್ಷನ್‌ಗೆ ಇಂಥ ಹೋಟೆಲ್‌ಗಳಲ್ಲಿ ಆಯೋಜಿಸಿದ್ದು ಇದೆ. ತೀರಾ ಕಣ್ಣರಳಿಸುವಂಥ ಜಾಯಮಾನ ಅವನದಲ್ಲ.

ಮೆಸೇಜ್ ಕಳಿಸಿದ್ದರು. ಅವನನ್ನು ಎದುರುಗೊಳ್ಳಲು ರಿಸೆಪ್ಷನ್‌ಗೇನು ಬಂದಿರಲಿಲ್ಲ. ರೂಂ ನಂ ತಿಳಿಸಿದ್ದರಿಂದ ಲಿಫ್ಟ್‌ನಲ್ಲಿ ಹೋದ. ಕಾಲಿಂಗ್‌ಬೆಲ್ ಒತ್ತಿದ ಮೇಲೆಯೇ ರೂಂ ಬಾಗಿಲು ತೆಗೆದಿದ್ದು.

"ಹಾಯ್, ಸಂತೋಷ್... ಐಯಾಮ್ ವೆರಿ ಹ್ಯಾಪಿ" ಕೈ ಹಿಡಿದು ಕುಲುಕಿದರು. ಇದು ಪ್ರೀತಿ, ಆತ್ಮೀಯತೆ ಅನ್ನಿಸಲಿಲ್ಲ. ಬೂಟಾಟಿಕೆ. ಇಲ್ಲೇನು ಶಿಷ್ಟಾಚಾರವಿರಲಿಲ್ಲ" ಹಾಯ್ ಎಂದು ಬಗ್ಗಿ ನಮಸ್ಕರಿಸಿದ. "ಎಲ್ಲಿ... ನಿಹಾರಿಕ?" ಕೇಳಿದ. "ಮೊದ್ಲು ಬಾ... ಬಾ..." ಕೈ ಹಿಡಿದು ಎಳೆದುಕೊಂಡೇ ಹೋದರು. ಲಗ್ಜುರಿ ಸೂಟ್. ಸೋಫಾ ಮೇಲೆ ಕೂತು ಕಣ್ಣರಳಿಸಿದ. "ಮೈ ಚೈಲ್ಡ್... ಸಂತೋಷ್ ಬಂದಿದ್ದಾರೆ. ಒಂದು ರಾತ್ರಿ ಬಿಟ್ಟಿರುವುದು ಕಷ್ಟವೇ" ಎಂದು ಮೊಬೈಲ್‌ನಲ್ಲಿ ಇನ್‌ಫಾರ್‌ಮೇಷನ್ ಮುಟ್ಟಿಸಿದ ಕೆಲವೇ ಕ್ಷಣಗಳಲ್ಲಿ ಪ್ರತ್ಯಕ್ಷಳಾಗಿದ್ದು, ಗುಲಾಬಿ ಬಣ್ಣದ ಕಾಸ್ಟ್ಲಿ ನೈಟಿಯಲ್ಲಿ ಪ್ರಜ್ವಲಿಸುತ್ತಿತ್ತು ಅವಳ ಯೌವನ ಜೊತೆಗೆ ಸೆಂಟಿನ ಅಬ್ಬರ.

"ಹಾಯ್, ಮನೆಗೆ ಕರ್ಕೊಂಡ್ ಹೋಗೋಕೆ ಬಂದೆ. ನಾವು ಇದ್ದು ಕೂಡ ಹೋಟೆಲ್‌ನಲ್ಲಿ ಸ್ಟೇ ಮಾಡಬೇಕಾದ ಅಗತ್ಯವೇನು?" ಎಂದ ಸ್ಪಷ್ಟವಾಗಿಯೇ. ಅವನ ಪಕ್ಕ ಒತ್ತಿಕೊಂಡಂತೆ ಕೂತು "ಮಮ್ಮಿದು ಈ ಪ್ಲಾನ್, ನಾನಾಗಿ ಕರೆದಿದ್ದರೆ, ನೀವು ಬರ್ತಾ ಇರ್ಲಿಲ್ಲ" ಎಂದಾಗ ಅವಳ ಮಾತು ತೀರಾ ಅಸಂಬದ್ಧವೆನಿಸಿತು.

"ಅಮ್ಮನಿಗೆ ಒಂದ್ಮಾತು ತಿಳಿಸಬೇಕಿತ್ತು" ಎಂದ "ಓ, ಥೋಡೋ... ಯಾರ್! ನಂಗೇನು ಹಾಗೆ ಅನ್ನಿಸಲಿಲ್ಲ. ನಾನು ಸಿನಿಮಾ ಬ್ಲಾಕ್ ಅಂಡ್ ವೈಟ್ ಕಾಲದ ಹಿರೋಯಿನ್‌ಗಳ ತರಹ ಅಲ್ಲ. ನಂಗೆ ಜಾಹ್ನವಿಯನ್ನು ನೋಡಿದರೆ ನಗು ಬರುತ್ತೆ. ಎಷ್ಟೊಂದು ಓಬಿಡಿಯೆಂಟ್. ಪ್ರತಿಯೊಂದಕ್ಕೂ ಪರ್ಮಿಷನ್ ಕೇಳ್ತಾಳೆ" ಅಂದಾಗ ಅವನ ಮೈ ಉರಿಯಿತು "ಷಟಪ್, ಅವ್ರು ಬಗ್ಗೆ ನಿಂಗೇನು ಗೊತ್ತು? ಇಂದು ನಮ್ಮ 'ಸಾರಥಿ ಇವೆಂಟ್' ಆಕ್ಟಿವಿಟಿಯ ಹಿಂದೆ ಇರೋ ಕಿಯಾತ್ಮಕ ಬುದ್ಧಿವಂತಿಕೆಗೆ ಅವರು. ಆ ವಿಚಾರ ಬಿಡು. ಅತ್ತೆ, ಮಾವನ್ನ ಮನೆಗೆ ಆಹ್ವಾನಿಸೋಕೆ ಬಂದಿರೋದು. ಆ ಕೆಲ್ಸ ನೀನೇ ಮಾಡಬಹುದಿತ್ತು" ಒಂದಿಷ್ಟು ಕೆರಳಿದ.

"ಸ್ಟಾಪ್ ಇಟ್, ಬರೋಣ ಬರೋಣ! ಯಾಕೆ ಸಂತೋಷನ ಕೆರಳಿಸ್ತೀ" ಆಕೆ ಮಧ್ಯೆ

ಪ್ರವೇಶಿಸಿದಾಗ ಅವನು ಸುಮ್ಮನಾದ. ನಂತರ ಈಶ್ವರ್ ಕೂಡ ಬಂದು ಕೂತರು. ಈಗಾಗಲೇ ಒಂದು ರೌಂಡ್ ಡ್ರಿಂಕ್ಸ್ ಮುಗಿಸಿದ್ದರು "ಹಲೋ, ಮೈ ಸನ್ ಇನ್... ಲಾ.. ಈ ಸ್ವರ್ಗದಲ್ಲಿಯೇ ಇದ್ದು ಬಿಡೋಣಾಂತ ಅನ್ನಿಸ್ತಾ ಇದೆ" ತೇಲಿದಂತೆ ಮಾತಾಡಿದರು.

ಆಮೇಲೆ ಶಾಂಭವಿ ಮುಖ್ಯವಾದ ವಿಚಾರಕ್ಕೆ ಬಂದರು. ಈಗಾಗಲೇ ಅವರ ಐದು ಲಕ್ಷ ಕೂಡ ಸೇರಿ ಹದಿನೈದು ಲಕ್ಷ ಅಡ್ವಾನ್ಸ್ ರೂಪದಲ್ಲಿ ನಿಯಾಸ್ ಬಿಲ್ಡರ್ಸ್ ಅಂಡ್ ಡೆವಲಪರ್ಸ್‌ಗೆ ಕೊಟ್ಟಾಗಿತ್ತು ಮುಂದೆ?

"ನಾವು ತಗೊಂಡ್ಹೋದ ಹಣನ ಬಿಜಿನೆಸ್ಸ್ ಮೇಲೆ ಹಾಕಿದ್ದೀವಿ, ನಮ್ಮ ಬಳಿ ದೊಡ್ಡ ರೀತಿಯಲ್ಲಿ ಹಣವಿಲ್ಲ. ಹೋದ ಸಲ ಬಂದಾಗ ಐದು ಲಕ್ಷ ಕೊಟ್ಟು ಹೋದ್ವಿ.. ಈಗೇನ್ಮಾಡೋದು? ಅವಳದು ನಿಯಾಸ್ ಅಪಾರ್ಟ್‌ಮೆಂಟ್ ಬೇಕೇ ಬೇಕನ್ನೋ ಹಟ "ಇಷ್ಟು ವಿಚಾರನ ಅವನ ಮುಂದಿಟ್ಟರು. ಇದೆಲ್ಲ ಗೊತ್ತು. ನಾವು ಹೆಲ್ಪ್‌ಲೆಸ್. ನನ್ನ ಬಳಿ ಕೂಡ ಪ್ರಸ್ತಾಪಿಸದೇ ಹೋಗಿ ಅಡ್ವಾನ್ಸ್ ಕೊಟ್ಟಿದ್ದು ತಪ್ಪು. ಈಗ ಬೇಡಾಂದರೆ ಅಡ್ವಾನ್ಸ್ ಹಣ ಹೋಗಬಹುದಷ್ಟೆ" ಎಂದ ಸರಳವಾಗಿ.

"ನೀವು ತೀರಾ ಸಿಂಪಲ್ಲಾಗಿ ಹೇಳಿದ್ರಿ. ಟೋಟಲೀ ಹದಿನೈದು ಲಕ್ಷ ಹೋಗುತ್ತೆ. ಜೊತೆಗೆ ಅಲ್ಲಿನ ಎನ್ವರ್‌ಮೆಂಟ್ ನಿಹಾರಿಕಾಗೆ ಇಷ್ಟ. ಹಿಂದೆಗೆಯೋಕೆ ಅವಳು ಸಿದ್ಧವಿಲ್ಲ" ಎಂದರು ನೊಂದವರಂತೆ.

"ವಾಟ್ ಈಸ್ ದಿಸ್, ನಿಮಗ್ಯಾಕೆ ಅರ್ಥವಾಗೋಲ್ಲ. ಐದೂವರೆ ಕೋಟಿಯಷ್ಟು ದೊಡ್ಡ ಅಮೌಂಟ್ ಸಾಲ ತೆಗೆದು ಆ ಅಪಾರ್ಟ್‌ಮೆಂಟ್‌ನ ಕೊಳ್ಳೋ ಅಗತ್ಯ ನಮ್ಗಿಲ್ಲ. ವಾಸಕ್ಕೆ ಮನೆ ಇರೋದರಿಂದ ಅಂಥ ರಿಸ್ಕ್ ತಗೋಳೋಕೆ ಸಿದ್ಧವಿಲ್ಲ. ಇದನ್ನ ಹೇಳಿಯಾಗಿದೆ. ನೀವು ಒಮ್ಮೆ ಹೇಳಿ ನೋಡಿ" ಎಂದ ಬೇಸರದಿಂದ.

"ಅಲ್ಲಾ.... ಸಂತೋಷ್!" ಏನೋ ಹೇಳಲು ಮುಂದಾದಾಗ "ಆ ವಿಷ್ಯದ ಬಗ್ಗೆ ಮಾತು ಬೇಡ. ಬಹುಶಃ ನಿಹಾರಿಕಾ ಪ್ರೀತಿ, ಮಮತೆಯ ಬೇಸ್ ಇಲ್ದೇ ಬೆಳೆದಿರಬೇಕು. ಬದ್ಕಿಗೆ ಅಗತ್ಯವಾಗಿರೋದು ಪ್ರೀತಿ, ಮಮತೆ, ವಿಶ್ವಾಸ, ಅದ್ರ ಪಾಠ ಹೇಳಿಕೊಡಿ. ಹೇಗೂ ಸಿಟಿಗೆ ಬಂದಿದ್ದೀರಲ್ಲ, ಆಹ್ವಾನ ನೀಡಲು ಬಂದೆ. ದಯವಿಟ್ಟು ನಮ್ಮಲ್ಲಿಗೆ ಬಂದು ಆತಿಥ್ಯ ಸ್ವೀಕರಿಸಿ" ಮೇಲೆದ್ದ, ಅವನ ಮೈ ಮೇಲೆ ಮುಳ್ಳುಗಳು ಹರಿದಾಡುತ್ತಿತ್ತು. ಅವನಂತು ಇಲ್ಲಿ ಉಳಿಯಲು ಸಿದ್ಧನಿಲ್ಲ.

ಬಂದ ನಿಹಾರಿಕ ತೋಳಿಡಿದು "ಮಮ್ಮಿ, ನಮ್ಮ ಸಲುವಾಗಿ ಪಕ್ಕದ ಸೂಟ್ ಬುಕ್ ಮಾಡಿದ್ದಾರೆ. ವಾರ ಇಲ್ಲೆ ಟೆಂಟ್ ಹಾಕಬಹುದು. ಸೂಟ್‌ದು ಅವ್ರೆ ಪೇ ಮಾಡ್ತಾರೆ" ಅವನೆದೆಗೆ ಒರಗಿದಕ್ಕೆ" ನಿಂಗೇನು ಅರ್ಥವಾಗೋಲ್ಲ! ಸ್ವಲ್ಪ ಅರ್ಥ ಮಾಡಿಕೊಳ್ಳೋ ಪ್ರಯತ್ನ ಮಾಡು. ಈಗ ಮನೆಗೆ ಹೋಗೋಣ ನಡೀ ಸೊಸೆಯಾದ ನಿನ್ನ ಬಗ್ಗೆನು ಹೆಚ್ಚಿನ ಕಾಳಜಿ ಇರುತ್ತೆ. ಇದೇನು ಸ್ವರ್ಗವಲ್ಲ" ಸಹನೆಯಿಂದ ಹೇಳಿದ.

"ಈ ರಾತ್ರಿ ಇಲ್ಲಿ ಕಳೆಯೋ ಇಷ್ಟ" ಗೋಗರೆದಳು.

"ಬೆಳಿಗ್ಗೆ ಕ್ಯಾಬ್ ಬಂದು ಕಾಯ್ತ ಇರುತ್ತೆ. ಕನಿಷ್ಟ ನಿನ್ನ ಪ್ರೊಫೆಷನ್‌ನ ಪ್ರೀತಿಸು. ನಿನ್ನ ಮಮ್ಮಿ, ಡ್ಯಾಡಿಗೆ ಆಹ್ವಾನ ಕೊಟ್ಟಿದ್ದೀನಿ. ನಾಳೆ ಅಲ್ಲಿಗೆ ಬರ್ತಾರೆ" ಅನುನಯಿಸಿದ. "ನೋ,, ನಂಗೆ ಇಲ್ಲಿರಬೇಕೆನಿಸಿದೆ. ನೀವು ಇರ್ತೀರಾ! ನನ್ನ ಬೇಡಿಕೆಯನ್ನು ಈ ರಾತ್ರಿ ಹೇಗೆ ನಿರಾಕರಿಸ್ತೀರಾ?" ಕೈಗಳನ್ನು ಬೆಸೆದು ಕುತ್ತಿಗೆಗೆ ಹಾರ ಹಾಕಿದಾಗ, ಮೆಲ್ಲಗೆ ಸರಿಸಿ "ಮನೆಗೆ ಹೋಗೋಣ, ಸ್ವರ್ಗ ಮನಸ್ಸಿನಲ್ಲಿರೋದು, ನಡೀ ನಿಹಾರಿಕ ಮನೆಯವರೆಲ್ಲ ಕಾಯ್ತಾರೆ" ತೀರಾ ಅನುನಯಿಸಿದ ನಂತರ "ಗುಡ್ ನೈಟ್" ಎಂದು ಮೂವರಿಗೂ ಹೇಳಿ ಸೂಟುನಿಂದ ಹೊರಬಿದ್ದ.

ನಿಹಾರಿಕ ನಿರೀಕ್ಷೆ ಮಾತ್ರವಲ್ಲ ಶಾಂಭವಿಯ ನಿರೀಕ್ಷೆ ಕೂಡ ಸುಳ್ಳಾಯಿತು.

"ತುಂಬಾ ಗಟ್ಟಿ ಇದ್ದಾನೆ. ವಿವೇಕಾನಂದರನ್ನ ಓದಿಕೊಂಡು ಬೆಳೆದಿರಬೇಕು. ಹಿಂದೆ ತುಂಬ ನಾನು ಗಟ್ಟಿಯಾಗಿದ್ದೆ. ಒಂದಿಷ್ಟು ದೌರ್ಬಲ್ಯಗಳ್ನ ಗಂಟು ಹಾಕಿದ್ಲು. ಅವಕ್ಕೆ ಮೊದ್ಲು ದಾಸನಾಗಿದ್ದೆ. ನಂತರ ಇವ್ಳಿಗೆ ದಾಸನಾದೆ. ಸಂತೋಷ್ ಹಾಗೆ ಆಗ್ಬಾರ್ದು ಬೆಸ್ಟ್ ಆಫ್‌ಲಕ್ ಮೈ ಬಾಯ್" ಎಂದರು. ಅವರು ಅರ್ಧ ಅಮಲಿನಲ್ಲಿ ಇದ್ದುದ್ದರಿಂದ ಸತ್ಯ ನುಡಿಯುವಷ್ಟು ಧೈರ್ಯ ಬಂತು.

ಶಾಂಭವಿ ಮುಖ ಕಿವಿಚಿ ಮುಂದಿದ್ದ ಪೇಪರ್‌ನ ತೆಗೆದು ಗಂಡನ ಮುಖದ ಮೇಲೆಸೆದು "ಷಟಪ್, ಯೂ ಈಡಿಯಟ್, ಏನೇನೋ ಮಾತಾಡಬೇಡ" ಅಬ್ಬರಿಸಿದರು. ಹಿಂದೆ ಕೂಡ ಇಂಥದೆಲ್ಲ ಇದ್ದರೂ ನಿಹಾರಿಕ ಗಮನಕ್ಕೆ ಬರುತ್ತಿರಲಿಲ್ಲ. ಅಕಸ್ಮಾತ್ ಬಂದರೂ ಅದನ್ನು ಗಮನಿಸುವಷ್ಟು ಪುರಸತ್ತು ಇರಲಿಲ್ಲ. ಮನಸ್ಸು ಇರಲಿಲ್ಲ. ಪೇರೆಂಟ್ಸ್ ಬಗೆಗಿನ ಲೆಕ್ಕಾಚಾರಗಳು ಉಲ್ಟಾ ಆಗಿತ್ತು. "ನೋಡಿದ್ಯಾ, ನಿನ್ನ ಗಂಡನ್ನ ಕೈಯಲ್ಲಿ ಇಟ್ಟುಕೊಳ್ಳೋಕಾಗಿಲ್ಲ ನಿಂಗೆ. ರೂಪ, ಯೌವನ ಎಲ್ಲಾ ಇದೆ. ಅದ್ನ ಸರ್‍ಯಾಗಿ ನೀನು ಉಪಯೋಗ್ಸಿಕೊಳ್ಳಿಲ್ಲ ಬಿಡು ಆ ವಿಷ್ಯ, ಈಗೇನು ಮಾಡೋದು? ಆ ಅಪಾರ್ಟ್‌ಮೆಂಟ್ ಕೈ ತಪ್ಪಿ ಹೋಗೋದರ ಜೊತೆ ಹದಿನೈದು ಲಕ್ಷ ಕೈ ಬಿಟ್ಟು ಹೋಗುತ್ತೆ. ಆ ಮೇಲೆ ನಿಯಾಸ್ ಅಪಾರ್ಟ್‌ಮೆಂಟ್ ಬರೀ ಕನಸು ಆಗುತ್ತೆ. ಜೀವನ ಪೂರ್ತಿ ಆ ಜನರ ಮಧ್ಯೆ ಬಿದ್ದು ಸಾಯಬೇಕಾಗುತ್ತೆ" ಅಷ್ಟೇ ಕಠಿಣವಾಗಿ ಹೇಳಿದಳು. ಅದು ಅವಳಿಗೆ ಸುತರಾಂ ಇಷ್ಟವಿಲ್ಲ.

ಅಮ್ಮ, ಮಗಳು ಸಾಕಷ್ಟು ಹೊತ್ತು ಕೂತು ಮಾತಾಡಿದರು. ಈಶ್ವರ್ ಸಾಕಷ್ಟು ಎಚ್ಚರ ತಪ್ಪುವವರೆಗೂ ಕುಡಿದು ಸೋಫಾ ಮೇಲೆ ಹೊರಳಿ ಕಣ್ಮುಚ್ಚಿದರು.

"ಈ ಐದು ಲಕ್ಷ ಇಟ್ಕೋ ನಾಳೆ ದುಬೈಗೆ ಹಿಂದಿರುಗ್ತೀವಿ. ಮತ್ತೇನಾದ್ರೂ ಸಾಧ್ಯವೇನೋ ನೋಡ್ತೀನಿ. ಸದ್ಯಕ್ಕೆ ಇಷ್ಟನ್ನು ಕೊಟ್ಟು ಇನ್ನ ಒಂದ್ತಿಂಗ್ಳು ಸಮಯ ತಗೋ. ನೀನು ಸಾಕಷ್ಟು ಪ್ರಯತ್ನ ಪಡು. ಒಂದು ಧಮಕಿ ಹಾಕು. ಹೇಗಾದ್ರೂ.... ಹೊಂದಿಸಿಕೊಡ್ತಾರೆ. ಆಮೇಲೆ ನೋಡಿಕೊಳ್ಳೋಣ" ಇಂಥ ಬುದ್ಧಿವಾದ ಹೇಳಿ, ಕ್ಯಾಷಾಗಿಯೆ ಐದು ಲಕ್ಷ ಕೊಟ್ಟರು. ಸದ್ಯಕ್ಕೆ ಕಾಂಪ್ರಮೈಸ್ ಆಗುವುದು ನಿಹಾರಿಕಾಗೆ ಅನಿವಾರ್ಯವಾಗಿತ್ತು.

ಅಂತು ಅಮ್ಮ, ಮಗಳಲ್ಲಿ ಒಂದು ರೀತಿಯ ಒಪ್ಪಂದವಾಯಿತು. ಅದು ಪ್ರೀತಿ, ಮಮತೆಗಳ ಲೆಕ್ಕಾಚಾರವಲ್ಲ. ಇಬ್ಬರಲ್ಲೂ ಒಂದು ರೀತಿಯ ರಿವೆಂಜ್.

* * *

ಮೌನ, ಇವನು 'ಸಾರಥಿ ಇವೆಂಟ್'ಗೆ ಬರುವ ವೇಳೆಗೆ ಬಂದು ಕಾದು ಕೂತಿದ್ದಳು. ಕಣ್ಣರಳಿಸಿ ಸ್ನೇಹಭಾವ ತುಳುಕಿದಳು. "ಹಾಯ್... ಮೌನ..." ಎಂದ. "ಅರ್ಧಗಂಟೆ ಆಯ್ತು. ಸಾಕಷ್ಟು ರೇಖಾ ಹತ್ರ ಮಾತಾಡ್ದೆ. ನಿಮ್ಮ ಗಿರಿ ತುಂಬ ಬುದ್ಧಿವಂತನಾಗಿದ್ದಾನೆ. ಅವನೊಬ್ಬ ಬೆಸ್ಟ್ ಅನಿಮೇಟರ್ ಆಗ್ತಾನೆ. ಅದು ತುಂಬಾ ಇಂಟರೆಸ್ಟಿಂಗೇ ನಾನ್ಯಾಕೆ ಅಲ್ಲಿ ಸೇರ್ಕೊಂಡ್ ಒಂದು ಕೋರ್ಸ್ ಮಾಡ್ಬಾರ್ದು?" ಈ ರೀತಿ ಮಾತು ಶುರು ಮಾಡಿಕೊಂಡೇ ಅವನ ಛೇಂಬರ್‌ಗೆ ಬಂದಳು.

"ಕೂತ್ಕೊಳ್ಳಿ, ಮೇಡಮ್.... ಏನು ತಗೋತೀರಾ? ನಮ್ಮ ರೇಖಾ ಬಿಸಿ ಬಿಸಿ ಟೀ ಮಾಡಿ ಇರ್ತಾಳೆ" ಎಂದ. ಕೂತವಳು ಅಲ್ಲೇ ಅಲಂಕಾರಿಕವಾಗಿ ಹೂದಾನಿಯಲ್ಲಿ ಕಂಗೊಳಿಸುತ್ತಿದ್ದ ಆರ್ಕಿಡ್ಸ್ ನೋಡಿ "ಫೆಂಟಾಸ್ಟಿಕ್, ಮೊನ್ನೆ ಚಂದ್ರು ಕೂಡ ಆರ್ಕಿಡ್‌ಗಳ್ನ ಹಿಡಿದು ಬಂದಿದ್ದ. ಜೀವ್ನದಲ್ಲಿ ನಾನು ಕೇಳ್ದೇ, ಡ್ಯಾಡಿ ಆರ್ಡರ್ ಮಾಡ್ದೇ ತಂದಿದ್ದು ಅದೊಂದನ್ನೆ" ಎಂದು ಹೇಳಿದಳು. ಆ ಬಗ್ಗೆ ಅವಳಲ್ಲಿ ಸಂತೋಷವಿತ್ತು. ಸಣ್ಣ ಸಣ್ಣ ಸಂತೋಷಗಳನ್ನು ಅನುಭವಿಸುವ ಮನಸ್ಸಿತ್ತು ಅವಳಿಗೆ, ಶ್ರೀಮಂತಿಕೆಯಲ್ಲಿ ಬೆಳೆದರೂ ಮುಗ್ಧತೆ ಮೀರಿರಲಿಲ್ಲ.

"ಇನ್ನೊಂದು ಇಂಪಾರ್ಟೆಂಟ್ ವಿಚಾರ. ನಾವಿಬ್ರೂ ಬೇರೆ ಮನೆ ಮಾಡ್ಕೊಂಡ್ ಹೋಗೋಣ್ವಾಂತ ಕೇಳಿದ್ರು. ಇದ್ವರ್ಗೂ ಅಂಥ ಪ್ರಸ್ತಾಪವೇ ಇರ್ಲಿಲ್ಲ. ನನ್ನ ಡ್ಯಾಡಿ ರೆಡ್ಡಿಗಾರು ಹೆಡೆಮುರಿ ಕಟ್ಟಿ ರೂಮುನೊಳ್ಗೆ ಹಾಕ್ಸಿ ಬಿಡ್ತಾರೆ. ನಾನಿಲ್ಲ ಅಂದ್ಕೊಂಡರೆ ಬದ್ಕೇ ಇಲ್ಲಾಂತ ಅಂದ್ಕೊಂಡ್ ಬಿಡ್ತಾರೆ" ಜೋರಾಗಿ ನಕ್ಕಳು ಹೇಳುತ್ತ. ಸಂತೋಷ್ ಕೂಡ ಮುಗುಳ್ನಗು ಬೀರಿದ" ಸಿಂಪಲ್ಲಾಗಿ ಡೈವೋರ್ಸ್‌ಕೊಟ್ಟು ಚಂದ್ರುನ ಕಳ್ಸಿ ಬಿಡಿ" ಎಂದ.

ಅವಳ ಮುಖದಲ್ಲಿ ಗಾಬರಿ ಕಾಣಿಸಿತು. ಅದನ್ನು ತಡೆದುಕೊಂಡಾರಾ?" ಬಹುಶಃ ಡ್ಯಾಡ್ ನನ್ನ ಇಷ್ಟಕ್ಕೆ ಒಪ್ಪಿಕೊಂಡರೂ, ಅದ್ರಿಂದ ಅವ್ರಲ್ಲಿ ಚೇತರಿಕೆ ಕಾಣದು. ಚಂದ್ರುನ ತಂದಿಟ್ಕೊಂಡ್ ಜೊತೆಯಲ್ಲಿ ಪೋಷಿಸಿದ್ದಾರೆ. ಅದ್ನ ಹೇಗೆ ತಗೋತಾರೋ, ನಂಗೆ ಗೊತ್ತಿಲ್ಲ. ಸಿಟಿಯಲ್ಲಿದ್ದರು ಹಳೆಯ ಕಾಲದ ಮನಸ್ಥಿತಿಯಿಂದ ಡ್ಯಾಡಿ, ಮಮ್ಮಿ ಹೊರಬಂದಿಲ್ಲ. ಇಂಥ ವಿಚಾರಗಳು ಮಾಧ್ಯಮಗಳಲ್ಲಿ ಪ್ರಚಾರವಾದಾಗ ಮುಖ ಮುರೀತಾರೆ" ಎಂದಳು ಸಣ್ಣ ದನಿಯಲ್ಲಿ. ವಿವಾಹ ಜೀವನದಿಂದ ಮುಕ್ತಳಾಗಿ ಬಿಡಬೇಕೆಂದುಕೊಂಡರೂ ಹೆತ್ತವರ ಬಗ್ಗೆ ಅವಳು ಯೋಚಿಸಿರಲಿಲ್ಲ. ಅಕಸ್ಮಾತ್ ಕಾರಣ ಕೇಳಿದರೆ ಏನು ಹೇಳಬಹುದು?

"ಅಯ್ಯೋ, ನಾನು ಇದ್ನ ಯೋಚಿಸಿಯೇ ಇರ್ಲಿಲ್ಲ. ಬಹಳ ಈಸೀಯಾಗಿ ಡೈವೋರ್ಸ್ ಅಂದೆ. ಅದರ ಹಿಂದಿನ, ಮುಂದಿನದನ್ನು ಯೋಚಿಸಿಲ್ಲ. ನನ್ನ ಡ್ಯಾಡಿ ನನ್ನನೆಷ್ಟು ಪ್ರೀತಿಸ್ತಾರೋ, ಅಷ್ಟೆ ಅದ್ಕಿಂತ ಜಾಸ್ತಿಯಾಗಿಯೇ ನಾನು ಅವ್ರನ್ನು ಪ್ರೀತಿಸ್ತೀನಿ. ಅವ್ರಿಗೆ ದುಃಖ ತರೋಂಥ ಕೆಲ್ಸ ಮಾಡೋಲ್ಲ" ಎಂದಳು ಸ್ವಲ್ಪ ಉದ್ವೇಗದಿಂದ. ಅಲ್ಲಿ ತಂದೆಯ ಬಗೆಗಿನ ಪ್ರೀತಿಯ ಆವೇಗ ಇತ್ತು.

ಅರ್ಧ ಮುಕ್ಕಾಲು ಗಂಟೆ ಚರ್ಚಿಸಿದರು. ಪತಿ-ಪತ್ನಿಯರ ಸಾಂಗತ್ಯಕ್ಕೆ ಪ್ರೀತಿ ಅಡಿಪಾಯವಾದರೆ ಆಪ್ತತೆಯೆ ಆಧಾರ. 'ನಾ ನಿನಗೆ ನೀ ನನಗೆ' ಎನ್ನುವ ತತ್ವದಿಂದ ನಿರ್ಮಿತ ಕುಟುಂಬ ಸಮಾಜದ ಸ್ವಸ್ಥಕ್ಕೆ ಆಧಾರ. ಸಾಕಷ್ಟು ಮಾತಾಡಿದರು. ಉತ್ತಮ ಸ್ನೇಹ ಅವರಿಬ್ಬರಲ್ಲಿ

ಹೊರ ಹೊಮ್ಮಿತು.

"ಬೆಸ್ಟ್ ಆಫ್ ಲಕ್, ಈ ಸಲ ಚಂದ್ರು, ನೀವು ಒಟ್ಟಿಗೆ ಬರ್ಬೇಕು" ಎಂದು ಬೀಳ್ಕೊಡಲು ಎದ್ದಾಗ ತಟ್ಟನೆ ನಿಂತು "ನಿಹಾರಿಕಾ ಪೇರೆಂಟ್ಸ್ ಬಂದಿದ್ರು ನಂಗೆ ಕಾಲ್ ಮಾಡಿ ಬರೋದಿಕ್ಕೆ ಹೇಳಿದ್ರು. ನನ್ನ ಮಮ್ಮಿ ಮುನಿತಾಯಮ್ಮ ಉರುಫ್ ನಯನತಾರಗೆ ಆಕೆಯನ್ನು ಕಂಡರೆ ಅಷ್ಟಕಷ್ಟೆ. ಬೇಡಾಂದ್ರು... ನಂಗೂ ಕೂಡ ಹೋಗಬೇಕೂಂತ ಅನ್ನಿಸಲಿಲ್ಲ. ಏನಾಯ್ತು' ನಿಯಾಸ್ ಅಪಾರ್ಟ್‌ಮೆಂಟ್? ಕೇಳಿದಳು.

"ಇದ್ದಲ್ಲೇ... ಇದೆ!" ಎಂದ ಚುಟುಕ್ಕಾಗಿ.

"ನಂಗೆ ಅರ್ಥವಾಗ್ಲಿಲ್ಲ" ಎಂದಳು.

"ಅರ್ಥವಾಗದಂಥದ್ದು ಏನಿದೆ?" ಅಂದು ನಸು ನಗು ಬೀರಿದ.

ವೈಯುಕ್ತಿಕ ವಿಚಾರಗಳ ಬಗ್ಗೆ ಪ್ರಸ್ತಾಪ, ಮಾತು, ಟೀಕೆ ಚರ್ಚೆ ಅವನಿಗೆ ಬೇಡವಾಗಿತ್ತು. ಈಗಾಗಲೇ ನಿಹಾರಿಕ ಕೂಡ ಮೂರು ಸಲ ಡೈವೋರ್ಸ್ ವಿಚಾರ ಪ್ರಸ್ತಾಪ ಮಾಡಿದ್ದಳು. ಅವನು ಮೌನವಹಿಸಿದ್ದ. ಸದ್ಯಕ್ಕೆ ತಟಸ್ಥಧೋರಣೆ ಕಾದು ನೋಡುವುದು ಅವನ ಉದ್ದೇಶವಾಗಿತ್ತು.

ಹೊರಗೆ ಹೋಗಿ ಬೀಳ್ಕೊಟ್ಟು ಒಳ ಬಂದಾಗ ರೇಖಾಭಟ್ ಎದ್ದು ನಿಂತಳು. ಮುಖ ಕಳೆಗುಂದಿತ್ತು. ಹೇಳಿಕೊಳ್ಳಲಾರದ ಪರಿಸ್ಥಿತಿಯಲ್ಲಿ ಬಿದ್ದು ಒದ್ದಾಡುವಂತೆ ಕಂಡಳು.

"ಏನೀ... ಪ್ರಾಬ್ಲಮ್?" ಕೇಳಿದ.

"ತೀರಾ ಪರ್ಸನಲ್" ಅಂದಾಗ ಅವನಿಗೆ ನಗು ಬಂತು.

"ಬಾ... ಬಾ... ಅದೇನು ಪರ್ಸನಲ್?" ತನ್ನ ಛೇಂಬರ್‌ಗೆ ಹೋಗಿ ಸೀಟ್‌ನಲ್ಲಿ ಆಸೀನನಾಗಿ "ಅದೇನು ಹೇಳು ರೇಖಾ? ಫೇಸ್ ಬುಕ್ ಲವ್, ಆನ್‌ಲೈನ್‌ನಲ್ಲಿ ಮದುವೆಯಾ?" ಕೇಳಿದ. ತಲೆ ಅಡ್ಡಡ್ಡ ಆಡಿಸಿದಳು. "ಗೊತ್ತಾಯ್ತು ಬಿಡು. ಇದು ಡಿಸ್ಕೌಂಟ್ ಸೇಲ್ ಜಾಮಾನ ಅಲ್ವಾ? ಬೈ ವನ್‌ಗೆಟ್ ಟೂ ಫ್ರೀ. ಜೊತೆಗೆ ಫೆಸ್ಟಿವಲ್ ಆಫರ್, ವೀಕ್ ಎಂಡ್, ಮಂತ್‌ಎಂಡ್, ಇಯರ್ ಎಂಡ್ ಸೇಲ್. ಈಗ ಹೇಳು" ಕೇಳಿದ ನಗುತ್ತ. ಅದಕ್ಕೆ ಕಾರಣವಿತ್ತು. ಡಿಸ್ಕೌಂಟ್ ಸೇಲ್‌ಗಳ ಬಗ್ಗೆ ಅವಳ ಆಸಕ್ತಿ ಹೆಚ್ಚು. ಸಾಲ ಮಾಡಿಯಾದರೂ ಖರೀದಿಸುವುದು ಒಂದು ಚಟವಾಗಿತ್ತೆಂದು ಅವನಿಗೆ ಗೊತ್ತು.

"ಅಲ್ಲ.,,, ಸರ್" ಅಂದಳು.

"ಮತ್ತೇನು, ನೀನು ಫೇಸ್‌ಬುಕ್‌ನಲ್ಲಿರೋ ವಿಷ್ಣನ ಗಿರಿ ಹೇಳಿದ್ದಾನೆ. ಏನಾದ್ರೂ ಗೊಂದಲ ಮಾಡಿಕೊಂಡಿದ್ದೀಯ?" ಕೇಳಿದ. ಅವಳ ಮನೆಯವರು ಚೇತರಿಸಿಕೊಳ್ಳಬೇಕಾದರೆ ಅವಳ ನೆರವು ಆ ಕುಟುಂಬಕ್ಕೆ ಅಗತ್ಯವಿತ್ತು" ಇಲ್ಲ ಸರ್, ನಾನು 'ಸಾರಥಿ ಇವೆಂಟ್' ನಲ್ಲಿ ಕೆಲ್ಸ ಮಾಡ್ತಾ ಇರೋದು. ಮಾರ್ಗದರ್ಶಕರಾಗಿ ನೀವು, ದೊಡ್ಡ ಸರ್, ಆನಂದ್ ಸರ್ ಇರೋವಾಗ ಅಂಥ ಸಾಧ್ಯತೆಗಳಿಲ್ಲ. ನಿಹಾರಿಕ ಮೇಡಮ್ ಡೈವೋರ್ಸ್ ಬಗ್ಗೆ ಮಾತಾಡಿದರಂತೆ. ಮೊನ್ನೆ ನಯನತಾರ ಅವರು 'ಮ್ಯಾರೇಜ್ ಅನಿವರ್ಸರಿ' ಕಾಸ್ಫೆಷ್ಟ್ ಬಗ್ಗೆ ವಿವರಿಸೋವಾಗ ಇದ್ನ ಹೇಳಿದರು" ಎಂದವಳ

ಮುಖದಲ್ಲಿ ಅಳುವಿತ್ತು. ಅವನು ವಿಚಲಿತನಾಗದೆ ನಕ್ಕು ಬಿಟ್ಟ. "ಅದೇನು ಅಷ್ಟೊಂದು ದೊಡ್ಡ ವಿಷ್ಯ, ಭೂಕಂಪದ ಮುನ್ಸೂಚನೆ, ಭಯೋತ್ಪಾದಕರ ಹಾವಳಿ, ಸುನಾಮಿ ಬಂದು ಅಪ್ಪಳಿಸುವ ಬಗ್ಗೆ ಹೆದರಬೇಕಷ್ಟೆ. ಎರಡು ದಶಕಗಳ ಹಿಂದೆ ವಿಚ್ಛೇದನ ಎನ್ನುವ ಪದ ಅಪರೂಪವಾಗಿತ್ತು. ಈಗ ನಮ್ಮ ರಾಜಧಾನಿ ಬೆಂಗ್ಳೂರಿನಲ್ಲಿ ವರ್ಷಕ್ಕೆ *8000* ಡೈವೋರ್ಸ್ ಪ್ರಕರಣಗಳು ನಡೆಯುತ್ತಿದೆಯಂತೆ! ದಿನಕ್ಕೆ *25* ಪ್ರತಿ ವಿಚ್ಛೇದನ ಕೋರಿ ಅರ್ಜಿ ಸಲ್ಲಿಸುತ್ತ ಇದ್ದಾರಂತೆ ಒಂದು ಅಂದಾಜುನಲ್ಲಿ ಹಿಂದಿನ ಹಾಗೆ ಡೈವೋರ್ಸ್ ಪಡೆದವರು ಸಂಕೋಚದಿಂದ ಕುಗ್ಗುವ ಬದಲು 'ನಾನು ಡಿವೋರ್ಸಿ' ಎಂದು ಆರಾಮಾಗಿ ಪರಿಚಯ ಮಾಡಿಕೋತಾರೆ. ಜೊತೆಗೆ ವಿಚ್ಛೇದನ ಪಡೆದವರ ಸಲುವಾಗಿಯೆ ಸೆಕೆಂಡ್ ಶಾದಿ ಡಾಟ್‌ಕಾಂ' ವೆಬ್ ಸೈಟ್ ಶುರುವಾಗಿದೆಯಂತೆ. ಅದೇನು ಅಪಾಯಕಾರಿ ವಿಚಾರವಲ್ಲ. ಸುಮ್ನೇ ತಲೆಕೆಡಿಸ್ಕೋಬೇಡ" ಎಂದು ಸಮಾಧಾನ ಹೇಳಿ ಕಳಿಸಿದ. ಆದರೂ ಒಳಗೆ ವಿಪ್ಲವ.

ಅವನ ತಂದೆ ಪಾರ್ಥಸಾರಥಿ "ಭಾರತದ ಅತ್ಯುನ್ನತ ಸಾಮಾಜಿಕ, ಸಾಂಸ್ಕೃತಿಕ ವ್ಯವಸ್ಥೆಯಲ್ಲಿ ಕುಟುಂಬ ಮತ್ತು ವಿವಾಹ ಎರಡು ಆಧಾರಸ್ತಂಭಗಳು ಇದ್ದಂತೆ. ಒಮ್ಮೆ ವೈವಾಹಿಕ ಬಂಧನಕ್ಕೆ ಒಳಪಟ್ಟರೆ, ಸಾವಿನ ನಂತರವು ಹರಿದು ಹೋಗದು. ಒಬ್ಬರು ಮತ್ತೊಬ್ಬರಿಗಿಂತ ಮೊದಲು ಸಾವಿಗೀಡಾದರೆ ಆ ನೆನಪುನಲ್ಲೆ ತಮ್ಮ ಜೀವ ಸವೆಸೋರು. ಅದೆಲ್ಲ ಬಿಡು, ಈ ನಿಹಾರಿಕಾಗೆ ಯಾಕೆ ಅರ್ಥವಾಗದು? ಅವಳು ಡೈವೋರ್ಸ್ ಹಂತಕ್ಕೆ ಹೋಗುವ ಮುನ್ನವೆ ನಿಮ್ಮ ಹೊಸ ಸಂಸಾರ ಶುರುವಾಗ್ಲೀ. ಅದಕ್ಕೆ ಬೇಕಾದ ಏರ್ಪಾಟುಗಳನ್ನು ನಾನು ಮಾಡಿ ಕೊಡ್ತೀನಿ" ಎಂದು ಹೇಳಿದಾಗ ಅವನು ಪ್ರತಿಕ್ರಿಯಿಸಿರಲಿಲ್ಲ. ಇಲ್ಲಿ ಸೆಂಟಿಮೆಂಟ್ ಹೊರಹಾಕುವುದು ಬೇಡವೆನಿಸಿತ್ತು.

ಒಂದು ಅದ್ಧೂರಿ ನಾಮಕರಣದಲ್ಲಿ ಬಿಜಿಯಾಗಿದ್ದ ಸಂತೋಷ್ ಮರುದಿನ "ಅಣ್ಣ, ಇವತ್ತು ಚೆಕಪ್‌ಗೆ ಹೋಗ್ಬೇಕು" ಎನ್ನುತ್ತ ರೂಮಿಗೆ ಹೋದಾಗ "ಮಾರಾಯ, ನೀನು ಅಪ್ಪನ ಜೊತೆ ಹೋಗ್. ನಾನು ಗಿರಿನ ಬರೋದಿಕ್ಕೆ ಹೇಳಿದ್ದೀನಿ. ಅವ್ನ ಜೊತೆ ಹೋಗ್ತೀನಿ. ಇಲ್ಲದಿದ್ದರೂ ನೋ ಪರಿಚಯದ ಡಾಕ್ಟ್ರು, ಟ್ರೀಟ್‌ಮೆಂಟ್ ಅವರದೇ ಅಲ್ವಾ. ಹೋಗಿ ಬರಬಹ್ದು" ಎಂದ ಸರಳವಾಗಿ ಆನಂದ್.

"ಅಯ್ಯೋ, ಈ ಷರಟು ಬೇಡ. ನೀನು ಆ ಡಿಸೆಂಟ್ ಕಲರ್ ಟೀ ಷರಟು ಹಾಕ್ಕೋ" ಎಂದು ತಾನೇ ಹ್ಯಾಂಗರ್‌ನಲ್ಲಿದ್ದ ಟೀ ಷರಟು ತೆಗೆದುಕೊಟ್ಟು "ಅತ್ತಿಗೆ, ಇನ್ನ ಹತ್ತು ನಿಮಿಷದಲ್ಲಿ ಅಣ್ಣನ್ನ ರೂಮಿನಿಂದ ಹೊರ್ಗೆ ದಬ್ಬಿ ಬಿಡ್ಬೇಕು. ನಾನು ಅಪಾಯಿಂಟ್‌ಮೆಂಟ್ ತಗೊಂಡ್ ಆಗಿದೆ. ನಾನು ಜೊತೆಯಲ್ಲಿ ಬರದಿದ್ದರೆ ಚೆಕ್‌ಆಫ್ ಕ್ಯಾನ್ಸಲ್" ಎಂದು ಹೊರಗೆ ಹೋದ.

ಜಾಹ್ನವಿ ಗಂಡನ ಮುಖ ನೋಡಿ "ಇವನಿಗೆ ಹೇಗೆ ಹೇಳೋದು ಮಾವ ಒಂದು ಫ್ಲಾಟ್‌ನ ಫೈನಾಲೈಜ್ ಮಾಡಿದ್ದಾರೆ. ಅಲ್ಲಿ ಅವ್ರು ಶಿಫ್ಟ್ ಆಗೋಕೆ ಏನೇನು ವ್ಯವಸ್ಥೆ ಮಾಡ್ಬೇಕೋ, ಅದನ್ನೆಲ್ಲ ಮಾಡ್ತಾ ಇದ್ದಾರೆ". ಆಗ.. ಜಾಹ್ನವಿ ಅತ್ತೆ ಬಿಟ್ಟಳು. ಸ್ವತಃ ಅಣ್ಣ ತಮ್ಮಂದಿರಲ್ಲಿ ಕೂಡ ಸಂತೋಷ್ ಬಗ್ಗೆ ಇರುವಂಥ ಸ್ನೇಹಭಾವ ಇರಲಿಲ್ಲ. ಅಷ್ಟು ಹಚ್ಚಿಕೊಂಡಿದ್ದಳು. ಈಗ ದಂಪತಿಗಳು ಅಲ್ಲಿಗೆ ಶಿಫ್ಟ್ ಆಗಿಬಿಟ್ಟರೆ, ಅಂಥದೊಂದು ಭಾವವೆ ಕಣ್ಣೀರು ತರಿಸುತಿತ್ತು. ಹೊಂದಿಕೊಳ್ಳುವ ಎಲ್ಲಾ ಪ್ರಯತ್ನಗಳು ಮಾಡಿ ನಿರಾಶಳಾಗಿದ್ದರು ಅತ್ತೆ, ಸೊಸೆ.

"ಅಪ್ಪ, ನೀವು ಅಡಿಟರ್ ಆಫೀಸ್ ಹೋಗಿ. ಗಿರಿ ನಿಮ್ಮ ಜೊತೆಗೆ ಬರ್ತಾನೆ. ನೀವಿದ್ದರೆ ಡ್ರೈವ್ ಮಾಡೋಕೆ ಹೆದರ್ತಾನೆ" ಎಂದು ಪಾರ್ಥಸಾರಥಿಗೆ ಹೇಳಿದಾಗ "ಅದಿರಲೀ, ನೀನು ಆನಂದ್ ಆ ಪ್ಲಾಟ್‌ನ ನೋಡ್ಕೊಂಡ್ ಬನ್ನಿ. ಆ ಬಗ್ಗೆ ನಿಹಾರಿಕಾಗೂ ಹೇಳು, ಒಂದು ಒಳ್ಳೆ ದಿನ ಅರ್ಚಕರನ್ನ ಕರೆಸಿ ಒಂದು ಸಣ್ಣ ಗಣಪತಿ ಹೋಮ ಮಾಡ್ಸಿ ಬಿಡೋಣ. ನಂತರ ನೀವೊಂದು ಒಳ್ಳೆ ದಿನ ನೋಡಿ ಶಿಫ್ಟ್ ಆಗಬಹುದು. "ಇವರು ಹೇಳಿದ್ದಕ್ಕೆ ಸಂತೋಷ್ ಹ್ಞೂಗುಟ್ಟಿದ.

ಇವರುಗಳು ಹೊರಟ ಮೇಲೆ ಪಾರ್ಥಸಾರಥಿ "ಯಾವುದಕ್ಕೂ ಸಂತೋಷ್ ಪ್ರತಿಕ್ರಿಯೆ ನಿಲ್. ನಾನು ಮೌನನ ಸಮ್ಮತಿಯೆಂದು ಭಾವಿಸಿ ಮುಂದುವರಿತ ಇದ್ದೀನಿ. ಇನ್ನು ನಿನ್ನ ಸೊಸೆ ನಿಯಾಸ್ ಅಪಾರ್ಟ್‌ಮೆಂಟ್‌ನ ಕೊಳ್ಳೋ ಸಿದ್ಧತೆಯಲ್ಲೇ ಇದ್ದಾಳೆ. ಸಿಟಿಗೆ ಬಂದ ಬೀಗರು ಮುಖ ತೋರಿಸದೇ ಹಾಗಿಂದ ಹಾಗೆ ಪರಾರಿ. ನಂಗೆ ಏನೇನು ಅರ್ಥವಾಗೋಲ್ಲ" ಎಂದು ಬೇಸರದಿಂದಲೇ ನುಡಿದರು.

ಜೋಸೆಫ್ ದಂಪತಿಗಳು "ನಮ್ಮ ಮನೆಯ ಮೇಲಿನ ಭಾಗ ಖಾಲಿ ಮಾಡಿ ಕೊಡ್ತೀವಿ. ಅಲ್ಲೇ ಇರಲೀ ಅನ್ನೋ ಆಫರ್ ಕೊಟ್ಟರಂತೆ. ನಿಹಾರಿಕ ಮುಖ ತಿರುಗಿಸ್ಕೊಂಡ್ ಹೋದಳಂತೆ. ಅವ್ಳಿಗೆ ಯಾರ ಸ್ನೇಹ, ಸಂಬಂಧಗಳು ಬೇಡ. ಎಷ್ಟೊಂದು ವಿಚಿತ್ರವಾಗಿ ವರ್ತಿಸ್ತಾಳೆ. ಅಯ್ಯೋ ನಂಗೆ ಭಯವಾಗುತ್ತೆ. ನನ್ನ ಮಗನ್ನ ಎಲ್ಲಿಗೆ ತಗೊಂಡ್ಹೋಗಿ ನಿಲ್ಲಿಸ್ತಾಳೋ? ಇವಳು ಪಟ್ಟು ಹಿಡಿದು ಸಂತೋಷ್‌ನ ಹಿಂದೆ ಬಿದ್ದು ವಿವಾಹವಾಗಿದ್ದರಲ್ಲಿ ಏನಿದೆಯೋ, ಏನೋ" ಆತಂಕದಿಂದ, ದುಃಖದಿಂದ ನುಡಿದಾಗ ಸಾಂತ್ವನ ನೀಡಲಾಗಲಿಲ್ಲ. ಅಂಥ ಭಯ ಅವರನ್ನು ಕೂಡ ಕಾಡುತಿತ್ತು.

"ಏನಾದ್ರೂ ಮಾತಾಡಿ" ಹೆಂಡತಿ ಮತ್ತೆ ಕೇಳಿದಾಗ "ಹಾಗೇನಾಗೋಲ್ಲ. ಪ್ರೀತಿ, ಮಮತೆ ಕೊಟ್ಟು, ಸಂಬಂಧಗಳ ಅರ್ಥ ತಿಳಿಸಿ ಅವಳನ್ನು ಬೆಳೆಸಿಲ್ಲ. ನಮ್ಮೊಂದಿಗಿದ್ದರೆ ಆಟೋಮ್ಯಾಟಿಕ್ಕಾಗಿ ಸರಿ ಹೋಗ್ತಾಳೆ. ಅದಕ್ಕೆ ಅವಳು ಅವಕಾಶ ಕೊಡ್ತಾ ಇಲ್ಲ. ದೂರ ನಿಂತು ನೋಡೋ ನಮ್ಗೇ ಇಷ್ಟೊಂದು ಕಷ್ಟವೆನಿಸಿದರೆ, ಸಂತೋಷ್ ಹೇಗೆ ಮ್ಯಾನೇಜ್ ಮಾಡ್ತಾ ಇರ್ಬೇಕು. ಅವಳ ಪ್ರಕಾರ ನಾವ್ಯಾರು ಬೇಡದಿದ್ದರೂ ಪರ್ವಾಗಿಲ್ಲ, ಪ್ಲಾಟ್‌ಗೆ ಶಿಫ್ಟ್ ಆದ್ಮೇಲೆ ಅವರಿಬ್ರೂ ಸಾಮರಸ್ಯದಿಂದ ಇದ್ದರೆ ಸಾಕು. ಆದರೂ ಒಂದು ಭಯ ಕಾಡುತ್ತೆ" ಎಂದರು. ಅನುಮಾನದ ಜೊತೆ ಅವರ ದನಿಯಲ್ಲಿ ಆತಂಕವು ಇತ್ತು. ಆದರೆ ಅದೆಲ್ಲ ಹೇಳಲಿಲ್ಲ.

ಪ್ರೇಮ, ಪ್ರೀತಿಯೆಂದು ಹಿಂದೆ ಬಿದ್ದವಳ ಉದ್ದೇಶ ಇದೇ ಆಗಿತ್ತಾ? ಇಂಥ ಒಂದು ಸಣ್ಣ ಅನುಮಾನದ ಗೆರೆ ಗೋಚರವಾಗಿದ್ದರು ಮನೆಯವರಾರು ಖಂಡಿತ ಮದುವೆಗೆ ಒಪ್ಪುತ್ತಿರಲಿಲ್ಲ.

ಆದರೆ ನಡೆದದ್ದೇ ಬೇರೆ. ಎಲ್ಲರ ಪ್ರಕಾರ ಮಗನ ಹ್ಯಾಂಡ್‌ಸಮ್ ಪರ್ಸನಾಲಿಟಿಗೆ ಯುವತಿಯರೆ ಹಿಂಡೇ ಕ್ಯೂ ನಿಲ್ಲುತಿತ್ತು. ಕೋಟ್ಯಾಂತರ ವರದಕ್ಷಿಣೆ, ವರೋಪಚಾರ ಕೊಟ್ಟು ವಿವಾಹ ಮಾಡಿಕೊಡುವಂಥ ಹೆತ್ತವರು ತಮ್ಮ ಬಾಗಿಲಿಗೆ ಬಂದು ನಿಲ್ಲುತ್ತಿದ್ದರು. ಅದೆಲ್ಲ ತಮಗೆ ಮಾತ್ರವಲ್ಲ ತಮ್ಮ ಕುಟುಂಬಕ್ಕೂ ಬೇಡವಾಗಿತ್ತು.

ಅವರಿಬ್ಬರದು ಸುಂದರ ದಾಂಪತ್ಯವಾಗಲಿಯೆಂದು ಆಶಿಸಿ ವಿವಾಹ ಮಾಡಿದ್ದರು. ಈಗ ಅದೆಲ್ಲ ಸುಳ್ಳಾಗಿತ್ತು.

ವೀಕೆಂಡ್ ಬೆಳಿಗ್ಗೆ ಎದ್ದ ಕೂಡಲೆ ಸಂತೋಷ್ "ನಿಹಾರಿಕ ಬೇಗ ಎದ್ದು ರೆಡಿಯಾಗು. ಈಗಾಗಲೆ ಅಪ್ಪ ಪ್ಲಾಟ್‌ಗೆ ಅಡ್ವಾನ್ಸ್ ಕೊಟ್ಟಿದ್ದಾರೆ. ನಾವು ಹೋಗಿ ನೋಡ್ಬಂದ್..." ಅಲ್ಲಿಗೆ ಅವನ ನಾಲಿಗೆ ನಿಂತಿತು. ಮಾತುಗಳು ಹೊರಳಲು ಕಷ್ಟವೆನಿಸಿತು. "ಇಡೀ ದಿನ ನನ್ನೊಜೆತೆ ಇರ್ಬೇಕು. ಬ್ರೆಕ್‌ಫಾಸ್ಟ್ ಲಂಚ್ ಎಲ್ಲಾ ಹೊರ್ಗಡೆನೆ" ಕನವರಿಸಿದಳು. "ಆಯ್ತು ಹೇಳು. ಬ್ರೇಕ್ ಫಾಸ್ಟ್, ಲಂಚ್ ಒಟ್ಟಿಗೇನೇ ಮಾಡ್ಬಹ್ದು. ಬೇಗ ಎದ್ದು ರೆಡಿಯಾಗು" ಅನ್ನುತ್ತ ಸನಿಹದಲ್ಲಿ ಕೂತು "ನಿಯಾಸ್ ಅಪಾರ್ಟ್‌ಮೆಂಟ್‌ನ ಬಿಲ್ಡರ್ಸ ಭೇಟಿ ಮಾಡಿ ಅಡ್ವಾನ್ಸ್ ವಾಪಸ್ಸು... ಕೇಳ್ದ?" ವಿಚಾರಿಸಿದ. ಇದು ಅವನ ಕರ್ತವ್ಯ ಕೂಡ. ಅವಳು ಯಾವುದೇ ಇಕ್ಕಟ್ಟಿನಲ್ಲಿ ಸಿಕ್ಕದಂತೆ ನೋಡಿಕೊಳ್ಳಬೇಕು. ಇದು ಸಪ್ತಪದಿಯ ಪ್ರಮಾಣ.

ತಟ್ಟನೆ ಎದ್ದು ಕೂತು "ನಂಗೆ, ಆ ಅಪಾಟ್‌ಮೆಂಟ್ ಬಿಡೋ ಇಚ್ಛೆನೇ ಇಲ್ಲ. ಅದು ನನ್ನದಾಗ್ಲೇಬೇಕು! ಕೆಟ್ಟ ಹಟವಿತ್ತು ಅವಳ ದನಿಯಲ್ಲಿ. ನಿಂಗೇನು ತಲೆಕೆಟ್ಟಿದ್ಯಾ? ನಮಗಂತೂ ಕೋಟಿಗಟ್ಟಲೆ ಸುರಿಯೋಕೆ ಸಾಧ್ಯವಿಲ್ಲ. ನಿನ್ನ ಪೇರೆಂಟ್ಸ್ ಕೂಡ ಅದೇ ಮಾತು ಹೇಳಿದ್ದಾರೆ. ಆ ಚಾಪ್ಟರ್‌ಗೆ ಎಂಡಿಂಗ್ ಹಾಡು. ಕಳೆದು ಹೋದ ವೇಳೆ ನಮ್ಗೇ ಮತ್ತೆ ಸಿಗೋಲ್ಲ. ಯಾಕೆ, ದಾಂಪತ್ಯದ ಮಧುರ ಕ್ಷಣಗಳನ್ನು ಹಾಳು ಮಾಡ್ಕೋತಿ? ನಾವಿಬ್ರೂ ಬೇರೆ ಸಂಸಾರ ಹೂಡೋಕೆ ಮನೆಯವರು ಪರ್ಮಿಷನ್ ಕೊಟ್ಟಿದ್ದಾರೆ. ಅದ್ರ ಸಿದ್ಧತೆನು ಅವ್ರೆ ಮಾಡಿದ್ದಾರೆ. ಇನ್ನಾದ್ರೂ ಆ ಅಪಾರ್ಟ್‌ಮೆಂಟ್ ವಿಚಾರ ಬಿಟ್ಟು, ಆರಾಮಾಗಿರು, ಸ್ವಲ್ಪ ಅರ್ಥಮಾಡ್ಕೋ ನಿಹಾರಿಕ ಜೀವನಕ್ಕೆ ಪ್ರೀತಿ ಅಗತ್ಯವೇ ವಿನಃ ಮಿಕ್ಕಿದ್ದಲ್ಲ" ಹೇಳಿದ. ಅವಳು ತಟ್ಟನೆ ಎದ್ದು ಬಲವಾಗಿ ಅಪ್ಪಿಕೊಂಡು ಚುಂಬಿಸಿ "ಸ್ನಾನ ಮಾಡ್ಕೊಂಡ್ ಬರ್ತೀನಿ" ಬಾತ್ ರೂಂ ನತ್ತ ಹೊರಟಳು.

ಅಲ್ಪ ಸ್ವಲ್ಪ ಅರ್ಧದಷ್ಟು ಅರ್ಥವಾಗಿದ್ದಳು ನಿಹಾರಿಕ. ತಾನು ಹೇಳಿದ್ದು ಮನಸ್ಸಿನವರೆಗೂ ಹೋಗೋಕೆ ಕಿವಿಗಳು ಸಹಕರಿಸಿರೋಲ್ಲ. ಅವನಾಗಲೇ ಒಂದು ತೀರ್ಮಾನಕ್ಕೆ ಬಂದಿದ್ದ.

ಮಾಧವಿ ಬಾಗಿಲವರೆಗೂ ಬಂದು "ನಿಹಾರಿಕಾಗೆ ಹೇಳಿದ್ಯಾ, ನಾನು ಜಾಹ್ನವಿ ಎಲ್ಲಾ ಹೋಗ್ಬಂದ್ವಿ. ತುಂಬಾನೆ ಚೆನ್ನಾಗಿದೆ. ಗಾಳಿ, ಬೆಳಕು ಬರುತ್ತೆ. ಪ್ರತಿ ಪ್ಲಾಟ್‌ಗೂ ಸಪರೇಟ್ ಪೋರ್ಟಿಕೋ ಇದೆ. ಅಪಾರ್ಟ್‌ಮೆಂಟ್‌ಗಳ ಸುತ್ತಲೂ ಗಾರ್ಡನ್ ಬೆಳೆಸಿದ್ದಾರೆ. ನೀವುಗಳು ಹೋಗ್ಬಂದರೆ, ಮಿಕ್ಕಿದ ಅರೇಂಜ್‌ಮೆಂಟ್ಸ್ ನಾವ್ ಮಾಡ್ತೀವಿ" ಎಂದರು. ಅವನಿಗೆ ನಿಜವಾಗಿ ನಗು ಬಂತು. ಆದರೆ ನಗಲಿಲ್ಲ. ಮಗನ ಸಲುವಾಗಿ ತ್ಯಾಗಕ್ಕೆ ನಿಂತಿದ್ದರು.

"ಹೇಳಿದ್ದೀನಿ. ರೆಡಿಯಾಗಿ ಬರ್ತಾಳೆ" ಎಂದು ಹೊರಬಂದು, "ನಂಗೆ ಮಹಿಳೆಯರ ಬಗ್ಗೆ ಅತ್ಯಂತ ಗೌರವ, ಪುರಾಣದ ತ್ಯಾಗಮಯಿ ಸ್ತ್ರೀಯರು, ಇತಿಹಾಸದಲ್ಲಿ ತುಂಬಿಕೊಂಡಿರುವ ಆದರ್ಶ, ಶೂರ ಮಹಿಳಾ ಮಣಿಗಳು, ಸ್ವಾತಂತ್ರ ಹೋರಾಟದಲ್ಲಿ ತನುಮನ ಅರ್ಪಿಸಿ ಹೋರಾಡಿದ ಮಹಿಳೆಯರು, ಜೊತೆಗೆ ನೀನು, ಅತ್ತಿಗೆ ಅವರನ್ನು ಬಹು ಎತ್ತರದ ಸ್ಥಾನದಲ್ಲಿ ಕೂಡಿಸಿ ಗೌರವಿಸಬೇಕೆನಿಸಿದೆ. ಈಗ ಬದಲಾವಣೆಯ ಗಾಳಿ ಬಲವಾಗಿದೆ" ಎಂದು ಅಮ್ಮನ ಎರಡು ಭುಜಗಳ ಮೇಲೆ ಕೈ ಇಟ್ಟು ಹೇಳಿದ. ಆಕೆಗೆ ತೀರಾ ಒಗಟಾಗಿ ಹೇಳಿದರೆ ಅರ್ಥವಾಗದು "ಈಗ ಕೌಟುಂಬಿಕವಾಗಿ ಯೋಚಿಸದೆ ಸ್ವಾರ್ಥಿಗಳಾದ ನಿಹಾರಿಕ ಅಂಥವರ ಸಂಖ್ಯೆ ಹೆಚ್ಚಿದೆ. ಅದಕ್ಕೆ ಇನ್ನೊಂದು ಹೆಣ್ಣಿನ ಕಣ್ಣೀರು" ಮಾಧವಿ ಒಳ ಹೋಗಿ ಬಿಟ್ಟರು.

ಕಾರಿನಲ್ಲಿಯೇ ಇಬ್ಬರು ಹೊರಟರು. ಬರೀ ಅರ್ಧಗಂಟೆಯ ಜರ್ನಿ. ಒಳ್ಳೆ ಏರಿಯದಲ್ಲಿದ್ದ ಅಪಾರ್ಟ್‌ಮೆಂಟ್ಸ್. ಗೇಟಿನಲ್ಲಿ ಸೆಕ್ಯೂರಿಟಿಯವನಿದ್ದ. ಇಳಿದು ಹೇಳಿದ ಮೇಲೆ ವಿಶಾಲವಾದ ಗೇಟು ತೆಗೆದು ಸೆಲ್ಯೂಟ್ ಹೊಡೆದ.

ಲಿಫ್ಟ್‌ನ ಅನುಕೂಲವಿದ್ದ ಮೂರನೆ ಅಂತಸ್ತಿನ ಫ್ಲಾಟ್‌ಗೆ ಹೋದರು. ಕಾರಿಡಾರ್‌ನ ಕೊನೆಯಲ್ಲಿದ್ದ ಸರ್ವೆಂಟ್ ಬಾಗಿಲು ತೆಗೆದು ತೋರಿಸಿದ. ಆಫ್ ಪರ್ನಿಷ್ ಮಾಡಿದ್ದು. 'ಅದ್ಭುತ' ಅಂತ ಸಂತೋಷ್ ಹೇಳಬಹುದು. ಆದರೆ... ನಿಹಾರಿಕ! ಹತ್ತಾರು ಸಲ ಓಡಾಡಿದಳು. ಕಿಟಕಿಗಳ ಬಳಿ ನಿಂತು ದೂರದವರೆಗೂ ದೃಷ್ಟಿ ಹಾಯಿಸಿದಳು.

"ಹೇಗಿದೆ?" ಕೇಳಿದ. ಅವಳೇನು ಹೇಳಲಿಲ್ಲ. ಅವಡನ್ನು ಕಚ್ಚಿಡಿದ. ಆಗ ಬಂದ ಕೋಪಕ್ಕೆ ಮೇಲಿನಿಂದ ಅವಳನ್ನು ತಳ್ಳಿ ಬಿಡಬೇಕೆನಿಸಿದ್ದುಂಟು. "ಹೋಗೋಣ" ಅಂದಾಗ "ಈಗ ನೇರವಾಗಿ ಮಾಲ್, ಒಂದಿಷ್ಟು ಪರ್ಚೇಸಿಂಗ್, ಜೊತೆಗೊಂದು ಮೂವಿ ಇಂಥ ಅಣಿಮುತ್ತುಗಳನ್ನು ಉದುರಿಸಿದಾಗ ಹೊರಬಂದು ಲಿಫ್ಟ್‌ನತ್ತ ನಡೆದ "ನಿಹಾರಿಕ ನಿನ್ನ ಎಲ್ಲಿಗೆ ಬೇಕಾದ್ರೂ.. .ಡ್ರಾಪ್ ಮಾಡ್ತೀನಿ. ಆಮೇಲೆ ಬಂದು ಪಿಕ್ ಮಾಡ್ತೀನಿ. ನಂಗೆ ಅರ್ಜೆಂಟ್ ಕೆಲ್ಸವಿದೆ" ಎಂದವ ಮೊಬೈಲ್‌ನಲ್ಲಿ ಮಾತಾಡತೊಡಗಿದ. ಒಂದು ಮದುವೆಯ ಬಗ್ಗೆ ಕ್ಲೈಂಟ್ಸ್ ಅವನಲ್ಲಿ ಅರ್ಜೆಂಟಾಗಿ ಮಾತಾಡಬೇಕೆಂದು ಆಫೀಸ್‌ನಲ್ಲಿ ಬಂದು ಕೂತಿದ್ದರು.

ಹೊರಟವ "ಒಂದರ್ಧ ಗಂಟೆ ಹೋಗಿ ಬಂದ್ಬಿಡ್ತೀನಿ ನೀನು ಎಲ್ಲಿ ಇರ್ತಿಯಾ? ಇಲ್ಲ, ನನ್ಜೊತೆ ಬರ್ತೀಯಾ?" ಕೇಳಿದ "ನೋ, ಓರಿಯನ್ ಮಾಲ್‌ನಲ್ಲಿ ನನ್ನ ಫ್ರೆಂಡ್ಸ್ ಸಿಕ್ತಾರೆ. ಅವ್ರ ಜೊತೆ ಎಂಜಾಯ್ ಮಾಡ್ತೀನಿ. ಆಮೇಲೆ ಅವರಲ್ಲಿ ಯಾರಾದ್ರೂ ಡ್ರಾಪ್ ಮಾಡುತ್ತಾರೆ" ಎಂದಳು ಬೇಕಾಬಿಟ್ಟಿಯಾಗಿ. ಅವಳ ಸ್ವಭಾವ ಅವನಿಗೊಂದು ಸವಾಲ್.

ಮಾಲ್ ಬಳಿ ಡ್ರಾಪ್ ಮಾಡಿ ಆಫೀಸ್‌ನತ್ತ ಕಾರು ತಿರುಗಿಸಿದ. ಕನಿಷ್ಟ ಅವಳ ಪರ್ಸೆಸಿಂಗ್ ಹತ್ತಿಪ್ಪತ್ತು ಸಾವಿರಕ್ಕಿಂತ ಕಡಿಮೆ ಇರದು. ಇಂದು ಅದು ಉಳಿಯಿತಷ್ಟೆ. ಆದರೆ ಮನೆಗೆ ಬಂದು ವಸೂಲಿ ಮಾಡಿದರೂ ಹೆಚ್ಚಲ್ಲವೆನಿಸಿತು.

ಲಂಚ್ ಸಮಯದಲ್ಲಿ ಮಗನತ್ತ ತಿರುಗಿದ ಪಾರ್ಥಸಾರಥಿ "ಏನು ಅವ್ಳ ಅಭಿಪ್ರಾಯ? ಇಪ್ಪತ್ತು ಸಾವಿರ ಬಾಡ್ಗೇ. ಎರಡು ಲಕ್ಷ ಅಡ್ವಾನ್ಸ್. ಈಗಾಗಲೇ ಟೋಕನ್ ಅಡ್ವಾನ್ಸ್ ಕೊಟ್ಟಾಯ್ತು" ಎಂದರು. ತಂದೆಗೆ ಸತ್ಯವೇ ಹೇಳಬೇಕು. "ಅವಳಿನ್ನು ನಿಯಾಸ್ ಅಪಾರ್ಟ್‌ಮೆಂಟಿನ ಕನವರಿಕೆಯಲ್ಲೇ ಇದ್ದಾಳೆ. ವ್ಯರ್ಥ ಪ್ರಯತ್ನ ಅಷ್ಟೆ" ಎಂದ. ಅವರು ಷಾಕಾದರು "ಅಂದರೆ...." ಕೇಳಿದರು.

"ಈ ಪ್ರಯತ್ನ ಇಲ್ಲಿಗೆ ಕೈಬಿಡಿ. ಅಂತು ಒಂದು ಪ್ರಯತ್ನಬೇಕಿತ್ತು. ಕೆಲವು ಬರೀ ದಾಖಲೆಗಾಗಿ" ಅಂದವ ಎದ್ದು ಹೋದ. ಅವನ ಫ್ಯಾಮಿಲಿಯನ್ನು ರಕ್ಷಿಸಿಕೊಳ್ಳಬೇಕಿತ್ತು. ಹೊರ ಬಂದು ಮೊಬೈಲ್‌ನಿಂದ ನಿಹಾರಿಕಾಗೆ ಕಾಲ್ ಮಾಡಿದ. 'ನಾಟ್ ರಿಚಬಲ್' ಪ್ರಯತ್ನದ ನಂತರ ಮೆಸೆಜ್ ರವಾನಿಸಿದ "ಬನ್ನಿ ಡ್ಯಾಡ್... ಹೋಗೋಣ ಮನೆಗೆ ಹೋಗೋಣ. ಅಮ್ಮ ನಿಮ್ಮ ಸಲುವಾಗಿ ಗೋರಿಕಾಯಿ ಪಲ್ಯ, ಕ್ಯಾರೆಟ್, ಕೋಸಂಬರಿ ಮಾಡಿದ್ದಾರೆ" ಹಂಗಿಸಿಯೆ ಕರೆದೊಯ್ದ.. ಮೊದಲು ಬಹಳ ತುಂಟ. ನಂತರ ತಾನು ಲೀಡರ್ ಅನ್ನೋ ಗುಣ ಬೆಳೆಸಿಕೊಂಡು

ಸ್ಪೋರ್ಟ್ಸ್‌ನಲ್ಲಿ ಮಿಂಚ ತೊಡಗಿದ. ಪಿ.ಯು.ಸಿ.ಯ ನಂತರ ಒಂದು ರೀತಿಯ ಆಘಾತಕ್ಕೆ ಒಳಗಾಗಿ. ಸ್ನೇಹಿತರಿಂದ ಮೋಸ ಹೋದ ಪಾರ್ಥಸಾರಥಿ, ಸಾಲಕ್ಕೆ ಸಿಕ್ಕಿ ಹಾಕಿಕೊಂಡಿದ್ದು. ನಂತರ ಸಂತೋಷ್ ಪೂರ್ತಿ ಬೇರೆಯಾದ.

* * *

ಅಂದು ಮನೆಗೆ ಬಂದ ನಿಹಾರಿಕ ಶಾಂಭವಿ ಕೊಟ್ಟ ಐದು ಲಕ್ಷ ರೂಪಾಯಿಗಳ ಕ್ಯಾಷನ್ನು ಬ್ಯಾಗ್‌ನಲ್ಲಿ ತುಂಬಿಕೊಂಡು ಅದಷ್ಟು ಹಣ ಕೊಟ್ಟು ಇನ್ನ ಎರಡು ತಿಂಗಳ ಅವಧಿ ಪಡೆಯಲು ಹೋದವಳ ಕಾರು ದಾರಿಯಲ್ಲಿ ಕೆಟ್ಟು ನಿಂತಾಗ ಇಳಿದು ಮೆಕ್ಯಾನಿಕ್‌ಗೆ ಫೋನ್ ಮಾಡಿದಳು ಒಂದು ರೀತಿಯ ಟೆನ್‌ಷನ್‌ನಲ್ಲಿ.

"ಸ್ವಲ್ಪ ಅರ್ಜೆಂಟಿದೆ"

ಆದರೆ ಅವನು ಬಂದಿದ್ದು ಗಂಟೆಯ ನಂತರವೇ. ಟ್ರಾಫಿಕ್‌ಗೆ ತೊಂದರೆಯಾದುದ್ದರಿಂದ ಕಾರನ್ನು ಟೋ ಮಾಡಿಕೊಂಡು ಹೋಗಿ ಪಾರ್ಕಿಂಗ್ ಜಾಗದಲ್ಲಿ ನಿಲ್ಲಿಸಿ ಹೋದರು. ಟ್ರಾಫಿಕ್‌ನವರು.

"ಮೆಕ್ಯಾನಿಕ್‌ಗೆ ಕಾಲ್ ಮಾಡಿ, ಇಲ್ಲಿನ ವಿಳಾಸ ತಿಳ್ಸಿ ಟ್ಯಾಕ್ಸಿಯಲ್ಲಿ ಹೋಗಿ. ಅವ್ನು ಬಂದು ಕಾರು ತಗೊಂಡ್ ಹೋಗ್ತಾನೆ" ಟ್ರಾಫಿಕ್‌ನವರು ಹೇಳಿದರ ಜೊತೆಗೆ "ನಿಮ್ಮ ಬ್ಯಾಗ್, ಪರ್ಸ್, ಮೊಬೈಲ್ ಅಂಥದ್ದು ಏನಿದ್ದರೂ ಒಯ್ಯಿರಿ" ಇಂಥದೊಂದು ಸೂಚನೆ ಕೊಟ್ಟಾಗ ಬೇಸತ್ತ ಅವಳು ಅದೇ ನಿರ್ಧಾರಕ್ಕೆ ಬಂದಳು. ಟ್ರಾಫಿಕ್‌ನವರೇ ಟ್ಯಾಕ್ಸಿ ತರಿಸಿಕೊಟ್ಟರು. ಅವಸರದಿಂದಲೇ ಹತ್ತಿದ್ದು. ಒಂದೆರಡು ಮೆಸೆಜ್‌ಗಳು ಬಂತು ಸಂತೋಷ್‌ನಿಂದ ಕಾಲ್ ಬಂತು ಕಟ್ ಮಾಡಿ ಸುಮ್ಮನಾದಳು. 'ಐದು ಲಕ್ಷ ಕೊಟ್ಟು ಕನಿಷ್ಟ ಒಂದೆರಡು ತಿಂಗಳಿಗೆ ಒಪ್ಪದಿದ್ದರೂ ಒಂದು ತಿಂಗಳ ಅವಧಿಯಾದರು ಪಡೆದುಕೋ' ಎಂದು ಪ್ರೀತಿಯ ಮಮ್ಮಿಯ ಸಲಹೆ ಆಗಿತ್ತು. ಸದ್ಯಕ್ಕೆ ಅದು ಸರಿಯೆನಿಸಿದ್ದರಿಂದ ಆತುರದಿಂದ ಇದ್ದಳು.

'ನಿಯಾಸ್'ನ ಆಫೀಸ್‌ನ ಬಳಿ ಟ್ಯಾಕ್ಸಿಯಿಂದ ಇಳಿದು ಬ್ಯಾಗ್ ತಗೊಂಡಳು. ಮೊಬೈಲ್ ಜೇಬಿನಲ್ಲಿತ್ತು. ಆರಾಮಾಗಿ ಟಾಕ್ಸಿಯವನಿಗೆ ಹಣ ಕೊಟ್ಟು ಆಫೀಸ್‌ನೊಳಕ್ಕೆ ನಡೆದವಳು ಮಾತುಕತೆ ನಡೆಸಿ ಐದು ಲಕ್ಷಕ್ಕಾಗಿ ಬ್ಯಾಗ್ ತೆಗೆದಳು ಅದರಲ್ಲಿ ಏನಿರಲಿಲ್ಲ. ಅದನ್ನು ಇನ್ನೊಂದು ರಬ್ಬರ್ ಬ್ಯಾಗ್‌ನೊಳಗೆ ತುಂಬಿಕೊಂಡು ಬಂದದ್ದು ನೆನಪಾಗಿ ಗಾಬರಿಯಾಗಿದ್ದು ಅವಳ ಎದೆ ಬಡಿತ ನಿಂತಂತಾಯಿತು.

"ಓ, ಮೈ... ಗಾಡ್! ಬ್ಯಾಗ್‌ನ ಟ್ಯಾಕ್ಸಿಯೊಳಗೆ ಬಿಟ್ಟಿದ್ದೀನಿ" ಆತಂಕದಿಂದ ಮೇಲೆದ್ದಾಗ "ಮತ್ತೆ ನಿಮ್ಗೇ ಅವಧಿ ವಿಸ್ತರಿಸಿ ಹಣ ತಗೊಳ್ಳೋ ಇರಾದೆ ಇರ್ಲಿಲ್ಲ. ನಿಮ್ಮ ಮಮ್ಮಿ ರಿಕ್ವೆಸ್ಟ್‌ಗೆ ಒಪ್ಪಿಕೊಂಡಿದ್ದು. ಅದೇನೋ ನೋಡಿ" ಎಂದು ಆ ಮನುಷ್ಯ ಎದ್ದು ಹೋದ.

ತುಟಿ ಕಚ್ಚಿ ಮತ್ತೆ ಟ್ಯಾಕ್ಸಿ ಮಾಡಿಕೊಂಡು ಕಾರಿನ ಪಾರ್ಕ್ ಮಾಡಿದ್ದ ಜಾಗಕ್ಕೆ ಬಂದಾಗ, ಅದು ಇರಲಿಲ್ಲ ಮೆಕ್ಯಾನಿಕ್ ಕಾರು ಒಯ್ದಿದ್ದಕ್ಕೆ ಮೆಸೆಜ್ ಮಾಡಿದ್ದ. ಮತ್ತೆ ಟ್ರಾಫಿಕ್‌ನವರ ಸಹಾಯದಿಂದ ಆ ಟಾಕ್ಸಿಯನ್ನು ಕರೆಸಿ ತಪಾಸಣೆ ಮಾಡಿದಾಗ ಏನು ಇರಲಿಲ್ಲ.

"ಏನಿತ್ತೋ, ಅದ್ನ ತಗೊಂಡ್ ಹೋಗಿದ್ದಾರೆ. ಆಮೇಲೆ ಯಾವ್ದೇ ಪ್ಯಾಸೆಂಜರ್ಸ್ ಹತ್ತಿಲ್ಲ" ಎಂದು ಸಮರ್ಥಿಸಿಕೊಂಡ ಟ್ಯಾಕ್ಸಿಯವ.

ಗ್ಯಾರೇಜ್‌ಗೆ ಹೋದಾಗ ಕಾರು ಸುಸ್ತಾದಂತೆ ನಿಂತಿತ್ತು. "ಬಹಳ ಪ್ರಯಾಸದಿಂದ ತಂದೆ, ಹಿಂದ್ಗಡೆ ಸೀಟು ಕಡೆ ಇಣುಕಿ ನೋಡಿಲ್ಲ. ಅದೇನೋ ನೋಡಿ ಕೈ ಚೆಲ್ಲಿದ, ಸೀಟು ಮೇಲೆ ಏನು ಇರಲಿಲ್ಲ" ಕ್ಯಾಷ್ ಐದು ಲಕ್ಷದಷ್ಟು ದೊಡ್ಡ ಅಮೌಂಟ್. ಪೊಲೀಸ್ ಸ್ಟೇಷನ್‌ಗೆ ಹೋದರೆ ಹಣದ ಬಗ್ಗೆ ಪೂರ್ತಿ ಡಿಟೈಲ್ ಕೊಡಬೇಕು. ಶಾಂಭವಿ ಕೊಟ್ಟ ಬ್ಯಾಗ್‌ನಲ್ಲಿದ್ದ ಹಣವನ್ನು ತೆಗೆದುಕೂಡ ನೋಡಿರಲಿಲ್ಲ. ಮೆಸೆಜ್ ಮಾಡಿ ವಿಷಯ ತಿಳಿಸಿದಾಗ ಸಂತೋಷ್ ಗಂಟೆಯೊಳಗೆ ಬಂದ.

ಮೊದಲು ಹೋಟೆಲ್‌ಗೆ ಕರೆದೊಯ್ದು ಕಾಫಿ ಕುಡಿದನಂತರ ವಿಚಾರಿಸಿದ. ಎಲ್ಲಾ ತಿಳಿಸಿದಳು. ಬಹುಶಃ ಶಾಂಭವಿ ಐದು ಲಕ್ಷ ಕೊಟ್ಟು ಹೋದದ್ದು ಅವನಿಗೆ ಗೊತ್ತಿರಲಿಲ್ಲ.

"ನಂಗೆ ತಿಳಿಸಬಹುದಿತ್ತು!" ಎಂದ ನಿಧಾನವಾಗಿ "ನಂಗೆ ಹೇಳ್ಬೇಕೂಂತ ಅನ್ನಿಸ್ಲಿಲ್ಲ. ಮ್ಯಾನೇಜ್ ಮಾಡೋ ಕೆಪಾಸಿಟಿ ಇತ್ತು. ಪ್ರತಿಯೊಂದಕ್ಕೂ ಹೇಳೋದು, ಕೇಳೋದು ಅಭ್ಯಾಸವು ಇಲ್ಲ. ಇಷ್ಟವಾಗೋಲ್ಲ ಕೂಡ" ಎಂದಳು. ಹಣ ಹೋಗಿದಕ್ಕೆ ನೋವಿತ್ತು. ತನ್ನ ನಿಲುವಿಗೆ ಅವಳಿಗೆ ಪಶ್ಚಾತ್ತಾಪವಿರಲಿಲ್ಲ. "ಪೊಲೀಸ್‌ಗೆ ಕಂಪ್ಲೇಟ್ ಕೊಡ್ತೀನಿ" ಎಂದು ಹೇಳಿದಳು. ಸಂತೋಷ್‌ಗೆ ಸರಿಯಾಗಿ ಏನು ಗೊತ್ತಿರಲಿಲ್ಲ.

"ಕೊಡಬಹುದಿತ್ತು. ಅದಕ್ಕೆ ಡಿಟೈಲ್ಸ್ ಕೇಳ್ತಾರೆ. ನಿನ್ನ ಮಮ್ಮಿಗೆ ಫೋನ್ ಮಾಡಿ ವಿಚಾರಿಸ್ಕೋ. ಆ ಹಣನ ಯಾವ ಬ್ಯಾಂಕ್‌ನಿಂದ ಡ್ರಾ ಮಾಡಿದ್ದಾರೆ? ಅದಕ್ಕೆ ತೆರಿಗೆ ಕಟ್ಟಿದ್ದಾರ? ಬೇರೆ ಯಾರಿಂದಲಾದ್ರೂ ಲೋನ್ ಪಡೆದಿದ್ದಾ? ಸೇವಿಂಗ್ಸಾ? ಅದಕ್ಕೆಲ್ಲ ಡಾಕ್ಯುಮೆಂಟ್ಸ್ ಬೇಕಾಗುತ್ತೆ. ಮೊದ್ಲು ನಿನ್ನ ಮಮ್ಮಿಗೆ ಫೋನ್ ಮಾಡಿ ವಿಚಾರಿಸ್ಕೋ" ಮತ್ತೊಮ್ಮೆ ಒತ್ತಾಯಿಸಿದ.

ಮೂರು, ನಾಲ್ಕು ಸಲ ಕಾಲ್ ಮಾಡಿದಾಗ ಐದನೆ ಸಲವೇ ಎತ್ತಿದ್ದು "ಸುಮ್ನೇ ಯಾಕೆ ಡಿಸ್ಟರ್ಬ್ ಮಾಡ್ತೀಯಾ? ನಾನೀಗ ಬಿಜಿನೆಸ್ ಮೀಟಿಂಗ್‌ನಲ್ಲಿದ್ದೀನಿ. ಆಮೇಲೆ ಕಾಲ್ ಮಾಡ್ತೀನಿ" ಶಾಂಭವಿ ಫೋನ್ ಕಟ್ ಮಾಡಿದಾಗ ಅಷ್ಟು ದೂರಕ್ಕೆ ಮೊಬೈಲ್ ಎಸೆಯಬೇಕೆನಿಸಿತು. ಆಮೇಲಿನ ಹೊಯ್ದಾಟ. "ಇಲ್ಲ ಮಮ್ಮಿ ಮೀಟಿಂಗ್‌ನಲ್ಲಿದ್ದಾರೆ. ಬೇಗ ಪೊಲೀಸ್‌ಗೆ ಒಂದು ಕಂಪ್ಲೇಂಟ್ ಕೊಡ್ತೀನಿ. ಇಲ್ಲ ಕದ್ದವನು ತಪ್ಪಿಸಿಕೊಂಡು ಬಿಡ್ತಾನೆ" ಚಡಪಡಿಸಿದಳು. ಮೂರ್ಖಳಂತೆ.

"ಮೊದ್ಲು ನೆನಪಿಸ್ಕೋ ನಿನ್ನ ಹಣ ಕಳೆದಿದ್ದು ಕಾರಿನಲ್ಲಾ? ಟ್ಯಾಕ್ಸಿಯಲ್ಲಾ? ಅದ್ನ ತಿಳಿಸಬೇಕಾಗುತ್ತೆ. ನಂಗೆ ಈ ಐದು ಲಕ್ಷದ ವಿಚಾರ ಏನು ಗೊತ್ತಿಲ್ಲದಿದ್ದರಿಂದ ಮೌನವಹಿಸಬೇಕಾಗುತ್ತೆ ಎಂದ ಬೇಸರದಿಂದ. "ನಾನೇ ಕೊಟ್ಟೆಂತ ಹೇಳಿ" ನಿಹಾರಿಕಾ ಮಾತಿಗೆ ತಲೆಯಾಡಿಸಿ "ಆಗೋಲ್ಲ, ಇನ್ನಷ್ಟು ಸಮಸ್ಯೆಯಾಗುತ್ತೆ. ನಿನ್ನ ಮಮ್ಮಿಯಿಂದ ಮೊದ್ಲು ಫೋನ್ ಬರಲೀ" ಎಂದು ಮೇಲೆದ್ದು "ಸುಮ್ನೇ ಟೆನ್‌ಷನ್ ಮಾಡ್ಕೋಬೇಡ. ಈಗ ಮನೆಗೆ ಹೋಗೋಣ" ಹೇಳಿದ.

"ನೋ, ನಾನು ಬರೋಲ್ಲ. ನನ್ನ ಫ್ರೆಂಡ್ಸ್‌ನ ಕಂಟ್ಯಾಕ್ ಮಾಡ್ತೀನಿ. ಇಲ್ಲ ನಯನತಾರ ಮನೆಗೆ ಹೋದರೆ, ಅವ್ಳ ಡ್ಯಾಡಿ ಹೆಲ್ಪ್ ಮಾಡ್ತಾರೆ. ಅವ್ರಿಗೆ ಪೊಲೀಸ್ ಡಿಪಾರ್ಟ್‌ಮೆಂಟ್‌ನಲ್ಲಿ ಸಾಕಷ್ಟು ಜನರ ಪರಿಚಯವಿರುತ್ತೆ" ಅದೇ ಹಟ, ನಾಲ್ಕು ಬಾರಿಸಬೇಕೆನಿಸಿತು. "ನಿನ್ನ ಮಮ್ಮಿಯ ಸ್ವಭಾವಕ್ಕೆ ತಾಳಲಾರದೆ ನಿನ್ನ ಡ್ಯಾಡಿ ಕುಡಿದು ಅಮಲಿನಲ್ಲಿ ಇರೋದು. ಅವ್ರು ಸುಖಪಡೋಕೆ ತಮ್ಮದೇ ಆದ ಪ್ರಪಂಚ ಸೃಷ್ಟಿಸಿಕೊಂಡಿದ್ದಾರೆ. ಈಗ 'ಸಾರಥಿ ಇವೆಂಟ್'ಗೆ ಹೋಗೋಣ. ಅಪ್ಪ ಏನಾದ್ರೂ ಸಲಹೆ ಕೊಡಬಹುದು. "ಅನುನಯಿಸಿ ನೋಡಿದ. ಒಪ್ಪೊಂಥ ಕ್ಯಾರೆಕ್ಟರ್ ಅವಳದಲ್ಲ. ಕಟ್ಟಿಕೊಂಡ ಹೆಂಡತಿಯನ್ನು ಈ ಸ್ಥಿತಿಯಲ್ಲಿ ಬಿಟ್ಟ ಹೋಗಲು ಅವನು ಸಿದ್ಧವಿಲ್ಲ" ಈಗೇನು ಮಾಡ್ತೀಯಾ?" ಕೇಳಿದ ಸ್ವಲ್ಪ ಒರಟಾಗಿಯೆ.

"ನಾನು ನಯನತಾರ ಮನೆಗೆ ಹೋಗ್ತೀನಿ. ಅವ್ರನ್ನ ಕರ್ಕೊಂಡ್ ಪೊಲೀಸ್ ಸ್ಟೇಷನ್‌ಗೆ ಹೋಗ್ತೀನಿ. ಅವ್ರು ಬೇಕಾದರೆ ತಾವೇ ಹಣಕೊಟ್ಟಿದೆಂದು ಹೇಳ್ತಾರೆ" ಅದೇ ಹಟ "ಸರಿ, ನಿನ್ನ ಅಲ್ಲಿಗೆ ಗಿರಿ ಡ್ರಾಪ್ ಮಾಡ್ತಾನೆ. ನನ್ನ ಕಾರ್‌ನ ಬೇಕಾದರೆ ಉಪಯೋಗಿಸ್ಕೋ" ಅಂತ ಬಿಲ್ ತೆತ್ತು ಗಿರಿಗೆ ಫೋನ್ ಮಾಡಿದಾಗ" ನಾನೇ ಡ್ರೈವ್ ಮಾಡ್ಕೊಂಡ್.. ಹೋಗ್ತೀನಿ" ಎಂದಳು.

ಸಂಜೆಯ ಸುಮಾರಿಗೆ ಮೌನ ಫೋನ್ ಮಾಡಿ "ನಿಜ್ವಾಗ್ಲೂ, ಐದು ಲಕ್ಷ ಕಳೆದಿದ್ದು ನಿಜನಾ? ಕಾರು ಅಂತಾಳೆ, ಟ್ಯಾಕ್ಸಿ ಅಂತಾಳೆ, ಆಮೇಲೆ ಮನೆಗೆ ಹೋಗಿ ಹುಡುಕಾಡಿ ಬಂದ್ಲು ಟೋಟಲಿ! ಕನ್‌ಫ್ಯೂಷನ್, ನಂಗೆ ಅವ್ಳ ಮಮ್ಮಿ ಐದು ಲಕ್ಷ ಕೊಟ್ಟಿರೋದೇ ಡೌಟ್. ನನ್ನ ಪಪ್ಪನು ಅದೇ ಹೇಳಿದ್ರು. ಸಾರಿ... ಅವ್ಳಿಗೆ ಏನು ಸಹಾಯ ಮಾಡೋಕೆ ಆಗ್ಲಿಲ್ಲ" ಕ್ಷಮೆ ಯಾಚಿಸಿದಳು.

"ದಟ್ಸ್.... ಓಕೆ.... ಹೇಗಿದ್ದೀರಿ ಮೌನಾ?" ಕೇಳಿದ. "ಬೈ ದಿ ಬೈ.... ಇನ್ನೊಂದು ವಿಚಾರ. ನಮ್ಮ ಡ್ಯಾಡಿ ರೆಡ್ಡಿಗಾರು.... ಅವ್ರೇ ನಿಹಾರಿಕ ಮಮ್ಮಿ ಶಾಂಭವಿ ಹತ್ರ ಮಾತಾಡಿದ್ರು. ಆಕೆ ಏನೇನೋ ಹೇಳಿದ್ರು. ಹಣ ಅವ್ರ ಸ್ವಂತದಲ್ಲ ಬ್ಯಾಂಕ್‌ನಿಂದಾನೂ ತೆಗೆದಿಲ್ಲ. ಪರಿಚಯದ ರೋಸರ್ ಹತ್ರ ಪಡೆದಿದ್ದು ಅಂದ್ರು. ಅವ್ನು ಅನೀಶ್‌ನ ಫ್ರೆಂಡ್ ಅಂತೆ. ಅವ್ನ ಪರಿಚಯ ನಿಹಾರಿಕಾಗೂ ಇದೇಂದ್ರು. ಇದು ತಲೆನೋವಿನ ವಿಚಾರ. ಐದು ಲಕ್ಷ ಹೋಯ್ತು ಅಂದ್ಕೊಂಡ್ ಸುಮ್ಮನಾಗಿ ಬಿಡೂಂತ "ಬುದ್ಧಿ ಹೇಳೋದರ ಜೊತೆಗೆ" ಸಾರಥಿ ಇವೆಂಟ್‌ನ ಎಲ್ಲ ಜನ ತುಂಬಾ ಒಳ್ಳೆಯವರು. ಆ ಬಗ್ಗೆ ಪ್ರಶ್ನಿಸೋಲ್ಲ. ಪ್ರಶ್ನಿಸಿದರೂ ತೀವ್ರವಾಗಿ ದಂಡಿಸೋಲ್ಲಾಂತ ಹೇಳ್ದಾಗ ಗುರುಗುಟ್ಟಿದ್ಲು. 'ಇದು ನನ್ನ ವ್ಯವಹಾರ. ಅವರಿಗೆ ಕೇಳೋ ಅಧಿಕಾರವಿಲ್ಲಂತ' ಹೇಳಿದಾಗ ನನ್ನ ಡ್ಯಾಡಿ ಬೈಯ್ದು ಕಳಿಸೋ ಜೊತೆಗೆ, ನಿನ್ನ ವ್ಯವಹಾರ ಸಾರಥಿ ಇವೆಂಟ್ ಜೊತೆಯವರೊಂದಿಗೆ ಇರಲೀ, ಇನ್ನ ಮೇಲೆ ನಿಹಾರಿಕಾನ ಮನೆಗೆ ಸೇರಿಸ್ಬೇಡಾಂತ ಬೈಯ್ದು ನನ್ಕಂಡ್ರೆ ಪ್ರಾಣ ಇಂದಿಗೂ ಲಕ್ಷಾಂತರವಿರಲಿ, ಕನಿಷ್ಟ ಒಂದು ಮ್ಯಾಕ್ಸಿಕೊಂಡರೂ ಅವ್ರಿಗೆ ವರದಿ ಒಪ್ಪಿಸಬೇಕು. ಯಜಮಾನಿಕೆ ಒಪ್ಪಿಕೊಳ್ಳದ ಜನ ಹಾಳಾಗ್ತಾರೆ ಅನ್ನೋದು ಅವ್ರ ಭಾವನೆ. ಹಿರಿಯರೂಂತ ನಾಲ್ಕು ಮಾತು ಅಂದು ಕಳಿಸಿದ್ದಾರೆ. ಪ್ಲೀಸ್ ಕ್ಷಮ್ಸಿ ಬಿಡಿ" ಅಂದಳು. ಅವನಿಗೆ ಭೂಮಿ ಭಾಗವಾಗಿ ನುಂಗಿದಂತಾಯಿತು. ತೀರಾ ಅವಮಾನದಿಂದ ಚಡಪಡಿಸಿದ. ಏನು ಹೇಳಿಯಾನು? ಹೇಗೆ ಸಮರ್ಥಿಸಿಕೊಂಡಾನು?

ಸಪ್ತಪದಿಗಳನ್ನು ತುಳಿದು ಇಬ್ಬರು ತಮ್ಮನ್ನು ಮಾತ್ರವಲ್ಲ ತಮ್ಮ ಕುಟುಂಬ, ಪರಂಪರೆ

ರಕ್ಷಿಸುವ ಪ್ರಮಾಣ ಮಾಡಿದ್ದರು. ಹೆಣ್ಣು ಗಂಡಿನ ಮಿಲನಕ್ಕೆ ಭದ್ರತೆಯನ್ನು ಒದಗಿಸಿ ಉತ್ತಮ ಸಮಾಜದ ನಿರ್ಮಾಣಕ್ಕಾಗಿ, ಪೂರ್ವಿಕರು ನಿರಂತರವಾಗಿ ಚಿಂತಿಸಿ ರೂಪಿಸಿದ ವಿವಾಹ ವಿಧಿ ಇನ್ನೊಂದು ಮಾತಾಡದೆ ಕಾಲ್ ಕಟ್ ಮಾಡಿದ.

"ಹಲೋ... ಹಲೋ... ಸಂತೋಷ್" ಆ ಕಡೆಯಿಂದ ಮೌನಳ ದನಿ ಕೇಳಿಸುತ್ತಿದ್ದರೂ ಕಾಲ್ ಕಟ್ ಮಾಡಿದ್ದ. "ಧರ್ಮೇಚ ಅರ್ಥೇಚ... ಕಾಮೇಚ ನಾತಿ ಚರಾಮಿ" ಎನ್ನುವುದು ಕೇಳಿಸುತಿತ್ತು.

ಅಂದು ಸಂಡೇ. ಬ್ರೆಕ್ ಫಾಸ್ಟ್ ತೆಗೆದುಕೊಳ್ಳುವ ಸಂದರ್ಭದಲ್ಲಿ ಬಂದು ಕೂತಳು ನಿಹಾರಿಕ "ನಂಗೆ ಸ್ವಲ್ಪ ಹೆಲ್ಪ್ ಬೇಕು. ಇಲ್ಲದಿದ್ದರೆ ಅಡ್ವಾನ್ಸ್ ಆಗಿ ಕೊಟ್ಟ ಹದಿನೈದು ಲಕ್ಷ ಹೋಗಿ ಬಿಡುತ್ತೆ" ಎಂದಳು ಮಾಮೂಲಾಗಿ. ಎಲ್ಲಾ ಮುಖ ಮುಖ ನೋಡಿಕೊಂಡರು. ಅವಳು ಯಾರನ್ನು ಉದ್ದೇಶಿಸಿ ಹೇಳಿದ್ದು? ಬಹುಶಃ ಸಂತೋಷ್‌ಗೆ ತಿಳಿಸುವುದಾಗಿದ್ದರೆ, ರೂಮಿನೊಳಗೆ ಹೇಳುತ್ತಿದ್ದಳು. ಎಲ್ಲರಿಗೂ ತಿಳಿಸಿದ್ದರೂ ಮ್ಯಾಟರ್ ಹೊರಗೆ ಬಂದಿದಕ್ಕೆ ಇಂಪಾರ್ಟಂಟೆಂಟ್ ಕಾರಣವಿದೆಯೆನಿಸಿತು. ಇಂಥ ಸಮಯದಲ್ಲಿ ಅವಳ ಸಹಾಯಕ್ಕೆ ನಿಲ್ಲಬೇಕಾದ ಅಗತ್ಯವಿದೆಯೆನಿಸಿತು.

"ಹೇಳು, ಮಗಳೇ! ನಿಂಗೆ ಇನ್ನೇನು ಹೆಲ್ಪ್‌ಬೇಕು? ಇದು ನಿನ್ನ ಕುಟುಂಬ. ಎಲ್ಲ ನಿನ್ನವರೇ. ಏನು... ವಿಷ್ಯ?" ಕೇಳಿದರು ಪಾರ್ಥಸಾರಥಿ. ಹೋದ ಐದು ಲಕ್ಷ ಸಿಕ್ಕಿರಲಿಲ್ಲ. ಈಗ ಹದಿನೈದು ಲಕ್ಷ ಹೋಗುವುದೆಂದರೆ "ಆ ಈಡಿಯಟ್ ಬೇಕಾ ಬಿಟ್ಟಿ ಮಾತಾಡ್ತಾನೆ. ನಿಯಾಸ್ ಬಳಿಗೆ ಹೋದಾಗ ವಾಚ್‌ಮನ್ ಒಳ್ಗೇ ಬಿಡೋಲ್ಲ ಅಂದ. ನಾನು ಫೋನ್ ಮಾಡಿದರೆ ಆ ಬಿಲ್ಡರ್ ಎತ್ತೋಲ್ಲ. ಎಲ್ಲಾ ರೋಗ್ಸ್ ಕನಲಿದಳು. ಎಲ್ಲಾ ಮುಖ ಮುಖ ನೋಡಿಕೊಂಡರು.

"ಸಂತೋಷ್ ನೀನು ನಿಹಾರಿಕ ಜೊತೆ ಹೋಗ್ಬಾ" ಒಬ್ಬರಿಗೊಬ್ಬರು ಜೊತೆಯಾಗಿ ಇರ್ಬೇಕು. ಕಷ್ಟ-ಸುಖ ಎರಡರಲ್ಲೂ ನೀವು ಪಾಲುದಾರರೇ" ಎಂದರು ಮಗನ ಕಡೆ ತಿರುಗಿ.

ತಂದೆಗೆ ಒಂದಿಷ್ಟು ವಿವರಿಸಿದ ನಂತರ "ಫೋನಾಯಿಸಿ ವಿಚಾರಿಸಿದೆ. ಈಗಾಗಲೇ ಅವಧಿ ಮುಗಿದಿದ್ದರಿಂದ ಅಪಾರ್ಟ್‌ಮೆಂಟ್‌ನ ಸೇಲ್ ಮಾಡಿಯಾಗಿದೆ. ಅಡ್ವಾನ್ಸ್ ಹಣನು ಹಿಂದಕ್ಕೆ ಕೊಡೋಕ್ಕಾಗೋಲ್ಲಾಂತ ಅಂದ್ರು. ನಿಹಾರಿಕ ಮತ್ತು ಬಿಲ್ಡರ್ಸ್ ನಡ್ವೇನ ಅಗ್ರಿಮೆಂಟ್‌ನ ಮೇಲ್ ಮಾಡಿದ್ರು. ಅವ್ನ ಮಾತು ಸರಿಯಿತ್ತು. ಬೇಕಾದರೆ ನೀವೊಮ್ಮೆ ಮೇಲ್ ನೋಡಿ" ಎಂದ. ಪಾರ್ಥಸಾರಥಿಗೆ ಗೊತ್ತಿತ್ತು.

"ಯಾರು ಏನು ಮಾಡೋಕ್ಕಾಗೋಲ್ಲ, ನಿಹಾರಿಕ. ಅಡ್ವಾನ್ಸ್ ಕೊಡೋಕೆ ಮೊದ್ಲೇ ಯೋಚ್ನೆ ಮಾಡ್ಬೇಕಿತ್ತು. ಪ್ರತಿ ವಿಚಾರದಲ್ಲೂ ನಿನಗೊಂದು ಕುಟುಂಬ ಇದೆ. ತಾಳಿ ಕಟ್ಟಿದ ಗಂಡ ಇದ್ದಾನೆ ಅನ್ನೋದ್ನ ಇಟ್ಕೊಂಡ್ ವ್ಯವಹರಿಸಬೇಕು. ಇಲ್ಲದಿದ್ದರೆ ನಿನ್ನ ಸಂಸಾರದ ಸುಖ ಹಾಳಾಗುತ್ತೆ. ನಿಂಗೆ ಎಲ್ಲಾ ಇದೆ, ಏನು ಇಲ್ಲದವಳಂತೆ ಯಾಕೆ ನೆಮ್ದೀ ಕಳ್ಕೋತೀಯೆ? ಬದ್ಕಿಗೆ ಹೆಣ್ಣಾಗಿ ಗಂಡಿಗೆ ಜೀವ ಜಲವಾಗಿರಬೇಕು. ಜೀವಸಖೀಯಾಗಿರಬೇಕು" ಎಂದು ಹೇಳುವ ವೇಳೆಗೆ ಎದ್ದು ಹೋಗಿದಾಗಿತ್ತು ನಿಹಾರಿಕ. ಅವಳಿಗೆ ಇಂಥ ಪುರಾಣ ಇಷ್ಟವಾಗೋಲ್ಲ.

"ಯಾರ್‍ದೂ ಬ್ರೇಕ್ ಫಾಸ್ಟ್ ರುಚಿಸಲಿಲ್ಲ" ಮೊದಲು ಎದ್ದಿದ್ದು ಪಾರ್ಥಸಾರಥಿ. "ಡಬ್ಬಿಗಳಿಗೆ ಹಾಕ್ಬಿಡು. ಆಮೇಲಾದ್ರೂ ಹಸಿವಾಗುತ್ತೆ. ಅದೇನು ನಮ್ಮ ಮಾತು ಕೇಳೋಲ್ಲ. ಕಾಫೀನು ಬೇಡ" ಹೊರಟರು. ಮಿಕ್ಕವರು ಹೇಗೆ ತಿಂದಾರು?" ಅಯ್ಯೋ ಈ ಹುಡ್ಗೀ ಯಾಕೆ ಹೀಗೆ ಮಾಡ್ತಾಳೆ ಅವ್ರಿಗೆ, ಆನಂದ್‌ಗೆ ಮತ್ತು ಸಂತೋಷ್‌ಗೆ ಇಷ್ಟಾಂತ ಬಿಸಿಬೆಳೆ ಬಾತ್ ಮಾಡಿದ್ದು. ಬಲು ಅಕ್ಕರೆಯಿಂದ ಜಾಹ್ನವಿ ಆಲೂಗಡ್ಡೆ ಚಿಪ್ಸ್ ಕರೆದ್ಲು. ಯಾರೂ ತಿನ್ನಂಗಾಯ್ತು" ಮಾಧವಿ ಗೊಣಗುತ್ತಲೆ ಕುಕ್ಕರ್‌ನಲ್ಲಿದ್ದ ಬಿಸಿಬೇಳೆಬಾತ್‌ನ ಹಾಟ್‌ಬಾಕ್ಸ್‌ಗೆ ತುಂಬಿದರು. ಮನೆಯ ನೆಮ್ಮದಿ ಹಾರಿ ಹೋಗಿತ್ತು. ಒಂದಲ್ಲ, ಒಂದು ರಾಮಾಯಣ.

ಜಾಹ್ನವಿ ಎದೆಯ ಮೇಲೆ ಕೈ ಇಟ್ಟುಕೊಂಡು "ಹತ್ತು ರೂಪಾಯಿ ಖರ್ಚು ಮಾಡಿದರೆ, ಮನೆಯವರೆಲ್ಲ ಕೇಳದಿದ್ರೂ ವರದಿ ಮಾಡ್ತೀನಿ. ಅಂಥದ್ದರಲ್ಲಿ ಕೋಟಿಗಳ ವ್ಯವಹಾರ ನಿಹಾರಿಕ ಹೇಗೆ ಮಾಡ್ತಾಳೆ? ತುಂಬ ಧೈರ್ಯಸ್ಥೆ. ಇಂಡಿಪೆಂಡೆಂಟಾಗಿ ಬೆಳೆಸಿದ್ದಾರೆ. ಈ ಕಾಲಕ್ಕೆ ಇದೆಲ್ಲ ಬೇಕೇನೋ" ಎಂದ ಸೊಸೆಯನ್ನ ನೋಡಿ "ಎಲ್ಲಾ ಹಿತಮಿತವಾಗಿದ್ದರೇ, ಚೆಂದ. ಇದು ಯಾವ ತರಹ ಸ್ವತಂತ್ರ? ಕಟ್ಟಿಕೊಂಡ ಗಂಡನಲ್ಲಿ ಕೂಡ ಏನು ಹೇಳದಿದ್ದರೆ, ಹೇಗೆ? ಯಾವುದಾದ್ರೂ ಅಪಾಯದಲ್ಲಿ ಸಿಕ್ಕಿ ಹಾಕಿಕೊಂಡರೆ ಗತಿಯೇನು? ಏನು ಹೇಳಿದ್ರೂ ಮನಸ್ಸಿಗೆ ತಗೋಳೋಲ್ಲ. ಎಂದಿದ್ರೂ ಇವಳಿಂದ ನಮ್ಮ ಕುಟುಂಬಕ್ಕೆ ಅಪಾಯವೇ" ಮಾಧವಿ ತಡೆಯಲಾರದೆ ಅಂದೇ ಬಿಟ್ಟರು. ಅಂತೂ ಇವಳು ಉಡಿಯಲ್ಲಿ ಕಟ್ಟಿಕೊಂಡ ಬೆಂಕಿಯೇ ಎಂದು ಹೆಚ್ಚು ಕಡಿಮೆ ಎಲ್ಲರೂ ನಿರ್ಧಾರಕ್ಕೆ ಬಂದಿದ್ದರು. ಆದರೆ ವ್ಯಕ್ತಪಡಿಸಲು ಹಿಂಜರಿಯುತ್ತಿದ್ದರು.

"ಹೇಗೋ ಸಂತೋಷ್" ಎಂದರು ಮಾಧವಿ ನಿಸ್ಸಾಯಕರಾಗಿ. ಕಂಗೆಟ್ಟ ಅಮ್ಮನನ್ನು ಮತ್ತಷ್ಟು ಕಂಗೆಡಿಸುವುದು ಬೇಕಿರಲಿಲ್ಲ" ನಂಗೇನು ಗೊತ್ತು? ಅತ್ತೆಯ ಕ್ಯಾರೆಕ್ಟರ್ ತುಂಬಾ ಫವರ್‌ಫುಲ್ಲಾಗಿ ಇರ್ಬೇಕಿತ್ತು. ನೀನು ತುಂಬಾ ವೀಕ್ ನಿಂದು ಹೃದಯವಂತಿಕೆ. ಅದು ಇಲ್ಲಿ ವರ್ಕ್‌ಔಟ್ ಆಗೋಲ್ಲ. ಮೇಡಮ್ ಶಾಂಭವಿ ಮಗಳಿಗೆ ಪ್ರೀತಿ, ಪ್ರೇಮ, ಸಂಬಂಧಗಳ ಮೊದಲ ಪಾಠವನ್ನು ಹೇಳಿಕೊಟ್ಟಿಲ್ಲ. ಅಮ್ಮ, ಮಗಳು ಜಿದ್ದಿಗೆ ಬಿದ್ದವರಂತೆ ಜಗಳ ಆಡ್ತಾರೆ. ಅಲ್ಲಿ ಕರುಳ ಸಂಬಂಧವೆ ಹೀನಾಯ ಸ್ಥಿತಿ ತಲುಪಿದೆ. ಲವ್‌ನ ಅನಾವರಣ ಮಾಡುತ್ತ ನನ್ನ ಹಿಂದೆ ಬಿದ್ದದಕ್ಕೆ ಅವಳದೇ ಆದ ಕಾರಣಗಳು ಇದೆ. ನಾಚಿಕೆಯೆನಿಸುತ್ತೆ. ನಿಯಾಸ್ ಅಪಾರ್ಟ್‌ಮೆಂಟ್, ಬಿ ಎಂ ಡಬ್ಲ್ಯೂ ಕಾರು, ಡೈಮಂಡ್ ಜ್ಯೂಯಲರಿಯನ್ನು ಬಿಟ್ಟು ಜೀವವಿರುವ ಮನುಷ್ಯ, ಪ್ರಾಣಿ ಪಕ್ಷಿ ಸಂಕುಲನ ಮಾತ್ರವಲ್ಲ ಗಿಡಮರಗಳನ್ನು ಕೂಡ ಪ್ರೀತಿಸೋಲ್ಲ. ಅದು ಅವ್ಳ ಕ್ಯಾರೆಕ್ಟರ್. ಅಮ್ಮ ಮಗಳು ಬರೀ ಸುಳ್ಳಿನ ಮಾಲೆಯನ್ನೆ ಪೋಣಿಸಿದರು. ವಿವಾಹ ಪ್ರತಿಜ್ಞಾವಿಧಿಗಳ ಬಗ್ಗೆ ಅವ್ಳಿಗೆ ಯಾವುದೇ ನಂಬ್ಕೆ ಇಲ್ಲ. ತನಗೆ ಸಂತೋಷ ಕೊಡದ, ತನ್ನ ಆಸೆಯನ್ನು ಪೂರೈಸದ ಸಂಬಂಧಗಳ್ನ ಕನ್ಸಿಡರ್ ಮಾಡೋಲ್ಲ. ಇದೆಲ್ಲ ನಿಂಗೆ ಅರ್ಥವಾಗೋಲ್ಲ" ಎಂದಾಗ, ಖಂಡಿತ ಆಕೆಗೆ ಪೂರ್ತಿಯಾಗಿ ಏನೂ ಅರ್ಥವಾಗಲಿಲ್ಲ.

ಅಷ್ಟು ನಿರಾಸೆ ಬೇಡವೆನಿಸಿತು. ಆಸೆಯ ದೀಪ ಹಚ್ಚುವ ಮನಸ್ಸು "ಏನೇನೋ ಮಾತಾಡ್ಬೇಡ. ಹೇಗೂ ನಿಯಾಸ್ ಅಪಾರ್ಟ್‌ಮೆಂಟ್ ಕೈ ತಪ್ಪಿ ಹೋಯಿತಲ್ಲ. ಒಂದಿಷ್ಟು ಸುಧಾರಿಸಬಹುದು. ಸ್ವಲ್ಪ ಸಹನೆ ಇರಲಿ" ಕೈ ಹಿಡಿದು ಹೇಳಿದರು. ಅವನು ನಗೆ ಬೀರಿದ. ಅದರಲ್ಲಿ

ಜೀವಂತಿಕೆ ಇರಲಿಲ್ಲ.

ರೂಮಿಗೆ ಬಂದ. ಫಿಶ್ ಮಾರ್ಕೆಟ್ ತರಹ ಇತ್ತು. ಬಟ್ಟೆಗಳೆಲ್ಲ ಹರಡಿಕೊಂಡಿತ್ತು. ಬಹಳ ಕೆಟ್ಟದಾಗಿ ಜೋಡಿಸಿ ವಾರ್ಡ್ ರೋಬ್‌ಗೆ ತುಂಬುತ್ತಿದ್ದವಳು, "ಇಲ್ಲಿ ನಂಗೊಬ್ಬ ಸರ್ವೆಂಟ್ ಇಲ್ಲ. ಇದೆಲ್ಲ ನಂಗೆ ಬರೋಲ್ಲ. ನಿನ್ನ ಪಡೆಯೋ ಸಲುವಾಗಿ ಸಾಕಷ್ಟು ಸುಳ್ಳು ಹೇಳಿದ್ದೀನಿ. ಅದ್ರಿಂದ ನಿಂಗೇನು ಲಾಸ್ ಇಲ್ಲ. ನನ್ನಂಥ ಬ್ಯೂಟಿ, ರೋಮ್ಯಾಂಟಿಕ್ ಏಂಜಲ್ ನಿನ್ನ ರಾತ್ರಿಗಳ ಪಾರ್ಟನರ್" ಅವನೆದೆಗೆ ಒರಗಿದಾಗ ಬೆಂಕಿ ಸೋಕಿದಂತಾಯಿತು "ಪ್ಲೀಸ್..." ಪಕ್ಕಕ್ಕೆ ಸರಿಸಿದ.

"ನಂಗೆ ಹೆಲ್ಪ್ ಮಾಡಿ ಸಂತೋಷ್. ಒಂದು ರೀತಿಯಲ್ಲಿ ನನ್ನ ತಾಳ್ಮೆಗೆ ಸವಾಲ್. ಆ ಜಾಹ್ನವಿ ಏನು ಮಾಡ್ತಾಳೆ"? ಅಂದ ಕೂಡಲೆ ಅವಳ ರಟ್ಟೆ ಹಿಡಿದ. "ಬಿ ಕೇರ್ ಫುಲ್, ಯಾರ ಬಗ್ಗೆ ಮಾತಾಡ್ತಾ ಇದ್ದೀಯ? ನಮ್ಮ ಸಾರಥಿ ಇವೆಂಟ್‌ನ ಅತ್ಯಂತ ಕ್ರಿಯಾಶೀಲ ವ್ಯಕ್ತಿ ಈ ಮನೆಯ ಜೀವನಾಡಿ. ವಿವಾಹಕ್ಕೆ ಸಾಂಗತ್ಯಕ್ಕೆ ಅರ್ಥ ಉಳಿದುಕೊಂಡಿದ್ದರೆ, ಜಾಹ್ನವಿ ಅಂಥದವರಿಂದಲೇ ನನ್ನಣ್ಣನ್ನು ನಮ್ಗೆ ಕೊಟ್ಟಿದ್ದಾರೆ. ಆಕೆಯ ಬಗ್ಗೆ ಮಾತಾಡೋಷ್ಟು ಅರ್ಹತೆ ನಿಂಗಿಲ್ಲ. ಬಿ ಕೇರ್ ಫುಲ್" ರಟ್ಟೆಯನ್ನು ಬಿಟ್ಟ. ಅವನು ನೋವಾಗುವಂತೆ ಹಿಡಿದಿರಲಿಲ್ಲ. ತುಂಬಾ ನೋವಾದಂತೆ "ಯೂ ಬ್ಲಡೀ ಸಂತೋಷ್, ನಿಂಗೆ ಇಷ್ಟೊಂದು ಧೈರ್ಯನಾ? ನೀನು ಹಲ್ಲೆ ಮಾಡ್ದೇ, ಟಾರ್ಚರ್ ಮಾಡ್ದೇಂತ ಪೊಲೀಸ್ ಸ್ಟೇಷನ್‌ಗೆ ಹೋಗ್ತೀನಿ. ನಿನ್ನ ಇಡೀ ಕುಟುಂಬನ ಕಂಬಿ ಒಳಗೆ ಹಾಕಿಸ್ತೀನಿ" ಬಾಯಿಗೆ ಬಂದಂತೆ ರೌದ್ರಾವೇಷದಿಂದ ಒದರತೊಡಗಿದಾಗ ಪೂರ್ತಿ ಷಾಕಾದ. ನಿಂತಲ್ಲೇ ಬೆವೆತ ಕೂಡ. ಹಿಂಸಿಸುವಂಥ ಪ್ರವೃತಿ ಅವನದಲ್ಲ. ಮಹಿಳೆಯರ ಬಗ್ಗೆ ಅಪಾರವಾದ ಗೌರವವುಳ್ಳವ.

"ಪ್ಲೀಸ್, ಜೋರಾಗಿ ಕಿರಿಚಬೇಡ" ಅನುನಯಿಸುವ ಪ್ರಯತ್ನ ಮಾಡಿದ "ನೋ... ನೋಡ್ತಾ ಇರು.. ನಿನ್ನಮ್ಮ, ನಿನ್ನ ಅತ್ತಿಗೆ ವರದಕ್ಷಿಣೆಗಾಗಿ ಟಾರ್ಚರ್ ಮಾಡಿದ್ರೂಂತ ಕೋರ್ಟ್‌ನಲ್ಲಿ ಹೇಳ್ತೀನಿ" ಇನ್ನಷ್ಟು ಬಾಯಿ ಮಾಡುವ ವೇಳೆಗೆ, ಗಲಾಟೆಗೆ ಅವನಮ್ಮ, ಅತ್ತಿಗೆ ಮಾತ್ರವಲ್ಲ, ಕೆಲಸದ ಚಿನ್ನಿ ಕೂಡ ರೂಮು ಬಾಗಿಲಿಗೆ ಬಂದರು. ಅವನು ಹೊರಗೆ ಬಂದ ಮೊಬೈಲ್ ಅಲ್ಲಿಯೇ ಇಟ್ಟು "ಏನೋ... ಅದು?" ಮಾಧವಿ ಕೇಳಿದರು.

"ಸಣ್ಣದಾಗಿ ಎಲೆಕ್ಟ್ರಿಕ್ ಷಾಕೊಡೆದಿದೆ. ಈಗ ನೋ ಪ್ರಾಬ್ಲಮ್" ಹೇಳಿ ಕಣ್ಣಲ್ಲಿಯೇ ಮಾಧವಿಯನ್ನು ಕರೆದೊಯ್ಯುವಂತೆ ಜಾಹ್ನವಿಗೆ ಸನ್ನೆ ಮಾಡಿದ. ಅರ್ಥ ಮಾಡಿಕೊಂಡ. ಚಿನ್ನಿಯನ್ನು ಕೂಡ ಕೆಲಸಕ್ಕೆ ಕಳಿಸಿದಳು.

ಸಂತೋಷ್ ರೂಮಿನೊಳಕ್ಕೆ ಹೋಗಿ ಬಾಗಿಲು ಮುಚ್ಚಿ "ಪ್ಲೀಸ್, ಸಮಾಧಾನ ಮಾಡ್ಕೋ.. ನೀನು ಇಷ್ಟು ಸೆನ್ಸ್‌ಟೀವ್ ಅಂದ್ಕೊಂಡಿರ್ಲಿಲ್ಲ" ಗ್ಲಾಸ್‌ಗೆ ನೀರನ್ನು ಬಗ್ಗಿಸಿ ಅವಳ ಮುಂದಿಡಿದ. ಅಪರಾಧ ಮಾಡಿದ ಭಾವವಾಗಲೀ, ಕ್ಷಮೆ ಕೇಳುವ ಉದ್ದೇಶವಾಗಲೀ ಅವನಿಗೆ ಇರಲಿಲ್ಲ. ಇಲ್ಲಿ ಬುದ್ಧಿವಂತಿಕೆಯಿಂದ ಕುಟುಂಬವನ್ನು ರಕ್ಷಿಸಿಕೊಳ್ಳಬೇಕಿತ್ತು.

ಸಮಾಧಾನಕ್ಕೆ ಬರಲು ಬಹಳ ಹೊತ್ತೇನು ಬೇಕಿರಲಿಲ್ಲ "ನಿನ್ನ ಸ್ವಂತ ಕೆಲ್ಸಗಳಿಗೆ ಒಬ್ಬ ಸರ್ವೆಂಟ್‌ನ ನೇಮಕ ಮಾಡ್ತೀನಿ. ಅವರ್ರೂ ಚಿನ್ನಮ್ಮ ನಿನ್ನ ಕೆಲ್ಸಗಳನ್ನು ಮಾಡ್ತಾಳೆ" ಇಂಥದೊಂದು ಭರವಸೆ ಕೊಟ್ಟ ಮೇಲೆ ಶಾಂತಳಾದಳು. ಆದರೆ ಅವಳ ಬಗೆಗಿನ ಮಧುರವಾದ

ಭಾವನೆಗಳು ಅವನಲ್ಲಿ ಸತ್ತವು.

'ಡೈವೋರ್ಸ್' ಅನ್ನುವ ಪದವನ್ನು ನಾಲ್ಕು ಸಲ ಉಪಯೋಗಿಸಿದ್ದಳು. ಆದರೆ ಈಗ ಅವನು ಯೋಚಿಸಬೇಕು ಮನದಲ್ಲಿದ್ದುದನ್ನು ನಿಹಾರಿಕ ಹೊರಹಾಕಿದ ಮೇಲೆ ಎಚ್ಚರಿಕೆ ಅಗತ್ಯವಿತ್ತು. ಒಂದು ರೀತಿಯಲ್ಲಿ 'ಬಿ ಅಲರ್ಟ್'.

* * *

ಪಾರ್ಥಸಾರಥಿ ಹೊರಡುವಾಗಲೇ "ನಿಯಾಸ್ ಬಿಲ್ಡರ್ಸ್ ಆಫೀಸಿಗೆ ಬರ್ತಾ ಇದ್ದಾರೆ. ಹೇಗೂ ನಿಹಾರಿಕಾಗೆ ಹಾಲಿಡೇ. ಮನೆಯಲ್ಲೇ ಇದ್ದಾಳೆ. ಜೊತೆಯಲ್ಲೇ ಕರ್ಕೊಂಡ್ ಬಾ. ಆ ಬಗ್ಗೆ ಒಂದಿಷ್ಟು ತೀರ್ಮಾನವಾಗಬೇಕಿದೆ. ಆಗಾಗ ಇವಳು ನಿಯಾಸ್‌ಗೆ ಹೋಗಿ ಗಲಾಟೆ ಮಾಡ್ತಾಳಂತೆ. ಮುಂದೆ ಹಾಗೆ ಆಗೋದು ಬೇಡ" ಎಂದು ತಿಳಿಸಿದರು. ಅವನು ಹೂಗುಟ್ಟಿದ. ಆ ಘಟನೆಯ ನಂತರ ಅವನಲ್ಲಿನ ಎಲ್ಲಾ ಮಧುರ ಭಾವನೆಗಳು ಸತ್ತು ಹೊಗಿತ್ತು. 'ದಾಂಪತ್ಯ' ಅನ್ನೋದೆ ಸಾಧ್ಯವಿರಲಿಲ್ಲ "ಓಕೆ..." ಅಂದ ಅಷ್ಟೇ.

ಅವರು ಹೊರಟ ಅರ್ಧಗಂಟೆಯ ನಂತರ ನಿಹಾರಿಕಾನ ಎಬ್ಬಿಸಿ "ನಿಯಾಸ್ ಬಿಲ್ಡರ್ಸ್" ಸಾರಥಿ ಇವೆಂಟ್‌ಗೆ ಬರ್ತಾ ಇದ್ದಾರೆ. ಅಪ್ಪ ಅಲ್ಲಿಗೆ ನಿನ್ನನ್ನು ಬರೋದಿಕ್ಕೆ ಹೇಳಿದ್ದಾರೆ. ಬೇಗ... ಹೋಗ್..." ತಿಳಿಸಿ ತನ್ನ ಪಾಡಿಗೆ ತಾನು ಹೊರಟ. ಅವನು ಮಾಮೂಲಾಗಿದ್ದರು ಮೈದುನನಲ್ಲಿನ ಅನ್ಯಮನಸ್ಕತೆಯನ್ನು ಗುರುತಿಸಿದ್ದಳು ಜಾಹ್ನವಿ" ಅದು ಷಾಕಲ್ಲ, ಬೇರೋನೋ ಆಗಿದೆಯೆಂದು ತರ್ಕಿಸಿದರು, ಯಾರಲ್ಲೂ ಪ್ರಸ್ತಾಪ ಮಾಡಲಿಲ್ಲ. ಕಡೆಗೆ ಸಂತೋಷ್‌ನಲ್ಲಿ ಕೂಡ ಪ್ರಸ್ತಾಪಿಸಲಿಲ್ಲ. "ಅತ್ತಿಗೆ, ನಿಹಾರಿಕ ತುಂಬ ಟಯರ್ಡ್ ಆಗಿ ಬಿಡ್ತಾಳೆ. ಸದ್ಯಕ್ಕೆ ಚಿನ್ನಮ್ಮ ನಿಂದ್ಲೇ ಅವ್ಳ ಕೆಲ್ಸ ಮಾಡ್ಸಿಕೊಡು" ಎಂದಾಗ ಹ್ಞೂಗುಟ್ಟಿದರು, ಅವಳನ್ನು ಒಪ್ಪಿಸೋ ವೇಳೆಗೆ ಸಾಕು ಸಾಕಾಗಿದ್ದಳು.

ನಿಹಾರಿಕ 'ಸಾರಥಿ ಇವೆಂಟ್'ಗೆ ಹೋಗುವುದು ಅನಿವಾರ್ಯವಾಗಿತ್ತು. ಅಲ್ಲಿಗೆ ಹೋದರೆ ಆಫೀಸ್‌ನೊಳಕ್ಕೆ ಬಿಡುತ್ತಿರಲಿಲ್ಲ. ಹದಿನೈದು ಲಕ್ಷದಷ್ಟು ಅಡ್ವಾನ್ಸ್‌ನ ಅವಳು ಕಳೆದುಕೊಳ್ಳಲು ಸಿದ್ಧವಿರಲಿಲ್ಲ. ಕಡೆಗೆ 'ನಿಯಾಸ್ ಅಪಾರ್ಟ್‌ಮೆಂಟ್! ಅವಳಿಗೆ ತಲೆಕೆಟ್ಟಂತಾಗುತಿತ್ತು. ಜೊತೆಗೆ ಐದು ಲಕ್ಷ ಸಿಗಲಿಲ್ಲ. 'ಕಳೆದಿದ್ದೇ ಸುಳ್ಳು' ಎನ್ನುವ ರೀತಿಯಲ್ಲಿ ಇನ್ಸ್‌ಪೆಕ್ಟರ್ ದಬಾಯಿಸಿ ಕಳಿಸಿದ್ದರು. ಅಂದು ವಿಪರೀತ ಅವಮಾನ ಅನುಭವಿಸಿದ್ದಳು.

ರೆಡಿಯಾಗಿ ಮಮ್ಮಿಗೆ ಕಾಲ್ ಮಾಡಿದಳು. ಆಕೆ "ಏನೇ ನಿನ್ನ ಪಂಚಾಯಿತಿ? ನಿಂಗೆ ಎಜುಕೇಷನ್ ಇದ್ದು ಪ್ರಯೋಜನವಿಲ್ಲ. ನಿಂಗೆ ಅಹಂಕಾರ. ಪ್ರತಿಯೊಂದಕ್ಕೂ ಸಂತೋಷ್‌ನ ಬಳಸ್ಕೋಬೇಕಿತ್ತು. 'ಸಾರಥಿ ಇವೆಂಟ್'ನ ಎಲ್ಲರನ್ನು ಬಾಧ್ಯರನ್ನಾಗಿಸಬೇಕಿತ್ತು. ಆಗ ಗೆಲುವು ನಿನ್ನದಾಗುತ್ತಿತ್ತು. ನಿನ್ನ ಡ್ಯಾಡ್‌ನ ನಾನು ಹೇಗೆ ಉಪಯೋಗ್ಸಿಕೊಳ್ತೀನಿ" ಆ ಕಡೆಯಿಂದ ನಗು ಕೇಳಿ ಬಂತು. "ಷಟಪ್... ಈಗೇನ್ಮಾಡೋದು ಹೇಳು" ಎಂದು ವಿಷಯ ತಿಳಿಸಿದಳು.

"ಹೋಗು, ಪಾರ್ಥಸಾರಥಿಯ ಮಧ್ಯಸ್ಥಿಕೆಯಲ್ಲಿ ಅರ್ಧದಷ್ಟಾದ್ರೂ ಮುಂಗಡ ಹಣ ವಾಪಸ್ಸು ಬರುತ್ತೆ. ನೀನು ನಿಯಾಸ್‌ಗೆ ಸದ್ಯಕ್ಕೆ ಹೋಗ್ಬೇಡ. ಅವ್ರು ಕೆಟ್ಟ ಜನ, ಮರ್ಡರ್ ಆಗಿ

ಹೋಗ್ತೀಯ" ಆಕೆ ಎಚ್ಚರಿಸಿದರು ಕೂಡ. ಆಮೇಲೆ ಇನ್ನೊಂದು ವಿಚಾರ ತಿಳಿಸಿದಳು, "ನನ್ನ ಕೆಲ್ಸದಿಂದ ತೆಗೆದಿದ್ದಾರೆ. ಮತ್ತೆ ಕೆಲ್ಸ ಹುಡುಕಿಕೋ ಬೇಕು." ಆಕೆಯಂತು ಬೆಚ್ಚಿ ಕಾಲ್ ಕಟ್ ಮಾಡಿದರು. ಮಗಳು ಇಲ್ಲಿ ಬಂದು ಕೂಡುವುದು ಬೇಡವಾಗಿತ್ತು. 'ಆಕೆ ತಲೆ ಚಚ್ಚಿಕೊಂಡಿರಬೇಕು.' ಹೇಗೆ ಕಟ್ ಮಾಡಿದ್ಲು. ಇಷ್ಟೆಲ್ಲದಕ್ಕೂ ಮಮ್ಮಿ ಅನ್ನೋ ಮೃಗನೇ ಕಾರಣ! ನಿಯಾಸ್‌ನ ಅಪಾರ್ಟ್‌ಮೆಂಟ್‌ನ ನಂಗೆ ಬಿಟ್ಟು ಹೋಗಿದ್ದರೆ, ಗಂಟೇನು ಹೋಗ್ತಾ ಇತ್ತು? ಅಂದೇ ಶಿಫ್ಟ್ ಆಗಿ ಬಿಡ್ತಾ ಇದ್ವಿ. ಎಲ್ಲಾ ಹಾಳು ಮಾಡಿ ಹೋದ್ಲು, ಎಂದು ಕೈಗೆ ಸಿಕ್ಕಿದ್ದೆಲ್ಲ ಎಸೆದಾಡಿಯೇ ಹೊರಟಿದ್ದು. ಅವಳಿಗೆ ಸಹನೆ ಕಮ್ಮಿ.

ಕಾರ್‌ನಲ್ಲಿ ಕೂತು ಎಷ್ಟೇ ಸ್ಟಾರ್ಟ್ ಮಾಡಿದರೂ ಸ್ಟಾರ್ಟ್ ಆಗಲಿಲ್ಲ. ಅದರ ಹಿಂದೆ ಗಿರಿಯ ಕೈವಾಡವಿದೆಯೆಂದು ನಿಹಾರಿಕಾಗೆ ಮಾತ್ರವಲ್ಲ ಯಾರಿಗೂ ಗೊತ್ತಿಲ್ಲ. ಪದೇ ಪದೇ ಹಂಗಿಸಿ ನಿಕೃಷ್ಟವಾಗಿ ಕಾಣುವ ಪಾರ್ಥಸಾರಥಿ ಸೊಸೆಯೆಂದರೆ ಅವನಿಗೆ ಕೋಪ ನುಗ್ಗಿ ಬರುತಿತ್ತು. ಅಂದಿನ ನಿಶ್ಚಿತಾ ಕಾಣೆಯಾದದಕ್ಕೆ ಈ ಮಹಾತಾಯಿಯೇ ಕಾರಣವೆಂದಾಗಿನಿಂದ ಒಂದಲ್ಲ ಒಂದು ಕಾರಣಕ್ಕೆ ತೊಂದರೆ ಕೊಡಲ ಶುರು ಮಾಡಿದ್ದ. ಅದು ಬೇರೆಯವರ ಅರಿವಿಗೆ ಬಂದಿರಲಿಲ್ಲ.

ಪ್ರಯತ್ನಿಸಿ ಸಾಕಾಗಿ ಇಳಿದವಳೆ ತೋಚಿದಂತೆ ಕಾರಿಗೆ ಬೈಯ್ದು ಪಾರ್ಥಸಾರಥಿಯವರಿಗೆ ನೇರವಾಗಿಯೆ ಕಾಲ್ ಮಾಡಿ "ಕಾರು ಸ್ಟಾರ್ಟ್ ಆಗ್ತಾ ಇಲ್ಲ. ಹೇಗೆ... ಬರಲೀ?" ಕೇಳಿದಕ್ಕೆ ಸ್ವಲ್ಪ ಬೇಸರದಿಂದಲೇ "ಗಿರಿನ ಕಳಿಸ್ತಾ ಇದ್ದೀನಿ" ಅಂದು ಕಾಲ್ ಕಟ್ ಮಾಡಿದರು. ನಿಹಾರಿಕ ಎಂದರೆ ಬೇಸರವೆ.

ಹೊರಗೆ ಬಂದವಳು ಕಂಪೌಂಡ್‌ನಲ್ಲಿ ಶತಃಪಥ ಹಾಕತೊಡಗಿದಳು. 'ರೋಸರ್‌ನಿಂದ ಹಣ ಪಡೆದಿದ್ದು' ಎನ್ನುವ ಮಾತನ್ನು ಶಾಂಭವಿ ಐದು ಲಕ್ಷದ ವಿಚಾರದಲ್ಲಿ ಹೇಳಿದ್ದರಿಂದ ಅವನ ನೆನಪನ್ನು ಮಾಡಿಕೊಂಡಳು. ದುಬೈನಿಂದ ಅನೀಶ್ ಜೊತೆಗೆ ಭಾರತಕ್ಕೆ ಬಂದವನು ನಾಲ್ಕು ದಿನ ಇವರಲ್ಲೇ ಉಳಿದಿದ್ದ. ಆಗಿನ ಪರಿಚಯ ಅಷ್ಟೆ.

ಅಷ್ಟರಲ್ಲಿ ಅವಳ ಮೊಬೈಲ್ ಸದ್ದು ಮಾಡಿತು. "ಬರ್ತಾ ಇದ್ದೀನಿ ಮೇಡಮ್" ಗಿರಿ ಹೇಳಿ ಕಾಲ್ ಕಟ್ ಮಾಡಿದ "ಈಡಿಯಟ್, ಒಬ್ಬರಿಗೂ ಟೈಮ್‌ಸೆನ್ಸ್ ಇಲ್ಲ" ಒದರಿಕೊಂಡಳು. ಬಹುಶಃ ಅವಳಿಗೆ ಕನಿಷ್ಟ ಸೆನ್ಸ್ ಇದ್ದಿದ್ದರೆ ಅದ್ಭುತವಾದ ಬದ್ಕು ಅವಳದಾಗುತಿತ್ತು. ತನ್ನವರಾಗಬಹುದಾದ ಜನರನ್ನು ದೂರ ನಿಲ್ಲಿಸುತ್ತಿರಲಿಲ್ಲ.

ಇವಳು 'ಸಾರಥಿ ಇವೆಂಟ್'ಗೆ ಬಂದಾಗ ನಿಯಾಸ್ ಬಿಲ್ಡರ್ಸ್ ಪಾಲುದಾರರಲ್ಲಿ ಒಬ್ಬರಾದ ಮೆಹತಾ ಬಂದು ಕೂತಿದ್ದವರು ಇವಳನ್ನು ನೋಡಿ ಮುಖ ತಿರುಗಿಸಿಕೊಂಡರು. ಈಗಾಗಲೇ ಒಂದೆರಡು ಸಲ ಮಾತಿಗೆ ಮಾತು ಬೆಳೆದಿದ್ದರಿಂದ ಮುಖಗಳು ಕೆಟ್ಟಿತ್ತು. ಕಡೆಗೆ ಒಬ್ಬರಿಗೊಬ್ಬರು ವಿಶ್ ಮಾಡಿಕೊಳ್ಳಲಿಲ್ಲ.

ಅವಳ ಬಳಿಗೆ ಬಂದ ರೇಖಾ "ದೊಡ್ಡ ಸಾರ್, ಯಾರೊಂದಿಗೋ ಮೀಟಿಂಗ್‌ನಲ್ಲಿದ್ದಾರೆ. ನಿಮ್ಮನ್ನ ವೆಯಿಟ್ ಮಾಡೋಕೆ ಹೇಳಿದ್ದಾರೆ. ದಯವಿಟ್ಟು ಕುತ್ಕೊಳ್ಳಿ" ಎಂದು ತಿಳಿಸಿ ತನ್ನ ಸೀಟಿಗೆ ಹೋದಳು. ಮುಖ ದಪ್ಪಗೆ ಮಾಡಿಕೊಂಡು ಬಂದು ಮ್ಯಾನೇಜರ್ ರೂಮುಗೆ ಹೋದಳು. ತಾನು ಇಲ್ಲಿಯ ಮಾಲೀಕಳು ಎನ್ನುವ ದರ್ಪ ಅವಳದು. ಆ ಮನುಷ್ಯ ಒಂದು ನಗುವಿನ ಲುಕ್

ಕೊಟ್ಟು ತನ್ನ ಕೆಲಸದಲ್ಲಿ ಮಗ್ನನಾದ.

ಹತ್ತು ನಿಮಿಷದ ನಂತರ ಸರ್ವೆಂಟ್ ಬಂದು "ಕರೀತಾ ಇದ್ದಾರೆ" ಎಂದು ಕರೆದೊಯ್ದ. ಛೇಂಬರ್‌ನಲ್ಲಿದ್ದ ಎರಡು ಮುಖ್ಯ ಸೀಟುಗಳಲ್ಲಿ ಆನಂದ್ ಮತ್ತು ಪಾರ್ಥಸಾರಥಿ ಆಸೀನರಾಗಿದ್ದರು. ಆ ಸಾಲಿನಲ್ಲಿಯೆ ಇನ್ನೊಂದು ಸೀಟು ಇದೆಯಾಂತ ನೋಟವರಿಸಿ ನಂತರವೆ ಎದುರಿನ ಕ್ಲೈಂಟ್ಸ್ ಕೂಡೋ ಸೀಟುಗಳಲ್ಲಿ ಕೂತಿದ್ದು. ಅವಳಿಗೆ ಒಂದು ರೀತಿಯ ಇರುಸುಮುರುಸು.

"ನಿಂಗೂ, ನಿಯಾಸ್ ಡೆವಲಪರ್ಸ್ ಅಥವಾ ಬಿಲ್ಡರ್ಸ್‌ಗೆ ಆದ ಅಗ್ರಿಮೆಂಟ್ ಪ್ರತಿ ತಂದಿದ್ದೀಯ?" ಕೇಳಿದರು ಪಾರ್ಥಸಾರಥಿ. ಇಲ್ಲವೆಂದು ತಲೆಯಾಡಿಸಿದಾಗ ತಾವೇ ಅದರದೊಂದು ನಕಲು ಪ್ರತಿ ತೆಗೆದು ಅವಳ ಮುಂದಿಟ್ಟು ಓದಿದ ನಂತರವೇ ಸಹಿ ಹಾಕಿರುವುದಲ್ಲ? ಕೇಳಿದರು. ಸಹನೆಗೆಟ್ಟಳು. "ನಾನು ಪ್ರೈಮರಿ ಸ್ಕೂಲು ಮಗು ಅಲ್ಲ, ನಂಗೆ ಓದಿದೆ, ತಿಳಿವಳಿಕೆ ಇದೆ. ಈ ತರಹ ಕೇಳಿದರೆ ಬೇಸರವಾಗುತ್ತೆ" ಸಿಡಿದಳು. ಸೋಲು ಅಪ್ಪಿಕೊಳ್ಳುವ ಅಭ್ಯಾಸವಿಲ್ಲ.

"ಸ್ಟಾಪ್ ಇಟ್.... ನಾನ್ಸೆನ್ಸ್! ಏನೇನೋ ಮಾತಾಡ್ಬೇಡ. ನೀನು 'ಸಾರಥಿ ಇವೆಂಟ್' ಸಿಇಓ ಮುಂದೆ ಕೂತಿದ್ದಿ. ಎಜುಕೇಷನ್ ಇದೆ, ನಾಲೆಜ್ಡ್ ಇದೆ. ಏನು... ಹಾಗಂದರೇ? ನಾನು ಪ್ರಾಣಿಯಲ್ಲ, ಮನುಷ್ಯಳು ಅನ್ನೋ ಸಣ್ಣ ನಾಲೆಜ್ಡ್ ಕೂಡ ನಿಂಗಿಲ್ಲ. ಐದು ಲಕ್ಷ ಕ್ಯಾಷ್ ಜೋಪಾನ ಮಾಡಲಾರದಂಥ ವೀಕ್ ಪರ್ಸನಾಲಿಟಿ ನಿಂದು. ಸ್ವಲ್ಪ ಮ್ಯಾನರ್ಸ್ ಕಲೀ" ಆನಂದ್ ಮೊದಲ ಸಲ ಕಣ್ಣು ಕೆಂಪಗೆ ಮಾಡಿದ. "ಹ್ಯಾವ್ ಪೇಷನ್ಸ್... ಹ್ಯಾವ್ ಪೇಷನ್ಸ್..." ಅವಳ ಮಮ್ಮಿ ದುಬೈನಿಂದ ಪಿಸುಗುಟ್ಟಿದಂತಾಯಿತು. ಆನಂದ್ ದನಿ ಎತ್ತಿದ್ದು ಇಂದೇ.

"ಸಾರಿ..." ಎಂದಳಷ್ಟೆ.

ನಿಯಾಸ್ ಬಿಲ್ಡರ್ಸ್ ಛೇಂಬರ್‌ಗೆ ಕರೆಸಿಕೊಂಡು ಮೊದಲು ಉಭಯಲೋಪರಿ ವಿಚಾರಿಸಿಕೊಂಡು ನಂತರ ವಿಚಾರಕ್ಕೆ ಬಂದರು.

"ಈಕೆ ನನ್ನ ಮಗ ಸಂತೋಷ್ ವೈಫ್" ಅಂದ ಮೇಲೆ ಅವರು ನಿಹಾರಿಕಾ ಸೊಲ್ಲೆತ್ತಲು ಅವಕಾಶ ಕೊಡದೆ ಎಲ್ಲಾ ವಿವರಿಸಿ "ಅವಧಿ ಮುಗಿದಿದೆ. ಅಗ್ರಿಮೆಂಟ್ ರದ್ದಾಗಿದೆ. ಈಗಾಗಲೇ ಆ ಪ್ಲಾಟ್ ಸೇಲ್ ಆಗಿದೆ. ಅಂಥದ್ದರಲ್ಲಿ ಇವ್ರು ಬಂದು ಅಲ್ಲಿ ಗಲಾಟೆ ಮಾಡೋದು ಯಾಕೆ? ನಾವು ಪೊಲೀಸ್ ಕಾನೂನೂಂತ ಹೋಗ್ಬೇಕಾಗುತ್ತೆ. ನ್ಯಾಯ ನಮ್ಕಡೇ ಇದೆ" ಈಗಾಗಲೇ ಅಗ್ರಿಮೆಂಟ್‌ನ ಎಲ್ಲರು ಓದಿದ್ದರು. ತಮ್ಮ ಲೀಗಲ್ ಅಡ್ವೈಸರ್ ಸಲಹೆ ಪಡೆದಿದ್ದರು ಕೂಡ "ಇದು ಅವ್ರ ವಾದ. ನೀನೇನಾದ್ರೂ ಹೇಳೋದು... ಇದ್ಯಾ?" ಸೊಸೆಯನ್ನು ಕೇಳಿದರು.

"ನಂಗೆ ಆ ಅಪಾರ್ಟ್‌ಮೆಂಟ್ ಬೇಕು" ಎಂದಳು.

ತೀರಾ ಚೈಲ್ಡೀಸ್ ಬಿಹೇವಿಯರ್ ಅನ್ನಿಸ್ತು "ಅದು ಮುಗ್ದ ಅಧ್ಯಾಯ, ಈಗಾಗಲೇ ಅವ್ರು ಸೇಲ್ ಮಾಡಿಯಾಗಿದೆ. ನೀನು ಆ ಕಡೆ ಹೊಗೋದ್ಬೇಡ. ಅಗ್ರಿಮೆಂಟ್ ಪ್ರಕಾರ ನಿಂಗೆ ಅವ್ರು ಮುಂಗಡಕೊಟ್ಟ ಹಣ ಹಿಂದಿರುಗಿಸೋಲ್ಲ" ಎಂದ ಪಾರ್ಥಸಾರಥಿ ಎದ್ದು ಅವರನ್ನು

ಬೀಳ್ಗೊಟ್ಟರು.

"ನನ್ನ ಚೀಟ್ ಮಾಡಿದ್ರು" ಅಂದಳು ಒಂದಿಷ್ಟು ಆವೇಗದಿಂದ. "ಯಾರು?" ಕೇಳಿದರು ಶಾಂತವಾಗಿ. "ಎಲ್ಲಾ... ಎಲ್ಲಾ ಎಲ್ಲಾ...." ಎಂದು ಎದ್ದು ಹೋದಾಗ, ಗಿರಿಯನ್ನು ಕರೆದು ಮನೆಗೆ ಡ್ರಾಪ್ ಮಾಡುವಂತೆ ಹೇಳಿ ಆನಂದ್ ಒಂದಿಷ್ಟು ಸಂತೋಷ್‌ಗೆ ಕಾಲ್ ಮಾಡಿ, ಸಾರಥಿಗೆ ಹೋಗೋಕೆ ಹೇಳು. ನಿಹಾರಿಕಾ ತುಂಬಾ ಡಿಸ್ಟರ್ಬ್ ಆಗಿದ್ದಾಳೆ" ಸ್ವಲ್ಪ ಆತಂಕದಿಂದಲೇ ಹೇಳಿದರು.

"ನೋ... ನೋ.... ಹಾಗೇನಾಗೋಲ್ಲ. ಬೆಂಕಿ ತಾನು ಉರಿಯೋದಕ್ಕಿಂತ ಬೇರೆಯವ್ರನ್ನು ಸುಟ್ಟು ಬಿಡುತ್ತೆ. ಅದಕ್ಕೆ ನಾವು ಅವಕಾಶ ಕೊಡ್ಬಾರ್ದು ನಿಹಾರಿಕ ಇನ್ನ ನಿಯಾಸ್ ಕಡೆ ಹೋಗದಿದ್ದರೇ ಸಾಕು" ಎಂದ ಆನಂದ್. ತಣ್ಣಗೆ ರೂಮಿನ ಬಿಸಿ ಮನೆಯನ್ನು ಪೂರ್ತಿಯಾಗಿ ವ್ಯಾಪಿಸಿಕೊಳ್ಳುವುದರ ಜೊತೆಗೆ 'ಸಾರಥಿ ಇವೆಂಟ್' ಅಂಗಳ ಪ್ರವೇಶಿಸಿತ್ತು.

ಪಾರ್ಥಸಾರಥಿ ಮಾತಾಡಲಿಲ್ಲ. ಮುಂದಿನದನ್ನು ಲೆಕ್ಕ ಹಾಕುತ್ತಿದ್ದರು. ಟೋಟಲ್ ಇಪ್ಪತ್ತು ಲಕ್ಷ ನಿಹಾರಿಕಾ ಕೈಯಿಂದ ಜಾರಿ ಹೋಗಿತ್ತು. ಇದರಿಂದ ಬುದ್ಧಿ ಕಲಿಯಬಹುದೇನೋ, ಎನ್ನುವ ಆಸೆ. ಅದನ್ನು ವ್ಯಕ್ತಪಡಿಸಿದಾಗ ಆನಂದ್ ಕೂಡ ಸಂತಸಪಟ್ಟ.

ಎರಡು ದಿನ ಯಾರೊಂದಿಗೂ ಮಾತಾಡದೆ ಮನೆಯಲ್ಲೇ ಉಳಿದ ನಿಹಾರಿಕಾ ಮೂರನೆ ದಿನ ಸಂತೋಷ್‌ಗೆ ಉಸುರಿದಳು.

"ನನ್ನ ಕೆಲ್ಸದಿಂದ ತೆಗೆದಿದ್ದಾರೆ"

ಈಗಾಗಲೇ ಆ ಅನುಮಾನ ಅವನಿಗೆ ಮಾತ್ರವಲ್ಲ ಮನೆಯವರಿಗೆಲ್ಲ ತಟ್ಟಿತ್ತು. ಯಾರು ಈ ಬಗ್ಗೆ ಪ್ರಶ್ನಿಸಲು ಹೋಗಿರಲಿಲ್ಲ. ಇತ್ತೀಚೆಗೆ ಒಬ್ಬರು ಸೀನಿಯರ್ ಸಾಫ್ಟ್‌ವೇರ್ ಉದ್ಯೋಗಿ "ನಿರೀಕ್ಷೆಗಿಂತ ಕಡಿಮೆ ಸಾಮರ್ಥ್ಯ ಪ್ರದರ್ಶಿಸುವ ಉದ್ಯೋಗಿಗಳಿಗೆ ಕೆಲಸದ ಗ್ಯಾರಂಟಿ ಇಲ್ಲ" ಎಂದು ಹೇಳಿದ್ದರು. ಪ್ರಮುಖ ಕಂಪನಿಗಳಿಂದ ಉದ್ಯೋಗಿಗಳನ್ನು ಕೆಲಸದಿಂದ ತೆಗೆಯುತ್ತಿದ್ದುದಕ್ಕೆ ಹಲವು ಕಾರಣಗಳಿತ್ತು.

"ಇನ್ನೊಂದು ಕೆಲ್ಸ ಸಿಗುತ್ತೆ, ಬಿಡು" ಎಂದ ಚುಟುಕ್ಕಾಗಿ. ಈಚೆಗೆ ಅವರಿಬ್ಬರಲ್ಲಿ ಮಾತುಕತೆ ಕಮ್ಮಿಯಾಗಿತ್ತು "ಕೆಲವು ಸಾಫ್ಟ್‌ವೇರ್ ಅಪ್ಲಿಕೇಶನ್‌ಗಳ ನಿರ್ವಹಣೆ ಮಾಡೋದು ಸುಲಭವಾಗಿರೋದರಿಂದ ಇದಕ್ಕೆ ಎಂಜಿನಿಯರ್‌ಗಳೇಬೇಕೆಂಬ ಪರಿಸ್ಥಿತಿ ಇಲ್ಲ. ಸಾಮಾನ್ಯ ಪದವೀಧರರೆ ಸಾಕಾಗಿರೋದರಿಂದ ಈ ಸ್ಥಿತಿ. ಕೆಲವರು ಕಡಿಮೆ ಸಂಬಳದ ಪ್ಯಾಕೇಜ್‌ಗೂ ಕೆಲ್ಸ ಮಾಡ್ತಾ ಇದ್ದಾರೆ. ಇನ್ನ ಆಟೋಮೇಶನ್ ಮೂಲಕ ಮಾನವ ಸಂಪನ್ಮೂಲದ ಮೇಲಿನ ಅವಲಂಬನೆ ಕಡ್ಮೆಯಾಗಿದೆ. ಇವೆಲ್ಲ ಇತ್ತೀಚಿನ ಟ್ರೆಂಡ್" ಎಂದು ರೂಮಿನಿಂದ ಹೊರ ನಡೆದವನನ್ನು ನಿಹಾರಿಕ ದನಿ ಹಿಡಿದು ನಿಲ್ಲಿಸಿತು.

"ನೋಡಿ ಸಂತೋಷ್... ನಾನೆಷ್ಟು ಅಪ್‌ಸೆಟ್ ಆಗಿದ್ದೀನಿ.. ನಿಯಾಸ್ ಅಪಾರ್ಟ್‌ಮೆಂಟ್‌ನ ಆಸೆ ಹಾಗೇ ಉಳೀತು. ಟೋಟಲೀ ಇಪ್ಪತ್ತು ಲಕ್ಷ ಹೋಯ್ತು. ನಿನ್ನ ಡ್ಯಾಡಿ ನನ್ನ ಆಫೀಸ್‌ಗೆ ಕರ್ಸಿಕೊಂಡಾಗ... ನನ್ನ ಅಮೌಂಟ್ ಹಿಂದಕ್ಕೆ ಬರಬಹುದೆಂದು ಲೆಕ್ಕ

ಹಾಕಿದ್ದೆ. ಅವ್ರಿಗೆ ಫೇವರ್ ಆಗಿ ಮಾತಾಡಿದ್ರು. ಈಗ ನಂಗೆ ಕೆಲ್ಸ ಇಲ್ಲ. ನನ್ನ ಖರ್ಚಿಗೆ ಏನ್ಮಾಡ್ಲಿ? ವಿವಾಹವಾದ ನೀವೇ ಅದನ್ನೆಲ್ಲ ನೋಡ್ಕೋಬೇಕು. ಕನಿಷ್ಟ ನಂಗೆ ಹದಿನೈದು ಸಾವಿರ ಪಾಕೆಟ್ ಮನೀ ಬೇಕು. ಒಬ್ಬ ಸರ್ವೆಂಟ್ ಬೇಕೆ ಬೇಕು. ಇಲ್ಲ ನಿನ್ನ ಮಮ್ಮಿ, ಅತ್ತಿಗೆ ನನ್ನ ಕೆಲ್ಸಗಳ್ನ ಮಾಡಿಕೊಡ್ಲಿ ಜೊತೆಗೆ ಕಡ್ಡಾಯವಾಗಿ ನೀವು ನನ್ನ ರಾತ್ರಿಗಳ್ನ ರಂಜಕವಾಗಿ ಮಾಡ್ಬೇಕು" ಇಷ್ಟನ್ನು ನಿಸ್ಸಂಕೋಚವಾಗಿ ಹೇಳಿದಾಗ ಅವನ ಮೈ ಬೆಂಕಿಯಾಯಿತು. ಹಲ್ಲು ಕಚ್ಚಿ, ಮುಷ್ಟಿ ಬಿಗಿಹಿಡಿದು ಹೊರಬಂದ.

"ಸಂತೋಷ್, ನಿಹಾರಿಕ ಕೆಲ್ಸಕ್ಕೆ ಹೋಗ್ತಾ ಇಲ್ಲ ಯಾಕೆ?" ಕೇಳಿದ್ದು ಮಾಧವಿ. "ಅವಳ ಮಮ್ಮಿಗೆ ಒಂದಿಷ್ಟು ಅನಾರೋಗ್ಯ, ಅಂದರೆ.. .ತೀರಾ ಚಿಕ್ಕದಾದ ಹಾರ್ಟ್ ಅಟ್ಯಾಕ್. ಅದೇ ಜೋಸೆಫ್‌ಗಿಂತ ಕಡಿಮೆಯದು ಅಂದ್ಕೋ. ಆ ಫೀಲಿಂಗ್‌ನಲ್ಲಿದ್ದಾಳಷ್ಟೆ" ತೋಚಿದ್ದು ಹೇಳಿ ಹೊರನಡೆದ. ಆ ಬಗ್ಗೆ ತಂದೆ ಮತ್ತು ಅಣ್ಣನಿಗೆ ನಿಜ ತಿಳಿಸಿದ. "ಕೆಲ್ಸದಿಂದ ತೆಗೆದಿದ್ದಾರೆ. ಒಂದು ರೀತಿಯಲ್ಲಿ ಒಳ್ಳೆಯದಾಯ್ತು. ಹಾರಾಟ ತಗ್ಗತ್ತೋ, ಪ್ರಜ್ವಲಿಸುತ್ತೋ" ಒಗಟಾಗಿ ಹೇಳಿದ. ಅವರು ಆ ಬಗ್ಗೆ ಯಾವುದೇ ಪ್ರತಿಕ್ರಿಯೆ ನೀಡಲಿಲ್ಲ.

ಮೊಬೈಲ್ ಎತ್ತಿಕೊಂಡು ಚೆಕ್ ಮಾಡಿದಾಗ ಮೌನಳಿಂದ ಐದು ಮಿಸ್ ಕಾಲ್ "ಅಪ್ಪ, ಮೌನ ಮ್ಯಾರೇಜ್ ಅನಿವರ್ಸರಿ ಬಗ್ಗೆ ನೆನ್ನೆ ರೆಡ್ಡಿಗಾರು ಕೂಡ ಅರ್ಧಗಂಟೆ ಮಾತಾಡಿದ್ರು. ಅವರ ಸಾಮ್ರಾಜ್ಯ ಈಗ ಇನ್ನಷ್ಟು ವಿಸ್ತಾರವಾಗಿರೋದರಿಂದ, ಮತ್ತಷ್ಟು ವೈಭವಯುತವಾಗಿ ವರ್ಣರಂಜಿತವಾಗಿ ಇರ್ಬೇಕೂಂತ ಅವರದೇ ಭಾಷೆಯಲ್ಲಿ ಹೇಳಿದ್ರು. ಚೆಕ್ ಕಳಿಸ್ತೀನಿಂದ್ರು. ಈಗಾಗಲೇ ತಲುಪಿದೆಂತ ಹೇಳ್ದೇ. ಒಮ್ಮೆ ಮೌನ ಹತ್ರ ಮಾತಾಡಿಂದ್ರು. ಮತ್ತೆ ಅವ್ರು ಬಂದು ಗಂಟೆ ಗಟ್ಟಲೆ ಕೂಡೋದು ಬೇಡ. ಅರ್ಧ ಗಂಟೆಯ ಅವಕಾಶ ಅವ್ರ ಮಾತಿಗೆ ಕೊಟ್ಟು, ನೇರವಾಗಿ ಆಫೀಸ್‌ಗೆ ಬರ್ತೀನಿ" ಎಂದು ಕಾರಿನ ಕೀ ಹಿಡಿದು ನಡೆದ. ಕೆಲಸದ ಬಗ್ಗೆ ಮುತುವರ್ಜಿ ವಹಿಸುವ ಅಗತ್ಯವಿತ್ತು.

ಮನೆಯಲ್ಲೇ ಕೂತ ನಿಹಾರಿಕ ಮತ್ತಷ್ಟು ಸಮಸ್ಯೆಯಾಗಿದ್ದಳು.

ಮೊದಲೇ ಮೌನಗೆ ಮೆಸೆಜ್ ಮಾಡಿ ಹೋಗಿದ್ದರಿಂದ ಮೌನ ಇವನಿಗಾಗಿ ಎದುರು ನೋಡುತ್ತಿದ್ದಳು.

"ಹಾಯ್,,, ಸಂತೋಷ್ ಬನ್ನಿ" ಕರೆದೊಯ್ದಳು ಒಳಕ್ಕೆ. "ಡೋಂಟ್ ಮಿಸ್ಟೇಕ್ ಮಿ, ನಿಮ್ಮ ಆರ್ಕಿಡ್ ಗಾರ್ಡನ್‌ನಲ್ಲಿ ಕೂತು ಪ್ರೋಗ್ರಾಂನ ಚಾರ್ಟ್ ರೆಡಿ ಮಾಡಿ ಬಿಡೋಣ" ಎಂದು ಬಾಗಿಲಲ್ಲಿಯೇ ಹೇಳಿದ. "ಒಕೆ, ನಂಗೂ ಈಗ ಮರ, ಗಿಡ, ಹೂಗಳೆಂದರೆ ಇಷ್ಟವಾಗಿ ಬಿಟ್ಟಿದೆ. ಮೊದಲು ಏನೂ ಅನ್ನಿಸ್ತ ಇರ್ಲಿಲ್ಲ. ಈಗ.... ಫೆಂಟಾಸ್ಟಿಕ್..." ಎಂದು ಗಾರ್ಡನ್‌ನತ್ತ ಕರೆದೊಯ್ದಳು.

"ಮೊದ್ಲು ಏನು ತಗೋತೀರಾ?" ಕೇಳಿದ ಕೂಡಲೇ, ಸರ್ವೆಂಟ್ ಬಂದು ಹಾಜರಾದ. "ಸದ್ಯಕ್ಕೆ ಏನು ಬೇಡ. ಅರ್ಧ ಗಂಟೆಯೊಳ್ಗೆ ನಮ್ಮ ಡಿಸ್‌ಕಷನ್ ಮುಗೀಬೇಕು" ಅಂದ ಕೂಡಲೆ ಅವನನ್ನು ಕಳಿಸಿ "ನಂಗೆ ಚಂದ್ರು ಮೊನ್ನೆ ಅವ್ರೆ ಒಂದು ಡ್ರೆಸ್ ಪರ್ಚೆಸ್ ಮಾಡ್ಕೊಂಡ್ ಬಂದಿದ್ರು. ಅವ್ರಿಗೆ ಅಂಥ ಟೇಸ್ಟೇನೂ ಇಲ್ಲ, ಅದ್ನ ಅವ್ರೆ ಹೇಳಿಕೊಂಡಾಗ... ಅಯ್ಯೋ.. ಅನ್ನಿಸ್ತು.. ಸೂಪರ್

ಎಂದು ಹೊಗಳಿದೆ. ಆಗಲೇ ಡ್ರೆಸ್ ಧರಿಸಿ ಬಂದಾಗ ಎಷ್ಟೊಂದು ಖುಷಿ ಪಟ್ರು. ಮೂವೀಗಳಲ್ಲಿ ಹೀರೋಯಿನ್ ಎತ್ತಿಕೊಳ್ಳೋಂಗೇ ನನ್ನ ಎತ್ತಿಕೊಂಡು ಬಿಟ್ಟರು" ಸಂಕೋಚವಿಲ್ಲದೆ ಹೇಳಿದಳು. ಆಮೇಲೆ ನಾಚಿದ್ದು ಚೆಂದವೆನಿಸಿತು; ಸಂತೋಷ್ ಮುಗುಳ್ನಕ್ಕ.

"ಬೈ ದಿ ಬೈ, ಮೌನ... ನಿಮ್ಮ ಮದರ್ ನಿಮ್ಮ ವಿವಾಹ ವಾರ್ಷಿಕೋತ್ಸವ ಸಂಭ್ರಮದ ಆಯೋಜನೆಗೆ ಬ್ಲಾಂಕ್ ಚೆಕ್ ಕೊಟ್ಟಿದ್ರು. ನಿಮ್ಮ ತಂದೆ ರೆಡ್ಡಿಗಾರು ಕೂಡ ಕಾಲ್ ಮಾಡಿ ಸಮಾರಂಭದ ಬಗ್ಗೆ ಸಾಕಷ್ಟು ಹೇಳಿದ್ರು. ನಿಮ್ಹತ್ರ ಮಾತಾಡಿಯೆ ಫೈನಲೈಜ್ ಮಾಡ್ಬೇಕೂಂತ ಚೆಕ್ ಕೂಡ ತಗೊಂಡ್ ಬಂದಿದ್ದೀವಿ. ಡೈವೋರ್ಸ್ ಬಗ್ಗೆ ಚಂದ್ರು ಹತ್ರ ಪ್ರಸ್ತಾಪಿಸಿದ್ರಾ?" ಬಹಳ ತಣ್ಣಗೆ ಕೇಳಿದ. ಅವಳು ಎದೆಯ ಮೇಲೆ ಕೈ ಇಟ್ಟುಕೊಂಡು ಭಾರವಾದ ಉಸಿರು ದಬ್ಬಿದಳು.

"ತಮಾಷೆಗೂ ಚಂದ್ರು ಆ ಪದವನ್ನೆ ಸಹಿಸೋಲ್ಲ. ಆತ್ಮ ಹತ್ಯೆ ಮಾಡ್ಕೊಂಡ್ ಬಿಡ್ತೀನಿ. ಆಗ ನಿಂಗೆ ಡೈವರ್ಸ್ ಸಿಕ್ಕಂಗೆ ಅಂತ ಅತ್ತೇ ಬಿಟ್ರು. ನಂಗೆ ಭಯವಾಯ್ತು" ಎಂದಳು ಮುಗ್ಧವಾಗಿ. ಹೃದಯ ಇರೋ ಮೌನ. ಆಮೇಲೆ ಎಷ್ಟೋ ವಿಷಯಗಳನ್ನು ಹೇಳಿಕೊಂಡಳು "ವಿವಾಹ ವಿಧಿ, ಪ್ರಮಾಣಗಳ ಬಗ್ಗೆ ನಂಗೇನು ಗೊತ್ತಿರಲಿಲ್ಲ. 'ಧರ್ಮೇಚ ಅರ್ಥ್ಯೆಚ ಕಾಮೇಚ ಮೋಕ್ಷೆಚ ನಾತಿ ಚರಾಮಿ' ಎಷ್ಟು ಅದ್ಭುತ ನೋಡಿ. ಧರ್ಮ, ಅರ್ಥ, ಕಾಮ, ಮೋಕ್ಷಗಳಲ್ಲಿ ಒಬ್ಬರನ್ನೊಬ್ಬರು ಅತಿಕ್ರಮಿಸುವಂತಿಲ್ಲ. 'ಸಪ್ತಪದಿ' ಅನ್ನೋದು ಖಂಡಿತ ಒಂದು ಸಂಸ್ಕಾರ. ಅವರಿಬ್ಬರ ನಡುವೆ ಮಾತ್ರ ಕುಟುಂಬಗಳನ್ನು ರಕ್ಷಿಸುವ ಪ್ರತಿಜ್ಞೆ. ನಂಗೆ ಅದೆಲ್ಲ ತುಂಬಾ... ತುಂಬಾನೆ... ಇಷ್ಟವಾಯಿತು".

ಅವಳ ಮುಂದಿಟ್ಟ ಚೆಕ್‌ನ ಜೇಬಿಗಿಟ್ಟುಕೊಂಡ. 'ಹೌದು ಧರ್ಮೇಚ, ಅರ್ಥ್ಯೆಚ, ಕಾಮೇಚ, ಮೋಕ್ಷೇಚ.... ನಾತಿಚರಾಮಿ' ಆ ವಿಧಿಗೆ ಬದ್ಧಳಾಗಿರುವುದಾಗಿ ತಿಳಿಸಿದಾಗ ಸಂತೋಷದಿಂದ ಹೊರಟ.

ನಿಹಾರಿಕ ದುಬೈಗೆ ಹೋಗಿ ಎಂಟು ದಿನಗಳಾಗಿತ್ತು. ಹೋಗೋಕೆ ಮೊದಲು ಯಾರಿಗೂ ಏನು ಹೇಳಿರಲಿಲ್ಲ. ಸಂತೋಷ್ ಮೊಬೈಲ್‌ಗೆ ಒಂದು ಸಣ್ಣ ಮೆಸೆಜ್. ಮನೆಯವರಿಗೆ ಗಾಬರಿಯ ಜೊತೆ ನೋವು, ಅವಮಾನ. ಕನಿಷ್ಟ ಅವಳಿಗೆ ಸ್ವಂತದವರೆನ್ನುವ ಪರಿಜ್ಞಾನ ಕೂಡ ಇರಲಿಲ್ಲ. ಸಂತೋಷ್ ಮೌನವಹಿಸಿದ. ಅವನು ಮಡದಿಯ ಬಗ್ಗೆ ಬೇರೆಯ ಲೆಕ್ಕಾಚಾರದಲ್ಲಿದ್ದ.

ಮರುದಿನ ರೆಡ್ಡಿ, ನಯನತಾರ ಮಗಳು ಮೌನಳ ಮ್ಯಾರೇಜ್ ಅನಿವರ್ಸರಿ ಪಂಕ್ಷನ್. ದೊಡ್ಡ ರೀತಿಯಲ್ಲಿ ಕಲರ್‌ಫುಲ್ ಆಯೋಜನೆಯೆ. ಮಗಳ ಅಣತಿಯಂತೆ ಮಗಳು ಅಳಿಯನೊಂದಿಗೆ ಅನಾಥಾಶ್ರಮ, ವೃದ್ಧಾಶ್ರಮಗಳಿಗೆ ಹಣ್ಣು, ಸಿಹಿ ಹಂಚುವುದರ ಜೊತೆಗೆ ದೊಡ್ಡ ಮೊತ್ತವನ್ನು ದಾನವಾಗಿ ಕೊಟ್ಟಿದ್ದು ಮಾತ್ರ ವಿಶೇಷವೆ. ದೇವಸ್ಥಾನಗಳಿಗೆ, ದೇವಕಾರ್ಯಗಳಿಗೆ ಉದಾರವಾಗಿ ಖರ್ಚು ಮಾಡುತ್ತಿದ್ದವರು ಇಂಥ ಕೆಲಸಕ್ಕೆ ಮುಂದಾಗಿದ್ದು ಮಗಳು ಹೇಳಿದ್ದರಿಂದಲೇ.

'ನಯನತಾರ' ಗೆ ಹಿಂದಿರುಗಿದ ಕೂಡಲೆ ಮಗಳನ್ನು ಹೊಗಳಿದರು. "ಅಯ್ಯೋ, ನನ್ನ ತಲೆಗೆ ಅದೆಲ್ಲ ಹೊಳೆಯೋಲ್ಲ. ಇದು ಸಂತೋಷ್ ಸಲಹೆ, ಏರ್ಪಾಟು ಅಷ್ಟೆಲ್ಲ ಅದರ ಪೂರ್ತಿ ಕ್ರೆಡಿಟ್ 'ಸಾರಥಿ ಇವೆಂಟ್'ಗೆ ಹೋಗ್ಬೇಕು" ಎಂದಾಗ ಆನಂದಿಸಿದರು. "ನಂಗೂ ಇದೆಲ್ಲ

ಹೊಳೆದೇ ಇರ್ಲಿಲ್ಲ. ದಾನ-ಧರ್ಮ ಅನ್ನೋದುಬೇಕು. ನನ್ನ ಪರವಾಗಿ ಒಂದು ಥ್ಯಾಂಕ್ಯೂ ಹೇಳ್ಬಿಡು. ಇಂಥ ಹುಡ್ಗನಿಗೆ ನಿನ್ನ ಸ್ನೇಹಿತೆ ಹೆಂಗೆ ಗಂಟು ಬಿದ್ಲು"? ಇಂಥ ಒಂದು ಮಾತನ್ನು ಸೇರಿಸಿದರು.

ಮನೆಯಲ್ಲಿನ ಸಡಗರ, ಹೆತ್ತವರ ಸಂತೋಷದ ಜೊತೆ ಬಂಧು, ಬಳಗದ ಸಂಭ್ರಮಕ್ಕೆ ಪರೋಕ್ಷವಾಗಿ ಸಂತೋಷ್ ಕಾರಣ. "ಡೈವೋರ್ಸ್'ವರೆಗೂ ಹೊರಟಿದ್ದವಳನ್ನ ತಡೆದು ನಿಲ್ಲಿಸಿದ್ದ. ವಿವಾಹದ ಮೌಲ್ಯಗಳನ್ನು ತಿಳಿಸಿ ಹೇಳಿದ್ದ. ಆದರೆ ತನ್ನ ದಾಂಪತ್ಯದಲ್ಲಿ ಸೋಲನ್ನು ಎದುರು ನೋಡುತ್ತಿದ್ದ. ಅಲ್ಪ ಸ್ವಲ್ಪ ತಿಳಿದ ಮೌನ ಕೂಡ ನೋಯುತ್ತಿದ್ದಳು.

ಒಂದು ಪರಿಪೂರ್ಣ ಜೀವನಕ್ಕೆ ವಿವಾಹವೆನ್ನುವ ಕಟ್ಟಲೆ. ಧರ್ಮದಲ್ಲಿ... ಅರ್ಥದಲ್ಲಿ.. ಕಾಮದಲ್ಲಿ... ಮೋಕ್ಷದಲ್ಲಿ ಅತಿಕ್ರಮಿಸಿ ಹೋಗಬಾರದೆನ್ನುವ ಕಟ್ಟಳೆ. ಸಂತೋಷ್‌ನಿಂದ ತಿಳಿದಿದ್ದು ಮನ ತುಂಬಿ ನಿಂತವಳಿಗೆ ತುಂಬಿಕೊಂಡಿದ್ದ ನೆಂಟರ ಕಲರವ.

ಚಂದ್ರುನ ಕರೆದುಕೊಂಡು ರೂಮಿಗೆ ಹೋಗಿ "ಸಂತೋಷ್‌ಗೆ ಕಾಲ್ ಮಾಡ್ತೀನಿ. ನಿಮ್ಗೆ ಅಷ್ಟೊಂದು ಅರ್ಥಪೂರ್ಣವಾಗಿ ಮಾತಾಡೋಕೆ ಬರೋಲ್ಲ. ಒಂದು ಪುಟ್ಟ ಅಭಿನಂದನೆ ತಿಳಿಸಿ 'ನಾತಿ ಚರಾಮಿ...' ಅಂತ ಅಷ್ಟು ಹೇಳಿ ಸಾಕು" ಎಂದು ಆದೇಶಿಸಿದಳು. ಚಂದ್ರು ಮುಖ ಮುಖ ನೋಡಿದ. ಅವನಿಗೆ ಅಷ್ಟೆಲ್ಲ ಅರ್ಥವಾಗದು 'ನಾತಿ ಚರಾಮಿ' ಕಂಠಪಾಠ ಮಾಡಿದ.

ಸಂತೋಷ್‌ಗೆ ಕಾಲ್ ಮಾಡಿದಾಗ ಅವಳಲ್ಲಿ ತುಂಬು ಪ್ರಸನ್ನತೆ ಇತ್ತು "ಹಲೋ...." ಎಂದು ಆ ಕಡೆಯಿಂದ ದನಿ ಕೇಳಿಸಿದ ಕೂಡಲೆ ಸಂತೋಷದಿಂದ "ನಾತಿಚರಾಮಿ.... ನಾತಿಚರಾಮಿ..." ಎಂದು ಚಂದ್ರಶೇಖರ್, ಮೌನ ಹೇಳಿದರು. "ಗುಡ್... ಗುಡ್..." ಅಂದಾಗ ಸಂತೋಷ್ "ಒಂದು ನಿಮಿಷ ಚಂದ್ರು ನೀನು ಇನ್ನ ಹೋಗಿ ಬಂದವರೊಂದಿಗೆ ಜಾಯಿನ್ ಆಗು. ನಾನು ಒಂದಿಷ್ಟು ಸಂತೋಷ್‌ನೊಂದಿಗೆ ಮಾತಾಡಬೇಕು" ಎಂದು ಗಂಡನನ್ನು ಕಳಿಸಿ "ಐಯಾಮ್ ವೆರಿ ಹ್ಯಾಪಿ, ರೆಡ್ಡಿಗಾರಂತು ಖುಷಿಯಿಂದ ಬೀಗುತ್ತಿದ್ದಾರೆ. ನಿಹಾರಿಕಾ ವಿಷಸ್ ಜೊತೆಗೆ ನಿಯಾಸ್ ಅಪಾರ್ಟ್‌ಮೆಂಟ್‌ನ ಒಡತಿಯಾಗುವ ವಿಚಾರವನ್ನು ಮೆಸೆಜ್ ಮಾಡಿದ್ದಾಳೆ" ಎಂದಳು.

"ಓಕೆ, ಮೌನ, ಅದು ಅವ್ಳ ಕನಸು. ಮೀಟ್ ಮಾಡ್ತೀವಲ್ಲ" ಕಾಲ್ ಕಟ್ ಮಾಡಿದ. ಫೋನಿಡಿದ ಕೈಯಲ್ಲಿ ಬೆವರಿತ್ತು. ಮುಂದೇನು? 'ಧಮಕಿ, ಬ್ಲಾಕ್‌ಮೇಲ್' ಇಂಥದನ್ನು ನಿರೀಕ್ಷಿಸಬಹುದು. ಈಗ ಪ್ರತ್ಯೇಕ ವಾಸ' ಅವನಿಗೆ ಎಲ್ಲವೂ ನುಂಗಲಾರದಂಥವು. ತೀರಾ ವಿಚಲಿತನಾಗಿ ಬಿಟ್ಟ. ಆದರೆ ಮುಂದಿನದನ್ನು ಎದುರುಗೊಳ್ಳುವ ಸಿದ್ಧತೆ ನಡೆಸಿದ್ದ.

ಸದ್ಯಕ್ಕೆ ಈ ವಿಚಾರವನ್ನು ಯಾರಿಗೂ ತಿಳಿಸದಿದ್ದರೂ ತಂದೆಯ ಮುಂದಿಟ್ಟ. "ಮೌನಗೆ ತಿಳಿಸಿದ್ದಾಳೆ. ಬಹುಶಃ ಅವ್ಳ ಮಮ್ಮಿ ಯ ಗಿಫ್ಟ್" ಹೇಳಿದ. ಹತ್ತು ನಿಮಿಷ ಪಾರ್ಥಸಾರಥಿ ಮಾತೇ ಆಡಲಿಲ್ಲ. ಅವರು ಕೂಡ ಒಮ್ಮೆ ದುಬೈನಲ್ಲಿರೋ ಸೊಸೆಗೆ ಫೋನ್ ಮಾಡಿ "ಆದಷ್ಟು ಬೇಗ ಹಿಂದಿರುಗಿ ಬಾ. ಕೆಲ್ಸದ ಬಗ್ಗೆ ನೀನು ತಲೆ ಕೆಡಿಸ್ಕೋಬೇಡ. ಸದ್ಯಕ್ಕೆ ನಿಂಗೆ ಬೇರೆ ಸಂಸಾರ ಹೂಡೋ ಇಚ್ಛೆ ಇದ್ದರು, ನಾವು ಸಂತೋಷ್‌ನ ಒಪ್ಪಿಸ್ತೀನಿ. ಅದಕ್ಕೆ ಬೇಕಾದದ್ದೆಲ್ಲ 'ಸಾರಥಿ ಇವೆಂಟ್' ಮಾಡುತ್ತೆ. ನಮ್ಗೆ ನಿಮ್ಮಿಬ್ಬರ ಸಂತೋಷ ಮುಖ್ಯ. ಮನೆಯಲ್ಲಿ ಬೇಸರವೆಂದರೆ ಆಫೀಸ್‌ಗೆ ಬಾ. ಅಲ್ಲಿ ಯಾವ ಸೆಕ್ಷನ್‌ನಲ್ಲಿ ಬೇಕಾದ್ರೂ ಕೆಲ್ಸ ಮಾಡ್ಬಹುದು" ಇಂಥದಲ್ಲ ಹೇಳಿದ್ದರು. ಅವಳ

ಪ್ರತಿಕ್ರಿಯೆ ಪಾಸಿಟಿವ್ ಆಗಿ ಇರಲಿಲ್ಲ. ಸದ್ದಿಲ್ಲದೆ ಕಾಲ್ ಕಟ್ ಮಾಡಿದ್ದಳು.

ಬಹಳ ಹೊತ್ತು ಮೌನವಹಿಸಿದ ಪಾರ್ಥಸಾರಥಿ "ಒಳ್ಳೆಯದೆ ಆಯ್ತು. ಸಮಸ್ಯೆ ಪರಿಹಾರವಾದರಿಂದ ಜೀವನ ಸುಗಮ. ಆದರೆ ಅವ್ಳು ಕೇಳಿದ್ನ ಕೊಡಿಸೋಕ್ಕಾಗಿಲ್ಲ! ಜೊತೆಗೆ ಹದಿನೈದರಿಂದ, ಇಪ್ಪತ್ತು ಲಕ್ಷ ಕಳ್ದುಕೊಂಡ ನಿರಾಶೆ, ಕೋಪ ಬಹಳ ದಿನಗಳವರೆಗೂ ಇರುತ್ತೆ. ಅದನ್ನೆಲ್ಲ ಮರ್ರು ಸಾಮರಸ್ಯದ ಜೀವನ ಸಾಗಿಸಿದರೆ ಸಾಕು" ಅಂದು ಎದೆಭಾರ ಕಡಿಮೆ ಮಾಡಿಕೊಂಡರು. "ದಟ್ಸ್ ಓಕೇ, ಅಪ್ಪ... ಮನೆಯಲ್ಲಿ ಯಾರ್ಗೂ ವಿಷ್ಯ ತಿಳಿಯೋದೇನು ಬೇಡ. ಅವ್ಳ ಲೆಕ್ಕಾಚಾರ ಬೇರೇನೇ ಇರುತ್ತೆ. ಬಹುಶಃ ಶಾಂಭವಿಯವರ ಬಳಿ ಇಷ್ಟೊಂದು ಹಣ ಇಲ್ಲ, ಅಕಸ್ಮಾತ್ ಇದ್ದರೂ ಮಗಳಿಗೆ ಕೊಡೋಂಥ ಧಾರಾಳತನವಿಲ್ಲ. ವಿಷ್ಯ ನಮ್ಮರ್ಗೆ ಬರಲೀ ಯಾವುದೇ ಬಂದರೂ ಫೇಸ್ ಮಾಡ್ಲೋಕೆ ರೆಡಿಯಾಗಿ ಇರ್ಬೇಕು. ಶತ್ರು ಬಲವಂತನಾದರೆ ಅವನನ್ನ ಮಣಿಸೋಕೆ ಶಸ್ತ್ರಾಸ್ತ್ರಗಳನ್ನ ರೆಡಿ ಮಾಡ್ಕೋಬೇಕಾಗುತ್ತೆ. ಸೋಲಿಸಲೇಬೇಕೆಂಬ ಗಟ್ಟಿ ನಿರ್ಣಯ" ಎಂದ ಸಿರಿಯಸ್ಸಾಗಿ. ಅದನ್ನು ಅರ್ಥಮಾಡಿಕೊಳ್ಳಲು ಪಾರ್ಥಸಾರಥಿಗೆ ಕಷ್ಟವಾಯಿತು" "ನೀನು..." ಅಂದಾಗ "ನೋ, ಅಂಥದೇನು ಇರೋಲ್ಲ... ಮತ್ತೇನಿರುತ್ತೇ? ನಿಯಾಸ್ ಅಪಾರ್ಟ್‌ಮೆಂಟ್ ಕೊಂಡಿದ್ದರೆ ನಿಮ್ಮ ಮಗನ ಸಮೇತ ಸೊಸೆ ಅಲ್ಲಿಗೆ ಶಿಫ್ಟ್" ನಕ್ಕ. ಆ ನಗುವಿನಲ್ಲಿ ಒಂದು ರೀತಿಯ ಪ್ರತ್ಯೇಕತೆ ಇತ್ತು.

ಮರುದಿನ ನಿಹಾರಿಕಾ ಗಂಡನಿಗೆ ಕಾಲ್ ಮಾಡಿದಳು. "ನಾನು ಸಂಜೆ ಫ್ಲೈಟ್‌ಗೆ ಬರ್ತಾ ಇದ್ದೀನಿ. ಕಾರು ಕಳ್ಸಿ. ನಿಮ್ಮ ಡ್ರೈವಿಂಗ್ ನಂಗಿಷ್ಟ" ಇಂಥದೊಂದು ಡೈಲಾಗ್. "ಓಕೆ..." ಕಾಲ್ ಕಟ್ ಮಾಡಿದ. ಮನೆಯವರಿಗೆಲ್ಲ ನಿಧಾನವಾಗಿಯೆ ತಿಳಿಸಿದ. ಅಂಥ ಸಂಭ್ರಮದ ಸಮಾಚಾರ ಯಾರಿಗೂ ಆಗಲಿಲ್ಲ. ಒಂದು ರೀತಿಯ ಆತಂಕವೇ.

"ಹೇಗೆ ಮಾತಾಡಿದ್ಲು?" ಕೇಳಿದರು ಮಾಧವಿ.

"ಮಾಮೂಲಾಗಿಯೆ, ನಿನ್ನ ತುಂಬ ವಿಚಾರಿಸಿದ್ಲು. ನೀನು ಅತ್ತೆ, ಅವ್ಳ ಗಂಡನ ತಾಯಿ ಅನ್ನೋದ್ನ ಅವ್ಳಿಗೆ ಸರ್‍ಯಾಗಿ ಪರಿಚಯ ಮಾಡಿಕೊಟ್ಟಿಲ್ಲ" ಎಂದ ನಗುತ್ತ. ಆಕೆಯ ಮುಖದಲ್ಲಿ ಸಂಕೋಚ ಇಣಕಿತು. "ಸಾಕು ಬಿಡೋ, ಇನ್ಮೇಲಾದ್ರೂ ಹೊಂದಿಕೊಂಡ್ ಹೋದರೆ ಸಾಕು. ಅವಳು ಕೆಲಸಕ್ಕೆ ಹೋದರು ಸರಿ, ಹೋಗದಿದ್ದರೂ ಬೇಡ. ಪ್ರೀತಿ, ವಿಶ್ವಾಸದಿಂದ ಇದ್ದರೆ... ಸಾಕು" ಅಂದ ಅಮ್ಮ ನನ್ನ ನೋಡಿದ. ಇಂಥ ಅಮ್ಮ ನ ಮನಸ್ಸಿನ ಪ್ರೀತಿಗೆ ಅವಳು ಯೋಗ್ಯಳಲ್ಲ ಎಂದುಕೊಂಡ.

"ಅತ್ತೆ, ನಿಮ್ಮ ಮಗ್ನ ಎತ್ತಿ ಹಾಕ್ಕೊಂಡ್... ಹೋಗ್ತಾಳೆ" ಕೇಳಿಸಿಕೊಂಡ ಜಾಹ್ನವಿ ಅಂದಾಗ ಆಕೆ ಸ್ತಬ್ಧರಾದರು. "ಅಂಥ ಛಾನ್ಸ್ ಇಲ್ಲ. ಅವಳು ಅಷ್ಟೊಂದು ಕೆಟ್ಟವಳಲ್ಲ. ಆದರೆ ಬುದ್ಧಿವಂತೆ ಅಂತ ತಿಳ್ದು ಕೊಂಡಿದ್ದಾಳೆ. ಅವ್ಳ ಸುಖದ ಕಲ್ಪನೆ ಬೇರೆಯದೆ ಇದೆ" ಇವರೆಲ್ಲರ ಲೆಕ್ಕಾಚಾರ ಸುಳ್ಳು ಮಾಡುತ್ತಾಳೆಂದು ಅವನಿಗೆ ಗೊತ್ತು.

ನಿಹಾರಿಕ ದುಬೈನಿಂದ ಬಂದವಳು ತನ್ನ ಪೇರೆಂಟ್ಸ್ ಜೊತೆ ಹೋಟೆಲ್ ರಾಕ್‌ನಲ್ಲಿ ಉಳಿದುಕೊಂಡು ಕಾಲ್ ಮಾಡಿದ್ಲು "ನನ್ನ ಜೊತೆ ಮಮ್ಮಿ, ಡ್ಯಾಡಿನು ಬಂದಿದ್ದಾರೆ. ಪಾರ್ಥಸಾರಥಿಯವ್ರು ಯಾವಾಗ ಪುರುಸೊತ್ತಾಗಿ ಸಿಕ್ತಾರೆ? ನೀನಂತು ನಾನು ಹೇಳಿದ್ಮೇಲೆ ಒಬೆ

ಮಾಡ್ಬೇಕು" ಅಂದ ಕೂಡಲೆ ಕಾಲ್ ಕಟ್ ಮಾಡಿದ. "ಇನ್ನಷ್ಟು ಬಲಿತಿದೆ, ಮದಗಜ ಅದನ್ನ ಸರಿಯಾಗಿ ಬಲಿ ಹಾಕಬೇಕು. ಇಲ್ಲದಿದ್ದರೆ ಇಡೀ ಕುಟುಂಬನ ಛಿದ್ರ ಮಾಡಿ ಬಿಡ್ತಾಳೆ" ಅಂದುಕೊಂಡ. ಒಳಗೆ ಬೆಂಕಿ ಇದ್ದರೂ ಮೇಲ್ಮುಖದಲ್ಲಿ ಶಾಂತವಾಗಿದ್ದ. ಏರ್‌ಪೋರ್ಟ್‌ಗೆ ಹೋಗಿದ್ದು ಗಿರಿ.

ಮೆಸೆಜ್ ಮಾಡಿದ್ದರಿಂದ ಅಪ್ಪ, ಮಗ ಮನೆಯಲ್ಲೇ ಉಳಿದು ಆನಂದ್‌ನ ಆಫೀಸ್‌ಗೆ ಕಳಿಸಿದರು. ಮುಂದೇನಾಗಬಹುದು? ತುಂಬಾ ಧಾವಂತಗೊಂಡಿದ್ದರು ಪಾರ್ಥಸಾರಥಿ.

"ಅವ್ಳು ಈಗ ಪ್ರತ್ಯೇಕ ಸಂಸಾರಕ್ಕೆ ಅಫರ್ ಮಾಡಬಹುದು. ಶಾಂಭವಿ, ಈಶ್ವರ್ ಅವ್ಳ ಪರ ನಿಲ್ತಾರೆ" ಎಂದು ಹೇಳಿದರು ಮಗನಿಗೆ. "ನೋ ಪ್ರಾಬ್ಲಮ್, ಅದಕ್ಕೆ ನೀವೇ ವ್ಯವಸ್ಥೆ ಮಾಡಿದ್ರಿ.. ಮನೆಯವರೆಲ್ಲ ರೆಡಿಯಾಗಿದ್ರು. ಈಗಿಂದಿಗ್ಲೇ ಹೊರಟು ಬಿಡ್ತೀನಿ. ಅಂಥ ಯೋಚ್ನೆ ಅವ್ಳಿಗೆ ಬರೋಕೆ ಸಾಧ್ಯವಿಲ್ಲ. ಅಲ್ಲಿ ಲಾಭ-ನಷ್ಟಗಳ ಲೆಕ್ಕಾಚಾರವಿರುತ್ತೆ. ಇಲ್ಲಿ ಬುದ್ಧಿ, ಭಾವಗಳಿಗೆ ಕೆಲ್ಸ ಇರೋಲ್ಲ. ನಮ್ಮ 'ಇವೆಂಟ್' ಛಾಲೆಂಜಾಗಿ ಸ್ವೀಕರಿಸಬೇಕಾಗಿದೆ ಈ ಆಯೋಜನೆ. ಇದ್ರ ಪೂರ್ಣ ವ್ಯವಸ್ಥೆ ನಂಗೆ ಇರ್ಲಿ" ಈಗಲೂ ಮಗನ ಮಾತು ಅರ್ಥಮಾಡಿಕೊಳ್ಳಲು ಕಷ್ಟಪಟ್ಟರು. ಅಂದರೆ, ಅದೆಂಥ ಆಯೋಜನೆ? ಬರೀ ಅವರ ತಲೆ ಕೆಟ್ಟಿತು ಅಷ್ಟೆ.

ಮೂರರ ಸುಮಾರಿಗೆ ಬಿಎಂಡಬ್ಲ್ಯು ಕಾರು ಬಂತು. ಅದರಿಂದ ಇವರು ಮೂವರ ಜೊತೆ ಅನೀಶ್ ಮತ್ತು ಇನ್ನೊಬ್ಬ ಬಂದ. ಅವನು ರೋಸರ್. ಅಂದರೆ ಅನೀಶ್‌ನ ಅಲ್ಲಿನ ಫ್ರೆಂಡ್. ಇವನು ಬಿದ್ದಾಗ ಎತ್ತುವ ಸಾಮರ್ಥ್ಯ ಉಳ್ಳವ. ಅವನೊಬ್ಬ ದೊಡ್ಡ ಉದ್ಯಮಿಯ ಸಂತಾನ. ಸ್ವಂತ ಆಯಿಲ್ ಬಾವಿಗಳು ಉಳ್ಳವ, ಹಣದಲ್ಲಿ ಪ್ರತಿಷ್ಠಿತ ವ್ಯಕ್ತಿ.

"ಬನ್ನಿ... ಬನ್ನಿ...." ಎಂದು ಪಾರ್ಥಸಾರಥಿ ಮತ್ತು ಮಾಧವಿ ಆಹ್ವಾನಿಸಿದರು. ಎಲ್ಲಾ ಇನ್ನಷ್ಟು ಜಬರ್ದಾಗಿ ಕಂಡರು" ಮನೆಪೂರ್ತಿ ಎಸಿ.... ಆಗಿಲ್ವಾ?" ಅನ್ನುತ್ತಲೇ ಕೂತರು ಶಾಂಭವಿ. ಮಾಮೂಲಿನಂತೆ ಒಂದು ನಗೆ ಬೀರಿ ಹೆಂಡತಿಯ ಪಕ್ಕ ಕೂತರು ಈಶ್ವರ್. ಅದಕ್ಕೆ ಒಂದು ಕಾರಣವಾದರೆ ಎದುರು ಕೂತರೆ, ಶಾಂಭವಿಯ ಮುಖ ನೋಡಬೇಕು. ಪಕ್ಕ ಕೂತರೆ ಅತ್ತಿತ್ತ ನೋಟ ಹರಿಸಬಹುದು. ಕೆಲವೊಮ್ಮೆ "ಎಕ್ಸ್‌ಕ್ಯೂಜ್ ಮಿ" ಎಂದು ಎದ್ದು ಹೋಗಬಹುದು. ಇಂಥದೆಲ್ಲ ಅವರ ತಲೆಯಲ್ಲಿತ್ತು. ಅಂತು ಹೆಂಡತಿಯನ್ನು ಎದುರಿಸಲು ಶಕ್ತರಲ್ಲ.

ನೀರು, ಕಾಫಿ ಇಂಥ ಉಪಚಾರವೇನು ಬೇಕಿಲ್ಲದವರಂತೆ ಶಾಂಭವಿ ಮಾತು ಆರಂಭಿಸಿದರು. "ನಮ್ಮ ಗ್ಳುನ ರಾಜಕುಮಾರಿಯಂಗೆ ಸಾಕಿದ್ದು. ಅವ್ಳಿಗೆ ಪೂರ್ತಿ ಸ್ವತಂತ್ರ ಕೊಟ್ಟಿದ್ದೆ. ಇಲ್ಲಿ ಸಾಕಷ್ಟು ಅನುಭವಿಸಿದ್ದಾಳೆ. ಎಲ್ಲಾ ಒಂದಲ್ಲ, ಒಂದು ರೀತಿಯಲ್ಲಿ ಹರ್ಟ್ ಮಾಡಿದ್ದೀರಿ. ಉಸಿರುಗಟ್ಟುವ ವಾತಾವರಣದಲ್ಲಿ ಹೇಗೆ ಬದ್ಕುತ್ತಾಳೆ? ತುಂಬಾ ನೊಂದಿದ್ದಾಳೆ... ಅದ್ರೂ ಧೈರ್ಯಸ್ಥೆ" ಒಂದಕ್ಕೊಂದು ಸಂಬಂಧವಿಲ್ಲದ ಮಾತುಗಳನ್ನಾಡಿದರು.

ರೂಮಿನಿಂದ ಹೊರ ಬಂದ ಸಂತೋಷ್ "ಮಿಸ್ಟರ್ ರೋಸರ್, ಇದು ನಮ್ಮ ಫ್ಯಾಮಿಲಿ ಮ್ಯಾಟರ್. ನಿಮ್ಮ ಇಂಟರ್ ಫಿಯಿರೆನ್ಸ್ ಬೇಕಿಲ್ಲ" ಮಾರ್ಯಾದೆಯಿಂದಲೇ ಹೇಳಿದ, ಅವನಿಗೆ ಏನು ಅನ್ನಿಸಿತೋ ಮೇಲೆದ್ದ. "ಕೂತ್ಕೋ ರೋಸರ್, ನೀವು ನಮ್ಮ ವೆಲ್ ವಿಷರ್, ಸಂಕಷ್ಟದ ಸಮಯಗಳಲ್ಲಿ ನೆರವಾಗಿದ್ದೀರಿ. ನೀವು... ಇರೀ" ಎಂದು ಶಾಂಭವಿ ರೋಸರ್ ಕೈ

ಹಿಡಿದುಕೊಂಡಾಗ "ನಿಮ್ಗೆ ಇರಬಹುದು, ಆದರೆ ನಮ್ಗೇ ಅವರು ಅಪರಿಚಿತರು. ಬಂಧುಗಳಂತೆ ನೀವುಗಳು ಬಂದಿದ್ದರೆ ನೋ ಪ್ರಾಬ್ಲಮ್ ಇಲ್ಲ, ಟೀಕೆ, ಟಿಪ್ಪಣಿ... ಲೆಕ್ಕಾಚಾರಗಳು ನುಸುಳುವುದಿದ್ದರೆ, ಅವ್ರು ಆಮೇಲೆ ಬಂದು ಜಾಯಿನ್ ಆಗಬಹುದು" ನೇರವಾಗಿಯೆ ಹೇಳಿದ. ಅವರ ಪ್ಲಾನ್ ಮೊದಲೇ ಅರ್ಥವಾಗಿದ್ದರೂ ಅವನಿಗೆ ಒಂದು ಚೂರು ಅಳುಕಿರಲಿಲ್ಲ. ಯಾವುದೇ ಕಾರಣಕ್ಕಾಗಲೀ, ಅವನು, ಅವನ ಕುಟುಂಬದವರು ಇಲ್ಲಿ ಅಪರಾಧಿಗಳಲ್ಲ. "ದಟ್ಸ್.. ಓಕೇ... ಓಕೇ...." ಎಂದು ಎದ್ದು ಹೋದ ರೋಸರ್ ಹಿಂದೆ ಅನೀಶ್ ಹೊರಟ. ಅವನ ಹಿಂದೆ ದಂಪತಿಗಳು ಕಡೆಯದಾಗಿ ನಿಹಾರಿಕ ಮೇಡಮ್, ಈ ಮನೆಯ ಕಿರಿಯ ಸೊಸೆ, ಸಂತೋಷನ ಶಾಸ್ತ್ರಬದ್ಧವಾಗಿ ಕೈಹಿಡಿದ ಧರ್ಮಪತ್ನಿ, ಸಾಕಷ್ಟು ವಿಧಿ ಪ್ರಮಾಣಗಳ ಮೂಲಕ ಅಗ್ನಿಸಾಕ್ಷಿಯಾಗಿ ಕೈಹಿಡಿದ ಸಂಗಾತಿ. ಅಬ್ಬಬ್ಬ... ಸಾಕಷ್ಟು... ಉಪಮೆಗಳು.

ಪಾರ್ಥಸಾರಥಿ ಮಗನ ಕಡೆ ತಿರುಗಿದರು.

"ಇದೆಲ್ಲ ಏನು? ಇವರುಗಳ ಅಗತ್ಯವೇನು? ದೊಡ್ಡ ಉದ್ದೇಶ ಇಟ್ಕೊಂಡೆ ಬಂದಿದ್ದಾರೆ. ಉಗ್ರಗಾಮಿಗಿಂತ ಡೇಂಜರ್ ತರಹ ಕಾಣ್ತಾರೆ. ವೆಪನ್‌ಗಳ ಸಮೇತ ಬಂದಿರೋ ಜನಗಳು ಸಾಮರಸ್ಯದ ಪ್ರಯತ್ನ ಮಾಡ್ತಾರ?" ಕೇಳಿದರು ಮಗನನ್ನು. ಅವನು ಆರಾಮಾಗಿ ನಗೆ ಬೀರಿದ.

ಒಳಗೆ ಬಂದು ಇಣಕಿದ. ಮಾಧವಿ ದೇವರ ಮನೆಯಲ್ಲಿ ಇಷ್ಟದೇವರು ಶ್ರೀನಿವಾಸನ ಮುಂದೆ ಕೂತು ಬಿಟ್ಟಿದ್ದರು. ಅವರ ಮನಸ್ಸಿನಲ್ಲಿದ್ದುದ್ದನ್ನಲ್ಲಿ ದೇವರಿಗೆ ನಿವೇದನೆ ಮಾಡುತ್ತಿದ್ದರು. ತಮ್ಮ ಕುಟುಂಬಗಳ ಸಂತೋಷ, ಸೌಖ್ಯ ಮತ್ತು ಒಳಿತಿಗಾಗಿ ದೇವರಲ್ಲಿ ಬೇಡುವ, ವ್ರತ, ಪೂಜೆ, ಉಪವಾಸ ಮಾಡುವ ಹೆಣ್ಣು ಮಕ್ಕಳು ಭಾರತೀಯ ಇತಿಹಾಸ, ಪರಂಪರೆಯಲ್ಲಿ ಪೂಜ್ಯರೆ.

"ಅಮ್ಮ...." ತಾಯಿ ಪಕ್ಕ ಹೋಗಿ ಕೂತ, ಕಣ್ಣು ಬಿಟ್ಟ ಮಾಧವಿ "ನಂಗ್ಯಾಕೋ ಭಯವಾಗ್ತ ಇದೆ. ಹೆತ್ತವರನ್ನು ಹಿಂದಿಟ್ಕೊಂಡ್ ಬರೋ ಉದ್ದೇಶವೇನು? ಅವ್ಳ ನಡವಳಿಕೆಗೆ ನಡುಗಿ ಹೋಗಿದ್ವಿ. ಅಂಥದ್ದರಲ್ಲಿ ನಮ್ಮನ್ನು ಹೆದರಿಸೋಕೆ ನಿಹಾರಿಕಾಗೆ ಇವ್ರ ಸಪೋರ್ಟ್ ಬೇಕಿತ್ತಾ?" ಆಕೆಯ ಮುಗ್ಧತೆಗೆ ನಕ್ಕು ಬಿಟ್ಟ. ನೀನು ಯಾಕೆ ಇಷ್ಟು ಟೆನ್‌ಷನ್ ಮಾಡ್ಕೋತೀಯ? ದೇವರು ಮುಂದೆ ಕೂತಿದ್ದಿ. ಇದ್ದಾನೆ ಅನ್ನೋ ನಂಬಿಕೆ ಪೂರ್ಣವಾಗಿದೆ. ಕೆಲವನ್ನ ನಾವ್ ಮಾಡಿ, ಮಿಕ್ಕಿದನ್ನ ಅವ್ನಿಗೆ ಬಿಡೋಣ. ನಮ್ಗೇ ಬುದ್ಧಿ ಕೊಟ್ಟಿರೋದರಿಂದ ಉಪಯೋಗಿಸ್ಕೋಬೇಕು. ಅತ್ತಿಗೆ, ನಿಶ್ಚಿತಾ ಜೋಸೆಫ್ ಮನೆಯಲ್ಲೇ ಇರ್ಲಿ. ಇಂದು ಬೆಳಿಗ್ಗೆ ಬಂದಾಗ ಮತ್ತೊಮ್ಮೆ ಆಫರ್ ಕೊಟ್ರು. ನೀವು, ನಿಹಾರಿಕ ನಮ್ಮಲ್ಲೇ ಬಂದ್ಬಿಡಿ. ಮೇಲೆ ಸಾಕಷ್ಟು ಅನ್ಕೂಲವಾಗಿದೆ. ನಾವಂತು ಡಿಸ್ಟರ್ಬ್ ಮಾಡೋಲ್ಲಾಂದ್ರು, ಅಷ್ಟು ಆಗೋಲ್ಲ. ಇನ್ನಷ್ಟು ಅನ್ಕೂಲಗಳು ಬೇಕೂಂದೆ. ಅರ್ಥವಾಗ್ದೇ ಕಣ್ ಕಣ್ ಬಿಟ್ರು. ಸದ್ಯಕ್ಕೆ ನೀನು ಇಲ್ಲೇ ಇರು ಎಂದು ದೇವರ ಮನೆಯಿಂದ ಹೊರಗೆ ಬಂದ ಅವನು ಪೂರ್ತಿ ಸಿದ್ಧನಾಗಿದ್ದ.

ರೋಸರ್‌ನ ಬಿಟ್ಟು ಮಿಕ್ಕವರು ಬಂದು ಕೂತರು. ಈಶ್ವರ್‌ಗಂತು ಇರುಸು ಮುರುಸು. ಒಂದೆರಡು ಪೆಗ್ ಹಾಕಿರುತ್ತಾರೆ. ಇಲ್ಲ ಶಾಂಭವಿ ಅಕ್ಕರೆಯಿಂದ ಹಾಕಿಸಿರುತ್ತಾರೆ. ಸದ್ಯಕ್ಕೆ ಪ್ರಯೋಜನಕ್ಕೆ ಬರದಂಥ ಸ್ಥಿತಿ, ಹಾಗೇ ಗಂಡನನ್ನು ನಿಭಾಯಿಸಿದ ಚತುರೆ.

"ಒಂದ್ನಿಮ್ಷ, ಮುಖ್ಯವಾದ ವಿಚಾರ. ಒಂದೇ ಸೆಂಟೆನ್ಸ್‌ನಲ್ಲಿ ಹೇಳಿ ಹೆಚ್ಚು ಸಮಯವಿಲ್ಲ.

ನಮ್ಮ ವಾದಕ್ಕೂ ತುಂಬಾ ಸಮಯ ವಿರೋಲ್ಲ" ತುಂಬಾ ಕಟ್ಟುನಿಟ್ಟಾಗಿ ಹೇಳಿದ. ನಿಹಾರಿಕ ಮೇಲೆದ್ದಳು. "ಪ್ಲೀಸ್, ಸಿಟ್ ಡೌನ್... ಆಮೇಲೆ ಬೇಕಾದರೆ ನೀನು ಮೇಕಪ್ ಮಾಡ್ಕೋಬಹುದ್ದು" ಗದರುವಂತೆ ಕಂಡ. ಶಾಂಭವಿ ಒಂದು ತರಹ ಮುಖ ಮಾಡಿದ್ದು, ತುಟಿಗೆ ಹಚ್ಚಿದ್ದ ರಾಚುವಂಥ ಲಿಪ್‌ಸ್ಟಿಕ್ ಮನಸ್ಸಿನ ವಿಕೃತ ಭಾವವನ್ನು ತೋರಿಸಿದಂತಿತ್ತು.

"ಈಗೇನು ನಿಮ್ದು? ಲಂಗು, ಲಗಾಮು ಇಲ್ದಂಗೆ ಸಾಕಿದ್ದೀರಿ, ಅದೇನು ಹೇಳಿ? ನೆಟ್ಟಗೆ ಸಂಸಾರ ಮಾಡ್ಕೊಂಡ್ ಇರೋದಿಕ್ಕೆ ಹೇಳಿ ಹೋಗಿ" ಎಂದರು ಪಾರ್ಥಸಾರಥಿ. ತುಸು ಸಹನೆಗೆಟ್ಟಿದ್ದರು. "ಏನಿದೆ, ಅವ್ಳು ಸುಖವಾಗಿರೋಕೆ? ಅವಳು ಕೇಳಿದ್ದು ಸಿಗಬೇಕು. ಬದ್ಕು ಕಟ್ಟಿಕೊಂಡು ಸಂಸಾರ ಮಾಡೋಕೆ ನಿಯಾಸ್‌ನಲ್ಲಿ ಒಂದು ಪ್ಲಾಟ್ ಕೊಡ್ಲಿ. ಅವ್ಳಿಗೆ ಸರ್ವೆಂಟ್ಸ್ ಬೇಕು" ಮುಂದುವರಿಯುವಂತೆ "ಸ್ಟಾಪ್ ಇಟ್. ಮೊದ್ಲೆ ಎಲ್ಲಾ ನಿಮ್ಗೂ, ನಿಮ್ಮ ಮಗ್ಳಿಗೂ ತಿಳಿಸಿದ್ದೆ. ಅದೆಲ್ಲ ಸಾಧ್ಯವಿಲ್ಲ. ಗಂಡನ ಜೊತೆಯಲ್ಲಿ ಸಂಸಾರ ಮಾಡ್ತಾಳಾ"? ಅಂದ ಕೂಡಲೆ ತಾಯಿ, ಮಗಳು ಕೂಡ ಮೇಲಕ್ಕೆದ್ದರು "ನೋ ಆಗೋಲ್ಲ, ಅವ್ಳಿಗೆ ಈ ತರಹ ಬದ್ಕೋದು ಇಷ್ಟವಿಲ್ಲ. ಡೈವೋರ್ಸ್‌ಗೆ ಅಪ್ಲೈ ಮಾಡ್ತೀವಿ. ದೊಡ್ಡ ಮೊತ್ತದ ಕಾಂಪನ್‌ಸೇಷನ್ ಕೊಡ್ಬೇಕಾಗುತ್ತೆ. ಈಗ ಕೆಲ್ಸವಿಲ್ಲ. ಅದು ಮುಗ್ಯೋವರ್‌ಗೂ... ತಿಂಗ್ಳಿಗೆ ಮುವತ್ತೈದು ಸಾವಿರ ಕಕ್ಕಬೇಕಾಗುತ್ತೆ" ಎಂದು ದೊಡ್ಡ ದನಿಯಲ್ಲಿ ಜಗಳಕ್ಕೆ ನಿಂತರು.

"ಓಕೆ, ಈಗ ನಿಮ್ಮ ಇರಾದೆ ಡೈವೋರ್ಸ್. ಇಬ್ರೂ ಒಪ್ಪಿ ಮ್ಯೂಚುಯಲ್ ಡೈವೋರ್ಸ್ ತಗೊಂಡರೆ ಬೇಗ ಮುಗಿಯುತ್ತೆ. ಅಂಥದೊಂದು ನಿರ್ಣಯಕ್ಕೆ ಯಾಕೆ ಬರಬಾರದು?" ಇದನ್ನು ಸೂಚಿಸಿದ್ದು ಸಂತೋಷ್ ಮೌನವಾಗಿ ಕೂತಿದ್ದ ಅನೀಶ್. "ಇದಕ್ಕೆ ನಾವೆಲ್ಲ ಓಕೇನೇ ಎರಡು ಕೋಟಿ ಸೆಟಲ್‌ಮೆಂಟ್‌ಗೆ ನಾವು ರೆಡಿ" ಒಂದೇ ಮಾತಿನಲ್ಲಿ ಹೇಳಿದ. ಸಂತೋಷ್ ನಿಹಾರಿಕ ನೆಡೆ ನೋಟ ಹರಿಸಿದ. ಭಾವರಹಿತವಾಗಿತ್ತು ಮುಖ. 'ಐ ಲವ್ ಯು, ಐ ಲವ್ ಯು' ನೂರಾರು ಮೆಸೆಜ್‌ಗಳು ರವಾನಿಸಿದ ಈ ಹೆಣ್ಣಿಗೆ ಭಾವನೆಗಳಿಲ್ಲವೇ? "ನನಗಾಗಿ ತುಂಬಾ ರಿಸ್ಕ್ ತಗೊಂಡ್.. ಹಿಂದೆ ಬಿದ್ದು ಮದ್ವೆಯಾದ ನಿಹಾರಿಕ ಒಪ್ಪಬಹುದೇ?" ಕೇಳಿದ ತಟ್ಟನೆ "ಷೂರ್, ಯಾಕೆ ಒಪ್ಪೋಲ್ಲ!" ಮೂರು ಪದವನ್ನು ಹೊರಹಾಕಿದಳು ವಿವಾಹವಾದ ಮಡದಿ.

ಇದೇನಿದು? ಏನಾಗುತ್ತಾ ಇದೆ? ಹತ್ತಾರು ವಿವಾಹಗಳನ್ನು ತಮ್ಮ ಇವೆಂಟ್ ಮೂಲಕ ಆಯೋಜಿಸಿದ್ದರು. ಒಂದು ಹೆಣ್ಣು, ಒಂದು ಗಂಡನ್ನು ಒಂದು ಮಾಡಲು ಎಷ್ಟೊಂದು ವಿಧಿ ವಿಧಾನಗಳು, ವಿವಾಹ ಮಂಟಪ, ಹೋಮ, ಅಗ್ನಿಸಾಕ್ಷಿ, ಹಿರಿಯರು, ಬಂಧುಗಳು ಆತ್ಮೀಯರು, ಪರಿಚಿತರು ಎಲ್ಲರ ಮುಂದೆ ನಡೆಯುವ ಲಕ್ಷಾಂತರ, ಕೋಟ್ಯಾಂತರ ಹಣ ವ್ಯಯ! ಅಂಥದು ಸಣ್ಣ ಪುಟ್ಟ ವಿಷಯಗಳಿಗೆ ಬೇರ್ಪಡುವುದು ತೀರಾ ಶೋಚನೀಯವೆನಿಸಿತು.

"ದಿಸ್ ಈಸ್ ನಾಟ್ ಫೇರ್, ನಿಹಾರಿಕ. ಡೈವೋರ್ಸ್ ತಗೋಳ್ಳೊಂತ ಸಮಸ್ಯೆಯಾಗಿದೆಯೇ? ನಮ್ಮೊಂದಿಗೆ ಹೊಂದಿಕೊಳ್ಳದಿದ್ದರೆ ಬೇಡ, ನೀವ್‌ಗಳು ಬೇರೆ ಇರೀ. ಶಾಂಭವಿ ಅದ್ನ ಮಗ್ಳಿಗೆ ಹೇಳೀ" ಎಂದರು ಪಾರ್ಥಸಾರಥಿ.

ಬೇರೆ ಸಮಯದಲ್ಲಾಗಿದ್ದರೆ ಏನು ವ್ಯಕ್ತಪಡಿಸುತ್ತಿದ್ದಳೋ ಒಂದು ರೀತಿಯ ಅಮಲಿನಲ್ಲಿದ್ದಳು "ನಿಯಾಸ್‌ನಲ್ಲಿನ ಅಪಾರ್ಟ್‌ಮೆಂಟ್ ರೋಸರ್ ಕೊಡುಸ್ತಾನೆ. ಅದ್ನ ಕೊಡುಸೋದು ನಿನ್ನ

ಮೇಲಿನ ಪ್ರೀತಿಯಿಂದ. ಅಲ್ಲಿಗೆ ಬಂದು ಸಂತೋಷ್ ನಿನ್ನೊತೆ ಇರ್ತಾನಾ? ಖಂಡಿತ ಇರೋಲ್ಲ. ವಿಷ್ಯ ತಿಳಿಸಿದರೇನೇ ನಿನ್ನ ಕತ್ತರಿಸಿ ಹಾಕಿ ಬಿಡ್ತಾನೆ. ನಿಂಗೆ ಡೈವೋರ್ಸ್ ಬಿಟ್ಟು ಬೇರೆ ದಾರಿ ಇಲ್ಲ. ಎರಡರಲ್ಲಿ ಒಂದನ್ನು ಆರಿಸ್ಕೋ" ಶಾಂಭವಿಯ ಒತ್ತಾಯ ಬಲವಾಗಿದ್ದುದರಿಂದ ಡೈವೋರ್ಸ್‌ಗೆ ಸಿದ್ಧವಾಗಿಯೇ ಬಂದಿದ್ದಳು.

"ಮಾತಾಡು ನಿಹಾರಿಕ. ಇಷ್ಟಪಟ್ಟು ಆದ ಮದ್ವೆ. ಸುಖವಾಗಿ ಇರೋಕೆ, ಸಾಮರಸ್ಯದಿಂದ ಇರೋಕೆ ಬೇಕಾಗಿರೋದು ಪ್ರೀತಿ ಅಷ್ಟೆ. ಹಿಂದೂ ಧರ್ಮದಲ್ಲಿ ವಿವಾಹವೆಂದರೆ ಶ್ರೇಷ್ಠ ಸಂಸ್ಕಾರ. ಆದರ್ಶ ಏಳೇಳು ಜನ್ಮಗಳ ಅನುಬಂಧ. ಕೊನೆಯವರೆಗೂ ಕೂಡಿ ಬಾಳುವ ಬಾಂಧವ್ಯ" ಮತ್ತಷ್ಟು ಹೇಳಿದರು ಪಾರ್ಥಸಾರಥಿ.

ಆದರೆ ತಾಯಿ, ಮಗಳ ನಿಲುವು ಬದಲಾಗಲಿಲ್ಲ. ಜೊತೆಗೆ ಎರಡು ಕೋಟಿ ಹಣದ ಆಫರ್ ಮುಂದಿಟ್ಟರು. ಇಲ್ಲದಿದ್ದರೆ ಪೊಲೀಸ್, ಕೋರ್ಟ್ ಎಲ್ಲ ಪ್ರಕಾರವಾಗಿ ಹೆದರಿಸಿದರು. ಅಂತು ಹಣದ ವಸೂಲಿ ಕೂಡ ಮುಖ್ಯವಾಗಿತ್ತು.

ಪಾರ್ಥಸಾರಥಿ ಏನಾದರೂ ಹೇಳುವ ಮುನ್ನ "ಸ್ವಲ್ಪ ಬಾ ನಿಹಾರಿಕ. ಶಾಂಭವಿ, ಈಶ್ವರ್ ಜೊತೆ ಅನೀಶ್ ಕೂಡ ಬರಬಹುದು" ಎಂದು ರೂಮಿಗೆ ಕರೆದೊಯ್ದವನು ಒಂದು ಗಂಟೆಯ ನಂತರ ಹೊರಗೆ ಬಂದವನು ಒಂದ್ಗಂಟೆಯಲ್ಲಿ ಡೈವೋರ್ಸ್ ಪೇಪರ್‌ಗಳಿಗೆ ಸಹಿ ಬೀಳಬೇಕು. ಕಾನೂನು ರೀತಿ ಡೈವೋರ್ಸ್ ಸಿಗೋದು ನಿಧಾನವಾಗಬಹುದು. ಆದರೆ.... ಇಂದೇ ಡೈವೋರ್ಸ್ ಎರಡು ಕಡೆಯ ಹಿರಿಯರ ಸಮ್ಮುಖದಲ್ಲಿ ಹತ್ತು ನಿಮಿಷದಲ್ಲಿ ಚರ್ಚಿಸಿ ನಿರ್ಧಾರಕ್ಕೆ ಬನ್ನಿ ಇಲ್ಲ, ನಿಮ್ಮ ಇಷ್ಟದ ಪ್ರಕಾರ ಪೊಲೀಸ್, ಕೋರ್ಟು ಮುಖಾಂತರ ನಮ್ಮಗಳ ಮೇಲೆ ಯಾವ ತರಹದ ಕೇಸ್ ಬೇಕಾದ್ರೂ ಹಾಕಿ, ನಾನು, ನನ್ನವರು ಅಪರಾಧಿಗಳಲ್ಲ. ಫೈಟು ಮಾಡೋಕೆ ಸಿದ್ಧ" ಘೋಷಿಸಿಬಿಟ್ಟವ ರೂಮಿಗೆ ಹೋದ.

ಪಾರ್ಥಸಾರಥಿಗೆ ಏನೇನು ಅರ್ಥವಾಗಲಿಲ್ಲ. ಅರ್ಧಗಂಟೆಯಲ್ಲಿ ಚರ್ಚಿಸಿ ಹಿಂದಿರುಗಿದವರಲ್ಲಿ ಅನೀಶ್ "ನಿಮ್ಮಿಂದ ಯಾವ್ದೇ ಜೀವನಾಂಶ ಬೇಡ. ನನ್ನ ತಂಗಿ ಡೈವೋರ್ಸ್ ಪತ್ರಕ್ಕೆ ಸಹಿ ಹಾಕ್ತಾಳೆ. ನೀವು ಕಟ್ಟಿದ ಮಾಂಗಲ್ಯವನ್ನು ನಿಮ್ಗೇ ವಾಪಸ್ಸು ಕೊಡ್ತಾಳೆ" ಎಂದಾಗ ರೂಮಿಗೆ ಹೋದವನು ಈಗಾಗಲೇ ಲೀಗಲ್ಲಾಗಿ ಸಿದ್ಧಪಡಿಸಿದ ಪೇಪರ್‌ಗಳನ್ನು ತಂದು ಶಾಂಭವಿ ಕೈಗೆಕೊಟ್ಟ. ಆಕೆ ತಲೆ ಹಿಡಿದುಕೊಂಡು ಕೂತುಬಿಟ್ಟರು. ಅನೀಶ್ ಓದಿ ತಂದೆಗೆ ಹೇಳಿದವನು ಹೊರಗೆ ಹೋಗಿ ರೋಸರ್‌ನೊಂದಿಗೆ ಮಾತಾಡಿ ಬಂದ.

"ಭಾವನಾತ್ಮಕವಾಗಿ ನಮ್ಮಗಳ ಸ್ವಭಾವಗಳು ಹೊಂದಿಕೆಯಾಗದಿದ್ದರಿಂದ ಕಾನೂನು ರೀತ್ಯಾ ವಿವಾಹ ಜೀವನದಿಂದ ಮುಕ್ತರನ್ನಾಗಿಸಬೇಕೆಂಬ ವಿನಂತಿ. ಆರ್ಥಿಕವಾಗಿ ಸದೃಢವಾಗಿರುವ "ನಾನು ಸಾಫ್ಟ್‌ವೇರ್ ಇಂಜಿನಿಯರ್ ಆಗಿರುವುದರಿಂದ ನನ್ನ ಮುಂದಿನ ಆರ್ಥಿಕ ಜೀವನಕ್ಕೆ ಯಾವುದೇ ರೀತಿಯ ಹಣದ ನೆರವನ್ನು ಇಚ್ಛಿಸುವುದಿಲ್ಲ. ಇಂಥ ಪ್ರತ್ಯೇಕ ಒಕ್ಕಣೆ ಇತ್ತು. ಒತ್ತಡವೋ ಮಾನಸಿಕ ಸ್ಥಿತಿಯೋ, ಒಂದು ರೀತಿಯ ಭ್ರಮೆಯಲ್ಲಿದ್ದಂತೆ ಸಹಿ ಹಾಕಿದಳು. ಆ ವೇಳೆಗೆ ಅವರ ಕಂಪನಿ ಲೀಗಲ್ ಅಡ್ವೈಜರ್ ಕೃಷ್ಣಪ್ರಸಾದ್ ಕೂಡ ಬಂದರು. ಸಹಿಗಳಾದ ಮೇಲೆ ಹೇಳಿದರು.

"ಆದಷ್ಟು ಬೇಗ ನಿಮ್ಗೇ ಕಾನೂನುರೀತ್ಯಾ ಬಿಡುಗಡೆ ಸಿಗುತ್ತೆ" ಎಂದರು. ದೇವರ ಮನೆಯಿಂದ ಹೊರಗೆ ಬಂದ ಮಾಧವಿಯ ಕಣ್ಣಲ್ಲಿ ನೀರಿತ್ತು. ಇದೆಂತಹ ದುರಂತ! ಆ ವೇಳೆಗೆ ನಿಶ್ಚಿತಾಳೊಂದಿಗೆ ಜಾಹ್ನವಿ ಕೂಡ ಬಂದಳು. "ಅತ್ತಿಗೆ ಅಣ್ಣ ಬರ್ತಾ ಇದ್ದಾನೆ. ಜೋಸೆಫ್ ದಂಪತಿಗಳನ್ನು ಕರೀ. ಅಂದು ವಿವಾಹದ ದಿನ ಸಾವಿರಕ್ಕೆ ಮೇಲ್ಪಟ್ಟು ಜನ ಬಂದು ಶುಭ ಹಾರೈಸಿದ್ದರು. ಇಂದಿನ ಬಿಡುಗಡೆಗೆ ಕೆಲವರಾದರು ಇರಲಿ!" ಎಂದ ಸಂತೋಷ್ ತಾನೇ ಹೋಗಿ ಕರೆ ತಂದ. ಕೆಲವರಿಗೆ ದುಗುಡವಾದರೆ, ಕೆಲವರಿಗೆ ನೆಮ್ಮದಿ, ಎಲ್ಲರ ಸಮಕ್ಷಮ ಜ್ಯೂವಲರಿ ಬಾಕ್ಸ್‌ನಲ್ಲಿದ್ದ ಮಾಂಗಲ್ಯ ಸರವನ್ನು ಸಂತೋಷ್‌ಗೆ ಕೊಟ್ಟಳು.

"ಕಾನೂನು ರೀತ್ಯಾ ಡೈವೋರ್ಸ್ ಎಂದಾದ್ರೂ ಸಿಗಲೀ. ಇಂದಿನಿಂದ ಈ ವಿವಾಹದ ಬಂಧನದಿಂದ ಬಿಡುಗಡೆ ಹೊಂದಿದ್ದೇವೆ. ನಮ್ಮಿಬ್ಬರ ಮಧ್ಯೆ ಇಂದಿಗೆ ಎಲ್ಲಾ ಸಂಬಂಧಗಳು ಕೊನೆಗೊಂಡಿದೆ. ನಿಹಾರಿಕಾ ತನ್ನ ಸಾಮಾನೆಲ್ಲ ಪ್ಯಾಕ್ ಮಾಡ್ಕೊಂಡ್ ಹೊರಡಬಹುದು. ಮತ್ತೆ ಇಲ್ಲಿಗೆ ಬರುವಂತಿಲ್ಲ. ಇದಕ್ಕೆ ಇವರೆಲ್ಲರೂ ಸಾಕ್ಷಿಯಾಗಿದ್ದಾರೆ" ಎಂದು ಮಾಂಗಲ್ಯದ ಸರವನ್ನೊಯ್ದು ದೇವರ ಮನೆಯಲ್ಲಿಟ್ಟ.

ಮರುಕ್ಷಣವೇ ನಿಹಾರಿಕಾಗೆ ತನ್ನ ತಪ್ಪಿನ ಅರಿವಾಯಿತು. "ಇನ್ನ ನಡೀ, ಅನೀಶ್ ಬಂದು ನಿನ್ನ ಸಾಮಾನುಗಳನ್ನು ಪ್ಯಾಕ್ ಮಾಡ್ಕೊಂಡ್ ಬರ್ತಾನೆ" ಮಗಳನ್ನು ಹೊರಡಿಸಿಕೊಂಡು ಹೊರಟರು ಆಕೆ.

ಸಂತೋಷ್‌ಗೆ ತನ್ನ ಕುಟುಂಬ ಉಳಿಸಿಕೊಂಡ ತೃಪ್ತಿ ಸಮಾಧಾನ, ಪ್ರತಿಯೊಬ್ಬರ ಜೀವನದಲ್ಲಿ ವಿವಾಹ ಒಂದು ರೋಚಕ ಸಂಗತಿ ಮಾತ್ರವಲ್ಲ. ಅದೊಂದು ಅದ್ಭುತ ಸುವರ್ಣ ಕ್ಷಣ. ಬದುಕಿನ ಬಂಡಿಗೆ ಸಂಗಾತಿಯನ್ನು ಒಪ್ಪಿಕೊಳ್ಳುವ ಒಂದು ಸಂಸ್ಕಾರ. ಆದರೆ ತನ್ನ ಜೀವನದಲ್ಲಿ ಆದದ್ದೇನು ? ಅವಳು ಪ್ರೀತಿಸಿದ್ದೇನು ? ಭ್ರಮೆ ಹರಿದು ಹೋಗಿತ್ತು. ಸುಭದ್ರ ಕುಟುಂಬ ಒಂದು ಸುಭದ್ರ ಸಮಾಜಕ್ಕೆ ನಾಂದಿ. ಅಖಂಡವಾದ ಸಂಯುಕ್ತ ಬದುಕಾಗಿದ್ದ ಸಂಬಂಧ ಎಷ್ಟು ಸುಲಭವಾಗಿ ಕಳೆದುಹೋಗಿತ್ತು. ವಿವಾಹದ ಒಂದು ಸಂಬಂಧಕ್ಕೆ ಮಾತ್ರ ನಾತಿಚರಾಮಿ ಅಲ್ಲ ಎಲ್ಲಾ ಸಂಬಂಧಗಳ ಜೊತೆ ಭೂಮಿ ನಾಡು, ನುಡಿ ಎಲ್ಲವೂ ಒಳಗೊಳ್ಳುತ್ತೆ. ಆದ್ದರಿಂದ ಯಾವುದನ್ನು ಅತಿಕ್ರಮಿಸುವಂತಿಲ್ಲ.

* * *

ಕೆಲವು ತಿಂಗಳ ತರುವಾಯ ಮೌನ ಕಾಲ್ ಮಾಡಿದಳು. ಇದು ಅಪರೂಪವಲ್ಲ. ಆಗಾಗ ಕಾಲ್ ಮಾಡಿ ಇವನ ಸಜೆಷನ್ ಕೇಳುವುದರ ಜೊತೆಗೆ ಸಂಬಂಧಿಯಂತೆ ಪಾರ್ಥಸಾರಥಿ ಕುಟುಂಬದ ಸ್ನೇಹಿತೆಯಂತೆ ಆಗಾಗ "ಸಾರಥಿ"ಗೆ ಬರುತ್ತಿದ್ದಳು. ಚಂದ್ರುವಿನೊಂದಿಗೆ ಬಂದರೆ ಕೆಲವು ಗಂಟೆಗಳನ್ನು ಕಳೆಯುತ್ತಿದ್ದಳು. ಮಾಧವಿಯ ಜೊತೆ ಹೋಗಿ ಕಿಚನ್‌ನಲ್ಲಿ ಅಡಿಗೆ ಕಲಿಯುವುದುಂಟು. ಬುಟ್ಟಿಗಟ್ಟಲೆ ಹಣ್ಣುಗಳನ್ನು ತಂದಿಟ್ಟು ಜಾಹ್ನವಿಯನ್ನು ಹಂಗಿಸಿದ್ದುಂಟು.

"ಹೇಗಿರಬೇಕು, ನಮ್ಮ ನಿಶ್ಚಿತ ತಮ್ಮನೋ, ತಂಗಿಯೋ" ಇಂಥದೊಂದು ಡೈಲಾಗೊಡೆಯುತ್ತಿದ್ದುದ್ದು ಅಪರೂಪವೇನಲ್ಲ. ಇಂದು ಕೂಡ ಅವಳಿಂದ ಕಾಲ್ ಬಂದಾಗ ನರ್ಸಿಂಗ್ ಹೋಂನಲ್ಲಿದ್ದ ಸಂತೋಷ್ "ಹಲೋ, ಹೇಳಿ ಮೇಡಮ್! ಮಗಳ ಶ್ರೀಮಂತದ

ಬಗೆಗಿನ ವೈಭವದ ಬಗ್ಗೆ ರೆಡ್ಡಿಗಾರು ಸಾಕಷ್ಟು ಕನಸುಗಳನ್ನು ಇಟ್ಟುಕೊಂಡಿದ್ದಾರೆ" ಛೇಡಿಸಿದ. ಅಂಥದೊಂದು ಆಪ್ತತೆ ಬೆಳೆದಿತ್ತು.

"ಅದಿರಲೀ, ಇನ್ನೊಂದು ವಿಚಾರ. ನಿನ್ನೆ ಸಂಜೆ ಹೋಟೆಲ್ ರಾಕ್‌ನಲ್ಲಿ ನಿಹಾರಿಕ ಸಿಕ್ಕಿದ್ಲು. ಈಗ ಗುರುತು ಸಿಗದಷ್ಟು ಸಪೂರವಾಗಿದ್ದಾಳೆ. ಅದೆಷ್ಟು ಮಾಡ್ ಆಗಿದ್ದಾಳೆ ಗೊತ್ತಾ? ನಂಗಂತೂ ಸರ್‌ಪ್ರೈಜ್ ಅವ್ಳು ಈಗ ನಿಯಾಸ್ ಅಪಾರ್ಟ್‌ಮೆಂಟ್‌ನಲ್ಲೆ ಇದ್ದಾಳಂತೆ. ನನ್ನನ್ನು ಇನ್‌ವಿಟ್ ಮಾಡಿದ್ದು. ಅವಳ ಜೊತೆಗಿದ್ದ ರೋಸರ್‌ನ ಪರಿಚಯಿಸಿದಳು. ಅವರಿಬ್ರೂ ಲಿವಿಂಗ್ ರಿಲೆಷನ್‌ನಲ್ಲಿ ಇರಬಹುದು. ಜೊತೆಗೆ ನಿನ್ನ ಕಳೆದುಕೊಂಡಿದಕ್ಕೆ ನೋವು ಇರ್ಬೇಕು. ಸಾರಿ..." ಹೇಳಿದಳು ಸ್ವಲ್ಪ ವ್ಯಥೆಯಿಂದಲೇ.

"ನೋ ಪ್ರಾಬ್ಲಮ್ ಅವ್ಳು ಅಂದುಕೊಂಡ ಬದ್ಕು ಅವ್ಳಿಗೆ ಸಿಕ್ಕಿದೆ. ವಿವಾಹ ಅನ್ನೋದು ಎಷ್ಟು ಜನರ ಜೀವನದಲ್ಲಿ ಅರ್ಥ ಕಳುಕೊಂಡಿದೆ. ವಿವಾಹ ಅನ್ನೋದು ಪರಸ್ಪರ ಒಂದು ನಂಬಿಕೆಯ ಆಧಾರದಲ್ಲಿ ಮಾತ್ರವಲ್ಲ, ಎರಡು ಕಡೆಯ ಸಂಬಂಧ ಪೋಷಿಸಬೇಕೆ ಹೊರತು, ಕಿತ್ತೆಸೆದು ಒಂಟಿಯಾಗಿಸುವುದು ಒಂದು ರೀತಿಯ ದುರಂತ. ಹೆಣ್ಣಾಗಲೀ, ಗಂಡಾಗಲೀ... ಪರಿಪೂರ್ಣವಾಗೋದು ಬರೀ ಅಂಗಾಂಗಗಳಿಂದ ಮಾತ್ರವಲ್ಲ. ಮನಸ್ಸು ಹೃದಯ, ಮಿದುಳು ಇವೆಲ್ಲ ಭಾವನೆಗಳಿಗೆ ಪೂರಕವೆ. ಅವಳು ಪ್ರೀತಿಸುವುದು ಜೀವವಿಲ್ಲದ ವಸ್ತುಗಳನ್ನು ಅದರಲ್ಲಿ ಅವಳು ಸುಖೀ! ನೋ ಪ್ರಾಬ್ಲಮ್... ಲೀವ್ ಇಟ್... ಚಂದ್ರು ಆಫೀಸ್‌ಗೆ ಬಂದಿದ್ದರು. ತುಂಬಾ ಖುಷಿಯಾಗಿದ್ದರು. ಅವ್ರಿಗೂ ನಿನ್ನ ಸೀಮಂತದ ಕನಸು. ಬೇರೆ ಮನೆ ಮಾಡಿ ಅವ್ರ ಹೆತ್ತವರನ್ನು ಕರೆತಂದು ಜೊತೆಯಲ್ಲಿ ಇರಿಸಿಕೊಳ್ಳುವ ಬಗ್ಗೆ ಹೇಳಿದ್ರು. ಬರೀ 'ನಾತಿಚರಾಮಿ' ಪತಿ-ಪತ್ನಿಯರ ಸಂಬಂಧಕ್ಕೆ ಮಾತ್ರವಲ್ಲ ಎಲ್ಲ ಸಂಬಂಧಗಳಿಗೂ ಅನ್ವಯವೇ, ಒಂದು ವಿಷಯವನ್ನು ಬಿಟ್ಟು, ಓಕೆ, ಅಮ್ಮ ನಿಮ್ಮಿಬ್ಬರನ್ನು ಊಟಕ್ಕೆ ಕರೆಯೋಕೆ ಹೇಳಿದ್ರು. ರೆಡ್ಡಿಗಾರು, ನಯನತಾರ ಜೊತೆಯಾಗಿ ಬಂದರು ಸಂತೋಷನೇ 'ಸಾರಥಿ ಇವೆಂಟ್' ತಮ್ಮ ಸ್ವಂತದ್ದು ಎನ್ನುವ ತರಹದಲ್ಲಿ ಎಲ್ಲಾ ಸಭೆ, ಸಮಾರಂಭಗಳ ಆಯೋಜನೆಯನ್ನು ತಂದು ನಮ್ಮ ಮಡಿಲಿಗೆ ಸುರಿಯುತ್ತಿದ್ದಾರೆ. ಓಕೆ, ಕಾಲ್ ಯು ಲೆಟರ್" ಕಾಲ್ ಕಟ್ ಮಾಡಿದ.

ರೋಸರ್, ನಿಹಾರಿಕ ಬಂದು ಅವನ ಮುಂದೆ ನಿಂತಂತಾಯಿತು. 'ಬೆಸ್ಟ್ ಆಫ್ ಲಕ್' ಎಂದು ತನ್ನ ಕೆಲಸದಲ್ಲಿ ಮಗ್ನನಾದ.

* * *